ഗ്രീൻ ബുക്സ്

കൊച്ചിയുടെ പച്ചേക്കോ

ജി. സുബ്രഹ്മണ്യൻ

1953 ഒക്ടോബർ 12ന് തത്തമംഗലത്ത് ജനനം.
അച്ഛൻ: ഗോപാലകൃഷ്ണ അയ്യർ.
അമ്മ: ഭാഗീരഥി ഗോപാലകൃഷ്ണൻ.
വടക്കാഞ്ചേരി സ്വദേശിയായ സുബ്രഹ്മണ്യൻ
തന്റെ വിദ്യാഭ്യാസം വടക്കാഞ്ചേരി
ബോയ്സ് ഹൈസ്കൂൾ, ശ്രീ വ്യാസ കോളേജ്,
തൃശ്ശൂർ സെന്റ് തോമസ് കോളേജ്
എന്നിവിടങ്ങളിൽ പൂർത്തിയാക്കി.
ജന്തുശാസ്ത്രത്തിൽ ബിരുദാനന്തര ബിരുദം.
1980ൽ സ്റ്റേറ്റ് ബാങ്ക് ഓഫ് ട്രാവൻകൂറിൽ
ജോലിയിൽ പ്രവേശിച്ചു. 2013ൽ അസിസ്റ്റന്റ് ജനറൽ
മാനേജർ ആയി ജോലിയിൽ നിന്നും വിരമിച്ചു.
ഇപ്പോൾ തൃപ്പൂണിത്തുറ സൂര്യ അപ്പാർട്ട്മെന്റിൽ താമസം.
2022ൽ കൽക്കിയുടെ തമിഴ്നോവൽ പൊന്നിയിൻ
സെൽവൻ മലയാളത്തിലേക്ക് വിവർത്തനം ചെയ്തു.
ഇ-മെയിൽ: geeyes.sbt@gmail.com

നോവൽ

കൊച്ചിയുടെ പച്ചേക്കോ

ജി. സുബ്രഹ്മണ്യൻ

ഗ്രീൻബുക്സ്

green books private limited
gb building, civil lane road, ayyanthole,
thrissur- 680 003, kerala, ph: +91 487-2381066, 2381039
website: www.greenbooksindia.com
e-mail: info@greenbooksindia.com

branches:
thrissur 8589095302
thiruvananthapuram 8589095301
calicut 8589095307

malayalam
kochiyude pacheco
novel
by
g. subramanian

published april 2024

cover design : s. mahendra

printed in india
green offset, mukkam

isbn : 978-81-19486-61-8

GBPL/1355/2024

മുഖക്കുറിപ്പ്

ചരിത്രപരമായ വസ്തുതകൾ രേഖപ്പെടുത്തുമ്പോൾ കണ്ടുവരുന്ന വലിയൊരു ന്യൂനത, ചിലരെയെല്ലാം അതിമാനുഷരുടെ ഗണത്തിൽപ്പെടുത്തി നായകപരിവേഷത്തിൽ അവരോധിക്കുമ്പോൾ തന്നെ, ഒട്ടും കുറവല്ലാത്ത സംഭാവനകൾ നൽകിയിട്ടുള്ള മറ്റു ചിലരെ ചരിത്ര പുസ്തകങ്ങളുടെ അടിക്കുറിപ്പുകളാക്കി മാറ്റുന്നു എന്നതാണ്. വിസ്മൃതിയുടെ മൂടുപടങ്ങളിൽ മുങ്ങിക്കിടക്കുന്ന അത്തരം ചില ത്യാഗോജ്ജ്വല വ്യക്തിത്വങ്ങൾ കാലങ്ങൾക്കുശേഷം ജനശ്രദ്ധയിലേക്കു വരുന്ന അനവധി സന്ദർഭങ്ങൾ നമുക്ക് ചുറ്റുമുണ്ട്. ദുവാർട്ടേ പച്ചേക്കോ പെരേര എന്ന പോർച്ചുഗീസ് നാവികൻ ഇതിനൊരു ഉദാഹരണമാണ്. അദ്ദേഹത്തിന്റെ സമകാലികരായിരുന്ന വാസ്കോഡ ഗാമ, പെഡ്രോ കബ്രാൾ തുടങ്ങിയ നാവികരെ ജന്മനാടായ ലിസ്ബണും മറ്റു രാഷ്ട്രങ്ങളും ഇന്നും ഓർക്കുമ്പോഴും സമാന ചരിത്ര നേട്ടങ്ങൾക്കുടമയായ പച്ചേക്കോയെ സൗകര്യപൂർവ്വം മറക്കുന്നു.

പതിനാറാം നൂറ്റാണ്ടിന്റെ തുടക്കത്തിൽ ഒരു സന്ദിഗ്ധഘട്ടത്തിൽ കൊച്ചിയുടെ രക്ഷിതാവായി മാറിയ പച്ചേക്കോ എന്ന പോർച്ചുഗീസ് പടത്തലവനെ കേരളവും മറന്നു. സാമൂതിരിയുമായി തെറ്റിപ്പിരിഞ്ഞ പോർച്ചുഗീസുകാരുമായി കൊച്ചിരാജാവ് വ്യാപാരക്കരാറിൽ ഏർപ്പെട്ടതിലുള്ള വിദ്വേഷമാണ് പിന്നീട് 'ബാറ്റിൽ ഓഫ് കൊച്ചി' എന്ന് ചരിത്രത്തിൽ രേഖപ്പെടുത്തിയ നാലു മാസം നീണ്ടുനിന്ന യുദ്ധത്തിന്റെ മൂലകാരണം. അമ്പതിനായിരത്തോളം വരുന്ന സേനയോടും മറ്റ് യുദ്ധസന്നാഹങ്ങളോടും കൂടിയെത്തിയ സാമൂതിരിയെ നേരിടാനാകാതെ പകച്ചുനിന്ന കൊച്ചിരാജാവിന്റെ നാമമാത്രമായ പടയെ ധൈര്യവും ആത്മവിശ്വാസവും നൽകി മുന്നിൽ നിന്ന് നയിച്ച് വിജയിപ്പിച്ചത് പച്ചേക്കോയുടെ യുദ്ധതന്ത്രങ്ങളായിരുന്നു.

കൗതുകകരമായ മറ്റൊരു വസ്തുത പച്ചേക്കോയുടെ പേരുമായി ബന്ധപ്പെട്ട ഒരു സ്ഥലം കൊച്ചിയിൽ ഉണ്ട് എന്നതാണ്. പോർച്ചുഗീസ് ആർമി ക്യാമ്പ് ചെയ്തിരുന്ന കൊച്ചിയിലെ ഈ ഇടം 'പച്ചേക്കോയുടെ താവളം' എന്ന പേരിൽ അറിയപ്പെട്ടു. പിന്നീടത് 'പച്ചിതാവളമായും' വീണ്ടും ലോപിച്ച് ഇന്നത്തെ 'പച്ചാളമായും' മാറി എന്നാണ് പറയപ്പെടുന്നത്.

നമുക്ക് സുപരിചിതമായ കൊച്ചിയുടെയും കോഴിക്കോടിന്റെയും ചരിത്രപശ്ചാത്തലങ്ങളിലാണ് പോർച്ചുഗീസ് സമുദ്ര പര്യവേഷകനും നാവികനുമായ പച്ചേക്കോയുടെ കൊച്ചിയിലെ സാഹസികാനുഭവങ്ങൾ ചടുലമായ സംഭവപരമ്പരകളിലൂടെ ആവിഷ്കരിക്കപ്പെടുന്നത്. ഹൃദ്യമായ വായനാനുഭവം പ്രദാനം ചെയ്യുന്ന ഈ നോവൽ രചിച്ചിട്ടുള്ളത് 'പൊന്നിയിൻ ശെൽവൻ' എന്ന ചരിത്ര നോവൽ മലയാളത്തിലേക്ക് മൊഴിമാറ്റം നടത്തിയ ജി. സുബ്രഹ്മണ്യൻ എന്ന അനുഗൃഹീത എഴുത്തുകാരനാണ്.

അന്താരാഷ്ട്രതലത്തിൽപോലും ശ്രദ്ധ നേടാൻ സാധ്യതയുള്ള പച്ചേക്കോ എന്ന ദിശാബോധമുള്ള നാവികന്റെ വ്യക്തിപ്രഭാവത്തിന്റെ ഇന്നലെകളെ പുനഃസൃഷ്ടിക്കുന്ന ഈ നോവൽ മലയാള വായനക്കാർക്കായി അവതരിപ്പിക്കാൻ സാധിച്ചതിൽ ഗ്രീൻ ബുക്സിന് ഏറെ ചാരിതാർത്ഥ്യമുണ്ട്.

ഇ.കെ. നരേന്ദ്രൻ

മാനേജിംഗ് എഡിറ്റർ

ആമുഖം

ഫോർട്ട് കൊച്ചി ബീച്ചിനരികിൽ ഇപ്പോഴും നിലകൊള്ളുന്ന ആ പഴയ പീരങ്കി ബ്രിട്ടീഷുകാരുടെ കാലത്ത് ഉള്ളതാണ്. ഇപ്പോൾ കാണുന്ന ബാസ്റ്റ്യൻ ബംഗ്ലാവിന് വടക്കേ അതിരായി തെക്കുവശത്തുള്ള ചെറിയ ബീച്ച് വരെ നീണ്ടുകിടന്നിരുന്ന പോർച്ചുഗീസുകാർ പിന്നീട് നിർമ്മിച്ച വലിയ കോട്ട ഡച്ചുകാരും ഇംഗ്ലീഷുകാരും നശിപ്പിച്ചു. കരയിൽ നിന്നും അല്പം ഉയരമുള്ള സ്ഥലത്ത് പുഴയേയും കടലിനെയും ഒരേസമയത്ത് നിരീക്ഷിക്കാൻ പാകത്തിൽ നിർമ്മിച്ച ഇമ്മാനുവൽ കോട്ടയുടെ ആദ്യ രൂപം ഈ കഥ നടക്കുന്ന കാലത്താണ് നിർമ്മിച്ചത്. തെങ്ങിൻതടികൾക്കിടയിൽ മണ്ണ് നിറച്ച് നിർമ്മിച്ച ആ കോട്ടയുടെ പ്രഥമ കമാൻഡർ ദുവാർട്ടേ പച്ചേക്കോ പെരേര ആയിരുന്നു.

വാസ്കോഡഗാമയെയും കബ്രാളിനെയും ഓർക്കുന്ന കൊച്ചിക്ക് അമ്പതിനായിരത്തോളം വരുന്ന സാമൂതിരിയുടെ സൈന്യത്തെ നാലുമാസത്തോളം തടഞ്ഞുനിർത്തി കൊച്ചിയെ സംരക്ഷിച്ച ചരിത്രപ്രസിദ്ധമായ ബാറ്റിൽ ഓഫ് കൊച്ചിയുടെ ഹീറോ ദുവാർട്ടേ പച്ചേക്കോ പെരേരയെ ഓർമ്മയില്ല. അദ്ദേഹത്തിന്റെ ജന്മനാടായ പോർച്ചുഗലിലെ ലിസ്ബൺ നഗരത്തിൽ ബലേം എന്ന സ്ഥലത്ത് സ്ഥാപിച്ചിട്ടുള്ള പ്രഗൽഭരായ മുപ്പത് നാവികരുടെ പ്രതിമകൾക്കിടയിലും അദ്ദേഹത്തെ കാണാനില്ല. പച്ചേക്കോ രചിച്ച Esmeraldo de situ Orbis എന്ന അക്കാലത്തെ നാവികർക്ക് ഒരു മാർഗ്ഗദർശിയായ പുസ്തകം പ്രസിദ്ധീകരണം തടയപ്പെട്ട് നൂറ്റാണ്ടുകളോളം വെളിച്ചം കണ്ടില്ല. പിൽക്കാലത്ത് അതിന്റെ പ്രതി കണ്ടെടുക്കപ്പെട്ടപ്പോൾ അതിന്റെ പല ഭാഗങ്ങളും ഭൂപടങ്ങളും ചാർട്ടുകളും അവയോടൊപ്പം പുസ്തകത്തിന്റെ പ്രസക്തിയും നഷ്ടപ്പെട്ടിരുന്നു. തെക്കേ അമേരിക്കയിലെ ബ്രസീൽ ആദ്യം കണ്ടുപിടിച്ചത് പച്ചേക്കോ

ആണെന്ന് ഒരു ചരിത്ര പരാമർശം ഉണ്ട്. എല്ലാവരും മറന്നു പോയ, കുറെ ചരിത്ര കഥാപാത്രങ്ങളും ചരിത്രത്തിൽ അങ്ങിങ്ങായി പ്രത്യക്ഷപ്പെടുന്ന ചില പേരുകളും കഥാപാത്രങ്ങളായി അരങ്ങത്തുകൊണ്ടുവരുവാൻ ഞാൻ ശ്രമം നടത്തിയിട്ടുണ്ട്. ഈ കഥയുടെ കാലഘട്ടത്തിന്റെ പശ്ചാത്തലത്തിൽ മലയാളത്തിൽ ചില കൃതികൾ വന്നിട്ടുണ്ട് എങ്കിലും ഞാൻ ശ്രദ്ധിക്കുന്നത് പച്ചേക്കോ എന്ന മനുഷ്യന്റെ ജീവിതത്തിലെ ഉയർച്ചയും താഴ്ചയും അതിന്റെ ക്യാൻവാസ് പതിനഞ്ച്-പതിനാറ് നൂറ്റാണ്ടുകളിലെ കൊച്ചിയും ലിസ്ബണും ആണ്.

കേരളത്തിന്റെ ചരിത്രം മുഴുവനായി അറിയാത്ത വായനക്കാർക്കും മുമ്പ് വായിച്ചു മറന്നുപോയവർക്കും കഥ തുടങ്ങുന്നതുവരെയുള്ള ചരിത്രം പലഘട്ടങ്ങളിലായി കഥയിൽ ചേർക്കുന്നത് ഉചിതമാണെന്നു തോന്നിയതിനാൽ അപ്രകാരം ചെയ്തു. ധാരാളം പുസ്തകങ്ങൾ ഇതിന്റെ രചനയ്ക്ക് സഹായമായിട്ടുണ്ട്. ചരിത്രത്തിൽ ഇടയ്ക്കിടെ കാണുന്ന കുത്തുകൾ തമ്മിൽ വരകൾ ഉപയോഗിച്ച് രൂപങ്ങളാക്കുക മാത്രമാണ് ഞാൻ ചെയ്തത്. പോർച്ചുഗീസുകാർ വരുന്നതിന് മുമ്പുള്ള കേരളചരിത്രം അപൂർണ്ണവും പല സംഭവങ്ങളും കാല്പനികങ്ങളും ആണ്. രണ്ടു മൂന്നിടത്തു മാത്രം ലോജിക് ഉപയോഗിച്ച് ചെറിയ മാറ്റങ്ങൾ ചെയ്യേണ്ടിവന്നിട്ടുണ്ട്. ഇത് ഒരു കാലഘട്ടത്തിന്റെ കഥയാണ്. അതിൽ തെറ്റോ ശരിയോ ഇല്ല. പിന്നീടുണ്ടായ ചരിത്രം എല്ലാവർക്കും അറിവുള്ളതിനാൽ ന്യായാന്യായങ്ങൾ മാറ്റിനിർത്തി മാനസികമായി ആ കാലത്തിലേക്ക് പോയി ഈ കഥ വായിക്കുവാൻ അനുവാചകരോട് അഭ്യർത്ഥിക്കുന്നു. ഈ കൃതിക്ക് ഒരു ചരിത്രപുസ്തകത്തിന്റെ പരിവേഷം വന്നിട്ടുണ്ട് എന്ന വസ്തുതയെക്കുറിച്ച് ഞാൻ ബോധവാനാണ്. അത് ഒഴിവാക്കാൻ ശ്രമിക്കുമ്പോഴെല്ലാം പുനർചിന്തകൾ അതിനെ വീണ്ടും തിരിച്ചുകൊണ്ടു വന്നു.

കൽക്കിയുടെ പൊന്നിയിൻ സെൽവൻ എന്ന നോവൽ ഞാൻ തമിഴിൽനിന്നും മലയാളത്തിലേക്ക് മൊഴിമാറ്റിയപ്പോൾ ഇനിയും തുടർന്ന് എഴുതണം എന്ന തോന്നൽ ഉണ്ടായി. സുഹൃത്തുക്കളും വായനക്കാരും എന്നെ പ്രോത്സാഹിപ്പിച്ചു. അതിൽനിന്നും ഉടലെടുത്ത ഈ കൃതി വായനക്കാർക്ക് മുമ്പാകെ വിനയപൂർവ്വം സമർപ്പിക്കുന്നു.

ഗ്രന്ഥകർത്താവ്

കൊച്ചിയുടെ പച്ചേക്കോ

ദുവാർട്ടേ പച്ചേക്കോ

ലിസ്ബൺ പോർച്ചുഗൽ 1533 ജനുവരി

ജനുവരിയിലെ പ്രഭാതത്തിന്റെ കുളിരിൽ ബലേമിലെ റസ്റ്റിലോ ചാപ്പലിൽ ദുവാർട്ടേ പച്ചേക്കോ നിന്നു. ജെറോനിമോസ് മൊണാസ്റ്ററിയുടെ പണി പുരോഗമിക്കുന്നു, ലക്ഷണം കണ്ടിട്ട് ആ വലിയ നിർമ്മിതിയുടെ പണി തീരുവാൻ നൂറു കൊല്ലം എങ്കിലും വേണ്ടി വരും എന്ന് അയാൾക്ക് തോന്നി. ടാഗസ (തേജോ) നദിയുടെ കരയിലെ ഹാർബറിലേക്ക് അയാൾ മെല്ലെ നടന്നു. ആളും ആരവവും ഒഴിഞ്ഞ് അത് ശൂന്യമായി കിടക്കുന്നു. ഹാർബറിന് അരികിൽ നദിയിൽ ഉണ്ടായിരുന്ന കൊച്ചുതുരുത്ത് ഇന്നില്ല. അതിലാണ് ബെലേം ടവർ പണിതിരിക്കുന്നത്.

ടവറിലെ പീരങ്കികൾ ടാഗസ് നദിയിലൂടെ വരാൻ സാധ്യതയുള്ള ശത്രുക്കളെ ശ്രദ്ധാപൂർവ്വം വീക്ഷിച്ചുകൊണ്ട് ഇരിക്കുന്നു. മുപ്പത്താറ് വർഷങ്ങൾക്ക് മുമ്പ് തന്റെ നാവികരുമായി ഒരു രാത്രിമുഴുവൻ കരയിലുള്ള ചാപ്പലിൽ പ്രാർത്ഥനയോടെ ചെലവഴിച്ച ശേഷമാണ് വാസ്കോഡഗാമ ഇന്ത്യയിലേക്ക് പുറപ്പെട്ടത്. അന്ന് ജനങ്ങളെ കൊണ്ട് തിങ്ങിനിറഞ്ഞിരുന്ന ഹാർബറിൽ ഇപ്പോൾ ഉറക്കച്ചടവോടെ ഏതാനും മത്സ്യബന്ധന ബോട്ടുകൾ വെള്ളത്തിൽ ചാഞ്ചാടിക്കൊണ്ടിരുന്നു. ബലേമിലെ ശാന്തത അനുഭവിച്ചുകൊണ്ട് അയാൾ അല്പനേരം അവിടെ ഇരുന്നു. ഈ ഹാർബറിൽനിന്നും താൻ ഒരുപാട് യാത്രകൾ നടത്തിയിട്ടുണ്ട്. വിജയിയായി തിരിച്ചു വന്നിട്ടുണ്ട്. തനിക്കറിയാവുന്നവരാരും ഇപ്പോൾ ജീവനോടെ ഇല്ല. താൻ ഇപ്പോൾ കരകാണാക്കടൽ കടന്നുപോയ നാവികരെ ഓർത്ത് ശോകഗാനം ആലപിക്കുന്ന റെസ്റ്റിലോയിലെ കിഴവനാണ്. ദീർഘായുസ്സ് ഒരു ശാപം ആണെന്ന് അയാൾക്ക് തോന്നി. പച്ചേക്കോ മടക്കയാത്ര ആരംഭിച്ചു. റിബൈറ പാലസ്, അഥവാ പുഴക്കരയിലെ കൊട്ടാരം, ഇവിടെയാണ് പോർച്ചുഗീസ് രാജാവ് ജോൺ മൂന്നാമൻ താമസിക്കുന്നത്. കൊട്ടാരത്തിലെ വലിയ ബാൽക്കണിയിൽ നിന്നു നോക്കിയാൽ ടാഗസ് നദിയും അതിന്റെ കരയിലുള്ള കപ്പൽ നിർമ്മാണ

ശാലയും പുതിയ തുറമുഖവും ചരക്കുകൾ സൂക്ഷിക്കുന്ന ഗോഡൗണുകളും കാണാം. കൊട്ടാരത്തിന് മുൻവശത്തു നിന്നും പുഴവരെ നീണ്ടുകിടക്കുന്ന കൊട്ടാരത്തിന്റെ അങ്കണം എന്ന് അർത്ഥം വരുന്ന 'ടെറിറോ ദു പാസു' എന്നറിയപ്പെടുന്ന വിശാലമായ മൈതാനം വളരെ മനോഹരമാണ്. പോർച്ചുഗീസുകാരുടെ മാത്രം പ്രത്യേകതയായ വെള്ളയും കറുപ്പും കലർന്ന ടൈലുകൾ അവിടെ വിരിച്ചിട്ടുണ്ട്. ഈ കൊട്ടാരത്തിലും താൻ ജോലി ചെയ്തിട്ടുണ്ട്. നൂറ്റാണ്ടുകളായി രാജകൊട്ടാരം ഇരുന്നിരുന്നത് കുന്നിൻമുകളിലെ സെന്റ് ജോർജ് കാസിലിലാണ്. ഇപ്പോഴത്തെ രാജാവിന്റെ പിതാവായ മാനുവൽ ഒന്നാമൻ രാജാവാണ് ബൈശയിലുള്ള ഈ പുതിയ കൊട്ടാരം നിർമ്മിച്ച് അവിടെ താമസം മാറ്റിയത്. ഇന്ത്യയിൽ നിന്നും ആഫ്രിക്കയിൽനിന്നും ലഭിക്കുന്ന ലാഭം മാനുവൽ ഒന്നാമൻ രാജാവിന് പുതിയ നിർമ്മാണ പ്രവർത്തനങ്ങൾക്ക് പ്രചോദനം നൽകി. മാനുവൽ ഒന്നാമൻ രാജാവിനും അദ്ദേഹത്തിന്റെ മുൻഗാമിയായിരുന്ന ജോൺ രണ്ടാമൻ രാജാവിനും താൻ വളരെ പ്രിയപ്പെട്ടവനായിരുന്നു. ഇപ്പോൾ വർഷത്തിൽ രണ്ടു തവണ പെൻഷൻ വാങ്ങാൻ ട്രഷറിയിൽ പോകാറുണ്ട്, പലപ്പോഴും പെൻഷൻ സമയത്ത് കിട്ടാറില്ല. തന്റെ കാലം കഴിഞ്ഞാലും തന്റെ കുടുംബത്തിനും ഈ പെൻഷൻ തുടർന്ന് ലഭിക്കാവുന്ന രീതിയിലാണ് അത് അനുവദിച്ചിരിക്കുന്നത്. പഴയ തലമുറയുടെ ആൾക്കാരുടെ നേട്ടങ്ങൾ പുതിയ കാലത്തെ സൗകര്യങ്ങളുടെയും സമ്പന്നതയുടെയും മികവിൽ താരതമ്യം ചെയ്താൽ അവർ ചെയ്തതെല്ലാം നിസ്സാരമാണെന്നും അതിന് അവർക്ക് കൊടുക്കുന്ന പ്രതിഫലം ഒരു ബാധ്യതയാണെന്നും പുതിയ തലമുറയ്ക്ക് തോന്നുന്നുണ്ടാവാം. കൊട്ടാരത്തിൽ എല്ലാം ഇപ്പോൾ പുതിയ ആൾക്കാരാണ് പലർക്കും താൻ ആരാണെന്ന് പോലും അറിയില്ല. ഒറ്റത്തടി ആണെങ്കിൽ തനിക്ക് ഒരു പ്രശ്നവുമില്ല, പോറ്റാൻ ഒരു വലിയ കുടുംബം തന്നെ ആശ്രയിച്ചു കഴിയുന്നതാണ് സങ്കടം.

ബൈശയിൽനിന്നും സെന്റ് ജോർജ് കാസിലിൽ പോകുന്ന കുത്തനെയുള്ള പാതയിൽ നടന്ന് ലിസ്ബണിൽ ജനങ്ങൾ തിങ്ങിപ്പാർക്കുന്ന പ്രവിശ്യയിലെ തന്റെ കൊച്ചുവീട്ടിലേക്ക് പച്ചേക്കോ മെല്ലെ നടന്നു. പ്രായം തളർത്തിയാലും അയാളുടെ കാൽവെപ്പുകൾ പതറിയിരുന്നില്ല. വൃത്തിയായി കരിങ്കൽ പാകിയ വഴിയിൽ തിരക്ക് കുറവായിരുന്നു. കുത്തനെ ഉള്ള കയറ്റം കയറി പഴയ കൊട്ടാരം ഇരുന്നിരുന്ന സെന്റ് ജോർജ് കാസിലിൽ പോകുന്ന വഴിയിൽ മുകളിലെ പട്ടണത്തിനും ബൈശയിലേക്കും മധ്യത്തിൽ, വീതി കുറഞ്ഞ ഇടവഴിയിലേക്ക് അയാൾ തിരിഞ്ഞു. തീരെ വരുമാനം കുറഞ്ഞ പഴയ നാവികർ താമസിക്കുന്ന ലൈൻ കെട്ടിടത്തിലെ ഒരു വീടിന്റെ വാതിൽ തള്ളിത്തുറന്ന് അയാൾ അകത്തു കയറി. പൂട്ടി വയ്ക്കാൻ മാത്രം വിലപിടിച്ച വസ്തുക്കൾ ഒന്നും പച്ചേക്കോന്റെ ചെറിയ

വീട്ടിലുണ്ടായിരുന്നില്ല. വർഷങ്ങൾക്കു മുമ്പ് അയാൾ രചിച്ച, അപൂർണ്ണമായ ഒരു കൃതിയുടെ തുകൽ ബൈൻഡ് ഇട്ട ഒരു കൈയ്യെഴുത്ത് കോപ്പി മാത്രം ചുമരിലെ അലമാരിയിൽ ചെരിച്ചു വെച്ചിരുന്നു.

പച്ചേക്കോവിന് എഴുപത്തിമൂന്നു വയസ്സ് പ്രായം ഉണ്ട്. പ്രായമേറിയാലും അയാളുടെ കിളിരം കൂടിയ ശരീരം അതിനൊത്ത വാർദ്ധക്യം പ്രകടിപ്പിച്ചിരുന്നില്ല. ഉയരത്തിനൊത്ത നീളമുള്ള കൈകൾ, കാടു പോലെ വളർന്നിരുന്ന താടി, അയാൾക്ക് ഇപ്പോഴും ഒരു യോദ്ധാവിന്റെ ശരീരഭാഷ തന്നെയാണ്. പക്ഷേ തളർന്നുപോയത് പച്ചേക്കോവിന്റെ മനസ്സായിരുന്നു. സ്വീകരണമുറിയിലെ വിളക്ക് കത്തിച്ച് അയാൾ അവിടെ ഉണ്ടായിരുന്ന ഒരു കസേരയിൽ ഇരുന്നു. ചുമരിൽ തൂക്കിയിരുന്ന ക്രൂശിതരൂപത്തിൽ അയാളുടെ കണ്ണുകൾ ഉടക്കി. കുറെ നേരം പ്രാർത്ഥനാരൂപത്തിൽ അനങ്ങാതെ ഇരുന്ന അയാളുടെ നോട്ടം ചുമരിൽ തറച്ചിരുന്ന കണ്ണാടിയിലേക്ക് പോയി. പച്ചേകോവിന് സ്വന്തം മുഖം തിരിച്ചറിഞ്ഞിടാൻ സമയമെടുത്തു. നരച്ച മുടി, നെഞ്ചോളം വരുന്ന കറുപ്പും വെളുപ്പും കലർന്ന താടി, താൻ വല്ലാതെ മെലിഞ്ഞു പോയിട്ടുണ്ട്. ഭാര്യ, മക്കൾ, പരിചയക്കാർ, സുഹൃത്തുക്കൾ ആരും ഇപ്പോൾ തന്റെ കൂടെയില്ല. പോർച്ചുഗലിൽ ഏതാണ്ട് ഒരേ കാലത്ത് ജന്മം കൊടുത്ത പ്രസിദ്ധരായ നാവികരിൽ അയാൾ മാത്രം ബാക്കി. പോയവരെല്ലാം വളരെ പേരും പെരുമയോടെ ചരിത്രത്തിലെ നാഴികക്കല്ലുകളായി വരും തലമുറ ഓർക്കാവുന്ന രീതിയിൽ ഇഹലോക വാസം വെടിഞ്ഞു. അയാൾ മാത്രം പാർശ്വവൽക്കരിക്കപ്പെട്ട, ആരും ഓർക്കാത്ത, നിർധനനായ ഒരു കിഴവൻ നാവികനായി ഇനിയും ജീവനോടെയുണ്ട്.

പോർച്ചുഗൽ നവോത്ഥാന സമയത്ത് ശക്തരായ നാവിക ശക്തിയായി വളർന്നു. കടലിനക്കരെയുള്ള രാജ്യങ്ങളിലേക്ക് കപ്പൽ യാത്രകൾ നടത്തുക, പുതിയ നാവിക പാതകൾ കണ്ടുപിടിക്കുക, പുതിയ കച്ചവട സാധ്യതകൾ ആരായുക, തങ്ങൾ വിശ്വസിക്കുന്ന ക്രിസ്തുമതം അവിടെ എല്ലാം പ്രചരിപ്പിക്കുക തുടങ്ങിയ ലക്ഷ്യത്തോടെ, പോർച്ചുഗൽ രാജാവിന്റെ അനുഗ്രഹാശിസ്സുകളോടെ ഒരു കൂട്ടം ചെറുപ്പക്കാരായ നാവികർ കർമ്മനിരതരായി. എഡ്വേർഡ് രാജാവിന്റെ ഇളയ സഹോദരൻ രാജകുമാരൻ ഹെൻട്രി ഈ പ്രസ്ഥാനത്തിന്റെ തലതൊട്ടപ്പനായി. അയാളുടെ വില്ലയിലും അതിഥി മന്ദിരങ്ങളിലും നാവികർ, വാനനിരീക്ഷണ പണ്ഡിതർ, ഭൂപട നിർമാതാക്കൾ, കപ്പൽ നിർമ്മാണ കലയിലെ വിദഗ്ധർ തുടങ്ങിയവർ സദാസമയം ഒത്തുകൂടിയിരുന്നു. നാവിക യൂണിവേഴ്സിറ്റി പോലെ ഒരു പ്രസ്ഥാനത്തിനാണ് ഹെൻട്രി അന്ന് തുടക്കമിട്ടത്. ചരിത്രത്തിൽ അയാൾ 'ഹെൻട്രി ദി നാവിഗേറ്റർ' എന്ന പേരിൽ അറിയപ്പെട്ടു

തുടങ്ങി. 1450 വർഷം മുതൽ പ്രഗത്ഭരായ നാവിക വിദഗ്ധർ പോർച്ചുഗലിൽ ജന്മമെടുത്തു. 1467 കബ്രാൾ, 1460 വാസ്കോഡഗാമ, 1480 മഗല്ലൻ, 1450 ബർത്തലോമിയോ ഡയസ്. 1453, അഫോൻസോ ആൽബുക്കർക്ക്, നിക്കോളായ്കൊയിലോ... ഇവർ യൂറോപ്പിന്റെയും ലോകത്തിന്റെയും ചരിത്രത്തിന്റെ ഏടുകളിൽ ഒരിക്കലും ഒഴിഞ്ഞുകൊടുക്കേണ്ടതില്ലാത്ത സ്ഥാനം പിടിച്ചു.

മേശപ്പുറത്തുള്ള വിചിത്ര രീതിയിലുള്ള ഒരു പേനക്കത്തി പച്ചേക്കോ കയ്യിലെടുത്തു. ആനക്കൊമ്പിന്റെ പിടിയുള്ള ഒരു ചെറിയ കത്തി ആയിരുന്നു അത്. 'പിശ്ശാങ്കത്തി...' അയാളുടെ ചുണ്ടുകൾ എന്നോ കേട്ട ആ വാക്ക് പിറുപിറുത്തു. പിടിയിൽ ചെളി അടഞ്ഞുതൂർന്നു പോയ ഒരു ഭാഗം അയാൾ നഖംകൊണ്ട് ചുരണ്ടി വൃത്തിയാക്കി. ഒരു ശംഖിന്റെ അടയാളം മെല്ലെ തെളിഞ്ഞു വന്നു, ഒപ്പം തിരുമുൽപ്പാട് തമ്പുരാന്റെ ദൈന്യമായ മുഖവും.

'പച്ചേക്കോന് പോണംന്നുണ്ടോ? ഇവിടെ തന്നെ ഇരുന്നൂടെ?' എന്ന് നനഞ്ഞ കണ്ണുകൾകൊണ്ട് അയാളെ നോക്കിക്കൊണ്ട് ചോദിച്ച ചോദ്യവും ഓർമ്മവന്നു.

കൊച്ചി തുറമുഖത്തിലേക്ക് പോകുന്നതിനു മുമ്പ് തമ്പുരാനോട് യാത്ര ചോദിക്കാൻ ചെന്നപ്പോൾ ഉണ്ടായ രംഗം അയാളോർത്തു. അന്ന് തനിക്ക് കൊച്ചി രാജാവ് ഉണ്ണി ഗോദവർമ്മ തിരുമുൽപ്പാടിനോട് സ്നേഹവും ബഹുമാനവും സഹതാപവും ഉണ്ടായിരുന്നു എന്നത് ശരി തന്നെ. പക്ഷേ പിറന്ന നാട്ടിൽ പോകാനുള്ള ആവേശത്തിനെ മറികടക്കാനുള്ള ശക്തി ആ വികാരങ്ങൾക്കും ഉണ്ടായിരുന്നില്ല.

'നിങ്ങൾക്ക് ഞാൻ എന്തു തന്നാലും എനിക്ക് മതിയാവില്ല' എന്നുപറഞ്ഞ് ചുറ്റും നോക്കിയപ്പോൾ വെറ്റിലത്താമ്പാളത്തിൽ ഇരിക്കുന്ന ആ കത്തി രാജാവിന്റെ ദൃഷ്ടിയിൽ പെട്ടു. അദ്ദേഹം പെട്ടെന്ന് അത് കൈയിലെടുത്ത്, 'ദാ... ഇതും കൂടി എന്റെ ഓർമ്മയ്ക്ക് വെച്ചോളൂ, എന്തെങ്കിലും അവസരം കിട്ടിയാൽ ഇവിടെ വീണ്ടും വരാൻ മടിക്കരുത്' എന്നുപറഞ്ഞുകൊണ്ട് പച്ചേക്കോയുടെ കരം ഗ്രസിച്ച്, കത്തി അയാളുടെ കൈവെള്ളയിൽ വെച്ച് കൊടുത്തു. കത്തിതിരുപ്പിടിച്ചുകൊണ്ട് അയാൾ ചിന്തകളിൽ ആണ്ടു. അന്ന് താൻ അവിടെത്തന്നെ നിന്നിരുന്നാൽ എന്തായിരുന്നിരിക്കും തന്റെ ഗതി? ഒരിക്കലും ഈ ഗതി ആയിരിക്കുമായിരുന്നില്ല. അയാളുടെ മനസ്സ് അയാളോട് പറഞ്ഞു. കൊച്ചിക്കാർ നല്ലവരായിരുന്നു, ലളിത ജീവിതരീതികളും പ്രായത്തെയും കഴിവിനെയും മാനിക്കുന്ന അവരുടെ സംസ്കാരവും തന്നെ ഒരിക്കലും ഒരു നിർധനനായി, ആർക്കും വേണ്ടാത്തവനായി ജീവിക്കാൻ അനുവദിക്കുമായിരുന്നില്ല. രാജകുടുംബവും തന്റെ കൂട്ടത്തിൽ ജോലിചെയ്ത നായർ പടയാളികളും

തന്നെ ഓർക്കാതെ ഇരിക്കില്ല. തനിക്കു സഹായമായിരുന്ന കണ്ടൻ കോരുവും പെരുംകോരുവും ചിലപ്പോൾ ജീവനോടെ കാണുമായിരിക്കും. ദ്വിഭാഷിയായിരുന്ന ഇടിക്കേളമേനോന് അന്നുതന്നെ പ്രായക്കൂടുതൽ ഉണ്ടായിരുന്നു. ആ പാവം മരണശേഷം അവരുടെ ആചാരപ്രകാരം കത്തി, ഒരുപിടി ചാരമായിക്കാണും. കൊച്ചിയിലെ മലയാളത്തിലുള്ള പല രസങ്ങളും മുക്കാൽ ഭാഗം പോർച്ചുഗീസ് ഭാഷ ഉപയോഗിച്ചും ബാക്കി ഭാഗം കണ്ണും കൈയും കാണിച്ചും തനിക്കു മനസ്സിലാക്കി തന്നിരുന്ന നല്ലവനായ ആ മനുഷ്യനെ അയാൾ ഓർത്തു.

കൊച്ചിയിൽ നിന്നും താൻ തിരിച്ച് വരുന്നതിന് കുറച്ചുനാൾ മുൻപ് കായലോരത്ത് സന്ധ്യയ്ക്ക് കാറ്റ് കൊണ്ടിരിക്കുമ്പോൾ ഇടിക്കേള മേനോൻപറഞ്ഞു.

‘‘ഭാഷ കുറച്ചൊക്കെ പഠിച്ചു എങ്കിലും നിങ്ങൾ പറങ്കികളുടെ പേര് പറയാൻ എനിക്കിപ്പോഴും ബുദ്ധിമുട്ടാണ്. പക്ഷേ, നിങ്ങടെ പേര് മാത്രം ഞാൻ ചത്താലും മറക്കില്ല. കൊച്ചിക്കാർ ഒരിക്കലും മറക്കാനും പാടില്ല.’’

‘‘അതെന്താ മേനോൻ?’’

‘‘നിങ്ങടെ പേര് പച്ച.’’ അയാൾ ചിരിച്ചു കൊണ്ടുപറഞ്ഞു. അയാൾ സ്വന്തം ചെവിയിൽ ഇട്ടിരുന്ന മരതകക്കല്ലുകൊണ്ട് ഉണ്ടാക്കിയ കടുക്കൻ തൊട്ടുകൊണ്ട് കാണിച്ചുകൊണ്ട് പറഞ്ഞു. ‘‘പച്ച...പച്ചേക്കോ, കൊച്ചിയുടെ പച്ചേക്കോ. കൊച്ചിയുടെ പച്ചക്കല്ല്... മരതകം... അത് നിങ്ങളാ.’’ മേനോന്റെ ഉച്ചത്തിലുള്ള ചിരി ദുവാർട്ടേയുടെ ചെവിയിൽ മുഴങ്ങി.

ഇത്രയും കാലം ആ മനുഷ്യനെ ഓർക്കാതിരുന്നതിൽ അയാൾക്ക് വിഷമം തോന്നി. തലയ്ക്കകത്തു കൊച്ചിക്കായലിൽ സന്ധ്യയ്ക്ക് ചങ്ങാടം തുഴഞ്ഞു പോകുന്ന മനുഷ്യർ പാടിയിരുന്ന അകാരണമായി മനസ്സിൽ ദുഃഖചരവി പരത്തുന്ന ഗാനശകലങ്ങൾ കേൾക്കുന്നതു പോലെ അയാൾക്ക് തോന്നി. കർത്താവായ യേശുക്രിസ്തു തനിക്ക് വിധിച്ച ജീവിതം ഇതാണ്. പോയതിനെക്കുറിച്ച് ആലോചിക്കാതെ ഒരുനാൾ പരിശുദ്ധാത്മാവിൽ വിലയം പ്രാപിക്കണം. അവിടെ പുഞ്ചിരി പൂനിലാവുമായി മരിയ തന്നെ കാത്തിരിക്കും. പച്ചേക്കോ കസേരയിൽ ചാരിക്കിടന്നു. അലമാരിയിലിരുന്ന അയാൾ എഴുതിയ പുസ്തകം, Esmeraldo de situ orbis അത് ഇരുന്ന ഇടത്തുനിന്നും ഊർന്ന് അലമാരയുടെ തട്ടിൽ തന്നെ മെല്ലെ മലർന്നു വീണു.

വസന്തകാലം

എഡി 1487 ലിസ്ബൺ, പോർച്ചുഗൽ

പട്ടണത്തിലെ തുറമുഖം പതിവുപോലെ സജീവമായിരുന്നു. ടാഗസ് (തേജോ) നദിയുടെ കരയിലുള്ള റെസ്റ്റല്ലോ ഹാർബറിലേക്ക് പോകുന്ന പാതയിലൂടെ ദുവാർട്ടേ പച്ചേക്കോ പെരേര തന്റെ കുതിരപ്പുറത്ത് യാത്ര ചെയ്തു. തുറമുഖം കടന്ന് അതിനോട് അനുബന്ധിച്ചുള്ള കപ്പലുകൾക്ക് അറ്റകുറ്റപ്പണികൾ നടക്കുന്ന സ്ഥലത്തേക്കാണ് അയാൾ പോയിരുന്നത്. കുതിരപ്പുറത്ത് നിന്നും ഇറങ്ങി കുതിരയെ അവിടെ ഉണ്ടായിരുന്ന ലായത്തിൽ കെട്ടിയിട്ടശേഷം വെള്ളത്തിൽ നങ്കൂരമിട്ടിരുന്ന ഒരു ചെറിയ 'കാരവൽ' കപ്പലിനടുത്തേക്ക് അയാൾ നടന്നു.

പച്ചേക്കോവിനെ അതിസുന്ദരൻ എന്നൊന്നും വിശേഷിപ്പിക്കാനാവില്ല എങ്കിലും ആരും നോക്കി പോകുന്ന ഒരു വ്യക്തിത്വമായിരുന്നു അയാൾക്ക് ഉണ്ടായിരുന്നത്. നല്ല ഉയരവും നിരന്തര അഭ്യാസം കൊണ്ട് കടഞ്ഞെടുത്ത പോലെയുള്ള ശരീരവും ചിന്തയിലാണ്ടിരിക്കുന്നു എന്ന് തോന്നിക്കുന്ന വിശാല നയനങ്ങളും ഭംഗിയിൽ വെട്ടിയൊതുക്കിയ കറുത്ത താടിയും ഒറ്റനോട്ടത്തിൽ തന്നെ അയാളെ കണ്ടാൽ മതിപ്പ് ഉളവാക്കിയിരുന്നു.

ഉന്നതകുലത്തിൽ ജനിച്ച പച്ചേക്കോവിന്റെ ജീവിതം പലർക്കും അസൂയ തോന്നിക്കുന്ന ഒന്നായിരുന്നു. വളരെ ചെറുപ്രായത്തിൽ തന്നെ പോർച്ചുഗീസ് രാജകൊട്ടാരവുമായുള്ള അവന്റെ അടുപ്പം അവന്റെ തലവര സ്വർണ്ണക്കമ്പികൾ കൊണ്ട് വരച്ചിരുന്നു. അന്നത്തെ പോർച്ചുഗീസ് രാജാവ് ജോൺ രണ്ടാമന്റെ സ്ക്വയർ ആയി സേവനം ചെയ്യാൻ കൗമാരപ്രായം എത്തുന്നതിന് മുമ്പുതന്നെ അവന് അവസരം ലഭിച്ചു

'നൈറ്റ്' അഥവാ മാടമ്പിമാരുടെ വ്യക്തിഗത സഹായിയായി പ്രവർത്തിക്കുന്നവരെയാണ് സ്ക്വയർ എന്ന് വിളിച്ചിരുന്നത്. അത്ര എളുപ്പമുള്ള ജോലി അല്ലായിരുന്നില്ല എങ്കിലും ഭാവി സാധ്യതകൾക്ക് ധാരാളം വഴിയൊരുക്കാവുന്ന ഒരു ജോലിയായിരുന്നു അത്.

യോദ്ധാക്കളുടെ ഭാരമുള്ള കവചം അഥവാ ആർമർ ചുമന്നു കൊണ്ടു പോവുക, അവരുടെ വാളുകൾ, കുന്തങ്ങൾ തോക്കുകൾ എന്നിവ പരിപാലിക്കുക, അവരുടെ കുതിരകളുടെ സംരക്ഷണ ത്തിന്റെ മേൽനോട്ടം നടത്തുക എന്നിവയെല്ലാം പ്രാഥമിക ജോലി കളിൽ ഉൾപ്പെടുന്നു. പരിശീലന സമയത്തും യോദ്ധാക്കളുടെ എല്ലാ ആയുധ പ്രയോഗ ടൂർണ്ണമെന്റുകളിലും യുദ്ധങ്ങളിലും ഒരു സ്ക്വയർ തുണയായി പോകണം. യോദ്ധാവിന്റെ എല്ലാ ആവശ്യങ്ങൾക്കും തയ്യാറായി എപ്പോഴും ജാഗരൂകനായി നിൽക്കേണ്ടത് സ്ക്വയറിന്റെ ചുമതലയായിരുന്നു. അതിന്റെ നല്ലവശങ്ങൾ, അവരുടെ വ്യായാമ മുറകൾ കണ്ടുപഠിക്കാം, സ്വയം പരിശീലിക്കാം, യോദ്ധാക്കളുടെ ആയുധ പ്രയോഗ വൈദഗ്ധ്യം നേരിട്ട് കാണാം, പഠിക്കാം. പലതരം തോക്കുകളെപ്പറ്റിയുള്ള അറിവുകൾ, അവ ഉപയോഗിക്കുന്ന വിധം എല്ലാം മനസ്സിലാക്കാൻ ധാരാളം അവസരങ്ങൾ ലഭിക്കും. മിക്ക മാടമ്പിമാരും അവരുടെ സ്ക്വയറിന് ആയുധാഭ്യാസത്തിന്റെ പാഠ ങ്ങൾ പകർന്നു നൽകാറുമുണ്ട്. ഒരു സ്ക്വയർ വിശ്വാസം ആർജ്ജിച്ചു കഴിഞ്ഞാൽ യോദ്ധാക്കൾ അവരുമായി പരിശീലന പയറ്റ് നടത്തി കൈത്തരിപ്പ് തീർക്കാറും ഉണ്ട്. സ്ക്വയർ ആയി പണിയെടുക്കുന്ന നല്ല ശതമാനം പയ്യന്മാർ ഭാവിയിൽ യോദ്ധാക്കളും മാടമ്പിമാരും ആവാറുണ്ട്. രാജാവിന്റെ സ്ക്വയർ ആയിരുന്നതിനാൽ പച്ചേക്കോ എന്ന പയ്യന് മറ്റുള്ള യോദ്ധാക്കളുടെയും പ്രഭുക്കളുടെയും പരിച യവും ശ്രദ്ധയും ലഭിച്ചു. ബുദ്ധിമാനായ ആ പയ്യനെ രാജാവ് തുടർന്ന് പഠിക്കാൻ സ്കോളർഷിപ്പ് നൽകി പ്രോത്സാഹിപ്പിച്ചു.

അക്കാലത്ത് പോർച്ചുഗലിൽ വിദ്യാഭ്യാസം രണ്ട് തലങ്ങളിൽ ആയിരുന്നു. പ്രാഥമിക വിദ്യാഭ്യാസത്തിൽ ഗ്രാമർ, റിട്ടറിക്ക്, ലോജിക് എന്നിവയായിരുന്നു വിഷയങ്ങൾ. ഉന്നത വിദ്യാഭ്യാ സത്തിൽ കണക്ക്, ജ്യോമെട്രി, അസ്ട്രോണമി, സംഗീതം എന്നിവ ഉൾപ്പെട്ടിരുന്നു. പ്രഭുക്കന്മാരുടെയും ഇടത്തരം ധനിക കുടുംബത്തി ലേയും കുട്ടികൾ മാത്രമേ വിദ്യാലയങ്ങളിൽ പോകാറുള്ളൂ. അധ്യാപകർ മിക്കവാറും വൈദികരും അന്യരാജ്യത്ത് നിന്ന് വന്ന പണ്ഡിതന്മാരായിരുന്നു. പെൺകുട്ടികളുടെ പ്രാഥമിക വിദ്യാഭ്യാസം വീട്ടിൽ കഴിയും. പള്ളികളിലും കത്തീഡ്രലുകളിലും മിടുക്കരായ പാവപ്പെട്ടവരുടെ കുട്ടികൾക്കും സൗജന്യമായി പ്രാഥമിക വിദ്യാ ഭ്യാസം ലഭിച്ചിരുന്നു. പച്ചേക്കോ പ്രാഥമിക വിദ്യാഭ്യാസത്തിനു ശേഷം പ്രശസ്തമായ 'കോയമ്പ്റ' സർവ്വകലാശാലയിൽ ബിരുദം നേടി, 'നൈറ്റ് ഹുഡ്' ലഭിച്ചു. വാളിന്റെ വീതികൂടിയ ഭാഗം കൊണ്ട് തോളിൽ മൂന്നുതവണ തട്ടി അയാളെ നൈറ്റ് ആയി പ്രഖ്യാപിച്ച പ്പോൾ അയാളുടെ കുടുംബക്കാർ അഭിമാനം കൊണ്ടു. അല്പ ദിവസങ്ങൾക്കകം അയാൾ രാജാവിന്റെ വ്യക്തിഗത യോദ്ധാക്കളിൽ ഒരാളായി കൊട്ടാരത്തിൽ ജോലിയിൽ കയറി.

അകലെ വെള്ളത്തിൽ നിൽക്കുന്ന കപ്പലിനു നേരെ എത്തിയപ്പോൾ അയാൾക്ക് വേണ്ടി തയ്യാറായി ഒരു പൈലറ്റ് ചെറിയ ബോട്ടുമായി കരയ്ക്ക് കാത്തിരുന്നു. ബോട്ടിൽ കയറി അയാൾ കപ്പലിനടുത്തേക്ക് യാത്രയായി. ആ ചെറിയ കാരവൽകപ്പൽ, കുഞ്ഞലകളിൽ അയാളെ സ്വീകരിക്കുന്നപോലെ ചാഞ്ചാടി. രാജകുമാരൻ ഹെൻട്രിയുടെ കാലത്ത് മത്സ്യബന്ധനക്കപ്പലുകളുടെ രൂപരേഖകൾക്ക് സാരമായ മാറ്റം വരുത്തിയാണ് കാരവലുകൾ നിർമ്മിക്കപ്പെട്ടത്. വേഗത്തിൽ സഞ്ചരിക്കുമ്പോൾതന്നെ പെട്ടെന്ന് ഗതി മാറ്റുവാൻ ആ കപ്പലുകൾക്ക് സാധിക്കും. ഭാരം കുറഞ്ഞ ആ കപ്പലിന് മൂന്നു പായ്മരങ്ങൾ ഉണ്ട്. നടുവിലെ പ്രധാന പായ്മരത്തിന് രണ്ട് അറ്റത്ത് ഉള്ളവയേക്കാൾ ഉയരം കൂടുതലാണ്. കപ്പലിന്റെ അടിത്തട്ടിന് ആഴം കുറവായതിനാൽ, കാരവലിന് കരയുടെ വളരെ അടുത്തുവരെ പോകാനോ നദികളിൽ കൂടി യാത്ര ചെയ്യുവാനോ സാധിക്കുമായിരുന്നു. ചതുരാകൃതിയിലുള്ള പായകൾ ഒഴിവാക്കി ത്രികോണാകൃതിയിലുള്ള പായകൾ ആണ് പായ മരങ്ങളിൽ കയറ്റി ഇരുന്നത്. അത്തരം പായകൾ കപ്പലിനെ വേഗത്തിൽ സഞ്ചരിക്കാനും വളരെ പെട്ടെന്ന് ഗതി മാറ്റാനും സഹായിക്കും.

ബോട്ട്, കപ്പലിന് അടുത്തെത്തിയപ്പോൾ പച്ചേക്കോ വെള്ളത്തിൽ ഇറക്കി ഇട്ടിരുന്ന മരഗോവണിയിലൂടെ കപ്പലിന്റെ മേൽത്തട്ടിൽ എത്തി. ജോലിക്കാർ പണി നിർത്തി അയാളെ അഭിവാദനം ചെയ്തു. പ്രധാന മേൽനോട്ടക്കാരനോട് പച്ചേക്കോ ചോദിച്ചു.

‘‘ഫെർണാണ്ടോ, പണി മുഴുവൻ എന്ന് തീരും?’’

‘‘ഒരുവിധം പണിയെല്ലാം തീർന്നു ക്യാപ്റ്റൻ, വുഡ് പോളിഷ് അടിക്കണം, പായകൾ കഴുകി ഉണക്കണം, അവയ്ക്ക് പുതിയ കയറുകൾ ഇടണം. അടുത്ത ആഴ്ച താങ്കൾക്ക് യാത്ര ആരംഭിക്കാം.’’

‘‘ശരി വാ, നമുക്ക് കപ്പലൊന്ന് ചുറ്റി നടന്നു നോക്കാം.’’ പച്ചേക്കോ നടന്നു തുടങ്ങി.

ആദ്യം പോയത് ‘ഫോർ കാസിൽ’ എന്നു പറയപ്പെടുന്ന കപ്പലിന്റെ മുൻവശത്തെ മേടയിലേക്കാണ്. കപ്പലിന്റെ കൂർത്ത അറ്റത്തിൽ നിന്നും പുറത്ത് കടലിലേക്ക് തള്ളി ഒരു പക്ഷിയുടെ കൊക്കുപോലെ നിൽക്കുന്നത് ബീക്ക് ഹെഡ് ആണ്. അതിനു താഴെ കപ്പലിന്റെ തറയിൽ ടോയ്ലെറ്റുകൾ ഉണ്ടായിരിക്കും. ജലനിരപ്പിന് അൽപ്പം മുകളിലായി അവ ഇരിക്കുന്നതിനാൽ തിരമാലകൾ തന്നെ അവ വൃത്തിയാക്കാൻ സഹായിച്ചിരുന്നു.

ഫോർ കാസിലിൽ പഴയ കപ്പൽ പായ്കൊണ്ട് മൂടിവെച്ച സാധനം ചൂണ്ടിക്കാണിച്ചു കൊണ്ട് പച്ചേക്കോ ചോദിച്ചു.

‘‘ഇവിടെ എന്തിനാണ് പീരങ്കി വെച്ചത്?’’

“പര്യടനമാണെങ്കിലും ചിലപ്പോൾ കടൽക്കൊള്ളക്കാരെ നേരിടേണ്ടി വരുന്ന സാഹചര്യം ഉണ്ടാകാം എന്ന് കരുതി വെച്ചതാണ്. വശങ്ങളിലെ പീരങ്കികൾ മുമ്പുതന്നെ ഉള്ളവയാണ്. ഇത് നീണ്ട കുഴലുള്ള തോക്കാണ്.” തുണി മാറ്റിക്കൊണ്ട് അയാൾ പറഞ്ഞു. “ഇതു രണ്ടുവശവും അർദ്ധചന്ദ്രാകൃതിയിൽ തിരിക്കാൻ പറ്റും.”

പച്ചേക്കോ തോക്കിന്റെ ലോക്ക് തളർത്തി അതിനെ രണ്ടു വശത്തേക്കും ചലിപ്പിച്ചു നോക്കി. അത് സുഖമമായി സഞ്ചരിക്കുന്നത് കണ്ട് ഒന്ന് പുഞ്ചിരിച്ചു. അത് വീണ്ടും നേരെ വച്ച് ലോക്ക് മുറുക്കി.

“നിന്നെ ഒരു കാര്യം ഏൽപ്പിച്ചാൽ അതിനു വേറെ മേൽനോട്ടം വേണ്ട. ബർത്തലോമിയോ ഡയസ് ഇപ്പോൾ എവിടെ എത്തിക്കാണുമോ എന്തോ?” പച്ചേക്കോ പറഞ്ഞു.

“ക്യാപ്റ്റൻ ഡയസ് ഈ വർഷം ജൂലൈ മാസത്തിൽ ആണല്ലോ പുറപ്പെട്ടത്. അത് നാലു കപ്പലുകൾ അടങ്ങിയ സംഘമാണ്. രാജാവ് അദ്ദേഹത്തിനെ എന്ത് ദൗത്യമാണോ ഏൽപ്പിച്ചിരിക്കുന്നത് എന്ന് എനിക്കറിയില്ല. ഞാൻ ഒരാളോടും ഒന്നും ചോദിക്കാറുമില്ല. ലക്ഷണം കണ്ടിട്ട് നേരെ അറ്റ്ലാന്റിക്കിൽ പോയി കിഴക്കോട്ട് തിരിഞ്ഞു എന്നാണ് തോന്നുന്നത്.” ഫെർണാണ്ടോ പറഞ്ഞു.

“ഫെർണാണ്ടോ, നമ്മുടെ ജോൺ രണ്ടാമൻ രാജാവ് വളരെ ദീർഘദൃഷ്ടിയുള്ള ആളാണ്. പോർച്ചുഗലിന്റെ സമ്പത്ത് വർധിപ്പിക്കാനും അറബികളുടെയും ഈജിപ്തുകാരുടെയും ഏഷ്യാ കച്ചവടത്തിന്റെ കുത്തക അവസാനിപ്പിക്കാനുമാണ് അദ്ദേഹത്തിന്റെ ലക്ഷ്യം. ഏഷ്യയ്ക്ക് ഒരു പുതിയ നാവികപാത കണ്ടുപിടിക്കാമെങ്കിൽ നമ്മൾ ജയിച്ചു. ആഫ്രിക്കൻ വൻകരയുടെ തെക്കേ അറ്റം എവിടെയാണെന്ന് ഇപ്പോഴും ആർക്കും അറിയില്ല. ഡയസ്സിന്റെ ദൗത്യം അവിടേക്ക് ആയിരിക്കും.”

“ക്യാപ്റ്റൻ, ഇന്ത്യയിലേക്ക് പോകാൻ എന്താണ് എല്ലാവർക്കും ഇത്ര ആവേശം?” ഫെർണാണ്ടോ ചോദിച്ചു.

“സുഗന്ധദ്രവ്യങ്ങളുടെയും ഒരുപാട് സമ്പത്തിന്റെയും കലവറയാണ് ആ രാജ്യം. നമ്മുടെ നോട്ടം അതിന്റെ പടിഞ്ഞാറേ കടൽത്തീരമാണ്. അവിടെയാണ് കറുത്തപൊന്ന് വിളയുന്നത്. ഇപ്പോൾ അറബികളും ഈജിപ്തുകാരും വെനീസ് വഴി ചരക്ക് എത്തിക്കുമ്പോൾ നമുക്ക് താങ്ങാൻ വയ്യാത്ത വില കൊടുക്കേണ്ടി വരുന്നു. ഇടനിലക്കാരില്ലാതെ നമ്മൾ തന്നെ നേരിട്ട് ചരക്ക് എടുക്കുകയാണെങ്കിലോ?” പച്ചേക്കോ ചിരിച്ചു. അവർ കപ്പലിന്റെ പുറകുവശത്തേക്ക് വന്നു. പുറകുവശത്തെ മേടയായ ആഫ്റ്റ് കാസിലിനോട് ചേർന്നാണ് ക്യാപ്റ്റന്റെ ക്യാബിൻ.

“ഫെർണാണ്ടോ, ഭൂപടങ്ങളും ചാർട്ടുകളും നാളെയോ മറ്റന്നാളോ എന്റെ ആൾക്കാർ കൊണ്ടുവരും, അതെല്ലാം നീ യഥാസ്ഥാനത്ത് വയ്ക്കണം.”

ക്യാബിനിൽ തൂക്കിയിട്ടിരുന്ന കർത്താവിന്റെ രൂപത്തിനു മുമ്പിൽ അയാൾ അല്പനേരം കണ്ണടച്ചു പ്രാർത്ഥിച്ചു. അയാൾ യാത്ര പറഞ്ഞു താഴെ കാത്തിരുന്ന ബോട്ടിൽ കയറി കരയിലേക്ക് പോയി. ദൂരെ കണ്ടിരുന്ന തീരം വളരെ മനോഹരമായിരുന്നു. ടാഗസ് നദി കടലിൽ ചേരുന്ന അഴിമുഖത്തിന് മുന്നേയാണ് തുറമുഖം. തന്റെ കപ്പൽ നിൽക്കുന്നതിന് വളരെ ദൂരം മാറി ചില വലിയ കപ്പലുകൾ നിൽക്കുന്നു. ഭാരക്കൂടുതലുള്ള, കൂടുതൽ ചരക്ക് കയറ്റാൻ ശേഷിയുള്ള കരാക്കുകളാണവ. വേഗത്തിൽ സഞ്ചരിക്കാൻ ചതുരാകൃതിയിലുള്ള വലിയ പായകൾ ആണ് പാമരങ്ങളിൽ പിടിപ്പിച്ചിരിക്കുന്നത്. വെളുത്ത നിറമുള്ള കപ്പൽപ്പായകളുടെ ഒത്ത നടുവിൽ ചുവപ്പുനിറമുള്ള കുരിശടയാളം, പോർച്ചുഗലിന്റെ കൊടി. കരയിൽ ഇറങ്ങി പച്ചേക്കോ തന്റെ കുതിരയുടെ കെട്ടഴിച്ച് പട്ടണത്തിനെ ലക്ഷ്യമാക്കി യാത്രയായി.

മരിയ

ലിസ്ബണിൽ അന്ന് ആകാശം മേഘങ്ങൾ ഇല്ലാതെ തെളിഞ്ഞിരുന്നു. ബസിലിക്ക സാവോപോളോ നീലാകാശത്തെ എത്തിപ്പിടിക്കാൻ ശ്രമിക്കുന്നപോലെ കാണപ്പെട്ടു. റോസിയോ സ്ക്വയറും കഴിഞ്ഞ് ദുവാർട്ടേ പച്ചേക്കോ കയറ്റം കയറി പ്രധാന കച്ചവട കേന്ദ്രത്തിലെ ഒരു കടയുടെ സമീപമെത്തിയപ്പോൾ കുതിരയിൽ നിന്നും താഴെ ഇറങ്ങി. ലിസ്ബൺ ഏഴു കുന്നുകളുടെ നഗരമാണ്. അതിനാൽ പട്ടണത്തിൽ കയറ്റിറക്കങ്ങൾ ധാരാളം ഉണ്ട്. ഡൗൺ ടൗൺ ആയ ബൈശയിൽ നിന്നും നോക്കുമ്പോൾ കയറ്റത്തിന്റെ അവസാനം സെന്റ് ജോർജ് കോട്ടയുടെ ഗോപുരങ്ങൾ കാണാം. അയാളുടെ പിതാവിന്റെ സഹോദരിയുടെ ഭർത്താവായ ഫെർണാണ്ടസ് അങ്കിളിന്റെ കടയായിരുന്നു അത്. അകത്തു കയറി അവിടെ ഇട്ടിരുന്ന ഒരു ബെഞ്ചിൽ കയറിയിരുന്ന് എന്തോ എഴുതിക്കൊണ്ടിരുന്ന അങ്കിളിനോട് ചോദിച്ചു.

"ഇന്ന് കച്ചവടം എങ്ങനെയുണ്ട് അങ്കിൾ?"

"രാവിലത്തെ കച്ചവടം മോശമില്ല, ഇനി വൈകിട്ട് നോക്കിയാൽ മതി."

മറുപടി പറഞ്ഞത് അവന്റെ അമ്മായി ഇസബൽ ആയിരുന്നു. വലിയ ഒരു മരത്തിന്റെ പെട്ടി തുടച്ച് വൃത്തിയാക്കി കൊണ്ടിരുന്ന അവന്റെ പിതാവിന്റെ സഹോദരി ഇസബലിനെ അപ്പോഴാണ് അവൻ ശ്രദ്ധിച്ചത്.

"ആഹാ, ഇവിടെ ഉണ്ടായിരുന്നോ? ഞാൻ കണ്ടില്ല."

"നിന്നെയൊക്കെ നോക്കാൻ അവനു സമയം എവിടെ?" ചിരിച്ചുകൊണ്ട് അങ്കിൾ പറഞ്ഞു.

"നീ കടലിൽ പോകാൻ ശ്രമിക്കുന്നു എന്ന് കേട്ടല്ലോ? കരയിൽ ഇത്ര നല്ല ജോലി വേണ്ടെന്നു വെച്ച് ഈ അപകടംപിടിച്ച പണിക്ക് നിനക്ക് പോണോ?" അമ്മായി ചോദിച്ചു.

"അമ്മായി, രാജാവിന്റെ വ്യക്തിപരമായ ജോലികൾ മാത്രം നോക്കലാണ് എന്റെ പണി. ഞാൻ പഠിച്ച ആസ്ട്രോണമി, കണക്ക്,

ആയുധപരിശീലനം എന്നിവയ്ക്ക് എന്റെ ജോലിയിൽ ഒരു പ്രസക്തിയുമില്ല. അതിലുള്ള എന്റെ കഴിവുകൾ തെളിയിക്കണമെങ്കിൽ ഞാൻ സമുദ്രപര്യവേഷണങ്ങൾക്ക് പോകണം. അതിന് രാജാവ് ദയാപൂർവ്വം സമ്മതിച്ചിട്ടുണ്ട്. ഈ അവസരം നഷ്ടപ്പെടുത്തിയാൽ പിന്നെ അത് എപ്പോൾ ലഭിക്കും എന്ന് പറയാൻ വയ്യ.''

''എല്ലാം നിന്റെ ഇഷ്ടം. എന്നാ നീ പോകുന്നത്?''

''അടുത്താഴ്ച പോണം അമ്മായി.''

''മരിയയ്ക്ക് സുഖം തന്നെയല്ലേ? ഞാൻ ഒരുപാട് ദിവസമായി അവളെ കണ്ടിട്ട്. കടയിൽ വരാൻ തുടങ്ങിയതോടെ എനിക്ക് സമയം കിട്ടുന്നില്ല. അവളോട് എന്റെ അന്വേഷണം പറയ്.''

''ശരി ഇസബെൽ അമ്മായി, ഞാൻ ഇറങ്ങുന്നു. നല്ല വിശപ്പുണ്ട്.'' പച്ചേക്കോ യാത്ര പറഞ്ഞ് ഇറങ്ങി.

പച്ചേക്കോ തന്റെ വില്ലയുടെ ഗേറ്റിൽ എത്തിയതും അകത്ത് ലായത്തിൽ ഇരുന്ന പയ്യൻ ഗേറ്റ് തുറന്ന് പുറത്ത് ഓടിവന്ന് കുതിരയുടെ കടിഞ്ഞാൺ കൈയിൽ വാങ്ങി. അയാൾ താഴെ ഇറങ്ങിയതും പയ്യൻ കുതിരയെ ലായത്തിൽ കൊണ്ടുകെട്ടി. അയാളുടെ സഹായിയായിരുന്നു ആ പയ്യൻ. ഈ ജോലി ചെയ്യുന്ന കുട്ടികളെ 'പേജ്' എന്നാണ് പറഞ്ഞിരുന്നത്. ദൂരെ ലായത്തിൽ തന്റെ കുതിരയെ കൊഞ്ചിച്ചു കൊണ്ടിരുന്ന പയ്യനെ നോക്കിക്കൊണ്ട് അയാൾ വീട്ടിനകത്തു കയറി. ഇനി എന്നാണാവോ ഈ പയ്യൻ പേജ് മൂത്ത് സ്ക്വയർ ആവുക. അയാൾ വെറുതെ ചിന്തിച്ചു. അതൊരു കൊച്ചു ബംഗ്ലാവ് തന്നെയായിരുന്നു. പോർട്ടിക്കോ, വിശാലമായ ഹാൾ, താഴെയും മുകളിലും മുറികളുമുണ്ട്. നേരെ ചെന്ന് തീന്മേശയുടെ മുന്നിൽ ഇരുന്ന കസേരയിൽ അയാൾ ഇരുന്നു.

''എന്റെ പൊന്നേ, ഭക്ഷണം ശരിയാവാൻ നീ കുറച്ചു കൂടി കാത്തിരിക്കണം. അതുവരെ പതിവുപോലെ നീ എന്തെങ്കിലും ആലോചിച്ചുകൊണ്ടിരുന്നോളൂ.'' മരിയ ആന്റി മുല്ലമൊട്ടുപോലെയുള്ള തന്റെ പല്ലുകൾ കാണിച്ചുകൊണ്ട് ചിരിച്ചു.

അച്ഛന്റെ സഹോദരിയാണ് മരിയ അമ്മായി. ആന്റിയുടെ ഭർത്താവ് മരിച്ചു പോയിരുന്നു, അവർക്ക് കുട്ടികളും ഉണ്ടായിരുന്നില്ല. ദുവാർട്ടേയുടെ മാതാപിതാക്കളുടെ മരണശേഷം അവർ അവന്റെ കൂടെയാണ്. ഇടത്തരം ഉയരം, അധികം മെലിഞ്ഞതോ തടിച്ചതോ അല്ലാത്ത ശരീരം സ്വർണ്ണനിറമുള്ള മുടി, അനുസരണ ഇല്ലാതെ നെറ്റിയിൽ വീഴുന്ന കുറുനിരകൾ. മരിയയുടെ സൗന്ദര്യം അവളുടെ ചിരിയിലായിരുന്നു. വെളുത്ത ദന്തനിരകൾ കാട്ടി മരിയ ചിരിച്ചാൽ ആ ചിരി വീണ്ടും കാണണം എന്ന് ആരും കൊതിച്ചു പോകും. ചിലപ്പോൾ മരിയയ്ക്ക് കോപവും ചിരിയും ഒരുമിച്ചു വരും. ദുവാർട്ടേയ്ക്ക് അതുകാണാൻ വലിയ ഇഷ്ടമാണ്. ദുവാർട്ടേയുടെ കൂടെ വന്ന ശേഷം അവൾ പഴയ കാര്യങ്ങൾ ഒന്നും ഓർക്കാറില്ല.

തന്റെ ജീവിതം ഇവിടെ നിന്നാണ് തുടങ്ങിയത് എന്ന് അവൾ വിശ്വസിച്ചു തുടങ്ങിയിരുന്നു. ദുവാർട്ടേ മരിയയെ നൂറു ശതമാനം അനുസരിച്ചിരുന്നു. അപ്രിയമോ വിഷമമോ അവൾ അവന്റെ മുഖത്ത് ഒരു നാളും കണ്ടിട്ടില്ല. അയാളുടെ അടിയുറച്ച ദൈവഭക്തി സമാന ചിന്താഗതിക്കാരിയായ അവളെ വളരെ സന്തോഷിപ്പിച്ചു. പലപ്പോഴും അവൻ മരിയയെ ഒരു സുന്ദരിയായ കൊച്ചുപെണ്ണായി സങ്കൽപ്പിച്ചു കൊഞ്ചും. മനസ്സിൽ അവൾ അത് ഇഷ്ടപ്പെടുമെങ്കിലും പുറത്ത് മരിയ കള്ളക്കോപം നടിക്കും. അത് കാണാനാണ് ദുവാർട്ടേയ്ക്ക് രസം. തികച്ചും അവിചാരിതമായ ഒരു സന്ദർഭത്തിലാണ് അവൾ അവന്റെ കൂടെ താമസമാക്കിയത്.

ദുവാർട്ടേ പച്ചേക്കോവിന്റെ പിതാവ് ജോവാവോ ഫെർണാണ്ടസിനും അമ്മ ഇസബെൽ പെരേരയ്ക്കും സമപ്രായം ആയിരുന്നു. ദുവാർട്ടേയ്ക്ക് ഇരുപത് വയസ്സ് ആയപ്പോഴേക്കും അവർ ഇരുവരും അടുത്ത അടുത്ത കാലയളവിൽ മൺമറഞ്ഞു. സ്നേഹിക്കാനോ നിയന്ത്രിക്കാനോ ആരുമില്ലാതെ അയാൾ അഞ്ചു വർഷം ഒറ്റയ്ക്ക് കഴിഞ്ഞു. അനിയന്ത്രിത യുവത്വത്തിന്റെ സാഹസിക മുഹൂർത്തത്തിൽ അയാൾ ഒരു ആൺകുഞ്ഞിന്റെ അച്ഛനായി. ഹ്രസ്വകാല പരിചയത്തിൽ ലോറ അവന്റെ ജീവിതത്തിൽ കടന്നുവന്നു. ആ വിവാഹേതര ബന്ധത്തിന്റെ അന്ത്യം വഴക്കിൽ കലാശിച്ചു, അവൾ പിണങ്ങിപോയി. ദുവാർട്ടേയുടെ മകനെ ഉദരത്തിൽ ചുമന്നു കൊണ്ടായിരുന്നു എന്നു മാത്രം. വാശിക്കാരിയായ അവൾ പ്രസവശേഷം കുഞ്ഞിനെ സ്വയം വളർത്തുകയാണ്. തന്റെ മകന് ഇപ്പോൾ അഞ്ചു വയസ്സായിക്കാണും. അത്തരം ബന്ധങ്ങൾ അന്ന് സാധാരണയായിരുന്നു. രാജാവു മുതൽ താഴെ അങ്ങോട്ടുള്ള പല പ്രമുഖർക്കും അത്തരം ബന്ധങ്ങളിൽ നിന്ന് കുട്ടികൾ ഉണ്ടായിരുന്നു. അക്കാലത്തെ സാങ്കേതികത അനുസരിച്ച് ആ കുട്ടിക്ക് അച്ഛൻ ആരാണെന്ന് അറിഞ്ഞാൽപോലും ‘ബാസ്റ്റഡ്’ എന്ന പട്ടം സമുദായം കൊടുത്തിരുന്നു. ഇനിയൊരു കുത്തഴിഞ്ഞ ജീവിതത്തിന് തയ്യാറാകാത്തതിനാൽ അവൻ ഒറ്റയ്ക്ക് താമസിച്ചിരുന്ന മരിയ അമ്മായിയെ നിർബന്ധിച്ച് വീട്ടിൽ കൂട്ടിക്കൊണ്ടുവന്നു. അതിനുശേഷം അവർ ഇരുവരും ആണ് ആ വീട്ടിൽ താമസം. കടൽ യാത്രയ്ക്ക് പോയാൽ തിരിച്ചുവരുമ്പോൾ ഒരു വർഷം വരെ ആകാം. അമ്മായിയുടെ സഹായത്തിന് അയാൾ ഒരു മെയ്ഡിനെ ജോലിക്ക് നിർത്തിയിരുന്നു. അടുക്കളയിൽനിന്നും നല്ലമണം വരുന്നുണ്ടായിരുന്നു. കോഴിയിറച്ചിയുടെയും ‘പാട്രിജ്’ വറുക്കുന്നതിന്റെയും മണം.

“കടലിൽ പോകുമ്പോൾ ഭക്ഷണമെല്ലാം മോശമായിരിക്കും. അതുകൊണ്ട് നിനക്ക് ഇഷ്ടപ്പെട്ട മൂറിഷ് ചിക്കൻ, മൺചട്ടിയിൽ പൊരിച്ച പാട്രിജ്, മട്ടൻ നിറച്ച പേസ്ട്രി എല്ലാം റെഡിയായി കഴിഞ്ഞു.” നെറ്റിയിൽ വീണ കുറുനിരകൾ ഒതുക്കി വെച്ചുകൊണ്ട് മരിയ ആന്റി തീന്മേശമേൽ പ്ലേറ്റുകൾ നിരത്തിവെച്ചു. അച്ഛന്റെ സഹോദരിയാണെങ്കിലും

ആന്റിക്ക് തന്റെ അമ്മയെപ്പോലെയാണ് കൈപ്പുണ്യം. അമ്മയും ഇങ്ങനെതന്നെയാണ് ഉണ്ടാക്കാറ്. കരയാമ്പൂ, കുങ്കുമപ്പൂവ്, കുരുമുളക്, ഇഞ്ചി, സിലാഡ്രാഇല, നാരങ്ങനീര്, കൊടു മുന്തിരി, വെണ്ണ എന്നിവ ചെറുതീയിൽ വറുതെടുത്ത്, കൊത്തയരിഞ്ഞ മട്ടനും പോർക്കിന്റെ ഫാറ്റും അതിൽ ചേർത്ത് ചെറുതീയിൽ ചൂടാക്കി വഴറ്റിയെടുക്കും. അത് തണുത്തതിനുശേഷം അതിനു മുകളിൽ മുട്ടക്കരു തേച്ച് കൽക്കരി ഓവനിൽ ബേക്ക് ചെയ്യും. കാട്ടിൽനിന്നും പിടിച്ചുകൊണ്ടുവരുന്ന പാട്രിഡ്ജ് പക്ഷികളെ വൃത്തിയാക്കി മൺചട്ടിയിൽ മസാല ചേർത്ത് ഗോതമ്പുമാവിൽ മുക്കി പൊരിച്ചെടുക്കുന്നതാണ് അടുത്ത വിഭവം.

മൂറുകളുടെ രീതിയിൽ പൊരിച്ച മുട്ടയും ചേർത്ത് ഉണ്ടാക്കുന്ന ചിക്കൻ വിഭവം ആണ് മൂറിഷ് ചിക്കൻ. കുറേക്കാലം പോർച്ചുഗൽ മൂറുകളുടെ ഭരണത്തിലായിരുന്നു. പിന്നീട് ക്രിസ്ത്യൻ സൈന്യം അവരെ പരാജയപ്പെടുത്തി ഓടിച്ചുവെങ്കിലും മൂറിഷ് ചിക്കൻ അവിടെ തന്നെ തങ്ങി. മരിയ വിഭവങ്ങളെല്ലാം മേശപ്പുറത്ത് നിരത്തി. പച്ചേക്കോ മരിയ ആന്റിയും കൂടെയിരുന്ന് ഭക്ഷണം കഴിക്കാൻ നിർബന്ധിച്ചു. ജോലിക്കാരി വിളമ്പിക്കൊടുത്തു. ഭക്ഷണം കഴിച്ച് കഴിയാറായതും മരിയ, അയാളോട് ചോദിച്ചു.

''ലോറയുടെ കാര്യത്തിൽ എന്താണ് നിന്റെ തീരുമാനം? മോനെ നീ എന്ത് ചെയ്യാൻ പോകുന്നു?''

''അമ്മായി, ഞങ്ങൾ പിരിഞ്ഞ വഴി ഇനി ഒന്നിക്കില്ല. കൂടാതെ കപ്പൽപ്പടയുടെ കൂടെ ഇറങ്ങിത്തിരിക്കാൻ പോകുന്ന എനിക്ക് വിവാഹജീവിതം പറഞ്ഞിട്ടില്ല. ഇനി മോന്റെ കാര്യം, ഈ പര്യടനം കഴിഞ്ഞയുടൻ അവനെ അടുത്തവർഷം ഞാൻ ഇങ്ങോട്ട് കൊണ്ടുപോരും. അമ്മായിയുടെ സഹായം പ്രതീക്ഷിച്ചാണ് ഞാൻ ഇത് ചെയ്യാൻ പോകുന്നത്.''

''എല്ലാം നിന്റെ ഇഷ്ടം, മക്കളില്ലാത്ത എനിക്ക് നിന്റെ മോനെ വളർത്താൻ സന്തോഷമേയുള്ളൂ. അവൻ തന്തയില്ലാത്തവൻ ആയി വളരരുത്.''

''നന്ദി അമ്മായി, ഈ വിളിക്കുന്നത് എന്റെ അവസാനത്തെ തവണയാണ്. ഇനി ഞാൻ നിങ്ങളെ മമ്മ എന്നേ വിളിക്കൂ.''

മരിയയുടെ കണ്ണുകൾ പുലർകാലത്തെ മഞ്ഞുതുള്ളികൾ വീണതിനുശേഷം വിരിയുന്ന പുഷ്പംപോലെ തിളങ്ങി. ഇനി തനിക്ക് സ്നേഹം തരാൻ ഒരാളല്ല രണ്ടുപേരുണ്ടാവും.

അടുത്താഴ്ച അവസാന ഒരുക്കങ്ങൾ എല്ലാം കഴിഞ്ഞ് തിരഞ്ഞെടുത്ത നാവികരുമായി ആഫ്രിക്കയുടെ പടിഞ്ഞാറെ തീരം ലക്ഷ്യമാക്കി ദുവാർട്ടേ പച്ചേക്കോവിന്റെ നേതൃത്വത്തിലുള്ള കാരവൽ കപ്പൽ ലിസ്ബൺ തുറമുഖത്തുനിന്ന് പുറപ്പെട്ടു.

ഉണ്ണി ഗോദവർമ്മ തിരുമുൽപ്പാട്

1487 കൊച്ചി ഇന്ത്യ

മട്ടാഞ്ചേരി കൽവത്തിക്ക് സമീപമുള്ള കോവിലകത്തിൽ നടുത്തളത്തിനരികെ തൂക്കിയിട്ടിരുന്ന സപ്രമഞ്ചകട്ടിലിൽ ചിന്താമഗ്നനായി ഇരിക്കുകയായിരുന്നു ഉണ്ണി ഗോദവർമ്മ തിരുമുൽപ്പാട്. അദ്ദേഹം പെരുമ്പടപ്പ് സ്വരൂപത്തിലെ രാജാവായി ചുമതലയേറ്റ് പത്തുവർഷങ്ങൾ കഴിയാറായി. രാജവംശം കൊച്ചിയിൽ സ്ഥിരതാമസമാക്കിയതിനുശേഷം എൺപതോളം വർഷങ്ങൾ കഴിഞ്ഞു.

ഇന്നും ഇന്നലെയും തുടങ്ങിയതല്ല കോഴിക്കോട്ടെ സാമൂതിരി രാജാക്കന്മാർക്ക് പെരുമ്പടപ്പിനോടുള്ള പക. പ്രകോപനപരമായ സംഭവങ്ങളൊന്നും തന്റെ വംശത്തിന്റെ ഭാഗത്തുനിന്ന് അധികം ഉണ്ടായിട്ടില്ല. സാമൂതിരി എന്ന കുന്നല കോനാതിരി സമ്പന്നനായ ഒരു രാജാവാണ്. മുസിരിസ് തുറമുഖം പ്രവർത്തനരഹിതമായതിനുശേഷം കടൽവാണിഭം സിംഹഭാഗവും കോഴിക്കോട്ടാണ് നടക്കുന്നത്. ഓർമുസ്, അബിസിനിയ തുടങ്ങിയ രാജ്യക്കാരും അറബികളും ഈജിപ്തുകാരും ഗുജറാത്തികളും ചെട്ടികളും എല്ലാം കൊണ്ടുപിടിച്ച് കച്ചവടം പൊടിപൊടിക്കുന്നു എന്ന വാർത്ത കൊച്ചിയിലെ കച്ചവടക്കാരും ഇവിടേയ്ക്ക് വരുന്ന യാത്രികരും പൗരോഹിത്യത്തിനായും മറ്റും അങ്ങോട്ട് പോയി വരുന്ന നമ്പൂരി ബ്രാഹ്മണരും എല്ലാം വന്നു പറയാറുണ്ട്. പ്രളയം കൊടുങ്ങല്ലൂരിൽ കൊണ്ടുപോയത് കൊച്ചിയിലാണ് വെച്ചത്. കൊച്ചി ഇപ്പോൾ അറബിക്കടലിൽ കപ്പലുകൾക്ക് കാറ്റും കോളും ഏൽക്കാതെ നങ്കൂരമിടാൻ പറ്റിയ ഏറ്റവും നല്ല തുറമുഖമാണ്. ഈജിപ്തിലേക്കും അറേബ്യയിലേക്കും ഗുജറാത്തിലേക്കും അല്പം ദൂരം കുറവുണ്ട് എന്നതു മാത്രമല്ല കോഴിക്കോടിന്റെ മെച്ചം, അതിലെല്ലാമുപരി സാമൂതിരിയുടെ തുറന്ന മനസ്സും അറബികളുടെയും മാപ്പിളമാരുടെയും ശക്തമായ പിന്തുണയും പരിചയസമ്പന്നതയും പ്രധാന കാരണങ്ങളാണ്. ദൂരം കുറവുള്ളതു കൊണ്ടും തുറമുഖത്തിന്റെ സുരക്ഷിതത്വം പരിഗണിച്ചും ചീനക്കാർ കൊച്ചിയിലേക്കാണ് ധാരാളമായി വരുന്നത്. അവരുടെ നാട്ടിൽ പ്രചാരത്തിലുള്ള മത്സ്യബന്ധനത്തിനുള്ള

ചീനവലകൾ ഇപ്പോൾ ദ്വീപുകളിലും കായലോരങ്ങളിലും ധാരാള മായി കാണപ്പെടുന്നു.

''കൊച്ചുണ്ണ്യേ, സന്ധ്യാവന്ദന സമയമായില്ലേ? ഇന്നെന്താ നിന ക്കൊരു അമാന്തം?'' അമ്മതമ്പുരാട്ടിയാണ്. ശാന്തമായി പുഞ്ചിരിച്ചു കൊണ്ട് കയ്യിൽ ഉണ്ടായിരുന്ന മടക്കിവെച്ച വെറ്റിലതാലത്തിൽ തന്നെ തിരികെ വെച്ച് അദ്ദേഹം കൈകാലുകൾ ശുദ്ധം ചെയ്ത് തേവാരപ്പുരയുടെ ഭാഗത്തേക്ക് നടന്നു. സന്ധ്യാവന്ദനവും തേവാര പ്പുരയിൽ ദേവീദേവന്മാരുടെ ദർശനവും കഴിഞ്ഞ് ഉണ്ണി ഗോദവർമ്മ തമ്പുരാൻ തിരികെ വന്ന് സപ്രമഞ്ചത്തിൽ ഇരുന്നു. മകനോട് സംസാരിക്കാൻ എന്നോണം അമ്മതമ്പുരാട്ടി നടുമുറ്റത്തിന്റെ തിണ്ണ യിൽ ഇരിക്കുകയായിരുന്നു. കോവിലകത്ത് വിളക്ക് വെച്ച് തുടങ്ങി.

''കൊച്ചുണ്ണി, നീ കുറച്ചു മുമ്പ് വലിയ ആലോചനയിൽ ആയി രുന്നല്ലോ? എന്താ സംഗതി?''

അതിനു മറുപടി പറയാതെ തമ്പുരാൻ അങ്ങോട്ട് ചോദിച്ചു.

''നാടുകൾ ചുറ്റി വന്നതിനാൽ നമുക്ക് ഒരുപാട് പരദേവതമാർ ആയല്ലോ? ഇവരെയെല്ലാം കൂടി നമ്മൾ എങ്ങനെയാ ഉപാസിക്കുക? കൊച്ചിയിൽ ആണെങ്കിൽ നമ്മൾ ക്ഷേത്രങ്ങൾ ഒന്നും പണിതതും ഇല്ല.''

''അത് ചെയ്യേണ്ട നീ തന്നെ എന്നോട് ചോദിച്ചാലോ?'' അമ്മ തമ്പുരാട്ടി തിരിച്ചു ചോദിച്ചു. ''ഒരു ദേവത അല്ലല്ലോ നമുക്ക്. ചേരമാൻ കുടുംബത്തിന്റെ പരദേവത തിരുവഞ്ചിക്കുളം ശിവഭഗ വാൻ. ചേരമാൻ പെരുമാളിന്റെ സഹോദരി പെരുമ്പടപ്പിൽ വിവാഹം ചെയ്തു പോയപ്പോൾ കോയിപ്പിള്ളി തേവർ നമ്മുടെ പരദേവത യായി. നെടിയിരുപ്പ് സ്വരൂപത്തിന്റെ ശല്യം സഹിക്കവയ്യാതെ നമ്മൾ പഴയന്നൂർ ചെന്ന് താമസിച്ചപ്പോൾ പഴയന്നൂർ ഭഗവതിയും നമ്മുടെ പരദേവതയായി. അവിടെ നിന്നും ഇങ്ങോട്ട് പോന്നു. ഇനി ഇവി ടുന്നു എങ്ങോട്ടാണാവോ ദൈവം സങ്കല്പിച്ചിരിക്കുന്നത്. ഏതാ യാലും എല്ലാ ദേവതകളും നമ്മുടെ തേവാരപ്പുരയിൽതന്നെ ഉണ്ട്. എല്ലാവരും ഈ വംശത്തിനെ അനുഗ്രഹിക്കട്ടെ.''

''നഷ്ടപ്പെട്ടതിനെക്കുറിച്ച് ഞാൻ ഒന്നും വേവലാതിപ്പെടാറില്ല. അമ്മയ്ക്ക് അറിയാമല്ലോ, യുദ്ധങ്ങളും പടയോട്ടങ്ങളും എനിക്ക് താൽപ്പര്യമുള്ള കാര്യങ്ങളല്ല. ഒരു ക്ഷത്രിയന്റെ കടമ എന്താണെന്ന് നമ്മുടെ പൂർവീകർ പറയുന്നതെല്ലാം ഞാൻ മനസ്സിൽ സ്വരൂപിച്ചി ട്ടുണ്ട്. ഭൂമിയെയും പ്രജകളെയും പരിപാലിക്കലും ആശ്രിതരെയും ശത്രുവാണെങ്കിൽ പോലും അഭയം തേടിയവരെയും കൈവിടാതി രിക്കലും ആണ് എന്നാണ് ഞാൻ വിശ്വസിക്കുന്നത്. സാമൂതിരിയെ പ്പോലെ രാജ്യം വിസ്തരിക്കണം എന്നെനിക്കില്ല. കാരണവന്മാർ ഏൽപ്പിച്ച രാജ്യം അവസാനംവരെ നിലനിർത്തണം എന്ന മോഹം മാത്രമേ എനിക്കുള്ളൂ. നമ്മുടെ പരദേവതമാർ ഈ ചെറിയ ആഗ്രഹം എങ്കിലും സാധിച്ചു തരാതിരിക്കുമോ?''

"നിന്റെ ചിന്തകൾ വളരെ ഉയർന്നതാണ് ഉണ്ണി. പഴയന്നൂർ ഭഗവതിയുടെ അനുഗ്രഹം എന്നും നിനക്ക് ഉണ്ടാവും." ആ അമ്മ അനുഗ്രഹിച്ചു.

"അമ്മ ആഹാരം കഴിച്ചു കിടന്നു ഉറങ്ങിക്കോളൂ. ഞാൻ കുറച്ചു നേരം പുറത്ത് ഇരുന്നിട്ട് വരാം."

തമ്പുരാൻ പൂമുഖത്തുപ്രവേശിച്ചപ്പോൾ ചുമലിൽ ഇട്ടിരുന്ന രണ്ടാം മുണ്ട് അരയിൽ കെട്ടി രണ്ടുപേർ പുറത്ത് ഒരു കൊച്ചു മരം പോലെ വളർന്നിരുന്ന നാരകത്തിന് താഴെ നിന്നിരുന്നു. നായർ പ്രധാനികളായ ഇടിക്കേള മേനോനും പറങ്ങോടൻ മേനോനും ആയിരുന്നു അവർ. ആളുകളെ മനസ്സിലായതും അദ്ദേഹം അവരെ അരികിൽ വിളിപ്പിച്ചു.

"എന്താ ഈ സമയത്ത്?" രണ്ടു മേനോന്മാരും ആദ്യം അല്പം പരിഭ്രമിച്ച് പരസ്പരം നോക്കി.

"തിരുമനസ്സ് അടിയങ്ങളെ വരാൻ കൽപ്പിച്ചിരുന്നു." ഒരാൾ ധൈര്യം സംഭരിച്ചു പറഞ്ഞു.

"ഉവ്വോ, ആ മറന്നു പോയി. ഇന്നേക്ക് പതിനഞ്ചാം പക്കമാണ് വൃശ്ചികമാസത്തിലെ പൗർണമി. എളംകുന്നപ്പുഴ ഉത്സവമാണ്. നിങ്ങൾ രണ്ടുപേരും അങ്ങോട്ടുചെന്നു അതിന്റെ എർപ്പാടുകൾ എല്ലാം അന്വേഷിക്ക്യ. വളരെ ശക്തിയുള്ള ദേവനാണ്. ചെയ്ത പാപങ്ങൾ ഹനിക്കുന്ന ഭഗവാനാണ്. അവിടത്തെ വിശേഷത അറിയില്ലേ? പ്രതിഷ്ഠയുടെ അരവരെ പഞ്ചലോഹവും അരയ്ക്കുമുകളിൽ കൃഷ്ണശിലയുമാണ്." രാജാവ് പറഞ്ഞു.

"വിട കൊണ്ട് , ചതുർബാഹുവായ സുബ്രഹ്മണ്യനാണ് അങ്ങനെ ഒരു പ്രതിഷ്ഠ വളരെ അപൂർവ്വം." ഇടിക്കേള മേനോൻ ഉണർത്തിച്ചു.

"പാണ്ടിയിലെ തിരുചെന്തൂർ ക്ഷേത്രത്തിലെ പഴയ പ്രതിഷ്ഠയാണ്." പറങ്ങോടൻ മേനോൻ കൂട്ടിച്ചേർത്തു.

"ബിംബദോഷം വന്നാൽ വിഗ്രഹത്തിനെ സംസ്കരിക്കണം. അതാണ് ആചാരം. പക്ഷേ കേടുപാടുകൾ ഉണ്ടെങ്കിലും ചൈതന്യം മുഴുവൻ പുതിയ ബിംബത്തിൽ ആവാഹിക്കാൻ പറ്റിയില്ലത്രേ, മാത്രമല്ല ചൈതന്യം മുഴുവനായി ആവാഹിക്കാൻ പ്രാപ്തരായ കർമ്മികളും ഇപ്പോൾ ഭൂമിയിൽ ഇല്ല. കടലിൽ ഉപേക്ഷിച്ച ബിംബം നമ്മുടെ കരയിൽ അടിഞ്ഞപ്പോൾ അരയ്ക്കുതാഴെ ദോഷം സംഭവിച്ച ഭാഗം പഞ്ചലോഹത്തിൽ പൊതിഞ്ഞ് വീണ്ടും പ്രതിഷ്ഠിക്കാൻ വെളിപാടുണ്ടായി എന്നാണ് ഐതിഹ്യം. അതു മാത്രമല്ല വേറെ ഒരു കൂട്ടം കൂടി പറയാനുണ്ട്. ക്ഷേത്രസങ്കേതത്തിനുള്ളിൽ പെടുന്ന കുറച്ചു വസ്തുക്കൾ നമ്മുടെ സ്വരൂപത്തിന്റെ വകയായിട്ടുണ്ട്. നിങ്ങൾ അവിടെ ചെന്ന് അവയെല്ലാം നോക്കിക്കണ്ട് വാസയോഗ്യമായവ തരം തിരിച്ചു കുറിപ്പെഴുതി എന്നെ കൊണ്ടുകാണിക്കണം. അത് കൂടി പറയാനാണ് നിങ്ങളെ വിളിപ്പിച്ചത്." തമ്പുരാൻ പറഞ്ഞു.

''എല്ലാം തിരുവുള്ളംപോലെ. എന്നാൽ അടിയങ്ങൾ വിട കൊള്ളുകയാണ് തിരുമേനി.''

''ശരി.''

അവർ പോയതും ഉണ്ണി ഗോദവർമ്മ തമ്പുരാൻ കൊട്ടാരത്തിന്റെ അങ്കണത്തിലേക്ക് നടന്നു. പുറത്ത് ഇരുട്ട് പരന്നു തുടങ്ങി. കോവിലകത്തിന്റെ മതിലരികിൽ ചെന്നാൽ കടലും കായലും ഭംഗിയായി കാണാം. അദ്ദേഹത്തിന്റെ മനോരഥം വായിച്ചപോലെ ഒരു സേവകൻ ഒരു പീഠം ചുമന്നുകൊണ്ടുവന്ന് തമ്പുരാന് കായൽ കാണാൻ സൗകര്യത്തിൽ ഇട്ടുകൊടുത്തു. അംഗരക്ഷകന്മാരായ നായന്മാരോട് തമ്പുരാൻ അല്പദൂരം മാറിനിൽക്കാൻ പറഞ്ഞു.

തുലാമഴ ഒഴിഞ്ഞു. തെളിഞ്ഞ നക്ഷത്രപ്പൂക്കളമിട്ട ആകാശം. ഇടതടവില്ലാതെ ഇളംകാറ്റും വീശുന്നു. കപ്പൽച്ചാലിലെ ഊരുക്കളിൽ വിളക്കുകൾ തെളിഞ്ഞിട്ടുണ്ട്. വീണ്ടും അദ്ദേഹം ചിന്തയിലാണ്ടു. നൂറ്റാണ്ടുകളായി തന്റെ വംശം അനുഭവിച്ച കൂടുമാറ്റങ്ങൾ, അന്തഃഛിദ്രങ്ങൾ, നിത്യ ശത്രുവായ സാമൂതിരിമാരുടെ തന്ത്രങ്ങൾ, ചതിപ്രയോഗങ്ങൾ, യുദ്ധങ്ങൾ ഇവയെല്ലാം ഓരോന്നായി അദ്ദേഹത്തിന്റെ മനോമുകുരത്തിൽ നിശ്ശബ്ദമായ ഒരു ഘോഷയാത്ര പോലെ കടന്നു വന്നു.

സാമൂതിരിപ്പാടിന് താൻ സാമന്തജാതിയിൽ പെട്ടതിന്റെ ഒരു അപകർഷതാബോധം ജന്മനാ ഉണ്ടായിരുന്നു. കൈയ്യൂക്കുള്ളവർക്ക് ഇതൊന്നും നോക്കേണ്ട കാര്യമില്ല. എങ്കിലും ആഭിജാത്യലഹരിയിൽ മുങ്ങിയ വൈദിക ബ്രാഹ്മണർ അത് സാമൂതിരിയെ ചൊടിപ്പിക്കാനും അദ്ദേഹത്തിന്റെ മേൽ തങ്ങൾക്കുള്ള മേധാവിത്വം നിലനിർത്താനും ഉള്ള ആയുധമായി ഉപയോഗിച്ചിരുന്നു. പക്ഷേ അതെല്ലാം പ്രതികൂലമായി ബാധിച്ചത് തന്റെ വംശത്തിനെയാണ്. ഒന്ന് നോക്കിയാൽ സാമൂതിരിമാരെ അടച്ചു കുറ്റം പറയാൻ വയ്യ. തന്റെ വംശത്തിലെ ചില പൂർവികരും അല്പം കുറുമ്പ് കാണിച്ചിരിക്കാൻ ഇടയുണ്ട്. ഉണ്ണി ഗോദവർമ്മ ഓർത്തു. പിന്നെ വൈദിക കാര്യങ്ങൾക്കായി മലയാളക്കര മുഴുവൻ നിർബാധം ഓടിനടക്കുന്ന നമ്പൂതിരിമാരും ഉണ്ടല്ലോ. അവരുടെ ഇടയിൽ ചാരപ്പണി നടത്തുന്നവരും ധാരാളം ഉണ്ട്. തൃപ്പാപ്പി സ്വരൂപത്തിലും കോലത്തിരി സ്വരൂപത്തിലും പെരുമ്പടപ്പ് സ്വരൂപത്തിലും നെടിയിരുപ്പുസ്വരൂപത്തിലും അവർക്ക് എപ്പോൾ വേണമെങ്കിലും പോകാം. ആരും അവരെ തടയില്ല. കാറ്റിനും ഈച്ചയ്ക്കും കാക്കയ്ക്കും നമ്പൂതിരിക്കും എവിടെ വേണമെങ്കിലും പ്രവേശിക്കാം. തിരുമുൽപ്പാട് രാജാവ് സ്വയം മന്ദഹസിച്ചു. പഴങ്കഥകൾ ഓർത്തിട്ടെന്തു ഫലം? ചെയ്യാൻ ഒരുപാടു കാര്യങ്ങൾ അദ്ദേഹത്തിന്റെ മനസ്സിൽ ഉണ്ടായിരുന്നു. അതെല്ലാം ഒരാവർത്തി ചിന്തിച്ചുപോയി. തുറസ്സായ സ്ഥലമാകയാൽ ചെറിയ തണുപ്പ് വന്നുതുടങ്ങി. രാജാവ് കോവിലകത്തേക്കു തിരിച്ചുപോകാൻ ആഗ്രഹിച്ചു.

അല്പം ചരിത്രം

ഉണ്ണി ഗോദവർമ്മരാജാവിനെ അദ്ദേഹത്തിന്റെ ചിന്തയിൽ വിട്ട് കുറച്ച് നൂറ്റാണ്ടുകൾ പിറകോട്ട് ഒന്ന് ഓടിച്ചു പോയാലോ എന്ന് തോന്നുന്നു.

കേരള നാടിന്റെ ചരിത്രം പറയുമ്പോൾ ആദ്യം വരുന്ന രണ്ടു പേരുകളാണ് പരശുരാമനും ചേരമാൻ പെരുമാളും. കടൽ കരവെച്ചു പോയ സംഭവം കാവ്യാത്മകമായി പറയുമ്പോഴാണ് പരശുരാമൻ തന്റെ വെണ്മഴു ഗോകർണ്ണത്തിൽ നിന്നും തെക്കോട്ട് എറിഞ്ഞപ്പോൾ അത് വീണ കന്യാകുമാരി വരെയുള്ള കടൽ കരയായി മാറി എന്ന കഥ ഉത്ഭവിക്കുന്നത്.

തമിഴ്നാട്ടിലെ ചരിത്രങ്ങളിൽ കാണുന്ന മൂന്ന് പ്രധാന രാജവംശങ്ങൾ അഥവാ 'മൂവേന്തർ' ചേര, ചോള, പാണ്ഡ്യ രാജവംശങ്ങൾ ആയിരുന്നു. ഉറയൂർ തലസ്ഥാനമായി ചോളരാജ്യം വാണിരുന്ന കരികാൽവളവനോട് പൊരുതി പരാജയമടഞ്ഞ പെരും ചേരലാതൻ ഒരു ചേരരാജാവായിരുന്നു. ഒരു യോദ്ധാവിന്റെ മുതുകിൽ പരിക്കേൽക്കുക എന്നത് അക്കാലത്ത് വലിയ അപമാനം ആയിരുന്നു, നെഞ്ചിലും ശരീരത്തിന്റെ മുൻഭാഗങ്ങളിലും ഏൽക്കുന്ന മുറിവുകൾ അഭിമാനകരവും ആയിരുന്നു. യുദ്ധത്തിൽ എങ്ങനെയോ ചേരലാതന്റെ പുറത്ത് പരിക്കേറ്റു. ആ അപമാനം സഹിക്കാതെ അദ്ദേഹം ജലപാനം ഉപേക്ഷിച്ച് ജീവൻ വെടിഞ്ഞു എന്ന് അക്കാലത്തെ സാഹിത്യ കൃതികളിൽ ആ ചേരമന്നനെ പ്രകീർത്തിക്കുന്നു. തെക്കൻ ഇന്ത്യയിൽ ഒട്ടും അപ്രധാനമല്ലാത്ത ഒരു സ്ഥാനമാണ് ആദിചേര രാജവംശത്തിന് അന്ന് ഉണ്ടായിരുന്നത് എന്ന് മനസ്സിലാക്കാം. ഇന്നത്തെ കേരളം മാത്രമല്ല അന്ന് ചേരരാജ്യത്തിൽ ഉൾപ്പെട്ടിരുന്നത്. കന്യാകുമാരി മുതൽ ഗോകർണ്ണം വരെയുള്ള പ്രദേശത്തിനു പുറമേ കൊടക്നാട്, കൊങ്ങുനാട്, നീലഗിരി, ആനമല, കോയമ്പത്തൂർ, തുടങ്ങി തമിഴ്നാട്ടിലെ നാമക്കൽ വരെയുള്ള പ്രദേശങ്ങളും ആ സാമ്രാജ്യത്തിൽ ഉൾപ്പെട്ടിരുന്നു. ആദിചേര ചക്രവർത്തിമാർ മഹാബലിയുടെ പുത്രനായ ബാണന്റെ പിന്തുടർച്ചക്കാർ ആയിരുന്നു എന്നാണ് വിശ്വാസം. കാലാന്തരത്തിൽ ചേരവംശത്തിലെ

ഒരു ഇളയരാജാവ് കൊങ്ങുനാട്ടിലെ അമരാവതി നദിയുടെ തീരത്ത് ഒരു രാജധാനി പണിയിച്ച് അവിടെ താമസമാക്കി. കരൂർ എന്ന് അറിയപ്പെട്ട ആ പ്രദേശത്തുനിന്ന് ചേരസാമ്രാജ്യത്തിന് ഒരു താവഴി യായി ഭരണം ആരംഭിച്ചു. അങ്ങനെ രാജവംശം രണ്ടു ശാഖകളായി, ഒരു ശാഖക്കാർ കേരളത്തിലെയും കുടകിന്റെയും അധിപതിമാരായി. അടുത്ത ശാഖക്കാർ കൊങ്ങുനാടിന്റെ ഭരണാധിപന്മാരായി. ഈ രാജവംശങ്ങൾ പിന്തുടർച്ചാവകാശമായി മക്കത്തായം സ്വീകരിച്ചി രുന്നതിനാൽ ഇവർ തെക്കേ ഇന്ത്യയുടെ മറ്റു ഭാഗത്തുനിന്നും വന്ന വർ ആയിരിക്കണമെന്ന് അനുമാനിക്കാം.

കാലക്രമത്തിൽ ഭരണാധികാരികളുടെ കഴിവുകേടുകൾ മൂലവും കേരളത്തിലെ നിത്യസംഭവങ്ങളായ അന്തഃഛിദ്രങ്ങൾ മൂലവും ആദി ചേരന്മാരുടെ കേരളത്തിലെ വാഴ്ച്ച അവസാനിച്ചു. ചെറിയ നാടു വാഴികളായിരുന്ന നാഗന്മാർ, അഥവാ പിൽക്കാലത്തെ നായന്മാർ ഒത്തുചേർന്ന് കുറേ പ്രതിനിധികളെ തെരഞ്ഞെടുത്ത് ഭരണം സംഘടിപ്പിക്കാൻ ശ്രമിച്ചു. കേരളത്തിൽ കുടിയേറിപ്പാർത്ത ആര്യ ബ്രാഹ്മണന്മാർ അഥവാ നമ്പൂതിരിമാർ അപ്പോഴേക്കും അവരുടെ പ്രമാണിത്തം ഉറപ്പിച്ചിരുന്നു . ബ്രാഹ്മണർ സ്വന്തം രാജ്യങ്ങളിലേക്ക് തിരിച്ചുപോകാതിരിക്കാനായി പരശുരാമ മഹർഷി അവരുടെ ആചാ രങ്ങളിൽ ചില മാറ്റങ്ങൾ വരുത്തി എന്ന് വിശ്വസിക്കപ്പെടുന്നു. ബ്രാഹ്മണ കുടുംബത്തിലെ മൂത്ത പുത്രന് മാത്രമേ വിവാഹം അനുവദിച്ചിരുന്നുള്ളൂ. ഇളയവർക്ക് സ്നാതകവൃത്തിയാണ് വിധി ച്ചിരുന്നത്. കാലക്രമത്തിൽ അത് തെറ്റിച്ച് കനിഷ്ഠ നമ്പൂരി സഹോ ദരന്മാർ നാഗകുടുംബങ്ങളിലെ സ്ത്രീകളുമായി 'സംബന്ധ മര്യാദ' എന്ന ഒരു ആചാരം മൂലം ഗാന്ധർവ്വ വിവാഹബന്ധത്തിൽ ഏർപ്പെ ടുവാൻ തുടങ്ങി. അതിൽ ജനിച്ച സന്താനങ്ങളും അവരുടെ സന്താ നങ്ങൾക്കും ജാതി ശ്രേഷ്ഠതകൾ കൈവന്നുതുടങ്ങി. നാഗന്മാർ ക്കിടയിൽ തന്നെ കിരിയം ചാന്നത്ത് പള്ളിച്ചാൽ തുടങ്ങി വകഭേദ ങ്ങൾ ക്രമേണ ആരംഭിച്ചു. ആഭിജാത്യലഹളകളുടെ അവസാനം ബ്രാഹ്മണരുടെ ഇടയിൽനിന്നും നാല് ആളുകളെ മൂന്നുവർഷം വീതവും നാഗന്മാരുടെ പ്രതിനിധിയായ ഒരാളെ പന്ത്രണ്ടു വർഷത്തെ കാലാവധിയിലും രക്ഷാധികാരികൾ ആക്കാൻ ഒരു സമവായം ഉണ്ടായി. സമുദായ ഭരണം എന്ന് അറിയപ്പെട്ടിരുന്ന ഈ ഏർപ്പാട് കുറച്ചു കാലത്തിനകം കിടമത്സരങ്ങളും ആഭിജാത്യ തർക്ക ങ്ങളും മൂലം നേരാംവണ്ണം മുന്നോട്ടു പോകാതെയായി. തൊട്ടു കൂടായ്മ തുടങ്ങിയ ദുരാചാരങ്ങൾ ആദി ചേര രാജ്യത്തിൽ ഉണ്ടായിരുന്നില്ല. രണ്ടു തരം മതവിശ്വാസികളാണ് അന്നുണ്ടായിരുന്നത്, വൈദിക മതവിശ്വാസികളും ബുദ്ധമതവിശ്വാസികളും. രണ്ടു മതങ്ങളിൽ വിശ്വസിക്കുന്നവർ ഒരേ വീട്ടിൽ ഒരുമിച്ചാണ് കഴിഞ്ഞിരുന്നത്. സഹോ ദരന്മാരിൽ ഒരാൾ ബുദ്ധമത വിശ്വാസിയാണ് എങ്കിൽ മറ്റേയാൾ

വൈദിക മതം പിന്തുടരാമായിരുന്നു, ഭാര്യയും ഭർത്താവും വ്യത്യസ്ത മതങ്ങളിൽ വിശ്വസിക്കുന്നവരാവുന്ന സംഭവങ്ങളും വിരളമായിരുന്നില്ല. പിൽക്കാലത്ത് താണ ജാതിക്കാരൻ എന്ന് മുദ്രകുത്തപ്പെട്ട മലയർ, കാണിക്കാർ തുടങ്ങിയവർ വളരെ സ്വതന്ത്രരായിട്ടാണ് സമുദായത്തിൽ പെരുമാറിയിരുന്നത്, രാജാവ് പോലും അവർ കൃഷിപ്പണിയിൽ ഏർപ്പെട്ടിരുന്ന മലമ്പ്രദേശങ്ങളിൽ പോയി അവരുമായി ബന്ധപ്പെടുകയും കൃഷി പ്രോത്സാഹിപ്പിക്കുകയും ചെയ്തിരുന്നു. പിൽക്കാലത്ത് ആഭിജാത്യ തർക്കങ്ങൾക്കൊപ്പം തൊട്ടുതീണ്ടായ്മയും ചേക്കേറിയിരിക്കാനാണ് സാധ്യത. സമുദായ ഭരണത്തിലെ വഴക്കുകൾ തീർക്കാൻ, ഒരേ ഒരു പോംവഴി, കൊങ്ങുനാട് ഭരിച്ചിരുന്ന താവഴിയിലെ മഹാബലിയുടെയും മകൻ ബാണന്റെയും പിന്തുടർച്ച അവകാശപ്പെട്ടിരുന്ന ഉദയൻ ബാണ വർമ്മനെ കേരളത്തിൽ കൊണ്ടുവന്ന് ഉഭയസമ്മതപ്രകാരം പെരുമാൾ എന്ന സ്ഥാനം നൽകി കേരളത്തിന്റെ ചക്രവർത്തിയായി വാഴിക്കുക എന്നതായിരുന്നു. അദ്ദേഹം കൊങ്ങുനാടിന്റെ ഇളയ രാജാവായി തന്റെ സഹോദരനെ ചുമതല ഏൽപ്പിച്ച് സ്വയം കേരള ചക്രവർത്തിയായി അഭിഷിക്തനായി. പന്ത്രണ്ട് വർഷം കൂടുമ്പോൾ പെരുമാക്കന്മാരെ പുറത്തുനിന്നും കൊണ്ടുവന്നിരുന്നു എന്ന് ഒരു ഭാഷ്യം ഉണ്ടെങ്കിലും ആദ്യത്തെ പെരുമാളിനെ മാത്രമേ പ്രകാരം ചെയ്തുള്ളൂവെന്നും ബാക്കിയുള്ള പെരുമാക്കന്മാർ 'ആതൻ' എന്ന കുല പ്പേര് സ്വീകരിച്ചു വരുന്നതിനാൽ മക്കത്തായം വഴി അധികാരം സിദ്ധിച്ചവരാണ് എന്നും ഒരു പക്ഷം ഉണ്ട്.

പെരുമാക്കന്മാരുടെ രാജധാനിയും കോട്ടകൊത്തളങ്ങളും വഞ്ചി പട്ടണം എന്ന അപരനാമത്തിൽ അറിയപ്പെട്ടിരുന്ന തിരുവഞ്ചിക്കുളത്തായിരുന്നു. പ്രധാനമായ ശിവക്ഷേത്രത്തിനു പുറമേ, വിഷ്ണു ക്ഷേത്രവും ബുദ്ധമതക്കാരുടെ മഠവും ആ നഗരത്തിൽ ഉണ്ടായിരുന്നു. രാജവീഥികളിൽ മന്ത്രിമാർ, പ്രഭുക്കന്മാർ തുടങ്ങിയരുടെ മന്ദിരങ്ങളും വിദേശ രാജ്യത്തു നിന്നും വന്നിരുന്ന പ്രതിനിധികൾക്ക് താമസിക്കാനുള്ള അതിഥിമന്ദിരങ്ങളും സുലഭമായി കാണപ്പെട്ടിരുന്നു. മുസിരിസ് എന്നറിയപ്പെട്ടിരുന്ന തൊട്ടടുത്തുണ്ടായിരുന്ന തുറമുഖം എപ്പോഴും സജീവമായിരുന്നു. നങ്കൂരമിട്ട യവനം, ചീനം തുടങ്ങിയ വിദേശരാജ്യങ്ങളിലെ കപ്പലുകൾ, കപ്പലിൽനിന്നും, കപ്പലിലേക്കും ചരക്കുകൾ കയറ്റി ഇറക്കിയിരുന്ന ജോലിക്കാർ. വിദേശത്തുനിന്നും ഇറക്കുമതി ചെയ്ത വസ്തുക്കൾ പ്രദർശനത്തിന് വച്ചിരുന്ന കടകൾ, ഇഞ്ചി, കുരുമുളക്, ഏലം തുടങ്ങിയ നാണ്യവിളകളും ആനക്കൊമ്പ്, പട്ടുതുണികൾ തുടങ്ങിയ കയറ്റുമതിച്ചരക്കുകളും സംഭരിച്ചിരുന്ന പണ്ടകശാലകൾ, ചരക്കുകൾ കണ്ടു വില നിർണ്ണയിക്കാനും ഗുണമേന്മ ഉറപ്പാക്കാനും വരുന്ന വ്യാപാരികൾ, എല്ലാം നിയന്ത്രിക്കുന്ന കൊട്ടാരത്തിലെ ഉദ്യോഗസ്ഥർ, ഈ

കാഴ്ചകൾ തുറമുഖത്തിന് സമ്പന്നതയുടെ നിറമാണ് നൽകിയിരുന്നത്. 'കാണം' എന്നറിയപ്പെടുന്ന പൊൻനാണയമാണ് വിനിമയത്തിന് ഉപയോഗിച്ചിരുന്നത്. യവന കപ്പലുകളിൽ വന്നിരുന്നത് അധികവും സ്വർണവും മറ്റു ലോഹങ്ങളും കൃഷിക്കുവേണ്ടിയുള്ള പണിയായുധങ്ങളും പീഠങ്ങൾ, കസേരകൾ തുടങ്ങിയ മരസാധനങ്ങൾ ആയിരുന്നു.

പെരുമാക്കന്മാരുടെ മൂത്ത പുത്രന്മാർക്ക് രാജ്യാവകാശം സിദ്ധിച്ചിരുന്നു. മറ്റ് രാജവംശങ്ങളിലെയും പ്രഭു കുടുംബങ്ങളിലെയും സ്ത്രീകളെ അവർക്ക് വിവാഹം കഴിക്കാമായിരുന്നു. പെരുമാളിന് ഇളയ പുത്രന്മാർ ഉണ്ടെങ്കിൽ അവർക്ക് സ്വജാതിയിലോ അല്ലെങ്കിൽ നമ്പൂതിരിമാർ ചെയ്യുന്നതുപോലെ നാഗന്മാർ എന്നറിയപ്പെട്ടിരുന്ന നായന്മാരുടെ വീട്ടിലെ സ്ത്രീകളെയോ വിവാഹം കഴിക്കാം. അതിലുണ്ടായിരുന്ന സന്തതികൾ സ്വാഭാവികമായും അവരുടെ മാതൃഗൃഹത്തിൽ പിന്തുടർന്നിരുന്ന മരുമക്കത്തായം ആണ് അനുധാവനം ചെയ്തിരുന്നത്. നൂറ്റാണ്ടുകൾ കടന്നു നീങ്ങി, തലമുറകൾ മാറി മാറി വന്നു. കവിയും യോദ്ധാവും ആയിരുന്ന കുലശേഖരവർമ്മ പെരുമാൾ പ്രായാധിക്യം മൂലം സന്ന്യാസവൃത്തി സ്വീകരിച്ചതിനു ശേഷം അദ്ദേഹത്തിന്റെ മകൻ ഭാസ്ക്കര രവിവർമ്മ പെരുമാളായി സ്ഥാനാരോഹണം ചെയ്തു. തന്റെ കുലത്തിലെ പൂർവികനായ മഹാബലിക്ക് ആദരസൂചകമായി ആദി ചേര രാജ്യത്തിന്റെ ആദ്യ തലസ്ഥാനമായിരുന്ന തൃക്കാക്കരയിൽ കർക്കടക മാസത്തിലെ തിരുവോണം നാൾ മുതൽ ചിങ്ങമാസത്തിലെ തിരുവോണം വരെ ഉത്സവം ആരംഭിച്ചു, നാം ഇന്ന് കാണുന്ന ഓണത്തിന്റെ ആദ്യ പതിപ്പ്. ഈ ചക്രവർത്തി തന്നെയാണ് എല്ലാ നാടുവാഴികളും രാജാക്കന്മാരും ഒരുമിച്ച് ഒരു വേദിയിൽ കൂടാൻ വേണ്ടി പന്ത്രണ്ട് വർഷത്തിലൊരിക്കൽ മഹാമഹം അഥവാ മാമാങ്ക ഉത്സവം ആരംഭിച്ചത്.

കാലപ്രവാഹം വീണ്ടും കടന്നു പോയി. പെരുമാൾമാരുടെ പെൺമക്കളെ അയൽരാജ്യങ്ങളായ ചോള പാണ്ഡ്യ രാജ്യത്തെ രാജകുമാരന്മാർക്കാണ് വിവാഹം കഴിച്ചു കൊടുത്തിരുന്നത്. ഒരു കന്യക ഋതുമതിയായ ശേഷം വിവാഹം കഴിക്കുക എന്നത് കേരളത്തിൽ സാധാരണമായിരുന്നു എങ്കിലും അന്യരാജ്യങ്ങളിൽ അങ്ങനെ ആയിരുന്നില്ല. അതുകൊണ്ടും വേറെ ചില തീരുമാനങ്ങൾ മനസ്സിൽ സങ്കൽപ്പിച്ചും അവസാനത്തെ ചേരമാൻപെരുമാൾ ആണെന്ന് കരുതപ്പെടുന്ന ചക്രവർത്തി തന്റെ ഇളയ സഹോദരിയായ ഗംഗാധരലക്ഷ്മി എന്ന രാജ്ഞിയെ ഒരു കേരള ബ്രാഹ്മണന് വിവാഹം ചെയ്തു കൊടുത്തു. രാജ്യഭാരത്തിൽ മടുപ്പ് തോന്നിത്തുടങ്ങിയിരുന്ന അദ്ദേഹം, വേറിട്ട രീതിയിൽ ചിന്തിക്കുന്ന ഒരു മാന്യദേഹം ആയിരുന്നു. ആ കാലത്ത് ചക്രവർത്തിയാണെങ്കിലും സാമ്രാജ്യത്തിൽ ഉൾപ്പെട്ട ഒരു ചെറിയ ഭാഗം മാത്രമാണ് ചേരമാൻപെരുമാൾ

നേരിട്ട് ഭരണം നടത്തിയിരുന്നത്. സാമ്രാജ്യം അവസാനിപ്പിക്കാൻ തീരുമാനിച്ച അദ്ദേഹം എന്റെ സഹോദരിയുടെ പിറക്കാൻ പോകുന്ന പുത്രന്മാർക്കുവേണ്ടി എന്തെങ്കിലും ചെയ്യണമല്ലോ എന്ന് കരുതി താൻ നേരിട്ട് ഭരിക്കുന്ന ഭാഗം ജനിക്കാൻ പോകുന്ന അനന്തരവർക്ക് കൊടുക്കാൻ തീരുമാനിച്ചു. ഇതെല്ലാം മുന്നിൽ കണ്ടുകൊണ്ടുതന്നെ അദ്ദേഹം ഇളയതമ്പുരാൻമാർ ചെയ്യുന്നതുപോലെ ഒരു നായർ സ്ത്രീയെ ആണ് വിവാഹം കഴിച്ചത്. കുറച്ചു വർഷങ്ങൾക്കു ശേഷം മുതിർന്ന മന്ത്രിമാരെയും സഭാംഗങ്ങളെയും പുരോഹിതന്മാരെയും പ്രഭുക്കന്മാരുടേയും വിളിച്ചുവരുത്തി അദ്ദേഹം തന്റെ തീരുമാനം അവരെ അറിയിച്ചു. സാമന്ത രാജാക്കന്മാർക്ക് അവരുടെ രാജ്യങ്ങൾ സ്വതന്ത്രമായി ഭരിക്കാൻ അദ്ദേഹം അനുവാദം നൽകി. ഇതിനിടെ ജനിച്ച് അപ്പോഴേക്കും പ്രായപൂർത്തിയായിരുന്ന അനന്തരവനായ വീരകേരളവർമ്മനെ തന്റെ കിരീടം ധരിപ്പിച്ച് 'ഗംഗാധര വീരകേരള തൃക്കോവിൽ അധികാരികൾ' എന്ന സ്ഥാനം പ്രജകളും സാമന്തന്മാരും അടങ്ങുന്ന ഒരു സദസ്സിൽ വച്ച് കൽപ്പിച്ചു കൊടുത്തു. സ്വതന്ത്രമായി ഭരിക്കാൻ രാജ്യം ലഭിച്ചതിൽ സാമന്തന്മാർ അതിയായി സന്തോഷിച്ചു. പുതിയ രാജാവുമായി സൗഹാർദ്ദമായി സഹവർത്തിക്കും എന്ന് അവർ ചേരമാൻ പെരുമാളിന് സത്യം ചെയ്തു കൊടുത്തു. നായർ സ്ത്രീയിൽ തനിക്ക് ജനിച്ച പുത്രനെ ഏറനാട് എന്ന പ്രദേശത്തെ രാജാവായി അദ്ദേഹം വാഴിച്ചു. അതിനുശേഷം ഒരു താപസനെപോലെ ജീവിച്ച് അദ്ദേഹം പരലോകം പ്രാപിച്ചു. ഇദ്ദേഹത്തിന്റെ സ്മാരകമായി തിരുവഞ്ചിക്കുളം ക്ഷേത്രത്തിൽ ഇപ്പോഴും ഒരു പ്രതിമ വെച്ച് പൂജിക്കുന്നുണ്ട് എന്നും കേൾക്കുന്നു.

പൊതുവേ കേൾക്കുന്ന ഐതിഹ്യം മേൽപ്പറഞ്ഞ ചേരമാൻ പെരുമാൾ ആദ്യം ബുദ്ധമതത്തിൽ വിശ്വസിക്കുകയും പിന്നീട് മുസിരിസിൽ വന്ന ചില മുഹമ്മദീയ വിശ്വാസികളുടെ സംസർഗ്ഗം മൂലം ഇസ്ലാംമതത്തിൽ ചേർന്നു എന്നും മേൽ പ്രസ്താവിച്ചതുപോലെ രാജ്യം ഭാഗം വച്ചു കൊടുത്ത് കപ്പൽ കയറി മക്കയിലേക്ക് പോയി എന്നും അവിടെ ഒരു ഇസ്ലാമായി ദേഹവിയോഗം ചെയ്തു എന്നുമാണ്. നമ്മുടെ കഥയുമായി ഈ സംഭവത്തിന് പ്രസക്തി ഇല്ലാത്തതിനാൽ ഇത് ഇവിടെ നിർത്തുന്നു. ചേരമാൻ പെരുമാളുടെ അനന്തരവന്റെ വംശക്കാർ പെരുമ്പടപ്പ് സ്വരൂപത്തുകാരും പിന്നീട് കൊച്ചി രാജാക്കന്മാരുമായി. പെരുമാളിന്റെ മകന്റെ വംശം പ്രശസ്തരും ശക്തരുമായ കോഴിക്കോട്ടെ സാമൂതിരിമാരായി. അവസാനത്തെ ചേരമാൻ പെരുമാളുടെ തിരോധാനത്തിന് ശേഷമാണ് പെരുമ്പടപ്പ് സ്വരൂപത്തിന്റെയും നെടിയിരുപ്പ് സ്വരൂപത്തിന്റെയും കഥ തുടങ്ങുന്നത്. ഇനി വായനക്കാർക്ക് ഉണ്ണി ഗോദവർമ്മ തമ്പുരാന്റെ ചിന്തകളിൽ പ്രവേശിക്കാം.

അഞ്ചിക്കൈമൾമാർ

അമൃതേത്തും കഴിഞ്ഞ് ഉണ്ണി ഗോദവർമ്മ തമ്പുരാൻ കൊട്ടാരത്തിന് അനുബന്ധമായുള്ള സഭാമണ്ഡപത്തിലേക്ക് പ്രവേശിച്ചു. വലിയ ആർഭാടങ്ങളില്ലാത്ത ഒരു സാധാരണ കെട്ടിടമായിരുന്നു അത്. രണ്ടു മുറികൾ ആണ് അവിടെ ഉണ്ടായിരുന്നത്. ഒരെണ്ണം താരതമ്യേന ചെറുതും മറ്റേത് നല്ല വിശാലമായ സഭാമണ്ഡപവും ആയിരുന്നു. ചെറിയ മണ്ഡപത്തിലേക്കാണ് തമ്പുരാൻ പോയത്. ചെറുതാണെങ്കിലും നല്ല കാറ്റും വെളിച്ചവും കയറുന്ന മുറിയായിരുന്നു അത്. തറയിൽ നിന്നും മൂന്നടി പൊക്കത്തിൽ ഒരു മേടയിൽ വെള്ളയും കരിമ്പടവും വിരിച്ചിരുന്നു. അടുത്തുതന്നെ വെള്ളിത്താലത്തിൽ വെറ്റിലയും വെള്ളികൊണ്ട് തന്നെയുള്ള ചെല്ലപ്പെട്ടിയും വെള്ളി കിണ്ടിയും കോളാമ്പിയും ഒരുക്കി വെച്ചിട്ടുണ്ട്. തമ്പുരാൻ കരിമ്പടത്തിൽ ഇരുന്ന് മേടയിൽ നിന്ന് കാല് തറയിൽ തൂക്കിയിട്ടിരുന്നു. ഒരു പരിചാരകൻ അദ്ദേഹത്തിന്റെ പാദങ്ങൾ വയ്ക്കാൻ പാകത്തിൽ കൊത്തുപണികളുള്ള ഒരു പീഠം തറയിൽ ചേർത്തുവച്ചു. തമ്പുരാൻ സാവകാശായി ഇരുന്ന ഉടൻ. കാര്യക്കാർ മുഖം കാണിച്ചു. മുൻകുടുമ വെച്ച് കാതിൽ ചുവന്ന കല്ലുള്ള കടുക്കനും അണിഞ്ഞ അയാൾക്ക് അമ്പതോടടുത്ത് പ്രായം കാണും. ഒരു സുഹൃത്തിനോട് എന്നവണ്ണം തമ്പുരാൻ അയാളോട് ചോദിച്ചു.

"കിട്ടുണ്ണി, നിനക്ക് ഇപ്പൊ വയസ്സെത്രയായി?"

"വരണ കുംഭത്തില് നാൽപ്പത്തിയേഴുതികയും തമ്പുരാനേ." അയാൾ ഉണർത്തിച്ചു.

"നീ എന്നേക്കാൾ നാലു വയസ്സ് മൂത്തതാണ്."

"അതേ തിരുമേനി. വിടകൊണ്ട് പന്തലില് കാത്തുനിൽക്കുന്ന ആൾക്കാരെ മുഖം കാണിക്കാൻ വിളിക്കാറായോ?"

"എന്തിനാ ഇപ്പോത്ര ധിറുതി? കുറച്ചുനേരം കൂടി കാത്തു നിൽക്കട്ടെ. നീ പായയിൽ ഇരിക്ക്." തമ്പുരാൻ തറയിൽ വിരിച്ചിരുന്ന പായ ചൂണ്ടിക്കാണിച്ചുകൊണ്ട് പറഞ്ഞു. നാലഞ്ചു പേർക്ക് ഇരിക്കാൻ വേണ്ടുന്ന മൃദുവായ മെത്തപ്പായകൾ താഴെ വിരിച്ചിരുന്നു.

അതിൽ ഒരെണ്ണത്തിൽ ഇരുന്ന്, കിട്ടുണ്ണി തമ്പുരാനെ മുഖമുയർത്തി നോക്കി

“കുട്ടിക്കാലം കഴിഞ്ഞശേഷം, നിന്നോട് പഴയപോലെ സ്വതന്ത്ര മായി സംസാരിക്കാൻ സമയം കിട്ടുന്നില്ല. എപ്പോഴും ഓരോ തിരക്കാ. ഇന്ന് കുറച്ചു നേരം സംസാരിച്ചാലോ എന്ന് നിരീച്ചു.”

“അടിയന്റെ ഭാഗ്യം.”

“നിന്റെ ആൺമക്കൾ രണ്ടുപേരും എന്ത് ചെയ്യുന്നു?”

“കൽപ്പിച്ച് മൂത്തവൻ, കുഞ്ഞിക്കാവുവിന്റെ തറവാട്ടിലേ കൃഷിയും കാര്യങ്ങളും നോക്കി നടക്കുന്നു. ഇളയവന് പ്രായം പന്ത്രണ്ട് അവൻ കളരിക്ക് പോകുന്നുണ്ട്. തറവാട്ടിൽ ഇപ്പോ ഒറ്റയ്ക്കാ. അടിയനു സഹോദരിമാരില്ല എന്ന് അവിടേക്ക് അറിയാല്ലോ. ഈയുള്ളവന്റെ മാമൻ തൃശ്ശിവപേരൂരിൽ പടയ്ക്കു പോയപ്പോൾ കഴിഞ്ഞു.”

“ഹും. അന്ന് ഞങ്ങടെ ഒരു വല്യമ്മാവൻ തൃശ്ശിവപേരൂരിലെ വാദ്ധ്യാൻനമ്പൂരി ഉള്ളതുകൊണ്ടാണ് രക്ഷപ്പെട്ടത്. അല്ലെങ്കിൽ സാമൂരി അദ്ദേഹത്തെ പിടിച്ചുകെട്ടി കോഴിക്കോട് കൊണ്ടു പോയേനേ.” തമ്പുരാൻ പറഞ്ഞു.

“എന്റെ അച്ഛൻ മരിക്കുന്നതിനുമുമ്പ് ഈ കഥകളെല്ലാം പറയാ റുണ്ട്.” കിട്ടുണ്ണി പറഞ്ഞു. തൃശ്ശിവപേരൂർ വടക്കേ കോവിലകത്ത് വലിയ തമ്പുരാൻ കയറി വാതിൽ സാക്ഷയിട്ടിരുന്നൂത്രേ. പൂമുഖത്ത് ഊരിയ വാളുമായി സാമൂതിരിയും പടയാളികളും കാവൽ. ഓതിക്കൻ നമ്പൂതിരി രണ്ടും കൽപ്പിച്ച് ശിഷ്യന്മാരും ഒത്ത് സാമൂരിയുടെ മുമ്പാകെ പോയി നിന്നു.

“ഉം?” സാമൂരിപ്പാട് ഗൗരവത്തോടെ ചോദിച്ചു.

“പടയിൽ തോറ്റാലും ഞങ്ങടെ പൊന്നുതമ്പുരാൻ അല്ലേ? കോഴി ക്കോട്ടേക്ക് കൊണ്ടു പോണേനു മുമ്പ് ഒന്ന് കാണാൻ ഒരു മോഹം.”

കുന്നലക്കോനാതിരി കുറച്ചുനേരം ഒന്നും മിണ്ടിയില്ലത്രേ... “ആളെ എണ്ണി അകത്തേക്ക് കടത്തി വിടുക. അവര് പുറത്തുവരുന്ന വരെ കാത്തിരിക്ക്യ. കുറച്ചു സമയം കൊടുക്കാം. തന്നെ വാതിൽ തുറക്കട്ടെ, അതിനു മനസ്സ് കാണിച്ചില്ലെങ്കിൽ നമുക്ക് പൊളിക്കാം” സാമൂതി രിപ്പാട് വാതിൽക്കൽ നിന്ന് ഭടന്മാരോട് പറഞ്ഞു, ഇന്നാരാണ് വന്നി രിക്കുന്നത് എന്നു പറഞ്ഞപ്പോൾ വൃഷലി വാതിൽ തുറന്നു അഞ്ചു നമ്പൂതിരിമാരും അകത്തേക്ക് പോയി. എണ്ണം എടുത്താണ് അകത്ത് വിട്ടത്. സാമൂതിരിപ്പാട് സത്യമുള്ളവനാ. വേണമെങ്കിൽ വാതിൽ തുറന്നതും ഭടന്മാരെ വിട്ടു തമ്പുരാനെ പിടിക്കാമായിരുന്നു. അദ്ദേഹം നെറികേട് കാണിച്ചില്ല്യത്രേ. അല്പം സമയം കഴിഞ്ഞതും ഓതി ക്കനും ശിഷ്യന്മാരും പുറത്തുപോയി. പണിക്കാരി പെണ്ണ് വാതിലും അടച്ചു. പിന്നെയും ഒരു നാഴിക കഴിഞ്ഞ് വാതിൽ പൊളിക്കാം എന്ന് ആലോചിക്കുമ്പോൾ പൊളിക്കേണ്ട തുറക്കാമെന്ന് അകത്ത്

ശബ്ദം കേട്ടു. വാതിൽ തുറന്നു പുറത്തു വന്നതാരാ? ഓതിക്കൻ തന്നെ. തന്റെ വേഷം തമ്പുരാനെ ഉടുപ്പിച്ചു ശിഷ്യന്മാരുടെ കൂടെ തമ്പുരാനെ പുറത്തേക്കയച്ചു.''

''അതുകണ്ട് സാമൂതിരിപ്പാട് വല്ലാതെ കലിതുള്ളിയോ?'' ഗോദ വർമ്മ തമ്പുരാൻ കിട്ടുണ്ണിയോട് ചോദിച്ചു.

വെണ്ണ കട്ട കൃഷ്ണനെപ്പോലെ തലകുനിച്ചു നിന്ന ഓതിക്കന്റെ മുഖത്തു നോക്കാതെ സാമൂതിരിപ്പാട് പറഞ്ഞുത്രേ. ''മതി മനസ്സിലായി. എനിക്ക് നിങ്ങളെ ഇനി കാണണ്ട.'' വളരെ നിരാശപ്പെട്ടാണ് സാമൂതി രിപ്പാട് മടങ്ങിയത്. സേനാനായകൻ ഭടന്മാരെ നാലു ഭാഗത്തേക്കും വിട്ടു. കൊച്ചിതമ്പുരാനെ എവിടുന്നു കിട്ടാൻ?

''വല്യമ്മാമയെ ആരാണ് രക്ഷപ്പെടുത്തിയത്?''

''തമ്പുരാനെ തൃശ്ശിവപേരൂരിലെ കച്ചവടക്കാര് രക്ഷിച്ചു. രഹസ്യ മായി അരണാട്ടുകര തരകനും കൂട്ടരും തമ്പുരാനെ കൊക്കാലയിൽ എത്തിച്ച് അവിടെനിന്നും വേഗത്തിൽ പോകുന്ന, ഓടിവഞ്ചിയിൽ കയറ്റി, കൊച്ചിയിലെത്തിച്ചു.''

''തലയ്ക്ക് വരുന്ന ഒരുപാട് അപകടങ്ങൾ തലപ്പാവോടെ പോണു. ഭാഗ്യം.''

''അഞ്ചിക്കൈമൾമാര് കാത്തിരുന്നു മുഷിഞ്ഞു കാണുംന്നാ തോന്നണേ. തന്ത്രി തിരുമേനി വലിയ തമ്പുരാട്ടിയെ കാണാൻ കോവിലകത്ത് കയറിയിട്ടുണ്ട്.''

''ന്നാ കൈമളുമാരെ വിളിച്ചു കൊണ്ടു വര്യ. അവര് പോയിട്ട് തന്ത്രി വന്നാമതി.''

''കല്പനപോലെ.'' കിട്ടുണ്ണി ധൃതിയിൽ പുറത്തേക്ക് പോയി.

എറണാകുളത്തെ ഒരുവിധ സ്ഥലങ്ങൾ മുഴുവൻ അഞ്ചിക്കൈമൾ മാരുടെ കൈവശമാണ്. അവിടുന്ന് വടക്കോട്ട് വരാപ്പുഴ ചേരാനല്ലൂർ ഭാഗങ്ങളും അവരുടെ അധികാരപരിധിയിൽ പെടും. ചുരുക്കിപ്പറ ഞ്ഞാൽ കൊച്ചി പ്രദേശത്ത് കൊച്ചി രാജാവിനേക്കാൾ കൂടുതൽ നിലങ്ങൾ അഞ്ചിക്കൈമൾമാർക്കാണ്. അവരിൽ പ്രധാനി ചേരാനല്ലൂർ കർത്താവ് എന്ന സ്ഥാനപ്പേരുള്ള കൈമൾ ആണ്. ഇടപ്പള്ളി രാജ്യ ത്തിന് അടുത്തു കിടക്കുന്നതുകൊണ്ട് കൈമൾമാരുടെ ചായ്‌വ് അങ്ങോട്ടാണ്. പെരുമാക്കന്മാരുടെ കാലത്ത് തൃക്കാക്കര ക്ഷേത്ര ത്തിലെ പരികർമ്മികളായി മലബാറിൽനിന്നും വന്ന ബ്രാഹ്മണരാണ് ഇടപ്പള്ളി രാജാവിന്റെ പൂർവികർ. തലസ്ഥാനം തിരുവഞ്ചികുള ത്തേക്കു മാറിയപ്പോൾ അവർ തൃക്കാക്കര പ്രദേശത്തെ ഭരണാധി കാരികളായി, പിന്നീട് അവർ ആസ്ഥാനം ഇടപ്പള്ളിയിലേക്ക് മാറ്റി. ഗ്രാമങ്ങൾ രക്ഷിക്കാൻ പരശുരാമ മഹർഷി ആയുധപ്രയോഗത്തിന് അധികാരം കൊടുത്ത ആദ്യത്തെ ബ്രാഹ്മണകുടുംബം എന്ന ഒരു ഐതിഹ്യവും അവരെക്കുറിച്ചുണ്ട്. ഇടപ്പള്ളി രാജാവിന് പല

കാരണങ്ങൾ കൊണ്ടും സാമൂതിരിയോട് ആണ് കൂറ്. കിട്ടുണ്ണി അഞ്ചു കൈമൾമാരേയും ആനയിച്ചു കൊണ്ടു വന്നു. രാജാവിനെ വന്ദിച്ചശേഷം ഐവരും പായകളിൽ ഉപവിഷ്ടരായി.

''കിട്ടുണ്ണി, കൈമൾമാർക്ക് കുടിക്കാനോ മുറുക്കാനോ എന്താ വേണം ച്ചാ ഏർപ്പാട് ചെയ്യൂ.''

''അടിയങ്ങൾക്കു ഒന്നും വേണ്ട തിരുമേനി, പന്തലിൽ കാത്തു നിന്നപ്പോൾ തന്നെ മുറുക്ക് എല്ലാം കഴിഞ്ഞു.'' ചേരാനല്ലൂർ കർത്താവ് പറഞ്ഞു. പുറത്ത് ഒരുപാട് നേരം കാത്തു നിർത്തിയ നീരസം അദ്ദേഹത്തിന്റെ ശബ്ദത്തിൽ ഉണ്ടായിരുന്നു.

''നമ്മെ എന്തിനാണ് കാണാൻ വന്നത് എന്ന് പറഞ്ഞില്ല?'' അത് ശ്രദ്ധിക്കാത്ത പോലെ തമ്പുരാൻ പറഞ്ഞു.

''ഇഞ്ചിയുടെയും കുരുമുളകിന്റെയും കാര്യം തന്നെ. കോഴിക്കോട്ടേക്ക് കയറ്റി അയയ്ക്കേണ്ടതിന്റെ തോത് ഈയിടെ അല്പം കൂടി ഇരിക്കുണു. കൊടുക്കാൻ വിഷമം ഉണ്ടായിട്ടല്ല, നിശ്ചയിച്ച വില വളരെ കുറവാണ്.''

''വില നാമല്ലല്ലോ നിശ്ചയിച്ചത്, കുന്നല കോനാതിരി അടിച്ചേൽപ്പിച്ചതല്ലേ.'' ഉണ്ണി ഗോദവർമ്മ പറഞ്ഞു.

''അതുപോട്ടെ, വില റൊക്കം കിട്ടുന്നില്ല. കൊച്ചി അങ്ങോട്ട് കൊടുക്കേണ്ട നഷ്ടപരിഹാരത്തിൽ കുറയ്ക്കുകയാണ്.'' ഒരു കൈമൾ പറഞ്ഞു.

''ചീനത്ത്കാർ നമ്മുടെ പക്കൽനിന്നും ചരക്കുകൾ വാങ്ങുന്നില്ലേ?''

''കോഴിക്കോട് കൂടുതൽ ചരക്കുകൾ ചോദിക്കുന്ന കാരണം അവർക്ക് കൊടുക്കാൻ തികയുന്നില്ല, കൂടാതെ ചീനക്കാരെ അങ്ങോട്ട് ആകർഷിക്കാനും ശ്രമം ഉണ്ടെന്നു കേൾക്കുന്നു.''

''അങ്ങനെ ഉണ്ടാവാൻ വഴിയില്ല. വർഷങ്ങൾക്കുമുമ്പ് ചീനക്കാർ കോഴിക്കോട് കച്ചവടം ചെയ്തിരുന്നു. പതിവുപോലെ അറബികൾ തൊഴുത്തിൽ കുത്തുണ്ടാക്കി, അവസാനം ചീനക്കാർ സാമൂതിരിപ്പാട് തെക്കോട്ട് പടയ്ക്കുപോയ സമയം നോക്കി കോവിലകം കൊള്ള ചെയ്ത് കപ്പലിൽ കയറി തടിതപ്പാൻ നോക്കിയപ്പോൾ പിടിക്കപ്പെട്ടു. ആ കാരണം പറഞ്ഞ് മാപ്പിളമാർ അവരെ അടുപ്പിക്കില്ല. സാമൂതിരി എന്തിനുള്ള പുറപ്പാടാണ് ആവോ ഭഗവതി, ശല്യം സഹിക്കവയ്യാതെ വന്നേരിയിൽ നിന്നും ഇത്ര ദൂരം വന്നു കഴിഞ്ഞു. ഇനി ഞങ്ങൾ അറബിക്കടലിൽ ചാടണം എന്നാണോ സാമൂരി വിചാരിക്കുന്നത്?''

അത് തമ്പുരാന്റെ കാര്യം എന്ന ഭാവത്തിൽ കൈമൾമാർ മിണ്ടാതിരുന്നു.

''ആട്ടെ നിവൃത്തി ഉണ്ടാക്കാം. കൃഷി ചെയ്യുന്നവൻ പട്ടിണി കിടന്നു കൂടാ. ഞാൻ മട്ടാഞ്ചേരിയിലെ മാപ്പിളമാരെ ഒന്ന് കാണട്ടെ.

ചരക്ക് റൊക്കം പണത്തിന് വാങ്ങാൻ അവരുടെ പരിചയക്കാരായ വിദേശികളെ കിട്ടുമോ എന്ന് നോക്കട്ടെ. നിങ്ങളുടെ കൃഷിക്കാർ തരുന്ന ചരക്കിന്റെ വില ഇവിടെ നിന്നും തരാം. ആ ചരക്ക് കോഴിക്കോട് അയയ്ക്കേണ്ട. നിങ്ങളുടെ ചരക്ക് മട്ടാഞ്ചേരിയിൽ എവിടെ എത്തിക്കണം എന്ന് പിന്നീട് പറയാം.''

''അപ്പോൾ സാമൂതിരിപ്പാട് പിണങ്ങിയാലോ?'' ഒരു കൈമൾ ചോദിച്ചു.''

''നിങ്ങടെ പ്രശ്നം തീർന്നില്ലേ? സാമൂതിരി പ്രശ്നം ഉണ്ടാക്കട്ടെ, അപ്പോ നോക്കാം. എല്ലാ പ്രശ്നങ്ങളും ഒരുമിച്ച് തീർക്കുക പ്രയാസമാണ്, ഓരോരോന്നോരോന്നായി തീരട്ടെ.'' ഉണ്ണിഗോദവർമ്മ പറഞ്ഞു.

''ഏതായാലും നമ്മുടെ തുറമുഖം ഇപ്പോൾ വളരെ പ്രസിദ്ധമായിരിക്കുന്നു. കപ്പലുകൾക്ക് വന്നുകിടക്കാൻ സൗകര്യമുള്ള ഇതുപോലെ ഒരെണ്ണം പടിഞ്ഞാറ് പ്രദേശത്ത് ഇല്ല എന്നാണ് പൊതുവേ പറയുന്നത്.'' ഒരാൾ സേവ പറഞ്ഞു.

അത് കേൾക്കാത്ത പോലെ തമ്പുരാൻ ചോദിച്ചു.

''ഇടപ്പള്ളി തമ്പുരാന് സുഖം തന്നെയല്ലേ?''

ചെറുതായൊന്നു ഞെട്ടിയപോലെ ചേരാനല്ലൂർ കർത്താവ് പറഞ്ഞു.

''തമ്പുരാൻ അടിയങ്ങളോട് ഇത് എന്തിനാണ് ചോദിക്കുന്നത് എന്ന് മനസ്സിലായില്ല. പെരുമ്പടപ്പിലെ ഇളയതാവഴിയുടെ ബന്ധുക്കൾ അല്ലേ ഇളങ്ങല്ലൂർ സ്വരൂപക്കാർ?''

''ശരി തന്നെയാ, അവിടത്തെ ഒരു ഇളയതമ്പുരാൻ എന്റെ താവഴിയിലെ ഒരു തമ്പുരാട്ടിയെ പണ്ട് സ്നേഹിച്ച് വിവാഹം കഴിച്ചിട്ടുണ്ട്. അദ്ദേഹം ഇഷ്ടപ്പെട്ട് ആ തമ്പുരാട്ടിക്കും മക്കൾക്കും ഇഷ്ടദാനമായി കൊടുത്തതാണ് അന്ന് വെറും ചതുപ്പായിരുന്ന ഇപ്പോഴത്തെ കൊച്ചി പ്രദേശം.''

''പ്രളയത്തിൽ കൊടുങ്ങല്ലൂർ തുറമുഖം നശിച്ചുപോയി, അഴിമുറിഞ്ഞ് കൊച്ചഴി കൊച്ചി ആയപ്പോൾ കണ്ണായ സ്ഥലമായി മാറിയില്ലേ തമ്പുരാനേ?''

''അത് നമ്മൾ ഒന്നും ചെയ്തത് അല്ലല്ലോ. പ്രകൃതിയുടെ ദാനമല്ലേ? എളങ്ങല്ലൂർ പിന്നീട് വിഷമിച്ചിട്ട് എന്താണ് കാര്യം? ഞങ്ങളേക്കാൾ അടുത്തുകിടക്കുന്ന നിങ്ങളോടാണ് അദ്ദേഹത്തിന് കൂടുതൽ അടുപ്പം. അതുകൊണ്ടാണ് കർത്താവിനോട് അദ്ദേഹത്തിന്റെ ക്ഷേമവിവരം തിരക്കിയത്.''

''ബന്ധുക്കൾ ആണല്ലോ എന്ന് കരുതിയാണ് പറഞ്ഞത്.'' ചേരാനല്ലൂർ കർത്താവ് ക്ഷമാപണരൂപത്തിൽ പറഞ്ഞു.

“കലികാലത്ത് ബന്ധുക്കളാണ് ശത്രുക്കൾ. ഒന്നു നോക്കിയാൽ സാമൂതിരിയും ബന്ധു അല്ലേ? ഞങ്ങൾ അദ്ദേഹത്തിന്റെ അമ്മായി യുടെ മക്കൾ അല്ലേ?” തമ്പുരാൻ ചിരിച്ചു. “അദ്ദേഹത്തിന് ഞങ്ങളേ ക്കാൾ അറബികളെയും മാപ്പിളമാരെയും ആണ് ഇഷ്ടം. അവര് പറഞ്ഞതേ കേൾക്കൂ.”

“ശരിയാണ് തമ്പുരാനേ, വന്ന് വന്ന് അവർ മാമാങ്കത്തിന്റെ നടത്തിപ്പിൽവരെ ഇടപെട്ടു തുടങ്ങി എന്ന് കേൾക്കുന്നു.” ഒരു കൈമൾ പറഞ്ഞു.

“സത്യം പറഞ്ഞാൽ നിലപാട് തറയിൽ നിൽക്കേണ്ടത് പെരു മ്പടപ്പുകാരാണ്. ആചാരമായിരുന്ന മാമാങ്കം ശക്തി പ്രകടനമായി മാറിത്തുടങ്ങിയപ്പോൾ ഞങ്ങൾ പിൻവലിഞ്ഞു. ഞങ്ങടെ ബന്ധു ക്കളായ വെട്ടത്തുനാടും വള്ളുവക്കോനാതിരിയും സാമൂതി രിയും ആണ് അവിടെ ഇപ്പോൾ മത്സരിക്കുന്നത്. ഞങ്ങളുടെ വംശ ത്തിന് ഒരിക്കലും അവിടെ ചെല്ലാൻ പറ്റാത്ത രീതിയിൽ സാമൂതിരി കാര്യങ്ങൾ നീക്കി. അതൊന്നും പറഞ്ഞിട്ട് ഒരു കാര്യം ഇല്ല. അഞ്ചി ക്കൈമൾമാർ ഈ രാജ്യത്തിന്റെ നെടുംതൂണുകൾ ആണ്. നിങ്ങളെ കടന്നുവേണം ഏതു ശത്രുവിനും കൊച്ചിയിലേക്ക് എത്താൻ.” തമ്പുരാൻ അവസാനിപ്പിച്ചു.

“കൊച്ചിയോടുള്ള കൂറ് എപ്പോഴും ഞങ്ങൾക്ക് ഉണ്ടായിരിക്കും. ചേന്നാസ് തന്ത്രി വന്നത് ഞങ്ങൾ കണ്ടു. ഞങ്ങൾ തമ്പുരാന്റെ വിലയേറിയ സമയം പാഴാക്കാൻ ആഗ്രഹിക്കുന്നില്ല. ഞങ്ങൾ വിട കൊള്ളുകയാണ്.”

കൈമൾമാർ ഉണ്ണി ഗോദവർമ്മ രാജാവിനെ തൊഴുത് യാത്ര യായി. തമ്പുരാൻ ചിന്താമഗ്നനായി തന്ത്രി വരുന്നതു കാത്തിരുന്നു.

ചേന്നാസ് നമ്പൂതിരിപ്പാട്

ചേന്നാസ് നാരായണൻ നമ്പൂതിരി പൊന്നാനിക്കടുത്ത് പെരുമ്പടപ്പുകാരുടെ ആസ്ഥാനമായിരുന്ന വന്നേരിയിലാണ് ജനിച്ചത്. തന്ത്രത്തിലും ഗണിതത്തിലും വാസ്തുശാസ്ത്രത്തിലും അദ്ദേഹം അദ്വിതീയനായിരുന്നു. 'തന്ത്രസമുച്ചയം' എന്ന ഗ്രന്ഥം അദ്ദേഹമാണ് രചിച്ചത്. കഥ നടക്കുമ്പോൾ അദ്ദേഹത്തിന് ഉദ്ദേശ്യം അറുപത് വയസ്സോളം കാണും. ജ്ഞാനം കൊണ്ടും വിധിപ്രകാരമുള്ള വേദ പാരായണങ്ങൾ കൊണ്ടും സിദ്ധിച്ച അദ്ദേഹത്തിന്റെ മങ്ങാത്ത മുഖശോഭ ഒരു മഹർഷിവര്യനെ അനുസ്മരിപ്പിച്ചിരുന്നു. ഗോദവർമ്മ തമ്പുരാന്റെ, ഇളയസഹോദരൻ, ഉണ്ണിരാമൻകോവിൽ തമ്പുരാനും അദ്ദേഹത്തിന് അകമ്പടിയായി ഉണ്ടായിരുന്നു. അനിയൻ ജ്യേഷ്ഠനേക്കാൾ പത്തോ പന്ത്രണ്ടോ വയസ്സിന് ചെറുപ്പമാണ്. തന്ത്രി അകത്തു പ്രവേശിച്ചതും ഗോദവർമ്മരാജാവ് ബഹുമാനപൂർവ്വം എഴുന്നേറ്റു അദ്ദേഹത്തെ വന്ദിച്ചു. മേടയുടെ മുകളിൽ തന്നെ തന്ത്രിക്ക് ഇരിപ്പിടം ഒരുക്കിയിരുന്നു. നാരായണൻ നമ്പൂതിരിപ്പാട് ഇരുന്നശേഷം തമ്പുരാൻ തന്റെ ഇരിപ്പിടത്തിൽ ഇരുന്നു. രാമൻ കോവിൽ, മേടയുടെ ഓരത്ത് നിൽക്കാനാണ് ഇഷ്ടപ്പെട്ടത്.

‘‘ഞാൻ പറയാൻ ഉദ്ദേശിച്ച കാര്യങ്ങൾ തിരുമേനിയോട് അമ്മ തമ്പുരാട്ടി പറഞ്ഞുകാണുമല്ലോ?'' രാജാവ് ചോദിച്ചു.

‘‘ഉവ്വ്, ഞാൻ ഇങ്ങോട്ട് തിരിച്ചപ്പോൾ തന്നെ എന്റെ മനസ്സിലും ഒരു കൂട്ടം തോന്നിയിരുന്നു.'' നമ്പൂരിപ്പാട് പറഞ്ഞു. ‘‘ഞാൻ തുറന്നു പറയുന്നതിൽ തിരുവുള്ളം മുഷിയരുത്. ഈ കോവിലകത്തിന് അടുത്ത പ്രദേശങ്ങളിൽ ഒന്നും ക്ഷേത്രങ്ങൾ വാഴില്ല. ഏറ്റവും അടുത്തതായി ഞാൻ കാണുന്ന സ്ഥാനം മട്ടാഞ്ചേരിയിലാണ്. അവിടെ വേണമെങ്കിൽ ഒരു ദേവീക്ഷേത്രം ആവാം. പക്ഷേ അതിന്റെയും ലക്ഷണം മധ്യമമാണ്.''

ഗോദവർമ്മ തമ്പുരാന്റെ മുഖം വേദനകൊണ്ട് മ്ലാനമായി. നമ്പൂരിപ്പാട് പറയുന്നത് പിഴയ്ക്കാറില്ല.

‘‘അപ്പൊ പരദേവതയെ നമുക്ക് തേവാരപ്പുരയിലേ ആരാധിക്കാൻ പറ്റൂ.''

"അതെ, ഇപ്പോൾ അതെ തൽക്കാലം നടക്കുള്ളൂ. പിന്നെ ഈ കോവിലകം പൊളിച്ചു പണിയാൻ ഒന്നും നിൽക്കണ്ട. ഇത് സ്ഥിര മായിരിക്കുകയില്ല. ഈ പ്രദേശം ഒരു യുദ്ധഭൂമി ആയിട്ടാണ് എനിക്ക് തോന്നുന്നത്. വ്യാപാരം അഭിവൃദ്ധിപ്പെടാം, പക്ഷേ പെരുമ്പടപ്പ് സ്വരൂപത്തിന്റെ ഭരണം ഇവിടെ സുഗമമായി ഇരിക്കില്ല. എന്തെങ്കിലും പ്രശ്നങ്ങൾ വന്നുകൊണ്ടേയിരിക്കും."

"സാമൂതിരി ഒരാളുണ്ടല്ലോ, അദ്ദേഹം നമുക്ക് സ്വൈര്യം തരില്ല." അനുജൻ രാമന്റെ വായിൽനിന്നും വാക്കുകൾ വീണുപോയി. ഗോദ വർമ്മ സഹോദരനെ നിശിതമായി നോക്കി, അനിയൻ അറിയാതെ വന്നുപോയതാണ് എന്ന് അദ്ദേഹത്തിനോട് ആംഗ്യം കാണിച്ചു.

പക്ഷേ നമ്പൂരിപ്പാട് ദേഷ്യപ്പെടാതെ ചിരിക്കുകയാണ് ചെയ്തത്. "കുന്നലക്കോനാതിരി മാത്രമല്ല വേറെയും രണ്ടുമൂന്ന് ശല്യങ്ങൾ വരാം."

"പെരുമ്പടപ്പിന്റെ തലവരെ ഇങ്ങനെ ആയിപ്പോയല്ലോ ഈശ്വരാ." ഗോദവർമ്മ മനസ്സ് നൊന്ത് പറഞ്ഞു.

"ഹേയ്, അവിടുന്ന് ഒട്ടും വിഷമിക്കേണ്ട. ഈശ്വരന്മാർക്ക് വരെ കഷ്ടപ്പാടുകൾ വരാറുണ്ട്. എന്നിട്ടല്ലേ മനുഷ്യന്മാർക്ക്. അദൃശ്യമായ ഒരു ശക്തി രാജവംശത്തിന് എന്നും കൂടെയുണ്ട്, തിരി അണഞ്ഞു പോവില്ല. അത് നിശ്ചയമാണ്. അസന്ദിഗ്ധഘട്ടങ്ങളിൽ മഹാദേവൻ തീരെ പ്രതീക്ഷിക്കാതെ സഹായങ്ങൾ എത്തിക്കും. അവസാനം സ്ഥിതിയുടെ മൂർത്തി സങ്കേതത്തിൽ കൊണ്ടുചെന്നാക്കും."

സഹോദരന്മാർ കണ്ണടച്ചു പ്രാർത്ഥിച്ചു. തമ്പുരാന്റെ മൃദുവായ ശബ്ദം, "തിരുവഞ്ചികുളംതേവരെ, കോയിപ്പിള്ളിതേവരെ, പഴയ ന്നൂർ ഭഗവതി, ഋഷിനാഥകുളത്തപ്പാ വടക്കുംനാഥാ..."

"പൂർണ്ണത്രയീശ എന്നും കൂടി വിളിച്ചോളൂ, പോകുന്ന വഴി പൂർണ്ണ മാവട്ടെ." അസാധാരണമായ പുഞ്ചിരിയോടെ നാരായണൻ നമ്പൂതി രിപ്പാട് പറഞ്ഞു. അദ്ദേഹം തുടർന്നു.

"ഞാൻ തന്ത്രത്തിലും ഗണിതത്തിലും വാസ്തുവിലുമാണ് ശ്രദ്ധ കേന്ദ്രീകരിച്ചിരിക്കുന്നത് എന്നറിയാമല്ലോ, ജോത്സ്യം അറിയാ മെങ്കിലും ഞാനൊരു ജ്യോതിഷി അല്ല. അമ്മതമ്പുരാട്ടി എന്നെ വളരെ നിർബന്ധിച്ച് ഉണ്ണിയുടെ ജാതകം നോക്കിച്ചു."

ഉണ്ണി ഗോദവർമ്മ ആകാംക്ഷയോടെ നമ്പൂതിരിപ്പാടിന്റെ മുഖ ത്തേക്ക് നോക്കി.

"അമ്മയോട് ഞാൻ പൊതുവായി ആയുസ്സിന്റെ കാര്യം മാത്രമേ പറഞ്ഞുള്ളൂ. ഒരമ്മയ്ക്ക് അതാണല്ലോ ഏറ്റവും പ്രധാനം. അവി ടത്തേക്ക് ജാതകവശാൽ മനോവിഷമങ്ങളും കഷ്ടപ്പാടുകളും കാണു ന്നുണ്ട് എങ്കിലും ജീവിതസായാഹ്നത്തിൽ മനസ്സ് സ്ഫടികം പോലെ നിർമ്മലമായിരിക്കും. എന്താ പോരേ?"

''വിധിച്ചത് തടുക്കാൻ ആവില്ലല്ലോ തിരുമേനി, എല്ലാം വരുന്ന പോലെ വരട്ടെ. പരിഹാരങ്ങൾ വല്ലതും?'' രാജാവ് ചോദിച്ചു.

''മുഴുവൻ കേൾക്കൂ, പരിഹാരങ്ങൾ ഉള്ളിൽ തന്നെയുണ്ട്. ഒരു കൂട്ടം ആദർശങ്ങൾ മനസ്സിൽ താലോലിച്ചു കൊണ്ട് നടക്കുന്നുണ്ടല്ലോ, അവ പറയും പോലെ അനുസരിക്കുക. ചിലപ്പോൾ അവിടത്തേക്ക് ശരിയാണെന്ന് തോന്നുന്ന കാര്യങ്ങൾ ഭൂരിപക്ഷം ആൾക്കാരും തെറ്റാണ് എന്നുവരെ പറഞ്ഞേക്കാം. തീരുമാനം നിങ്ങളുടെ ആദർശങ്ങൾക്ക് അനുസൃതമാണ് എന്ന് ഉറപ്പുണ്ടെങ്കിൽ ധൈര്യമായി മുന്നോട്ടു പോകുക.''

''രാമന്റെ ജാതകം നോക്കിയില്ലേ?'' അനിയനെ ചൂണ്ടിക്കാട്ടി ഗോദവർമ്മ ചോദിച്ചു.

''അമ്മതമ്പുരാട്ടി നോക്കാൻ പറഞ്ഞില്ല, നോക്കാൻ ആവശ്യം ഉണ്ട് എന്ന് എനിക്ക് തോന്നുന്നില്ല. ഇയാൾ ലക്ഷ്മണൻ ശ്രീരാമനോടെന്നപോലെ ജ്യേഷ്ഠന്റെ കൂടെ ഉറച്ചുനിന്നാൽ മാത്രം മതി. ജ്യേഷ്ഠന്റെ സൽപ്രവർത്തിക്കുള്ള ഫലം അനുഭവിക്കാനും യോഗം ഉണ്ടാവും.''

ഉണ്ണിരാമൻകോവിൽ ചേന്നാസ് നമ്പൂതിരിപ്പാടിന്റെ അനുഗ്രഹം വാങ്ങാൻ എന്നപോലെ തല കുനിച്ചു.

''ഇനി രണ്ടാൾക്കും എന്തെങ്കിലും ചോദിക്കാൻ ഉണ്ടോ?''

''വിരോധമില്ലെങ്കിൽ എനിക്കൊരു കാര്യം ചോദിക്കാനുണ്ട്.'' അനിയൻ തമ്പുരാൻ പറഞ്ഞു.

''എന്താ?''

''പെരുമ്പടപ്പിൽ മൂപ്പീൻ എന്ന സ്ഥാനം എന്നു മുതൽ തുടങ്ങി എന്ന് ദയവായി പറഞ്ഞു തരാമോ?'' നാരായണൻ നമ്പൂതിരി പറയാൻ തുടങ്ങി.

''കൊല്ലവർഷം 275-ൽ പെരുമ്പടപ്പ് വംശത്തിൽ രവിവർമ്മ, കേരളവർമ്മ എന്ന രണ്ട് സഹോദരന്മാർ ഉണ്ടായിരുന്നു. തഞ്ചാവൂരിലെ രാജേന്ദ്രചോളൻ തിരുവഞ്ചിക്കുളം ആക്രമിച്ചതിനുശേഷം തളർന്നിരുന്ന വംശം പുനർജ്ജീവിപ്പിച്ചത് ഈ രണ്ട് സഹോദരരായിരുന്നു. രണധീരന്മാരായ രണ്ടുപേരും കൊച്ചുകൊച്ചു രാജ്യങ്ങളായി ചുറ്റുമുണ്ടായിരുന്ന പ്രദേശങ്ങളെല്ലാം പിടിച്ചടക്കി. പൊന്നാനി പ്രദേശം മുഴുവനും വള്ളുവനാട്ടിലെ ഒരു ഭാഗവും തെക്ക് മീനച്ചിൽ കോട്ടയം തുടങ്ങിയ പ്രദേശങ്ങളും അവരുടെ വരുതിയിൽ വന്നു. രവിവർമ്മ വെട്ടത്ത്നാട്ടില്, ഇളമുറയായ തന്റെ അനിയൻ കേരളവർമ്മയെ ഭരണം ഏൽപ്പിച്ചു. തുടർന്നദ്ദേഹം തന്റെ പൂർവികനായ പെരുമ്പടപ്പ് നമ്പൂതിരിയുട സ്മരണയ്ക്കായി വന്നേരി ചിത്രകൂടത്തിൽ പരദേവതയ്ക്ക് മുമ്പാകെ കിരീടമണിഞ്ഞു. പിന്നീട് അതൊരു പതിവായി തുടർന്നു. രവിവർമ്മ സാമന്തന്മാർ, പ്രഭുക്കന്മാർ, മാടമ്പിമാർ

തുടങ്ങിയവർക്ക് യഥാവിധി അധികാരങ്ങളും നൽകി വേണ്ട മാന ദണ്ഡങ്ങളും നിർദ്ദേശിച്ചു. പത്തു വർഷത്തെ ഭരണത്തിനുശേഷം അദ്ദേഹം രാജ്യം ഒഴിഞ്ഞ് വാനപ്രസ്ഥം സ്വീകരിക്കാൻ തീരുമാനിച്ചു. വെട്ടത്ത് നാട്ടിൽനിന്നും അനുജൻ കേരളവർമ്മയെ വിളിച്ചു വരുത്തി തന്റെ ഉദ്ദേശ്യം അയാളോട് പറഞ്ഞു.

സഹോദരസ്നേഹത്തിന് ഉത്തമ മാതൃകയായ അനിയൻ, രാമവർമ്മ ഇരിക്കെ താൻ രാജ്യഭാരം ഏൽക്കില്ല എന്ന് ശഠിച്ചു. അനുജനെ വിഷമിപ്പിക്കാതിരിക്കാൻ അദ്ദേഹം പെരുമ്പടപ്പ് മൂപ്പീൻ എന്ന സ്ഥാനം ഉണ്ടാക്കി ആദ്യത്തെ മൂപ്പീനായി സ്വയം അവരോധിച്ചു. ക്ഷേത്രം, ദൈവിക കാര്യങ്ങൾ മാത്രം അദ്ദേഹം ശ്രദ്ധ പതിപ്പിക്കുകയും ദൈനംദിന രാജ്യഭരണം അനിയനെ ഏൽപ്പിക്കുകയും ചെയ്തു. അന്നു തൊട്ടാണ് ഈ ഏർപ്പാട് നിലവിൽ വന്നത്. മൂത്തയാൾ മൂപ്പീൻ സ്ഥാനത്തേക്ക് പ്രവേശിച്ചാൽ, ഇളയ ആൾ രാജ്യത്തിന്റെ രക്ഷാകർതൃത്വം ഏറ്റെടുക്കും. മൂപ്പീൻ നാടു നീങ്ങുമ്പോൾ രക്ഷാകർത്താവ് അനന്തരാവകാശിക്കു വേണ്ടി സ്ഥാനം ഒഴിഞ്ഞു കൊടുത്ത് അയ്യാൾ മൂപ്പീൻ സ്ഥാനത്തിൽ പ്രവേശിക്കണം. ഇതായിരുന്നു നിയമം.''

നമ്പൂരിപ്പാട്ടിലെ മടക്കയാത്രയ്ക്കായുള്ള ഏർപ്പാടുകൾ മേൽനോട്ടം നടത്താൻ അനുജൻ തമ്പുരാൻ ആദ്യം പുറത്തുപോയി. പിന്നീട് കൊച്ചി രാജാവ് നമ്പൂതിരിപ്പാടിനെ അനുഗമിച്ച് അദ്ദേഹത്തിന് സഞ്ചരിക്കാൻ വേണ്ടി തയ്യാറാക്കിയ മഞ്ചലിനരികെവരെ പോയി. ചേന്നാസ് നമ്പൂതിരി മഞ്ചലിൽ കയറി യാത്രയായി. ജ്യേഷ്ഠാനുജന്മാർ കോവിലകത്തേക്ക് പ്രവേശിച്ചു.

സഹോദരന്മാർ രണ്ടുപേരും അടുത്തടുത്തായി നിലത്ത് വെച്ചിരുന്ന പലകകളിൽ ഇരുന്ന് ഉച്ചഭക്ഷണം കഴിച്ചു. അത് ചതുർവിഭവങ്ങളോട് കൂടിയ സദ്യ ഒന്നുമായിരുന്നില്ല. അച്ചിങ്ങയും ചേനയും കായയും കൊണ്ടുള്ള മെഴുക്കുപുരട്ടി, പിഞ്ചു മത്തൻകൊണ്ട് ഓലൻ, ഒരു മോര് ഒഴിച്ച കൂട്ടാൻ, ഉപ്പിലിട്ടത്, പരദേവതയ്ക്ക് നേദിച്ച ആലങ്ങാടൻ വെല്ലം കൊണ്ട് ഉണ്ടാക്കിയ കട്ടി ശർക്കര പായസം. ജീവിതത്തിൽ മാത്രമല്ല ഭക്ഷണരീതികളിലും കൊച്ചി രാജാക്കന്മാർ മിതത്വവും ലാളിത്യവും പാലിച്ചിരുന്നു. രാജാവിന്റെ കോവിലകവും സാമാന്യം നല്ല ഒരു നായർ തറവാട്ടിന്റേയോ അല്ലെങ്കിൽ ഒരു നമ്പൂതിരി മനയുടെയോ നിലവാരത്തിനു തുല്യമായിരുന്നു. കാവൽക്കാർക്കും ജോലിക്കാർക്കും തങ്ങാനുള്ള പടവീടുകളും ഭക്ഷണശാലയും മാത്രമേ അതുകൂടാതെ ഉണ്ടായിരുന്നുള്ളൂ. തന്റെ പതിവ് വിശ്രമസ്ഥലമായ നടുമുറ്റത്തിനടുത്ത കോലായിൽ ഒരു ഇരിപ്പിടത്തിൽ ഇരുന്ന് അദ്ദേഹം മുറുക്ക് ആരംഭിച്ചു.

ബർത്തലോമിയോ ഡയസ്

1487 ഡിസംബർ 8 വാൽവിസ് ബേ

അടുത്തകാലത്ത് നമീബിയ എന്നറിയപ്പെടുന്ന ആഫ്രിക്കൻ രാജ്യത്തിന്റെ തീരത്തിനടുത്തുള്ള 'വാൽവിസ് ബേ'യിൽ എത്തിയതും കപ്പൽവ്യൂഹത്തിന്റെ തലവനായ ബർത്തലോമിയോ ഡയസ് ചിന്താധീനനായി കാണപ്പെട്ടു. കഴിഞ്ഞവർഷം ജൂലൈ ഏഴിനാണ് അദ്ദേഹം ലിസ്ബൺ തുറമുഖത്തുനിന്ന് പുറപ്പെട്ടത്. 'ഡിയോഗോ കം' എന്ന പോർച്ചുഗീസ് നാവികൻ ജോൺ രണ്ടാമൻ രാജാവിന്റെ ആജ്ഞപ്രകാരം 1486ൽ നടത്തിയ മുഴുമിപ്പിക്കാനാവാത്ത സമുദ്രപര്യവേഷണത്തിന്റെ തുടർച്ചയായിട്ടാണ് ബർത്തലോമിയോ, പോർച്ചുഗൽ രാജാവിന്റെ നിർദ്ദേശപ്രകാരം പുനരാരംഭിച്ചത്. മൂന്ന് ലക്ഷ്യങ്ങളാണ് ആ യാത്രയിൽ ഉണ്ടായിരുന്നത്. ആഫ്രിക്കയുടെ പടിഞ്ഞാറൻ തീരം പഠിക്കുക, ആ ഭൂഖണ്ഡത്തിന്റെ തെക്കേ അറ്റം കണ്ടുപിടിച്ച് അതിനപ്പുറം എന്താണെന്ന് അറിയുക. പുതിയതായി കാണുന്ന സ്ഥലങ്ങളില്ലാം പോർച്ചുഗീസ് രാജാവിന്റെ ശിലാഫലകങ്ങൾ നാട്ടുക. കേട്ടുകേൾവി മാത്രമുള്ള പ്രെസ്റ്റർ ജോൺ എന്ന ക്രിസ്ത്യൻ രാജാവിനെക്കുറിച്ച് കൂടുതൽ അറിയുക. കഴിഞ്ഞ ദൗത്യത്തിൽ ഡിയോഗോ, ഏതാണ്ട് ഇതേ സ്ഥലത്ത് വച്ചാണ് മരണമടഞ്ഞത്. രണ്ട് കാരവൽ കപ്പലുകളും ഒരു ചതുരപ്പായ കയറ്റിയ ചരക്ക് കയറ്റാവുന്ന കപ്പലുമാണ് ബർത്തലോമിയോയുടെ സംഘത്തിലുണ്ടായിരുന്നത്. കാറ്റ് തന്റെ കപ്പലിനെ തെക്കുപടിഞ്ഞാറേ ദിശയിലേക്ക് ബലമായി കൊണ്ടുപോകുന്നതുപോലെ അദ്ദേഹത്തിനു തോന്നി. ബർത്തലോമിയോ ഒരു നാവിക പാരമ്പര്യമുള്ള കുടുംബത്തിൽ ജനിച്ചവനാണ്, അദ്ദേഹം അക്കാലത്തെ പ്രശസ്തനായ ഒരു നാവികനും ആയിരുന്നു. ചെറുത്ത് നിൽക്കാതെ കാറ്റിന്റെ ഗതിയിൽ പോകുവാൻ അദ്ദേഹം തീരുമാനിച്ചു.

അക്കാലത്ത് നാവികരുടെ ജീവിതം വളരെ കഠിനം തന്നെയായിരുന്നു നാട്ടിൽ നിന്നും കൊണ്ടുവരുന്ന ഭക്ഷണസാധനങ്ങൾ മിക്കവാറും വഴിയിൽ തന്നെ തീരും. ഏതെങ്കിലും തീരത്തിൽ വില

കൊടുത്തോ അല്ലെങ്കിൽ ബലം പ്രയോഗിച്ചോ വേണം ഭക്ഷണം സംഭരിക്കുവാൻ. കഴിഞ്ഞ ഏതോ പര്യടനത്തിന് പോയപ്പോൾ ചില നാവികർ പിടിച്ചുകൊണ്ടുവന്ന ആറ് ആഫ്രിക്കൻ വംശജർ അദ്ദേഹത്തിന്റെ കൂടെ കപ്പലിൽ ഉണ്ടായിരുന്നു, അവർ പോർച്ചുഗലിൽ താമസിച്ച കാലയളവിൽ ആ ഭാഷ നന്നായി കൈകാര്യം ചെയ്യുവാനും പഠിച്ചിരുന്നതിനാൽ ആഫ്രിക്കൻ തീരത്ത് ഭക്ഷ്യവസ്തുക്കൾ ശേഖരിക്കുന്നത് വലിയ പ്രശ്നമായിരുന്നില്ല. കൊണ്ടുവന്ന ശിലാഫലകങ്ങൾ എല്ലാം കഴിയാറായി. ഇനി ഒരെണ്ണം മാത്രം ബാക്കി. അത് ആഫ്രിക്കയുടെ തെക്കേ അറ്റം കണ്ടുപിടിക്കുകയാണെങ്കിൽ അവിടെ സ്ഥാപിക്കണം. കൂടെ കൊണ്ടുവന്നിരുന്ന ചില ആഫ്രിക്കക്കാരെ അദ്ദേഹം ഓരോ സ്ഥലത്ത് ഇറക്കി വിട്ടിരുന്നു. കാറ്റിന്റെ ദിശയിൽ കുറെനാൾ സഞ്ചരിച്ച് ശേഷം അദ്ദേഹം തന്റെ കപ്പൽ കിഴക്ക് ദിശയിലേക്ക് തിരിച്ചു. കൂടെ വന്നിരുന്ന ചരക്കുകപ്പൽ അദ്ദേഹം ആഫ്രിക്കയുടെ ഒരു തീരത്ത് ഭദ്രമായി നിർത്തിയിരുന്നു.

അക്കാലത്തെ നാവികർ നിവർത്തിയുള്ളേടത്തോളം നടുക്കടലിലൂടെയുള്ള യാത്ര ഒഴിവാക്കും. കരയിൽനിന്നും അല്പദൂരം അകലെ പാറക്കെട്ടുകൾ ഒഴിവാക്കിയാണ് അവർ നാവികപാത സ്വീകരിച്ചിരുന്നത്. താനിപ്പോൾ നടുക്കടലിൽ എത്തിയിരിക്കുന്നു. കുറച്ചു ദിവസമായി നാട്ടിലേക്ക് മടങ്ങാൻ നാവികർ ബഹളം കൂട്ടി തുടങ്ങി. മുപ്പതു ദിവസത്തോളം തുറന്ന കടലിൽ സഞ്ചരിച്ച ശേഷം, ക്യാപ്റ്റൻ ലക്ഷ്യം കണ്ടു. കുറച്ചുകൂടി കിഴക്കോട്ടു പോയി താൻ ആഫ്രിക്കയുടെ അറ്റം കടന്നു എന്ന് മനസ്സിലാക്കിയ ശേഷം അദ്ദേഹം കപ്പലിന്റെ ഗതി വടക്ക്, കിഴക്ക് ദിക്കിലേക്ക് നിയന്ത്രിച്ചു. അവസാനം അദ്ദേഹം ആഫ്രിക്കൻ മുനമ്പ് ചുറ്റി സൗത്ത് ആഫ്രിക്കയുടെ കിഴക്കേക്കരയിൽ കപ്പൽ നങ്കൂരമിട്ടു. അദ്ദേഹം ആഫ്രിക്ക ചുറ്റി എങ്കിലും മുനമ്പ് തൊട്ടിരുന്നില്ല. തുടർന്നു വടക്ക് കിഴക്ക് ഭാഗത്തേക്ക് സഞ്ചരിക്കാൻ അദ്ദേഹം ആഗ്രഹിച്ചു എങ്കിലും കൂടെയുള്ള നാവികരുടെ പ്രതിഷേധം മൂർദ്ധന്യത്തിൽ എത്തി. കപ്പലുകളുടെ സ്ഥിതിയും മോശമായിരുന്നു. അല്പദിവസത്തിനകം അദ്ദേഹം ആഫ്രിക്കയുടെ മുനമ്പ് കാണുവാൻ മടക്കയാത്ര ആരംഭിച്ചു. മെയ് മാസത്തിൽ ആഫ്രിക്കൻ മുനമ്പ് തൊട്ടു, അവിടെ ശിലാഫലകവും സ്ഥാപിച്ചു. ലോകചരിത്രത്തിലെ ഒരു നാഴികക്കല്ലായി അത് മാറി. 'കൊടുങ്കാറ്റുകളുടെ മുനമ്പ്' എന്നാണ് ആ പ്രദേശത്തിനു ഡയസ് ആദ്യം പേരിട്ടത്. ജോൺ രാജാവാണ് പിന്നീട് അതിനെ 'കേപ് ഓഫ് ഗുഡ് ഹോപ്പ്' അഥവാ 'ശുഭപ്രതീക്ഷകളുടെ മുനമ്പ്' എന്ന് പുനർനാമകരണം ചെയ്തത്. നാളിതുവരെ ഒരു കടങ്കഥയായിരുന്ന ആഫ്രിക്കയുടെ അറ്റം, യൂറോപ്യൻ രാജ്യങ്ങൾക്ക് മുമ്പിൽ അനാവരണം ചെയ്യപ്പെട്ടു. ആഫ്രിക്കൻ മുനമ്പ് ചുറ്റിയ ആദ്യത്തെ യൂറോപ്പുകാരൻ എന്ന ബഹുമതി ഡയസ് കരസ്ഥമാക്കി.

ജൂലൈ മാസത്തോടെ ബർത്തലോമിയോവും സംഘവും ചരക്ക് കപ്പൽ നിർത്തിയിരുന്ന തീരത്തിൽ എത്തി. കപ്പലിലെ പകുതിയിലേറെ നാവികരും നാട്ടുകാരുമായുള്ള ഏറ്റുമുട്ടലിലും പകർച്ച വ്യാധികൾ മൂലവും മരിച്ചുപോയിരുന്നു. മരം തുളയ്ക്കുന്ന 'ടെറിഡോ നവാലിസ്' എന്നറിയപ്പെടുന്ന കടൽഒച്ചുകൾ കപ്പലിൽ ഒരുപാട് തുളകൾ വീഴ്ത്തിയിരുന്നു. അത്യാവശ്യ സാധനങ്ങൾ എല്ലാം മറ്റു രണ്ടു കപ്പലുകളിലും മാറ്റിയതിനുശേഷം ബാർത്തലോമിയോ ചരക്ക് കപ്പൽ അഗ്നിക്കിരയാക്കി. എത്രയും വേഗം അവിടെ നിന്ന് രക്ഷപ്പെട്ട് ഗുനിയ ഉൾക്കടലിലെ 'പ്രിൻസിപ്പെ' ദ്വീപിൽ കപ്പലുകൾ നങ്കൂരമിട്ടു. അവിടെ ഒരു മാസത്തോളം താമസിച്ച് കപ്പലിലേക്ക് വേണ്ടുന്ന ഭക്ഷണസാമഗ്രികളും വെള്ളവും നിറച്ച് നാവികർ കരയിലെ വിശ്രമ ജീവിതം ആസ്വദിച്ചു. ഒരുനാൾ തുറമുഖത്ത് മരക്കൊമ്പുകൾ ഉപയോഗിച്ച് കെട്ടിയ ഒരു സ്ട്രെച്ചറിൽ നാല് ആഫ്രിക്കക്കാർ വെളുത്ത ഒരു മനുഷ്യനെ ചുമന്നുകൊണ്ട് ബാർത്തലോമിയോയുടെ മുന്നിൽ കൊണ്ടുവന്നു. ആ മനുഷ്യൻ ദുവാർട്ടെ പച്ചേക്കോ പരേര ആയിരുന്നു.

''എന്റെ വിശുദ്ധ മാതാവേ? ഇതാര്, നിനക്കെന്തു പറ്റി?''

ബാർത്തലോമിയോ അത്ഭുതത്തോടെ ചോദിച്ചു.

പച്ചേക്കോ വളരെ ക്ഷീണിതനായിരുന്നു. അയാൾക്ക് നടക്കാൻ പോലും സാധിച്ചിരുന്നില്ല.

''ഒന്നും പറയണ്ട ക്യാപ്റ്റൻ, ആഫ്രിക്കയിലെ വിഷജ്വരം വളരെ കഠിനമാണ്. ഞാൻ ഒരുവിധം രക്ഷപ്പെട്ടു. പനി ഭേദമായി. ക്ഷീണം മാത്രമുണ്ട്.''

''നീ എങ്ങനെ ഇവിടെ വന്നു ചേർന്നു?''

''താങ്കൾ പുറപ്പെട്ട വർഷം തന്നെ അല്പം മാസങ്ങൾ കഴിഞ്ഞ് ഞാൻ ആഫ്രിക്കയുടെ തീരത്ത് ഒരു പര്യടനം നടത്തി. ഇവിടുത്തെ പുഴകളിലും കാടുകളിലെല്ലാം പഠനം നടത്തി തിരിച്ചു വന്നപ്പോഴേക്കും കപ്പൽ കാണാനില്ല. കൂടെയുണ്ടായിരുന്നവർ കുറേപേർ മരിച്ചു. ചിലർ ഇനി തിരിച്ച് പോർച്ചുഗലിലേക്ക് ഇല്ല എന്ന് തീരുമാനിച്ച് ഇവിടെയുള്ള പല സ്ഥലങ്ങളിൽ കൂടി. വിഷജ്വരം പിടിച്ച് ഞാൻ മാസങ്ങളോളം കിടപ്പിലായി. ഈ ആഫ്രിക്കക്കാരുടെ ദയവ് മൂലമാണ് ഞാൻ രക്ഷപ്പെട്ടത്.'' ദുവാർട്ടെ പറഞ്ഞു.

''അതേതായാലും നന്നായി, മടക്കയാത്ര ഇനി നമുക്ക് ഒരുമിച്ച് ആവാം.''

ബർത്തലോമിയോ പുഞ്ചിരിച്ചുകൊണ്ട് പറഞ്ഞു.

ഏതാനും ദിവസങ്ങൾക്കകം കപ്പൽ യാത്ര തിരിച്ചു. നാവിക കലയിൽ അഗ്രഗണ്യനായ ഡയസ്സിന്റെ കൂടെ ഉള്ള യാത്രയിൽ പച്ചേക്കോ പുതിയ ഒരുപാട് കാര്യങ്ങൾ പഠിച്ചു. പിന്നീട് അവർ

നങ്കൂരമിട്ടത് 'സെന്റ് ജോർജ് ഓഫ് ദി മീന' എന്നറിയപ്പെട്ടിരുന്ന ഇന്നത്തെ 'എൽ മിന കാസിൽ' എന്ന പോർച്ചുഗീസ് കോട്ടയിലാണ്. ഗോൾഡ് കോസ്റ്റ് എന്നറിയപ്പെടുന്ന ആ സ്ഥലത്തുള്ള സ്വർണ്ണഖനി കൾ ആണ് പോർച്ചുഗീസ് രാജാവിനെ അങ്ങോട്ട് ആകർഷിച്ചത്. കടൽത്തീരത്ത് ചെറിയ ഒരു കുന്നിന്റെ മുകളിൽ അവിടുത്തെ പ്രാദേ ശിക നാടുവാഴിയുടെ സഹകരണം കൊണ്ട് പെട്ടെന്നാണ് ആ കോട്ട പണിതത്. കടൽത്തീരത്തേക്ക് അഭിമുഖമായി കോട്ടയിൽ നിന്നും ധാരാളം പീരങ്കികൾ മതിലിൽ പിടിപ്പിച്ചിട്ടുണ്ടായിരുന്നു. കോട്ടയിൽ പട്ടാളക്കാർക്ക് താമസിക്കാൻ മുറികളും ധാരാളം ഭൂഗർഭ സെല്ലുകളും ഒരു കൊച്ചുപള്ളിയും ഉണ്ട്. ഏറ്റവും മുകളിലെ നിലയിലായിരുന്നു ക്യാപ്റ്റൻ ഗവർണറുടെ മുറി. അതിൽനിന്നും പുറത്തു വന്ന് നോക്കി യാൽ പള്ളിയും വിസ്താരമായ മുറ്റവും കാണാം. ഗവർണർ താഴെ മുറ്റത്ത് നിൽക്കുന്നവരെ അഭിസംബോധന ചെയ്യുന്നത് അവിടെ നിന്നുകൊണ്ടാണ്. ബർത്തലോമിയോ കോട്ട പണിയുമ്പോൾ അവിടെ വന്നിട്ടുണ്ട്. ദുവാർട്ടേയും ക്യാപ്റ്റൻ അസംബുജായുടെ കൂടെ ഒരു തവണ അവിടെ വന്നിട്ടുണ്ട്. പക്ഷേ ഇപ്പോൾ അവിടെ ഒരുപാട് മാറ്റങ്ങൾ വന്നിരിക്കുന്നു. മുറ്റത്ത് ജോലിക്കാർ തകൃതി യായി പണിയെടുക്കുന്നു. പുറംകടലിൽ കപ്പലുകളും തീരത്ത് വഞ്ചികളും ധാരാളമായുണ്ടായിരുന്നു.

''എന്തായിങ്ങനെ അന്തംവിട്ടു നോക്കുന്നത്, ഇവിടെ ജോലിക്ക് കയറണോ?'' ബർത്തലോമിയോ കളിയായി ചോദിച്ചു.

''ഏയ്, അങ്ങനെയൊന്നുമില്ല ദൂരെ ആഫ്രിക്കയിൽ ഇങ്ങനെ വലിയ ഒരു കോട്ട നമ്മൾ പണിതതിനെക്കുറിച്ച് അത്ഭുതപ്പെടുക യാണ്.'' അയാൾ പറഞ്ഞു.

അല്പദിവസങ്ങൾ അവിടെ അവർക്ക് താമസിക്കേണ്ടതായി വന്നു. പിന്നീടവർ പോർച്ചുഗലിലേക്ക് മടങ്ങി. കപ്പലിൽനിന്നും ദൂരെ കാണുന്ന എൽമിനാ കോട്ട നിർന്നിമേഷനായി പച്ചേക്കോ നോക്കി നിന്നു. ആ കോട്ട അയാളോട് എന്തോ ഒരു സന്ദേശം കൊടു ക്കുന്നതുപോലെ അയാൾക്ക് തോന്നി. അവസാനം ആ വർഷം ഡിസംബർ മാസം അവർ ലിസ്ബൺ തുറമുഖത്ത് തിരിച്ചെത്തി. യാത്രയ്ക്കിടയിൽ ആരോഗ്യം വീണ്ടെടുത്ത പച്ചേക്കോ സന്തോഷ വാനായി വീട്ടിലേക്ക് പോയി. ഒരു വർഷമായി അവനെ കാണാ തിരുന്ന മരിയ അമ്മായിയുടെ സന്തോഷം ഒന്ന് കാണേണ്ടതായി രുന്നു.

''ഇനി എന്റെ മോൻ ഇങ്ങനെ അമ്മായിയെ തനിച്ചാക്കി പോകരുത്.''

അവൾ അയാളെ കെട്ടിപ്പിടിച്ചു കൊണ്ടു പറഞ്ഞു.

അടുത്തയാഴ്ച പച്ചേക്കോ വൈകീട്ട് വീട്ടിൽ വന്നപ്പോൾ കൂടെ ഒരു കൊച്ചു പയ്യനും ഉണ്ടായിരുന്നു. അയാളുടെ മകൻ ലിസ്സാർട്ടെ

ആയിരുന്നു അത്. പരിഭ്രമിച്ചു ചുറ്റും നോക്കുന്ന അവനോട് അയാൾ പറഞ്ഞു.

''ഞാൻ നിന്റെ പപ്പാ ആണെന്ന് അറിയാമല്ലോ, ഇതാണ് നമ്മുടെ പുതിയ വീട്.'' വാതിലിലേക്ക് ഓടിവന്ന മരിയ അമ്മായിയെ ചൂണ്ടിക്കാണിച്ചുകൊണ്ട് അയാൾ പറഞ്ഞു.

''ലിസ്, ഇതാണ് നിന്റെ മുത്തശ്ശി, പപ്പയുടെ അമ്മ.''

ആനന്ദാശ്രുക്കൾ പൊഴിച്ചുകൊണ്ട് മരിയ ആ കൊച്ചു പയ്യനെ കെട്ടിപ്പിടിച്ച് അവന്റെ തലമുടി വിരലുകൾകൊണ്ട് കോതി.

''അപ്പോൾ മമ്മ വരില്ലേ?'' ലിസ് ചോദിച്ചു.

''വരും. നീ ഇത്ര ദിവസം മമ്മയുടെ കൂടെ നിന്നപ്പോൾ ഞാൻ വന്നില്ലല്ലോ? അതുപോലെ കുറച്ചുദിവസം നീ എന്റെ കൂടെ നിൽക്കും. പിന്നീട് മമ്മ വരും.''

സമ്മതം എന്നപോലെ തലകുലുക്കി അവൻ ലായത്തിൽ കുതിര നിൽക്കുന്നതുകണ്ട്, സന്തോഷ ശബ്ദങ്ങൾ പുറപ്പെടുവിച്ചുകൊണ്ട് അങ്ങോട്ട് ഓടി. പേജ് പയ്യനോട് അവനെ ശ്രദ്ധിക്കാൻ പറഞ്ഞതിനു ശേഷം രണ്ടുപേരും വീടിനകത്ത് കയറി.

''അപ്പോൾ ലോറ വരില്ലേ?'' അമ്മായി ചോദിച്ചു.

''ഇല്ല അവളുടെ വിവാഹമാണ്. ലിസ്സിനോ ലോറയ്ക്കോ എന്നെങ്കിലും പരസ്പരം കാണണം എന്ന് തോന്നുകയാണെങ്കിൽ കണ്ടോട്ടെ. എനിക്കൊരു വിരോധവുമില്ല. അവൻ എന്റെ കൂടെ... അല്ല, നമ്മുടെ കൂടെ വളരും.'' അമ്മായിയെ ഒരു കൊച്ചുകുട്ടിയെപ്പോലെ പച്ചേക്കോ പൊക്കിയെടുത്തു.

''വിടടാ, മതി നിന്റെ സ്നേഹപ്രകടനം.''

കോപത്തോടെ മരിയ പറഞ്ഞു.

കൊളംബസ്സിന്റെ യാത്ര

ദുവാർട്ടേ പച്ചേക്കോവിന്റെ ജീവിതത്തിലെ കുറെ വർഷങ്ങൾ സമാധാനപൂർണ്ണമായിരുന്നു. ലിസ് വളരുമ്പോൾ ഓരോ ഘട്ടത്തിലും അവനെ ഒരു സമ്പൂർണ്ണ യോദ്ധാവായി വളർത്തിയെടുക്കാൻ അയാൾ ശ്രദ്ധിച്ചു. കായികശക്തിയിൽ അവൻ അച്ഛന്റെ മകൻ തന്നെ ആയിരുന്നു. നന്നേ ചെറുപ്പത്തിൽതന്നെ അവ അതിന്റെ ലക്ഷണങ്ങൾ കാണിച്ചിരുന്നു. ഒരു യോദ്ധാവായ പിതാവിന്റെ ശിക്ഷണം കൂടി ലഭിച്ചപ്പോൾ പിന്നെ അവന് തിരിഞ്ഞു നോക്കേണ്ടി വന്നില്ല. മരിയ അമ്മായിക്ക് അവളുടെ ജീവിതം പൂർണ്ണമായതുപോലെ തോന്നി. കുട്ടികൾ ഇല്ലെങ്കിലും ഒരു മകന്റെയും പേരക്കിടാവിന്റെയും നിർലോഭമായ സ്നേഹാദരങ്ങൾ ലഭിച്ചതിനാൽ അവൾ ജീവിതത്തിലെ ഓരോ നിമിഷവും ആസ്വദിച്ചു.

ഒഴിവുദിവസങ്ങളിൽ അച്ഛനും മകനും കുതിരപ്പുറത്ത് വിനോദയാത്രയ്ക്ക് പോകും, ആയുധ പരിശീലനം നടത്തും. മരിയയെയും കൊണ്ട് ദേവാലയ സന്ദർശനങ്ങൾ നടത്തും. അങ്ങനെ ജീവിതം ശാന്തമായി ഒഴുകി. ഒരു വിവാഹത്തെക്കുറിച്ചുള്ള ചിന്തകൾ പച്ചേക്കോവിന് ഒരിക്കലും ഉണ്ടായിരുന്നില്ല. മരിയ അത് അവനെ ഓർമ്മിപ്പിക്കുന്നതും നിർത്തി.

ഒരു ദുഃഖ സംഭവമുണ്ടായത്, 1491ൽ ജോൺ രണ്ടാമന്റെ കിരീടാവകാശിയായ മകൻ കുതിരപ്പുറത്ത് നിന്ന് വീണ് മരിച്ചതാണ്. കുറേ ദിവസം രാജാവ് അന്തർമുഖനായി കഴിഞ്ഞു. പച്ചേക്കോവിനെ പോലെ തന്നെ അദ്ദേഹത്തിനും ഒരു 'ബാസ്റ്റഡ്' പുത്രൻ ഉണ്ടായിരുന്നു. പക്ഷേ സാമൂഹിക, മത ആചാരങ്ങൾക്ക് എതിരായി അവനെ അനന്തരാവകാശിയായി പ്രഖ്യാപിക്കാൻ സാധ്യമല്ലായിരുന്നു. പുത്രശോകത്തിൽ നിന്നും കുറെനാൾ കഴിഞ്ഞപ്പോൾ വിമുക്തനായ രാജാവ്, വീണ്ടും കർമ്മനിരതനായി.

അതിനിടെ 1492 ഓഗസ്റ്റ് മാസം സ്പെയിനിലെ രാജാവിനുവേണ്ടി ക്രിസ്റ്റഫർ കൊളംബസ് നടത്തിയ സമുദ്രയാത്ര അതേവർഷം ഒക്ടോബർ 12-ാം തീയതി അമേരിക്ക കണ്ടുപിടിക്കുന്നതിൽ കലാശിച്ചു. താൻ ഇന്ത്യയിലേക്ക് കാലുകുത്തുന്നതിനു മുമ്പ് തന്റെ

പ്രതിയോഗിയായ സ്പെയിനിലെ രാജാവ് പുതിയ ഒരു രാജ്യംതന്നെ കണ്ടുപിടിച്ച് ഇങ്ങനെ ഒരു നേട്ടമുണ്ടാക്കിയതിൽ പോർച്ചുഗലിലെ ജോൺ രണ്ടാമൻ രാജാവിന് കടുത്ത മനോവിഷമം ഉണ്ടാക്കി. അക്കാലമത്രയും യൂറോപ്പിന് പടിഞ്ഞാറുവശം രാജ്യങ്ങളുണ്ട് എന്ന് ലോകം അറിഞ്ഞിരുന്നില്ല. കൊളംബസ് ഇറ്റലിക്കാരൻ ആയിരുന്നു. അയാൾ കുറേക്കാലം പോർച്ചുഗലിൽ താമസിക്കുകയും ഒരു പോർച്ചുഗീസുകാരിയെ വിവാഹം കഴിക്കുകയും ചെയ്തു. ബർത്ത ലോമിയോ ഡയസ്സിനോടൊപ്പം 'എൽമിനകാസിൽ' പണിയുന്ന സമയം. കൊളംബസ് ജോലി ചെയ്തിരുന്നു. സ്പെയിനിലെ രാജാവുമായി ധാരണയിൽ എത്തുന്നതിനുമുമ്പ് കൊളംബസ് പോർച്ചുഗൽ രാജാവിനെയാണ് ആദ്യം സമീപിച്ചത്, പക്ഷേ പല കാരണങ്ങൾ കൊണ്ടും ആ പര്യടനം നടന്നില്ല. ജോൺ രണ്ടാമൻ 1481 ഉടമ്പടിപ്രകാരം പുതിയ പ്രദേശങ്ങൾ തനിക്ക് അവകാശപ്പെട്ടതാണെന്ന് വാദിച്ചു. സ്പെയിനിലെ ഫെർഡിനാൻഡ് രാജകുമാരനും ഇസബെല്ല രാജ്ഞിക്കും ജോൺ രണ്ടാമൻ കടുത്ത ഭാഷയിൽ ഒരു കത്തയച്ചു. പോർച്ചുഗൽ തങ്ങളെക്കാൾ ശക്തരാണെന്ന് നല്ലവണ്ണം അറിയാവുന്ന സ്പെയിൻ രാജാവ്, നയതന്ത്രത്തിലൂടെ 'വേണ്ടയിടത്തു പിടിച്ച്' പ്രശ്നം പരിഹരിക്കാൻ പദ്ധതിയിട്ടു.

അന്നത്തെ മാർപാപ്പ പോൾ അലക്സാണ്ടർ ആറാമൻ കാസ്റ്റിലോ പ്രദേശത്ത് ജനിച്ച ആളായിരുന്നു.ആ വർഷം മെയ്മാസത്തിൽ അദ്ദേഹം ഒരു 'പേപ്പൽബുൾ' എന്നറിയപ്പെട്ടിരുന്ന തീട്ടൂരമിറക്കി.

'കേപ്പ് വെർദയിൽ നിന്നോ, അസൊറസ് ദ്വീപിൽനിന്നോ നേർരേഖയിൽ നൂറു ലീഗുകൾക്കപ്പുറം പടിഞ്ഞാറേ ദിശയിൽ പുതുതായി കണ്ടുപിടിക്കപ്പെടുന്ന പ്രദേശങ്ങളെല്ലാം സ്പെയിനിന്റെ അധീനതയിൽ ആയിരിക്കും.' ഈ വിജ്ഞാപനത്തിന് അനുബന്ധമായി വേറൊരെണ്ണം കൂടി മാർപാപ്പാ ഇറക്കി. 'നൂറു ലീഗ് കഴിഞ്ഞാൽ പിന്നീട് പടിഞ്ഞാട്ടു ഭൂമി ചുറ്റി പോകുമ്പോൾ മറുവശത്തുള്ള ഇന്ത്യയും ഈസ്റ്റ്ഇൻഡീസ് അടങ്ങിയ സ്ഥലങ്ങളും പുതുതായി കണ്ടുപിടിക്കുന്ന സ്ഥലങ്ങളും സ്പെയിനിന് അവകാശപ്പെട്ടതാണ്.' പടിഞ്ഞാറ് ഭാഗത്തെ പുതുതായി കണ്ടുപിടിക്കുന്ന സ്ഥലങ്ങൾ പോട്ടെ, താൻ മനസ്സിൽ കണ്ട ഇന്ത്യയെ പോലും തട്ടിപ്പറിക്കുന്ന മാർപാപ്പയുടെ ഈ തീട്ടൂരം പോർച്ചുഗൽ രാജാവിനെ കുപിതനാക്കി. അദ്ദേഹം, ഒരുവകയിൽ ബന്ധുക്കളും കൂടിയായ, സ്പെയിനിലെ ഫെർഡിനാൻഡ് രാജകുമാരനോടും ഇസബെല്ല രാജ്ഞിയുമായും മാർപാപ്പ ഇടപെടാതെ നേരിട്ട് ചർച്ചചെയ്യാൻ മനസ്സിൽ ഒരു തീരുമാനം കുറിച്ചു. അതിനുമുമ്പ് വേറേയും കുറെ കാര്യങ്ങൾ അദ്ദേഹത്തിന് ചെയ്തുതീർക്കാൻ ഉണ്ടായിരുന്നു.

ബ്രസീൽ മരങ്ങൾ വളരുന്ന നാട്

1493 സെപ്റ്റംബർ

ടാഗസ് നദിയുടെ അഴിമുഖത്തുനിന്ന് പച്ചേയ്ക്കോയുടെ കാരവൽ കപ്പൽ പുറംകടലിലേക്ക് പ്രവേശിച്ചു. പഴയ കൂട്ടുകാരൻ ഫെർണാണ്ടോ ഈ യാത്രയ്ക്ക് അയാളുടെ കൂടെ കൂടിയിരുന്നു. അയാൾ കൂടെയുള്ളതിനാൽ കപ്പലിൽ എന്തെങ്കിലും അറ്റകുറ്റപ്പണികൾ വേണമെങ്കിൽ പേടിക്കേണ്ട കാര്യമില്ല, കൃത്യമായി എല്ലാം ഫെർണാണ്ടോ നോക്കിക്കൊള്ളും. ഈ യാത്രയിൽ അറ്റ്ലാന്റിക് മഹാസമുദ്രത്തിലെ ദ്വീപുകളിലെ രേഖാംശവും അക്ഷാംശവും കൃത്യമായി അളക്കാനും വേലിയേറ്റ വേലിയിറക്കങ്ങളിൽ ചന്ദ്രന്റെ സ്വാധീനം പഠിക്കാനും പുതിയതായി ദ്വീപുകൾ കണ്ടുപിടിക്കാനും ആയിരുന്നു പച്ചേക്കോവിന്റെ ലക്ഷ്യം. കൂടെയുള്ള നാവികർ എല്ലാം അയാളുടെ പഴയ സുഹൃത്തുക്കൾ ആണ്. പണത്തേക്കാൾ വ്യക്തിബന്ധങ്ങളെ സ്നേഹിക്കുന്നവർ, സാഹസികയാത്ര എന്നതിനു പുറമേ കൂട്ടുകാരുടെ ഒത്തുചേരൽ എന്ന നല്ല അനുഭവം മുന്നിൽ കണ്ടവർ. അവരിൽ പ്രധാനി 'പീറോ' 'പെഡ്രോ' എന്ന പേരുകളിൽ അറിയപ്പെട്ടിരുന്ന നാവികൻ ആയിരുന്നു. ഉന്നതകുലത്തിൽ ജനിച്ച അയാൾ കടലിനോട് അഭിനിവേശം കൊണ്ടാണ് നാവികപ്പണിക്ക് വന്നത്. പച്ചേക്കോവിനേക്കാൾ പ്രായം കൂടിയ ആളായിരുന്നു പെഡ്രോ. അക്കാലത്തെ വളർന്നുവരുന്ന ഒരു നല്ല നാവികനായി അറിയപ്പെട്ടിരുന്ന അയാൾ 'ഇൻഫർണോ' (നരകം) എന്ന ഇരട്ട പേരിൽ നാവിക വൃത്തങ്ങളിൽ പ്രസിദ്ധനായിരുന്നു . ബാക്കിയുള്ള നാവികർ എല്ലാം ചെറുപ്പക്കാരും ചിലർ പണി പഠിക്കാൻ വന്ന പുതിയ ആൾക്കാരും ആയിരുന്നു.

അസോറസ്, മെഡെയ്റ, കാനറി ദ്വീപുകൾ, കേപ് വെർദെ എന്ന ദ്വീപുകളുടെ സ്ഥാനം അറിയുന്നത് സഹായകരമായിരിക്കും എന്ന് തോന്നുന്നു.

അസോറസ് ഒൻപതു ദ്വീപുകളുടെ ഒരു സമൂഹമാണ്. ലിസ്ബണിൽ നിന്നും നേർരേഖയിൽ ആയിരത്തിനാനൂറു കിലോമീറ്റർ

പടിഞ്ഞാറ് അറ്റ്ലാന്റിക്ക് സമുദ്രത്തിൽ അഗ്നിപർവതങ്ങൾ മൂലം ഉണ്ടായ ആ ദ്വീപുകൾ പോർച്ചുഗലിന്റെ അധീനതയിൽ ആണ്. മെഡെയ്റ ദ്വീപുകൾ ലിസ്ബണിൽ നിന്നും താഴെ തെക്കോട്ട് ആയിരം കിലോമീറ്ററും ആഫ്രിക്കയിലെ മോറൊക്കോവിൽനിന്നും അഞ്ഞൂറ്റി ഇരുപതോളം കിലോമീറ്റർ പടിഞ്ഞാട്ടും ആണ്. മെഡെയ്റയിൽനിന്നും താഴെ അഞ്ഞൂറുകിലോമീറ്റർ അകലെയാണ് പത്തു ദ്വീപുകളുടെ കൂട്ടമായ കാനറി ദ്വീപുകൾ. കാനറിയിൽ നിന്നും തെക്കോട്ട് ആയിരത്തി നാനൂറ്റി അറുപത്തിരണ്ട് കിലോമീറ്റർ അകലെയാണ് പത്തു ദ്വീപുകളുടെ സമൂഹമായ കേപ് വെർദെ. ഈ സ്ഥലങ്ങളെല്ലാം നാവികർക്ക് കപ്പലുകളിൽ ശുദ്ധജലം നിറയ്ക്കാനും കപ്പലുകൾക്ക് അറ്റകുറ്റപ്പണികൾ നടത്തുവാനും ഭക്ഷ്യസാധനങ്ങൾ കയറ്റുവാനും ഉള്ള പ്രധാന ഇടത്താവളങ്ങൾ ആയിരുന്നു.

കാറ്റും കാലാവസ്ഥയും അനുകൂലമായിരുന്നതിനാൽ 'മെഡൈറ ദ്വീപസമൂഹം' വരെ യാത്ര സുഖമായിരുന്നു. മെഡൈറ പോർച്ചുഗീസ് അധീനതയിലുള്ള പ്രദേശമായതിനാൽ കപ്പൽ ഒതുക്കുവാൻ പ്രശ്നങ്ങളൊന്നും ഉണ്ടായിരുന്നില്ല. പെഡ്രോവിന് അത് ആഘോഷകാലമായിരുന്നു. അയാൾ തുറമുഖത്തണഞ്ഞ കപ്പലുകളുടെ കപ്പിത്താന്മാരുമായി സൗഹൃദ സംഭാഷണങ്ങൾ നടത്തി സമയം ചെലവിട്ടു. യൂറോപ്പിലെ ഏറ്റവും നല്ല മുന്തിരിത്തോട്ടങ്ങൾ 'ദറോ' നദിയുടെ സമീപമുള്ള താഴ്വരയിലാണ് ഉണ്ടായിരുന്നത്. 'ടോറിഗ' എന്ന മുന്തിരിയാണ് റെഡ് വൈൻ ഉണ്ടാക്കാൻ ഏറ്റവും മുന്തിയ ഇനമായി കണക്കാക്കിയിരുന്നത്. പല ജനുസ്സിലുള്ള വേറെയും മുന്തിരിവള്ളികൾ പോർച്ചുഗലിൽ കൃഷി ചെയ്യപ്പെട്ടിരുന്നു.

പതിനേഴാം നൂറ്റാണ്ടിൽ പോർട്ട് വൈൻ ഉണ്ടാക്കാൻ തുടങ്ങിയപ്പോൾ അത് അവിടുത്തെ പ്രധാനപ്പെട്ട വ്യവസായമായി തീർന്നു. ആൽക്കഹോൾ പാനീയങ്ങൾ അന്ന് പ്രചാരത്തിലില്ലാതിരുന്നതിനാൽ, യൂറോപ്പിലെ മദ്യപാനം വൈനിലും ബിയറിലും ഒതുങ്ങി. അമിത മദ്യപാനം സമൂഹത്തിൽ ഒരു കുറ്റമായി കണക്കാക്കപ്പെട്ടിരുന്നു. കഠിനാധ്വാനവും സഹനശീലവും ആവശ്യമുള്ള കപ്പൽ യാത്രകളിൽ നാവികർ ഭക്ഷണവും പാനീയങ്ങളിലും വളരെ നിയന്ത്രിതമായ അളവുകളിൽ മാത്രമേ ഉപയോഗിച്ചിരുന്നുള്ളൂ. 'മെഡൈറ' തുറമുഖം സമുദ്ര പര്യവേക്ഷകരുടെയും കച്ചവടക്കാരുടെയും ഇടത്താവളമായിരുന്നു. അവിടെയും മുന്തിരി കൃഷി ആരംഭിച്ചിരുന്നതിനാൽ അവിടെ ഉണ്ടാക്കുന്ന റെഡ്വൈൻ നങ്കൂരമിടുന്ന കപ്പലുകളിൽ വാങ്ങിയിരുന്നു. അസുലഭമായ കിട്ടിയ ഈ അവസരം 'ഇൻഫെർണോ' എന്നറിയപ്പെടുന്ന പെഡ്രോ ശരിക്കും ഉപയോഗിച്ചതിൽ അത്ഭുതപ്പെടാനില്ല. പച്ചേക്കോ തന്റെ ഗവേഷണങ്ങളിൽ ചെലവിട്ടു. അധികം താമസിയാതെ അവർ തെക്കുഭാഗത്തുള്ള കാനറി ദ്വീപുകളിലേക്ക് യാത്ര തിരിച്ചു.

ഒരുദിവസം പെഡ്രോ പച്ചേക്കോവിനോട് തുറന്നു ചോദിച്ചു.

''ദുവാർട്ടേ, എന്താ നിന്റെ പരിപാടി?''

''യാത്ര പുറപ്പെടുമ്പോൾ നിന്നോട് പറഞ്ഞതല്ലേ, സമുദ്ര പര്യവേഷണം.''

''അതു മനസ്സിലായി, എത്ര ദിവസം എടുക്കാനാണ് നിന്റെ ഉദ്ദേശ്യം?''

''ഏറിയാൽ ആറു മാസം. അതിൽ കവിയില്ല.''

''ഈ പോക്കുപോയാൽ നടക്കുമോ എന്ന് സംശയം തോന്നുന്നു. എനിക്ക് വീണ്ടും കപ്പലിൽ പണിക്കു കയറാൻ സമയമായെന്ന് നിനക്കറിയില്ലേ?''

''കാനറി ദ്വീപുകൾ കഴിഞ്ഞാൽ കേപ്പ് വർദേ, ഭൂമദ്ധ്യരേഖ. അവിടെ നിന്നും മടക്കം. കാറ്റ് അനുകൂലമായാൽ ഏറി വന്നാൽ നാൽപ്പതുദിവസം മതിയാവും സുഹൃത്തേ.''

'കാനറി ശീതസമുദ്ര പ്രവാഹം' എന്ന് പിൽക്കാലത്ത് കണ്ടു പിടിക്കപ്പെട്ട പ്രവാഹത്തിന്റെ പാതയിലാണ് കപ്പൽ യാദൃച്ഛികമായി നീങ്ങിയിരുന്നത്. കാറ്റും അനുകൂലമായതിനാൽ കപ്പൽ തടസ്സം കൂടാതെ 'കേപ് വെർദെ' ദ്വീപുകളിൽ എത്തി. അവിടെ രണ്ടുമൂന്നു ദിവസമേ പച്ചേക്കോ താമസിച്ചുള്ളൂ. കപ്പലിന് വേണ്ട അത്യാവശ്യ സാധനങ്ങൾ അയാൾ അളവിൽ കൂടുതൽ തന്നെ സംഭരിക്കാൻ ശ്രദ്ധിച്ചു.

''കൂട്ടുകാരാ, കേപ്പ് വെർദെയിൽ നിന്നും എനിക്ക് കൃത്യമായി നൂറു ലീഗ് പശ്ചിമദിശയിൽ സഞ്ചരിക്കണം. അത് എങ്ങനെ കണക്കാക്കാം?'' പച്ചേക്കോ ചോദിച്ചു.

''ഓഹോ, അപ്പോൾ നിനക്ക് തിരിച്ചു ലിസ്ബണിൽ പോകാൻ പരിപാടിയില്ലേ? ഞാൻ ഇവിട ഇറങ്ങാം അല്ലെങ്കിൽ കപ്പൽ തിരിച്ചു വിട്.'' ഇൻഫെർണോ ദേഷ്യപ്പെട്ടു.

''ഇത്രയും ദൂരം വന്നതല്ലേ. ഒരു പുതിയ ദ്വീപ് എങ്കിലും കണ്ടിട്ട് മടങ്ങാം.'' പച്ചേക്കോ അഭ്യർത്ഥിച്ചു.

''ശരി, സമ്മതിച്ചു. കപ്പൽ നിയന്ത്രിക്കാൻ നിന്നെ ഞാൻ സഹായി ക്കില്ല, ഇനി ഒരു ജോലിയും ഞാൻ ചെയ്യില്ല. ഞാൻ താഴെ തട്ടിൽ ചെന്ന് വിശ്രമിക്കും. പക്ഷേ ഏതെങ്കിലും ദ്വീപ് കണ്ടാൽ അവിടെ നീ ഇറങ്ങാൻ ഞാൻ സമ്മതിക്കില്ല. സമ്മതമാണോ?'' രസി കനായ അയാൾ ചോദിച്ചു.

''എന്റെ പൊന്നു സഹോദരാ, നീ എത്രവേണമെങ്കിലും വിശ്ര മിച്ചോ. താഴെ പോയി ചെന്നു കിടന്നോ. നിന്നെ ഇനി ഞാൻ ലിസ്ബണിൽ എത്തിയിട്ടേ വിളിക്കുകയുള്ളൂ. ഞാൻ ചോദിച്ചതിനു മാത്രം സമാധാനം പറഞ്ഞിട്ട് പോ.''

''കൃത്യമായി കണക്കാക്കാൻ ബുദ്ധിമുട്ടാണ്. കാരണം കപ്പൽ ഒരേ വേഗത്തിൽ അല്ല സഞ്ചരിക്കുക. കപ്പലിൽ 'ചിപ്പ് ലോഗ്' ഉണ്ടോ?''

പച്ചേക്കോ ഫെർണാണ്ടോയുടെ നേരെ നോക്കി

''ഇയ്യക്കട്ടി പിടിപ്പിച്ച രണ്ടു മൂന്നു ബോർഡുകൾ ഞാൻ എപ്പോഴും കപ്പലിൽ ഏതെങ്കിലും ഭാഗത്ത് പിടിപ്പിക്കാറുണ്ട്. ആവശ്യത്തിൽ കൂടുതൽ കയറും ഞാൻ കരുതും.'' ഫെർണാണ്ടോ മറുപടി പറഞ്ഞു. പച്ചേക്കോ അവനെ അഭിമാനപുരസ്സരം നോക്കി.

''മണൽക്ലോക്ക് തയ്യാറാക്കിവെയ്ക്ക്. നിന്റെ പിള്ളേരെ ഞാൻ കപ്പലിന്റെ വേഗം അളക്കാൻ പഠിപ്പിക്കാം. ഇടവിട്ടിടവിട്ട് അളക്കണം. പിന്നെ എന്റെ മനക്കണക്ക് പ്രകാരം, ഇന്ന് ഉച്ചയ്ക്ക് പുറപ്പെട്ടാൽ വഴിയിൽ ഒന്നും സംഭവിച്ചില്ലെങ്കിൽ നാലാം ദിവസം രാവിലെ എട്ടു മണിയോടെ ഈ കപ്പൽ നൂറു ലീഗുകൾ താണ്ടും.'' പെഡ്രോ പറഞ്ഞു.

ചെറുപ്പക്കാരും നവാഗതരും ആയ നാവികർ എല്ലാവരും പച്ചേക്കോവിനെ അളവറ്റു സ്നേഹിക്കുകയും ബഹുമാനിക്കുകയും ചെയ്തിരുന്നു. കേപ്പ് വെർദയിൽ നിന്നും നേർരേഖയിലാണ് പച്ചേക്കോ തന്റെ കാരവൽ നിയന്ത്രിച്ചത്. നാലാം ദിവസം രാവിലെ പെഡ്രോ പറഞ്ഞതുപോലെ തന്നെ അവർ നൂറു ലീഗുകൾ താണ്ടിയിരുന്നു. പടിഞ്ഞാറൻ ദിശയിൽ കരകാണാക്കടൽ തന്നെ. അയാൾ കപ്പൽ നേരെ തെക്കുഭാഗത്തേക്ക് തിരിച്ചു. തന്റെ കോമ്പസ്സും ചക്രവാളവും നക്ഷത്രങ്ങളും തമ്മിലുള്ള അകലം അളക്കാനുള്ള ആസ്ട്രോലേബ് തുടങ്ങിയ ഉപകരണങ്ങൾ ഉപയോഗിച്ചും അയാൾ രേഖാംശം കണക്കാക്കി തന്റെ കപ്പൽ ഭൂമദ്ധ്യരേഖയിലാണ് സഞ്ചരിക്കുന്നത് എന്ന് മനസ്സിലാക്കി. ഒരാഴ്ച കടന്നു പോയി.

''ക്യാപ്റ്റൻ, നമ്മൾ എത്ര ദിനം ഇങ്ങനെ പോകും? ഇപ്പോൾ പോകുന്ന വഴി ഒക്കെ തിരിച്ചു വരണ്ടേ?'' ഒരു ദിവസം ഫെർണാണ്ടോ ചോദിച്ചു.

''ഒരു ദിവസം കൂടി, ഒരുദിവസം കൂടി ഞാൻ നോക്കട്ടെ.'' പച്ചേക്കോ ശാന്തനായി പറഞ്ഞു.

അടുത്ത പ്രഭാതത്തിൽ കപ്പലിന്റെ ഫോർ കാസിലിൽ നിൽക്കുമ്പോൾ അയാൾ കണ്ടു. അകലെ കടലിൽ തള്ളി നിൽക്കുന്ന ഒരു മുനമ്പ്. ദൈവമേ, നീ കാരുണ്യവാനാണ്. വെറുംകയ്യോടെ എനിക്ക് മടങ്ങണ്ട. (പിൽക്കാലത്ത് 'കേപ് നാസ്ട്രോക്കെ' എന്നറിയപ്പെട്ട ബ്രസീലിന്റെ കിഴക്കേ മുനമ്പായിരുന്നു അത്).

''ക്യാപ്റ്റൻ, അതാ കര,'' കൗമാരം കഴിഞ്ഞ ഒരു യുവനാവികൻ പറഞ്ഞു. ''അത് ഒരു ദ്വീപാണോ?'' അവൻ ചോദിച്ചു.

''ആയിരിക്കാം.'' അയാൾ അവനെ നോക്കി പുഞ്ചിരിച്ചു.

''നമ്മൾ അവിടെ ഇറങ്ങുമോ?'' അവൻ ചോദിച്ചു.

"അവിടെ ഉള്ളവർ ഏതു ഭാഷ പറയുന്നവരാണെന്നോ ഏതു തരക്കാരാണെന്നോ നമുക്കറിയില്ല. നമ്മുടെ കപ്പലിൽ അധികം ആയുധങ്ങളോ സൈനികരോ ഇല്ല. കൂടാതെ ഇവിടെയുള്ളവർ ചിലപ്പോൾ നരഭോജികളും ആവാൻ വഴിയുണ്ട്. നമ്മൾ വഴി കണ്ടു പിടിച്ചു. ഒരു കപ്പൽവ്യൂഹം കൊണ്ട് ഇവിടെ വീണ്ടും വന്നാൽ നമുക്ക് കരയ്ക്ക് ഇറങ്ങാം." തന്റെ മകൻ ലിസ്സിനെ പറഞ്ഞു മന സ്സിലാക്കുന്നപോലെ അയാൾ ആ യുവാവിനോട് പറഞ്ഞു. അൽപ്പ ദൂരം തെക്കോട്ട് പോയശേഷം ആ കടൽ അവസാനാമില്ലാ ത്തതാണെന്ന് മനസ്സിലാക്കി അയാൾ കപ്പൽ തിരിച്ചു. യാത്ര വടക്ക് ദിശയിലേക്ക് മാറ്റി. കരയുമായി ദൂരം പാലിച്ചുകൊണ്ട് കപ്പൽ മുന്നോട്ടു കൊണ്ടുപോയി. നാവികരോട് ദിശ മാറ്റാതെ കപ്പൽ മെല്ലെ മുന്നോട്ടുകൊണ്ടുപോകാൻ ഏല്പിച്ചു അയാൾ കര സൂക്ഷ്മമായി നിരീക്ഷിച്ചു. കടലിൽ തള്ളി നിൽക്കുന്ന മുനമ്പ് കഴിഞ്ഞു കുറെ പോയപ്പോൾ കര വളഞ്ഞു പടിഞ്ഞാറു ഭാഗത്തേക്ക് നീണ്ടുപോകു ന്നത് അയാൾ ശ്രദ്ധിച്ചു. സമയം ഒട്ടും കളയാതെ താൻ കണ്ട കാര്യ ങ്ങൾ അയാൾ എഴുതാൻ ആരംഭിച്ചു.

"ജനവാസമുള്ള സ്ഥലം, കരയിൽ പ്രാകൃത രൂപത്തിലുള്ള കട്ടമരങ്ങൾ കാണാൻ ഉണ്ട്. കരയിൽ ധാരാളം ബ്രസിൽ മരങ്ങൾ (ചുവന്ന തടി ഉള്ള മരങ്ങൾ) വളർന്നു നിൽക്കുന്നു."

"ദ്വീപു കണ്ടല്ലോ ഇറങ്ങണ്ടേ?" അയാൾ നോക്കിയപ്പോൾ മുന്നിൽ പരിഹാസച്ചിരിയുമായി പെഡ്രോ.

"പൊന്നു സഹോദരാ, നീ എനിക്ക് ഒരു ഉപകാരം ചെയ്യുമോ?" പച്ചേക്കോ അയാളോട് ചോദിച്ചു.

"ഇനി ഇവിടെ നിന്ന് നീ കപ്പൽ നിയന്ത്രിക്കുമോ എന്നല്ലേ നീ ചോദിക്കാൻ പോകുന്നത്?" അയാളുടെ മനസ്സ് വായിച്ചപോലെ പെഡ്രോ ചോദിച്ചു.

"നന്ദി സുഹൃത്തേ."

പച്ചേക്കോ അയാളെ കാബിനിൽ പിടിച്ചിരുത്തി. കപ്പലിന്റെ സ്റ്റേർനിൽ ചെന്നുനിന്ന് അകന്നു പോകുന്ന കര നോക്കിക്കൊണ്ട് നിന്നു. അയാൾ ചിന്തിക്കാൻപോലും ഭയപ്പെട്ടു. തന്റെ ചിന്തകൾ പോലും ആരും പിടിച്ചെടുക്കരുത്. കാരണം താൻ കണ്ടുപിടിച്ചത് അവർ വിചാരിക്കുംപോലെ ഒരു ദ്വീപല്ല, മിക്കവാറും ഒരു വൻകര യാണ്, അത് ഉറപ്പാണ്.

"ഞാൻ നേരെ 'അസോറസ്സിലേക്ക്' വെച്ചു പിടിക്കാൻ പോകു കയാണ്. ഇനി ഞാൻ ഒരു ഭൂഖണ്ഡം കണ്ടാൽ പോലും നിർത്തില്ല. സമ്മതം അല്ലേ?" കാബിനിൽ നിന്നും ഇൻഫെർണോ ഉറക്കെ വി ളിച്ചു ചോദിച്ചു.

"സമ്മതം." പച്ചേക്കോ ഉറക്കെ ചിരിച്ചുകൊണ്ട് മറുപടി പറഞ്ഞു.

തോർദേസിലിയാസ് ഉടമ്പടി

പച്ചേക്കോയുടെ മനസ്സ് ശാന്തമായിരുന്നു. സാധാരണ സുദീർഘ മായ കപ്പൽ യാത്രകളിൽ, ധാരാളം പേർ മരിച്ചു പോവാറുണ്ട്. ദൈവം തുണച്ച് ആർക്കും ഒരു പനി പോലും വന്നില്ല. കാലാവസ്ഥ ഈ യാത്രയിൽ മുഴുവൻ വളരെ അനുകൂലമായിരുന്നു. അങ്ങോട്ടു പോയതിനേക്കാൾ വേഗത്തിൽ കപ്പൽ തിരിച്ചെത്തി. ഒരു കുടുംബ ത്തിലെ അംഗങ്ങളെപ്പോലെ എല്ലാരും കെട്ടിപ്പിടിച്ച് യാത്ര പറഞ്ഞു. പെഡ്രോ പച്ചേക്കോവിനെ ആശ്ലേഷിച്ചു കൊണ്ട് പറഞ്ഞു.

‘‘നിന്റെ കൂടെയുള്ള ഈ യാത്ര എനിക്ക് ഇഷ്ടമായി. എല്ലായി പ്പോഴും അക്ഷോഭ്യനായി എങ്ങനെ നിനക്ക് നിൽക്കാൻ സാധി ക്കുന്നു. നിന്റെ കൂടെക്കൂടി ഞാനും ഏകദേശം നിന്നെപ്പോലെ ആയി എന്ന് തോന്നുന്നു. സാഹസികമായി ഒന്നും ചെയ്യേണ്ടിവന്നില്ല, ഒരു ഉല്ലാസയാത്ര പോയപോലെ ഉണ്ട്. ഇനി നമ്മൾക്ക് ഒരുമിച്ച് ഇന്ത്യ യിലേക്ക് പോണം.’’

‘‘ദൈവം അനുവദിച്ചാൽ അതും നടക്കും സുഹൃത്തേ.’’ അയാൾ പറഞ്ഞു.

ആ ആഴ്ച പച്ചേക്കോവിന് പിടിപ്പത് പണിയായിരുന്നു. യാത്ര പോയിരുന്ന രാജാവ് തിരിച്ചു വന്നതും പച്ചേക്കോവിനെ വിളി പ്പിച്ചു. പതിവിനു വിപരീതമായി കൊട്ടാരത്തിനടുത്തുള്ള പൂങ്കാവന ത്തിലേക്കാണ് വരാൻ പറഞ്ഞത്. ഉദ്യാനത്തിലെ മാർബിൾ കൊണ്ടുള്ള മണ്ഡപത്തിൽ ഭംഗിയാർന്ന കൊത്തുപണികളുള്ള സാറ്റിൻ കുഷൻ ഇട്ട കസേരയിൽ ജോൺ രണ്ടാമൻ രാജാവ് ഇരുന്നു. വളരെ അനൗദ്യോഗികമായ വേഷമാണ് അദ്ദേഹം ധരിച്ചിരുന്നത്. അദ്ദേഹത്തിന്റെ അടുത്ത് ചെന്ന്, പച്ചേക്കോ ആചാരമനുസരിച്ച് രാജാവിനെ വന്ദിച്ചു.

‘‘ദൈവത്തിന്റെ കൃപയാൽ, പോർച്ചുഗലിന്റെയും അൽഗാർവേ യുടെയും രാജാവും കടലിനക്കരെയും മറുകരയിൽ ആഫ്രിക്ക യ്ക്ക് അപ്പുറവും ഗിനിയയുടെ പ്രഭുവും ആയ, ജോൺ രാജാവിന് പ്രണാമം.’’

"നിന്റെ മുഖം കണ്ടപ്പോൾ തന്നെ കാര്യം വിജയമാണെന്ന് മന സ്സിലായി. കൊട്ടാരത്തിൽ മുഴുവൻ ചെവികൾ ആണ്. അതുകൊണ്ടാണ് ഞാൻ നിന്നോട് ഇങ്ങോട്ട് വരാൻ പറഞ്ഞത്. നിന്റെ കൂടെ വന്ന നാവികർക്ക് സംശയം ഒന്നും ഇല്ലല്ലോ അല്ലേ? പറയൂ."

"ഇല്ല പ്രഭോ, ആർക്കും സംശയം ഇല്ല. അവിടെ മനുഷ്യ വാസമുള്ള ആരും കണ്ടിരിക്കാത്ത വലിയ ഒരു കര ഞാൻ കണ്ടു."

രാജാവിന്റെ മുഖം മേഘപാളികളിൽ നിന്നും പുറത്തുവന്ന സൂര്യനെപ്പോലെ തിളങ്ങി. അല്പനേരം അദ്ദേഹം ഒന്നും സംസാ രിച്ചില്ല. തുടർന്നു പറയുവാൻ കൈകൊണ്ട് ആംഗ്യം കാണിച്ചു.

"കേപ്പ് വർദേയിൽ എന്നും നൂല് പിടിച്ചപോലെ നേരെയാണ് ഞാൻ പോയത്. കൃത്യം നൂറ് ലീഗ് ദൂരം കഴിഞ്ഞതും വെറും കടൽ മാത്രമേ ഉണ്ടായിരുന്നുള്ളൂ. അവിടെനിന്നും രണ്ടു നാഴിക ദൂരം സഞ്ചരിച്ചപ്പോൾ, ആ കരയുടെ മുനമ്പ് ഞാൻ കണ്ടു. ആ കര നൂറു ലീഗിന് തൊട്ട് അപ്പുറത്താണ്."

"കരയ്ക്ക് എത്ര വലിപ്പം ഉണ്ട്, ഏകദേശം ഒരു ഊഹം കിട്ടിയോ?" രാജാവ് ചോദിച്ചു.

"ആർക്കും സംശയം ഉണ്ടാവാത്ത രീതിയിൽ കുറെ ദൂരം ഞാൻ തെക്കോട്ട് പോയി. ഞാൻ പോയതിനപ്പുറവും അനന്തമായ കരയാ യിരുന്നു. സമയം കളയാതെ കപ്പൽ തിരിച്ചു മുനമ്പിന്റെ ഭാഗത്ത് വന്നു. മുന്നോട്ടു പോയപ്പോൾ മുനമ്പിന് ശേഷം കര സ്വല്പം ദൂരം വടക്കോട്ടും അവിടെനിന്നും പടിഞ്ഞാട്ടും ആണ് പോകുന്നത്. ആഫ്രിക്കയെ പോലെ ഒരു ഭൂഖണ്ഡത്തിന്റെ തലഭാഗം ആണോ എന്നുവരെ എനിക്ക് തോന്നിപ്പോയി. സ്കെച്ചുകൾ ഞാൻ കൊണ്ടു വന്നിട്ടുണ്ട്."

"മിടുക്കൻ."

ആ വാക്കിൽ എല്ലാ അഭിനന്ദനങ്ങളും അടങ്ങിയിരുന്നു. അഭി മാനം കൊണ്ട് പച്ചേക്കോയുടെ ശിരസ്സ് ഉയർന്നു.

"കാസ്റ്റിലോക്കാരുമായി ഒത്തുതീർപ്പ് സംഭാഷണത്തിന് പോകുന്ന സംഘത്തിന്റെ തലവൻ നീയാണ്. നീ പറഞ്ഞത് പ്രകാരം കൊളം ബസ് കണ്ടു പിടിച്ച പ്രദേശത്തിന് തൊട്ടു തെക്കുഭാഗത്തായിരിക്കും ഈ സ്ഥലം. മാർപാപ്പ പറഞ്ഞ അതിർത്തിയിൽ നിന്നും ഇരുന്നൂറ് ലീഗ് കൂടി നമുക്ക് തരാൻ അവരോട് ചോദിച്ചാലോ? നീ എന്തു പറയുന്നു?"

"പ്രഭു ക്ഷമിക്കണം. നാം എത്ര ചോദിച്ചാലും അവർ അതിൽ പിശകി കുറയ്ക്കാൻ നോക്കും എന്നാണ് എനിക്ക് തോന്നുന്നത്. ഞാൻ ഒരു മുന്നൂറ് ലീഗിൽ നിന്നും തുടങ്ങാം. കുറഞ്ഞത് താങ്കൾ പറഞ്ഞതിലോ ഭാഗ്യമുണ്ടെങ്കിൽ അതിൽകൂടുതലോ എത്തിക്കാൻ നോക്കാം."

‘‘സ്പെയിനിലെ ‘തോർദേസിലിയാസ്’ എന്ന സ്ഥലത്താണ് യോഗം നടക്കുക. നമ്മൾ വിലപേശാൻ പോകുന്ന രീതി നീ കൃത്യമായി കുറിച്ച് പോകുന്നതിനുമുമ്പ് എന്നെക്കൊണ്ട് കാണിക്കുക. നിന്റെ തീരുമാനം ആയിരിക്കും അന്ത്യം. പോർച്ചുഗലിന് വേണ്ടിയും എന്നെ പ്രതിനിധീകരിച്ച് ആ കരാർ ഒപ്പിടുന്നത് നീ ആയിരിക്കും.’’

പച്ചേക്കോ അനുസരണയോടെ തലകുലുക്കി.

‘‘പുതിയ കര കണ്ടുപിടിച്ചത് നീയാണ്. കുറച്ചു വർഷങ്ങൾക്കു ശേഷം നിന്നെ തന്നെ വീണ്ടും അങ്ങോട്ട് അയച്ച് കണ്ടുപിടുത്തം ഔദ്യോഗികമായി നിന്റെ പേരിൽ ആക്കി നിനക്ക് തക്ക പ്രതിഫലം തരാം.’’

‘‘പ്രഭു, ഞാൻ ഇതൊന്നും ആഗ്രഹിച്ചല്ല ഇതെല്ലാം ചെയ്തത്, എല്ലാം അങ്ങേയ്ക്കും നമ്മുടെ നാടിനുവേണ്ടി മാത്രം.’’

‘‘നീയാരാ അത് തീരുമാനിക്കാൻ, എല്ലാം ഞാൻ തീരുമാനിക്കും.’’

‘‘പ്രഭുവിന്റെ ഇഷ്ടംപോലെ.’’

‘‘എന്റെ മനസ്സിലുള്ളത് ഞാൻ പറയാം. ക്രിസ്റ്റഫർ കണ്ടുപിടിച്ചതും നീ കണ്ടുപിടിച്ചതും ഒരുപോലത്തെ പ്രദേശങ്ങളാണ്. അവിടെയുള്ള ജനങ്ങൾ പ്രാകൃതരും നമ്മേക്കാൾ പരിഷ്കാരം കുറഞ്ഞവരുമായിരിക്കും. അതിനാൽ ഇപ്പോൾ തന്നെ അങ്ങോട്ട് പോയിട്ട് വലിയ കാര്യമില്ല. ഇന്ത്യ അങ്ങനെയല്ല, നമ്മളേക്കാൾ പഴയ പാരമ്പര്യം ഉള്ള ഒരു രാജ്യമാണ്, അറിയപ്പെട്ട കച്ചവടകേന്ദ്രമാണ്. മൂറുകളുടെ കയ്യിൽനിന്നും കുരുമുളകിന്റെയും മറ്റു സുഗന്ധ ദ്രവ്യങ്ങളുടെയും കച്ചവടം നമ്മൾ കൈയ്യടക്കിയാൽ നമ്മുടെ സമ്പത്ത് വർദ്ധിക്കും. ഇപ്പോൾ ഞാൻ ഗിനിയയിൽ ചെയ്തത് കണ്ടില്ലേ? അവിടത്തെ സ്വർണഖനികളിൽ നിന്നും എത്ര സമ്പത്താണ് നമുക്ക് ലഭിക്കുന്നത്? ഇവിടെ ഉണ്ടാക്കുന്ന ചെമ്പ്, തുണി, വൈൻ തുടങ്ങിയ വസ്തുക്കൾക്ക് പകരം നമുക്ക് സ്വർണമല്ലേ ലഭിക്കുന്നത്? അങ്ങനെ കിട്ടുന്ന ധനം നമുക്ക് പിന്നീട് നീ കണ്ടു പിടിച്ച സ്ഥലത്ത് മുതൽ ഇറക്കിയാൽ, അവിടെ ഉണ്ടാവുന്ന കാർഷിക വിളവെടുപ്പിൽ നിന്നും ഖനികളിൽ നിന്നും നമുക്ക് ലാഭം ഉണ്ടാക്കാം. ഇതുകൊണ്ടാണ് ഞാൻ ഇന്ത്യയ്ക്ക് പ്രാധാന്യം കൊടുക്കുന്നത്.’’

‘‘താങ്കളുടെ ദീർഘവീക്ഷണം വളരെ ശരിയാണ് പ്രഭു.’’ പച്ചേക്കോ സമ്മതിച്ചു.

‘‘നമ്മുടെ ചാർട്ടുകളും മാപ്പുകളും വളരെ ഭദ്രമായി ഇരിക്കണം. നാവികർ ഓരോ യാത്ര കഴിഞ്ഞ് തിരിച്ചുവരുമ്പോളും അവ കൃത്യമായി വാങ്ങി വയ്ക്കണം. മറ്റു രാജ്യങ്ങളിലെ ഏജന്റ്മാർ അവ ലഭിക്കാൻ കാത്തിരിക്കുകയായിരിക്കും.നിന്റെ ഈ യാത്രയിലെ രേഖകൾ നീ തന്നെ ഭദ്രമായി നിന്റെ കാര്യാലയത്തിൽ പ്രത്യേകം സൂക്ഷിച്ചു വെക്കണം. നിന്റെ യാത്രാ ഉദ്ദേശ്യം ആർക്കും അറിയില്ല എന്ന് ഉറപ്പു തന്നെയല്ലേ?’’

"ഉറപ്പാണ് പ്രഭു."

"ശരി അപ്പോൾ നീ നിന്റെ പണി തുടങ്ങിക്കോ. പോകുന്നതിനു മുമ്പേ കാണാം."

പച്ചേക്കോ കൊട്ടാരത്തിൽ നിന്നും ഇറങ്ങി.

1494 ജൂൺ മാസം ഏഴാം തീയതി. പോർച്ചുഗലിനെ പ്രതിനിധീകരിച്ചുകൊണ്ട് പച്ചേക്കോവും സംഘവും സ്പെയിൻ രാജ്യത്തെ പ്രതിനിധികളുമായി തോർദേസിലിയാസ് എന്ന പട്ടണത്തിൽ വെച്ച് ഉടമ്പടി സംബന്ധിച്ച യോഗത്തിൽ പങ്കെടുത്തു. പുറപ്പെടുന്നതിനു മുമ്പ് ജോൺ രാജാവുമായി ചർച്ചചെയ്ത് തീരുമാനിച്ച ഭേദഗതി സ്പെയിനിലെ രാജാവും അംഗീകരിച്ചിരുന്നു. മാർപാപ്പയുടെ തീട്ടൂരം സർവ്വദാ അംഗീകരിച്ചു കൊണ്ടുതന്നെ, കേപ്പ് വെർദേയിൽ നിന്നും മാർപാപ്പ നിർദ്ദേശിച്ച നൂറു ലീഗ്, ഉഭയകക്ഷി സമ്മതപ്രകാരം 370 ലീഗായി വർദ്ധിപ്പിച്ചു. അതിന്റെ ഫലമായി ബ്രസീൽ 1500-ാം ആണ്ടിൽ ഔദ്യോഗികമായികണ്ടുപിടിച്ചതായി പ്രഖ്യാപിക്കപ്പെട്ടപ്പോൾ, അത് പോർച്ചുഗലിന് ലഭിച്ചു. ഫലത്തിൽ യൂറോപ്പിലെ ഈ രണ്ടു വമ്പന്മാരും കൂടി ലോകം പങ്കു വെച്ചു. പോർച്ചുഗലിനുവേണ്ടി ചരിത്രപ്രസിദ്ധമായ തോർദേസിലിയാസ് ഉടമ്പടി ഒപ്പുവെച്ചശേഷം ദുവാർട്ടേ പച്ചേക്കോ പെരേര ലിസ്ബണിലേക്ക് മടങ്ങി.

അടുത്തവർഷം ജോൺ രണ്ടാമൻ രാജാവ് കാലം ചെയ്തു. ആദ്യമായി പച്ചേക്കോവിന് അനാഥത്വം അനുഭവപ്പെട്ടു. രണ്ടുവർഷത്തിനുശേഷം ജോൺ രണ്ടാമൻ ഇന്ത്യയിലേക്ക് പറഞ്ഞയയ്ക്കാൻ തെരഞ്ഞെടുത്ത എസ്റ്റേവേയു ഡി ഗാമയും കാലയവനികക്കുള്ളിൽ മറഞ്ഞു. മാന്വൽ ഒന്നാമൻ പുതിയ രാജാവായി ചുമതലയേറ്റു. അദ്ദേഹം ജോൺ രാജാവിന്റെ, ഭാര്യാസഹോദരനും കൂടാതെ അർദ്ധസഹോദരനും ആയിരുന്നു. ബർത്തലോമിയോ ഡയസ് അപ്പോഴേക്കും കൊട്ടാരത്തിലെ വെയർഹൗസിന്റെ തലവനായി. ഇന്ത്യ പര്യവേഷണത്തിന് 'സാവോ ഗബ്രിയേൽ' 'സാവോ റാഫേൽ,' എന്ന രണ്ട് കപ്പലുകൾ ഡയസിന്റെ മേൽനോട്ടത്തിൽ തയ്യാറായിക്കൊണ്ടിരിക്കുന്നു. ഫെർണാണ്ടോയും ആ തിരക്കിൽ വ്യാപൃതനായി. അടുത്തവർ ഇല്ലാതാകുമ്പോൾ ശൂന്യത അനുഭവപ്പെടുമല്ലോ, ജോൺ രാജാവിന്റെ മരണത്തിനുശേഷം പച്ചേക്കോ അൽപം ഒതുങ്ങിതന്നെയാണ് കൊട്ടാരത്തിൽ ജോലിചെയ്തത്. ഉപജാപകസംഘങ്ങൾ പുതിയ രാജാവിനെ പ്രീതിപ്പെടുത്താനുള്ള വഴികൾ ആരാഞ്ഞുകൊണ്ടിരുന്നു. അവരുടെ ദൃഷ്ടിപഥങ്ങളിൽ പെട്ടുപോയാൽ കുഴപ്പമാണ്, കാരണം അയാൾ പഴയ രാജാവിനോട് വളരെ അടുപ്പമുണ്ടായിരുന്ന ആളാണ്. പച്ചേക്കോ ലിസ്സിന്റെയും മരിയയുടെയും കൂടെ കൂടുതൽ സമയം ചെലവഴിച്ചുകൊണ്ട് സമയം പോക്കി.

വാസ്കോ ഡി ഗാമ

മാനുവൽ രാജാവ്. അന്തരിച്ച ജോൺ രണ്ടാമന്റെ രീതിയിലല്ല കാര്യങ്ങൾ കണ്ടിരുന്നത്. പുതിയതായി സ്ഥാനം ഏറ്റെടുക്കുന്ന ഒരു രാജാവ് ആയാലും ശരി, ഒരു സ്ഥാപനത്തിന്റെ തലവൻ ആയാലും ശരി, അവർ ആദ്യം ചെയ്യുന്നത് അതിനു മുമ്പുണ്ടായിരുന്ന ആളുടെ വിശ്വസ്തരെ അകറ്റുക, തനിക്ക് വേണ്ടപ്പെട്ടവരെ കൊണ്ടുവരിക എന്നതാണ്. മാനുവൽ രാജാവും അതിന് വ്യത്യസ്തനായിരുന്നില്ല. സ്വാഭാവികമായും ദുവാർട്ടേയും അദ്ദേഹവുമായി അകലം പാലിച്ചാണ് പെരുമാറിയത്. ശൈലി വ്യത്യസ്തം ആണെങ്കിലും ജോൺ രണ്ടാമന്റെ കാഴ്ചപ്പാട് തന്നെയാണ് മാനുവൽ രാജാവ് തുടർന്നത്. ആദ്യത്തെ ജോലി കിട്ടിയത് ബർത്തലോമിയോവിനായിരുന്നു. കപ്പൽ നിർമ്മാണത്തിന് മേൽനോട്ടച്ചുമതല. ഇന്ത്യായാത്രയിലേക്ക് നിയോഗിക്കപ്പെട്ട സീനിയർ ഗാമ ഇതിനിടെ മരണമടഞ്ഞതിനാൽ അദ്ദേഹത്തിന്റെ പുത്രനായ വാസ്കോഡിഗാമ ആ ദൗത്യത്തിലേക്ക് തെരഞ്ഞെടുക്കപ്പെട്ടു. പുതിയ രീതിയിൽ 'അർമഡാ' എന്നറിയപ്പെട്ടിരുന്ന കപ്പൽവ്യൂഹത്തിന്റെ തലവന്മാർ പുതിയ രാജാവിന്റെ കാഴ്ചപ്പാടിൽ ഒരു ഗവർണർ അല്ലെങ്കിൽ പട്ടാള മേധാവിയുടെ പരിവേഷം ഉള്ളവരായിത്തീർന്നു. ഗാമ മുൻകോപിയും കർശന സ്വഭാവം ഉള്ളവനുമാണ്. മാനുവൽ രാജാവിന്റെ ആഗ്രഹവും അങ്ങനെ തന്നെ വേണം എന്നായിരിക്കണം. പെട്ടെന്ന് തീരുമാനങ്ങളെടുക്കുന്നതും, അവ തെറ്റായിരുന്നെങ്കിൽ പിന്നീട് മാറ്റുന്നതും പരിഹാരം ചെയ്യുന്നതും മാനുവൽരാജാവിന്റെ ജന്മസ്വഭാവമായിരുന്നു. ഇന്ത്യയ്ക്ക് പോകാൻ സ്വീകരിക്കേണ്ട വഴിയെക്കുറിച്ച് വിശകലനം ചെയ്യാൻ ഗാമയുടെ നേതൃത്വത്തിൽ നാവികർ യോഗങ്ങൾ ചേർന്നു. ആദ്യമായി ആഫ്രിക്കൻ മുനമ്പ് ചുറ്റിയ നാവികനായ ബർത്തലോമിയോ ഡയസിനേയും അവർ ക്ഷണിച്ചു. യോഗം നടക്കുന്ന മുറിയിൽ ബർത്തലോമിയോ പോയ വഴിയുടെ ചാർട്ട് മേശപ്പുറത്ത് വെച്ചിരുന്നു. പ്രാഥമിക ചർച്ചകൾക്കുശേഷം ഗാമ ബർത്തലോമിയോവിനോട് ചോദിച്ചു.

"ആഫ്രിക്കൻ മുനമ്പുവരെ താങ്കളുടെ ചാർട്ട് അനുസരിച്ച് പോകുന്നതിനെക്കുറിച്ച് താങ്കൾക്ക് എന്താണ് അഭിപ്രായം? താങ്കൾ ഒരു

തവണ പോയതിനാൽ അതിന്റെ കാര്യങ്ങളെല്ലാം താങ്കൾക്ക് അറിയാമല്ലോ?''

''ക്യാപ്റ്റൻ ഗാമ, പുതിയ ലക്ഷ്യം തേടിയുള്ള യാത്രയായതിനാൽ, ഞാൻ അല്പം സൂക്ഷിച്ച് കരയോടു ചേർന്നാണ് കപ്പൽ നിയന്ത്രിച്ചത്. നിങ്ങൾക്ക് ഇപ്പോൾ 'ഗുഡ്ഹോപ്പ്' മുനമ്പ് എത്തുന്നതുവരെയുള്ള കണക്കുകൾ അറിയാം. ഞാൻ പോയത് താരതമ്യേന ചെറിയ കപ്പലിലാണ്. താങ്കളുടെ വ്യൂഹത്തിൽ നാലു കപ്പലുകളാണുള്ളത്. രണ്ടെണ്ണം സാമാന്യം വലിയ കരാക്കുകളും ഒരു ഇടത്തരം കാരവൽ കപ്പലും നാലാമത്തേത് നല്ല വലിപ്പമുള്ള, ചരക്കുകൾ കയറ്റുന്ന കപ്പലുമാണ്. അതിനാൽ കരയോട് അടിപ്പിച്ചു പോകുന്നത് അപ്രായോഗികമാണ്, വേഗതയും കുറവായിരിക്കും.''

അവിടെ ഉണ്ടായിരുന്ന മറ്റു നാവികരും അത് ശരിവെച്ചു.

''അതിനുപകരം താങ്കൾ നിർദ്ദേശിക്കുന്നത് എന്താണ്?'' ഗാമ ചോദിച്ചു.

''ലിസ്ബണിൽനിന്നും നേരെ കേപ്പ് വെർദേ ദ്വീപിലേക്ക് പോവുക. അവിടെനിന്നും പടിഞ്ഞാറ് ദിശയിലേക്ക് സ്വല്പം ആഞ്ഞ് സെന്റ് ഹെലീന ദ്വീപുകളുടെ ഓരത്തു കൂടി തെക്കുപടിഞ്ഞാറിലേക്ക് ഒരു ആർക്ക് പോലെ സഞ്ചരിച്ച് ഭൂമധ്യരേഖ കടന്ന് 20 ഡിഗ്രി രേഖാംശത്തിൽ എത്തിയതും കപ്പൽ കിഴക്കോട്ട് തിരിച്ച് യാത്ര തുടർന്നാൽ എന്റെ ചാർട്ടിൽ ഞാൻ മുനമ്പ് എത്തുന്നതിനുമുമ്പ് രേഖാംശം 40 ഡിഗ്രിയിൽ നിന്നിരുന്ന സ്ഥലത്ത് എത്തും. അവിടെ പടിഞ്ഞാറൻ കാറ്റ് വളരെ അനുകൂലമാണ്, യാത്രയിൽ പ്രശ്നങ്ങൾ ഒന്നും ഉണ്ടാവില്ല.''

''എനിക്കിഷ്ടപ്പെട്ടു. ഞാൻ അങ്ങനെ തന്നെ ചെയ്യും.'' ഗാമ പറഞ്ഞു. ''മുനമ്പു തിരിഞ്ഞശേഷം പോകേണ്ട വഴിയെപ്പറ്റി താങ്കൾക്ക് എന്തെങ്കിലും അഭിപ്രായം ഉണ്ടോ?''

''മുനമ്പ് തിരിഞ്ഞ് ഞാൻ കുറച്ചു ദൂരം മാത്രമേ വടക്ക് കിഴക്ക് ദിശയിലേക്ക് യാത്ര ചെയ്തുള്ളൂ. അവിടുന്ന് എനിക്ക് തിരിച്ചു വരേണ്ടി വന്നു. കിഴക്കേ ആഫ്രിക്കൻ തീരങ്ങളിൽ എവിടെയെങ്കിലും നിർത്തിയിട്ട് യാത്ര തുടങ്ങിയാൽ മതി എന്നാണ് എന്റെ അഭിപ്രായം.''

''പ്രിയ ഡയസ്, താങ്കൾക്ക് ഞങ്ങളുടെ കൂടെ ആഫ്രിക്കൻ മുനമ്പ് വരെയെങ്കിലും വന്നുകൂടെ?'' ഗാമ ചോദിച്ചു.

ബർത്തലോമിയോ ഡയസ് പുഞ്ചിരിച്ചുകൊണ്ട് പറഞ്ഞു.

''സഹോദരാ, ഒന്നാമത് എനിക്ക് പ്രായമായി, രണ്ടാമത് രാജാവിന്റെ അനുവാദമില്ലാതെ എനിക്ക് ഇവിടെ നിന്നും അനങ്ങുവാൻ സാധ്യമല്ല.''

''എങ്കിൽ കേപ്പ് വെർദേ വരെയെങ്കിലും താങ്കൾ വരണം. അവിടുന്നല്ലേ എനിക്ക് പുതിയ നാവിക പാത എടുക്കേണ്ടത്? അത് വരെയെങ്കിലും താങ്കൾ ഞങ്ങളെ അനുഗമിക്കാൻ അനുവദിക്കാൻ രാജാവിനോട് ഞാൻ അഭ്യർത്ഥിക്കാം.''

''എനിക്കതിൽ സന്തോഷമേയുള്ളൂ. എന്നാൽ അങ്ങനെയാവട്ടെ, ഈ യാത്ര താങ്കൾക്കും പോർച്ചുഗലിനും ഒരു വിജയയാത്രയവട്ടെ.'' ഡയസ് അവിടെനിന്നും ഇറങ്ങി.

വാസ്കോഡഗാമയുടെ യാത്ര ഒരു സാഹസിക യാത്ര തന്നെയായിരുന്നു. വളരെ പരിമിതമായ നാവിക ഉപകരണങ്ങളും കാറ്റിന്റെ ദയ കൊണ്ടുമാത്രം മുന്നോട്ടായുന്ന കപ്പലുകളും അറിയാത്ത തീരങ്ങളിൽ പതിയിരിക്കുന്ന അപകടങ്ങളും എല്ലാം വെല്ലുവിളികളാണ്. അന്ന് പോർച്ചുഗലിൽ ഉണ്ടായിരുന്ന എണ്ണംപറഞ്ഞ നാവികരാണ് ആ യാത്രയിൽ പങ്കെടുത്ത്. പെഡ്രോഎസ്കോബാർ, പെറോ ഡി അലൻകർ, നിക്കോളായ്കൊയിലോ, എന്നിവർ അതിൽ ഉണ്ടായിരുന്നു. സാവോ ഗബ്രിയേൽ എന്ന കരാക്ക് കപ്പലിന്റെ തലവൻ വാസ്കോഡഗാമ തന്നെയാണ്. സാവോ റാഫേൽ നിയന്ത്രിച്ചിരുന്നത് ഗാമയുടെ മൂത്ത സഹോദരൻ പൗലോ ഡ ഗാമ ആയിരുന്നു. സാവോ മിഗുവൽ എന്ന് കാരവൽ നിയന്ത്രിച്ചത് നിക്കോളായ് കൊയിലോ ആയിരുന്നു. സംഭരണക്കപ്പൽ ഗോൺകലോ ന്യൂൺസ് എന്ന പ്രശസ്ത നാവികൻ നിയന്ത്രിച്ചു. തടവറകളിൽ പോയി കൊലക്കുറ്റത്തിനു ശിക്ഷ അനുഭവിക്കുന്ന പത്തു തടവുകാരെ തിരഞ്ഞെടുത്ത് അവരെ ഗാമയുടെ സംഘത്തിൽ ഉൾപ്പെടുത്തി. അപകടകരമായ ജോലികൾക്ക് നാവികർക്ക് പകരം ഉപയോഗിക്കാനായിരുന്നു അത്. എല്ലാ പര്യടനങ്ങൾക്കും ഇതുപോലെ കുറ്റവാളികളെ കൊണ്ടുപോകുന്നത് പതിവായിരുന്നു. വലിയ കപ്പലിൽ മുഴുവൻ പലചരക്കായിരുന്നു. ബിസ്ക്കറ്റ്, പയറുവർഗങ്ങൾ, ഉണക്കിയ ഇറച്ചിവകകൾ, വൈൻ, ഗോതമ്പ്പൊടി, മറ്റു ധാന്യങ്ങൾ പൊടിച്ചത്, ഒലീവ്ഓയിൽ അച്ചാറുകൾ, മരുന്നുകൾ തുടങ്ങിയ നിത്യോപയോഗ സാധനങ്ങൾ മൂന്നു വർഷത്തേക്ക് വേണ്ടുന്നത്ര സംഭരിച്ചിരുന്നു.

ക്രൂരത കാണിക്കാൻ ഒരു മടിയും കാണിക്കാത്ത വാസ്കോഡഗാമയ്ക്ക് ഒരു ബലഹീനത ഉണ്ടായിരുന്നു. വളരെ സൗമ്യസ്വഭാവക്കാരനായ അദ്ദേഹത്തിന്റെ ജ്യേഷ്ഠൻ, പൗലോ. അനുജന് ജ്യേഷ്ഠനെ ജീവനുതുല്യം ഇഷ്ടമായിരുന്നു. പൗലോയുടെ സാമീപ്യം എപ്പോഴും വാസ്കോഡ ഗാമയെ ശാന്തനാക്കിയിരുന്നു എന്നത് അക്കാലത്ത് ഏവർക്കും അറിയാവുന്ന ഒരു രഹസ്യമായിരുന്നു. അറബി ഭാഷ അറിയാവുന്ന നാല് നാവികർ യാത്രയിൽ ഉണ്ടായിരുന്നു. ഇന്ത്യയിൽ അറബിക്കച്ചവടക്കാരും അറബി ഭാഷ അറിയുന്ന ഇന്ത്യക്കാരും ഉള്ളതിനാൽ ഇവരെ ദ്വിഭാഷികളായി

ഉപയോഗിക്കാം എന്നതും ഒരു സൗകര്യമായിരുന്നു. പോകുന്ന തലേ ദിവസം മുഴുവൻ ഗാമ സാന്റാ മരിയ പള്ളിയിൽ പ്രാർത്ഥനാ നിരതനായി കഴിച്ചുകൂട്ടി.

1497 ജൂലൈ മാസം എട്ടാം തീയതി കൊട്ടാരത്തിൽ നിന്നും ടാഗസ് നദിയുടെ അഴിമുഖംവരെ വളരെ മനോഹരമായി അലങ്കരിച്ചിരുന്നു. ചുവപ്പും വെളുപ്പും കലർന്ന തുണികൾ ഉപയോഗിച്ച് നിർമ്മിച്ച ഒരു പന്തൽ തുറമുഖത്ത് ഉയർന്നു. കൃത്യസമയത്ത് തന്നെ രാജാവും പൗരപ്രധാനികളും പന്തലിൽ എത്തി. ഗാമ വലത്തെ മുട്ട് മടക്കി രാജാവിന്റെ കയ്യിൽനിന്നു പോർച്ചുഗലിന്റെ കൊടിയും പ്രധാനപ്പെട്ട കത്തുകൾ അടങ്ങുന്ന പെട്ടിയും സ്വീകരിച്ചു. വാദ്യമേളങ്ങൾ ഉച്ചസ്ഥായിയിൽ മുഴങ്ങി. അല്പം പിറകോട്ടു നടന്ന് തനിക്കുവേണ്ടി കാത്തുനിന്ന് പൈലറ്റ് ബോട്ടിൽ കയറി, കാണികൾക്ക് കൈവീശിക്കൊണ്ട് ഗാമ അല്പം ദൂരെ നിർത്തിയിരുന്ന തന്റെ കപ്പലിലേക്ക് പോയി. നാല് കപ്പലുകൾക്ക് യാത്ര അനുമതിയായി നാല് പീരങ്കികൾ മുഴങ്ങി. ഗാമയുടെ കപ്പൽവ്യൂഹം പുറംകടലിലേക്ക് പ്രവേശിച്ചു. തുറമുഖത്തിന്റെ വേറൊരു മൂലയിൽ നിന്നു വേഗതയേറിയ ഒരു ചെറിയ കാരവൽ കപ്പൽ ആ വ്യൂഹത്തിന്റെ ഒപ്പം എത്തിപ്പെടാൻ അതിവേഗം പാഞ്ഞു. അതിന്റെ ഫോർ ക്ലാസിലിൽ ബർത്തലോമിയോ ഡയസ് നിന്നിരുന്നു, അദ്ദേഹത്തിന്റെ അടുത്ത് ദുവാർട്ടേ പച്ചേക്കോയും ഉണ്ടായിരുന്നു.കപ്പലുകൾ ചക്രവാളത്തിൽ മറഞ്ഞപ്പോൾ തുറമുഖത്ത് കൂടിയ ജനങ്ങൾ പിരിഞ്ഞു. ലോകചരിത്രത്തിൽ ഒരു പുതിയ അദ്ധ്യായം തുറക്കുകയായിരുന്നു.

അറിയപ്പെടാത്ത രഹസ്യം

ബർത്തലോമിയോവിന്റെ വേഗതയേറിയ കാരവൽ കപ്പൽ ഒരു മണിക്കൂറിനകം ഇന്ത്യ അർമെഡയുടെ കൂട്ടത്തിൽ ചേർന്നു. കപ്പൽ വ്യൂഹം കേപ്പ് വെർദെ ദ്വീപുകൾ ലക്ഷ്യമാക്കി നീങ്ങി. നടുവിലെ പായ മരത്തിന്റെ തണ്ടിൽ ചാരിനിന്നുകൊണ്ടിരുന്ന പച്ചേക്കോവിന്റെ അരികിലേക്ക് വന്ന ക്യാപ്റ്റൻ ഡയസ് അയാളെ സൂക്ഷിച്ചു നോക്കി. താൻ അവിടെ വന്നു നിന്നതുപോലുമറിയാതെ ഗാഢമായ ചിന്തയിലായിരുന്നു പച്ചേക്കോ. ശാന്തമായ കടലിൽ ഡോൾഫിനുകൾ വായുവിൽ പൊന്തി വീണ്ടും കടലിലേക്ക് മുതലക്കൂപ്പ് നടത്തുന്നുണ്ടായിരുന്നു. ഡയസ് ചോദിച്ചു.

“ദുവാർട്ടേ, ഞാൻ കുറച്ചു ദിവസമായി നിന്നെ ശ്രദ്ധിക്കുകയാണ്. എല്ലായ്പ്പോഴും നീ എന്തോ ആലോചനയിലാണ്. നിനക്കെന്തു പറ്റി, നിനക്കും അവരുടെ കൂടെ ഇന്ത്യയിലേക്ക് പോകണം എന്ന് ആഗ്രഹം ഉണ്ടായിരുന്നോ?”

“ഒരിക്കലുമില്ല ക്യാപ്റ്റൻ. പ്രത്യേകിച്ചും ഗാമയുടെ കൂടെ.”

“നീ പറഞ്ഞത് വാസ്തവമാണ്. കഴിവുള്ളവനാണെങ്കിലും മയത്തിൽ പെരുമാറാൻ അറിയാത്ത ആളാണ് അയാൾ. കൂടെ പോകുന്ന നാവികരുടെ കാര്യം കഷ്ടമാണ്. അയാളുടെ ചേട്ടൻ കൂടെയുള്ളതാണ് ഒരു സമാധാനം. അത് പോട്ടെ നിന്റെ മനസ്സിൽ എന്താണ് ഒരു വിഷമം? പുറത്തു പറയാനാവാത്ത എന്തോ ഒന്ന് നിന്റെ മനസ്സിനെ വിഷമിപ്പിക്കുന്നുണ്ട്, ശരിയല്ലേ?”

“ശരിയാണ് ക്യാപ്റ്റൻ, താങ്കളെ എനിക്ക് നല്ലവണ്ണം അറിയാം, താങ്കളോട് പറയാൻ പാടില്ലാത്തത് ഒന്നുമല്ല. നമ്മുടെ മടക്കയാത്രയിൽ ഞാൻ വിസ്തരിച്ചു പറയാം. എനിക്ക് താങ്കളുടെ വിലയേറിയ അഭിപ്രായവും അറിയണം.”

“ശരി, ഇന്ന് നേരത്തെ ആഹാരം കഴിച്ച് കിടക്കാം. കുറേസമയം കടൽ ശാന്തമായിരിക്കുമെന്നു തോന്നുന്നു. കുലുങ്ങാതെ, കുറച്ചു നേരം കിടന്നുറങ്ങാം.” കപ്പലിന്റെ മേൽത്തളത്തിൽ നിന്നും മരക്കോണി വഴി താഴെയിറങ്ങി അവർ തീൻമുറിയിലെ കസേരകളിൽ ഇരുന്നു.

കപ്പൽവ്യൂഹം കേപ്പ് വെർദെ ദ്വീപുകളിൽ എത്തി. രണ്ടുമൂന്നു ദിവസം കഴിഞ്ഞ് അവിടെനിന്നും പുറപ്പെട്ടപ്പോൾ ഗാമയുടെ അഭ്യർത്ഥനപ്രകാരം പടിഞ്ഞാറൻ കാറ്റ് കടന്നുപോകുന്ന വഴിവരെ ബർത്തലോമിയോടെ കാരവൽ പൈലറ്റായി മുന്നോട്ടുപോയി. കുറേ ദൂരം പടിഞ്ഞാറ് ഭാഗത്തേക്ക് ഓടി ഒരു ആർക്ക് പോലെ തെക്കു കിഴക്കേ സഞ്ചരിച്ച് പിന്നീട് ബർത്തലോമിയോ കണക്കുപ്രകാരം ദിശമാറ്റി. ഗാമയുടെ കപ്പലിന് താൻ തിരിച്ചുപോകുന്നു എന്ന് അടയാളം നൽകി ബർത്തലോമിയോയുടെ കപ്പൽ പിറകോട്ട് തിരിച്ചു മടക്കയാത്ര ആരംഭിച്ചു. ഇന്ത്യൻ അർമെഡ അയാളോട് യാത്ര പറഞ്ഞത് ഗാമയുടെ കപ്പലിലെ പീരങ്കി മുഴക്കിക്കൊണ്ടായിരുന്നു.

മടക്കയാത്രയിൽ ദുവാർട്ടേ ഡയസ്സിനോട് പറഞ്ഞു.

"ക്യാപ്റ്റൻ, തിരിച്ചുള്ള യാത്രയിൽ കുറച്ചുദിവസം കപ്പൽ നിയന്ത്രിക്കാൻ എന്നെ അനുവദിക്കുമോ?"

"അതിനെന്താ നിനക്ക് ചെയ്യാമല്ലോ?"

"ഞാൻ ചോദിക്കുന്നത് നേരെ അസോറസിലേക്ക് വിടാതെ കപ്പൽ കുറച്ചൊന്ന് വളച്ചു കൊണ്ടുപോകാൻ എന്നെ ദയവായി അനുവദിക്കാനാണ്."

"ചാർട്ടുകളിൽ രേഖപ്പെടുത്താതെ കപ്പലിന്റെ ഗതി മാറ്റാൻ എനിക്കാവില്ല." ഡയസ് പറഞ്ഞു.

"അതുകൊണ്ടാണ് നിയന്ത്രണം എന്നെ ഏൽപ്പിക്കാൻ ഞാൻ അഭ്യർത്ഥിച്ചത്."

"നീഗൂഢമായി സംസാരിക്കാതെ കാര്യങ്ങൾ എന്നോട് തുറന്നു പറഞ്ഞോളൂ. എത്ര വലിയ രഹസ്യമായിരുന്നാലും ഞാൻ ആരോടും പറയില്ല. നിനക്ക് എന്നെ വിശ്വസിക്കാം."

"ക്യാപ്റ്റൻ ആ വിശ്വാസം ഉള്ളതുകൊണ്ടാണ് ഞാൻ യാത്രയ്ക്ക് താങ്കളുടെ കൂടെ വന്നത്. ഞാൻ എല്ലാം പറയാം."

ഇരുവരും കാബിനിൽ പോയിരുന്നു. ജോൺ രണ്ടാമന്റെ അനുവാദത്തോടെ താൻ നടത്തിയ അറ്റ്ലാന്റിക് യാത്രയെക്കുറിച്ച് അയാൾ ക്യാപ്റ്റൻ ഡയസ്സിനോട് വിശദമായി പറഞ്ഞു. അദ്ദേഹം ഒന്നും മിണ്ടാതെ അയാൾ പറഞ്ഞത് മുഴുവൻ കേട്ടു.

"തോർദിസിലാസ് ഉടമ്പടിയിൽ 370 ലീഗിന്റെ കണക്ക് എങ്ങനെയാണ് വന്നത് എന്ന് എനിക്ക് ഇപ്പോൾ മനസ്സിലായി. ഒരു വലിയ കണ്ടുപിടുത്തമാണ് നീ നടത്തിയിരിക്കുന്നത്. ജീവിച്ചിരിക്കുന്നവരിൽ ഈ രഹസ്യം അറിയാവുന്നത് ഇപ്പോൾ രണ്ടുപേർ മാത്രം."

"അതേ ക്യാപ്റ്റൻ, ഒരാൾ കൂടി അറിയുന്നത് നല്ലതാണെന്ന് എനിക്ക് തോന്നി, അത് പറയാൻ അർഹനായ ഒരാൾ താങ്കൾ മാത്രം."

''ഇപ്പോൾ നിന്റെ ഉദ്ദേശ്യം എന്താണ്? അങ്ങോട്ട് വീണ്ടും പോകാനാണോ? നമ്മുടെ കൂടെയുള്ള നാവികർ അറിയാതെ ഇരിക്കുന്നതാണ് നല്ലത്.''

''അവിടെ ഇറങ്ങാനുള്ള പരിപാടി ഒന്നും എനിക്കില്ല. ആ കരയുടെ ശിരസ്സ് ഞാൻ കണ്ടു, തെക്കോട്ട് എത്ര ദൂരം കരയുണ്ട് എന്ന് അറിയാൻ വേണ്ടി മാത്രമാണ് ഞാൻ ദിശ മാറ്റാൻ ആവശ്യപ്പെട്ടത്. നമ്മൾ പോകുന്ന ലാറ്റിറ്റ്യൂഡിൽ കര ഉണ്ടോ എന്ന് അറിഞ്ഞാൽ മാത്രം മതി നമുക്ക് ഉടനെ തിരിക്കാം. ഏതായാലും ഇതുവരെ വന്നതല്ലേ.''

''നീ പറഞ്ഞതിൽ കാര്യമുണ്ട്. പക്ഷേ കപ്പൽ ഞാൻതന്നെ നിയന്ത്രിക്കാം, അല്ലെങ്കിൽ മറ്റുള്ള നാവികർക്ക് സംശയം ഉണ്ടാകും.'' അദ്ദേഹം പറഞ്ഞു. അല്പദിവസങ്ങൾക്കകം ദുവാർട്ടേയുടെ അനുമാന പ്രകാരം ഒരു ദിവസം പുലർച്ചെ വളരെ അകലെ ഒരു കൊച്ച് പർവ്വതം കാണാറായി. അന്നത്തെ രാത്രിയിലെ നിരീക്ഷണം അവർ ഇരുവരും തന്നെ സ്വയം ഏറ്റെടുത്തിരുന്നു, ദൂരെ കാണുന്ന പർവ്വതം അത്ഭുതത്തോടെ അവർ നോക്കിനിന്നു. ഉടൻ ഡയസ് കപ്പലിന്റെ ഗതിമാറ്റി, വടക്ക് കിഴക്ക് ഭാഗത്തേക്ക് നിയന്ത്രിച്ചു, അല്പസമയത്തിനകം കര, ദൃഷ്ടിപദത്തിൽനിന്നും മാഞ്ഞുപോയി. പിൽക്കാലത്ത് 'മോൺടേ പാസ്കോൾ' എന്നറിയപ്പെട്ട പർവതമാണ് അവർ അന്ന് കണ്ടത്. ഡയസ് കുറിപ്പുകൾ എല്ലാം എഴുതി വച്ചു. കപ്പൽ അസോറസ് ദ്വീപുകളെ ലക്ഷ്യമാക്കി നീങ്ങി.

''ജോൺ രണ്ടാമൻ രാജാവ് ഈ കണ്ടുപിടിത്തം പുതിയ രാജാവിനോട് പറഞ്ഞു കാണുമോ?'' ഡയസ് പച്ചേക്കോവിനോട് ചോദിച്ചു.

സ്പെയിനുമായി ഉടമ്പടി ഉണ്ടാക്കിയതിനുശേഷം അസുഖം ബാധിച്ച് അധികകാലം അദ്ദേഹം ജീവിച്ചിരുന്നില്ല. അതിനാൽ പറയാൻ സാവകാശം കിട്ടിക്കാണില്ല എന്ന് തോന്നുന്നു. അന്നത്തെ ചാർട്ടുകൾ എല്ലാം എന്നോട് സൂക്ഷിച്ചുവയ്ക്കാൻ ആണ് അദ്ദേഹം പറഞ്ഞത്.

''നിനക്ക് പകരം വേറെ ആരെങ്കിലും ആണെങ്കിൽ ചാർട്ടുകൾ ഫെർഡിനാൻഡ് രാജകുമാരന് കൊടുത്തത് കാശാക്കിയേനേ.'' ഡയസ് ചിരിച്ചുകൊണ്ടു പറഞ്ഞു.

''അത് നടക്കില്ല, ഉടമ്പടിപ്രകാരം ആ സ്ഥലം ആരു കണ്ടുപിടിച്ചാലും അത് പോർച്ചുഗലിന്റെ ആകുമായിരുന്നു.'' പച്ചേക്കോ പറഞ്ഞു.

''ഈ കാര്യം നമ്മുടെ രാജാവിനോട് പറയണ്ടേ? എന്തുകൊണ്ടാണ് നീ ഇതുവരെ അദ്ദേഹത്തെ അറിയിക്കാതിരുന്നത്?'' ഡയസ് ചോദിച്ചു.

''ഞാൻ ആദ്യം വിചാരിച്ചത് അന്തരിച്ച രാജാവ് ഈ വിവരം പുതിയ രാജാവിനോട് പറഞ്ഞു കാണും എന്നാണ്. ഞാൻ വെറുതെ

ചാടിക്കയറി പറയുന്നത് ശരിയല്ലല്ലോ. അതിനിടയ്ക്ക് ഇസബെല്ല രാജകുമാരിയുമായി അദ്ദേഹത്തിന്റെ വിവാഹം നടന്നു. കുറേക്കാലം ഈ കാര്യങ്ങൾ ചോദിക്കാൻ അദ്ദേഹം തന്നെ എന്നെ വിളിക്കും എന്ന് ഞാൻ കാത്തിരുന്നു. രാജാവ് അങ്ങനെ ചെയ്യാത്തതിനാലാണ് എനിക്കിപ്പോൾ സംശയം തോന്നുന്നത്. രാജാവിന് താങ്കളോട് ഇപ്പോൾ അടുപ്പമാണല്ലോ താങ്കൾ ഈ കാര്യം രാജാവിനോട് പറയുമോ?''

''രാജാവിന്റെ നിലപാട് പ്രകാരം പഴയ രാജാവിന്റെ വിശ്വസ്തരെ അദ്ദേഹത്തിന് ഇപ്പോഴും വലിയ മതിപ്പില്ല. ഞാൻ പഴയ രാജാവുമായിട്ടും നിന്നോളം ആത്മബന്ധം പുലർത്തിയിട്ടില്ല. പുതിയ കര കണ്ടുപിടിച്ചത് നീയാണ്. അന്തരിച്ച രാജാവിനുവേണ്ടി പുതിയ രാജാവിനോട് ഈ വിവരം പറയേണ്ടതും നീ തന്നെയാണ്. ഇനി നീ വൈകിക്കരുത്. എത്രയും പെട്ടെന്ന് അദ്ദേഹത്തെ കണ്ട് കാര്യങ്ങൾ എല്ലാം പറയുക. നീ എന്നോട് പറഞ്ഞതും കാണിച്ചതുമായ രഹസ്യം ഞാൻ മരിക്കുമ്പോഴും എന്റെ കൂടെ ഉണ്ടായിരിക്കും. ഒരു കാരണവശാലും ഞാൻ അത് പുറത്തു പറയില്ല.''

വലിയ സംഭവവികാസങ്ങൾ ഒന്നുമില്ലാതെ കപ്പൽ അസോറസീലും പിന്നീട് ലിസ്ബണിലും എത്തിച്ചേർന്നു. ഓരോ യാത്രകൾ കഴിഞ്ഞു വരുമ്പോഴും ലിസ്റ്റ് കൂടുതൽ വലുതാകുന്നതുപോലെ പച്ചേക്കോവിന് തോന്നി. പതിനഞ്ചുവയസ്സുകാരന്റെ ശരീരമല്ല ലിസ്വാർട്ടേക്ക് ഉണ്ടായിരുന്നത്. നല്ല ഉയരവും നീണ്ട കൈകാലുകളും ഉള്ള അവനെ ഒരു യുവാവിനെ പോലെ തോന്നിച്ചു. ആയുധ പരിശീലനത്തിന്റെ കാര്യമല്ലാതെ അവന് അവന്റെ പപ്പയോട് പറയാൻ ഒന്നും ഉണ്ടായിരുന്നില്ല. കനം കൂടിയ വാളുകളോടാണ് അവനു താല്പര്യം ഉണ്ടായിരുന്നത്.

''നിങ്ങൾക്ക് ആയുധങ്ങളെപ്പറ്റി അല്ലാതെ വേറെ ഒന്നും സംസാരിക്കാൻ ഇല്ലേ?'' മരിയ ഒരു ദിവസം സഹികെട്ടു ചോദിച്ചു.

''എന്നാൽ ഭക്ഷണത്തെപ്പറ്റി സംസാരിക്കാം.'' ലിസ്റ്റ് പറഞ്ഞു.

''വേണ്ട, നിങ്ങൾ ആയുധങ്ങളെപ്പറ്റിത്തന്നെ പറഞ്ഞോളൂ, ഭക്ഷണം ഉണ്ടാക്കി ഉണ്ടാക്കി ഞാൻ മടുത്തു. ദുവാർട്ടേ, നിനക്കൊരു വിവാഹം കഴിച്ചു കൂടെ? എനിക്കും പ്രായമായി വരുന്നു.''

''മരിയ മമ്മയ്ക്ക് പ്രായമായോ? ഇപ്പോഴും കാണാൻ എന്ത് സുന്ദരിയാണ്? ആ ചിരി മാത്രം മതിയല്ലോ കാണുന്നവർ മയങ്ങി പോകും.'' ദുവാർട്ടേ പറഞ്ഞു.

''പോടാ, എന്നെ സുഖിപ്പിക്കാൻ നോക്കുകയാണോ?'' നാണം കലർന്ന വശ്യമായ പുഞ്ചിരിയോടെ മരിയ പറഞ്ഞു.

''മരിയമമ്മ, ക്യാപ്റ്റൻ ഗാമ ഇന്ത്യയിലേക്ക് വഴി കണ്ടുപിടിച്ചു കഴിഞ്ഞാൽ ഇവിടെനിന്നും തുരുതുരാ കപ്പലുകൾ അങ്ങോട്ടു

പോകും. അപ്പോൾ എനിക്കും പോകേണ്ടിവരും. അതിനാൽ കല്യാണം ഒന്നും ശരിയാവില്ല.''

''ഇന്ത്യയിലേക്ക് ഞാനും വരും.'' ലിസ്സ് പറഞ്ഞു.

''രാജാവിന്റെ അനുവാദമില്ലാതെ ആർക്കും പോകാനാവില്ല.''

''പപ്പാ പോവുകയാണെങ്കിൽ ഞാനും കൂടെ വരാം എന്നാണ് പറഞ്ഞത്. എല്ലാവരും അവരുടെ സ്വന്തക്കാരെ കൊണ്ടുപോകുന്നു. ഈ പപ്പ മാത്രം എന്താ ഇങ്ങനെ?''

''എടാ, നിങ്ങൾ രണ്ടും പോയാൽ ഞാൻ ഇവിടെ ഒറ്റയ്ക്ക് എന്ത് ചെയ്യാനാ? എന്നെയും കൂടെ കൊണ്ടുപോ.'' മരിയ പറഞ്ഞു.

''കപ്പലിൽ പെണ്ണുങ്ങളെ കൊണ്ടുപോകാറില്ല. പ്രത്യേകിച്ചും മമ്മയെ. മമ്മയെ കൊണ്ടുപോയാൽ സൗന്ദര്യം കണ്ടു കടൽക്കൊള്ളക്കാർ തട്ടിക്കൊണ്ടു പോകും.''

''ച്ഛീ പോടാ'' മരിയ വഴക്കു പറഞ്ഞു.

ഇന്ത്യയിലേക്ക്

കുറെ പ്രാവശ്യം ശ്രമിച്ചെങ്കിലും പച്ചേക്കോവിന് മാനുവൽ രാജാവിനെ തനിയെ കാണാൻ അവസരം ലഭിച്ചില്ല. ഇസബെല്ല രാജകുമാരിയുമായുള്ള അദ്ദേഹത്തിന്റെ വിവാഹം നടന്നതിനുശേഷം രാജാവ് കുറച്ചു മാസങ്ങൾ ലിസ്ബണിൽ ഉണ്ടായിരുന്നില്ല. ഉണ്ടായിരുന്ന ദിവസങ്ങളിൽ അദ്ദേഹത്തിന് ചുറ്റും കൗൺസിൽ മെമ്പർമാരും മറ്റു പ്രധാന ഉദ്യോഗസ്ഥരും എപ്പോഴും ഉണ്ടായിരുന്നു. 1498 ജനുവരി മാസം ആദ്യത്തെ ആഴ്ചയിൽ അവിചാരിതമായി അയാൾക്ക് അതിനുള്ള അവസരം ലഭിച്ചു. മാനുവൽ രാജാവ് തോർദേസിലിയാസ് ഉടമ്പടിയെക്കുറിച്ച് വിശദമായി സംസാരിക്കാൻ അയാളെ വിളിപ്പിച്ചു. ക്രിസ്തുമസ് നവവത്സര അവധി ദിവസങ്ങൾ ആയതിനാൽ, കൊട്ടാരത്തിൽ ഉദ്യോഗസ്ഥരും മറ്റ് പ്രധാനികളും അധികമായി ഉണ്ടായിരുന്നില്ല. താൻ നടത്തിയ സമുദ്രപര്യവേഷണത്തിന്റെ യാത്ര ചാർട്ടുകളും പച്ചേക്കോ കയ്യിൽ കരുതിയിരുന്നു. അയാൾ രാജാവിനെ ആചാരപ്രകാരം വന്ദിച്ചു. അന്തരിച്ച രാജാവിനെ പല പ്രാവശ്യവും അകമ്പടി സേവിച്ചിരുന്ന ദുവാർട്ടേയെ മാനുവൽ രാജാവിന് കണ്ടുപരിചയമുണ്ടായിരുന്നു.

തോർദേസിലിയാസ് ഉടമ്പടി രണ്ട് രാജ്യങ്ങൾ തമ്മിൽ മാത്രമുള്ളതായിരുന്നു. പുതിയ മാർപാപ്പയെ കൊണ്ട് അംഗീകരിപ്പിച്ചില്ലെങ്കിൽ ഭാവിയിൽ പ്രശ്നങ്ങൾ വരുമോ എന്ന ആശങ്ക രാജാവിന് ഉണ്ടായിരുന്നു. കാര്യങ്ങൾ എല്ലാം ചർച്ച ചെയ്തതിനുശേഷം, പച്ചേക്കോ രാജാവിനെ നോക്കി പറഞ്ഞു

''പ്രഭു, എനിക്ക് താങ്കളോട് ഒരു കാര്യം ഉണർത്തിക്കാൻ ഉണ്ട്. മാർപാപ്പയുടെ തിട്ടൂരത്തിൽ പറഞ്ഞിരുന്ന കേപ്പ് വേർദേയിൽ നിന്ന് 100 ലീഗുകൾ എന്നത് 370 ലീഗാക്കി ഉടമ്പടി ഒപ്പു വെച്ചത്, ആ ദൂരത്തിൽ ഒരു കര ഉണ്ട് എന്ന് അറിഞ്ഞുകൊണ്ടാണ്. യശശ്ശരീരനായ ജോൺ രണ്ടാമൻ രാജാവിന്റെ നിർദ്ദേശം അനുസരിച്ച് ഞാൻ ഒരു കപ്പൽ യാത്ര നടത്തി. കേപ് വെർദെയിൽനിന്നും നൂറു ലീഗുകൾ പടിഞ്ഞാറെ ദിശയിൽ സഞ്ചരിച്ചപ്പോൾ അവിടെ വലിയ ഒരു കര കാണുകയും ചെയ്തു. ആ കര നമ്മുടെ രാജ്യത്തിന് ലഭിക്കാൻ

വേണ്ടിയാണ് 270 ലീഗുകൾ ഉടമ്പടിയിൽ കൂട്ടിയത്. ആ യാത്രയുടെ ചാർട്ടുകൾ എന്നോട് ഭദ്രമായി സൂക്ഷിക്കുവാൻ അദ്ദേഹം പറഞ്ഞിരുന്നു.''

''നിങ്ങൾ എന്തുകൊണ്ടാണ് ഇത്രയും ദിവസം ഇത് എന്നോട് വന്ന് പറയാതെ ഇപ്പോൾ വന്നു പറയുന്നത്?'' രാജാവിന്റെ സ്വരത്തിൽ നീരസമുണ്ടായിരുന്നു.

''അന്തരിച്ച രാജാവ് ഇത് രഹസ്യമായി വയ്ക്കാൻ ആഗ്രഹിച്ചിരുന്നു. താങ്കളോട് പറഞ്ഞു കാണും എന്ന് ഞാൻ ആദ്യം വിശ്വസിച്ചു. പിന്നീടാണ് അദ്ദേഹത്തിന് പറയാൻ സാവകാശം കിട്ടിയിരുന്നില്ലെങ്കിലോ എന്ന സംശയം എനിക്ക് ഉണ്ടായത്. പലവട്ടം ഞാൻ താങ്കളെ കാണാൻ ശ്രമിച്ചെങ്കിലും അപ്പോഴെല്ലാം താങ്കൾ ഒറ്റയ്ക്കായിരുന്നില്ല. അതുകൊണ്ടാണ് താമസിച്ചു പോയത്. ഞാൻ ചെയ്തത് കുറ്റമാണെങ്കിൽ എന്തു ശിക്ഷയും അനുഭവിക്കാൻ ഞാൻ തയ്യാറാണ്.''

''ആ രേഖകൾ എനിക്ക് തരൂ.'' രാജാവ് പറഞ്ഞു. രേഖകൾ സൂക്ഷിച്ചിരുന്ന തുകൽ സഞ്ചി പച്ചേക്കോ രാജാവ് ഇരുന്നതിന് മുമ്പിലെ പീഠത്തിൽ വച്ചു.

''നിങ്ങൾ ഇതിന്റെ പകർപ്പ് എടുത്തു വെച്ചിട്ടുണ്ടോ?''

മാനുവൽ ചോദിച്ചു

''ഇല്ല പ്രഭു. അന്നു ഞാൻ അലമാരയിൽ പൂട്ടി വെച്ചത് ഇപ്പോഴാണ് പുറത്ത് എടുത്തത്?''

''കാലവിളംബം ചെയ്തത് ഒരു തെറ്റ് തന്നെയാണ്, എങ്കിലും ഇത് ഒരു നല്ല വാർത്ത ആയതിനാൽ ഞാനത് തൽക്കാലം ക്ഷമിച്ചിരിക്കുന്നു. നിങ്ങൾക്ക് പോകാം.'' തിരിച്ചുപോകാൻ തുടങ്ങിയ പച്ചേക്കോവിനെ രാജാവ് കൈകൊട്ടി തിരിച്ചുവിളിച്ചു.

''എന്റെ ജ്യേഷ്ഠന്റെ കാലത്ത് ഈ കണ്ടുപിടിത്തം വിളംബരം ചെയ്യാൻ സാധിക്കാതെ വന്നതിനാൽ, അത് ഞാൻ എന്റെ പേരിൽ വിളംബരം ചെയ്യുവാൻ തീരുമാനിച്ചിരിക്കുന്നു. നിങ്ങൾ എന്റെ കൽപ്പനപ്രകാരമാണ് സമുദ്രപര്യവേഷണത്തിന് പോയത് മനസ്സിലായോ? ഈ രേഖകളെല്ലാം എന്റെ കൈവശം തന്നെ ഇരിക്കട്ടെ. ഇന്ത്യയ്ക്കുള്ള വഴി നമ്മൾ കണ്ടു പിടിച്ച ഉടൻ, ഈ കര കണ്ടുപിടിച്ചതും കൂടി പ്രഖ്യാപിച്ചാൽ, അത് നമ്മുടെ രാജ്യത്തിന്റെ പ്രതിച്ഛായയ്ക്ക് ഒരുപാട് ഗുണം ചെയ്യും. നിങ്ങളുടെ അഭിപ്രായം എന്താണ്?''

''പ്രഭുവിന്റെ അഭിപ്രായം വളരെ ശരിയാണ്. ഉടമ്പടിയിൽ ഉൾപ്പെട്ട സ്ഥലമായതിനാൽ വേറെ ആളുകൾ ഈ പുതിയ കരയിൽ യാദൃച്ഛികമായി പോയാലും അതിന്മേലുള്ള നമ്മുടെ അവകാശം അന്തിമമാണ്. അതിനാൽ പ്രഖ്യാപനം അല്പം വൈകിയാലും നമുക്ക് പ്രശ്നമില്ല.'' അതു കേട്ട് മാനുവൽ രാജാവ് പുഞ്ചിരിച്ചു.

"പഴയ രാജാവിനോട് കാണിച്ച നിങ്ങളുടെ ഈ വിശ്വസ്തത തുടർന്നും കാണണം. ഈ രഹസ്യം ഒരിക്കലും ചോർന്നു പോകരുത്. ഇത് വേറെ ഒരാൾ പറഞ്ഞ് ഞാൻ കേൾക്കാൻ ഇടയായാൽ അത് നിങ്ങൾ പറഞ്ഞിട്ടായിരിക്കും എന്നത് ഉറപ്പാണ്. രാജ്യരഹസ്യങ്ങൾ പുറത്തു വിടുന്നവർക്കുള്ള ശിക്ഷ അറിയാമല്ലോ?"

"ഈ രാജ്യത്തിനോടും രാജാവിനോടും ഉള്ള എന്റെ കടമയിൽ നിന്നും ഞാൻ ഒരിക്കലും വ്യതിചലിക്കില്ല, പരിശുദ്ധാത്മാവാണേ സത്യം."

"ശരി നിങ്ങൾക്ക് പോകാം."

കൊട്ടാരത്തിൽ നിന്നും പുറത്ത് ഇറങ്ങുമ്പോൾ, പച്ചേക്കോവിന്റെ മനസ്സിൽ സംഘർഷമുണ്ടായി. ബർത്തലോമിയോ ഡയസ്സിനോട് താൻ ഈ കാര്യം നേരത്തെ പറഞ്ഞു എന്നുള്ളതും പുതിയ കരയിലേക്ക് വീണ്ടും പോയി എന്നതും അയാൾ രാജാവിനോട് പറയാൻ ധൈര്യപ്പെട്ടില്ല. ഏതായാലും ഡയസ്സിനെ കണ്ട് കാര്യങ്ങൾ പറയാൻ അയാൾ തീരുമാനിച്ചു. ഡയസ്സ് തന്റെ മുറിയിൽ മേശപ്പുറത്ത് വെച്ചിരുന്ന ഒരു കപ്പലിന്റെ മാതൃക പരിശോധിച്ചു കൊണ്ടിരിക്കുകയായിരുന്നു. പച്ചേക്കോവിനെ കണ്ടതും പുഞ്ചിരിച്ചുകൊണ്ട് അദ്ദേഹം അയാളെ സ്വീകരിച്ചു.

"നിന്റെ മുഖത്ത് ഒരു സമാധാനവും അതിന്റെ കൂടെ തന്നെ ഒരു അങ്കലാപ്പും കാണുന്നുണ്ടല്ലോ?"

"ക്യാപ്റ്റൻ, താങ്കളുടെ നോട്ടം ഭയങ്കരം തന്നെ. മനസ്സിലുള്ളത് കൃത്യമായി കണ്ടുപിടിച്ചല്ലോ. ഞാൻ രാജാവിനെ കണ്ടിരുന്നു." അയാൾ പറഞ്ഞു. കണ്ട വിശേഷങ്ങൾ എല്ലാം അയാൾ ഡയസിനോട് പറഞ്ഞു.

"എന്റെ വായിൽ നിന്നും രഹസ്യം പുറത്തു പോയാൽ, പോകുന്നത് നിന്റെ തല ആയിരിക്കുമല്ലോ എന്നാണോ നിന്റെ ഈ വ്യാകുലതയ്ക്ക് കാരണം?" ഡയസ് ഉറക്കെ ചിരിച്ചു. "നീ പരിഭ്രമിക്കേണ്ട, ഞാൻ വാക്കു മാറില്ല."

"എനിക്കാ പരിഭ്രമം ഒന്നുമില്ല, അഥവാ എന്റെ തലപോയാലും കൂട്ടിന് താങ്കളുടെ തലയും ഉണ്ടാവുമല്ലോ?" പച്ചേക്കോ പറഞ്ഞു. രണ്ടുപേരും കുറെ നേരം അത് പറഞ്ഞു ചിരിച്ചു.

"സത്യം പറഞ്ഞാൽ മനസ്സിന് ഒരു സമാധാനം ഉണ്ട്. കൈയിലുണ്ടായിരുന്ന രേഖകളെല്ലാം രാജാവിനെ ഏൽപ്പിച്ചല്ലോ. നമ്മുടെ യാത്ര കഴിഞ്ഞ് വന്നതിനുശേഷം താങ്കൾ രാജാവിനെ കണ്ടിരുന്നോ?" അയാൾ ചോദിച്ചു.

"എന്നെ വിളിപ്പിച്ചിരുന്നു. പുതിയ കപ്പലുകളുടെ നിർമ്മാണത്തിൽ അദ്ദേഹത്തിന് അതീവ തൃപ്തിയായി. ഇപ്പോൾ കുറേശ്ശെ എന്നോട് അടുത്ത് തുടങ്ങിയോ എന്നൊരു സംശയം."

''വൈകിയെങ്കിലും മനസ്സിലാക്കിയല്ലോ, അതാണ് സമാധാനം.'' ദുവാർട്ടേ പറഞ്ഞു.

''എനിക്ക് നിന്റെ കാര്യം ഓർക്കുമ്പോൾ ആണ് വിഷമം. നീ പുതുതായി കണ്ടുപിടിച്ച രാജ്യം, നീ കണ്ടുപിടിച്ചതായി തന്നെ രേഖപ്പെടുത്തിയാൽ മതിയായിരുന്നു.''

''ക്യാപ്റ്റൻ എനിക്ക് അങ്ങനെയൊരു ആശങ്ക തീരെയില്ല. മുൻപേ ജനാധിവാസമുള്ള സ്ഥലത്തിറങ്ങി അത് നമ്മളാണ് കണ്ടുപിടിച്ചതെന്നു പറയുന്നതുതന്നെ ഒരു വിരോധാഭാസമല്ലേ? സത്യത്തിൽ അവിടെ ജീവിക്കുന്നവരല്ലേ ആ സ്ഥലം കണ്ടുപിടിച്ചത്?''

''നീ മാത്രമേ ഇങ്ങനെയൊക്കെ ചിന്തിക്കൂ, ഇവിടെ ഓരോരുത്തർ അവരുടെ പ്രതിമ വയ്ക്കാനും പേരിടാനും ഒക്കെ മത്സരമാണ്.''

''ആരെങ്കിലും എന്തെങ്കിലും ചെയ്തോട്ടെ. നേരെ വാ നേരെ പോ അതാണ് എന്റെ വഴി.'' ദുവാർട്ടേ പറഞ്ഞു. അല്പസമയത്തിനു ശേഷം ദുവാർട്ടേ യാത്ര പറഞ്ഞ് ഇറങ്ങി.

അടുത്ത പ്രഭാതത്തിൽ മാനുവൽരാജാവ് ബർത്തലോമിയോ ഡയസ്സിനെ വിളിപ്പിച്ചു. മുദ്രവെച്ച ഒരു തുകൽസഞ്ചി അദ്ദേഹത്തെ ഏൽപ്പിച്ചു.

''ഇത് നിങ്ങൾ ഭദ്രമായി സൂക്ഷിക്കുക. ഇത് എന്തിനാണ് എന്നുള്ളത് സമയം വരുമ്പോൾ പറയാം. ഇന്ത്യൻ യാത്ര സഫലമായാൽ നമുക്ക് കുറച്ച് പുതിയ കപ്പലുകൾ വേണ്ടിവരും. അത് നിർമ്മിക്കുന്നതിന് പ്രാരംഭ നടപടികൾ തുടങ്ങിക്കോളൂ.''

തുകൽസഞ്ചിയിൽ എന്താണ് എന്നതിൽ ഡയസ്സിന് ഒരു സംശയവും ഉണ്ടായിരുന്നില്ല. കൽപ്പനകൾ അതേപടി അനുസരിക്കുന്ന മാന്യനായ അദ്ദേഹം, തന്നെ ഏൽപ്പിച്ച വസ്തുരാജാവിന്റെ താത്പര്യപ്രകാരം ഭദ്രമാക്കി എടുത്തുവെച്ചു, പച്ചേക്കോവിനോട് എന്നല്ല ആരോടും അദ്ദേഹം അതിനെക്കുറിച്ച് ഉരിയാടിയില്ല.

അങ്ങ് അകലെ ഗാമയും സംഘവും ക്രിസ്മസ് ദിനത്തിൽ സൗത്താഫ്രിക്ക കടന്ന് ആഫ്രിക്കയുടെ കിഴക്കേ തീരത്ത് എത്തിയിരുന്നു. ജനുവരി മാസം ഇരുപത്തിനാലാം തീയതിയോടുകൂടി 'കിലിമാൻ' നദിയുടെ മുഖ ദ്വാരത്തിൽ കപ്പലുകൾ കഴുകി വൃത്തിയാക്കുക, അറ്റകുറ്റപ്പണികൾ ചെയ്യുക ഒടിഞ്ഞു പോയ ഒരു പായമരം ശരിയാക്കുക തുടങ്ങിയ പണികളിൽ അവർ വ്യാപൃതരായി. എല്ലാം നന്നായി പോകുന്നു എന്ന് തോന്നിച്ച ആ അവസരത്തിൽ, നാവികരിൽ സ്കർവി രോഗം പടർന്നു. രോഗം ബാധിച്ചവരുടെ കൈകാലുകൾ നീരുവന്നു വീർത്തു. മോണകളിൽ നീർക്കെട്ട് ഉണ്ടായി. ചീർത്ത മോണകൾ പല്ലുകളെ മൂടിയതിനാൽ അവർ ഭക്ഷണം കഴിക്കാൻ പോലും ബുദ്ധിമുട്ടി. നല്ല മനുഷ്യപ്പറ്റുള്ള നാവികനായ

ഗാമയുടെ മൂത്ത സഹോദരൻ പൗലോ അവരെ പരിചരിക്കുകയും തന്റെ സ്വന്തം ഔഷധശേഖരത്തിൽ നിന്നും മരുന്നുകൾ അവർക്ക് കൊടുക്കുകയും ചെയ്തു. പിന്നീട് അവർ കപ്പൽ നിർത്തിയത് മുസംബിക്കിലായിരുന്നു. അവിടത്തെ രാജാവിനോടും ജനങ്ങളോടും അവരുടെ ചില പ്രവർത്തികളിൽ ഗാമയ്ക്ക് നീരസം തോന്നി. പോകുന്നപോക്കിൽ ക്രുദ്ധനായ അയാൾ തുറമുഖത്തിന് നേരെ തന്റെ പീരങ്കികളിൽ നിന്നും ഉണ്ടകൾ ഉതിർക്കാൻ മറന്നില്ല. കെനിയൻ തീരത്ത് കണ്ട ഒരു അറബി കപ്പൽ അവർ കൊള്ളയടിച്ചു. മോമ്പാസ തുറമുഖത്തിലും അധിക ദിവസം നിൽക്കാനായില്ല. കപ്പലിൽ വന്നവർ ക്രിസ്ത്യാനികളാണ് എന്ന് മനസ്സിലാക്കിയ മുംബാസയിലെ മൂറുകൾ, രാത്രി നങ്കൂരമിട്ടിരുന്ന പോർച്ചുഗീസ് കപ്പലുകൾ ആക്രമിക്കാൻ ശ്രമിച്ചു. ഒരു നല്ല പൈലറ്റിനെ ലഭിക്കാൻ വേണ്ടി മാത്രം അവിടെ കാത്തുനിന്ന ഗാമ അൽപ ദിവസത്തിനകം മലിന്തിയിലെത്തി. തനിക്ക് ഇരിക്കാനുള്ള പിച്ചള കൊണ്ടുള്ള കസേരയും കുങ്കുമപ്പൂ നിറത്തിലുള്ള കുടയുമായി മലിന്തിയിലെ രാജാവ് പോർച്ചുഗീസ് കപ്പലുകളുടെ അരികിലേക്ക് തന്റെ നൗകയിൽ വാദ്യമേളങ്ങളോടെ വന്നു.

ഗാമയുടെ കപ്പലിൽ കയറിയ രാജാവിന് നല്ല വരവേൽപ്പ് ലഭിച്ചു കൈ കഴുകാനുള്ള വാഷ്ബേസിൻ അദ്ദേഹത്തിനു വളരെ ഇഷ്ടപ്പെട്ടു. അതിലദ്ദേഹം കൈകഴുകി, ഗാമ ഉടൻതന്നെ ഒരു പുതിയ വാഷ്ബേസിൻ അദ്ദേഹത്തിന് സമ്മാനമായി കൊടുത്തു. വളരെ നിർബന്ധിച്ച ശേഷമാണ് അദ്ദേഹം അത് വാങ്ങിയത്. രാജാവിന് പോർച്ചുഗീസുകാരെ വളരെ ഇഷ്ടപ്പെട്ടു. ക്യാപ്റ്റന്മാരെ അദ്ദേഹം കൊട്ടാരത്തിൽ ക്ഷണിച്ചുവരുത്തി അവർക്ക് വിരുന്നു കൊടുത്തു. രണ്ട് പൈലറ്റുമാരുടെ സേവനം രാജാവ് അവർക്കായി ഏർപ്പാട് ചെയ്തു. അതിലൊരാൾ മൂറും അപരൻ കൃഷ്ണൻ എന്ന് ഗുജറാത്തിയിൽ അർത്ഥം വരുന്ന കാനാ എന്ന് പേരായ ഒരു ഗുജറാത്തിയുമായിരുന്നു. അപകടകരമായ ജോലിക്ക് പോകുന്നതിനാൽ അവിടെയുള്ള അവരുടെ കുടുംബങ്ങളെ ഏൽപ്പിക്കാൻ രണ്ടുപേരുടെയും പ്രതിഫലം ക്യാപ്റ്റന്മാർ രാജാവിന് മുമ്പേ വച്ച് തന്നെ അവരെ ഏൽപ്പിച്ചു. ഒരു പൈലറ്റ് ഗാമയുടെ കപ്പലിലും അപരൻ അദ്ദേഹത്തിന്റെ ജ്യേഷ്ഠൻ പൗലോയുടെ കപ്പലിലും കയറി. ഇതിനകം പോർച്ചുഗീസുകാരുടെ ആത്മാർത്ഥ സുഹൃത്തായ രാജാവ് വളരെ ദുഃഖത്തോടെ അവരെ യാത്രയാക്കി. ചരിത്രത്തിൽ യൂറോപ്പിൽനിന്നും കടൽമാർഗം ഇന്ത്യയിലേക്ക് വരുന്ന ആദ്യത്തെ നാവികൻ എന്ന ബഹുമതി കാലം വാസ്കോ ഡ ഗാമക്കുവേണ്ടി കാത്തുവെച്ചിരുന്നു. 1498 ഏപ്രിൽ മാസത്തിൽ ഗാമയുടെ നേതൃത്വത്തിലുള്ള കപ്പൽവ്യൂഹം, ഇന്ത്യയെ ലക്ഷ്യമാക്കി യാത്രയായി. ഒരുമാസത്തോളം യാത്ര ചെയ്തതിനു

ശേഷം പൈലറ്റ് ദൂരെ കാണുന്ന ഒരു മലനിര ചൂണ്ടിക്കാണിച്ചു പറഞ്ഞു. ‘‘ഇതാ, നിങ്ങൾ അന്വേഷിച്ചു വന്ന പ്രദേശം.’’ നാവികരും ക്യാപ്റ്റന്മാരും സന്തോഷം കൊണ്ട് കണ്ണീരോടെ മുട്ടുകുത്തി പ്രാർത്ഥിച്ചു. ഗാമയും പൗലോയും രണ്ടു പൈലറ്റുമാർക്കും അക്കാലം ആദ്യമായി കര കാണുമ്പോൾ ആചാരപ്രകാരം കൊടുക്കുമായിരുന്ന ദക്ഷിണ കൊടുത്തു. അവർക്ക് ഊഹിക്കാനും പോലും ബുദ്ധിമുട്ടുണ്ടായിരുന്നത്ര സ്വർണ്ണനാണയങ്ങളാണ് അവർക്ക് അന്ന് കിട്ടിയത്. ഒരു ദിവസം മുഴുവൻ കപ്പലിൽ ആഹ്ലാദത്തിമിർപ്പായിരുന്നു.

കോഴിക്കോട്

മുസിരിസ് തുറമുഖം പ്രകൃതിക്ഷോഭം മൂലം നാശോന്മുഖമായതിനു ശേഷം, പതിനഞ്ചാം നൂറ്റാണ്ട് ആയപ്പോഴേക്കും കോഴിക്കോട് വളരെ പ്രധാനപ്പെട്ട കച്ചവടകേന്ദ്രമായിതീർന്നു. മുൻ അദ്ധ്യായത്തിൽ കൊച്ചിയിലെ ഉണ്ണി ഗോദവർമ്മ തിരുമുൽപ്പാട് രാജാവ് പറഞ്ഞതുപോലെ, കോഴിക്കോടിലെ ഭരണവും ക്രയവിക്രയങ്ങളുമെല്ലാം വളരെ സുതാര്യവും സത്യസന്ധവും ആയിരുന്നു. ചേരമാൻ പെരുമാൾ രാജ്യം ഭാഗം വെച്ച് ഭരണം മതിയാക്കിയപ്പോൾ, മലബാറിൽ ഒരുപാട് ചെറിയ രാജ്യങ്ങൾ രൂപപ്പെട്ടു. അവയിൽ പ്രധാനികൾ വള്ളുവനാട്, ഏറനാട്, പോലനാട്, കോട്ടയം, കോലനാട് എന്നിവയായിരുന്നു. അതിലേറ്റവും പ്രബലർ കടത്തനാട് മുതൽ കുന്താപുരം വരെയുള്ള പ്രദേശം ഭരിച്ചിരുന്ന കോലനാട്ടധിപൻ കോലത്തിരി രാജാവ് ആയിരുന്നു. ഇതുകൂടാതെ കുറുമ്പ്രനാട്, ബേപ്പൂർ, പയ്യൂർമലനാട് തുടങ്ങിയ കൊച്ചുകൊച്ചു രാജ്യങ്ങൾ വേറെയും ഉണ്ടായിരുന്നു.

പോർളാതിരിമാർ ഭരിച്ചിരുന്ന പോലനാട്ടിലെ പ്രധാനപ്പെട്ട ഒരു കച്ചവടകേന്ദ്രമായിരുന്നു ഇന്ന് നാം കാണുന്ന കോഴിക്കോട്. ആഫ്രിക്കയുടെ കിഴക്കേ തീരത്തുനിന്നും അറേബ്യയിൽ നിന്നും കപ്പലുകൾക്ക് വരാൻ എളുപ്പമുള്ള സ്ഥലവും ഏലം, കുരുമുളക്, ഇഞ്ചി തുടങ്ങിയ ധാരാളമായി ലഭിക്കുന്ന സ്ഥലവും ആയിരുന്നു അത്. ചുങ്കം, കാഴ്ച, രക്ഷാഭോഗം, പിഴ തുടങ്ങി പലവിധത്തിലും പോറളാതിരിക്ക് നല്ല വരുമാനമായിരുന്നു. പക്ഷേ കോഴിക്കോട് തുറമുഖത്തിൽ കയറ്റി അയയ്ക്കുന്ന വസ്തുക്കളെല്ലാം ധാരാളമായി ഉണ്ടായിരുന്നത് ഏറനാട്ടിലായിരുന്നു. അറബി, മൂർ കച്ചവടക്കാർ ഏറനാട്ടിൽ ചെന്ന് ചരക്ക് തെരഞ്ഞെടുത്ത് വാങ്ങി കോഴിക്കോട് എത്തിച്ച് അവിടെനിന്നും കപ്പലിൽ കയറ്റിക്കൊണ്ടു പോവുകയായിരുന്നു അന്നത്തെ പതിവ്. തനിക്ക് ലാഭം കുറവും ഒരു ശ്രമവും ഇല്ലാതെ പോറളാതിരി ലാഭം ഉണ്ടാക്കുന്നതും കണ്ട് ഏറനാട്ടിലെ രാജാവായ സാമൂതിരിക്ക് അമർഷം ഉണ്ടാവുന്നത് സ്വാഭാവികം മാത്രം. ഇരുരാജാക്കന്മാരും തമ്മിലുള്ള മത്സരം വർദ്ധിച്ചു, എരിവു

കൂട്ടാൻ അറബിക്കച്ചവടക്കാരും ഇടയിൽ ഉണ്ടായിരുന്നു. രണ്ടു രാജ്യങ്ങളിലും ചുങ്കം കൊടുക്കുന്നത് അവർക്ക് ഒരു അധികച്ചെലവ് ആയിരുന്നു, രണ്ടു പ്രദേശങ്ങളിലും ഒരേ ഭരണാധികാരി ആയാൽ ഒരു ചുങ്കം മാത്രം കൊടുത്താൽ മതിയല്ലോ എന്ന സ്വാർത്ഥ താല്പര്യവുമുണ്ടായിരുന്നു അവർക്ക്. അവസാനം ചില്ലറ യുദ്ധങ്ങൾക്ക് ശേഷം 930 A.D. യിൽ അന്നത്തെ ഏറനാടിലെ സാമൂതിരി രാജാവ്, വലിയ ഒരു സൈന്യവുമായി കോഴിക്കോട് ആക്രമിച്ചു. യുദ്ധം അവസാനിക്കാതെ വന്നപ്പോൾ, പോറളാതിരി രാജാവിന്റെ ഒരു മന്ത്രിയെ സ്വാധീനിച്ച് സാമൂതിരിയുടെ സൈന്യം രഹസ്യമായി കോട്ടയ്ക്കകത്ത് പ്രവേശിച്ചു. പോറളാതിരി രാജാവ് കോട്ടയിലെ തുരങ്കം വഴി കഷ്ടിച്ച് രക്ഷപ്പെട്ടു. കുടുംബാംഗങ്ങളെ അദ്ദേഹം യുദ്ധം തുടങ്ങുന്നതിനു മുമ്പുതന്നെ തന്റെ ബന്ധുവായ കോലത്തിരി രാജാവിന്റെ കൊട്ടാരത്തിലേക്ക് പറഞ്ഞയച്ചിരുന്നു. മിത്രഭേദവും ബലവും ഉപയോഗിച്ച് സാമൂതിരി കോഴിക്കോട് കൈവശപ്പെടുത്തി, വിക്രമപുരം എന്ന് പേരിട്ട് അവിടെ കോട്ടയും കൊട്ടാരവും പണിഞ്ഞ് തലസ്ഥാനമാക്കി ഭരണം ആരംഭിച്ചു. ക്ഷേത്രവും കോട്ടയും അടുത്തടുത്തായതിനാൽ 'കോവിൽ കോട്ട' എന്ന് അറിയപ്പെടാൻ തുടങ്ങിയ ആ സ്ഥലം ലോപിച്ച് പിൽക്കാലത്ത് കോഴിക്കോട് എന്നായി. കൂറുമാറിയ പോലനാട്ടിലെ മന്ത്രിക്ക് 'ഏറനാട് മേനോക്കി' എന്ന സ്ഥാനം കൊടുത്ത്, ഏറനാട്ടിലെ ചെറിയ പ്രദേശത്തെ ഭരണവും കൊടുത്തു. ചേരമാൻ പെരുമാൾ മനസ്സിൽ കണ്ടിരുന്ന രാജ്യങ്ങൾ തമ്മിലുള്ള സഹവർത്തിത്വം അവിടെ അവസാനിച്ച് പകയുടെയും മത്സരങ്ങളുടെയും യുഗത്തിന് തുടക്കമായി. പതിന്നാലാം നൂറ്റാണ്ടിൽ ഒരു ചെറിയ കുളമായിരുന്ന മാനാഞ്ചിറ, അന്നത്തെ മാനവേദൻ എന്നറിയപ്പെട്ട സാമൂതിരി ആഴവും വിസ്തീർണവും കൂട്ടി വലിയ ഒരു ജലസംഭരണി അഥവാ ചിറ ആക്കി. അതിൽനിന്നും കിട്ടിയ വെട്ടുകല്ലുകൾ കൊണ്ട് പുതിയ കോവിലകങ്ങളും മറ്റു നിർമ്മിതികളും പണിതു. മാനവേദൻ ചിറയാണ് ലോപിച്ച് ഇന്നത്തെ മാനാഞ്ചിറയായത്.

1498 ജനുവരി മാസം കോഴിക്കോട്

കോഴിക്കോട് തളി ക്ഷേത്രത്തിൽ നിന്നും ആന എഴുന്നള്ളിപ്പ് തുടങ്ങി. മകരമാസത്തിലെ കാർത്തിക നാളിനു മുമ്പ് ശ്രീ വളയനാട് ദേവിയുടെ ഉടവാൾ എഴുന്നള്ളിക്കുന്ന ദിവസമാണ് അന്ന്. വലിയ ജനക്കൂട്ടമാണ് അവിടെ തടിച്ചുകൂടിയിയിരുന്നത്. കൊമ്പ് കുഴൽ, വാദ്യമേളങ്ങളും താലമേന്തിയ നായർ സ്ത്രീകളും ആനകൾക്കു മുമ്പേ നടന്നു. വളയനാട് ദേവിയെ സാമൂതിരി രാജവംശം പരദേവതയെപ്പോലെ ആരാധിച്ചിരുന്നു. സാമൂതിരി രാജാവ് പരിവാരങ്ങൾ സമേതം അവിടെ സന്നിഹിതനായിരുന്നു. വീഥിയുടെ ഇരുവശത്തും

ആബാലവൃദ്ധം ജനങ്ങൾ എഴുന്നള്ളിപ്പ് കാണാൻ വന്നിരുന്നു. മകര മാസ കുളിരും സ്വച്ഛമായ അന്തരീക്ഷവും ഇടയ്ക്കിടെ കേൾക്കുന്ന കതിനാവെടികളുടെ ശബ്ദവും എല്ലാംകൂടി, ആഹ്ലാദസൂചകമായ അന്തരീക്ഷം അവിടെ നിലനിന്നു. ആനകൾ കടന്നു പോയതിനു ശേഷം സാമൂതിരി രാജാവ് തന്റെ കൊട്ടാരത്തിലേക്ക് എഴുന്നള്ളി. അന്ന് തളിക്ഷേത്രത്തിന്റെ സമീപം വിശാലമായ, തുറസ്സായ സ്ഥലമായിരുന്നു. ഏക്കറുകൾ വിസ്തീർണ്ണമുള്ള പൂന്തോട്ടം എന്ന് അറിയപ്പെടുന്ന സ്ഥലത്താണ് കോവിലകങ്ങൾ നിന്നിരുന്നത്. ഏറ്റവും പഴക്കമേറിയ അമ്പാടി കോവിലകം, അതിനടുത്ത പൂന്തോട്ടം കഴിഞ്ഞാൽ രാജാവ് താമസിക്കുന്ന പ്രധാന കെട്ടിടവും അതിനു അനുബന്ധമായ കെട്ടിടങ്ങളും. അതിന് ദൂരെ മാറി സുരക്ഷാ സൈനികർക്ക് താമസിക്കാനുള്ള ചെറിയ കെട്ടിടങ്ങൾ, കൊട്ടാരവളപ്പിൽ തന്നെ നിർമ്മല ജലം നിറഞ്ഞ കുളങ്ങൾ, വളപ്പിൽ നിറയെ തണൽ മരങ്ങൾ, പൊക്കം കുറഞ്ഞ ചുറ്റുമതിൽ, അതിനു മുകളിൽ മരപ്പലകകൾ കൊണ്ടുണ്ടാക്കിയ വേലി. പലകകളിൽ എല്ലാം കൊത്തിവെച്ചിരുന്ന വ്യാളീമുഖങ്ങളും ശിരസ്സിൽ പർവ്വതം ഏന്തുന്ന രാക്ഷസമുഖങ്ങളും രാജകീയ പ്രൗഢി വിളിച്ചോതുന്ന ആ സമുച്ചയത്തിൽ ആണ് സാമൂതിരി കോവിലകം സ്ഥിതി ചെയ്യുന്നത്.

ശത്രുക്കളാരും ഇല്ലാത്ത കാലം, അതിനാൽ മതിലിനു ചുറ്റും കിടങ്ങുകൾ കുഴിച്ചിരുന്നില്ല. സമുച്ചയത്തിന് നാലുവശം പ്രവേശന കവാടങ്ങൾ ഉണ്ടായിരുന്നു. അവിടെയെല്ലാം കാവലുണ്ട് കൊട്ടാരത്തിന് പടിഞ്ഞാറ് ഭാഗത്താണ് മാനാഞ്ചിറ. കാവൽക്കാർ നിയന്ത്രിക്കുന്ന പ്രധാന കവാടത്തിൽ നിന്നും അല്പം മുൻപോട്ടു നടന്നാൽ, ഒരു ഇടമതിലും അതിൽ ഒരു കവാടവും ഉണ്ട്. ആ കവാടത്തിലും കാവൽക്കാർ ഉണ്ട്. കവാടം കടന്ന് മുന്നോട്ടു പോയാൽ ഒരു പുൽത്തകിടിയും അതിനപ്പുറം മുറ്റവും ഉണ്ട്. കാവൽക്കാരുടെ അനുമതിയോടെ ഒരിക്കൽ മുറ്റത്തേക്ക് പ്രവേശിച്ചു കഴിഞ്ഞാൽ പിന്നെ ആ വഴി തിരിച്ചു വരാൻ സാധ്യമല്ല. അതിനു വേറെ ഒരു വഴിയുണ്ട്. കാവൽക്കാർ ഒരു കമ്പി വാതിൽകൊണ്ട് കവാടം അടയ്ക്കും. രാജാവിനെ ദർശിച്ചതിനുശേഷം വേറെ വഴിയിലൂടെ മാത്രമേ പുറത്തു പോകാൻ പറ്റുമായിരുന്നുള്ളൂ. പ്രധാന കവാടത്തിൽ, സാമൂതിരി രാജാവിനെ കാണാൻ എത്തുന്നവർ, കുറിമാനം കൊണ്ടുവരണം. മൂന്നിടത്ത് പരിശോധന കഴിഞ്ഞ് മാത്രമേ, രാജാവ് ഇരിക്കുന്ന സന്ദർശനമുറിയിലേക്ക് പ്രവേശനാനുമതി ഉള്ളൂ.

നേരം ഇരുട്ടിയിട്ടാണെങ്കിലും ഷഹബന്ധർ കോയ സാമൂതിരിയെ മുഖം കാണിക്കാൻ ധൃതി പിടിച്ച് കോവിലകത്തിന്റെ പ്രവേശന കവാടത്തിൽ എത്തി. സുപരിചിതനായ അയാളെ കാവൽക്കാർ നേരെ അകത്തെ മുറ്റത്തേക്ക് കൊണ്ടുപോയി, അയാൾ മുറ്റത്ത് പ്രവേശിച്ചതും പതിവുപോലെ ഇരുമ്പഴികൾ ഉള്ള വാതിൽ കാവൽക്കാർ അടച്ചു. പുറത്തു നിന്നിരുന്ന രണ്ട് നായർ പടയാളികൾ

അയാളെ സ്വീകരണമുറിയിലേക്ക് കൊണ്ടുപോയി. കൊത്തുപണികളും അവയ്ക്കിടയിൽ സ്വർണ്ണ ഇലകളും പതിച്ച ആ വലിയ കസേരയിൽ വെളുത്ത ഉറയിട്ട തലയണയിൽ ചാരി സാമൂതിരി രാജാവ് അയാളെ പ്രതീക്ഷിച്ചുകൊണ്ടിരിക്കുകയായിരുന്നു. കഴുത്തിൽ തൂക്കിയിട്ട വെളുത്ത തോർത്ത് നിറയെ തളിർവെറ്റിലയും കയ്യിൽ സ്വർണ്ണ നിർമ്മിതമായ വെറ്റിലച്ചെല്ലവും ഏന്തി ഒരു സേവകൻ നിൽക്കുന്നുണ്ടായിരുന്നു. കസേരയുടെ മറുവശത്ത് കൈയിൽ ഒരു സ്വർണ്ണക്കോളാമ്പിയും തുടയ്ക്കുവാൻ തോർത്തും തയ്യാറാക്കി മറ്റൊരാൾ നിൽക്കുന്നുണ്ട്. ആദ്യത്തെ സേവകന്റെ അടുത്ത് സ്വർണ്ണതാമ്പാളത്തിൽ പാക്ക് നുറുക്കാനുള്ള കത്തിയും പനിനീരിൽ കുതിർത്ത ചുണ്ണാമ്പുപാത്രവും വെച്ചുകൊണ്ട് മറ്റൊരു സേവകൻ തറയിൽ ഇരുന്നു.

രാജാവിന് നേരെ വന്ന ഷഹബന്ധർ കോയ ആചാര പ്രകാരം തമ്പുരാനെ പ്രണമിച്ചു. ഒറ്റനോട്ടത്തിൽ തന്നെ കോയയുടെ പൂർവികർ അറബി നാട്ടുകാരാണ് എന്ന് അറിയാമായിരുന്നു.

''ഇന്ന് തുറമുഖത്ത് കച്ചവടം എങ്ങനെ ഉണ്ടായിരുന്നു?'' സാമൂതിരി ചോദിച്ചു.

''ഇന്ന് കപ്പലുകളിൽ നിന്നും സാധനങ്ങൾ ഇറക്കി തമ്പുരാനേ, പക്ഷേ കച്ചവടം കുറവായിരുന്നു.''

''അതെന്താണ് കാരണം?''

''വെളിയനാട് ഉത്സവം ഇന്ന് തുടക്കമാണല്ലോ. ചെറുകിട കച്ചവടക്കാർ ഇന്ന് കുറവായിരുന്നു.''

''ഉം'' രാജാവ് മൂളി.

''അടിയനെ കൽപ്പിച്ച് വിളിച്ച കാര്യം?'' കോയ ചോദിച്ചു.

''തൃക്കാവിൽ കോവിലകം മരാമത്ത് കഴിച്ച് വെടിപ്പാക്കി വയ്ക്കണം. അതിനുവേണ്ടുന്ന മരവും ഓടും ഇവിടെനിന്ന് ജലമാർഗ്ഗം കൊണ്ടുപോണം. തൃക്കണികാവിലും കുറച്ച് പണികൾ ഉണ്ട്. സാധനങ്ങളെല്ലാം സംഭരിക്കാൻ നോം കാര്യക്കാരോട് പറഞ്ഞിട്ടുണ്ട്. സാധന സാമഗ്രികൾ അങ്ങോട്ട് എത്തിക്കാനുള്ള ഏർപ്പാടുകൾ കോയ ചെയ്യണം. കാര്യക്കാർ വന്ന് വിവരം എല്ലാം പറയും.''

അക്കാലത്ത് പൊന്നാനി, സാമൂതിരിമാരുടെ രണ്ടാം തലസ്ഥാനത്തിന്റെ പദവിയാണ് വഹിച്ചിരുന്നത്. തൃക്കണിക്കാവ് ദേവിക്ഷേത്രത്തിന്റെ സമീപത്തായിരുന്നു സാമൂതിരി രാജാവിന്റെ പൊന്നാനിയിലെ തൃക്കാവിൽ കോവിലകം.

''കല്പനപോലെ.'' അയാൾ കൂടുതൽ ഒന്നും ചോദിച്ചില്ല.

''പണി തീർന്നാൽ രണ്ടുമാസം നാം തൃക്കാവിൽ കോലോത്ത് താമസിക്കാൻ തീരുമാനിച്ചിട്ടുണ്ട്. കർക്കടകം കഴിയുന്നതുവരെ അവിടെ തന്നെ ആവും.''

കോയ തലകുലുക്കി.

"പുറംനാടുകളിൽ എന്തെങ്കിലും വിശേഷം പുതിയതായി ഉണ്ടോ?"

"എല്ലാം നല്ല വിശേഷം തന്നെ തമ്പുരാനേ. ചെങ്കടലിൽ പോകുന്ന കപ്പലുകൾ വളരെ സുരക്ഷിതമായി പോയി വരുന്നുണ്ട്. കടൽക്കൊള്ള ക്കാരുടെ ശല്യങ്ങൾ വളരെക്കാലമായി ഇല്ല എന്നുതന്നെ പറയാം."

"നന്നായി. എന്നാൽ കോയ പൊയ്ക്കോളൂ."

സാമൂതിരിയെ സലാം ചെയ്ത് ഷഹബന്ധർ കോയ മടങ്ങി. ഷഹബന്ധർ കോയ തുറമുഖത്തിലെ പോർട്ട് മാസ്റ്റർ അഥവാ തുറമുഖ അധികാരിയാണ്. തുറമുഖത്തിൽ സാധനങ്ങൾ കയറ്റി ഇറക്കുന്ന തൊട്ട് രാജ്യത്തിലേക്ക് വരുന്ന ചുങ്കം പിരിക്കുന്നത് കണക്കുകൾ സൂക്ഷിക്കുന്നത് തുടങ്ങിയ ഉത്തരവാദിത്തപ്പെട്ട ജോലികൾ അയാളാണ് ചെയ്യുന്നത്. ധാരാളം സഹായികളും കണക്കന്മാരും ഉണ്ടെങ്കിലും രാജാവിനോട് സമാധാനം പറയേണ്ടത് അയാൾ മാത്രമാണ്.

ഷഹബന്ധർ ജോലികളിൽ അങ്ങേയറ്റം കൃത്യത പാലിച്ചിരുന്നു. അറബിരാജ്യങ്ങളുടെ ചില തുറമുഖങ്ങളിൽ ആണ് 'ഷഹബന്ധർ' എന്ന തസ്തിക നിലനിന്നിരുന്നത്. പോലനാട്ടിൽ നിന്നും കോഴി ക്കോട് സാമൂതിരിമാരുടെ കൈവശം വന്നപ്പോൾ, തുറമുഖത്തിൽ നല്ല അടുക്കും ചിട്ടയും വന്നു. ധാരാളം കപ്പലുകളും വരുവാൻ തുടങ്ങി. ആദ്യം പരിചയസമ്പന്നരായ അറബികളായിരുന്നു ഷഹബന്ധർമാർ. അതിനുശേഷം അറബി നാട്ടുകാർ ദേശികളായ സ്ത്രീകളെ വിവാഹം ചെയ്ത് അവരുടെ സന്തതികളും ധാരാളമായി കോഴിക്കോട് ഉണ്ടാ വാൻ തുടങ്ങി. പിന്നീട് ഷഹബന്ധറായി ദേശത്തിലെ മുസൽമാൻ കുടുംബാംഗങ്ങൾ തിരഞ്ഞെടുക്കപ്പെട്ടു. കഠിനാധ്വാനംകൊണ്ടും സത്യസന്ധതകൊണ്ടും ഷഹബന്ധർ കോയമാർ സാമൂതിരിയുമായി വളരെ അടുത്തവരായിത്തീർന്നു. അവർക്ക് രാജാവിൽനിന്നും ധാരാളം ആനുകൂല്യങ്ങളും അവകാശങ്ങളും ലഭിച്ചു തുടങ്ങിയിരുന്നു. അവർ 'കോഴിക്കോട്കോയ' എന്ന നാമത്തിൽ അറിയപ്പെടാൻ തുടങ്ങി. വിളിപ്പേരുകൾ കുടുംബങ്ങളിൽ മാത്രം ഒതുങ്ങി, സ്ഥാന പ്പേർ മാത്രംകൊണ്ട് അറിയപ്പെടുന്നതിനാൽ, കാലാന്തരത്തിൽ ഒരു പാട് സാമൂതിരിമാരും കോയമാരും മങ്ങാട്ട് അച്ചന്മാരും കോഴി ക്കോട് നഗരത്തിൽ ജനിമൃതികളടഞ്ഞു.

കോയപക്കി

ധനികനായ കോയപക്കി വളരെ വ്യത്യസ്തനാണ്. കൂർമ്മബുദ്ധി, ദയ, സഹതാപം, ധാരാളിത്തം തുടങ്ങിയ നല്ല ഗുണങ്ങൾ എല്ലാം അയാളിൽ ഉണ്ടായിരുന്നു. ഒരേയൊരു ദോഷമെന്ന് പറയാമെങ്കിൽ, ചില സമയം അയാൾ ചെയ്യുന്നത് എന്താണെന്ന് അയാൾക്കുപോലും അറിയില്ല. എന്നതാണ്. അപ്പോൾ മനസ്സിന് ന്യായമായി തോന്നു ന്നത്, പക്കി ചെയ്തിരിക്കും. ആ ചെയ്ത പ്രവൃത്തിയെപ്പറ്റി പുനർ ചിന്തനം ചെയ്യുകയോ പശ്ചാത്തപിക്കുകയോ ചെയ്യുന്ന പരിപാടി കോയപക്കിക്ക് ഉണ്ടായിരുന്നില്ല. കോഴിക്കോട്ടങ്ങാടിയിലും തുറമു ഖത്തും കൊട്ടാരത്തിലുമെല്ലാം അയാൾ ജനസമ്മതനായിരുന്നു. ജാതിമതഭേദമന്യേ അയാൾ എല്ലാവരോടും ഒരുപോലെ പെരുമാറും. നമ്പൂതിരിമാർ, നായന്മാർ തുടങ്ങിയ ഉയർന്ന ജാതിക്കാർക്കും താരതമ്യേന താഴ്ന്ന ജാതിക്കാരായ, കണിയാന്മാർ മുക്കുവന്മാർ തൊട്ട്, തൊട്ടാൽ അശുദ്ധമാകും എന്ന് അന്ന് സമൂഹം ഒതുക്കി വെച്ചിരുന്ന ജാതികളിൽ പെട്ടവർക്കു പോലും അയാളെ ഇഷ്ടമായി രുന്നു, അയാൾക്ക് തിരിച്ചും അങ്ങനെ തന്നെയായിരുന്നു.

കോഴിക്കോട് തുറമുഖത്ത് വരുന്ന വിവിധ രാജ്യക്കാരുടെ ഭാഷകൾ എല്ലാം പക്കിക്ക് ഏറക്കുറെ അറിയാം. തുറമുഖത്തിനും കല്ലായിപ്പുഴ യ്ക്കും ഇടയിലുള്ള സ്ഥലങ്ങളിൽ പക്കിയുടെ വക തെങ്ങിൻതോപ്പു കളും കെട്ടിടങ്ങളും ഉണ്ട്. കൂടാതെ രണ്ട് ഇടത്തരം കപ്പലുകളും അനേകം ചെറിയ നൗകകളും അയാൾക്ക് ഉണ്ടായിരുന്നു. കടൽത്തീരത്തുള്ള കെട്ടിടങ്ങൾ പലതും അയാൾ പണ്ടക ശാല കൾക്കും കച്ചവടക്കാർക്കും വാടകയ്ക്ക് കൊടുത്തിരുന്നു. ക്ഷേത്രവും പള്ളികളും എല്ലാം ഒരുപോലെ കണ്ടിരുന്ന കോയപക്കി തളി ക്ഷേത്ര ത്തിലെ എഴുന്നള്ളിപ്പ് കണ്ട് ആസ്വദിച്ചതിനുശേഷം വീട്ടിലേക്ക് നടന്നു. ക്ഷേത്രത്തിനടുത്തായി തന്നെ വഴിയമ്പലങ്ങളും സത്രങ്ങളും കോഴിക്കോട് നഗരത്തിൽ അന്ന് ഉണ്ടായിരുന്നു. കേരളത്തിലെ ഏത് രാജ്യത്തേക്കും ഒരു തടസ്സവുമില്ലാതെ എപ്പോൾ വേണ മെങ്കിലും കേറിച്ചെല്ലാനുള്ള അവകാശം അന്ന് ബ്രാഹ്മണർക്കുണ്ട്. കളരി അഭ്യാസം കഴിഞ്ഞ് സൈന്യത്തിൽ ചേരാൻ ആഗ്രഹിക്കുന്ന നായന്മാർ, രാജാവിനു മുന്നിൽ തിരുമുൽക്കാഴ്ച വെച്ച് അവരുടെ

കയ്യിൽ നിന്നും വാൾ സ്വീകരിക്കുമ്പോൾ, രാജാവ് അവരുടെ കാതിൽ ഓതുന്ന വാക്കുകൾ പശുവിനെയും ബ്രാഹ്മണനെയും രക്ഷിക്കണം എന്നാണ്. അന്യരാജ്യക്കാർക്ക് കോഴിക്കോട് സർവ്വസ്വാതന്ത്ര്യം ഉണ്ടായിരുന്നുവെങ്കിലും പശുവിനെ കൊന്നാൽ വധശിക്ഷ ഉറപ്പാണ്. പൗരോഹിത്യ കാര്യങ്ങൾക്കുവേണ്ടി നമ്പൂരിമാർ ആ കാലത്ത് കേരളത്തിൽ ഉടനീളം സഞ്ചരിച്ചിരുന്നു. വലിയ തന്ത്രിമാരും അഗ്നി ഹോത്രിമാരും അവർക്ക് പരിചയമുള്ള നമ്പൂതിരിഗൃഹങ്ങളിൽ താമസിച്ചിരുന്നു. നായർസംബന്ധം ഉള്ളവർ സംബന്ധ വീടുകളിൽ തങ്ങും. അത്ര പ്രശസ്തരല്ലാത്തവർ ക്ഷേത്രങ്ങൾക്ക് അടുത്തുണ്ടാ യിരുന്ന സത്രങ്ങളിൽ ആണ് താമസിച്ചിരുന്നത്. താമസവും ഭക്ഷ ണവും മുറുക്കാനും എല്ലാം അവർക്ക് സൗജന്യമാണ്. സത്രത്തിന് നടുവിലുള്ള മുറ്റത്തിൽ, കുറച്ചു നമ്പൂരിമാർ ക്ഷേത്രത്തിലെ ജോലി കൾ കഴിഞ്ഞശേഷം ഭക്ഷണവും കഴിഞ്ഞ് പൊതുവായ കാര്യങ്ങൾ സംസാരിച്ചിരുന്നു. അവരുടെ ഭാഷയിൽ പറഞ്ഞാൽ വെടിപറച്ചിൽ. കോയപ്പക്കിയുടെ കാലുകൾ അന്ന് അയാളെ സത്രത്തിലേക്കാണ് നയിച്ചത്. അയാളെ കണ്ടതും സത്രം വിചാരിപ്പുകാരൻ ചോദിച്ചു.

‘‘എന്താ കോയക്ക ഈ വഴിക്ക്?’’

‘‘ഓരോ ബിചാരത്തിൽ നടന്നപ്പോ കാല് ഇങ്ങാട്ട് തിരിഞ്ഞു. അത്രതന്നെ.’’

‘‘കുടിയിൽ എത്തുമ്പോൾ ഒരുപാട് നേരം ആകുമല്ലോ?’’ വിചാരി പ്പുകാരൻ ചോദിച്ചു.

‘‘കടപ്പുറംവരെ നടക്കണം, അവിടെ ഞമ്മളുടെ തോണിക്കാര് ആരെങ്കിലും കാണും.’’

‘‘ഇവിടെ ചോറ് കഴിച്ചു പോണോ?’’ വിചാരിപ്പുകാരൻ ക്ഷണിച്ചു.

‘‘കഴിക്കാം.’’ ഒരു ശങ്കയും കൂടാതെ പക്കി പറഞ്ഞു. പറഞ്ഞ പാടെ അവിടെ കൂട്ടിയിട്ടിരുന്ന പുല്ലുപായയിൽ നിന്ന് ഒരു പായ വരാന്തയിൽ വിരിച്ച് ചുമര് ചാരി ഇരിപ്പും ആയി. തൊട്ടുകൂടായ്മ അന്ന് കേരളനാട്ടിൽ ധാരാളം ഉണ്ടായിരുന്നുവെങ്കിലും അത് ഹിന്ദുക്കൾ തമ്മിൽ മാത്രമായിരുന്നു. അന്യമതസ്ഥർക്ക് പറയത്തക്ക അയിത്തം കല്പിച്ചിരുന്നില്ല. പോരാത്തതിന് കോയപക്കി സാമൂതിരി രാജാവിന് വേണ്ടപ്പെട്ടവനുമായിരുന്നു. മറ്റുള്ള മാപ്പിളമാർ സാധാരണ അവിടെയിരുന്ന് ഭക്ഷണം കഴിക്കുവാൻ തയ്യാറാവാറില്ല. പക്കി മന സ്സിൽ തോന്നിയാൽ തോന്നിയപടി ചെയ്യും. അയാൾക്ക് മുമ്പ് വെച്ച കഴുകിയ നാക്കിലയിൽ ആദ്യം ഉപ്പു വിളമ്പി. പടവലങ്ങയും പാവ യ്ക്കയും കൊണ്ട് ഒരു മെഴുക്കുപുരട്ടി. മകരമാസം മാങ്ങാക്കാലം ആയതിനാൽ പല്ലു പല്ലായി അരിഞ്ഞ ഒരു ഉശിരൻ മാങ്ങാക്കറി, പരിപ്പിട്ട ചീര ഒഴിച്ചുകറി, ചുമരിൽ എറിഞ്ഞാൽ താഴെ വീഴാത്ത പാകത്തിൽ ഒരു കുറുക്കുകാളൻ. ഇവയായിരുന്നു വിഭവങ്ങൾ. പച്ചമുളക് ഇന്ത്യയിലേക്ക് വരാൻ ഗാമയുടെ മൂന്നാം വരവുവരെ

കാത്തിരിക്കേണ്ടിയിരുന്നതിനാൽ, ഭക്ഷണങ്ങളിൽ എരിവ് രസം പകർന്നിരുന്നത് ഇഞ്ചിയും കുരുമുളകും ഒക്കെ തന്നെയായിരുന്നു. തവിടുകളയാത്ത കുത്തരിയുടെ ചോറും നാരകത്തിന്റെ ഇലയും കറിവേപ്പിലയും ഇഞ്ചിയും ചേർത്ത കട്ടിമോര് എന്നിവയായിരുന്നു വിഭവങ്ങൾ. ഭക്ഷണം പക്കിക്ക് ഇഷ്ടമായി. അയാൾ നന്നായി കഴിച്ചു. രാത്രി പായസം ഉണ്ടാവില്ലെന്ന് അറിയാവുന്നതിനാൽ, പക്കി ഇല മടക്കി കൊണ്ടുപോയി വാഴകൾക്കിടയിൽ വെച്ചിരുന്ന കൽത്തൊട്ടിയിൽ ഇട്ടു. കൈകഴുകി ഉറുമാലിൽ കൈ തുടച്ച് ഇറങ്ങാൻ നോക്കുമ്പോഴാണ് മുറ്റത്ത് വെടി പറഞ്ഞിരിക്കുന്ന നമ്പൂരിശ്ശന്മാരെ കണ്ടത്. വീട്ടിൽ പോകേണ്ട കാര്യം മറന്ന് അയാൾ അവരുടെ സംസാരത്തിൽ കൂടി.

''എന്താ തമ്പുരാക്കന്മാരെ ബിശേശം?'' പക്കി കുശലം ചോദിച്ചു.

''ആ പക്കിയല്ലേ? സുഖായിട്ടിരിക്കുണോ?'' ഒരു നമ്പൂരി ചോദിച്ചു.

''പടച്ചോൻ കൃപയാൽ കൊയപ്പോന്നില്ല്യ. ഇപ്പോ പടയില്ലാത്ത കാലം, പെരുത്ത് സുഖം.''

''ഇനി പക്കി പറയണപോലെ അധികം യുദ്ധങ്ങൾ ഉണ്ടാവാൻ വഴിയില്ല. മലനാട് മുഴുവൻ പിടിച്ചടക്കി, കൊച്ചിയെ ഒരു മൂലയ്ക്ക് ഒതുക്കി. ഇനിയിപ്പോ ആരോട് യുദ്ധം ചെയ്യാൻ?'' വേറൊരു നമ്പൂതിരി പറഞ്ഞു.

''കൊച്ചിയുടെ കാര്യം കഷ്ടമാണ്. ചരക്ക് നേരിട്ട് കച്ചവടം കുറച്ച്, പകുതിയിലേറെ സാമൂതിരിക്ക് കൊടുക്കണം. മേൽക്കോയ്മ സ്വീകരിച്ചതിനാൽ ആണ്ടുതോറും കപ്പം കൊടുക്കണം. ദാ, ഇപ്പൊ പുതിയൊരു കല്പന, കപ്പലോടിക്കാൻ മാപ്പിളമാരെ മാത്രമേ വയ്ക്കാവൂ. നസ്രാണികളെ കപ്പലിൽ കയറ്റുകപോലും ചെയ്യരുത്.''

''പണ്ടാരവക കെട്ടിടം ഓടിടാൻ കോഴിക്കോട് സമ്മതം ചോദിക്കണം.'' മറ്റൊരു നമ്പൂതിരി പറഞ്ഞു.

എല്ലാം ശ്രദ്ധിച്ചു കേട്ടുകൊണ്ടിരുന്ന കോയപക്കിക്ക് കൊച്ചി രാജാവിനോട് പാവം തോന്നി. അയാൾ കൊച്ചിക്ക് പോകുമ്പോൾ രാജാവിനെ കണ്ടിട്ടുണ്ട്, എത്ര പാവപ്പെട്ട രാജാവാണ്. ഒന്നു നോക്കിയാൽ സാമൂരീടെ സ്വന്തക്കാരനല്ലേ, അദ്ദേഹത്തെ ഇങ്ങനെ ദ്രോഹിക്കാൻ പാടുണ്ടോ? പക്കി മനസ്സിൽ ചോദിച്ചു. സാമൂതിരി രാജാവ് പക്കിക്ക് ദൈവതുല്യനാണ്. എന്നാലും തമ്പുരാൻ, കൊച്ചി തമ്പുരാനോട് ഇങ്ങനെ ചെയ്യാൻ പാടില്ലാത്തതായിരുന്നു. അവസാന യുദ്ധം കഴിഞ്ഞ് കൊച്ചി പട്ടണം എല്ലാം കത്തിച്ചിട്ട് പോയതാണ്. പാവപ്പെട്ട ജനങ്ങൾ എന്ത് പിഴച്ചു? ഇനി കടകളെല്ലാം രണ്ടാമത് കെട്ടിപ്പൊക്കണ്ടേ? തന്റെ പാണ്ടകശാലകൾ ഇങ്ങനെ ആരെങ്കിലും കത്തിച്ചാൽ എങ്ങനെയിരിക്കും എന്ന് പക്കി ഒരു നിമിഷം ചിന്തിച്ചു. അപ്പോൾ രാജാവിനോട് മാത്രമല്ല ജനങ്ങളോടും പക്കിക്ക് സഹതാപം കരകവിഞ്ഞൊഴുകി. നമ്പൂരിമാരുടെ കൂട്ടത്തിൽ ഒരു

ചെറുപ്പക്കാരൻ നമ്പൂതിരി പക്കിയുടെ മുഖത്തെ ഭാവങ്ങൾ സൂക്ഷ്മമായി നിരീക്ഷിക്കുന്നുണ്ടായിരുന്നു. പക്കിയുടെ ആറാം അറിവ് തന്നെ ആരോ ശ്രദ്ധിക്കുന്നു എന്ന് അയാളോട് പറഞ്ഞു. എടുത്ത് വാക്കിന് പക്കി ചോദിച്ചു.

"ഇതേതാ ഒരു പുതിയ നമ്പൂരിച്ചൻ? ഞമ്മള് ഇതുവരെ കണ്ടിട്ടില്ല?"

ചെറുപ്പക്കാരൻ നമ്പൂരിയെ നോക്കി പക്കി ചോദിച്ചു.

"ഇത് ജാതവേദൻ, കൊച്ചീലെ തൃപ്പൂണിത്തറ അടുത്താണ് മന." രണ്ടാമത്തെ നമ്പൂതിരി പറഞ്ഞു.

"ഞമ്മള് കോയപക്കി. കണ്ടേല് പെരുത്ത് സന്തോഷണ്ട്."

പക്കി തൊഴുതുകൊണ്ട് പറഞ്ഞു.

"ഞാനും പക്കിയെപ്പറ്റി കേട്ടിട്ടുണ്ട്." ജാതവേദൻ നമ്പൂതിരി മറുപടി പറഞ്ഞു.

"ചോയിക്കണേല് ബെഷമം തോന്നരുത്. തിരുമേനി കളരീല് പോയിക്കീനോ?"

"പക്കിയുടെ ബുദ്ധി അപാരം." രണ്ടാമത് സംസാരിച്ച കൊച്ചിക്കാരനായ നീലകണ്ഠൻ നമ്പൂതിരി പറഞ്ഞു. "ജാതവേദനും നാലാം മുറ തമ്പുരാനും ഒരേ പ്രായമാണ്. തമ്പുരാന്റെ കൂടെ ഇയാളും കളരി അഭ്യസിച്ചിട്ടുണ്ട്. വളരെ കാലങ്ങൾക്കുശേഷമാണ് കൊച്ചിരാജ കുടുംബത്തിൽ ആ തമ്പുരാനെപോലെ ഒരു യോദ്ധാവ് ഉണ്ടായത്."

"നാലാം മുറ ആണെങ്കി ആ തമ്പ്രാന് മൂപ്പാവുമ്പോ കുറേ കൊല്ലങ്ങള് ആവൂലോ?" പക്കി ന്യായമായ ഒരു സംശയം ഉന്നയിച്ചു.

"ഇപ്പോഴത്തെ രാജാവിന്റെ മറ്റു താവഴിയിലെ രണ്ട് തമ്പുരാക്കന്മാരിപ്പോൾ സാമൂതിരി തമ്പുരാന്റെ കൂടെയാണ്. നാലാംമുറ ആണെങ്കിലും അദ്ദേഹം ഫലത്തിൽ ഇപ്പോൾ രണ്ടാം മുറയാണ്." നീലകണ്ഠൻ നമ്പൂതിരി പറഞ്ഞു.

"ഞമ്മള് മാപ്പിളാരുടെ കാര്യം അതിലും നല്ലത്." പക്കി ചിരിച്ചുകൊണ്ടു പറഞ്ഞു. "ബാപ്പ, ബാപ്പ കഴിഞ്ഞാൽ മോന്."

"വടക്കും കിഴക്കുമുള്ള രാജസ്ഥാനങ്ങളിൽ മക്കത്തായമാണ്. ഏറനാടിന്റെ സ്ഥാനങ്ങൾ കൊച്ചിയിലേക്കാൾ ഭേദമാണ്. ഒന്നാംസ്ഥാനം സാമൂതിരി. രണ്ടാം സ്ഥാനം ഏറാൾപ്പാട്, പിന്നെ മൂന്നാറപ്പാട്, എടുത്തറപ്പാട്, നടത്തറാപ്പാട്. ഇങ്ങനെ അഞ്ചു സ്ഥാനങ്ങൾ ആണ് ഉള്ളത്." പഴയ നെടുങ്ങനാട്ടുകാരനായ ഒരു നമ്പൂതിരി പറഞ്ഞു.

"ആദ്യം രണ്ടു സ്ഥാനങ്ങൾ അല്ലേ ഉണ്ടായിരുന്നുള്ളൂ എപ്പോൾ മുതൽക്കാണ് ഇത് അഞ്ച് സ്ഥാനങ്ങൾ ആയത്?" തൃശ്ശൂരുകാരനായ ഒരു നമ്പൂതിരി ചോദിച്ചു. കോയ പക്കി ഓരോ നമ്പൂരിമാർ സംസാരിക്കുമ്പോഴും അവരുടെ ഭാഗത്ത് തലവെട്ടിച്ച് എല്ലാം ശ്രദ്ധാപൂർവ്വം കേട്ടുകൊണ്ടിരുന്നു. അപ്പോൾ നെടുങ്ങനാട് നമ്പൂതിരി പറഞ്ഞു.

''സാമൂതിരി പോലനാട് കൈപ്പറ്റിയപ്പോൾ ഇളങ്കൂർ ആയി ഏറനാട്ടിലെ ഏറാൾപ്പാട് മാത്രമേ ഉണ്ടായിരുന്നുള്ളൂ. രാജ്യം വിസ്തരിക്കാൻ തുടങ്ങിയപ്പോൾ ഭരണച്ചുമതല പങ്കിട്ടു കൊടുക്കാൻ അദ്ദേഹം തീരുമാനിച്ചു. എന്റെ നാടായ നെടുങ്ങനാട് രക്തച്ചൊരിച്ചിൽ ഒന്നുമില്ലാതെ അന്നത്തെ ഏറാൾപ്പാട് പിടിച്ചെടുത്തു. ആ നാടിന്റെ ഭരണം സാമൂതിരിപ്പാട് അത് പിടിച്ചെടുത്ത ഏറാൾപ്പാടിനു തന്നെ നൽകി. ഏറനാടിന്റെ ഭരണം അടുത്ത ഇളമുറത്തമ്പുരാന് നൽകി. മൂന്നാം പുറപ്പാട് എന്ന സ്ഥാനവും കൊടുത്തു. ആ പേര് ലോപിച്ചാണ് ഇപ്പോൾ മൂന്നാറപ്പാട് എന്ന് പറയുന്നത്. ഭരണകാര്യത്തിന് വീണ്ടുമൊരു രാജകുമാരനെ എടുത്തപ്പോൾ അത് എടുത്തമുറപ്പാട്. പിന്നെയത് എടുത്തറാപ്പാടായി. കാലക്രമത്തിൽ അഞ്ചാമത്തെ ആളെയും തെരഞ്ഞെടുത്തു. സ്വന്തം നാട്ടുകാരനായ ആദ്യത്തെ മുറക്കാരൻ എന്ന അർത്ഥം വരുന്ന നാടേത്തെ മുറപ്പാട് എന്ന സ്ഥാനവും അതിന് നടത്തറാപ്പാട് എന്ന വിളിപ്പേരും ഉണ്ടായി. അങ്ങനെ അഞ്ച് സ്ഥാനങ്ങൾ കോഴിക്കോട് ഉണ്ടായി. ഏറാൾപ്പാട് സാമൂതിരി ആവുമ്പോൾ, മൂന്നാറപ്പാട് ഏറാൾപ്പാടാവും. അങ്ങനെ മൂപ്പ് ലഭിക്കുന്നവർക്ക് സ്ഥാനക്കയറ്റം ഉണ്ടാവും, പുതിയ ആൾ നടത്തറാപ്പാടിന്റെ സ്ഥലത്ത് വരും.''

''ഇത് മനുഷ്യേന് പുടികിട്ടാത്ത ഏർപ്പാട് തന്നെ.'' കോയ പ്രാസത്തിൽ പറഞ്ഞു.

ഒന്നും മിണ്ടാതിരുന്ന ഒരു നമ്പൂരി കോയയെ നോക്കി ചോദിച്ചു.

''അതൊക്കെ പോട്ടെ. നിനക്ക് ഇന്ന് വീട്ടിൽ ഒന്നും പോണ്ടേ?''

''അള്ളാ, ശരിയാണല്ലാ.'' കോയ അന്ധാളിച്ചു കൊണ്ട് യാത്ര പറഞ്ഞ് ഇറങ്ങാൻ ആരംഭിച്ചു.

''കോയയെ ഇനിയും കാണണം. എനിക്ക് നിങ്ങളെ വളരെ ഇഷ്ടപ്പെട്ടു.'' ജാതവേദൻ പറഞ്ഞു.

''ഇനിയും കാണാം... ആ നാലാംമുറ തമ്പ്രാനെ നിക്കൊന്നു കാണണംന്നുണ്ട്.'' കോയ പറഞ്ഞു.

''അതിനെന്താ എന്റെ കൂടെ എപ്പളാച്ചാ പോന്നോളൂ.''

കോയ ധൃതിപിടിച്ച് നടക്കുമ്പോൾ വിചാരിപ്പുകാരൻ ചോദിച്ചു.

''വീട്ടിലെ ബീവി വഴക്കു പറയോ? അവിടെ ഭക്ഷണം എടുത്തു വച്ചിട്ടുണ്ടെങ്കിലോ?''

''അയിനെന്താ? അബിടേം കയിക്കും. ഇങ്ങടെ പച്ചക്കറി ഊണല്ലേ? അവിടെത്തുമ്പോഴേക്കും ദഹിക്കും.''

ചൂട്ടു കത്തിച്ചുകൊണ്ട് കോയ കടപ്പുറത്തേക്ക് പോയി. അയാൾ പറഞ്ഞതുപോലെ ഒരു വള്ളക്കാരൻ അയാളെ കാത്തുനിൽപ്പുണ്ടായിരുന്നു.

കാപ്പാട് കടപ്പുറം

1498 മെയ് മാസം 21

കാപ്പാട് കടപ്പുറത്തിൽ അല്പം ദൂരെ കടലിൽ നാല് വിദേശ കപ്പലുകൾ വന്നിരിക്കുന്നു എന്ന വാർത്ത അവിടമാകെ കാട്ടുതീ പോലെ പരന്നു

കേട്ടവർ കേട്ടവർ കടപ്പുറത്തേക്ക് ഓടി. വെളുത്ത പായ്കളിൽ ചുവന്ന ചായത്തിൽ കുരിശടയാളം വരച്ച കപ്പലുകളിൽ വിചിത്ര വേഷധാരികളായ കുറേ മനുഷ്യർ കര നോക്കിക്കൊണ്ട് നിന്നിരുന്നു. സാഹസികരായ കുറെ മുക്കുവർ അവരുടെ കൊതുമ്പുവള്ളം തുഴഞ്ഞു കൊണ്ട് ആ കപ്പലുകളുടെ അരികിലേക്ക് പോയി. കപ്പലിൽ ഉള്ളവർ സൗഹാർദ്ദപൂർവ്വമായി വെളുത്ത തൂവാലകൾ അവർക്കു നേരെ വീശി. തോണികളിൽ പോയവരും ആർപ്പുവിളികളോടെ അവർക്ക് നേരെ കൈകൾ വീശിക്കാണിച്ചു. ഒരു കപ്പലിൽ നിന്നും ചെറിയ തോണി അവർ കടലിലിറക്കി, നാലുപേർ അതിലേക്ക് ഇറങ്ങി കര ലക്ഷ്യമാക്കി തുഴഞ്ഞു. അവർ കരയിൽ എത്തിയതും അവിടെ തടിച്ചുകൂടിയിരുന്നവർ ആർപ്പുവിളികളോടെ തോണിയിൽ നിന്നും കരയ്ക്ക് ഇറങ്ങാൻ അവരെ സഹായിച്ചു. രണ്ടുപേരെ മാത്രം കര യ്ക്കിറക്കി തോണി കപ്പലിലേക്ക് തിരിച്ച് പോയി. നല്ല വെളുത്ത തൊലിയുള്ള അവരെ കണ്ട് ജനങ്ങൾ അത്ഭുതപൂർവ്വം നോക്കി നിന്നു.

വന്നവരിൽ ഒരാൾ ജനങ്ങളോട് അറബിഭാഷയിൽ എന്തോ പറഞ്ഞു. ജനം അവരെ പൊതിഞ്ഞു നിന്നു. ചില ആളുകൾ അവ രുടെ ദേഹത്ത് തൊട്ട് നോക്കാനും മറന്നില്ല. ലിസ്ബണിൽ നിന്നും കൊണ്ടുവന്ന പഴയ രണ്ട് തടവുപുള്ളികൾ ആയിരുന്നു അവർ. അതിലൊരാൾ ജോവാവോ ന്യൂനെസ് എന്ന് പേരായ, അറബി അറി യുന്ന ആളാണ്. ഭാഷ മനസ്സിലായില്ലെങ്കിലും കാര്യങ്ങൾ പിടികിട്ടിയ ജനങ്ങൾ ഭാഗ്യവശാൽ, അറബി സംസാരിക്കുന്ന രണ്ടുപേർ താമസി ക്കുന്ന വീട്ടിൽ അവരെ കൊണ്ടാക്കി.

''നിങ്ങളെ ചെകുത്താന്മാർ പിടിക്കട്ടെ, എന്തിനാണ് നിങ്ങൾ ഇവിടെ വന്നത്?'' ആ വീട്ടിലെ ഒരാൾ സ്പാനിഷ് ഭാഷയിൽ ചോദിച്ചു.

കുശലപ്രശ്നത്തിനു ശേഷം വീട്ടിലുണ്ടായിരുന്നവർ വന്നവർക്ക് ലഘുഭക്ഷണം നൽകി, ആദ്യം സംസാരിച്ച ആൾ അവർ ഇരുവരുടെയും കൂടെ കപ്പലിലേക്ക് പോകാൻ തയ്യാറായി. കരയിൽനിന്നും തൂവാല വീശി കാണിച്ചപ്പോൾ ആദ്യം വന്ന തോണി വീണ്ടും കരയിലേക്ക് വന്ന് അവരെ കപ്പലിലേക്ക് കൊണ്ടുപോയി.

''നിങ്ങൾ ശരിയായ സ്ഥലത്ത് തന്നെയാണ് വന്നിരിക്കുന്നത്, മരതകവും മുത്തുകളും സുഗന്ധദ്രവ്യങ്ങളും നിറഞ്ഞ ഈ കോഴിക്കോട് പട്ടണം വളരെ സമ്പന്നമാണ്.'' അയാൾ മേജർ ഗാമയോട് പറഞ്ഞു. കപ്പലിൽ വന്ന ആ മനുഷ്യന്റെ പേർ 'ബോൺടേബോ' എന്നായിരുന്നു. അയാളുടെ വായിൽനിന്നും പുറത്തുവന്ന സ്പാനിഷ് ഭാഷ കേട്ട് നാവികരുടെ കണ്ണുകൾ ഈറനണിഞ്ഞു. നീണ്ട കൂടിയാലോചനകൾക്കുശേഷം അപ്പോൾ പൊന്നാനി കോവിലകത്ത് താമസിച്ചിരുന്ന സാമൂതിരി രാജാവിനെ മുഖം കാണിക്കുവാൻ രണ്ട് പോർച്ചുഗീസ് നാവികരെ അയാളുടെ കൂടെ അയയ്ക്കാൻ ഗാമ തീരുമാനിച്ചു. സാമൂതിരി രാജാവ് അവരെ ഹൃദ്യമായി സ്വീകരിച്ചു. അവരുടെ യാത്രാവിവരണങ്ങൾ എല്ലാം ശ്രദ്ധാപൂർവ്വം അദ്ദേഹം കേട്ടു. താൻ ധരിച്ചിരുന്ന വസ്ത്രങ്ങൾപോലെ ഓരോ ജോഡി വസ്ത്രങ്ങൾ അവർക്ക് അദ്ദേഹം പാരിതോഷികമായി കൊടുത്തു. മഴക്കാലം ആരംഭിക്കുവാൻ പോകുന്നതിനാൽ കപ്പലുകൾ പന്തലായനി തുറമുഖത്ത് ഒതുക്കുവാൻ അദ്ദേഹം നിർദ്ദേശിച്ചു, അതിനായി ഒരു പൈലറ്റിനേയും ഏർപ്പാടാക്കി കൊടുത്തു. താൻ ഉടൻ കോഴിക്കോട് തിരിച്ചെത്തുമെന്നും അതിനുശേഷം അവരുടെ മേജറെ കാണാം എന്നും അദ്ദേഹം അവരെ അറിയിച്ചു.

കുറച്ച് ദിവസങ്ങൾ കഴിഞ്ഞ് പന്തലായനിയിൽനിന്ന് ഗാമയെ കൊട്ടാരത്തിലേക്ക് കൊണ്ടുവരുവാൻ 'കൊത്തുവാൾ' അഥവാ 'തലചെന്നവരെ' ഏർപ്പാടാക്കി. അതിനുമുമ്പ് കപ്പലിൽ ഗാമയുടെ നേതൃത്വത്തിൽ ഒരു യോഗം ചേർന്നു.

''നാളെ കൊത്തുവാളിന്റെ കൂടെ ഞാൻ രാജാവിനെ കാണുവാൻ പോകുന്നു. നിങ്ങളുടെ അഭിപ്രായങ്ങൾ തുറന്നു പറയാം.'' ഗാമ പറഞ്ഞു.

''വാസ്കോ, ഇത് പുതിയ സ്ഥലമാണ്. ഞാൻ നോക്കിയതിൽ ഇവിടെ കാണുന്ന അഞ്ചുപേരിൽ ഒരാൾ മൂറാണ്. നിന്റെ വിലപ്പെട്ട ജീവൻ ഇവിടെ പണയം വയ്ക്കാതെ മുമ്പൊക്കെ ചെയ്തപോലെ നീ കപ്പലിൽ തന്നെ ഇരിക്കുന്നതാണ് ബുദ്ധി.'' പൗലോ പറഞ്ഞു

“സീനിയർ ഗാമ പറയുന്നത് ശരിയാണ്, താങ്കൾക്ക് എന്തെങ്കിലും സംഭവിച്ചാൽ പിന്നെ നമ്മുടെ കണ്ടുപിടിത്തം രാജാവിനെ അറിയിക്കാൻ ഞങ്ങൾക്ക് തിരിച്ചു പോകാൻ പറ്റുമോ എന്ന് സംശയമുണ്ട്.” ഒരു ക്യാപ്റ്റൻ പറഞ്ഞു.

“സുഹൃത്തുക്കളേ, നിങ്ങളെല്ലാം എന്റെ നന്മയെ കരുതി ആണ് സംസാരിക്കുന്നതെന്ന് എനിക്ക് മനസ്സിലായി. അതിൽ എനിക്ക് നിങ്ങളോട് ഒരുപാട് നന്ദിയുണ്ട്. ഞാൻ ഇന്നലെ എല്ലാം ചിന്തിച്ച് ഒരു തീരുമാനത്തിലെത്തി. ഇത്രയും ദൂരം യാത്ര ചെയ്ത്. ‘ഞങ്ങൾ ഇന്ത്യ കണ്ടെത്തി’ എന്ന് വെറുംകൈയോടെ ലിസ്ബണിൽ ചെന്ന് പറഞ്ഞാൽ രാജാവ് വിശ്വസിക്കുമോ? ഇതുവരെ വന്നതിന് കുറച്ച് സുഗന്ധദ്രവ്യങ്ങൾ എങ്കിലും വാങ്ങിക്കൊണ്ടു പോണ്ടേ? ആ രാജാവ് നമ്മളെ ക്ഷണിച്ചതല്ലേ? ക്ഷണം സ്വീകരിച്ചില്ലെങ്കിൽ നമ്മൾ ഭീരുക്കൾ ആണെന്ന് മറ്റുള്ളവർ കരുതില്ലേ? നിങ്ങൾ ഇത്രയും പറഞ്ഞ സ്ഥിതിക്ക് ഞാൻ ഒറ്റയ്ക്ക് പോകുന്നില്ല. ഞാൻ പന്ത്രണ്ടു പേരെ എന്റെ കൂടെ കൂട്ടിക്കൊണ്ടു പോകാം. മൂന്നു ദിവസങ്ങൾക്ക് ശേഷം ഞങ്ങടെ സന്ദേശം ഒന്നും ലഭിക്കില്ല എങ്കിൽ നിങ്ങൾ ലിസ്ബണിലേക്ക് തിരിച്ചു പൊയ്ക്കോളൂ.”

“വാസ്കോ, എന്നാൽ ഞാനും നിന്റെ കൂടെ വരാം.” പൗലോ പറഞ്ഞു.

“അങ്ങ് ഒരിക്കലും പോകരുത്, നിങ്ങൾ രണ്ടുപേരെയും ഞങ്ങൾക്ക് ഒരുമിച്ച് നഷ്ടപ്പെടാനാവില്ല.” നിക്കോളായ് കൊയ്ലോ പറഞ്ഞു.

“ക്യാപ്റ്റന്മാരാരും എന്റെ കൂടെ വരേണ്ടതില്ല. നിർഭാഗ്യവശാൽ ഉടൻ തിരിച്ചു പോകേണ്ടി വന്നാൽ നിങ്ങളുടെ അഭാവം പ്രശ്നങ്ങളുണ്ടാക്കും. ചേട്ടൻ കപ്പലിൽനിന്ന് എനിക്കുവേണ്ടി പ്രാർത്ഥിക്കുക. ഒരു കാരണവശാലും ആരെയും കപ്പലിന്റെ അരികിലേക്ക് എന്റെ കൈപ്പടയിലുള്ള ഉത്തരവില്ലാതെ അടുപ്പിക്കരുത്. കൂടാതെ ഇവിടെ വെച്ച് യാത്ര പറയുന്നതിനു മുമ്പ് കാനാ എന്ന എന്റെ കപ്പലിൽ വന്ന പൈലറ്റ് എന്നോട് ഒരു കാര്യം പറഞ്ഞിരുന്നു. ഇവിടെ കാണുന്ന മൂറുകൾ ആഫ്രിക്കയിലുള്ളവരെ പോലെയല്ല. പ്രത്യേകിച്ചും മാപ്പിളമാർ എന്നറിയപ്പെടുന്ന ഇന്ത്യക്കാരായ മൂറുകൾ, ഇവിടുത്തെ രാജാവിന്റെ ആജ്ഞ പാലിക്കുന്നവരാണ്. രാജാവിന്റെ അനുവാദമില്ലാതെ അവർ ഒരു ആക്രമണത്തിനും മുതിരില്ല എന്നും അയാൾ എന്നോട് പറഞ്ഞു. അതിനാൽ നിങ്ങൾ എന്റെ സുരക്ഷയെപ്പറ്റി അത്ര വേവലാതിപ്പെടേണ്ട കാര്യമില്ല എന്നാണ് എന്റെ അഭിപ്രായം.” ഗാമ പറഞ്ഞു.

അടുത്ത ദിവസം പ്രഭാതത്തിൽ ഇരുനൂറ് ആയുധധാരികളായ നായർ പടയാളികളുടെ അകമ്പടിയോടുകൂടി ഗാമയും സംഘവും രാജാവിനെ കാണാൻ പുറപ്പെട്ടു. തല ചെന്നവരും ഗാമയും മഞ്ചലിലും ബാക്കിയുള്ളവർ കാൽനടയായിട്ടും ആയിരുന്നു യാത്ര.

മഞ്ചലിൽ ഇരുന്ന് ഗാമ വഴിയിലുള്ള സ്ഥലങ്ങളെല്ലാം നോക്കി കണ്ടു. എല്ലായിടത്തും വൃക്ഷങ്ങളും പച്ചനിറവും മാത്രം. പറമ്പുകൾ ഓല കൊണ്ടോ മുള്ളുകൾ കൊണ്ടോ ഉണ്ടാക്കിയ വേലികൊണ്ട് അതിർത്തി തിരിച്ചിട്ടുണ്ട്. പറമ്പിലെ ഒത്തനടുക്കാണ് ഓലമേഞ്ഞ വീടുകൾ. പറമ്പുകളിൽ മുഴുവൻ നാനാതരം വൃക്ഷങ്ങളാണ്. അതിൽ ഭൂരിഭാഗവും തെങ്ങുകളും അടയ്ക്കാ മരങ്ങളും ആയിരുന്നു. വൃക്ഷങ്ങളെ പൊതിഞ്ഞുകൊണ്ട് വളരുന്ന വള്ളികൾ കുരുമുളക് ആയിരിക്കണം. പലയിടത്തും നിരത്ത് എന്ന് പറയാൻ പറ്റാത്ത നട പ്പാതകൾ ആണ്. മൃഗങ്ങൾ വലിച്ചുകൊണ്ടുപോകുന്ന വണ്ടികൾ വളരെ ചുരുക്കം.

പാതിവഴി എത്തിയപ്പോൾ വിശ്രമിക്കാൻ വേണ്ടി അൽപനേരം അവർ മുമ്പേ ഏർപ്പാടാക്കിയിരുന്ന വീടാണെന്നു തോന്നുന്നു, അവിടെ നിർത്തി അൽപസമയം വിശ്രമിച്ചു. ചോറ്, വേവിച്ച മീൻ, പഴങ്ങൾ, അടങ്ങിയ ഉച്ചഭക്ഷണം അവർക്ക് അവിടെ വിളമ്പി. നാവി കരുടെ ലഗേജുകൾ ചുമക്കാൻ ആൾക്കാരെ വെച്ചിട്ടുണ്ട്. അവിടെ നിന്ന് പുറപ്പെട്ടതും അവർ എത്തിയത് പുഴയാണോ എന്ന് തോന്നിച്ച ഒരു ജലാശയത്തിന്റെ കരയിലാണ്. പിന്നീടുള്ള യാത്ര രണ്ടു വഞ്ചികൾ കൂട്ടിക്കെട്ടിയ ചങ്ങാടങ്ങളിലായിരുന്നു. വീണ്ടും കരയെ ത്തിയപ്പോൾ പള്ളി പോലെ തോന്നിച്ച ഒരു ദേവാലയത്തിലേക്ക് അവരെ കൊണ്ടുപോയി. കുറച്ചു വിളക്കുകൾ മാത്രം കത്തുന്ന ഒരു ഇരുണ്ട മുറിയിൽ ഒരു രൂപം കാണാനുണ്ട്. കന്യാമറിയത്തിന്റെ രൂപ മാണ് എന്നാണ് ഗാമ കരുതിയത്. പക്ഷേ ചുമരുകളിൽ തലയിൽ കൊമ്പും പുറത്ത് തള്ളിനിൽക്കുന്ന പല്ലുമുള്ള ചെകുത്താന്മാരുടെ രൂപവും വരച്ചു വെച്ചിരുന്നത് അവരെ ആശയക്കുഴപ്പത്തിലാക്കി എങ്കിലും ആ മുറിയിൽ നിന്നും പുറത്തു വന്ന, അരയ്ക്കു മുകളിൽ നഗ്നനായ ഒരു പൂജാരി തന്ന ജലം അവർ മറ്റുള്ളവർ ചെയ്യുന്നതു പോലെ കുടിച്ചു. ഗാമയും കൂടെയുള്ളവരും മുട്ടുകുത്തി നിന്നാണ് പ്രാർത്ഥിച്ചത്. കൂട്ടത്തിലുള്ള 'ജോവവോ സാ' എന്ന പൗലോവിന്റെ കപ്പലിലെ ക്ലാർക്ക് മെല്ലെ പറയുന്നത് കേട്ടു. ''ഇവിടെ ഉള്ളത് ചെകു ത്താൻ ആണെങ്കിൽ ഞാൻ പ്രാർത്ഥിക്കുന്നത് ദൈവത്തെയാണ്.'' അതുകേട്ട ഗാമയ്ക്ക് ചിരിക്കാതിരിക്കാൻ കഴിഞ്ഞില്ല. വഴിയിൽ വീണ്ടും ഇതുപോലെ ഒരു പഗോഡയിൽ കയറിയതിനുശേഷം വൈകിട്ട് അവർ കൊട്ടാരത്തിന് അരികിൽ എത്തി.

പോർച്ചുഗലിൽ ഊഹിക്കാൻപോലും പറ്റാത്ത വലിയ ഒരു ജനക്കൂട്ടം അവിടെ അവരെ കാത്തുനിന്നു. ആയിരക്കണക്കിന് ആയു ധമേന്തിയ നായർ പടയാളികളും വിവിധതരം കൊമ്പുകളും ചർമ്മ വാദ്യങ്ങളുംകൊണ്ട് പ്രത്യേകരീതിയിൽ ശബ്ദമുണ്ടാക്കിക്കൊണ്ടി രുന്ന കുറേ വാദ്യക്കാരും ഉണ്ടായിരുന്നു. ഇടയ്ക്കിടെ ഒരാൾ തന്റെ കയ്യിൽ വച്ചിരുന്ന ഒരുതരം നാടൻ തോക്കുപോലെയുള്ള ഉപകരണം

കൊണ്ട് ആകാശത്ത് വെടി പൊട്ടിച്ചുകൊണ്ടിരുന്നു. തിരക്ക് സഹിക്കവയ്യാതായപ്പോൾ നായർ പടയാളികൾ ജനങ്ങൾക്കിടയിലൂടെ അവർക്ക് കൊട്ടാരത്തിലേക്ക് പ്രവേശിക്കാൻ വഴിയൊരുക്കി. ഇടയിലുള്ള ഗേറ്റുകൾ കടന്ന് അവസാനം അവർ കൊട്ടാരത്തിന്റെ മുറ്റത്തേക്ക് പ്രവേശിച്ചു. മാനുവൽ രാജാവിന്റെ കൊട്ടാരം പോലെ ആർഭാടമായിട്ട് ഒന്നുമായിരുന്നില്ല അതിന്റെ നിർമ്മിതി. പക്ഷേ കൊട്ടാരത്തിൽ നല്ല തണുപ്പും ശാന്തതയും അനുഭവപ്പെട്ടിരുന്നു.

തലപണ്ണ നമ്പൂതിരി അകത്തു നിന്നും വന്ന് ഗാമയേയും സംഘത്തെയും സ്വീകരിച്ചു. മറ്റൊരു സ്വീകരണമുറിയിൽ ആണ് അപ്പോൾ സാമൂതിരി രാജാവ് ഇരുന്നിരുന്നത്. അർദ്ധവൃത്താകൃതിയിലുള്ള വിശാലമായ മുറിയിൽ അതേ ആകൃതിയിലുള്ള മൂന്നടിയോളം ഉയരമുള്ള ഒരു സ്റ്റേജിൽ ഉയരം കുറഞ്ഞ വലിയ ഒരു സോഫ പോലെ തോന്നിച്ച സിംഹാസനത്തിൽ സാമൂതിരി രാജാവ് ഇരിക്കുന്നുണ്ടായിരുന്നു. സ്റ്റേജിലേക്ക് കയറുവാൻ അർദ്ധവൃത്താകൃതിയിൽ മൂന്ന് പടികളും ഉണ്ടായിരുന്നു. മധ്യവയസ്സു കഴിഞ്ഞിരുന്ന ദൃഢഗാത്രനായ അദ്ദേഹത്തിന് തരക്കേടില്ലാത്ത ഉയരവും ഉണ്ടായിരുന്നു. വിരലുകളിൽ വിലപിടിപ്പുള്ള കല്ലുകൾ പതിച്ച മോതിരങ്ങൾ, ഭുജങ്ങളിലും മണിബന്ധനങ്ങളിലും സ്വർണ്ണനിർമ്മിതമായ, കല്ലുകൾ പതിച്ച തോൾ വളകളും കഴുത്തിൽ രുദ്രാക്ഷം കെട്ടിയതും വലിയ വെൺമുത്തുകൾ കൊണ്ടുണ്ടാക്കിയതുമായ മാലകൾ, ഇവ എല്ലാം അദ്ദേഹത്തിന്റെ നാടിന്റെ സമ്പന്നത വിളിച്ചോതി. കറുപ്പും വെളുപ്പും കലർന്ന താടിയും നീളമുള്ള മുടി നെറുകയിൽ കെട്ടിവെച്ച്, ശിരസ്സിൽ തിരുമുടിപ്പട്ടവും അദ്ദേഹം ധരിച്ചിരുന്നു. തറയിൽ പച്ചനിറമുള്ള വെൽവെറ്റ് പരവതാനി വിരിച്ചിരുന്നു. സ്റ്റേജിനു താഴെ ഇരുവശത്തും മരം കൊണ്ടുണ്ടാക്കിയ ഗ്യാലറി പോലെയുള്ള ഇരിപ്പിടങ്ങൾ ആണ് സജ്ജീകരിച്ചിരിക്കുന്നത്. രാജാവിന് കസേരയുടെ ഇടതുവശത്തായി സ്വർണ്ണം കൊണ്ടുണ്ടാക്കിയ ഒരു സ്റ്റാൻഡിൽ സ്വർണ്ണനിർമ്മിതമായ ഒരു താമ്പാളവും വെറ്റില തെറുക്കാൻ പ്രായമേറിയ ഒരു സേവകനും നിന്നിരുന്നു. മറ്റേ വശത്ത് താഴെ സ്വർണ്ണം കൊണ്ടുള്ള വലിയ ഒരു കോളാമ്പി, ജലം നിറച്ച ഒരു സ്വർണ്ണക്കിണ്ടി എന്നിവയും വെച്ചിട്ടുണ്ട്.

അകത്ത് പ്രവേശിച്ചതും ഗാമയും സംഘവും രാജാവിന് മൂന്നു തവണ കുനിഞ്ഞ് സലാം പറഞ്ഞു. മറ്റുള്ളവരെ ദൂരെ ഉള്ള ഇരിപ്പിടങ്ങളിലും ഗാമയെ മാത്രം താനിരിക്കുന്ന സ്ഥാനത്തിന് താഴെയുള്ള പടിയിലും ഇരിക്കുവാൻ അദ്ദേഹം പറഞ്ഞു. സന്ദർശകർക്ക് കുടിക്കാൻ ജലവും കഴിക്കാൻ വാഴപ്പഴവും കുരുകളഞ്ഞ ചക്കപ്പഴവും നൽകി. കുശലപ്രശ്നങ്ങൾക്കുശേഷം, അടുത്തുള്ള മുറിയിലിരുന്ന് സാമൂതിരി രാജാവും ഗാമയും തലപെണ്ണ നമ്പൂതിരിയും ദ്വിഭാഷികൾ മുഖേന കാര്യങ്ങളെല്ലാം സംസാരിച്ചു. കച്ചവടം ചെയ്യാനുള്ള അനുമതിയും അദ്ദേഹം അപ്പോൾ തന്നെ വാക്കാൽ കൊടുത്തു.

അന്ന് വളരെ നേരം വൈകിയതിനാൽ മാനുവൽ രാജാവിന്റെ സന്ദേശവും കാഴ്ചവസ്തുക്കളും അടുത്തദിവസം എത്തിക്കാമെന്ന് പറഞ്ഞ ഗാമയും കൂട്ടുകാരും ഇറങ്ങി. അവർ കൊട്ടാരത്തിനു വെളിയിൽ വന്നതും കേരളത്തിലെ പതിവ് സന്ദർശകനായ കാലവർഷം കോഴിക്കോട് മുഖം കാണിച്ചു. അന്ന് നനഞ്ഞ് കുതിർന്ന് അവർക്ക് താമസിക്കേണ്ട സ്ഥലം വരെ നടന്നു പോയപ്പോഴേക്കും ഗാമയുടെ അതുവരെയുണ്ടായിരുന്ന നല്ല ശീലങ്ങൾ എല്ലാം വെള്ളത്തിൽ ഒലിച്ചുപോയി. അയാൾക്ക് കുറെശ്ശേ ശുണ്ഠി കയറിത്തുടങ്ങി.

മടക്കയാത്ര

അടുത്ത പ്രഭാതത്തിൽ ക്യാപ്റ്റൻ മേജർ, രാജാവിനു കൊടുക്കാനായി താൻ കൊണ്ടുവന്നിരുന്ന ഒലിവ് ഓയിൽ, തേൻ, വാഷ്ബേസിനുകൾ, ബ്രേസ്ലെറ്റുകൾ തൂവാലകൾ, പിച്ചളക്കോപ്പകൾ, നാല് പവിഴമാലകൾ, പഞ്ചസാര തുടങ്ങിയ സാധനങ്ങൾ എല്ലാം അവർ താമസിച്ച വീട്ടിൽ നിരത്തി വെച്ചു. ഇതെല്ലാം തലചെന്നവരും മൂറുകളും വളരെ പുച്ഛത്തോടെയാണ് നോക്കിയത്.

“നിങ്ങളുടെ നാട്ടിൽ സ്വർണ്ണം, വെള്ളി ഒന്നുമില്ലേ? അതിൽ കുറഞ്ഞതൊന്നും ആരും ഇവിടെ സാമൂതിരി രാജാവിന് കാഴ്ചവയ്ക്കാറില്ല. നിങ്ങൾ കൊണ്ടുവന്ന സാധനങ്ങൾ മുഴുവൻ കോഴിക്കോട്ടങ്ങാടിയിൽ തന്നെ കിട്ടും.”

അവർ പരിഹസിച്ചു. അറബികളും കച്ചവടക്കാരായ മാപ്പിളമാരും പോർച്ചുഗീസുകാരെ സംശയത്തോടെയാണ് നോക്കിയത്. ആഫ്രിക്കൻ തീരത്ത് നിരായുധരായ കച്ചവടക്കാരുടെ കപ്പൽ ഗാമ കൊള്ളയടിച്ച വിവരം കോഴിക്കോട് എത്തിയിരുന്നു. തലചെന്നവരെ പാട്ടിലാക്കി അവർ സാമൂതിരിയെ കണ്ട് നിവേദനം സമർപ്പിച്ചു. വന്നിരിക്കുന്നത് വെറും കടൽക്കൊള്ളക്കാരാണെന്നും അവരെ കോഴിക്കോട് കച്ചവടം ചെയ്യാൻ അനുവദിക്കരുതെന്നും അവർ അഭ്യർത്ഥിച്ചു. ആറു നൂറ്റാണ്ടുകളായി തന്റെ രാജ്യത്ത് ഒരു കുഴപ്പവും കൂടാതെ സത്യസന്ധമായി കച്ചവടം ചെയ്യുന്ന അറബികളുടെ വാക്കുകൾ സാമൂതിരിക്ക് മുഖവിലയ്ക്ക് എടുക്കാതിരിക്കാൻ സാധിച്ചില്ല. രണ്ടുദിവസം അദ്ദേഹം ഗാമയെ കാണാൻ സമ്മതിച്ചില്ല, അവസാനം സമ്മതിച്ചപ്പോൾ അദ്ദേഹം ചോദിച്ചു.

“നിങ്ങളെന്തു കണ്ടുപിടിക്കാനാണ് ഈ നാട്ടിൽ വന്നത്? കല്ലുകൾ കാണാനാണോ അതോ മനുഷ്യരെ കാണാനാണോ? നിങ്ങളുടെ രാജാവ് എന്തുകൊണ്ടാണ് സ്വർണ്ണം സമ്മാനമായി തരാത്തത്? കാഴ്ചവസ്തു പൊന്നായി മാത്രം മതി, നിങ്ങൾ കൊണ്ടുവന്ന സാധനങ്ങൾ ഒന്നും വേണ്ട.” അദ്ദേഹം തീർത്തുപറഞ്ഞു.

കടൽക്കൊള്ളക്കാരെ പേടിച്ച് യാത്രയിൽ സ്വർണം കൊണ്ടുവരാൻ സാധിച്ചില്ല എന്ന് ഗാമ വാദിച്ചു. അവസാനം അദ്ദേഹം മാനുവൽ

രാജാവ് അയച്ച സന്ദേശം തർജ്ജമ ചെയ്തത് വായിപ്പിച്ചു കേട്ടു. പോർച്ചുഗൽ കോഴിക്കോടുമായി കച്ചവടബന്ധം സ്ഥാപിക്കാൻ ആഗ്രഹിക്കുന്നുവെന്നും സുഗന്ധദ്രവ്യങ്ങൾക്ക് പകരം തന്റെ രാജ്യ ത്തുള്ളതും അവിടെ ഇല്ലാത്തതുമായ സാധനങ്ങളോ അല്ലെങ്കിൽ പണമായോ സ്വർണ്ണമായോ വെള്ളിയായോ വില നൽകാമെന്നും അതിൽ എഴുതിയിരുന്നു. കടൽക്കൊള്ളക്കാരാണെന്ന് സംശയം ദൂരീകരിച്ചതുകൊണ്ടും അവരുടെ നിസ്സഹായാവസ്ഥ കണ്ട് മനസ്സ ലിഞ്ഞതു കൊണ്ടും രാജാവ് അവർ കൊണ്ടുവന്ന സാധനങ്ങൾ കോഴിക്കോട് കച്ചവടം ചെയ്തു കൊള്ളാൻ സമ്മതിച്ചു. കപ്പലി ലേക്ക് തിരിച്ചു പോകാൻ ഗാമ ശ്രമിച്ചപ്പോൾ എല്ലാം മൂറുകളും കൊത്തുവാളും ഓരോ കാരണം പറഞ്ഞു വൈകിപ്പിച്ചു. കപ്പലുകൾ തീരത്ത് അടുപ്പിക്കാൻ അവർ നിർബന്ധിച്ചു. അവസാനം രാജാവി നോട് താൻ പോയി നേരിട്ട് കാര്യങ്ങൾ പറയും എന്ന് ഗാമ ഭീഷണി പ്പെടുത്തിയപ്പോൾ അവർ സമ്മതിച്ചു.

പന്തലായിനിയിലേക്ക് തിരിച്ചു പോയപ്പോൾ കാലവർഷം സജീവമായതിനാൽ കരയിൽനിന്നും കപ്പലിലേക്ക് എത്തിപ്പെടാൻ വളരെ വിഷമിച്ചു. യൂറോപ്യൻ നാവികർ മേൽവസ്ത്രമില്ലാതെ ഒരി ക്കലും പുറത്തിറങ്ങാറില്ല, നനഞ്ഞ വസ്ത്രങ്ങൾ ധരിക്കുന്നത് അവരൊരിക്കലും ഇഷ്ടപ്പെടാറില്ല. കപ്പലുകളിൽ നാവികർക്കു കൊടുക്കുന്ന ലഘു ശിക്ഷ തന്നെ അവരുടെ ഉടുപ്പിൽ വെള്ളം ഒഴി ക്കലാണ്. മഴ കൊണ്ടു നനഞ്ഞും ,മാപ്പിളമാരുടെ ഭാഷ മനസ്സിലാ വാത്തതുകൊണ്ടും ഗാമയ്ക്ക് കലിയിളകി. മൂർ കച്ചവടക്കാരുടെ തന്ത്രപരമായ നീക്കം മൂലം അവരുടെ സാധനങ്ങൾ വാങ്ങാൻ ആളില്ലാതായി. ഇതിനിടയ്ക്ക് നാട്ടുകാരും മുക്കുവന്മാരും കപ്പലു കൾ ചുറ്റിക്കാണാൻ വന്നുതുടങ്ങി. അവരെ പ്രീണിപ്പിക്കാൻ വരു ന്നവർക്ക് ബിസ്കറ്റും മറ്റു ഭക്ഷ്യവസ്തുക്കളും കൊടുക്കേണ്ടതായി വന്നു. കച്ചവടം നടക്കാത്തതിനാൽ ക്യാപ്റ്റൻ മേജർ സാമൂതിരിക്ക് ഒരു കത്തെഴുതി. മൂറുകൾ മനപ്പൂർവ്വം തങ്ങളുടെ സാധനങ്ങൾ ആൾക്കാർ വാങ്ങുന്നത് തടയുകയാണ് എന്നയാൾ പരാതി ബോധി പ്പിച്ചു. അവസാനം സാമൂതിരി തന്റെ ചെലവിൽ കപ്പലിലെ കച്ചവട സാധനങ്ങൾ കോഴിക്കോട് എത്തിച്ചു. അത് വിൽക്കാൻ സഹായി ക്കാനായി കോയപക്കിയെ ഏർപ്പാടാക്കി കൊടുത്തു. കോയപക്കിക്ക് അവരോട് സഹതാപം തോന്നിയെങ്കിലും മൂറുകളുടെ ഉപരോധം ചെറുക്കാൻ അയാൾക്ക് സാധിച്ചില്ല.

പോർച്ചുഗീസുകാരുടെ കയ്യിൽ സ്വർണ്ണം ഇല്ല എന്ന് മനസ്സിലാ ക്കിയ മൂറുകൾ അവരുടെ സാധനങ്ങൾക്ക് വില കുറച്ചു. പകുതി യിലേറെ വസ്തുക്കൾ ചിലവായില്ല. നാവികർ കപ്പലിലെ ഉറുമാലു കൾ, ബ്രേസ്ലെറ്റുകൾ ഷർട്ടുകൾ തുടങ്ങിയ സാധനങ്ങൾ പുറത്തു നടന്നു വിറ്റ് കുറച്ചു പണം സമാഹരിച്ചു. നാട്ടിൽ 300 'റെയിസ്'

വിലയുള്ള മുന്തിയ ഷർട്ടിനു കോഴിക്കോട് രണ്ടു പണം അഥവാ 30 'റെയിസ്' മാത്രമേ വില ലഭിച്ചുള്ളൂ. കിട്ടിയ തുകയ്ക്ക് അവർ അല്പം സുഗന്ധദ്രവ്യങ്ങൾ വാങ്ങിക്കൂട്ടി. പത്തുമാസത്തെ കഠിന മായ യാത്രയ്ക്കുശേഷം പ്രതികൂലമായ കാലാവസ്ഥയും മഴയും കാരണം അവർക്ക് എങ്ങനെയെങ്കിലും സ്വന്തം നാട്ടിൽ പോയാൽ മതിയെന്നായി. അതിനിടെ തുറമുഖത്ത് സാധനം ഇറക്കിയതിനു ചുങ്കം തരണമെന്ന് ചുങ്കഅധികാരിയായ കോഴിക്കോട് കോയ നിർബന്ധം പിടിച്ചു. എല്ലാവരും കൂടി ഗാമയേയും സംഘത്തെയും പ്രതിരോധത്തിലാക്കി, ദേഹോപദ്രവം ചെയ്തില്ലെങ്കിലും വഴിയിൽ അവരെ കണ്ടാൽ തുപ്പാനും അവർക്ക് മനസ്സിലാവാത്ത ഭാഷയിൽ ശകാരവർഷം ചെയ്യാനും മൂറുകൾ മറന്നില്ല. ഇറക്കുമതി ചുങ്കം കൊടു ത്തില്ല എന്ന് പറഞ്ഞ് അവരുടെ ചരക്കുകളും കുറച്ചു നാവികരെയും അവർ തടഞ്ഞുവച്ചു. കപ്പൽ കാണാൻ വന്ന ആറു നായന്മാരെയും കുറെ മുക്കുവരെയും ഗാമയും ജാമ്യമായി കപ്പലിൽ പിടിച്ചുവെച്ചു.

കപ്പലുകൾ കോഴിക്കോട് തുറമുഖത്തിന് അല്പം ദൂരെയായി നങ്കൂരമിട്ടു. ഡിയാഗോ ഡയസ് വശം പട്ടുതുണികളും പവിഴങ്ങളും അടങ്ങുന്ന കുറെ സമ്മാനങ്ങൾ ഗാമ സാമൂതിരി രാജാവിന് കൊടു ത്തയച്ചു. അവർ നാട്ടിലേക്ക് തിരിച്ചു പോകുകയാണെന്നും തടവിൽ വെച്ചിരിക്കുന്നവരെ കപ്പലിൽ വിടണം എന്നും ആവശ്യപ്പെട്ടു. ഡിഗോ ഡയസ് സാമൂതിരിയെ കണ്ടപ്പോഴാണ് നാവികരെ തടഞ്ഞു വെച്ച കാര്യം രാജാവ് അറിഞ്ഞിട്ടില്ല എന്ന് മനസ്സിലായത്. സാമൂ തിരി നാവികരെ മോചിപ്പിക്കാൻ ആജ്ഞാപിച്ചു. ഡിഗോ ഡയസ് വശം സാമൂതിരി രാജാവ് അവരുടെ രാജാവിനുള്ള മറുപടി സന്ദേശം കൊടുത്തയച്ചു.

ഡയസ്സും നാവികരും കപ്പലിൽ വന്നതും ഗാമ പിടിച്ചുവെച്ചി രുന്ന നായന്മാരെ വിട്ടുകൊടുത്തു. മുക്കുവന്മാരെ വിടാൻ ആരും പറഞ്ഞില്ല. അവരെ കപ്പലിൽ തന്നെ ഇരുത്തി അവരെ തന്റെ നാട്ടിൽ കൊണ്ടുപോകാൻ ഗാമ തീരുമാനിച്ചു. ഇതിനിടെ കരയിൽ ഉണ്ടാ യിരുന്ന പോർച്ചുഗീസുകാരുടെ ചരക്കുകൾ സാമൂതിരിയുടെ അറി വോടുകൂടി തന്നെ മാപ്പിളമാർ കൈക്കലാക്കി. അന്യായമായ ഈ പ്രവർത്തി കോയപക്കിക്ക് ഒട്ടും ഇഷ്ടമായില്ല. സമുദ്ര പര്യവേഷണം എന്ന നിലയ്ക്ക് ഇന്ത്യയിലേക്ക് പുതിയ വഴി കണ്ടുപിടിച്ചത് ഗാമ യുടെ ഒരു നേട്ടം തന്നെയാണ്. പക്ഷേ നയതന്ത്രപരമായി അത് ഒരു വിജയമായിരുന്നില്ല. സാമ്പത്തികമായി ചിന്തിച്ചാൽ യാത്ര അവസാനിപ്പിച്ചപ്പോഴേക്കും അതൊരു വൻനഷ്ടമായി തീർന്നു. ഇനി വീണ്ടും തിരിച്ചു വരുമെന്ന് ഗാമയും ഒരിക്കലും വരാൻ വഴി യില്ല എന്ന് മൂറുകളും മനസ്സിൽ കരുതി.

1498 ആഗസ്റ്റ് 29-ാം തീയതി അവർ കോഴിക്കോട് വിട്ടു. കണ്ണൂർ എത്തുന്നതിനു മുമ്പ് മുക്കുവന്മാരുടെ കൂട്ടത്തിൽ ഒരു കണ്ണിനു

കാഴ്ച നശിച്ചിരുന്ന മനുഷ്യനെ സാമൂതിരിക്ക് ഒരു കത്തുമായി അവർ കപ്പലിൽനിന്നും തീരത്ത് ഇറക്കി വിട്ടു. നാട്ടുകാരെ കൊണ്ടുപോയത് ദുരുദ്ദേശ്യത്തോടെയോ പ്രതികാര നടപടിയായോ അല്ലായിരുന്നു എന്നും അവരെ പ്രതിനിധികളായി കൊണ്ടുപോവുകയാണെന്നും പിന്നീട് വരുമ്പോൾ തിരിച്ചു കൊണ്ടുവരും എന്ന ഒരു സന്ദേശമായിരുന്നു അയാളെ ഏൽപ്പിച്ചത്. കണ്ണൂരിലെ കോലത്തിരി രാജാവ് നല്ല പോലെ അവരെ സ്വീകരിച്ചു. തീരത്ത് കൂടി സഞ്ചരിക്കുമ്പോൾ കോഴിക്കോട്ടിലെ മൂറുകൾ അവരെ നശിപ്പിക്കാൻ രഹസ്യമായി അയച്ച കപ്പലുകൾ അവരെ പിന്തുടർന്നു. പൗലോയുടെ കപ്പലിലെ പീരങ്കി ഉണ്ടകൾ അവരെ ഓടിച്ചു. മൺസൂണിനെക്കുറിച്ച് അറിവില്ലായ്മ മൂലം കാറ്റിനെതിരെ യാത്ര ചെയ്ത് അറബിക്കടൽ കടക്കാൻ അവർക്ക് ഒരുപാട് കാലതാമസം എടുത്തു. അസുഖം മൂലം പലരും മരിച്ചുവീണു. സ്കർവി രോഗം വീണ്ടും പടർന്നു. ദുരിതങ്ങളുടെ ദിവസങ്ങളായിരുന്നു പിന്നീട് ഉണ്ടായത്. മുസംബിക്കിൽ എത്തിയപ്പോഴേക്കും കപ്പലുകൾ നിയന്ത്രിക്കാൻ വേണ്ടത്ര ആളുകൾ ഇല്ലാത്തതിനാൽ, ചരക്കുകൾ എല്ലാം മറ്റു കപ്പലിൽ കയറ്റി സാവോ റാഫേൽ എന്ന കപ്പൽ ഉപേക്ഷിച്ച് അത് കത്തിച്ച് നശിപ്പിച്ചു. അവസാനം ആഫ്രിക്കൻ മുനമ്പ് എത്തിയപ്പോൾ ഗാമയുടെ സാവോ ഗബ്രിയേലും നിക്കോളായ് കൊയിലിയോയുടെ ബെറിയോ എന്ന കാരവൽ കപ്പലും അൻപത്തിനാല് നാവികരും മാത്രമേ ഉണ്ടായിരുന്നുള്ളൂ. ബാക്കിയുള്ളവർ എല്ലാം മരണമടഞ്ഞിരുന്നു.

ഏപ്രിൽ മാസം 1499

കേപ്പ് ഓഫ് ഗുഡ്ഹോപ്പ് എത്തുന്നതിനു മുമ്പുതന്നെ പൗലോയ്ക്ക് രോഗലക്ഷണങ്ങൾ കണ്ടിരുന്നു. ചിന്താമഗ്നനായി ക്യാപ്റ്റൻ മേജർ ചേട്ടന്റെ അടുത്ത് വന്നിരുന്നു.

‘‘ചേട്ടൻ ഇപ്പോൾ എന്തു തോന്നുന്നു. ഒന്നും പേടിക്കാനില്ല കേപ് വെർദെ ദ്വീപിൽ എത്തുമ്പോഴേക്കും എല്ലാം ശരിയാവും.’’ അയാൾ പറഞ്ഞു. ഗാമയേക്കാൾ കാണാൻ സുമുഖനായിരുന്നു പൗലോ. പക്ഷേ ഇപ്പോൾ അയാളുടെ മുഖത്ത് ദൈന്യതയും നിരാശയും ആണ് കാണപ്പെട്ടത്.

‘‘ജനിച്ചാൽ ഒരുനാൾ മരിക്കണം അനിയാ. ഞാൻ അതിന് തയ്യാറെടുത്തു കഴിഞ്ഞു. ചില്ലറ കഷ്ടപ്പാടുകൾ അല്ലല്ലോ നമുക്കും കൂട്ടുകാർക്കും ഈ യാത്രയിൽ ഉണ്ടായത്. ഇവിടെ കാണുന്ന രോഗങ്ങൾക്ക് ശരിയായ മരുന്നില്ല. നീ തന്നെ ലിസ്ബണിൽ എത്തി ഇന്ത്യയിൽ കാലുകുത്തിയ സന്തോഷ വിവരം രാജാവിനെ അറിയിക്കണം. നീ നിക്കോളയുടെ കപ്പലിലേക്ക് പോകൂ. ചെറിയ കാരവൽകപ്പൽ ആയതുകാരണം അത് വേഗത്തിൽ പോകും.’’

“വേഗം എത്തുകയാണെങ്കിൽ കൊയ്‌ലോ തന്നെ രാജാവിനെ വിവരം അറിയിക്കട്ടെ. ചേട്ടനെ തനിയെയാക്കി ഞാൻ എങ്ങും പോവില്ല.”

പുറത്തുള്ളവർക്ക് കഠിനഹൃദയൻ ആണെന്ന് തോന്നിക്കുന്ന വാസ്കോ, ചേട്ടൻ പൗലോവിനെ നോക്കിയപ്പോൾ കണ്ണുകൾക്ക് കണ്ണുനീർ തിരശ്ശീല ഇട്ടു. പുറത്ത് കാലാവസ്ഥ മാറി ഒരു വലിയ കൊടുങ്കാറ്റ് രൂപപ്പെട്ടിരുന്നു.

“വാസ്കോ, ഞാൻ ഒന്നു ചോദിക്കാൻ വിട്ടുപോയി. സാവോ റഫേലിന്റെ കൊക്കിൽ കൊത്തി വെച്ചിരുന്ന ‘ഫിഗർ ഹെഡ്’ ആയിരുന്ന ഓക്ക് മരത്തിൽ പണിത സ്ത്രീ ശിൽപ്പം നീ എന്ത് ചെയ്തു? അതും കത്തിപ്പോയോ?”

“ഇല്ല ചേട്ടാ, ഞാൻ ആ രൂപം മാത്രം കേടുകൂടാതെ അറുത്തെടുത്ത് വെച്ചിട്ടുണ്ട്.”

“നന്നായി അതൊരു ഭാഗ്യചിഹ്നമാണ്. അത് നീ നമ്മുടെ കുടുംബചിഹ്നമായി ഉപയോഗിക്കണം.”

ദിവസങ്ങൾ ചെല്ലുന്തോറും പൗലോയുടെ നില വഷളായി കൊണ്ടിരുന്നു. കേപ്പ്‌വേർദേയിലെ സാവോ തിയാഗോ ദ്വീപിൽ വാസ്കോഡിഗാമ സഹോദരനെയും കൊണ്ട് ഇറങ്ങി. കപ്പലിലെ ജീവിതത്തിൽ നിന്നും ഒരു മാറ്റം കിട്ടാൻ വേണ്ടിയായിരുന്നു അത്. ജോവാവിനോട് കപ്പൽ നേരെ ലിസ്ബണിലേക്ക് കൊണ്ടുപോകാൻ പറഞ്ഞു. അഥവാ നിക്കോളായ് കൊയ്‌ലോ എത്താൻ താമസം ഉണ്ടെങ്കിൽ രാജാവിനെ അവരുടെ പര്യടനത്തിന്റെ വിജയം നേരത്തെ അറിയിക്കാനായിരുന്നു അത്. പൗലോവിന്റെ അസുഖം കൂടുതലായി തന്നെ തുടർന്നു. രണ്ടും കൽപ്പിച്ച് അസോറസിലേക്ക് പോകുന്ന ഒരു കപ്പലിൽ കയറി അവർ ഇരുവരും അസോറസിൽ എത്തി.

അവിടെ ഒരു പോർച്ചുഗീസ് അതിഥി മന്ദിരത്തിൽ പൗലോയുടെ അവസാന നാളുകൾ കഴിഞ്ഞു. മരിക്കുന്ന ദിവസം തന്റെ കൂടെ തന്നെ ഇരിക്കുന്ന അനിയനെ നോക്കി അയാൾ പറഞ്ഞു.

“അനിയാ, നീ നല്ലവനാണ്, എന്റെ ശരീരം കടലിൽ എറിയാതെ രക്ഷപ്പെടുത്തി ഒരു പള്ളി ഉള്ള സ്ഥലത്ത് നീ എന്നെ എത്തിച്ചല്ലോ. എന്നെങ്കിലും ഒരു ദിവസം കുടുംബവുമായി വരുമ്പോൾ നിങ്ങൾക്ക് ഞാൻ കിടക്കുന്നത് കാണാമല്ലോ. എനിക്ക് സമാധാനമായി.” ഒരിക്കലും കരയാത്ത ഇരുമ്പു ഹൃദയമുള്ള വാസ്കോഡിഗാമ ചേട്ടന്റെ കൈപിടിച്ചുകൊണ്ട് കരഞ്ഞു. പിന്നെയും എന്തോ അയാൾ പറയാൻ ആഗ്രഹിച്ചു എന്നു തോന്നി. ഒരുപക്ഷേ മുൻകോപവും ക്രൂരതയും ഉപേക്ഷിച്ച് ഭാവിയിൽ തന്നെപ്പോലെ ശാന്തസ്വഭാവം ഉള്ളവനായിരിക്കണമെന്ന ഉപദേശമായിരിക്കണം ജ്യേഷ്ഠൻ അനിയനോട് പറയാൻ ഉദ്ദേശിച്ചത്. പൗലോയുടെ ആത്മാവ് കൂടുവിട്ട്

പോയി. പൗലോ ഡ ഗാമയെ അസോറസ്സിലെ അങ്കറ എന്ന നഗരത്തിൽ സാവോഫ്രാൻസിസ്കോ മോണാസ്ട്രിയിൽ സംസ്കരിച്ചു. ജൂലൈ മാസം, പത്താംതീയതി തന്നെ നിക്കോൾയ് കൊയ്ലോ ലിസ്ബണിലെത്തി, രാജാവിനെ അവരുടെ വിജയം അറിയിച്ചിരുന്നു. അല്പ ദിവസത്തിനകം സാവോഗബ്രിയേലും ലിസ്ബൺതുറമുഖത്ത് വന്നണഞ്ഞു.

അഭിനന്ദനങ്ങളുടെയും ഉത്സവങ്ങളുടെയും ദിവസങ്ങളായിരുന്നു പിന്നീട് ഉണ്ടായിരുന്നത്. പക്ഷേ അത് അധികദിവസം നീണ്ടു നിന്നില്ല. ഓഗസ്റ്റ് മാസം ഇരുപത്തിമൂന്നാം തീയതി മാനുൽ രാജാവിന്റെ ഭാര്യ ഇസബെല്ല പ്രസവത്തിൽ മരിച്ചു. പക്ഷേ കുഞ്ഞ് ജീവനോടെ ഉണ്ടായിരുന്നു. എന്നിരുന്നാലും അതിനുശേഷം വിജയശ്രീലാളിതനായി തിരിച്ചെത്തിയ വാസ്കോഡ ഗാമയെ രണ്ടുപേർക്കും വ്യക്തിഗതമായ നഷ്ടമുണ്ടായിരുന്നാൽ പോലും രാജാവ് ആർഭാടപൂർവം സ്വീകരിച്ചു, ഗാമയ്ക്ക് ഒരുപാട് പാരിതോഷികങ്ങളും അവാർഡുകളും ലഭിച്ചു.

ജാതവേദൻ

ജാതവേദൻ നമ്പൂതിരി തളി ശിവക്ഷേത്രത്തിന്റെ നമസ്കാര മണ്ഡപത്തിൽ ഇരുന്ന് ജപിക്കുകയാണ്. തിളക്കമുള്ള കറുത്ത മുടി ശിഖയായി കെട്ടിവെച്ചിട്ടുണ്ട്. ഭസ്മലേപനം ചെയ്ത ദൃഢമായ ശരീരമാണ് അയാൾക്ക് ഉണ്ടായിരുന്നത്. കട്ടിയുള്ള പുരികങ്ങളും കറുത്ത താടിമീശയും അയാളെ കിരാതാർജ്ജുനീയത്തിലെ വേടരൂപം ധരിച്ച ശിവന്റെ ചുമർചിത്രത്തിലെ രൂപം അനുസ്മരിപ്പിച്ചു. സത്രത്തിൽ ഇല്ലാത്ത സമയങ്ങളിൽ അയാൾ ഒറ്റയ്ക്ക് നടക്കാനാണ് ഇഷ്ടപ്പെട്ടത്. ജപം കഴിഞ്ഞ് പ്രദക്ഷിണം. നമസ്കാരങ്ങൾക്കുശേഷം ചുറ്റമ്പലത്തിൽ മാല കെട്ടിക്കൊണ്ടിരിക്കുന്ന സ്ഥലത്ത് അയാൾ അല്പസമയം ഇരുന്നു.

നമ്പീശൻ ശ്രദ്ധാപൂർവ്വം കൂവളമാലകൾ നീളം അനുസരിച്ച് നിരത്തിവെക്കുകയായിരുന്നു. നമ്പൂതിരി കുറെനേരം അയാൾ ചെയ്യുന്ന പണി നോക്കിക്കൊണ്ടിരുന്നു. നമ്പീശൻ തല ഉയർത്തി ചോദിച്ചു.

"ഇന്ന് ഒറ്റയ്ക്കേ ഉള്ളൂ, ഓണമായിട്ട് നാട്ടിൽ ഒന്നും പോയില്ലേ?"

"കോഴിക്കോട് ഇഷ്ടായിച്ചാൽ ഇവിടുന്നന്നെ ഒരു സംബന്ധമായി കൂടെ?"

ജാതവേദൻ നമ്പൂതിരി ഒന്ന് പുഞ്ചിരിക്കുക മാത്രം ചെയ്തു.

"ഷാരത്തിനടുത്ത് രണ്ടുമൂന്നു നല്ല കുട്ടികളുണ്ട്. നോക്കട്ടെ?"

"ആവട്ടെ, ഞാൻ വേണമെങ്കിൽ പറയാം."

അയാൾ അവിടെനിന്ന് കോഴിക്കോട് അങ്ങാടിയിലേക്ക് നടന്നു. കർക്കടകത്തിനുശേഷം ചിങ്ങമാസത്തിലെ അത്തം കഴിഞ്ഞ് നാലു ദിവസമായി. കോഴിക്കോട്ടങ്ങാടിയിൽ നല്ല തിരക്കാണ്. തലച്ചുമടായും കാളവണ്ടികളിലും പലതരം പച്ചക്കറികളും മറ്റു വിഭവങ്ങളും ഗ്രാമപ്രദേശങ്ങളിൽ നിന്നും വന്നുകൊണ്ടിരുന്നു. കൈയിൽ കനമുള്ള മുളവടിയും തോളിൽ എണ്ണക്കുടങ്ങൾ കാവുകളിൽ ചുമന്നുകൊണ്ടും ചാലിയന്മാർ വരിവരിയായി വരുന്നുണ്ടായിരുന്നു. വഴിയിൽ വിശ്രമം ആവശ്യം വരുമ്പോൾ മുളയുടെ അറ്റം മണ്ണിൽ കുഴിച്ചു വെച്ച് കുടങ്ങൾ

തൂക്കിയിരിക്കുന്ന തണ്ട് കൃത്യമായി മുളയുടെ തലയിൽ ഉണ്ടാക്കിയിട്ടുള്ള വെട്ടിൽ തൂക്കിയിട്ട് വിശ്രമിക്കും. തലച്ചുമടായി സാധനങ്ങൾ കൊണ്ടു വരുന്നവർ വഴിയരികുകളിൽ സ്ഥാപിച്ചിരുന്ന കരിങ്കൽ അത്താണികളിൽ ചുമട് ഇറക്കി വെച്ചു വിശ്രമിക്കും. കോഴിക്കോട് നഗരത്തിൽ മലയാളികൾ കൂടാതെ ഗുജറാത്തികളും ചെട്ടികളും അറബികളും ആഫ്രിക്കക്കാരും പിന്നെ പേരറിയാത്ത ഒരുപാട് നാട്ടുകാരും ജോലി എടുത്തിരുന്നു. പലരുടെ വീട്ടിലും ഭൃത്യന്മാർ ആഫ്രിക്കക്കാർ ആയിരുന്നു. കടകൾ ഭൂരിഭാഗവും മണ്ണ് ചുട്ട് ഉണ്ടാക്കിയ ചുമരുകളോടു കൂടിയ ഓലമേഞ്ഞ കെട്ടിടങ്ങളാണ്. കടപ്പുറത്തുനിന്നും നോക്കിയാൽ നേരെ കാണുന്നത് മലകളാണ്. ഉയരമുള്ള ബഹുനില കെട്ടിടങ്ങൾ ഒന്നും ഇടയിൽ ഉണ്ടായിരുന്നില്ല. കപ്പലുകൾ വന്നുനിൽക്കുന്ന സ്ഥലത്ത് ചരക്കുകൾ സംഭരിക്കാനുള്ള പണ്ടകശാലകൾ കാണാനുണ്ട്.

നമ്പൂതിരി കമ്മട്ടത്തെരുവിലേക്ക് നടന്നു. സാമൂതിരി രാജാവിന്റെ നാണയകമ്മട്ടം ആ തെരുവിലായിരുന്നു. അതുകൊണ്ടാണോ എന്തോ അയാൾക്ക് അവിടെ ലക്ഷ്മീദേവിയുടെ അധിവാസം ഉള്ള പോലെ തോന്നിച്ചത്. ആ തെരുവിൽ ധാരാളം ഗുജറാത്തികളുടെ ഹലുവകടകൾ ആയിരുന്നു. സാമൂതിരിപ്പാട് ഗുജറാത്തിൽ നിന്നും ഹലുവ ഉണ്ടാക്കാൻ മിടുക്കരായ കുറെ പേരെ കോഴിക്കോട് കൊണ്ടുവന്നു താമസിപ്പിച്ചിരുന്നു. അവർ ഉണ്ടാക്കിയിരുന്ന വിവിധ നിറങ്ങളിലും രുചികളിലും ഉള്ള ഹലുവ അന്നും കോഴിക്കോടിന്റെ വിശേഷപ്പെട്ട മധുരപലഹാരം തന്നെ ആയിരുന്നു. ദേശികളും വിദേശികളും അവ ധാരാളം വാങ്ങാറുണ്ട്. പിൽക്കാലത്ത് വിദേശികൾക്ക് ഇറച്ചിപോലെ തോന്നിച്ച അതിനെ മധുരമുള്ള ഇറച്ചി അഥവാ സ്വീറ്റ് മീറ്റ് എന്ന് വിശേഷിപ്പിച്ചു. 'സ്വീറ്റ് മീറ്റ് തെരുവ്' കാലാന്തരത്തിൽ 'മിട്ടായി തെരുവാ'യി രൂപാന്തരപ്പെട്ടു. കാലം മാറിയാലും ഹലുവയും ആ തെരുവിന്റെ ഐശ്വര്യവും ഇന്നും നിലനിൽക്കുന്നു.

തന്റെ പിറകെ ആരോ ഓടി വരുന്നതുപോലെ തോന്നിയതും ജാതവേദൻ നമ്പൂതിരി തിരിഞ്ഞുനിന്നു. ഇരുപത് വയസ്സിൽ താഴെ പ്രായമുള്ള ഒരു യുവാവായിരുന്നു തന്നെ നോക്കി ഓടി വന്നിരുന്നത്. നമ്പൂതിരി തിരിഞ്ഞുനിന്ന് ചോദ്യഭാവത്തിൽ ആ യുവാവിനെ നോക്കി. തലയിൽ തൊപ്പിയും പുള്ളികളുള്ള പരുത്തി തുണിയിൽ റൗക്ക പോലെ തോന്നിച്ച ഒരു വസ്ത്രവും അരയിൽ മുട്ടറ്റം വരുന്ന മുണ്ടും ധരിച്ച ഒരു ആഫ്രിക്കക്കാരൻ പയ്യൻ ആയിരുന്നു അത്.

''കോയക്ക വിളിച്ചു കൊണ്ടുവരാൻ പറഞ്ഞു. എന്റെ കൂടെ വന്നാൽ മതി.''

നല്ല മലയാള ഭാഷയിൽ അവൻ പറഞ്ഞു. വഴി കാണിക്കാൻ എന്നോണം അവൻ തിരിച്ചു നടന്നു. ജാതവേദൻ അവനെ പിന്തുടർന്നു. വലിയ ഒരു പണ്ടകശാലയുടെ മുൻവശത്ത് എത്തി നിന്ന അവൻ

അയാൾ വരുവാൻവേണ്ടി കാത്തുനിന്നു. പയ്യനെ പിന്തുടർന്ന് അയാൾ പണ്ടകശാലയിലേക്ക് കേറി. മുൻവശത്ത് ചരക്കുകൾ നിരത്തി വച്ചിരുന്ന വീതിയുള്ള വരാന്തയും കഴിഞ്ഞു ഒരു ഇടനാഴിയിലൂടെ അവർ നടന്നു. നല്ല നീളമുള്ള ഇടനാഴിയുടെ ഇരുവശത്തും ചരക്കു കൾ സൂക്ഷിച്ചുവച്ചിരിക്കുന്ന മുറികളാണ്. അത് കടന്നു പുറകു വശത്തെ വരാന്തയിൽ എത്തിയപ്പോൾ. കഴുക്കോലിൽ തൂക്കിയിട്ട ഒരു ആട്ടുകട്ടിലിൽ കോയപക്കി ഇരുന്ന് ആടുന്ന രംഗമാണ് ജാതവേദൻ കണ്ടത്. അയാൾ ആട്ടുകട്ടിലിൽ നിന്നുമിറങ്ങി. നമ്പൂതിരിയെ സ്വീകരിച്ച് ഒരു കസേര പൊടിതട്ടി അതിൽ ഇരിക്കുവാൻ ആംഗ്യം കാണിച്ചു. പിറകെയുള്ള തൊടിയിൽ പോയി വായിലിട്ട് ചവച്ച് ഇരുന്ന എന്തോ ഒരു സാധനം തുപ്പി കോളാമ്പിയിലെ വെള്ളം കൊണ്ടു കുലുക്കുഴിഞ്ഞ് ഒരു കയറിൽ തൂക്കിയിട്ടിരുന്ന തോർത്തെടുത്ത് കൈ തുടച്ചു നമ്പൂതിരിയെ നോക്കി മലർക്കെ ചിരിച്ചു. കെട്ടിടത്തിന് പിറകെ ഇരിക്കുന്ന ഇയാൾ എങ്ങനെ തന്നെ കണ്ടു എന്ന് ജാത വേദൻ ചിന്തിച്ചു. അയാളുടെ മനസ്സ് വായിച്ചെടുത്തപോലെ പക്കി ആട്ടുകട്ടിലിന് നേരയുള്ള ചെറിയ ഒരു വഴി ചൂണ്ടിക്കാണിച്ചു.

“ഇദ്യെ നോക്കിയാ ഞമ്മക്ക് അങ്ങാടീല് പോണോരെ കാണാം.” അയാൾ പറഞ്ഞു.

കോയപക്കി ആദ്യം കണ്ടതിനുശേഷം പലതവണ സത്രത്തിൽ വന്നു തന്നെ കണ്ടു സംസാരിക്കാറുണ്ട്. നല്ല പരിചയമായി കഴിഞ്ഞു എങ്കിലും അയാളുടെ കടയിലേക്ക് താൻ വരുന്നത് ആദ്യമായിട്ടാണ്. താൻ കേട്ടതിലും വലിയ ധനികനാണ് പക്കി എന്ന് ജാതവേദന് ബോധ്യമായി.

“ഇങ്ങടെ മരുമഹൻ തമ്പുരാന്റെ ബിശേശം എന്താ?” അയാൾ ചോദിച്ചു. ഇത് പക്കിയുടെ ഒരു പതിവാണ് എപ്പോ കണ്ടാലും തമ്പുരാന്റെ കാര്യം അയാൾ ചോദിക്കും. തരം പോലെ എന്തെങ്കിലും നമ്പൂരി തട്ടിവിടും. താൻ ഇതുവരെ കാണാത്ത തമ്പുരാനോട് കോയ പക്കിക്ക് വലിയ ആരാധനയാണ്.

“തമ്പുരാന് സുഖം തന്നെ.”

“ഇങ്ങള് കഴിഞ്ഞേനെ കൊല്ലം ബന്ന വെള്ള കച്ചവടക്കാരെ കണ്ടീനോ?” പക്കി ചോദിച്ചു.

“അപ്പോൾ ഞാൻ ഉണ്ടായിരുന്നു. അവര് പത്ത് പേര് തല ചെന്നവരുടെ വീട്ടിൽ ആണല്ലോ കുറച്ചുദിവസം ഉണ്ടായിരുന്നത്.”

“അവര് ബല്യേ ഉശിള്ളവരാണ് എന്നാണ് ഞമ്മക്ക് തോന്നിയത്.”

“അതിന് അവർ ഇവിടെ യുദ്ധം ഒന്നും ചെയ്തില്ലല്ലോ.”

“ശരി തന്നെ, പക്ഷേ പോണ ബഴിക്ക് കുറച്ചു കയ്യാങ്കളി ഉണ്ടാ യീനു.”

‘‘അതെന്താ? നിങ്ങൾക്ക് എങ്ങനെ അറിയാം?’’ നമ്പൂതിരി ചോദിച്ചു.

ചുറ്റും നോക്കിക്കൊണ്ട് രഹസ്യമായി പക്കി പറഞ്ഞു.

‘‘സാമൂരിപ്പാട് അറിയാണ്ട് നമ്മുടെ കോഴിക്കോട്ടെ ചില പഹയ ന്മാര് കൊറേ കപ്പലും പടവുമായി ഓരുടെ പിറകെ പോയി. കണ്ണൂര് കഴിഞ്ഞ് അവരെ വളയാനായിക്കോണ്ട് നോക്കി. രണ്ടു വശത്തൂന്നും പട പടേന്ന് പീരങ്കി പൊട്ടിച്ച് അവരുടെ എടേ കൂടെ ഒര് പോയി. പിറകെ പോയൊര് കപ്പലിന്റേം പടവുകളിന്റേം എല്ലാം പണികഴിഞ്ഞ് തോറ്റു തൊപ്പിയിട്ട് തിരിച്ചുവന്ന്.’’

‘‘ഇതൊക്കെ പക്കി എങ്ങനെ അറിഞ്ഞു?’’

‘‘ഞമ്മളറിയാണ്ട് കോഴിക്കോട് ഒരു കാര്യവും നടക്കൂല. അത് ഇങ്ങൾക്ക് അറിയൂല്ലേ?’’ അയാൾ ആസ്വദിച്ചു ചിരിച്ചു.

‘‘നിങ്ങടെ ആള്ക്കാര് തോറ്റത് കേട്ട് പക്കിക്ക് എന്തിനാ ഇത്ര സന്തോഷം?’’

‘‘ആരുടെ ആളായാലും നായം ബേണം. വെളുമ്പന്മാരുടെ ചരക്ക് വാങ്ങാതെ ആക്കാൻ പണി ഒപ്പിച്ച് എല്ലാം നമ്മളുടെ ആളു കളാ. അത് ഇങ്ങൾക്ക് അറിയോ? ഓര് കൊണ്ടേന്ന കുപ്പായം എത്ര നല്ലതാ? ഞാൻ രണ്ടെണ്ണം ഞമ്മടെ കറപ്പൻ ചെക്കന് വാങ്ങി ക്കൊടുത്ത്. ഓൻ ഇട്ടേക്കണേ കുപ്പായം കണ്ടില്ലേ, നന്നായിട്ടില്ലേ?’’

പക്കിയുടെ ന്യായബോധം ജാതവേദന് ഇഷ്ടപ്പെട്ടു.

‘‘ഇനി ഞമ്മള് ഇങ്ങളെ ബിളിപ്പിച്ച കാരിയം പറയാം. മോത്തു നോക്കി ചോദിക്കണേല് നമ്പൂരിച്ചൻ ബെഷമം ബിചാരിക്കരുത്. ഇങ്ങള് പെരുമ്പടപ്പ് തമ്പ്രാന്റെ ആളല്ലേ?’’

ഒരു ഭാവഭേദമില്ലാതെ ജാതവേദൻ നമ്പൂതിരി പക്കിയുടെ മുഖത്തു നോക്കി.

‘‘എന്താ അങ്ങനെ തോന്നാൻ?’’

‘‘ആദ്യം മുതലേ ഞമ്മള് ഇങ്ങളെ നോട്ടം ബെച്ചിരിക്കിണ്. ഇങ്ങള് മറ്റേ നമ്പൂരാരെ പോലെയല്ല. ഇടയ്ക്കിടയ്ക്ക് ഇങ്ങളെ കോഴിക്കോട് കാണാതാവുണുണ്ട്. പിന്നെ ഇങ്ങള് കൊച്ചീലിക്ക് ഇടയ്ക്കിടെ സാധനങ്ങൾ അയക്കിണിണ്ട്. പൂജയ്ക്ക് കിട്ടിയ തേങ്ങേട ക്കൂട്ടത്തിൽ കുടുമ വയ്ക്കാത്ത തേങ്ങട ഉള്ളില് ഇങ്ങള് എഴുത്തോല ബെക്കണത് ആർക്കാ? സാധനങ്ങൾ കൊണ്ടോണ തണ്ടാൻ ഇങ്ങടെ മനേലല്ല അത് കൊടുക്കണേ, പിന്നെ അതെവിടെയാ കൊടുക്കണേന്നും ഞമ്മക്കറിയാം. കൊച്ചീലെ കൊച്ചിട്ട്യതീടെ കടേലാണ്. പിന്നെ അത് എവിടെ പോണൂന്ന് ഞമ്മക്കറീല്ല.’’

‘‘ഇത്രയും അറിഞ്ഞ സ്ഥിതിക്ക് അതുംകൂടി പക്കി അറിയുന്ന താണ് ന്യായം. അത് പോകുന്നത് മരുമകൻ തമ്പുരാന്റെ അടു ത്താണ്.’’ ജാതവേദൻ പറഞ്ഞു.

"അത് ഞമ്മള് ഊഹിച്ചതാണ്. പറഞ്ഞില്ലന്നേ ഉള്ളൂ. ഞമ്മളുടെ ഉരുവിലാണ് അത് പോണത്. ഉരു പുറപ്പെടണതിനു മുമ്പ് ഞമ്മള് അതിൽ കയറി എല്ലാം ഒന്നു നോക്കും. കൊട്ട തുറന്നപ്പോൾ രണ്ടു തേങ്ങ കുടുമ ബെക്കാത്തത് കണ്ടു ഞമ്മളോന്ന് കുലുക്കി നോക്കി." പക്കി ചിരിച്ചു. "തണ്ടാന് ഇതൊന്നും അറിയില്ലാന്നും ഞമ്മക്കറിയാം. ഇങ്ങള് ബെഷമിക്കേണ്ട. ഇനിയും അയച്ചോളീ. എനിക്ക് ഇങ്ങളെ ഇഷ്ടാണ്. കേട്ട് കേട്ട് ഇങ്ങടെ മരുമഹൻ തമ്പ്രാനേം. ഇങ്ങള് ഇങ്ങടെ നാടിനുബേണ്ടിയാണല്ലോ ചെയ്യണ്. അതും ന്യായം തന്നെ നമ്പൂരിച്ചാ." അയാൾ പറഞ്ഞു. ഒട്ടും പരിഭ്രമം പുറത്തു കാണിച്ചില്ലെങ്കിലും ജാതവേദന് ശ്വാസം നേരെ വീണു.

"പക്കി ഒരു നല്ല മനസ്സിന്റെ ഉടമയാണ് എനിക്കത് ആദ്യം കണ്ടപ്പോൾ തന്നെ തോന്നി." അയാൾ പറഞ്ഞു.

"പിടിച്ചാൽ ഇങ്ങക്ക് കോയപ്പോന്നുമില്ല. ഇങ്ങള് നമ്പൂരി ആയത് കാരണം നാടുകടത്തും അത്രതന്നെ. കോയപ്പം വരുന്നത് ആ പാവം തണ്ടാനാണ്. ഇനി ഓനെ ഇങ്ങള് അയയ്ക്കേണ്ട. ഞമ്മള് ഞമ്മടെ ആളെക്കൊണ്ട് കൊച്ചില് ചരക്ക് എടുക്കുമ്പോ കൊടുക്കാ."

"അപ്പൊ പക്കിക്ക് കുഴപ്പം വന്നാലോ?" ജാതവേദൻ ചോദിച്ചു.

"ഞമ്മക്കൊന്നും വരൂല. ഇങ്ങൾ ആ രണ്ട് തേങ്ങേമ്മലും പണി കഴിഞ്ഞ് ഓരോ കുടുമ നല്ല പശ വെച്ച് ഓട്ടിച്ചോളി. അതിലും ബേറെ രണ്ട് തേങ്ങേമ്മലും കുറച്ച് മഞ്ഞപ്പൊടി കുഴച്ച് തേച്ചാമതി. പൂജ ചെയ്യുമ്പോ ആയതാന്ന് തോന്നും. മരുമഹന് നാലു തേങ്ങടെ കുടുമ വലിച്ച് ഇളക്കിയാ മതീല്ലോ. ഞമ്മളല്ലാതെ കസ്റ്റകാലത്തിന് ബേറെ ആര് നോക്കിയാലും അപ്പൊ ഒടനെ തിരിയൂല." പക്കി ഉറക്കെ ചിരിച്ചു. അൽപനേരം അവിടെ ഇരുന്നു സംസാരിച്ച് അയാളുടെ നല്ല മനസ്സിന് നന്ദി പറഞ്ഞ് ജാതവേദൻ അവിടെനിന്നും ഇറങ്ങി. തേങ്ങ കൊണ്ടുപോകുന്ന ജോലി പക്കി തന്നെ ഏറ്റെടുത്തു, അയാളുടെ ആളുകൾ തന്നെ കൊച്ചിയിലെ കടയിൽ കൊണ്ടു കൊടുക്കാൻ തുടങ്ങി.

കുറേ ദിവസങ്ങൾ കഴിഞ്ഞ് ജാതവേദൻ നാട്ടിലേക്ക് പോകാൻ ആലോചിച്ചു. വാസ്കോഡ ഗാമ തിരിച്ചു പോയി ഒന്നര വർഷം കഴിയാറായതിനാൽ അയാൾ ഇനി വരില്ല എന്നുതന്നെ എല്ലാവരും വിശ്വസിച്ചു. വെറുതെ കോഴിക്കോട് നിന്ന് സമയം കളയാതെ നാട്ടിൽ പോകാം എന്ന് നമ്പൂതിരി വിചാരിച്ചു. മുമ്പൊരു തവണ ജാതവേദനെ കോയപക്കിക്ക് പരിചയപ്പെടുത്തിയ കൊച്ചി രാജ്യത്തുകാരനായ നീലകണ്ഠൻ നമ്പൂതിരിപ്പാടിനെ കോഴിക്കോട്ടെ വിവരങ്ങൾ അറിയാൻ ഏൽപ്പിച്ചതിനുശേഷം പക്കിയോട് ആറു മാസം കഴിഞ്ഞു തിരികെ വരാം എന്ന് പറഞ്ഞ് അയാൾ നാട്ടിലേക്ക് മടങ്ങി.

കബ്രാൾ

സ്ഥാനമാനങ്ങൾ പല മനുഷ്യർക്കും ഒരു ലഹരി തന്നെയാണ്, പക്ഷേ അത് നേടുന്ന വഴി പലതാണ്. തന്റെ കഠിനാധ്വാനം കൊണ്ട് പടിപടിയായി നേടി എടുക്കുന്നവർ ഉണ്ട്. തന്ത്രം ഉപയോഗിച്ച് എളുപ്പ വഴിയിൽ നേടിയെടുക്കുന്ന വരുണ്ട്. മുന്നിൽ പോകുന്നവരെയും പിന്നാലെ വരുന്നവരെയും ചവിട്ടി വീഴ്ത്തി മുകളിലോട്ടു പോകുന്ന വരുണ്ട്, ഇതൊന്നും ചെയ്യാതെ ഭാഗ്യദേവതയുടെ കരങ്ങൾകൊണ്ട് സുവർണ്ണ കിരീടങ്ങൾ അണിയുന്നവരും ഉണ്ട്. പെഡ്രോ അൽ വാരിസ് കബ്രാൾ അവസാനത്തെ ഗണത്തിൽപ്പെടും. കബ്രാളുടെ രണ്ടു സഹോദരന്മാർ മാനുവൽ രാജാവിന്റെ കൗൺസിൽ അംഗ ങ്ങളായിരുന്നു. മനുഷ്യന്റെ ജന്മസ്വഭാവമായ, മക്കൾവാഴ്ച, ഗ്രൂപ്പിസം, സ്വജനപക്ഷപാതം എല്ലാം പതിനാറാം നൂറ്റാണ്ടിലും ഇന്നു കാണു ന്നതുപോലെ തന്നെ ഉണ്ടായിരുന്നു. ഒരു ഗ്രൂപ്പിനെ പ്രീണിപ്പിക്കാൻ വേണ്ടി, രണ്ടാമത്തെ ഇന്ത്യയിലേക്കുള്ള അർമാഡ നയിക്കാൻ ഉള്ള ഭാഗ്യം താരതമ്യേന മുൻപരിചയവും ഇല്ലാത്ത കബ്രാളിന് ലഭിച്ചു. ചരിത്രം എപ്പോഴും വിജയികളാവുന്ന ഒന്നാമന്മാരെ പ്രകീർത്തി ക്കുമ്പോൾ, സാഹിത്യം പലപ്പോഴും പരാജിതരാകുന്ന രണ്ടാ മന്മാരെ ചികഞ്ഞെടുത്ത് പുനർജ്ജീവിപ്പിക്കാറുണ്ട് എന്നതാണ് അവർക്ക് ലഭിക്കുന്ന കാലത്തിന്റെ നീതി.

ലിസ്ബൺ കത്തീഡ്രലിന്റെ പ്രാർത്ഥനഹാളിൽ നിന്നും പുറത്തു വന്ന ദുവാർട്ടേ, അതിന്റെ ഒരുഭാഗത്ത് അന്തരിച്ച ജോൺ രണ്ടാമൻ രാജാവിന്റെ രാജ്ഞി എലനോർ പുതിയതായി ആരംഭിച്ച സാമൂഹ്യ സംഘടനയുടെ കാര്യാലയത്തിന് പുറത്തുള്ള ചാരുബെഞ്ചിൽ, പ്രാർത്ഥന കഴിഞ്ഞു വരുന്ന ബർത്തലോമിയോ ഡയസ്സിനെ കാത്തി രുന്നു. ദുവാർട്ടേയേ കണ്ടപ്പോൾ ഡയസ് അവിടെ വന്ന് ബെഞ്ചിൽ അയാളുടെ അരികിലിരുന്നു. ഒതുങ്ങിയ സ്ഥലമായിരുന്നതിനാൽ അവിടെ ആരുമുണ്ടായിരുന്നില്ല.

“എനിക്ക് ഒരു സംശയം ഉള്ളത്, ഞാൻ താങ്കളോട് ചോദിച്ചു കൊള്ളട്ടെ. വിരമിച്ച് വിശ്രമജീവിതം ആരംഭിക്കാൻ പോകുന്നു എന്ന് പറഞ്ഞിരുന്ന താങ്കളെ എന്തിനാണ് വീണ്ടും രാജാവ് അർമാഡയുടെ

കൂടെ പോകാൻ പറഞ്ഞത് എന്ന് എനിക്ക് മനസ്സിലാകുന്നില്ല. കഴിഞ്ഞ തവണ കേപ് ഓഫ് ഗുഡ് ഹോപ്പ് ചുറ്റി നാവിക പാത കാണിച്ചു കൊടുക്കുവാൻ വേണ്ടിയാണ് താങ്കളെ അയച്ചത്. ഇത്തവണ ഗാമ യുടെ കൂടെ പോയ പരിചയസമ്പന്നനായ ക്യാപ്റ്റൻ നിക്കോളായ് കൊയ്ലോ കൂടെ ഉണ്ടല്ലോ?'' പച്ചേക്കോ ചോദിച്ചു

''എനിക്കും വിശ്രമജീവിതം നയിക്കണമെന്ന് ഉണ്ട്. പക്ഷേ രാജാവ് നിർബന്ധിച്ചാൽ പോകാതിരിക്കാൻ പറ്റുമോ? രണ്ട് ദൗത്യങ്ങൾ എന്നെ ഏൽപ്പിച്ചിട്ടുണ്ട്. അതിലൊന്ന് സോഫാളയിലേക്ക് പോകാ നാണ്.'' രണ്ടാമത്തെ ദൗത്യത്തെപ്പറ്റി ഡയസ് പറഞ്ഞില്ല, പച്ചേക്കോ ചോദിച്ചുമില്ല.

''എന്നാണ് യാത്ര പുറപ്പെടുന്നത്?'' പച്ചേക്കോ ചോദിച്ചു.

''അടുത്തമാസം ഒമ്പതാം തീയതി ആണ് എന്നാണ് ഇപ്പോൾ തീരുമാനിച്ചിരിക്കുന്നത്. സംഘത്തിന് രാജാവിന്റെ വക യാത്രയയപ്പ് തലേദിവസം ആയിരിക്കും. ഏതായാലും യാത്ര പോകുന്നതിനു മുമ്പ് കാണണം.'' ഡയസ് ബെഞ്ചിൽ നിന്നും എഴുന്നേറ്റു.

കോഴിക്കോട് താൻ കണ്ടവർ ഇന്ത്യൻ ക്രിസ്ത്യാനികൾ ആണെന്ന് അപ്പോഴും ഗാമ വിശ്വസിച്ചിരുന്നു. പ്രാകൃതരായ ആ ക്രിസ്ത്യാനി കളെ യൂറോപ്യൻ രീതികൾ പഠിപ്പിക്കാൻ വൈദികരെ കൊണ്ടു പോകണമെന്ന് അയാൾ ശക്തമായി വാദിച്ചു. അതനുസരിച്ച് ഫാദർ ഹെൻട്രിക് സോറസിന്റെ നേതൃത്വത്തിൽ പന്ത്രണ്ട് വൈദികർ കപ്പലിൽ ഇടംപിടിച്ചു. നാലോ അഞ്ചോ ഡീഗ്രഡോമാർ അല്ലെങ്കിൽ പഴയ തടവുപുള്ളികൾ മതിയാവും എന്ന് കോയിലോ അഭിപ്രായ പ്പെട്ടപ്പോൾ ചുരുങ്ങിയത് ഇരുപത് പേരെയെങ്കിലും കൊണ്ടു പോണം എന്ന് മാനുവൽ രാജാവ് നിർദേശിച്ചു. എന്താണ് അദ്ദേഹം അങ്ങനെ പറഞ്ഞതതെന്ന് മനസ്സിലായില്ലെങ്കിലും രാജാവ് പറഞ്ഞ തിനാൽ അത് അംഗീകരിച്ചു. ഗാമയുടെ യാത്രയിൽ പറ്റിയ അബദ്ധം ഒഴിവാക്കി സ്വർണ്ണവും വെള്ളിയും അടങ്ങുന്ന വിലപിടിപ്പുള്ള സമ്മാനങ്ങൾ കൊണ്ടുപോകണം എന്ന് തീരുമാനമുണ്ടായി. ഫാക്ടറി കൾ പണിയാനുള്ള കെട്ടിടനിർമ്മാണ സാമഗ്രികളും കപ്പലിൽ കരുതാൻ രാജാവ് നിർദ്ദേശിച്ചു. ആഫ്രിക്കൻ മുനമ്പുവരെയുള്ള യാത്ര ബർത്തലോമിയോ ഡയസ് തന്നെ നയിക്കണമെന്ന് രാജാവ് പ്രത്യേകം നിഷ്കർഷിച്ചു.

പതിമ്മൂന്നു കപ്പലുകളിൽ ഏകദേശം 1500 ആളുകളാണ് ആ യാത്രയിൽ പങ്കെടുത്തത്. ഐറിസ് കൊറിയ എന്ന ആളെയാണ് കോഴിക്കോട് തുടങ്ങാൻ ഉദ്ദേശിച്ച ഫാക്ടറിയുടെ ഫാക്ടർ ആയി തീരുമാനിച്ചിരുന്നത്. 'സാൻജോ ഡി തോവർ' എന്ന നാവികനാ യിരുന്നു കബ്രാളിന്റെ രണ്ടാമൻ. പുതിയതായി യാത്രയിൽ ഉൾപ്പെടു ത്തിയ ക്യാപ്റ്റന്മാരിൽ പ്രധാനി പെഡ്രോ ഡി അറ്റേഡേ എന്ന നാവികനാണ്. അത് വേറെ ആരുമായിരുന്നില്ല, സാക്ഷാൽ

ഇൻഫെർണോ എന്നറിയപ്പെട്ടിരുന്ന പച്ചേക്കോവിന്റെ പഴയ കൂട്ടുകാരൻ പെഡ്രോ തന്നെയായിരുന്നു. രണ്ടാം ഇന്ത്യൻ അർമഡയുടെ യാത്രയയപ്പിന് ദുവാർട്ടെ ടാഗസ് നദിയുടെ അഴിമുഖത്തുള്ള ഹാർബറിലേക്ക് നേരത്തെ തന്നെ എത്തിച്ചേർന്നു. നാവികരുടെ ലഗേജുകൾ തരംതിരിച്ച് അവരുടെ കപ്പലിലേക്ക് അയയ്ക്കാൻ ചെറിയ ബോട്ടുകളിൽ കയറ്റി തുടങ്ങി. പെഡ്രോ വളരെ സന്തോഷവാനായിരുന്നു.

''ദുവാർട്ടേ, നീയും കൂടി ഉണ്ടെങ്കിൽ എത്ര നന്നായിരുന്നു.''

അയാൾ പച്ചേക്കോവിനോട് പറഞ്ഞു.

അതിനിടെ ബർത്തലോമിയോ ഡയസും സഹോദരനും അവരുടെ സാധനങ്ങളുമായി വന്ന് പോർട്ടർമാരെ അവയെല്ലാം ഏൽപ്പിച്ചു.

തന്റെയും സഹോദരന്റെയും ബാഗേജുകൾ വെവ്വേറെ ബോട്ടുകളിൽ കയറ്റാൻ അദ്ദേഹം മേൽനോട്ടം വഹിച്ചു

അല്പനേരം അവർ സംസാരിച്ചു കൊണ്ടിരുന്നപ്പോഴേക്കും നാവികരും മറ്റ് യാത്രക്കാരും അവരവരുടെ കപ്പലിലേക്ക് പ്രത്യേകം പ്രത്യേകം ബോട്ടുകളിൽ കയറി യാത്രയായി. പിന്നെ ക്യാപ്റ്റന്മാർ ബോട്ടുകളിൽ കയറി. പെഡ്രോ സുഹൃത്തിനെ ആലിംഗനം ചെയ്ത് യാത്ര പറഞ്ഞു. അവസാനം ക്യാപ്റ്റൻ മേജർ കബ്രാൾ അദ്ദേഹത്തിന്റെ തോണിയിൽ കയറി കാണികളെ നോക്കി കൈവീശി യാത്ര പറഞ്ഞു. മാനുവൽ രാജാവ് വന്നിരുന്നില്ല. പക്ഷേ ബിഷപ്പുമാരും വൈദികരും ആശീർവദിക്കാൻ അവിടെ എത്തിയിരുന്നു. അവസാന ആൾ ഡയസ് ആയിരുന്നു. അദ്ദേഹം പച്ചേക്കോവിനെ കെട്ടിപ്പിടിച്ചു.

''ഞാൻ നിന്നോട് എന്തെങ്കിലും തെറ്റ് ചെയ്തിട്ടുണ്ടെങ്കിൽ എനിക്ക് മാപ്പ് തരണം.'' പതിവില്ലാതെ അദ്ദേഹം പറഞ്ഞതു കേട്ട് പച്ചേക്കോ അതിശയിച്ചു.

''താങ്കൾ എന്താ ഈ പറയുന്നത്? താങ്കൾ എന്റെ ഗുരുനാഥനല്ലേ? താങ്കൾ എനിക്ക് നല്ലത് മാത്രമേ ചെയ്തിട്ടുള്ളൂ, രോഗം പിടിച്ചു കിടന്ന എന്റെ ജീവൻ രക്ഷിച്ചത് താങ്കൾ അല്ലേ?''

''എന്താണെന്ന് എനിക്കറിയില്ല. ഈ യാത്രയിൽ എന്തോ ഒരു വിഷമം എന്റെ മനസ്സിനെ അലട്ടുന്നു. ഇനി നിന്നെ പിന്നെ കണ്ടില്ലെങ്കിലോ? അതുകൊണ്ട് നേരത്തെ മാപ്പ് ചോദിച്ചതാണ്.''

അയാൾക്ക് ഒന്നും മനസ്സിലായില്ല ഡയസ്സിന് മനസ്സിൽ പുറത്ത് പറയാൻ പറ്റാത്ത എന്തോ ഒരു വിഷമം ഉണ്ടെന്നുമാത്രം അയാൾക്ക് മനസ്സിലായി. പുഞ്ചിരിയോടെ കരയിൽ നോക്കി കൈവീശി കൊണ്ടിരുന്ന മഹാനായ ആ നാവികന്റെ രൂപം ചെറുതായി ചെറുതായി വന്ന് പച്ചേക്കോയുടെ ദൃഷ്ടിപഥത്തിൽ നിന്നും മറഞ്ഞു.

ദുരന്തങ്ങളുടെ തുടർകഥ

യാത്ര തുടങ്ങി പതിമ്മൂന്നു ദിവസങ്ങൾ സംഭവരഹിതമായി കഴിഞ്ഞു പോയി. അതിന് അടുത്ത ദിവസം അർമഡ ഒരു കൊടുങ്കാറ്റിൽ അകപ്പെട്ടു, ഒരു കപ്പലിന് കേടുപാടുകൾ സംഭവിച്ചതിനാൽ, അതിനെ ലിസ്ബണിലേക്ക് തിരിച്ചയച്ചു. പിന്നീട് വലിയ കുഴപ്പങ്ങൾ ഒന്നും കൂടാതെ കേപ്പ് വെർദേ ദ്വീപുകളിൽ നിർത്താതെ വാസ്കോഡ ഗാമയുടെ കപ്പൽ പോയവഴി ബർത്തലോമിയോ ഡയസ് തെക്കു പടിഞ്ഞാറ് ദിശയിലേക്ക് തന്റെ കപ്പൽ തിരിച്ചു.

കഴിഞ്ഞതവണ എടുത്തതിനേക്കാൾ ആംഗിൾ അല്പം കൂടി പടിഞ്ഞാട്ട് പോകുന്നത് കണ്ട് നിക്കോളായ് കൊയ്‌ലോ ആശങ്കപ്പെട്ടു. ഡയസ്സിന് മുന്നറിയിപ്പായി അയാൾ തന്റെ കപ്പലിൽനിന്ന് ആകാശത്തേക്ക് നിറയൊഴിച്ചു. തനിക്ക് മനസ്സിലായി എന്ന് അറിയിക്കാൻ ഡയസ് രണ്ടുതവണ വെടിപൊട്ടിച്ചു. അപ്പോഴേക്കും കടൽ പ്രക്ഷുബ്ധമായിരുന്നു. അതിനാൽ ഗതി മാറി പോകുന്നത് ആരും അത്ര ശ്രദ്ധിച്ചില്ല. തന്റെ കയ്യിൽ ഭദ്രമായി സൂക്ഷിച്ചു വച്ചിരുന്ന തുകൽ ബാഗിൽനിന്നും എടുത്ത പച്ചേക്കോയുടെ ചാർട്ട് നോക്കിയാണ് ബർത്തലോമിയോ ഡയസ് തന്റെ കപ്പൽ നിയന്ത്രിച്ചത് എന്നത് മറ്റു കപ്പലിൽ ആരും അറിഞ്ഞില്ല.

അന്ന് ഏപ്രിൽ മാസം ഇരുപത്തി ഒന്നാം തീയതി ആയിരുന്നു. ഒരിടത്ത് എത്തിയപ്പോൾ ഡയസ് തന്റെ കപ്പൽ നിർത്തി. കടൽ ശാന്തമായിരുന്നു. തന്റെ കപ്പലിലെ സ്റ്റേൺ കാസിലിൽ വന്ന് അഡ്മിറൽ കബ്രാളിന്റെ കപ്പലിലേക്ക് അദ്ദേഹം അടയാളം കൊടുത്തു. തന്റെ കപ്പലിന്റെ ഫോർ ക്ലാസിലിൽ വന്ന കബ്രാൾ ഡയസ് ചൂണ്ടിക്കാണിച്ച ദിശയിൽ വളരെ ദൂരെ ചെറിയ ഒരു പർവ്വതം കണ്ടു. മാനുവൽ രാജാവ് തന്നെ രഹസ്യമായി ഏൽപ്പിച്ച ജോലി തീർന്നു. തന്റെ കടമ കഴിഞ്ഞു, ഡയസ് ചാർട്ടുകൾ ഭദ്രമായി തുകൽസഞ്ചിയിൽ തന്നെ തിരിച്ചു വച്ചു. അയാളുടെ നെഞ്ചിൽ വല്ലാത്ത ഒരു വേദന തോന്നി ദുവാർട്ടേയോട് മനസ്സിൽ വീണ്ടും മാപ്പുപറഞ്ഞു. അഡ്മിറലിന്റെ കപ്പലിൽ ആഹ്ലാദപ്രകടനങ്ങൾ നടന്നു. തങ്ങൾ പുതിയ ഒരു കര കണ്ടുപിടിച്ചു. പിന്നീടുണ്ടായത് എല്ലാം എല്ലാവർക്കും

അറിയാവുന്ന ചരിത്രം. യാത്രയിൽ പുതിയതായി സ്ഥലങ്ങൾ വല്ലതും കണ്ടുപിടിച്ചാൽ, അവിടെ ഇറങ്ങി ഫലകം സ്ഥാപിച്ച് പിന്നീട് യാത്ര തുടർന്നാൽ മതി എന്ന് പുറപ്പെടുന്നതിന് തലേദിവസം രാജാവ് കബ്രാളിനോട് നേരിട്ട് വിളിച്ച് പറഞ്ഞിരുന്നു. ആ പർവ്വതത്തിന് 'മോണ്ടേ പാസ്കോൾ' എന്നവർ പേരിട്ടു. കരയുടെ അടുത്തു ചെന്നപ്പോൾ ഒരു പുഴ കാണാനുണ്ടായിരുന്നു. അടുത്തദിവസം വേറൊരു തീരത്ത് ചെന്ന് കപ്പലിലെ ചില നാവികർ അവിടെ മീൻ പിടിച്ചു കൊണ്ടിരുന്ന ശരീരം മുഴുവൻ ചായങ്ങൾ പുരട്ടിയ രണ്ട് പ്രാകൃതരായ നാട്ടുകാരെ കപ്പലിലേക്ക് പിടിച്ചുകൊണ്ടുവന്നു. അവരെ നല്ലവണ്ണം പരിചരിച്ച് ഭക്ഷണം കൊടുത്തു സന്തോഷിപ്പിച്ചപ്പോൾ അവർ ഇണക്കം കാണിച്ചു.

കരയിൽ അടുക്കാൻ പറ്റിയ സ്ഥലം കാണാതെ 45 മൈൽ അവർ വടക്കോട്ട് സഞ്ചരിച്ചു. പിന്നീട് അതിനു പറ്റിയ ഒരു തീരം കണ്ടതിനു ശേഷം ഡയസും കൊയ്ലോയും കപ്പലിൽ പിടിച്ചു വച്ചിരുന്ന രണ്ടു നാട്ടുകാരെയും ഒരു തോണിയിൽ കയറ്റി കരയിലേക്ക് പോയി. അമ്പും വില്ലും ആയി കുറെ നാട്ടുകാർ അവരെ ആക്രമിക്കാൻ വന്നു. അവർ കൂടെ കൊണ്ടുപോയ രണ്ട് നാട്ടുകാർ ഒരു സന്ദേശം കൊടുത്ത ഉടൻ അവർ ശാന്തരായി. കപ്പലിൽനിന്ന് ഭക്ഷണസാധനങ്ങളും പിച്ചള ബ്രേസ്ലെറ്റ്കളും മറ്റും കൊടുത്ത് അവരെ സന്തോഷിപ്പിച്ചു. ആ തീരത്തിന് അവർ കൂടെ കൊണ്ടുവന്ന കുറ്റവാളികളിൽ ചിലരെ ആദിവാസികളുടെ ഗ്രാമത്തിൽ രാത്രി താമസിക്കാൻ പറഞ്ഞയച്ചു. കാര്യങ്ങളെല്ലാം കുഴപ്പമില്ലാതെ പോയി. ആ തീരത്തിന് കബ്രാൾ 'പോർട്ടോ സെഗുറോ' എന്ന് പേരു കൊടുത്തു. കപ്പലിൽ സഞ്ചരിച്ചിരുന്ന ജോൺ ഫെറാസ് തന്റെ ഉപകരണങ്ങൾ കരയിൽ നിരത്തി വെച്ച് അത് 'തോർദേസിലിയാസ് രേഖയുടെ കിഴക്കുവശം' ആണ് എന്ന് സാക്ഷ്യപ്പെടുത്തി.

മെയ് ഒന്നാം തീയതി ക്യാപ്റ്റൻ മേജർ കബ്രാൾ കരയിൽ ഇറങ്ങി പുതിയ ഒരു ഭൂപ്രദേശം പോർച്ചുഗലിന് വേണ്ടി കണ്ടുപിടിച്ചതായി പ്രഖ്യാപിച്ചു. ചരിത്രത്തിന്റെ നാൾവഴികളിൽ ആ കണ്ടുപിടിത്തം കബ്രാളിന്റെ പേരിൽ ആലേഖനം ചെയ്യപ്പെട്ടു. സ്റ്റോർ കപ്പലിലെ സാധനങ്ങൾ മറ്റു കപ്പലുകളിലേക്ക് മാറ്റി, പുതിയ പ്രദേശത്തുനിന്നും കിട്ടിയ സാധനങ്ങൾ തെളിവുകളായി കപ്പലിൽ നിറച്ച ശേഷം ആൻഡ്രേ കോൺകാലസ് എന്ന നാവികൻ ആ കപ്പൽ ലിസ്ബണിലേക്ക് കൊണ്ടുപോയി. പുതിയ കണ്ടുപിടുത്തത്തെ ക്കുറിച്ച് മാനുവൽ രാജാവിനെ അറിയിക്കുന്ന രണ്ടു കത്തുകളും കൊണ്ടാണ് അയാൾ പോയത്. കപ്പലിലുണ്ടായിരുന്ന പഴയ കുറച്ച് കുറ്റവാളികളെ അവർ പുതിയ സ്ഥലത്ത് ഇറക്കി വിട്ട് അർമഡാ ഇന്ത്യയിലേക്കുള്ള യാത്ര തുടർന്നു. 'ഇൻഫർണോ'യുടെ തലയിൽ

മാത്രം ഒരു മിന്നൽ ഉണ്ടായി. പക്ഷേ അയാൾ ആരോടും ഒന്നും പറഞ്ഞില്ല.

തെക്കേ അറ്റ്ലാന്റിക് സമുദ്രം കൊടുങ്കാറ്റുകൾക്ക് പേരുകേട്ടതാണ്. കേപ് ഓഫ് ഗുഡ് ഹോപ്പ് എത്താറായപ്പോഴേക്കും അതിന്റെ ലക്ഷണങ്ങൾ കണ്ടുതുടങ്ങി. കപ്പലുകൾ കൂട്ടിമുട്ടാതിരിക്കാൻ അകലം പാലിച്ചാണ് ആ വ്യൂഹം നീങ്ങിയിരുന്നത്. ബർത്തലോമിയോ ഡയസ്സിന്റെ മനസ്സിൽ ആശങ്ക ഉണ്ടായി. ലക്ഷണങ്ങൾ കണ്ട് ഇത് വളരെ ഭീകരമായ കടൽക്ഷോഭം ആണെന്ന് അദ്ദേഹത്തിന് മനസ്സിലായി. കൊടുങ്കാറ്റ് അതിന്റെ ഉച്ചസ്ഥായിയിൽ നീങ്ങിത്തുടങ്ങിയിരുന്നു. ശക്തമായ കാറ്റിൽ കപ്പൽ പായകൾ എല്ലാം കീറിതുടങ്ങി. കപ്പലിന്റെ ഡെക്കിൽ കയറുന്ന വെള്ളം പുറത്തുപോകാൻ ഡ്രെയിനേജ് സംവിധാനം ഉണ്ടായിരുന്നു. പക്ഷേ ഉള്ളിൽ വെള്ളം കയറിയാൽ കപ്പൽ കുത്തനെ താഴെ മുങ്ങിപ്പോകും. നാവികർ എല്ലാം പരിഭ്രാന്തിയിലായി ചിലർ പ്രാർത്ഥനയും തുടങ്ങി. കപ്പലിൽ നിന്ന് ചാടിയാലോ അല്ലെങ്കിൽ അതിനുള്ള വഞ്ചി താഴെയിറക്കിയാലോ പോലും രക്ഷപ്പെടാൻ യാതൊരു മാർഗവും ഇല്ലായിരുന്നു.

ക്യാപ്റ്റൻ ഡയസ്സും സഹനാവികരും കപ്പൽ നിയന്ത്രിക്കാൻ ഒരുപാട് ശ്രമിച്ചു. ഒരു ഭയങ്കര ശബ്ദത്തോടെ കപ്പലിന്റെ മധ്യത്തിലുള്ള പായ്മരം ഒടിഞ്ഞു തൂങ്ങി. കപ്പലിന്റെ പള്ളയിൽ തന്നെ എന്തോ ഒരു സാധനം വന്ന് ശക്തിയായി ഇടിച്ചു. അപകടത്തിൽ പൊളിഞ്ഞു പോയ മറ്റേതോ കപ്പലിന്റെ പായ്മരം ആയിരിക്കണം. കപ്പലിൽ വെള്ളം ഇരച്ചുകയറി. മെയ് മാസം 29-ാം തീയതി ബർത്തലോമിയോ ഡയസ് അടക്കം നൂറിൽപരം നാവികർ ഉണ്ടായിരുന്ന അദ്ദേഹത്തിന്റെ കപ്പൽപോലും ഒരാൾക്കു രക്ഷപ്പെടാൻ പഴുതില്ലാതെ വെള്ളത്തിൽ അതിവേഗം താഴ്ന്നു. താൻ ആദ്യമായി ചുറ്റിയ മുനമ്പിനരികെ തന്നെ ഡയസ് ജലസമാധിയിലായി. ഒരു തെളിവും ബാക്കി വയ്ക്കാതെ ദുവാർട്ടേ പച്ചേക്കോവിന്റെ നാവികചാർട്ടുകൾ അടങ്ങിയ തുകൽ ബാഗും കടലിന്റെ അഗാധതയിൽ നഷ്ടപ്പെട്ടുപോയി. കൂട്ടുപിരിഞ്ഞ ആറ് കപ്പലുകളും പിന്നീട് ആഫ്രിക്കയുടെ കിഴക്കേ തീരത്തുള്ള ഒരു തുറമുഖത്തിൽ വീണ്ടും കണ്ടുമുട്ടി. അവിടം വിട്ട് ഓഗസ്റ്റ് രണ്ടാം തീയതിയോടെ സൗഹൃദ രാജ്യമായ മലിന്തിയിൽ നങ്കൂരമിട്ടു. അവിടെനിന്നും ലഭിച്ച രണ്ട് പൈലറ്റുകളുടെ സഹായത്തോടെ അവർ അറബിക്കടൽ മുറിച്ചുകടന്ന് ഇന്നത്തെ ഗോവയുടെ അടുത്തുള്ള അഞ്ചേദിവ ദ്വീപുകളിൽ കുറച്ചുനാൾ താവളമടിച്ചു. അവിടെ നിന്നും കോഴിക്കോട് ലക്ഷ്യമാക്കി കപ്പലുകൾ നീങ്ങി.

പുതിയ രാജ്യം കണ്ടുപിടിച്ച ശുഭവാർത്തയുമായി സ്റ്റോർ കപ്പൽ ജൂൺ മാസം ലിസ്ബൺ തുറമുഖത്തെത്തി. അഡ്മിറൽ, വാനനിരീക്ഷകൻ മാസ്റ്റർ ജോൺ, എന്നിവർ നൽകിയ രണ്ടു കത്തുകളും

കപ്പിത്താൻ രാജാവിനെ ഏൽപ്പിച്ചു. പള്ളികളിൽ മണിമുഴങ്ങി, പുതിയ കണ്ടുപിടുത്തം പ്രഖ്യാപിക്കപ്പെട്ടു. കപ്പലിൽ കൊണ്ടു വന്നിരുന്ന പുതിയ നാട്ടിലെ സാധനങ്ങൾ കരയിൽ ഇറക്കി. ഒരുതരം കടുംചുവപ്പ് നിറത്തിലുള്ള കാതലുള്ള തടികളും ആ കൂട്ടത്തിൽ ഉണ്ടായിരുന്നു. ചായക്കൂട്ട് ഉണ്ടാക്കാൻ ഉപയോഗിച്ചിരുന്ന സാപ്പ് മരങ്ങളുടെ വർഗ്ഗത്തിൽപ്പെട്ടവയായിരുന്നു ഈ മരങ്ങൾ. അവർ ആ മരങ്ങളെ 'പാവു ബ്രസീൽ' എന്ന് വിശേഷിപ്പിച്ചു. ബ്രസീൽ എന്നാൽ പോർച്ചുഗീസ് ഭാഷയിൽ ചുവപ്പുനിറം എന്നാണ്, പാവു എന്നാൽ മരത്തടി. ചുവന്ന മരത്തടി ധാരാളമുള്ള ആ പുതിയ സ്ഥലത്തിന് ബ്രസീൽ എന്ന് പേര് ലഭിക്കുകായിരുന്നു എന്നാണ് ചരിത്രം.

മാനുവൽ രാജാവ് സ്പെയിനിലെ രാജാവിന് വിസ്തരിച്ച് ഒരു കത്തെഴുതി.

തോർദേസിലിയാസ് ഉടമ്പടിക്ക് അനുസൃതമായി പുതിയതായി കണ്ടുപിടിക്കപ്പെട്ട രാജ്യം പോർച്ചുഗലിന്റേതാണ്...

പുതിയ കര കണ്ടുപിടിച്ച വാർത്ത പോർച്ചുഗലിലെ ഒരു പൗരൻ എന്ന നിലയിൽ പച്ചേക്കോയും അറിഞ്ഞു. ഈ യാത്രയിൽ തന്നെ ഈ പര്യവേഷണം നടത്തുമെന്ന് അയാൾ ഒട്ടും വിചാരിച്ചിരുന്നില്ല. ഒരു മരവിപ്പാണ് ആദ്യം അയാൾക്ക് ഉണ്ടായത്. പിന്നീട് ആ വികാരം നിസ്സംഗതയായി മാറി. ഒരു കാരണവുമില്ലാതെ മാപ്പുപറഞ്ഞ ബർത്തലോമിയോ ഡയസിന്റെ മുഖം അയാളുടെ മനസ്സിൽ തെളിഞ്ഞു. അദ്ദേഹത്തിനോട് സഹതാപമാണ് അയാൾക്ക് തോന്നിയത്. തന്നോട് ഇഷ്ടം ഉണ്ടെങ്കിലും രാജാവിന്റെ ആജ്ഞ പാലിക്കാതിരിക്കാൻ അദ്ദേഹത്തിന് കഴിയില്ലല്ലോ. രണ്ടു മൂന്നു ആഴ്ചകൾ കഴിഞ്ഞതും വെർദേയിൽ നിന്നും വന്ന കപ്പലിൽ ഒരു ദുഃഖവാർത്ത വന്നു. രണ്ടാം ഇന്ത്യൻ അർമഡ കൊടുങ്കാറ്റിൽ പെട്ടു. നാലു കപ്പലുകൾ മുങ്ങി, ബാക്കിയുള്ളവ രക്ഷപ്പെട്ടു. മുങ്ങിയ കപ്പലുകളിൽ ഒന്ന് ബർത്തലോമിയോ ഡയസ് സഞ്ചരിച്ചിരുന്ന കപ്പലാണ്. ആരും രക്ഷപ്പെട്ടില്ല.

ലിസ്ബൺ കത്തീഡ്രലിലെ പ്രാർത്ഥന ഹാളിൽ ക്യാപ്റ്റൻ ഡയസ്സിന്റെ ആത്മാവിന് നിത്യശാന്തി നേർന്നുകൊണ്ട്. ദുവാർട്ടേ പച്ചേക്കോ മുട്ടുകുത്തി നിന്ന് പ്രാർത്ഥിക്കുകയായിരുന്നു, അടുത്ത മാസം മറ്റൊരു ദുഃഖവാർത്ത കേട്ടുകൊണ്ടാണ് ലിസ്ബൺ നഗരം ഉണർന്നത്. മാനുവൽ രാജാവിന്റെ കുഞ്ഞ് രണ്ടുവയസ്സുകാരൻ മിഗേൽ മരിച്ചു. മൂന്നു രാജ്യങ്ങൾക്ക് അവകാശിയായിരുന്ന ആ കുഞ്ഞു മരിച്ചത് രാജാവിനെ അത്യധികം വിഷമിപ്പിച്ചു. ദുഃഖാചരണങ്ങൾക്ക് ശേഷം രാജാവ് വീണ്ടും സഭയിലേക്ക് വന്നു തുടങ്ങി. തന്റെ കാര്യാലയത്തിൽ പച്ചേക്കോവിന് കാര്യമായ ജോലികൾ

ഒന്നും ഉണ്ടായിരുന്നില്ല. കയ്യിലുള്ള കുറിപ്പുകളും മറ്റ് പരീക്ഷണ ങ്ങളുടെ വിവരങ്ങളും അയാൾ പകർത്തിയെഴുതി, കൃത്യമായി ക്രോഡീകരിച്ച് ഒരു പുസ്തകരൂപത്തിൽ ആക്കാനുള്ള ശ്രമം തുടങ്ങി. കുറച്ചുസമയം ചിത്രരചനയ്ക്കും കളർ പെയിന്റിംഗിനും ചെലവാക്കി. അയാൾ ആദ്യം പെയിന്റ് ചെയ്തത് ഒരു കൊടുങ്കാറ്റിൽ അമരുന്ന ഒരു കപ്പലിന്റെ ചിത്രമായിരുന്നു.

താൻ ബ്രസീൽ കണ്ടുപിടിച്ചിട്ടില്ല എന്നു തന്നെ അയാൾ സ്വയം വിശ്വസിക്കാൻ പരിശീലിച്ചു. അയാളുടെ ഉദാസീനത ഒരാളുടെ കണ്ണിൽ മാത്രം പെട്ടു. അത് മരിയ അമ്മായി അല്ലാതെ വേറെ ആരും ആയിരുന്നില്ല.

“എടാ, നീ എന്നോട് കള്ളം പറയാൻ ശ്രമിക്കേണ്ട. നിനക്കെന്തോ പറ്റിയിട്ടുണ്ട്. അത് എന്നോട് തുറന്നു പറഞ്ഞോ അതാ നിനക്ക് നല്ലത്.” ഒരുനാൾ ഒറ്റയ്ക്ക് കിട്ടിയപ്പോൾ അവർ അയാളെ വളഞ്ഞു പിടിച്ചു.

“മരിയ മമ്മയുടെ തോന്നലാണ്. എനിക്കൊന്നും പറ്റിയിട്ടില്ല. ചെയ്യാൻ കാര്യമായി പണിയൊന്നുമില്ല. അതിന്റെ മടുപ്പാണ്.”

“അതൊന്നുമല്ല. എനിക്ക് അറിയാം, ഞാൻ പറയട്ടെ?” മരിയ ചോദിച്ചു.

“അറിയാമെങ്കിൽ മമ്മ എന്നോട് എന്തിനാ ചോദിക്കുന്നത്?”

“ഗാമയ്ക്ക് രാജാവും നാട്ടുകാരും നൽകിയ സ്വീകരണം കണ്ടും ഇപ്പോൾ പുറപ്പെട്ട സംഘത്തിന് ജനങ്ങൾ ബാൻഡ് മുഴക്കി, മെത്രാൻ ആശീർവദിച്ച് യാത്രയാക്കിയതും കണ്ട് നിനക്കും അതുപോലെ യൊക്കെ ആവാൻ പറ്റിയില്ലല്ലോ എന്ന വിഷമം അല്ലേ നിന്റെ മന സ്സിൽ?” അമ്മായി ചോദിച്ചു.

“മമ്മയ്ക്ക് ഇത്ര കാലമായി എന്നെ മനസ്സിലായില്ലേ? ഞാൻ അത്രയ്ക്ക് അത്യാഗ്രഹം ഉള്ള ഒരു മനുഷ്യനാണോ? മമ്മ ഇങ്ങനെ ഓരോന്ന് വിചാരിച്ചു മനസ്സ് പുണ്ണാക്കണ്ട എന്തെങ്കിലും പ്രശ്നം ഉണ്ടെങ്കിൽ ഞാൻ മമ്മയോട് തന്നെ വന്ന് പറയാം.”

“ഇനി ഞാൻ ശരിയായ കാര്യം പറയാം.” മരിയ അയാളെ ഒരു കുസൃതി നോട്ടം നോക്കി കൊണ്ട് പറഞ്ഞു.

“നിനക്ക് ജീവിതം വിരസമായിതുടങ്ങി. നിനക്ക് വീണ്ടും ഒരു പെണ്ണ് കെട്ടാൻ ആഗ്രഹം വന്നു. ശരിയല്ലേ?”

“താടി മുളച്ച ഒരു മകനെയും വെച്ചുകൊണ്ട് ഇനി ഒരു വിവാഹം! എനിക്ക് പെണ്ണു കെട്ടണ്ട.” അയാൾ തറപ്പിച്ചു പറഞ്ഞു.

“എടാ, പെണ്ണ് കെട്ടി കഴിഞ്ഞാൽ നിനക്ക് അവളോട് കളി തമാശ പറഞ്ഞു ചിരിച്ചു രസിച്ച് നന്നായി നേരം പോകും.”

''എനിക്ക് കളി തമാശ പറയാൻ എന്റെ സുന്ദരി മരിയ മതി.'' അയാൾ ഉറക്കെ ചിരിച്ചു കൊണ്ട് പറഞ്ഞു. മരിയ ദേഷ്യപ്പെട്ടു കൊണ്ട് അവിടം വിട്ടു.

അമ്മായി പറയുന്നതിൽ കാര്യമുണ്ട്. തനിക്ക് ശരിക്കും മാറ്റം വന്നിട്ടുണ്ടോ? അയാൾ സ്വയം ചിന്തിച്ചു. എത്ര ആത്മനിയന്ത്രണമുള്ളവനായാലും അയാളുടെ ഹൃദയത്തിന്റെ ഒരു കോണിൽ ആ വിഷമം ഉണ്ടായിരുന്നു. സമ്മാനങ്ങളോ സാമ്പത്തിക നേട്ടങ്ങളോ ഒന്നും വേണ്ട. 'ദുവാർട്ടേയാണ് പുതിയ രാജ്യത്തെപ്പറ്റി എന്നോട് ആദ്യം പറഞ്ഞത്' എന്ന് ഒരു വാക്ക് എങ്കിലും രാജാവിന് പറയാമായിരുന്നു. തന്റെ കൈയിൽ തെളിവുകളൊന്നുമില്ല ഉണ്ടായിരുന്നത് ഇപ്പോൾ ബർത്തലോമിയോ ഡയസ്സിന്റെ കൂടെ കടലിൽ മുങ്ങി കാണും. അയാൾ ദീർഘനിശ്വാസമിട്ടു. മുകളിൽ ദൈവം ഉണ്ട്. എന്നെങ്കിലും ഒരുനാൾ... വേണ്ട ഞാൻ ഒരിക്കലും അങ്ങനെ ചിന്തിക്കരുത്. ചരിത്രം കബ്രാളിന്റെ കൂടെ തന്നെ ഇരിക്കട്ടെ. അയാൾ കസേരയിൽ ചാരിക്കിടന്നു.

ഇൻഫെർണോയുടെ ആനവേട്ട

1500 സെപ്റ്റംബർ 13

കോഴിക്കോട് തുറമുഖത്തിന് അല്പം അകലെ ആറ് പോർച്ചുഗീസ് കപ്പലുകൾ നങ്കൂരമിട്ടു. രണ്ടുകൊല്ലം മുമ്പ് സംഭവിച്ചതുപോലെ കാഴ്ചക്കാരായ ജനങ്ങൾ കടൽത്തീരത്ത് തടിച്ചു കൂടി. അഡ്മിറൽ കബ്രാളിന്റെ രണ്ടു പ്രതിപുരുഷർ കപ്പലിലെ ബോട്ടിൽ വന്ന് കരയ്ക്കിറങ്ങി. സാമൂതിരി രാജാവ് അവരെ സ്വീകരിക്കാൻ നായർ പട്ടാളക്കാരെ തുറമുഖത്തേക്ക് അയച്ചു. അവരുടെ കൂടെ ഉണ്ടായിരുന്ന നാല് യൂറോപ്യൻ വേഷധാരികളെ കണ്ട് ജനങ്ങൾ അന്തംവിട്ടു. ഗാമ പിടിച്ചുകൊണ്ടുപോയ നാല് മുക്കുവരായിരുന്നു അവർ. പോർച്ചുഗീസുകാർ അവർക്ക് നല്ല പരിഗണന കൊടുത്തതിൽ സാമൂതിരി രാജാവിനും നാട്ടുകാർക്കും വളരെ സന്തോഷം തോന്നി. അതുകൊണ്ട് വളരെ തുറന്ന മനസ്സോടെയാണ് സാമൂതിരി രാജാവ് പോർച്ചുഗീസുകാരെ സ്വീകരിച്ചത്.

പതിനെട്ടാം തീയതി, പ്രൗഢമായ വേഷഭൂഷാദികളോടുകൂടി ക്യാപ്റ്റൻ മേജർ അലങ്കരിച്ച ഒരു പന്തലിൽ വെച്ച് സാമൂതിരി രാജാവിനെ കണ്ടു. പാശ്ചാത്യ രീതിയിൽ രാജാവിന്റെ കൈ മുത്താൻ ഉദ്യമിച്ച കബ്രാളിനെ അത് ഇവിടെ പതിവില്ല എന്നുപറഞ്ഞ് അവിടെ കൂടിയിരുന്നവർ വിലക്കി. സാമൂതിരി രാജാവും ഒട്ടും മോശമില്ലാത്ത വേഷവിധാനങ്ങളോടു കൂടിയാണ് കബ്രാളിനെ കാണാൻ എത്തിയത്. അരയ്ക്കു മുകളിൽ വസ്ത്രം ധരിച്ചില്ലെങ്കിലും ധാരാളം സ്വർണ്ണമാലകളും വൈരമാലകളും മുത്തുമാലകളും അദ്ദേഹം അണിഞ്ഞിരുന്നു. എല്ലാ വിരലുകളിലും വിലപിടിച്ച കല്ലുകൾ പതിച്ച മോതിരവും കൈകളിൽ തോൾവളയും വൈരങ്ങൾ പതിച്ച കങ്കണങ്ങളും കാൽ പെരുവിരലിൽ മുഴുത്ത ഒരു രത്നം പതിച്ച മോതിരം പോലെയുള്ള ഒരു ആഭരണവും. എല്ലാം കൂടി രാജാവ് തിളങ്ങുകയായിരുന്നു. രാജാവിന്റെ സമ്പന്നത കണ്ട് പോർച്ചുഗീസുകാരെല്ലാം അമ്പരന്നുപോയി. കബ്രാൾ മാനുവൽ രാജാവിന്റെ കത്ത് അദ്ദേഹത്തിന് കൈമാറി. ഇത്തവണ വളരെ വിലപിടിപ്പുള്ള കാഴ്ചവസ്തുക്കളാണ്

രാജാവിന് മുമ്പിൽ കാഴ്ചവച്ചത്, അത് സാമൂതിരിക്ക് തൃപ്തി ആവുകയും ചെയ്തു. വഴിയിൽ പലരാജ്യങ്ങളിലും ഉള്ള തിക്താനുഭവങ്ങൾ കൊണ്ടോ എന്തോ പോർച്ചുഗീസുകാർക്ക് സ്വന്തം സുരക്ഷയിൽ ആശങ്കയായിരുന്നു. അതിനാൽ ജാമ്യമായി കൊത്തുവാളിനേയും വേറെ ഒരു നായരേയും അവർ ആവശ്യപ്പെട്ടു. മുക്കുവന്മാരെ കിട്ടിയിട്ട് കാര്യമില്ല എന്ന് അവർക്കെങ്ങനെയോ മനസ്സിലായിരുന്നു. ഉയർന്ന ജാതിക്കാർ കപ്പലിൽ ഭക്ഷണം കഴിക്കില്ല എന്നുള്ളത് ഒരു പ്രശ്നമാണ്. കപ്പലുകളിൽ ജാമ്യമായി നിർത്തിയിരുന്നവർ അവിടെ ഭക്ഷണം കഴിക്കാൻ വിസമ്മതിച്ചു. ചിലർ കപ്പലിൽ നിന്ന് ചാടി രക്ഷപ്പെടാനും ശ്രമിച്ചു. ജാമ്യ പ്രശ്നത്തിൽ കുറച്ചുനാളുകൾ പാഴായിപോയി. കബ്രാൾ തന്റെ കപ്പലിൽ തന്നെ താമസം ആക്കി. കച്ചവടകാര്യങ്ങളെപ്പറ്റി തീരുമാനിക്കാനുള്ള ചുമതല അദ്ദേഹം അവിടുത്തെ ഫാക്ടർ ആയി നിയമിച്ച എറീസ് കോറിയയെ ഏൽപ്പിച്ചു. കപ്പലിൽ നിന്നും ചരക്കുകൾ തുറമുഖത്ത് ഇറക്കി.

അറബികളും മാപ്പിളമാരും വീണ്ടും പ്രശ്നം ഉണ്ടാക്കിതുടങ്ങി. ഗാമയോട് കാണിച്ച അതേ തന്ത്രം അവർ പുറത്തെടുത്തു. പോർച്ചുഗീസ് സാധനങ്ങൾ വിറ്റു പോയില്ല. കബ്രാൾ പരാതിപ്പെട്ടു. സാമൂതിരി ഒരു ഗുജറാത്തിയെ അവരുടെ സാധനങ്ങൾ വിൽക്കാൻ സഹായത്തിനായി ഏൽപ്പിച്ചു. പക്ഷേ മാപ്പിളമാർ അയാളെയും സ്വാധീനിച്ചു. ഫാക്ടർ കോറിയ വളരെ അസ്വസ്ഥനായിരുന്നു, അയാൾ കബ്രാളിനോട് പരാതിപ്പെട്ടുകൊണ്ടേയിരുന്നു. കബ്രാൾ വീണ്ടും സാമൂതിരിയെ സമീപിച്ചു. അല്പം ചിന്തിച്ചശേഷം സാമൂതിരി കോയപക്കിയെ വിളിച്ചുവരുത്തി. അയാളെ പോർച്ചുഗീസുകാരെ അവരുടെ ചരക്കുകൾ വിൽക്കാൻ സഹായിക്കാൻ ഏൽപ്പിച്ചു. അതുപ്രകാരം സാധനങ്ങളെല്ലാം കോയപക്കിയുടെ കല്ലായിപ്പുഴയുടെ ഒരു വശത്ത് ഉണ്ടായിരുന്ന തെങ്ങിൻതോപ്പിലെ ഒരു വീട്ടിലേക്ക് മാറ്റി. പക്കിയുടെ വീടും അതിനടുത്ത് തന്നെയായിരുന്നു. ആ വീട് അങ്ങനെ പോർച്ചുഗീസുകാരുടെ ഒരു ഫാക്ടറി ആയി മാറി. അത് സാക്ഷ്യപ്പെടുത്തുന്ന, വെള്ളിതകിടിൽ കൊത്തിയ സാക്ഷ്യപത്രവും സാമൂതിരി അവർക്ക് നൽകി. അവിടെ അവരുടെ ഒരു കൊടി സ്ഥാപിക്കാനും അവകാശം നൽകി. പുതിയ കുറേപേരെ പരിചയപ്പെടാൻ കിട്ടിയതിൽ പക്കി വളരെ സന്തോഷിച്ചു. അയാൾ ആത്മാർത്ഥമായി അവർക്കുവേണ്ടി പരിശ്രമിക്കാനും തുടങ്ങി.

രണ്ടു മാസങ്ങൾക്ക് മുമ്പേ ജാതവേദൻ നമ്പൂതിരി കോഴിക്കോട് തിരിച്ചു വന്നിരുന്നു. കബ്രാളിന്റെ വരവും പിന്നീട് നടന്ന സംഭവവികാസങ്ങളും എല്ലാം അയാൾ നേരിട്ട് പോയി കൊച്ചിയിൽ വിവരമറിയിക്കാൻ ആഗ്രഹിച്ചു. നമ്പൂതിരി പക്കിയെ കണ്ട് കാര്യങ്ങൾ അവതരിപ്പിച്ചു.പക്കിക്കും വാസ്തവത്തിൽ ജാതവേദൻ നമ്പൂതിരിയുടെ കൂടെ പോയി ആ മരുമഹൻ തമ്പുരാനെ കാണണം എന്ന്

ഒരു ആഗ്രഹം ഉണ്ടായിരുന്നു, പക്ഷേ സാമൂതിരി പോർച്ചഗീസുകാരുടെ ചുമതല തന്നെ ഏൽപ്പിച്ചതിനാൽ അയാൾക്ക് പോകാൻ സാധിച്ചില്ല. പിറ്റേദിവസം കൊച്ചിയിലേക്ക് പോകുന്ന തന്റെ യാനത്തിൽ നമ്പൂതിരിയെ കയറ്റിവിടാം എന്ന് വാക്കുകൊടുത്തു. സഹായത്തിന് അയാളുടെ ജോലിക്കാരനായ അഹമ്മദിനേയും ചട്ടം കെട്ടി. പോകുന്നതിനു മുമ്പ് പക്കി ചോദിച്ചു.

"ഞമ്മള് ഒരു കാര്യം ചോദിക്കാൻ ബിട്ടുപോയി. ഇങ്ങള് പ്രാഹ്മണര് കപ്പൽ കയറി പോണത് ഹറാമല്ലേ? അവിടെ ചോറ് കഴിക്കുന്നതും പാവല്ലേ? ഇങ്ങളെ ജാതിന്ന് പുറത്താക്കില്ലേ?"

"പക്കി, എല്ലാത്തിനും പ്രതിവിധിയുണ്ട്. 'ആപത്തിൽ പാപം ഇല്ല' എന്ന് ഒരു പ്രമാണവും ഞങ്ങൾക്കുണ്ട്. പിന്നെ ഇത് രാജാവിന് വേണ്ടി ചെയ്യുന്ന പണിയാണ്. അതുകൊണ്ട് എനിക്ക് പാപം ഇല്ല."

നമ്പൂരിയുടെ പ്രയോഗം പക്കിക്ക് 'ക്ഷ' പിടിച്ചു. 'ആപത്തിൽ പാപമില്ല'. രണ്ടുമൂന്നു തവണ ആ വാക്കുകൾ അയാൾ മനസ്സിൽ പറഞ്ഞു. ബ്രാഹ്മണൻ തന്നെ ചെയ്യുമ്പോൾ അപ്പോ തനിക്കും അങ്ങനെ ചെയ്യാം. അയാൾ സ്വയം ചിരിച്ചു.

"എന്നാ ഇങ്ങള് ബിട്ടോളി. ഇങ്ങടെ മരുമഹൻ തമ്പുരാനെ കാണുമ്പോൾ പക്കീടെ അന്വേഷണം പറയണം."

അങ്ങനെ ചെയ്യാം എന്നു പറഞ്ഞ് ജാതവേദൻ നമ്പൂതിരി യാത്രയായി.

അതിനിടെ പോർച്ചുഗീസുകാരുടെ അന്തസ്സ് ഉയർത്തുന്ന ഒരു സംഭവം നടന്നു. കൊച്ചിയിലെ മുഹമ്മദ് മരയ്ക്കാരുടെ വലിയ ഒരു കപ്പൽ സിലോണിൽ നിന്ന് ആറ് ആനകളെ കയറ്റി കൊച്ചിയിൽ നിന്നും കാമ്പായിലേക്ക് കോഴിക്കോട് വഴി പോവുകയായിരുന്നു. യുദ്ധങ്ങളിൽ പങ്കെടുക്കാനുള്ള പരിശീലനം ലഭിച്ച ആനകളായിരുന്നു അവ. സാമൂതിരി, കബ്രാളിനെ വരുത്തി ആ കപ്പൽ പിടിച്ചെടുക്കാൻ അവരെക്കൊണ്ട് സാധിക്കുമോ എന്ന് ചോദിച്ചു. വെല്ലുവിളി ഏറ്റെടുത്ത കബ്രാൾ, ചെറിയ കാരവലിൽ അതിസാഹസികനെന്ന് പേരുകേട്ട പെഡ്രോവിനെ തന്നെ പറഞ്ഞയച്ചു. കൊച്ചിക്കപ്പൽ പിടികൊടുക്കാതെ കണ്ണൂർ ഭാഗത്തേക്ക് അതിവേഗം പോയി. ചെറിയ കാരവൽ ഉപയോഗിച്ച് വലിയ ആ കപ്പൽ പിടിക്കാൻ ബുദ്ധിമുട്ടാണെന്ന് ഉറപ്പിച്ച സാമൂതിരി വലിയ തൃപ്തി ഇല്ലാതെയാണ് തിരിച്ചു പോയത്. പോർച്ചുഗീസുകാരെകൊണ്ട് സാധിക്കില്ല എന്നു തന്നെ അദ്ദേഹം കണക്കാക്കി. ശരവേഗത്തിൽ പെഡ്രോവിന്റെ കാരവൽ കൊച്ചിക്കപ്പലിനെ പിന്തുടർന്നു. കീഴടങ്ങാൻ വിളിച്ചു പറഞ്ഞപ്പോൾ കൊച്ചിക്കപ്പലിലെ നാവികർ ചിരിക്കുകയാണ് ചെയ്തത്. അവർ നീളൻവില്ലുകൾകൊണ്ട് പോർച്ചുഗീസ് കപ്പലിലേക്ക് ശരങ്ങൾ അയച്ചു. അവർ തീപ്പന്തം അമ്പിന്റെ തലപ്പത്ത് കെട്ടി അയയ്ക്കാൻ തുടങ്ങിയപ്പോൾ, പെഡ്രോ തന്റെ കപ്പലിന്റെ

മുൻവശത്തുള്ള വശങ്ങളിലേക്ക് തിരിക്കാവുന്ന ചെറിയ വെങ്കലം കൊണ്ടു വാർത്ത പീരങ്കി ഉപയോഗിച്ച് കൃത്യമായ ഒറ്റ വെടികൊണ്ട് ശത്രുക്കപ്പലിന്റെ ഒരു പായമരം മുറിച്ചു. വശങ്ങളിലെ വലിയ പീരങ്കി രണ്ടുതവണ ഗർജിച്ചു. അതിൽ നിന്നും വന്ന ഉണ്ടകളുടെ ശക്തി കണ്ടതോടുകൂടി മറ്റേ കപ്പൽ കീഴടങ്ങാൻ സമ്മതിച്ചു. വിജയശ്രീ ലാളിതനായി പെഡ്രോ കൊച്ചി കപ്പൽ കോഴിക്കോട് തുറമുഖത്ത് എത്തിച്ചു. അറുപതു പേരുള്ള ചെറിയ കപ്പൽ കൊണ്ട് അതിന്റെ രണ്ടിരട്ടി വലുപ്പവും ആളുകളും ഉള്ള വലിയ കപ്പൽ പിടിച്ചെടുത്ത ആ കഴിവ് സാമൂതിരി തലകുലുക്കി സമ്മതിച്ചു. പുറപ്പെടുന്നതിനു മുമ്പ് കപ്പലിലുള്ള കറുവാപട്ട പോർച്ചുഗീസുകാർക്ക് എടുത്തു കൊള്ളാൻ അനുവാദം സാമൂതിരി കൊടുത്തിരുന്നുവെങ്കിലും അതിൽ ആനകൾ അല്ലാതെ മറ്റൊന്നും ഉണ്ടായിരുന്നില്ല. ഈ നടപടിയിൽ ഒരാന ചത്തു പോയിരുന്നു. വേറെ ഒന്നും കിട്ടിയില്ലെങ്കിലും ആ ആനയെ പോർച്ചുഗീസുകാർ വെട്ടി ഉണക്കി ഉപ്പിട്ട് മടക്കയാത്രയിൽ ഭക്ഷണം ആക്കാൻ എടുത്തുവച്ചു. ബാക്കി അഞ്ചാനകളെ വളരെ സന്തോഷത്തോടെ സാമൂതിരി സ്വന്തമാക്കി. കൊച്ചിക്കപ്പൽ പിടിച്ച വിവരം കൂടി ഉടൻ അവിടെ അറിയിക്കാൻ വേണ്ടിയാണ് ജാതവേദൻ നമ്പൂതിരി തിരക്കിട്ടു പോയത്.

ഈ സംഭവം പോർച്ചുഗീസുകാരെക്കുറിച്ചുള്ള സാമൂതിരിയുടെ അഭിപ്രായം മെച്ചപ്പെടുത്തി. അറബികളെയും മാപ്പിളക്കച്ചവടക്കാരെയും ഇത് അസൂയകൊണ്ട് ജ്വലിപ്പിച്ചു. കോയപക്കിയെ വിളിച്ചു വരുത്തി അയാൾ പോർച്ചുഗീസുകാരെ സഹായിക്കരുത് എന്നവർ താക്കീത് ചെയ്തെങ്കിലും തനിക്ക് അവരോട് പ്രത്യേകമായി താൽപര്യമില്ല. പക്ഷേ രാജാവിന്റെ കൽപ്പന താൻ ധിക്കരിക്കുക ഇല്ല എന്നും അയാൾ തീർത്തും പറഞ്ഞു. അറബികൾ സുഗന്ധ ദ്രവ്യങ്ങൾ കൃഷിചെയ്യുന്ന തോട്ടമുടമകളായ നായർ പ്രഭുക്കന്മാരേയും മുഹമ്മദീയരേയും സമീപിച്ച് നല്ല വിലകൊടുത്ത് ചരക്കുകൾ സ്വന്തമാക്കുകയും അടുത്ത വിളവെടുപ്പിന് മുൻകൂർ പണം കൊടുക്കുകയും ചെയ്തു. ആ ചരക്കുകൾ എല്ലാം അറബിക്കപ്പലുകളിൽ അവർ കയറ്റി തുടങ്ങി. പക്കിയും വെറുതെയിരുന്നില്ല. തനിക്ക് പരിചയമുള്ള ചെറുകിട കച്ചവടക്കാരെയും ചില്ലറ കച്ചവടക്കാരെയും അയാൾ ചെന്നു കണ്ട് അവരുടെ ചരക്കുകൾ വാങ്ങി പോർച്ചുഗീസ് കപ്പലുകളിൽ നിറച്ചുതുടങ്ങി. കടുത്ത പ്രതിരോധം ഉണ്ടെങ്കിലും പക്കിയുടെ വ്യക്തിപരിചയം മൂലം കാര്യങ്ങൾ നടന്നു. പോർച്ചുഗീസുകാർക്ക് പക്കിയുടെ ആത്മാർത്ഥത ഇഷ്ടമായി. മാന്യമായി പെരുമാറുന്ന പോർച്ചുഗീസ് നാവികരുമായി പക്കിയും അടുത്തു. അയാൾ കൂടുതൽ സമയം അവരുടെ ഫാക്ടറിയിൽ ചെലവഴിക്കുകയും അവരുടെ കൂടെ ഭക്ഷണം കഴിച്ച് അവരുടെ വിഭവങ്ങൾ ആസ്വദിക്കാനും തുടങ്ങിയിരുന്നു. അങ്ങനെ രണ്ടു കപ്പലുകൾ മുഴുവൻ ചരക്കുകൾ കൊണ്ടു നിറച്ചു.

ഐെറിസ് കോറിയ ഒരു പ്രത്യേക സ്വഭാവക്കാരനായിരുന്നു. അയാൾ ഒരു കുശുമ്പനും ദുരഭിമാനിയുമായിരുന്നു. അയാൾ കബ്രാളിന് ഒരു സ്വൈര്യവും കൊടുത്തില്ല. അയാളുടെ നിയമനം രാജാവ് നേരിട്ട് ചെയ്തതായിരുന്നതുകൊണ്ട് കരയിൽ എത്തിയതും അയാൾ നിറം മാറി. മാപ്പിളമാർ അറബിക്കപ്പലിൽ മാത്രം സാധനം കയറ്റുന്നു എന്നും അതിലൊരു കപ്പൽ രണ്ട് ദിവസം കഴിഞ്ഞാൽ പുറപ്പെടാൻ പോകുന്നു എന്നും അയാൾ ക്യാപ്റ്റൻ മേജറോട് പറഞ്ഞു. ഇനിയുള്ള ചരക്ക് എല്ലാം നിങ്ങൾക്ക് ആണെന്ന് സാമൂതിരി സമ്മതിച്ചിരുന്നു, അതിനാൽ ഇപ്പോൾ കയറ്റുന്നത് നമ്മുടെ ചരക്കാണ് എന്നയാൾ വാദിച്ചു. അറബിക്കപ്പലിലെ ചരക്കുകൾ ബലമായി പിടിച്ചെടുക്കണമെന്ന് അയാൾ പറഞ്ഞു. കോറിയ പറഞ്ഞത് പകുതി ശരിയായിരുന്നു. ചരക്ക് കിട്ടാനില്ല എന്നും തിരിച്ച് യാത്രയ്ക്കുള്ള കാറ്റ് അനുകൂലമായതിനാൽ അവർക്ക് ഉടനെ പുറപ്പെടണം എന്നും ഒരുപാട് അഭ്യർത്ഥിച്ചപ്പോൾ ഇനിയുള്ള ചരക്കുകൾ പോർച്ചുഗീസുകാർക്ക് ഉള്ളതാണെന്ന് സാമൂതിരി പറഞ്ഞിരുന്നു, ന്യായമായ വില കൊടുത്ത് കപ്പലുകളിൽ നിന്ന് ചരക്ക് എടുക്കാം എന്നുമാണ് അദ്ദേഹം പറഞ്ഞിരുന്നത്. ചെറുപ്പവും മുൻപരിചയവും കുറവായതിനാൽ കബ്രാൾ ആശയക്കുഴപ്പത്തിലായി. അതിനിടെ, അന്ന് വൈകുന്നേരം പക്കിയുടെ കൊച്ചിയിൽ പോയ കപ്പൽ തിരിച്ചുവന്നു.

“തിരുമേനീനെ കൊയപ്പം കൂടാതെ കൊണ്ടാക്കീനോ?” അയാൾ ആഫ്രിക്കക്കാരൻ പയ്യൻ അഹമ്മദിനോട് ചോദിച്ചു.

അവരുടെ കൂട്ടത്തിൽ ഉണ്ടായിരുന്ന ഒരു നാവികൻ മറുപടി പറഞ്ഞു.

“നല്ല കാര്യായി, ആ നമ്പൂര്യാണ് ഞങ്ങളെ കോയപ്പല്ലാണ്ട് മയ്യത്താവാതെ ഇബടെ എത്തിച്ചത്.”

“പടച്ചോനേ, എന്താ ഇങ്ങള് പറേണത്?”

“ഇബടന്നു പോകുമ്പോ കാറ്റും കോളും ണ്ടാർന്നത് ഇക്കാക്ക് അറിയാലോ. ഞമ്മന്റെ കപ്പല് ബഴി മാറി പടിഞ്ഞാട്ട് വലിഞ്ഞ്. പെലർച്ചയ്ക്ക് രണ്ടുമൂന്ന് പടവുകളും നാവുകളും ഞമ്മളെ വളഞ്ഞ്. ‘തിമോജീടെ’ ആളോളാർന്നു.’

“എന്റെ റബ്ബേ ഓരെങ്ങനെ അബടെ വന്നു?” കോയപക്കി പരിഭ്രമത്തോടെ ചോദിച്ചു.

ആ കാലത്തെ വളരെ പ്രസിദ്ധനായ ഒരു കടൽക്കൊള്ളക്കാരൻ ആയിരുന്നു ‘തിമോജി’ എന്ന് അറിയപ്പെടുന്ന തിമ്മയ്യ. ഗുജറാത്തിലും അഞ്ചുദ്വീപിലും ആയിരുന്നു അയാളുടെ നീക്കം മുഴുവൻ. അയാൾക്ക് സ്വന്തമായി ഒരുപാട് കപ്പലുകളും സഹായത്തിന് ആളുകളും ഉണ്ടായിരുന്നു. കപ്പലുകൾ കൊള്ളയടിക്കുകയാണ് അയാളുടെ തൊഴിൽ. പക്ഷേ അയാൾ സാധാരണ കോഴിക്കോട് വരാറില്ല. അതുകൊണ്ടാണ് കോയപക്കി അത്ഭുതപ്പെട്ടത്.

‘‘അവര് ആരെയോ തപ്പിബന്നപ്പോ കൊടുങ്കാറ്റില് പെട്ടെതായിരിക്കും. എന്തായാലും അഞ്ചെട്ട് പഹയമ്മാര് മ്മടെ കപ്പലിൽ കൊളുത്തിട്ട് നാലു ബശത്തൂന്ന് ഉള്ളിൽ ചാടി.’’

‘‘പതിവ് ഓട്ടല്ലേ? മ്മടെ കയ്യില് തോക്കും വില്ലും പതിവില്ല്യാലോ. ആളും കുറവ്.’’ വേറെ ഒരാൾ പറഞ്ഞു.

‘‘അള്ളാ, പിന്നെന്തിണ്ടായി?’’ പക്കി പരിഭ്രമത്തോടെ ചോദിച്ചു.

‘‘നമ്മളാകെ പഹച്ചു. നമുക്ക് നമ്പൂരീടെ കാര്യത്തിലാണ് ബെശമം. മ്മളെ നമ്പി ബന്നതല്ലേ? നമ്പൂതിരീന്റെ മാറാപ്പിലാണ് ആദ്യം ഓരുടെ കണ്ണ് പോയത്. എങ്കില് അതിന് ഒരു പേടിയും ണ്ടായില്ല. ഇതില് ഒന്നൂല്ല്യ ഇങ്ങള് പൊയ്ക്കാളീന്ന് അത് കള്ളന്മാരോട് നൂറുവട്ടം പറഞ്ഞു. നോക്കട്ടെന്ന് പറഞ്ഞ് ഒരുത്തൻ നമ്പൂരീടെ കൈമ്മല് പിടിച്ചു.’’

‘‘അള്ളാ...’’ പക്കി ഉറക്കെ വിളിച്ചുപോയി.

‘‘ഇക്ക അള്ളാനെ ബിളിക്കാൻ ബരട്ടെ, മുയ്നും കേക്ക്. പിന്നെ നമ്പൂരച്ചൻ എന്താ ചെയ്തന്ന് ഞങ്ങൾ കണ്ടില്ല. കൈപിടിച്ച ബലാല് മ്മടെ ഉരൂന്റെ പുറത്ത് പോയി കടലിൽ വീണു. അഹമ്മദിന്റെ കയ്യിലെ വാള് നമ്പൂരി പിടിച്ചുവാങ്ങി, ഒടനെ ചോട് ബെച്ചു നിന്ന്. അഞ്ചെട്ട് പേര് വാളുകൊണ്ട് നമ്പൂരീടെ നേരെ ബന്നു. ഞങ്ങള് സഹായിക്കാൻ ചെന്നപ്പോ ആരും ബരണ്ട ഒതുങ്ങി നിന്നോന്നും പറഞ്ഞ് നമ്പൂരിച്ചൻ പയറ്റ് തുടങ്ങി.’’

‘‘എന്റെ അള്ളാ ഇതുപോലെ ഒരു പയറ്റ്! ഞമ്മള് ഞമ്മന്റെ ആയുസ്സില് കണ്ടിട്ടില്ല.’’ വേറൊരു നാവികൻ പറഞ്ഞുതുടങ്ങി. ‘‘ആദ്യം നമ്പൂരി ആരേം കൊന്നില്ല. കൂടുതൽ കള്ളന്മാര് കൊളുത്തിട്ട് കപ്പലിൽ കയറിയപ്പോ നമ്പൂരി ഓരുടെ മാറാപ്പിൽ ചുരുട്ടി ബെച്ചിരുന്ന ഉറുമി എടുത്തു ബീശി. ഒരു മിന്നായം, ഉറുമി ചീറണ ഒച്ച. നാലഞ്ചു തലകൾ കപ്പലിന് വെളീല് വീണു. ഇത് ആള് ബേറെയാ, രക്ഷപ്പെട്ടോളീന്നും പറഞ്ഞ് ഒരുത്തൻ കടലിൽ ചാടി, കൂടെ ബാക്കിയുള്ളോരും. ഒരു കോയപ്പവും കൂടാതെ ഞങ്ങള് കൊച്ചീ ചെന്നു. തിരുമേനി ഇങ്ങക്ക് ഒരു ഓല ഞങ്ങടെ തന്നു കൊടുക്കാൻ പറഞ്ഞു. ഞങ്ങക്ക് ഓരോരുത്തർക്കും ഓരോ പവനും തന്നു.’’

കോയപക്കിയുടെ പരിഭ്രമം മാറി. അയാൾ ആകാംക്ഷയോടുകൂടി ഓല വായിച്ചു.

‘‘ചെയ്തതിനെല്ലാം നന്ദിയുണ്ട്. പക്കി എപ്പോഴും എന്റെ നല്ല സുഹൃത്തായിരിക്കും. പക്കി ഇനി മരുമഹൻ തമ്പുരാനെ കാണണം എന്ന് പറഞ്ഞ് കൊച്ചിക്ക് വരണ്ട, അല്ലാതെ വന്നാൽ മതി. ഇത്രയും ദിവസം പക്കി കണ്ടിരുന്നത് മരുമകൻ തമ്പുരാനെയാണ്.’’ താഴെ ഒരു ശംഖിൻ അടയാളം വരച്ചിരുന്നു.

‘‘അള്ളാ...’’ പക്കിയുടെ കണ്ണുകളിൽ സന്തോഷത്തിന്റെ നനവുണ്ടായിരുന്നു.

കൂട്ടക്കുരുതി

നവോത്ഥാന സമയത്ത് ലോകത്ത് ഉണ്ടായിരുന്ന യുദ്ധസാമഗ്രികളിൽ പോർച്ചുഗീസുകാരുടെ ആയുധങ്ങളാണ് ഏറ്റവും മികച്ചത്. ജോൺ രണ്ടാമൻ രാജാവ് ആളും അർത്ഥവും കൊണ്ട് ഏറ്റവും നല്ല ആയുധങ്ങൾ അദ്ദേഹത്തിന്റെ കപ്പലുകളിൽ ഉറപ്പിച്ചിരുന്നു. പീരങ്കിയുടെ സ്ഥാനനിർണ്ണയത്തിലും മാറ്റം വരുത്തിയിരുന്നതിനാൽ അവയുടെ പ്രഹരശേഷി അപാരമായിരുന്നു. അവരുടെ ചില പീരങ്കികൾക്ക് ഒരു മൈലിനപ്പുറം വരെ നിഷ്പ്രയാസം ബോംബ് ചെയ്യാൻ കഴിയുമായിരുന്നു. നിർഭാഗ്യവശാൽ കോഴിക്കോടിന് അതിന്റെ രുചി അറിയേണ്ടി വന്നു.

കോഴിക്കോടിൽ അപ്പോൾ ഇരുവിഭാഗങ്ങളിലും ഗൂഢമായ നീക്കങ്ങൾ നടക്കുന്നുണ്ടായിരുന്നു. അറബികൾ സാമൂതിരി രാജാവിന് മേൽ സമ്മർദ്ദം ചെലുത്തി. ആറു നൂറ്റാണ്ടുകളായി സാമൂതിരിയെ സേവിച്ച് കഴിയുന്ന തങ്ങളേക്കാൾ കൂടുതൽ പരിഗണന ഇന്നലെ വന്ന കൊള്ളക്കാർക്കാണ് കൊടുക്കാൻ പോകുന്നതെങ്കിൽ തങ്ങൾ മറ്റു രാജ്യങ്ങളിലേക്ക് പോകും എന്നുപോലും അവർ അദ്ദേഹത്തോട് പറഞ്ഞു. സാമൂതിരി ഇരുകൂട്ടരെയും സമാധാനിപ്പിക്കുന്ന ഒരു നിലപാടാണ് എടുത്തിരുന്നത്. യൂറോപ്പിലെ പ്രബലനായ ഒരു രാജാവിന്റെ സൗഹൃദം നശിപ്പിക്കാനും അദ്ദേഹത്തിന് ഉദ്ദേശ്യം ഉണ്ടായിരുന്നില്ല. എങ്ങനെയെങ്കിലും ഇത്തവണ പോർച്ചുഗീസുകാർ ചരക്കുമായി പോയിക്കഴിഞ്ഞാൽ കാര്യങ്ങളെല്ലാം പിന്നീട് സമാധാനമായി തീരുമാനിക്കാം എന്ന് അദ്ദേഹം കരുതി.

ഫാക്ടറിയിൽ അപ്പോൾ എഴുപതിൽപരം പോർച്ചുഗീസുകാർ ഉണ്ടായിരുന്നു. ബാക്കിയുള്ള നാവികരും ക്യാപ്റ്റന്മാരും ക്യാപ്റ്റൻ മേജർ കബ്രാളും അവരവരുടെ കപ്പലുകളിൽ ആയിരുന്നു. തലേ ദിവസം ഫാക്ടറിയിൽ വന്ന അറബി അറിയാവുന്ന ഒരു നാവികനോട് കോയപക്കിക്ക് വരാനിരിക്കുന്ന അപകടങ്ങളെപ്പറ്റി മുന്നറിയിപ്പു നൽകി. തൽക്കാലം കയ്യിലുള്ള ചരക്കുകളും കൊണ്ട് കോഴിക്കോടു നിന്ന് നേരെ കൊച്ചിയിലേക്ക് പോകാൻ കോയപക്കി ഉപദേശിച്ചു.

താൻ പറഞ്ഞ കാര്യം ക്യാപ്റ്റൻ മേജറോട് അറിയിക്കണമെന്നും അയാൾ പറഞ്ഞിരുന്നു. എറിസ് കോറിയ സുമാർ പത്തും പന്ത്രണ്ടും വയസ്സ് വരുന്ന തന്റെ രണ്ട് മക്കളെ ആ യാത്രയിൽ കൂടെ കൊണ്ടുവന്നിരുന്നു. കുട്ടികൾ കോയപക്കിയുടെ വീട്ടിലായിരുന്നു താമസം.

കരയിൽ ചരക്കുമായി നിൽക്കുന്ന കപ്പൽ പോയിക്കഴിഞ്ഞാൽ പിന്നീട് തങ്ങൾക്കാവശ്യമുള്ള കുരുമുളക് ലഭിക്കില്ല എന്നും കബ്രാൾ ആ കപ്പലിൽ നിന്ന് ചരക്ക് എടുക്കാൻ സമ്മതിച്ചില്ലെങ്കിൽ താൻ മാനുവൽ രാജാവിനോട് ഇതിനെപ്പറ്റി പറയേണ്ടിവരും എന്ന എറിസ് കോറിയയുടെ നിർബന്ധത്തിനു വഴങ്ങി കബ്രാൾ അയാൾക്ക് അനുവാദം കൊടുത്തു.നങ്കൂരമിട്ടിരുന്ന അറബിക്കപ്പലുകളിൽ അർദ്ധ രാത്രിയുടെ മറവിൽ കോറിയയും ഫാക്ടറിയിൽ ഉണ്ടായിരുന്ന സൈനികരും ചരക്കുകൾ പിടിച്ചെടുത്ത് ഫാക്ടറിയിൽ കൊണ്ടുവച്ചു. ചരിത്രത്തിന്റെ ഗതി തിരിച്ച ഏറ്റവും മോശമായ ഒരു തീരുമാനം ആയി പോയി അത്. കപ്പലിൽ നിന്നും രക്ഷപ്പെട്ട ചില ജോലിക്കാർ അപായമണി മുഴക്കി. കുറേ നാളുകളായി അറബികളും മാപ്പിള മാരും അമർഷം കൊണ്ടിരിക്കുകയായിരുന്നു. വർദ്ധിച്ചുവന്ന സംഘർഷം പൊട്ടിത്തെറിക്കാൻ ഈ സംഭവം ഒരു തീപ്പൊരി ആയി മാറി.

നാലായിരത്തില്പരം സായുധരായ മാപ്പിളമാർ ഫാക്ടറി വളഞ്ഞു. ഫാക്ടറിയിൽ ചരക്കുകൾ ഉള്ളതുകൊണ്ടും കെട്ടിടം നാട്ടുകാരനായ കോയപക്കിയുടേതായതുകോണ്ടും അവർ കെട്ടിടത്തിന് തീ വെച്ചില്ല. ഒന്നരയാൾ പൊക്കം ഉള്ള മതിലുകൾ കടന്ന് അവർ അകത്തേക്ക് പ്രവേശിക്കാൻ ശ്രമിച്ചു. തങ്ങൾ അപ കടത്തിലാണെന്ന് കപ്പലുകളെ അറിയിക്കാൻ കോറിയ ആകാശത്ത് അഗ്നിബാണങ്ങൾ അയച്ചു നോക്കി. അപ്പോഴേക്കും രോഷാ കുലരായ മാപ്പിളമാർ വാതിൽ പൊളിക്കാൻ തുടങ്ങി. രണ്ടും കൽപ്പിച്ച് പുറത്തുകടന്ന് കടലിൽ ചാടി രക്ഷപ്പെടുവാൻ ഫാക്ടറി യിൽ ഉണ്ടായിരുന്നവർ ശ്രമിച്ചു. അപ്പോൾ നടന്ന അക്രമത്തിൽ അമ്പതോളം പോർച്ചുഗീസ് സൈനികർ മരിച്ചു, ഫാക്ടർ എറിസ് കോറിയയും കൊല്ലപ്പെട്ടു. അല്പം അകലെ അവരുടെ പിതാവ് കൊല്ലപ്പെട്ടത് അറിയാതെ കുഞ്ഞുങ്ങൾ, കോയപക്കിയുടെ വീട്ടിൽ കിടന്നുറങ്ങുകയായിരുന്നു. പാതിരിമാരടക്കം കുറച്ചുപേർ പൊരുതി പരിക്കുകളോടെ കടലിൽ നീന്തി രക്ഷപ്പെട്ടു. ചിലരെ കാണാതായി. രാജാവിന്റെ ആൾക്കാർ നിഷ്ക്രിയരായി നോക്കി നിന്നു എന്നും രക്ഷപ്പെട്ടവർ, കപ്പലിൽ ചെന്നു പറഞ്ഞു.

അടുത്തദിവസം കബ്രാൾ മൂറുകളെക്കുറിച്ച് ഒരു സന്ദേശവാഹകൻ വഴി സാമൂതിരിയോട് പരാതിപ്പെട്ടു. കൂട്ടക്കൊലയ്ക്ക് നഷ്ടപരിഹാ രവും ചോദിച്ചു. അപ്പോഴേക്കും സാമൂതിരി, നായർ പടയാളികളെ

ഫാക്ടറിക്ക് കാവലായി നിർത്തിയിരുന്നു. ചരക്കുകളും അകത്ത് ആരെങ്കിലും ഒളിച്ചിരിക്കുന്നു എങ്കിൽ അവരെ സംരക്ഷിക്കാനും വേണ്ടി സദുദ്ദേശത്തോടെ ആണ് അദ്ദേഹം അത് ചെയ്തത്. ഗാമയ്ക്ക് പറ്റിയ തെറ്റ് കബ്രാളിനും പറ്റി. രാജാവ് പിഴയായി തന്റെ ചരക്കുകൾ കൈവശപ്പെടുത്തി എന്നാണ് അയാൾ വിചാരിച്ചത്. കോപാക്രാന്തനായ അയാൾ തുറമുഖത്ത് നിർത്തിയിരുന്ന കപ്പലുകൾ പിടിച്ചെടുത്തു, അറന്നൂറോളം മൂറുകളെ കൊലപ്പെടുത്തി. കപ്പലുകൾ തീരത്തോട് അടുപ്പിച്ച് അവ തിരിച്ച് അവയുടെ വീതി കൂടിയ വശങ്ങൾ കോഴിക്കോട് പട്ടണത്തിന് നേരേ വരത്തക്കവണ്ണം നിർത്തി ബോംബിംഗ് ആരംഭിച്ചു.

കോഴിക്കോട് പട്ടണത്തിന്റെ വ്യാപാര സിരാകേന്ദ്രം തുറമുഖത്തിനെ ചുറ്റി ആയിരുന്നു. പോർച്ചുഗീസ് പീരങ്കികൾ കോഴിക്കോട് പട്ടണം അക്ഷരാർത്ഥത്തിൽ പൊട്ടിച്ചു. കരയിൽ നിന്നും തിരിച്ചടി ഉണ്ടായെങ്കിലും അതൊന്നും കബ്രാളിന്റെ കപ്പലുകളുടെ ഏഴയലത്തുപോലും എത്തിയില്ല. കപ്പലിൽ നിന്നും വന്നിരുന്ന പീരങ്കിയുണ്ടകളും തോക്കുകളിൽ നിന്നും വന്ന വെടിയുണ്ടകളും കൃത്യമായി ലക്ഷ്യം കണ്ടിരുന്നു. കടകമ്പോളങ്ങളും വീടുകളും എല്ലാം തകർന്നു. ആ കാലത്ത് കടൽ ഇന്ന് കാണുന്നതിനേക്കാൾ കൂടുതൽ കരയിലേക്ക് കയറി വന്നിരുന്നു. സാമൂതിരിയുടെ കൊട്ടാരംവരെ പീരങ്കിയുണ്ടകൾ എത്തി. ആ ദിവസം മുഴുവനും അടുത്ത ദിവസവും കബ്രാൾ കോഴിക്കോട് പട്ടണം ബോംബ് ചെയ്തു. രണ്ട് പോർച്ചുഗീസ് കപ്പലുകൾ പന്തലായിനിയിൽ പോയി അവിടെയും നാശനഷ്ടങ്ങൾ ഉണ്ടാക്കി. പുറംകടലിൽ പിടിച്ചെടുത്ത കപ്പലുകൾ കത്തിച്ച് തുറമുഖത്തിന്റെ ഭാഗത്തേക്ക് വിട്ടു, കരയിലും തീയാളി. രണ്ടാം ദിവസം രാത്രി പോർച്ചുഗീസ് കപ്പലുകൾ കൊച്ചി തുറമുഖം ലക്ഷ്യമായി നീങ്ങി.

മരുമകൻ തമ്പുരാൻ കൊച്ചിയിൽ തിരിച്ചെത്തിയതിന്റെ പിറ്റേ ദിവസം, അയാൾ കൊണ്ടുവന്ന വാർത്ത രണ്ട് അമ്മാവന്മാരും ശ്രദ്ധിച്ചു കേൾക്കുകയായിരുന്നു.

"അവർ ഇങ്ങോട്ട് വരുംന്ന് നിനക്ക് തോന്നുന്നുണ്ടോ ഉണ്ണി? ചിലപ്പോൾ കണ്ണൂര് പോയാലോ?" വലിയതമ്പുരാൻ ചോദിച്ചു.

"പോകാൻ വഴിയില്ല. കോയപക്കി അവരെ ഇങ്ങോട്ട് വിടുമെന്ന് തീർച്ചയാണ്."

"ഉണ്ണി പറയുന്നത് ശരിയാ ചേട്ടാ.ഈ പ്രദേശം ശരിക്കും അറിയാത്തതിനാൽ അവർക്ക് വിശ്വാസമുള്ള ആൾ പറഞ്ഞത് കേൾക്കും." അനിയൻ തമ്പുരാൻ പറഞ്ഞു.

"കാലവർഷം തുടങ്ങുന്നതിന് മൂന്നുമാസം മുമ്പ് എങ്കിലും അവർക്ക് മടക്കയാത്ര തുടങ്ങണം. ഒരാഴ്ചയ്ക്കകം അവരിവിടെ എത്തുമെന്ന് എന്റെ മനസ്സ് പറയുന്നു." മരുമകൻ പറഞ്ഞു.

‘‘കണ്ണൂർ പോകാനുള്ള സാധ്യത തള്ളിക്കളയാൻ വയ്യ. കാരണം അത് അവർ തിരിച്ചു പോകുന്ന വഴിയാണ്. കൊച്ചി വരെ വന്ന് പിന്നെ വന്ന വഴി പോകുന്നത് വളവല്ലേ? ആട്ടെ, ഉണ്ണി പറഞ്ഞതു പോലെ സംഭവിക്കുകയാണെങ്കിൽ നമ്മൾ എന്ത് നിലപാടെടു ക്കണം? എന്താണ് നിന്റെ അഭിപ്രായം?’’ വലിയ തമ്പുരാൻ ഇളയ തമ്പുരാനോട് ചോദിച്ചു.

‘‘എല്ലാം ചേട്ടന്റെ ഇഷ്ടംപോലെ. എനിക്ക് വേറെ അഭിപ്രായ മില്ല. എങ്ങനെയാണെങ്കിലും എനിക്ക് സമ്മതമാണ്.’’ അനുജൻ പറഞ്ഞു.

‘‘ഒരു കാര്യം നോക്കിയാൽ ഇപ്പോൾ തല പുണ്ണാക്കേണ്ട കാര്യ മില്ല. അതിഥികൾ വന്നാൽ സ്വീകരിക്കണം അതാണ് മര്യാദ. അവർ എങ്ങനത്തവരാണെന്ന് നമുക്ക് നോക്കാം. ഒരു കാര്യവും ഇപ്പോൾ സങ്കൽപ്പിക്കണ്ട.’’

വലിയ തമ്പുരാൻ കാര്യം അവസാനിപ്പിച്ചു.

‘‘ജാതവേദൻ നമ്പൂതിരി ഇനി എന്താണ് ഭാവം?’’

ചെറിയ തമ്പുരാൻ കളിയാക്കി ചോദിച്ചു.

‘‘നോം നമ്മുടെ ഇല്ലത്തേക്ക് പോണൂ...’’ മരുമകനും തമാശ യായി പറഞ്ഞു.

വലിയ തമ്പുരാൻ നാലഞ്ചു ദിവസം നേത്യാരമ്മയുടെ വീട്ടി ലേക്ക് പോകാൻ തീരുമാനിച്ചു. അദ്ദേഹം അവിടെ പോയിട്ട് കുറെ നാളുകൾ ആയിരുന്നു. ഇപ്പോൾ മരുമകനും വന്ന സ്ഥിതിക്ക് കോവി ലകത്ത് അനിയൻ ഒറ്റയ്ക്കാവില്ല.

വലിയ തമ്പുരാൻ ഗോദവർമ്മ തിരുമുൽപ്പാട് അദ്ദേഹത്തിന്റെ നേത്യാരമ്മയുടെ വീട്ടിൽ എത്തി. തറവാട്ടിൽ കാരണവരും മറ്റ് തലമൂത്ത അംഗങ്ങളും പുറത്തു നിൽക്കുന്നുണ്ട്. രണ്ടു ബാലികമാർ ദീപം ജ്വലിക്കുന്ന താലമേന്തി മുൻപേ നടന്നു. അകത്തളത്തിൽ വെള്ളയും കരിമ്പടവും വിരിച്ച സപ്രമഞ്ചകട്ടിലിൽ തമ്പുരാൻ ഉപ വിഷ്ടനായി. കുശലപ്രശ്നങ്ങൾക്ക് ശേഷം രാജാവ് നേത്യാരമ്മ യുടെ അറയിലേക്ക് പോയി. അന്ന് അമ്മാവന് കിട്ടുന്ന സ്നേഹവും ബഹുമാനവും അച്ഛന് കിട്ടിയിരുന്നില്ല എന്നതാണ് കഷ്ടം. ഇന്നത്തെ കാലത്തെ പരിതഃസ്ഥിതിയിൽ നിന്നുകൊണ്ട് നോക്കിയാൽ അത് ഒരു മനോവിഷമമായി തോന്നാമെങ്കിലും അക്കാലത്ത് ജീവിച്ചിരുന്നവരെല്ലാം അതുമായി നൂറ്റാണ്ടുകളായി പൊരുത്തപ്പെട്ടു കഴിഞ്ഞിരുന്നു. തമ്പുരാന്റെ മകനും മകളും ഒരു വഴിപാടു പോലെ അറയിൽ വന്ന് അച്ഛനെ തൊഴുതു നിന്നു. തമ്പുരാൻ എന്തൊ ക്കെയോ ചോദിച്ചു അവർ അതിനു മറുപടി പറഞ്ഞു. തിരിച്ച് അദ്ദേഹത്തിനോട് ചോദിക്കാൻ അവർക്ക് ചോദ്യങ്ങൾ ഒന്നുമില്ലാ യിരുന്നു. അച്ഛനും മക്കളും തമ്മിൽ കാണുമ്പോൾ ഉണ്ടാകുന്ന ഒരു

വൈകാരിക നിമിഷവും ഉണ്ടായില്ല. എങ്ങനെയെങ്കിലും ആ അറയിൽ നിന്നും പോയാൽ മതി എന്നുള്ള അവരുടെ ശരീരഭാഷ കണ്ട് തമ്പുരാൻ അവരോട് പൊയ്ക്കോളാൻ പറഞ്ഞു.

മുഖവുരകൂടാതെ പാറുക്കുട്ടി നേത്യാരമ്മ കാര്യം പറഞ്ഞു.

''കല്യാണി ചേച്ചിയുടെ മകൻ കൃഷ്ണനുണ്ണി കൊച്ചിയിലേക്ക് വരണംന്ന് കുറെ കാലായി പറഞ്ഞു തുടങ്ങിയിട്ട്. ഇപ്രാവശ്യമെങ്കിലും കൊണ്ടുപോയില്ലെങ്കിൽ എനിക്ക് നാണക്കേടാണ്.''

തമ്പുരാൻ ചിന്തിച്ചു ശരിയാണ് പാറുക്കുട്ടി കുറേക്കാലമായി പറയുന്നു. ഓരോ തിരക്കായി, താൻ അത് മറന്നു പോകുന്നു.

''എന്താ അവന് കൊച്ചിയില് വരാൻ ഇത്ര പൂതി?''

''എത്രകാലായി ഇവൻ നാട്ടുമ്പുറത്ത് കിടന്നു കറങ്ങുണു. അവന് പട്ടണവും കപ്പലുകളും എല്ലാം കാണാൻ ഒരു മോഹാ. എന്നോടും പലതവണയായി അവൻ പറേണുണ്ട്.''

''ആ, നോക്കാം.''

''ഈ മറുപടി ഞാൻ എത്ര കാലായി കേൾക്കുണു. സങ്കടണ്ട് ട്ടോ.'' നേത്യാരമ്മ പരിഭവിച്ചു.

''എനിക്ക് ഓരോ തിരക്കായതിനാൽ അവൻ വന്നാൽ ചിലപ്പോ എനിക്കവനെ ശ്രദ്ധിക്കാൻ പറ്റീന്നു വരില്ല. പിന്നെ അത് പറഞ്ഞ് പരിഭവം ഉണ്ടാവരുത്.''

''ഉണ്ടാവില്ല്യ. ഇപ്പൊ തന്നെ ഞാൻ അവനെ വിളിക്കാം.'' പാറുക്കുട്ടി നേത്യാർ രാജാവിന്റെ അനുമതിക്കുപോലും കാത്തു നിൽക്കാതെ 'ഉണ്ണി ഉണ്ണി' എന്നു വിളിച്ചു. ഇത് പ്രതീക്ഷിച്ചുകൊണ്ട് എവിടെയോ ഉണ്ണി പതുങ്ങി ഇരിക്കുകയാണോ എന്ന് തോന്നിച്ചു. അയാൾ ഭവ്യതയോടെ മുറിയിലേക്ക് കടന്നു വന്നു. ഇരുപത് വയസ്സോളം പ്രായമുള്ള മുഖശ്രീ ഉള്ള ഒരു പയ്യൻ ആയിരുന്നു കൃഷ്ണനുണ്ണി.

ബഹുമാനത്തോടെ ഗോദവർമ്മയുടെ മുമ്പിൽ പഞ്ചപുച്ഛമടക്കി അവൻ നിന്നു. അവന്റെ കണ്ണുകളിൽ പ്രതീക്ഷയുടെ നാമ്പുകൾ തമ്പുരാൻ ശ്രദ്ധിച്ചു.

''മുമ്പേ പറഞ്ഞേക്കാം. എനിക്ക് നിന്നെ ശ്രദ്ധിക്കാൻ കഴിഞ്ഞൂന്നു വരില്ല. രണ്ടാമത്തെ കാര്യം നേത്യാരമ്മയുടെ സ്വന്തക്കാരനാണെന്ന് പറഞ്ഞ് കൊച്ചിയിലും കോലോത്തും ആരോടും അധികാര ഭാവത്തിൽ പെരുമാറരുത്. എല്ലാരോടും വിനയത്തോടെ പെരുമാറണം. മറിച്ചായാൽ എനിക്കും നിന്റെ ചെറിയ അമ്മയ്ക്കും തറവാട്ടിനും ജനങ്ങളുടെ ഇടയിൽ ദുഷ്പേര് ഉണ്ടാവും. എന്താ സമ്മതമാണോ?''

''അവൻ അങ്ങനെ ഒന്നും ചെയ്യില്ല.'' നേത്യാരമ്മ വക്കാലത്ത് പിടിച്ചു.

‘‘അത് അവൻ പറയട്ടെ.’

‘‘അങ്ങനെ ഒരു പ്രവൃത്തിയും എന്റെ ഭാഗത്തുനിന്നും ഉണ്ടാവില്ല. പുതിയകാവ് ഭഗവതി ആണേ സത്യം.’’ കൃഷ്ണനുണ്ണി വിനയത്തോടെ പറഞ്ഞു.

‘‘അപ്പോ ഞാൻ പറഞ്ഞ കൂട്ടത്തിൽ ഒരാളും കൂടി ആയി. ഭഗവതിക്കും നീയ്യ് മോശപ്പേര് ഉണ്ടാക്കരുത്. ഇപ്പോ പൊയ്ക്കോളൂ. ഞാൻ കൊച്ചിക്ക് പോകുമ്പോ പരിവാരങ്ങളുടെ കൂടെ കൂടിക്കോളൂ.’’ തമ്പുരാൻ ചിരിച്ചുകൊണ്ട് പറഞ്ഞു.

കൃഷ്ണനുണ്ണി ആശ്വാസത്തോടെ അറയിൽ നിന്നും പിൻവാങ്ങി.

അഞ്ചു ദിവസം കഴിഞ്ഞ് തമ്പുരാൻ കൊച്ചി കോവിലകത്തേക്ക് തിരിച്ചെഴുന്നള്ളി. പരിവാരങ്ങളുടെ കൂട്ടത്തിൽ കൃഷ്ണനുണ്ണിയും ഉണ്ടായിരുന്നു. കൊട്ടാരത്തിൽ കണക്കന്മാർ താമസിക്കുന്ന സ്ഥലത്ത് അവനെ ആക്കാമെന്നാണ് ആദ്യം തമ്പുരാൻ വിചാരിച്ചത്. അവന്റെ സ്വാതന്ത്ര്യം നഷ്ടപ്പെടുത്തണ്ട എന്ന് കരുതി തൽക്കാലം പറങ്ങോടൻ മേനോന്റെ വീട്ടിൽ അവന്റെ താമസം തമ്പുരാൻ ഏർപ്പാടുചെയ്തു.

കൊച്ചിയുമായി ഉടമ്പടി

ഡിസംബർ മാസം ഇരുപത്തിനാലാം തീയതി കബ്രാളും സംഘവും കൊച്ചിയിലെത്തി. വൈപ്പിൻ ദ്വീപിനും കൊച്ചിക്കും ഇടയിലെ ജല പരപ്പ് കണ്ട് കബ്രാളിന് ലിസ്ബൺ തുറമുഖവും ടാഗസ് നദിയും ഓർമ്മ വന്നു. ഇത്രയും സുരക്ഷിതമായ ഒരു തുറമുഖം അവർ വന്ന വഴിയിൽ എവിടെയും കണ്ടിരുന്നില്ല. കായലിന് അപ്പുറവും ഇപ്പുറവും തെങ്ങുകൾ മാത്രമേ കാണാൻ ഉണ്ടായിരുന്നുള്ളൂ. കോഴിക്കോട് നിന്ന് നാട്ടുകാരനായ ഒരു സുറിയാനി ക്രിസ്ത്യാനി ജെറുസലേമിലേക്ക് പോകാൻ കപ്പലിൽ കയറിക്കൂടിയത് വളരെ സൗകര്യമായി. അയാളും ഒരു നാവികനും കൂടി കരയിൽ ഇറങ്ങി രാജാവിനെ കാണാൻ പോയി. ബുദ്ധിമാനും ശാന്തനുമായ തിരുമുൽപ്പാട് തമ്പുരാൻ അവരെ പ്രസന്നഭാവത്തോടെ സ്വാഗതം ചെയ്തു.

കുരുമുളകും ഇഞ്ചിയും മറ്റു സുഗന്ധദ്രവ്യങ്ങളും പോർച്ചുഗീസുകാർക്ക് കൊടുക്കാൻ അദ്ദേഹം ഒരുക്കമാണെന്ന് ക്യാപ്റ്റൻ മേജറിന് അദ്ദേഹം ഒരു സന്ദേശം അദ്ദേഹത്തെ കാണാൻ വന്നവരുടെ പക്കൽ കൊടുത്തയച്ചു. കപ്പലിൽ ജാമ്യക്കാരെ നിർത്തുന്ന കാര്യം അദ്ദേഹം സ്വമേധയാ അങ്ങോട്ടു പറഞ്ഞു. രണ്ടോ മൂന്നോ നായന്മാരെ കപ്പലിലേക്ക് അദ്ദേഹം അയയ്ക്കാമെന്നും ആചാര പ്രകാരം കപ്പലിൽ ആഹാരം കഴിക്കുന്നത് വിരുദ്ധമായതിനാൽ, രാവിലെ കപ്പലിൽ പോയവർക്ക് പകരം വൈകുന്നേരം പുതിയ രണ്ടുപേരെ അയക്കാം എന്നും അദ്ദേഹം അറിയിച്ചു. കോഴിക്കോട് സംഭവിച്ച കാര്യങ്ങളും തുടർന്നുണ്ടായ തെറ്റിദ്ധാരണകളും അദ്ദേഹം നേരത്തെ അറിഞ്ഞിരുന്നതിനാൽ എല്ലാ കാര്യങ്ങളും അദ്ദേഹം സുതാര്യമായിട്ടാണ് ചെയ്തത്. ക്രിസ്തുമസ് ദിനത്തിൽ കബ്രാളും കൊച്ചിരാജാവുമായി അഭിമുഖം നടന്നു. തെങ്ങുംതോപ്പുകൾ നിറഞ്ഞ കൊച്ചിയിലെ വീടുകളെല്ലാം മണ്ണുകൊണ്ട് നിർമ്മിച്ചവയും ഓലമേഞ്ഞവയും ആയിരുന്നു. കൽവത്തി കനാലിന്റെ കരയിലുള്ള കോവിലകം ആർഭാടരഹിതമായ ഒരു കെട്ടിടം ആണെന്ന് കണ്ട് അഡ്മിറലിന് അത്ഭുതം തോന്നി. കൊച്ചി പട്ടണത്തിലുള്ള കച്ചവടക്കാരായ പല മൂറുകളുടെ ഭവനങ്ങൾ കോവിലകത്തിനേക്കാൾ

വലുതായിരുന്നു. വളരെ സാധാരണ നിലയിലുള്ള ഫർണിച്ചറുകളും സംവിധാനങ്ങളുമാണ് അവിടെ ഉണ്ടായിരുന്നത്. പക്ഷേ സിംഹാ സനത്തിലിരുന്ന മനുഷ്യൻ ഒരു അസാധാരണ വ്യക്തിയാണെന്ന് ക്യാപ്റ്റൻ മേജർക്ക് ഉടനെ മനസ്സിലായി. കാര്യങ്ങൾ പറയുന്നതിനുള്ള കൃത്യതയും തുറന്ന മനസ്സും സത്യസന്ധതയും രാജാവിന്റെ പെരു മാറ്റത്തിലുള്ള ഊഷ്മളതയും കബ്രാളിന് അല്പസ്വല്പം ഉണ്ടായി രുന്ന സംശയങ്ങളും ദൂരീകരിച്ചു. അയാൾക്ക് കോഴിക്കോട് താൻ കണ്ട രാജാവുമായി ഇദ്ദേഹത്തെ താരതമ്യപ്പെടുത്താതിരിക്കാൻ കഴിഞ്ഞില്ല. ഉടൻ ഒരു സൗഹൃദ ഉടമ്പടി തയ്യാറാക്കി ഇരുവരും ഒപ്പുവെച്ചു. അന്നുതന്നെ ഫാക്ടറിക്ക് വേണ്ടി ഒരു കെട്ടിടം ശരി യാക്കി കൊടുത്തു. ഗോൺകാലോ ഗിൽ ബാർബോസ ഫാക്ടർ ആയി നിയമിക്കപ്പെട്ടു, അയാളെ സഹായിക്കാനായി ആറുപേരെയും നിയമിച്ചു. വില നിശ്ചയിച്ചതിനുശേഷം കപ്പലിൽ ചരക്കുകൾ കയറ്റാനും തുടങ്ങി.

കൃഷ്ണനുണ്ണി വളരെ കർശനമായി തന്നെ രാജാവിന് കൊടുത്ത വാക്ക് പാലിക്കുകയായിരുന്നു. നേത്യാരമ്മ തന്റെ ചെറിയമ്മ യാണെന്ന് അയാൾ ആരോടും പറഞ്ഞില്ല. പറങ്ങോടൻ നായർ പോലും രാജാവിന് പരിചയമുള്ള ഏതോ സുഹൃത്തിന്റെ മകനാ യിരിക്കും എന്ന് കരുതി. പോർച്ചുഗീസുകാർക്ക് കോഴിക്കോടിൽ ഒരു പേരിട്ടു. 'പറങ്കികൾ'. ഗുജറാത്തിയിലും ഹിന്ദിയിലും വിദേശി എന്നർത്ഥം വരുന്ന 'ഫിരങ്കി' എന്ന വാക്ക് മലയാളികളുടെ കണ്ഠ ത്തിൽ നിന്നും പുറത്തു വന്നപ്പോൾ പറങ്കി എന്നായി. കുറച്ച് ദിവസത്തിനകം പറങ്കികൾ കൊച്ചിയിൽ വന്നപ്പോൾ കൃഷ്ണനുണ്ണി അവരെ കണ്ട് അത്ഭുതപ്പെട്ടു. അവർ ഇട്ടിരിക്കുന്ന കാലുറയും കുപ്പായവും തൊപ്പിയും എല്ലാം അവന് വളരെ ഇഷ്ടപ്പെട്ടു. കൃഷ്ണ നുണ്ണി നല്ല വെളുത്ത പയ്യനായിരുന്നു, താൻ ഈ വേഷമിട്ടാൽ എങ്ങനെ ഇരിക്കും എന്ന് അവൻ ഇടയ്ക്ക് വെറുതെ സങ്കൽപ്പിച്ചു. ഒരു ദിവസം അവിചാരിതമായി അവരുമായി കൂടുതൽ ഇടപഴകാൻ അവസരം കിട്ടി. കപ്പലിലേക്ക് ഒരു ദിവസം ജാമ്യമായി പോകാൻ തയ്യാറായത് പറങ്ങോടൻ മേനോൻ ആയിരുന്നു. കൂടെ വരാൻ ആളെ കിട്ടാതെ മേനോൻ ആളെ തപ്പാൻ പുറപ്പെട്ടപ്പോൾ, താൻ കൂടെ വരാമെന്ന് പറഞ്ഞ് കൃഷ്ണനുണ്ണി ചാടി വീണു. അങ്ങനെ അവന് കപ്പലിൽ കയറാനും താമസിക്കാനുമുള്ള അവസരം ലഭിച്ചു. പറങ്കി കൾ കൊച്ചിക്കാരുടെ സ്വന്തം ആളുകളായിക്കഴിഞ്ഞിരുന്നു.കൗമാരം കഴിഞ്ഞ് യുവത്വത്തിലേക്ക് കാലു വയ്ക്കുന്ന ആ പയ്യനോട് എല്ലാ വരും വളരെ സ്നേഹത്തോടെയാണ് പെരുമാറിയത്. അഭിമാനി കളായ മറ്റു നായന്മാർ ചെയ്യുന്നതുപോലെ കൃഷ്ണനുണ്ണി ഒരു മൂലയ്ക്ക് ഇരിക്കാറില്ല. കപ്പലിൽ നടന്ന് എല്ലാം കാര്യങ്ങളും കാണു കയും മനസ്സിലാക്കുകയും ചെയ്തു തുടങ്ങി. കൂർമബുദ്ധി ആയ

കൃഷ്ണനുണ്ണി അവരുടെ ഭാഷയിലെ ചില വാക്കുകളും ഹൃദിസ്ഥമാക്കി. കപ്പലിലെ നാവികർ സ്നേഹപൂർവ്വം കൊടുത്ത കാലുറയും കുപ്പായവും അവൻ രഹസ്യമായി ധരിച്ച് ഭംഗി നോക്കി.

കപ്പലുകളിലെ സംഭരണ അറകൾ ഏതാണ്ട് നിറഞ്ഞു തുടങ്ങിയിരുന്നെങ്കിലും കബ്രാളിന്റെയും തോമറിന്റെയും കപ്പലുകളിൽ സ്ഥലം ബാക്കിയുണ്ടായിരുന്നു. പോകുന്നവഴി കണ്ണൂരിൽനിന്ന് കുറച്ച് സാധനങ്ങൾ കയറ്റാമെന്ന് അവർ മനസ്സിൽ തീരുമാനിച്ചു. ജോലിയെല്ലാം കഴിയാറായപ്പോൾ രാജാവ് ഒരു സുവർണ്ണ ഇലയിൽ, ഒരു സൗഹൃദ സന്ദേശം എഴുതി കബ്രാളിനെ കോവിലകത്ത് വിളിച്ച് ഏൽപ്പിച്ചു. മാനുവൽ രാജാവിന് രത്നങ്ങൾ പതിച്ച സ്വർണ്ണ ഹാരവും അദ്ദേഹത്തിന്റെ രാജ്ഞിക്ക് ഒരു പെട്ടി നിറയെ പട്ടു വസ്ത്രങ്ങളും കൊച്ചിയുടെ വക സമ്മാനമായി വലിയ തമ്പുരാൻ കബ്രാളിനു കൈമാറി. രാജാവിനെ തിരുമുൽപ്പാട് രാജാവ് എന്നതിനുപകരം 'ത്രിമുംപറ' രാജാവ് എന്നാണ് പോർച്ചുഗീസുകാർ പറഞ്ഞ് ശീലിച്ചത്. ഗോദവർമ്മ രാജാവ് കോഴിക്കോട്ടു രാജാവിനെപോലെ അത്ര സമ്പന്നനല്ലെങ്കിലും അദ്ദേഹം കാണിച്ച മഹാമനസ്കത കബ്രാളിന്റെ മനസ്സലിയിച്ചു. കപ്പലിലേക്ക് നായന്മാർ ജാമ്യമായി വരുന്നുണ്ടോ എന്ന കാര്യം ക്യാപ്റ്റൻ മേജർ ആലോചിക്കുകപോലും ചെയ്തിരുന്നില്ല കാരണം അയാൾക്ക് കൊച്ചിക്കാരെ അത്ര വിശ്വാസമായിക്കഴിഞ്ഞിരുന്നു.

തലേദിവസം പറങ്ങോടൻ മേനോൻ തന്റെ സുഹൃത്തായ ഇടിക്കേള മേനോനെ നിർബന്ധിച്ച് പിടിച്ച് തന്റെ കൂടെ ജാമ്യമായി കപ്പലിലേക്ക് കൊണ്ടുപോയി. കൃഷ്ണനുണ്ണി ഒരു വാലുപോലെ പറങ്ങോടൻ മേനോന്റെ പിറകെ കൂടി. അവിടെ എത്തിയതും ഒരു രസത്തിന് അവൻ വേറെ കപ്പലിൽ കയറി. പിറ്റേദിവസമായിരുന്നു കബ്രാളിന് കൊച്ചി വിടേണ്ടിയിരുന്നത്. കോഴിക്കോട് നിന്ന് കപ്പലുകളിലും വഞ്ചികളിലുമായി സാമൂതിരിയുടെ മാപ്പിള പടയാളികൾ വരുന്നു എന്ന വിവരം മത്സ്യബന്ധനത്തിന് കടലിൽ പോയ കുറെ ആൾക്കാർ വന്ന് കൊട്ടാരത്തിൽ അറിയിച്ചു. ഗോദവർമ്മ തമ്പുരാൻ വിവരം കബ്രാളിനെ അറിയിച്ചു, മാപ്പിളമാരെ ഒന്നു വിരട്ടി വിടാം എന്ന് കരുതി തന്റെ കപ്പലുകളുമായി കബ്രാൾ അങ്ങോട്ടുപോയി. അവർ ആക്രമിക്കാതെ നിൽക്കുന്നത് കണ്ടപ്പോൾ ക്യാപ്റ്റൻ മേജർ തന്റെ കപ്പലിൽ നിന്നും രണ്ടു പീരങ്കിയുണ്ടകൾ ഉതിർത്തു. കോഴിക്കോട് കപ്പലുകൾ പലായനം ചെയ്തു. പോർച്ചുഗീസ് കപ്പലുകൾ അവയെ പിന്തുടർന്നു. തങ്ങളെ കോഴിക്കോട് ഭാഗത്തേക്ക് ആകർഷിച്ച് കൊണ്ടുപോകാനുള്ള ഒരു കുരുക്കാണെന്ന് സംശയിച്ച് പിന്തുടരുന്നത് നിർത്തി, ഒരുപാട് ദൂരം വന്നതുകൊണ്ടും കാറ്റ് വളരെ അനുകൂലമാണെന്ന് കണ്ടതുകൊണ്ടും അവർ നേരെ കണ്ണൂരിലേക്ക് പോയി. രണ്ടു കാര്യങ്ങൾ കബ്രാൾ അറിഞ്ഞിരുന്നില്ല. മൂന്ന്

കൊച്ചിക്കാർ തന്റെ കപ്പലുകളിൽ ഉള്ളതും അറിഞ്ഞിരുന്നില്ല. കൊച്ചി ഫാക്ടറിയിലുള്ള സൈനികരുടെ സുരക്ഷയ്ക്കായി ഏർപ്പാടുകൾ ഒന്നും ചെയ്യാതിരുന്നതും.

പിറ്റേ ദിവസമാണ് കബ്രാൾ തിരിച്ചുപോയി എന്നുള്ള വിവരം കൊച്ചിയിൽ ഉള്ളവർക്ക് മനസ്സിലായത്. രണ്ടു നായന്മാരെ അവർ കൊണ്ടുപോയി എന്നുള്ള കാര്യം അറിഞ്ഞപ്പോൾ രാജാവിന് ദേഷ്യം വന്നു. കൃഷ്ണനുണ്ണിയും കപ്പലിൽ ഉണ്ട് എന്നറിഞ്ഞപ്പോൾ അദ്ദേഹത്തിന്റെ ദേഷ്യം ഇരട്ടിച്ചു. അദ്ദേഹം ഫാക്ടറിയിലെ പോർച്ചുഗീസുകാരെ കോവിലകത്തേക്ക് വിളിപ്പിച്ചു. പേടിച്ചുവിറച്ചാണ് അവർ വന്നത്. ഗോദവർമ്മയുടെ കോപഭാവം അപ്പോഴാണ് അവർ ആദ്യമായി കാണുന്നത്. തങ്ങളോടുപോലും യാത്ര പറയാതെയാണ് അവർ പോയത് എന്നും വഴിയിൽ അസംഭാവ്യമായി എന്തെങ്കിലും നടന്നതുകൊണ്ട് മാത്രമായിരിക്കും അവരുടെ മേജർ അങ്ങനെ പ്രവർത്തിച്ചത് എന്നും അവർ തമ്പുരാനെ ഉണർത്തിച്ചു. ക്യാപ്റ്റൻ ഗാമ കോഴിക്കോട് നിന്നും കൊണ്ടുപോയ ആളുകളെ തങ്ങളാണ് കൃത്യമായി തിരിച്ചു കൊണ്ടാക്കിയതെന്നും അടുത്ത കപ്പലിൽ കൊണ്ടുപോയവരെ തിരിച്ച് കൊച്ചിയിലേക്ക് കൊണ്ടുവരും എന്ന് അവർ തമ്പുരാന് ഉറപ്പുനൽകി. തങ്ങളുടെ സുരക്ഷയ്ക്ക് ആയുധങ്ങൾ പോലും തരാൻ മറന്നിട്ടാണ് കബ്രാൾ പോയിരിക്കുന്നത് എന്നവർ പറഞ്ഞപ്പോൾ. 'നിങ്ങൾ വിഷമിക്കേണ്ട നിങ്ങൾക്ക് വേണ്ട സുരക്ഷ ഞാൻ തരാം' എന്ന് അദ്ദേഹം ശാന്തനായി പറഞ്ഞത് കേട്ട് പോർച്ചുഗീസ് സൈനികർക്ക് സമാധാനമായി. കൊട്ടാരത്തിൽ തുടരാൻ തമ്പുരാൻ അവർക്ക് അനുവാദം കൊടുത്തു, അവർ പുറത്തു പോകുമ്പോൾ സഹായത്തിനു തന്റെ പടയാളികളെ കൂടെ വിട്ടു. നേത്യാരമ്മയോട് എന്തു പറയും എന്ന ചിന്ത മാത്രം രാജാവിനെ അലട്ടിക്കൊണ്ടിരുന്നു.

പറങ്കിക്കപ്പലുകൾ കോഴിക്കോട് കപ്പലുകളുടെ അടുത്തേക്ക് പോയപ്പോൾ ഒരു യുദ്ധം കാണാമല്ലോ എന്ന സന്തോഷത്തോടെ രണ്ടു മേനോന്മാരും അവർ ഇരുന്ന കപ്പലിന്റെ ഡെക്കിൽ വന്നു നിന്നു. ആ കപ്പലിൽ തന്നെ ഉണ്ടായിരുന്ന സുറിയാനി ക്രിസ്ത്യാനിക്ക് മലയാളവും അറബിയും അറിയാമായിരുന്നു.

''പായ്മരത്തിന് പിറകിൽ വന്നു നിന്നോണം, അവരുടെ കയ്യിലും പീരങ്കി കാണും.'' അയാൾ ഇടിക്കേള മേനോന് മുന്നറിയിപ്പുനൽകി.

''നമ്മുടെ പറങ്കികളുടെ പീരങ്കീടെ ശക്തി ഒന്നും അവർക്ക് കാണില്ല. ഉണ്ടകൾ പാതിവഴിയിൽ കടലിൽ വിഴും'' എന്ന് മേനോൻ പറഞ്ഞുതീരും മുമ്പേ മുൻപിൽ പോകുന്ന പോർച്ചുഗീസ് കപ്പലിൽ നിന്നും രണ്ട് പീരങ്കി ഉണ്ടകൾ കോഴിക്കോട് കപ്പലുകളിൽ ഭയങ്കര ശബ്ദത്തോടെ ചെന്നു വീണു.

ആ രംഗം ഇടിക്കേള മേനോൻ നന്നായി ആസ്വദിച്ചു.

"അവര് തിരിഞ്ഞു ഓടുകയാണല്ലോ." പറങ്ങോടൻ മേനോൻ പറഞ്ഞു.

"പറങ്കികൾ വിടില്ല, പിറകെ പോകും."

കുറേ നേരം കഴിഞ്ഞതും കോഴിക്കോട് കപ്പലുകൾ ഗതി മാറിപ്പോയി അവരെ കാണാതായി. വീണ്ടും കപ്പൽ വടക്കോട്ടു തന്നെ പോകുന്നത് കണ്ട് രണ്ടുപേരും പരിഭ്രമിച്ചു.

"അല്ല, പറങ്കികൾ അവരുടെ നാട്ടിൽ പോവുകയാണോ? നമ്മൾ എങ്ങനെ കൊച്ചിയിലേക്ക് പോകും?" ഇടിക്കേള മേനോൻ പരിഭ്രമത്തോടെ ചോദിച്ചു. എന്നിട്ട് പറങ്ങോടൻ മേനോനോട് ദേഷ്യത്തോടെ പറഞ്ഞു.

"നീ ഒരുത്തൻ കാരണമാണ്. ഇതെല്ലാം ഉണ്ടായത്. പറങ്കികൾ നമ്മളെ തടവുകാരായി അവരുടെ നാട്ടിലേക്ക് കൊണ്ടുപോകുംന്നാ തോന്നണേ."

അവർ ഇരുവരും ആ കപ്പലിലെ ക്യാപ്റ്റന്റെ ക്യാബിനിൽ ചെന്ന് പരാതിപ്പെട്ടു. ക്യാപ്റ്റൻ മേജറുടെ കപ്പൽ പോകുന്നത് പോലെയേ അവർക്കു പോകാൻ സാധിക്കൂ എന്നും കണ്ണൂരിൽ കപ്പൽ നിൽക്കുമ്പോൾ അവരെ ഇറക്കി വിടും എന്ന് പറഞ്ഞ് ക്യാപ്റ്റൻ അവരെ സമാധാനിപ്പിച്ചു.

"ഈശ്വരാ നമുക്ക് വിശക്കുമല്ലോ. കപ്പലിൽ ആഹാരം എങ്ങനെ കഴിക്കും?"

പറങ്ങോടൻ മേനോൻ സംശയം പ്രകടിപ്പിച്ചു.

"വായോണ്ട് കഴിക്കും. ഇതെല്ലാം നീ വരുത്തിയതാണ്. ആ ചെക്കന്റെ ഗതി എന്തായോ എന്തോ?"

"അവന് ഒന്നും പറ്റില്ല. ഇതിനുമുമ്പ് അവൻ കപ്പലിൽ വന്നപ്പോഴൊക്കെ പറങ്കികളുടെ ഭക്ഷണം അവൻ കഴിച്ചിട്ടുണ്ടോ എന്ന് എനിക്കൊരു സംശയമുണ്ട്. കണ്ണൂരിൽ എത്തുന്നവരെ നമുക്ക് പിടിച്ചു നിൽക്കാം. കാറ്റ് അനുകൂലമായതിനാൽ കപ്പലുകൾ നല്ല വേഗത്തിലാണ് പോകുന്നത്."

പറങ്ങോടൻ മേനോൻ അയാളെ സമാധാനിപ്പിച്ചു.

കപ്പലുകൾ കണ്ണൂരിലെത്തി. ചരക്ക് കയറ്റാൻ സ്ഥലം ഉള്ള കപ്പലുകൾ മാത്രം തുറമുഖത്തിലേക്ക് പോയി ബാക്കിയുള്ളവ തുറമുഖത്തിന് അകലെ പുറംകടലിൽ നിന്നു. ക്യാപ്റ്റൻ കൊയ്‌ലോ സുറിയാനിയേയും മറ്റൊരു നാവികനെയും കപ്പലിലെ ഒരു ബോട്ടിൽ, കബ്രാളിന്റെ കപ്പലിലേക്ക് അയച്ചു. മേനോന്മാരുടെ കാര്യം എന്തു വേണം എന്ന് ചോദിക്കാൻ വേണ്ടിയായിരുന്നു അത്. ഒരു വഞ്ചി നിറയെ അരിച്ചാക്കുകളും പലവ്യഞ്ജനങ്ങളും മത്തൻ

കുമ്പളം, ചേന, ചേമ്പ് മുതലായ കേടുകൂടാതെ ഇരിക്കുന്ന പച്ചക്കറികളുമായി സുറിയാനി കൊയ്‌ലോയുടെ കപ്പലിലേക്ക് വന്നു. സാധനങ്ങളെല്ലാം കയറ്റിയതിനുശേഷം, പറങ്ങോടൻ മേനോനെയും ഇടിക്കേള മേനോനെയും കൊച്ചി രാജാവിന്റെ പ്രതിനിധികളായി പോർച്ചുഗലിലേക്ക് കൊണ്ടുപോകാൻ കബ്രാൾ ഉത്തരവിട്ട വിവരം അവരെ അറിയിച്ചു. അവർക്ക് വഴിയിൽ കഴിക്കാൻ ഉള്ള സാധനങ്ങളാണ് താൻ വഞ്ചിയിൽ കൊണ്ടുവന്ന് കയറ്റിയത് എന്നും അവർ ഇരുവർക്കും ഒരു കുറവും ഇല്ലാതെ നോക്കണമെന്ന് ക്യാപ്റ്റൻ മേജരുടെ ആജ്ഞ ഉണ്ട് എന്നും അയാൾ പറഞ്ഞു. ഇടിക്കേള മേനോനും പറങ്ങോടൻ മേനോനും തലചുറ്റി വീഴാതിരിക്കാൻ വളരെ ബുദ്ധിമുട്ടി. കൃഷ്ണനുണ്ണി പോർച്ചുഗീസുകാരുടെ കൂടെ സുഖമായി അവരുടെ ഭക്ഷണവും കഴിച്ച് വേറൊരു കപ്പലിൽ ഉണ്ടായിരുന്നു.

ഗാമയുടെ രണ്ടാം വരവ്

കബ്രാളിന്റെ സംഘത്തിന്റെ മടക്കയാത്രയിൽ, വൈസ് ക്യാപ്റ്റൻ മേജറുടെ കപ്പൽ മണൽത്തിട്ടയിൽ ഇടിച്ചുനിന്നതിനാൽ കപ്പലിലെ ചരക്കുകൾ മറ്റു കപ്പലുകളിലേക്ക് മാറ്റി, ആ കപ്പൽ കത്തിച്ചു കളയേണ്ടിവന്നു. തോക്കുകളും അതിലെ ഇരുമ്പുസാധനങ്ങളും മലിന്തിയിലെ രാജാവിന് കൊടുത്തു. യാത്ര തുടർന്നപ്പോൾ പെഡ്രോ കൂട്ടം തെറ്റി ഒറ്റയ്ക്കായി പോയി. മോസൽ ബേയിൽ, ശുദ്ധജലം ഒഴുകി വരുന്ന ഒരു ഗുഹയിൽ നിന്നാണ് കപ്പലുകൾ സ്ഥിരമായി ശുദ്ധജലം എടുക്കാറ്. അവിടെ എത്തിയപ്പോൾ പെഡ്രോവിന് ഒരു ആശയം തോന്നി. ഏതെങ്കിലും പോർച്ചുഗീസ് കപ്പലുകൾ ഇന്ത്യയിലേക്ക് വരാൻ സാധ്യതയുണ്ട് എന്നയാൾ മുന്നേ കണ്ടു. ഗുഹയുടെ അടുത്തുള്ള ഒരു മരത്തിൽ ഒരു പഴയ ഷൂസ് പെഡ്രോ കെട്ടിത്തൂക്കി. 'ക്യാപ്റ്റന്മാർ കോഴിക്കോട് പോകരുത്, അവരിപ്പോൾ ശത്രുക്കളാണ്, അവിടെ പോയാൽ അപകടം സംഭവിക്കുമെന്ന്' ഒരു സന്ദേശം എഴുതി ആ ഷൂസിനകത്ത് അയാൾ വെച്ചു. വളരെക്കാലം ആ ഗുഹ നാവികരുടെ പോസ്റ്റ് ഓഫീസ് ആയി പ്രവർത്തിച്ചു. കബ്രാളിന്റെ അർമഡ തിരിച്ചെത്തുന്നതിനു മുമ്പ് മാർച്ച്മാസം, നാലു കപ്പലുകളടങ്ങുന്ന ഒരു സംഘം ഇന്ത്യയിലേക്ക് പുറപ്പെട്ടു. ജോവാവോ ഡ നോവ ആയിരുന്നു ക്യാപ്റ്റൻ. വെറും കച്ചവടം മാത്രം മുന്നിൽകണ്ട് നാവികരും ആയുധങ്ങളും വളരെ കുറവായിരുന്ന ഒരു ദൗത്യമായിരുന്നു അത്. കൃത്യമായി തന്നെ ജോവാവോ നോവ അവിടെ വന്നപ്പോൾ ആ സന്ദേശം വായിക്കുകയും ജാഗ്രത പാലിക്കുകയും ചെയ്തു.

കബ്രാളിന്റെ യാത്രാവിവരണം അറിഞ്ഞ് രാജാവും ഗാമയും ഒരുപോലെ ക്രുദ്ധരായി. സാമൂതിരിയേയും അറബിക്കച്ചവടക്കാരെയും ഒരു പാഠം പഠിപ്പിക്കാൻ ഗാമ തന്നെ പോകാൻ ഏർപ്പാടായി. ആദ്യം രാജാവ് കബ്രാളിനെ തന്നെ രണ്ടാമതും അയയ്ക്കാനാണ് തീരുമാനിച്ചിരുന്നത്. പക്ഷേ ഗാമ സമ്മതിച്ചില്ല. മാന്യനായ കാബ്രാൾ ഒരു മത്സരത്തിന് നിൽക്കാതെ ഒഴിഞ്ഞുമാറി. പുതിയ സംഘത്തിൽ ഉൾപ്പെട്ടവർ എല്ലാം ഗാമയുടെ സ്വന്തക്കാരും വേണ്ടപ്പെട്ട വരുമായിരുന്നു.

കപ്പലിൽ പോയ കൊച്ചിക്കാർ ഇരുവർക്കും അവിടെ രാജോപചാരമാണ് ലഭിച്ചത്. അത് അനുഭവിക്കാൻ യോഗമില്ലാതെ പറങ്ങോടൻ മേനോൻ വരുന്ന വഴിക്ക് പനിപിടിച്ച് കപ്പലിൽവെച്ചുതന്നെ മരിച്ചിരുന്നു. ഒരു ട്യൂട്ടറെ ഏർപ്പെടുത്തി മറ്റിരുവരെയും പോർച്ചുഗീസ് ഭാഷ പഠിപ്പിച്ചു. ചെറുപ്പക്കാരനായതിനാൽ കൃഷ്ണനുണ്ണി അതിവേഗം ആ ഭാഷ പഠിച്ചു. തരക്കേടില്ലാതെ തർജ്ജമ ചെയ്യാനുള്ള നിലവാരത്തിൽ ഇടിക്കേള മേനോനും പോർച്ചുഗീസ് ഭാഷയിൽ ആറുമാസംകൊണ്ട് പ്രാവീണ്യം നേടിയിരുന്നു. ഒരു മാസത്തിനകം മടക്കയാത്ര ചെയ്യണം എന്നതിനാൽ അവിടെ നിന്നും എന്തെങ്കിലും സാധനങ്ങൾ വാങ്ങി പോകാൻ ഇരുവരും ലിസ്ബണിലെ കടകളിൽ കയറിയിറങ്ങി.

''ഞാൻ അവനെ ഒരുപാട് വഴക്കു പറഞ്ഞാലും പറങ്ങോടൻ എനിക്ക് സഹായം ചെയ്യുകയായിരുന്നു. പാവം അതിന്റെ ഗുണം അനുഭവിക്കാനാവാതെ അവൻ പോയി.'' ഇടിക്കേള മേനോൻ സുഹൃത്തിനെ അനുസ്മരിച്ചു.

''മേനോൻ ചേട്ടൻ എനിക്കുവേണ്ടിയും ഒരുപാട് സഹായം ചെയ്തിട്ടുണ്ട്. ചേട്ടന്റെ വീട്ടിലേക്ക് കുറച്ച് സാധനങ്ങൾ ഞാൻ വാങ്ങി തരാം. അതും ഇടിക്കേള മേനോൻ ചേട്ടൻ അദ്ദേഹത്തിന്റെ വീട്ടിൽ കൊടുക്കണം.'' കൃഷ്ണനുണ്ണി പറഞ്ഞു. അത് കേട്ടതും ഇടിക്കേള മേനോൻ ഒന്ന് ഞെട്ടി.

''കൃഷ്ണാ, അപ്പോൾ നീ കൊച്ചിയിലേക്ക് വരുന്നില്ലേ?''

''ഇല്ല മേനോൻ ചേട്ടാ, ഞാൻ ഇവിടെത്തന്നെ നിൽക്കാൻ തീരുമാനിച്ചു. സത്യം പറഞ്ഞാൽ ഇവരുടെ ജീവിതം എനിക്കിഷ്ടപ്പെട്ടു. പക്ഷേ എന്റെ നാടിനെ ഞാൻ മറക്കില്ല. ഞാനിവിടെ കുറച്ചു ദിവസം നിന്ന് കൊച്ചിയുമായുള്ള എഴുത്തുകുത്തുകളിൽ ഇവരെ സഹായിക്കാൻ തീരുമാനിച്ചു. നമ്മുടെ നാടിന് ഞാനൊരു സഹായമായി ഇവിടെ നിൽക്കും.''

''നീ ഇവരുടെ ഭാഷ ഇവരെപ്പോലെ തന്നെ കൈകാര്യം ചെയ്യാൻ പഠിച്ചു. നീ ഇവിടെ നിൽക്കുന്നത് കൊച്ചിക്ക് സഹായം തന്നെയാണ് എന്നതിൽ യാതൊരു സംശയവുമില്ല. പക്ഷേ നിന്റെ വീട്ടിൽ...''

''അത് സാരമില്ല. അമ്മയും അമ്മാവനും വിഷമിക്കും. പക്ഷേ വലിയ തമ്പുരാനെ ഓർത്താണ് എനിക്ക് വിഷമം. ഞാനിവിടെ നിൽക്കുന്നത് തമ്പുരാന് സഹായമാകും എന്നത് ഉറപ്പാണ്. അമ്മയെയും അമ്മാവനെയും ചെറിയമ്മയെയും തമ്പുരാൻ തന്നെ പറഞ്ഞു സമാധാനിപ്പിക്കും.''

കൃഷ്ണനുണ്ണി ആരാണെന്ന് ഇടിക്കേള മേനോന് അറിയില്ലായിരുന്നു. പറങ്ങോടൻ മേനോന്റെ അകന്ന ബന്ധുവാണ് എന്നാണ് അയാൾ കരുതിയിരുന്നത്.

"നീ തമ്പുരാന്റെ?"

"നേത്യാരമ്മയുടെ സഹോദരിയുടെ മകനാണ്. ആരോടും പറയില്ല എന്ന് തമ്പുരാന് വാക്ക് കൊടുത്തിട്ടാണ് ഞാൻ കൊച്ചിയിലേക്ക് വന്നതുതന്നെ." മേനോൻ അൽപനേരം ആലോചിച്ചു

"ശരി, നിന്റെ ഇഷ്ടം. നമ്മളെ ഇവിടെ കൊണ്ടു വന്ന ആൾക്കാർ എല്ലാം നല്ലവരാണ്. പക്ഷേ എല്ലാവരും അങ്ങനെയല്ല എന്ന് നീ ഓർക്കണം. സൂക്ഷിച്ചിരിക്കുക. നിനക്ക് എന്തെങ്കിലും ബുദ്ധിമുട്ട് തോന്നിയാൽ, അടുത്ത കപ്പലിൽ കയറി കൊച്ചിയിലേക്ക് വരുന്ന താണ് ബുദ്ധി."

ശരി എന്ന് പറഞ്ഞു കൃഷ്ണനുണ്ണി തൽക്കാലം തലകുലുക്കി. കുറേ സാധനങ്ങൾ തന്റെ വീട്ടിലേക്കും പറങ്ങോടൻ മേനോന്റെ വീട്ടിലേക്കും വാങ്ങി അവൻ ഇടിക്കേള മേനോനെ ഏൽപ്പിച്ചു.

"മേനോൻ ചേട്ടൻ തിരിച്ചു പോയിട്ട് എന്ത് ചെയ്യും?"

"എനിക്ക് പുതിയ ജോലി കിട്ടി. അറിഞ്ഞില്ലേ? കൊച്ചി ഫാക്ടറിയിലെ പോർച്ചുഗീസ് മലയാളം തർജ്ജമക്കാരൻ, അഥവാ ദ്വിഭാഷി. ഫാക്ടറിയിൽ നിന്നും എനിക്കൊരു ശമ്പളവും നിശ്ചയിച്ചിട്ടുണ്ട്. എല്ലാം ആ പാവം പറങ്ങോടൻ മേനോന്റെ കാരുണ്യം."

"എനിക്കും ജോലി വാഗ്ദാനം ചെയ്തിട്ടുണ്ട്. പോർച്ചുഗീസ് സാഹിത്യങ്ങൾ കൂടി പഠിച്ചശേഷം. മാനുവൽ രാജാവ് എനിക്ക് കൊട്ടാരത്തിൽ ജോലി തരാമെന്ന് വാഗ്ദാനം ചെയ്തിട്ടുണ്ട്."

"നീ ഭാഗ്യവാനാണ് കൃഷ്ണാ, അന്യരാജ്യത്ത് സ്ഥിരമായി താമസിക്കുന്ന ആദ്യത്തെ നായർ എന്ന നിലയ്ക്ക് നീ ഒരുനാൾ ചരിത്രത്തിന്റെ ഭാഗമാകും. കൊച്ചിയുടെ അന്തസ്സ് എപ്പോഴും കാത്തു സൂക്ഷിക്കണം. കപ്പലുകൾ വരുമ്പോൾ എനിക്കും ഇവിടത്തെ വിശേഷങ്ങളെക്കുറിച്ചെല്ലാം കത്ത് കൊടുത്തയയ്ക്കണം." ഇടിക്കേള മേനോൻ അവനെ സ്നേഹപൂർവ്വം കെട്ടിപ്പിടിച്ചു.

ഗാമയുടെ അമ്മാവന്മാരായ വിൻസെന്റേ സോദ്രേ, ബ്രാസ് സോദ്രേ, കസിൻ എസ്റ്റീവൻ ഡ ഗാമ എന്നിവർ അർമെഡയിൽ ഉണ്ടായിരുന്നു. അതിൽ വിൻസന്റേ ദൗത്യത്തിന്റെ വൈസ് അഡ്മിറൽ ആയിരുന്നു.

ടാഗസ് നദിയുടെ പടിഞ്ഞാറേക്കരയിൽ ആണ് ബലേം സ്ഥിതി ചെയ്യുന്നത്. അഴിമുഖത്തു നിന്ന് അല്പം ഉള്ളിലോട്ട് മാറി നദിയുടെ കരയിൽ തന്നെയാണ് സാന്റാ മരിയ പള്ളി. കഥ നടക്കുന്ന സമയം പള്ളിയുടെ അരികിൽ ജെറാനിമോസ് എന്ന വലിയ മൊണാസ്റ്ററിയുടെ പണി തുടങ്ങി കഴിഞ്ഞിരുന്നു. കൂർത്ത അറ്റങ്ങൾ ഇല്ലാതെ ഉരുട്ടിയ അരികുകളും ധാരാളം കൊത്തുപണികളുമുള്ള 'മാനുവലിൻ' ശൈലിയിലാണ് അതിന്റെ വാസ്തുവിദ്യ. പണികൾ പൂർത്തിയാവാൻ പിന്നീടും കുറെ വർഷങ്ങൾ എടുത്തു. തുറസ്സായ ആ

പ്രദേശത്തു നിന്നു നോക്കിയാൽ നദിയുടെ അങ്ങേക്കരയിൽ വൃക്ഷ നിബിഡമായ കൊച്ചുകൊച്ചു കുന്നുകൾ കാണാം. നല്ല കാറ്റുള്ള പ്രദേശമായതിനാൽ വൃക്ഷങ്ങൾക്ക് അധികം ഉയരം ഉണ്ടാവില്ല എന്നതാണ് ഒരു പ്രത്യേകത. നീല ആകാശവും ഇളംനീല നിറമുള്ള ടാഗസ് നദിയിലെ ജലവും ഇരുവശത്തുമുള്ള പച്ചപ്പും എല്ലാം കാണാൻ ഒരു പ്രത്യേക ഭംഗി തന്നെയായിരുന്നു.

മാനുവൽ രാജാവ് പള്ളിയിൽ നടന്ന മാസിൽ പങ്കെടുക്കുകയും നാവികരെ അഭിസംബോധന ചെയ്യുകയും ചെയ്തു. കപ്പലുകളും ബോട്ടുകളും എല്ലാം കൊടിതോരണങ്ങൾ കൊണ്ട് അലങ്കരിച്ചിരുന്നു. വാദ്യഘോഷങ്ങളും ഇടയ്ക്കിടെ പൊട്ടുന്ന ആചാര വെടികളുടെ മുഴക്കവും അവിടെ ഉത്സവത്തിന്റെ പ്രതീതി ഉളവാക്കി. ചടങ്ങിൽ കാഴ്ചക്കാരായി പച്ചേക്കോയും മരിയയും ലിസാർട്ടേയും അവിടെ സന്നിഹിതരായിരുന്നു. ഇടിക്കേള മേനോനെ യാത്രയാക്കാൻ, കൃഷ്ണനുണ്ണി അവിടെ ഉണ്ട്. പ്രധാനപ്പെട്ട അതിഥികളുടെ കൂടെ യാണ് അവന്റെ സ്ഥാനം എന്ന് ശ്രദ്ധിച്ച ഇടിക്കേളമേനോൻ അഭി മാനംകൊണ്ടു. മേനോന്റെ പാശ്ചാത്യവേഷം കണ്ട് കൃഷ്ണ നുണ്ണിക്ക് ചിരി പൊട്ടി. മേനോന്റെ രോമാവൃതമായ ശരീരവും കു ടുമയും അതിന് ഒട്ടും യോജിക്കുന്നില്ലായിരുന്നു. നേരെ മറിച്ച് ഇടിക്കേള മേനോന് കൃഷ്ണനുണ്ണിയുടെ വേഷം വളരെ ഇഷ്ടപ്പെട്ടു. അവനെ കണ്ടാൽ ഒരു പോർച്ചുഗീസ് പ്രഭുകുമാരനെ പോലെ തോന്നിച്ചു.

അന്നത്തെ ദിവസം 1502 ഫെബ്രുവരി പത്താം തീയതി ആയി രുന്നു. ഏകദേശം 1800 സൈനികർ ആയിരുന്നു യാത്രയ്ക്ക് തയ്യാറാ യിരുന്നത്. പ്രൗഢഗംഭീരമായ വസ്ത്രങ്ങൾ ധരിച്ച് വാസ്കോഡ ഗാമ ഒരു മുട്ടുമടക്കി പരമ്പരാഗത ശൈലിയിൽ മാനുവൽ രാജാവിനെ വന്ദിച്ചശേഷം കാണികൾക്ക് കൈവീശി കാണിച്ച് തന്റെ കപ്പലിലേക്ക് പോയി. എല്ലാ കപ്പലുകളിലെയും തോക്കുകൾ രണ്ടു തവണ ഗർജിച്ചു. മരിയ ഇതെല്ലാം വിടർന്ന അത്ഭുതം കൂറുന്ന കണ്ണു കളോടെ നോക്കിക്കണ്ടു. ഇടയ്ക്കിടെ അവൾ ദുവാർട്ടേയെ നോക്കു ന്നുണ്ടായിരുന്നു. അയാളുടെ മുഖത്ത് ഒരു ഭാവഭേദവും ഉണ്ടായി രുന്നില്ല. മരിയ അപ്പുറത്ത് നിൽക്കുന്ന ലിസ്സിന്റെ മുഖത്തുനോക്കി. ആവേശവും ആരാധനയും ആ മുഖത്ത് തുടിക്കുന്നുണ്ടായിരുന്നു. ഗാമയും ദുവാർട്ടേയും ഏകദേശം ഒരേ പ്രായം, കൂടുതൽ ഗാംഭീര്യം തന്റെ മോനുണ്ടെന്ന് ആ പാവം വളർത്തമ്മയ്ക്ക് തോന്നി. അവനും ഇതുപോലെയൊക്കെ ഒരു ഭാഗ്യം ലഭിക്കുമോ? അപ്പോൾ കപ്പലു കൾക്ക് യാത്രാമംഗളം നേർന്നുകൊണ്ട് സാന്റാ മരിയ പള്ളി യിലെ മണികൾ മുഴങ്ങി.

‘‘എന്റെ മേരിമാതാവേ, എന്റെ ദുവാർട്ടേയെ രാജാവും നാട്ടു കാരും ഇതുപോലെ അനുമോദിക്കുന്ന ഒരു അവസരം നീ എനിക്ക് കാണിച്ചു തരണേ,’’ മരിയ പ്രാർത്ഥിച്ചു.

നിഷ്കളങ്കയായ അവൾ പ്രാർത്ഥിച്ചത് സാന്റാ മരിയ പള്ളിയിലെ വിശുദ്ധ മാതാവിന്റെ ചെവിയിൽ വീണിരിക്കണം. കപ്പലുകൾ പോയതിനുശേഷം മാനുവൽ രാജാവ് തിരിഞ്ഞു നടക്കാൻ ഭാവിക്കുമ്പോൾ, എങ്ങനെയോ അദ്ദേഹത്തിന്റെ നോട്ടം കൂട്ടത്തിൽ നിൽക്കുന്ന ഉയരക്കൂടുതലുള്ള പച്ചേക്കോവിൻ മേൽ ഒരു നിമിഷം തങ്ങിനിന്നു, പച്ചേക്കോ അത് ശ്രദ്ധിച്ചതേയില്ല, അയാൾ കപ്പലുകൾ പോകുന്നത് നോക്കി കൊണ്ടിരിക്കുകയായിരുന്നു. അവർ മൂവരും വീട്ടിലേക്ക് പോയി.

വീട്ടിൽ ചെന്ന ശേഷം ഭക്ഷണം കഴിഞ്ഞ് കിടക്കാൻ പോകുന്ന നേരത്ത് മരിയ പച്ചേക്കോവിന്റെ കൈ പിടിച്ചു നിർത്തി ചോദിച്ചു.

“എടാ, അടുത്ത സംഘം ഇന്ത്യയിലേക്ക് പോകുമ്പോൾ അതിന്റെ കൂട്ടത്തിൽ പോകാൻ നിന്നെ തിരഞ്ഞെടുത്താൽ നീ പോകുമോ?”

“ഇല്ല, പോവില്ല. എന്റെ മരിയപെണ്ണിനെ ഒറ്റയ്ക്ക് വിട്ടു ഞാനെങ്ങനെ പോകും? വരില്ല എന്ന് പറയും.”

“അല്ല, നീ പോണം.” മരിയ ആവേശത്തോടെ പറഞ്ഞു.

“മരിയമമ്മ എന്തിനാ ഇപ്പോൾ കിടന്ന് ബഹളം വെക്കുന്നേ? അടുത്ത വർഷത്തെ കാര്യമല്ലേ അപ്പോൾ നോക്കാം. ഇപ്പോൾ പോയി സുഖമായി കിടന്നുറങ്ങൂ.” അയാൾ പറഞ്ഞു.

കൊടുംക്രൂരത

ഏറിസ് കോറിയ എന്ന മനുഷ്യന്റെ അതിമോഹവും തുടർന്നു മൂറുകൾ കോഴിക്കോട് ഫാക്ടറിയിൽ നടത്തിയ കൂട്ടക്കൊലയും നൂറ്റാണ്ടുകൾ നീണ്ടുനിന്ന സംഘർഷങ്ങളിലേക്കും രക്തച്ചൊരിച്ചിലിലേക്കും നാന്ദി കുറിച്ചു. തന്നെ തേടിവന്ന വിജയവും അംഗീകാരവും വാസ്കോഡഗാമയെ മത്ത് പിടിപ്പിച്ചു. വെറും പ്രതികാരത്തിനു വേണ്ടി മാത്രമാണ് അയാൾ രണ്ടാംതവണ മലബാറിൽ വന്നത്. വാസ്കോവിനെ നിയന്ത്രിക്കാൻ കഴിവുള്ള ഏക മനുഷ്യനായിരുന്ന അയാളുടെ ചേട്ടൻ പൗലോ ഡ ഗാമ മരിച്ചുപോയത് ജന്മനാ ഒരു ദേഷ്യക്കാരനായ വാസ്കോ ഡ ഗാമയെ കടിഞ്ഞാണില്ലാത്ത കുതിരയുടെ അവസ്ഥയിലേക്ക് കൊണ്ടെത്തിച്ചിരുന്നു.

സുഹൃദ് രാജ്യമായ മലിന്ദിയിൽ അല്പം ദിനങ്ങൾ ചെലവാക്കി അവർ അറബിക്കടൽ കടന്നു. ഇത്തവണ മഹാരാഷ്ട്രയിലെ രത്നഗിരിക്കടുത്ത് വാസിഷ്ഠി നദിയുടെ അഴിമുഖത്തുള്ള പ്രദേശത്താണ് അവർ നങ്കൂരമിട്ടത്.

ഏഴിമലയ്ക്കരുകിൽ മക്കയിൽനിന്നും സ്ത്രീകളും കുട്ടികളും അടങ്ങിയ തീർത്ഥാടകർ യാത്ര ചെയ്തിരുന്ന ആ വഴി വന്ന ഒരു വലിയ കപ്പൽ അവരുടെ മുന്നിൽ വന്നു പെട്ടു. ആ കപ്പൽ കോഴിക്കോട്ടുകോയയുടെ വകയും നാവികൻ കോയയുടെ സഹോദരനുമായിരുന്നു. സഹനാവികരും ചരിത്രകാരന്മാരും വിവരിക്കാൻ ഭയക്കുന്ന ഒരു ദാരുണസംഭവം അവിടെ അരങ്ങേറി.

ആദ്യമായി തന്നെ കപ്പൽ കൊള്ളയടിക്കാൻ തന്റെ സൈനികരോട് അഡ്മിറൽ ആജ്ഞാപിച്ചു. ആ കപ്പലിലെ ചരക്കുകളും പണവും ഒരുപാട് വിലപ്പിടിപ്പുള്ള വസ്തുക്കളുമെല്ലാം ബോട്ടുകളിൽ നിറച്ച് പോർച്ചുഗീസ് കപ്പലുകളിലേക്ക് മാറ്റി. ഗാമയുടെ അടുത്ത ആജ്ഞ കേട്ട് കപ്പലിലെ യാത്രക്കാരും ഗാമയുടെ തന്നെ നാവികരും അക്ഷരാർത്ഥത്തിൽ ഞെട്ടി. കപ്പൽ കത്തിച്ച് അതിലുള്ള യാത്രക്കാരെയെല്ലാം കൊല്ലാനാണ് ഉത്തരവ്. മിരി എന്ന ആ കപ്പലിലെ

ക്യാപ്റ്റൻ അയാൾക്ക് അഡ്മിറലറനെ കാണണമെന്ന് ആവശ്യപ്പെട്ടു. അയാളെ ബോട്ടിൽ കയറ്റി ഗാമയുടെ കപ്പലിലേക്ക് കൊണ്ടുവന്നു.

“നിങ്ങൾക്ക് എന്താണ് എന്നോട് പറയാനുള്ളത്, വേഗം പറയണം.” അഡ്മിറൽ അയാളോട് പറഞ്ഞു.

“ഞങ്ങളുടെ ചരക്കുകൾ എല്ലാം എടുത്തില്ലേ. ഇനി ഞങ്ങളെ വെറുതെ വിട്ടുകൂടെ? ഒരു യുദ്ധം ആണെങ്കിൽ പോലും ശത്രു കീഴടങ്ങിയാൽ അവരെ തടവിലാക്കുകയാണ് പതിവ്. ആയുധം താഴെ വെച്ചവരെ കൊല്ലാറില്ല. ഞങ്ങൾ താങ്കൾക്ക് നേരെ ആയുധം ഉയർത്തുക പോലും ചെയ്തില്ല. താങ്കൾക്ക് ഞങ്ങളുടെ കപ്പൽ പിടിച്ചെടുത്ത് ഞങ്ങളെ തടവുകാരാക്കി കൊണ്ടുപോകാമല്ലോ.” മൂർ ക്യാപ്റ്റൻ അപേക്ഷിച്ചു.

“അതുകൊണ്ട് എന്താണ് എനിക്ക് മെച്ചം?”

“കോഴിക്കോട് ഞങ്ങളെക്കൊണ്ടാക്കിയാൽ പകരമായി കുരുമുളകും ഏലവും ഇഞ്ചിയും താങ്കളുടെ കപ്പലുകളിൽ നിറച്ചു തരാം.” ഒന്നും മിണ്ടാതെ നിന്ന ഗാമയെ നോക്കി പ്രതീക്ഷയോടെ അയാൾ പറഞ്ഞു. “കൂടാതെ സ്വർണവും വെള്ളിയും തരാം.”

“എനിക്ക് കോഴ നൽകുവാൻ ശ്രമിക്കുകയാണോ? ഞങ്ങളുടെ അറുപത് സൈനികരെ സംഘം ചേർന്ന് കൊലപ്പെടുത്തിയപ്പോൾ, നിങ്ങൾ കുറച്ച് മുമ്പ് പറഞ്ഞ യുദ്ധനീതി എവിടെയായിരുന്നു? നിങ്ങൾക്ക് ഇവിടെ നിന്നും പോകാം.”

ഗാമയുടെ ആജ്ഞപ്രകാരം കപ്പിത്താനെ അയാളുടെ കപ്പലിൽ കൊണ്ടു ചെന്നാക്കി. ഗാമയുടെ കപ്പലിൽ നാവികർക്കിടയിൽ പ്രതിഷേധം ഉണ്ടായിരുന്നു. അത് ചില ക്യാപ്റ്റന്മാരുടെ വാക്കുകളിൽ നിഴലിച്ചിരുന്നു. പ്രധാനപ്പെട്ട ക്യാപ്റ്റന്മാരുമായി അഡ്മിറൽ ഒരു കൂടിക്കാഴ്ച നടത്തി. പലരും പറഞ്ഞത് മൂറുകൾ കപ്പലുകളിൽ ചരക്ക് നിറച്ചുതന്നാൽ പണവും വാങ്ങി അവരെ വെറുതെ വിട്ടുകൂടെ എന്നായിരുന്നു. അതിനു ഗാമ വഴങ്ങിയില്ല. പിന്നെ അവിടെ നടന്നത് ഒരു കൂട്ടക്കൊലയാണ്. സ്ത്രീകൾ തങ്ങളുടെ കുഞ്ഞുങ്ങളെ ഉയർത്തിക്കാട്ടി ദയയ്ക്കായി അപേക്ഷിച്ചു. അവരെയെല്ലാം മുറികളിൽ അടച്ചു. ആസന്നമായ മരണം മുന്നിൽ കണ്ട് കപ്പലിലെ മാപ്പിളമാർ കൈവശമുണ്ടായിരുന്ന ആയുധങ്ങളുമായി ധീരമായി പൊരുതി. പോർച്ചുഗീസ് ബോട്ടുകളിലെ കൊച്ചുപീരങ്കികൾ ശബ്ദിച്ചു. കടലിൽ ചാടിയവരെ എല്ലാം കുന്തങ്ങൾകൊണ്ട് ഓരോരുത്തരെയായി കുത്തിക്കൊന്നു. കപ്പൽ തീപിടിച്ചപ്പോൾ കൂട്ടക്കരച്ചിലും വിലാപങ്ങളും അറബിക്കടലിനെ നടുക്കി. തീപിടിച്ച കപ്പൽ കടലിൽ ഒഴുകി നടന്നു, രോദനങ്ങൾ നേർത്ത് കടലിന്റെ ഇരമ്പലിൽ അലിഞ്ഞു പോയി. നൂറ്റാണ്ടുകൾക്കുശേഷം ആ ശബ്ദം ശക്തി പ്രാപിച്ചത് ലിസ്ബൺ

പട്ടണത്തിലായിരുന്നു എന്നു മാത്രം. 1755ൽ ഉണ്ടായ സുനാമിയിലും ഭൂകമ്പത്തിലും അതിനൊപ്പം ഉണ്ടായ തീപിടുത്തത്തിലും അവിടെ അമ്പതിനായിരം ജനങ്ങൾ കൊല്ലപ്പെട്ടിരുന്നു.

അതിനുശേഷം ഗാമ കണ്ണൂരിൽ ചെന്ന് വ്യാപാര ഉടമ്പടി ഉണ്ടാക്കി, പിന്നെ അവരുടെ യാത്ര കോഴിക്കോടിലേക്കായിരുന്നു. തുറമുഖത്തിൽ പ്രവേശിക്കാതെ അല്പം അകലെയായി നങ്കൂരമിട്ട് സാമൂതിരിയുടെ സംഘം തന്നെ സമീപിക്കാനായി അവർ കാത്തു നിന്നു. അറബികളെയും മാപ്പിളമാരെയും നാടുകടത്തുന്നതിൽ കുറവായ ഒരു വിട്ടുവീഴ്ചയും അയാളുടെ ഭാഗത്ത് ഉണ്ടായിരുന്നില്ല. ഒരുപിടി പറങ്കികൾക്കുവേണ്ടി വർഷങ്ങളായി തന്നെ സേവിച്ചു കഴി യുന്നവരെ പുറത്താക്കാൻ സാമൂതിരിക്കും ഉദ്ദേശ്യം ഉണ്ടായി രുന്നില്ല. തുറമുഖത്ത് സംഘർഷം നിലനിന്നു. സാമൂതിരിയുടെ ആളുകൾ കടപ്പുറത്ത് കുഴികൾ കുത്തുകയും കൂടുതൽ തോക്കുകൾ കടൽക്കരയിലേക്ക് കൊണ്ടുവരികയും ചെയ്തു. പക്ഷേ ഗാമയ്ക്ക് കരയ്ക്കിറങ്ങാൻ ഉദ്ദേശ്യവും ഉണ്ടായിരുന്നില്ല. കോഴിക്കോട് തുറ മുഖത്ത് എത്തുന്നതിനു മുമ്പുതന്നെ സാമൂതിരിപ്പാട് സമാധാന ചർച്ചകൾക്കായി ദൂതന്മാരെ വിട്ടിരുന്നു. അന്നത്തെ കൂട്ടക്കൊലയ്ക്ക് ഉത്തരവാദികളായ പന്ത്രണ്ടുപേരെ തടവിലാക്കിയിട്ടുണ്ട് എന്നും അവരിൽ നിന്നും പിരിച്ചെടുത്ത തുകയും ഗാമയ്ക്ക് നൽകാമെന്നും രാജാവ് അറിയിച്ചു. അയ്യായിരത്തോളം കുടുംബങ്ങളെ പുറത്താക്കു ന്നത് പ്രായോഗികമല്ല, അവർ ഇപ്പോൾ തന്റെ പ്രജകൾ ആണെന്ന് അദ്ദേഹം അറിയിച്ചു. മൂറുകൾ തങ്ങളുടെ കപ്പലുകൾ എല്ലാം തുറമുഖത്തിൽ നിന്നും നേരത്തെ മാറ്റിയിരുന്നു. കാര്യങ്ങളൊന്നും അറിയാത്ത കുറച്ചു കപ്പലുകൾ അരിയുമായി തുറമുഖത്തു വന്നു. ഗാമ ചരക്ക് പിടിച്ചെടുത്ത് ആ കപ്പലിലെ നാവികരെയും തൊഴിലാ ളികളെയും കശാപ്പ് ചെയ്തു. കണ്ണുകൾ കുത്തിപ്പൊട്ടിച്ചും കൈകാൽ മുറിച്ചും വളരെ ക്രൂരമായാണ് അവരെ അയാൾ വധിച്ചത്. ഇതുകൂടാതെ പോർച്ചുഗീസ് കപ്പലുകളിൽ സാധനങ്ങൾ വിൽക്കാൻ വന്ന നിരപരാധികളായ മുക്കുവന്മാരെയും അയാൾ പിടിച്ചുവെച്ച് പിന്നീട് വധിച്ചു. സമാധാന ചർച്ചയ്ക്കായി അമിത ആത്മവിശ്വാസം പൂണ്ട് ഗാമയെ പ്രീണിപ്പിക്കാൻ ക്രിസ്തീയ പുരോഹിതന്റെ വേഷ ത്തിൽ പോയ തലപെണ്ണനമ്പൂതിരിയുടെ ചുണ്ടുകളും ചെവികളും മുറിച്ച്, ചെവിയുടെ സ്ഥാനത്ത് നായയുടെ ചെവികൾ വെച്ച് തുന്നി ഒരു തോണിയിൽ കയറ്റി കരയിലേക്ക് തള്ളിവിട്ടു. പിറകെ ഒരു വലിയ വഞ്ചിയിൽ കൈകാലുകൾ മുറിച്ച ചോരയിൽ കുളിച്ച മൃത ദേഹങ്ങൾ ഇല കൊണ്ടു മൂടിയ നിലയിൽ കരയിലേക്ക് വിട്ടു. അതു കൊണ്ട് കറിവെച്ചു തിന്നു കൊള്ളാൻ സാമൂതിരിക്ക് അറബിഭാഷ യിൽ ഒരു കുറിമാനവും അയാൾ വെച്ചു. എല്ലാ കപ്പലുകളിലെയും പീരങ്കി പ്രയോഗിച്ച് കോഴിക്കോട് പട്ടണം വീണ്ടും നശിപ്പിച്ചു. അമ്മാവന്മാരായ സോദ്രേ സഹോദരന്മാരെ കണ്ണൂർ ഭാഗത്തേക്ക്

പറഞ്ഞയച്ച് ഗാമയും സംഘവും കൊച്ചിയിലേക്ക് തിരിച്ചു. ക്രൈസ്തവരുടെ മൃഗീയമായ ഈ നടപടിയെക്കുറിച്ച് പിന്നീട് ഈജിപ്തിലെ സുൽത്താൻ മാർപാപ്പയ്ക്ക് പരാതി നൽകി.

കടലിൽ നിന്നും കൊച്ചിക്കായലിലേക്ക് പ്രവേശിച്ച അഡ്മിറലിനേയും സംഘത്തെയും സ്വീകരിക്കാൻ ഫാക്ടർ ബാർബോസയും സഹായികളും ബോട്ടിൽ കയറി അദ്ദേഹത്തിന്റെ കപ്പലിലേക്ക് പോയി. കൊച്ചിയിൽ അവരുടെ സുരക്ഷ തിരുമുൽപ്പാട് തമ്പുരാൻ കൃത്യമായി ഉറപ്പുവരുത്തുന്നു എന്ന് കേട്ട് ഗാമയ്ക്ക് വളരെ സന്തോഷമായി. പൈലറ്റ് ബോട്ടുകൾ ഉടനെ എത്തി കപ്പലുകളെ ഉള്ളിലേക്ക് നയിച്ചു. കപ്പലുകൾ എല്ലാം നങ്കൂരമിട്ടതും പീരങ്കിവെടികൾ പൊട്ടിച്ച് അവരുടെ സന്തോഷം അറിയിച്ചു, ബ്യൂഗിൾ മുഴങ്ങി, ഡ്രമ്മുകൾ ശബ്ദിച്ചു. കൊച്ചിയുടെ മന്ത്രി നായ്ക്കര് വീട്ടിൽ കേളു അച്ചൻ കപ്പലിൽ ചെന്ന് അഡ്മിറലിനെ രാജാവുമായുള്ള കൂടിക്കാഴ്ചയ്ക്ക് ഔപചാരികമായി ക്ഷണിച്ചു. താൻ ഇന്ന് കപ്പലിൽ വിശ്രമിക്കുകയാണെന്നും നാളെ രാജാവിനെ കാണാൻ വരാമെന്നും ഗാമ അദ്ദേഹത്തെ അറിയിച്ചു. കൊച്ചിയുടെ ചുറ്റുപാടും അവിടുത്തെ ജനങ്ങളുടെ പെരുമാറ്റവും ഗാമയ്ക്ക് വളരെ ഇഷ്ടമായി.

അടുത്ത പ്രഭാതത്തിൽ സന്ദർഭത്തിനൊത്ത വേഷവിധാനങ്ങളോടെ അഡ്മിറൽ, മുകൾഭാഗം കുങ്കുമ വർണ്ണത്തിലുള്ള തുണി കൊണ്ടു കനോപ്പിയിട്ട ബോട്ടിൽ കൽവത്തിലേക്ക് പുറപ്പെട്ടു. പിറകെയുള്ള ബോട്ടുകളിൽ അദ്ദേഹത്തിന്റെ ക്യാപ്റ്റന്മാരും അദ്ദേഹത്തെ അനുഗമിച്ചു. തലേദിവസം തന്നെ ഇടിക്കേള മേനോൻ തന്റെ വീട്ടിൽ പോകാൻ ആഗ്രഹിച്ചു. അഡ്മിറലിന്റെ കൂടെ രാജാവിനെ കണ്ടതിനുശേഷം പോകാമെന്ന് പുതിയ ഫാക്ടറായി നിയമിക്കപ്പെട്ട ഡീഗോ കോറിയ അയാളോട് നിർദ്ദേശിച്ചു. മേനോനും അയാൾ പറഞ്ഞത് വാസ്തവമാണെന്ന് തോന്നി. കൊട്ടാരത്തിലെ കടവിൽ ഉണ്ണി ഗോദവർമ്മ തമ്പുരാൻ അഡ്മിറലിനെ സ്വീകരിക്കാൻ എത്തി. ഗാമ അടുത്ത് വന്നതും തമ്പുരാൻ അയാളുടെ വലുതുകരം ഗ്രഹിച്ച് എന്റെ മാറിൽ വെച്ച് സ്നേഹം അറിയിച്ചു. നിങ്ങൾ എന്റെ ഹൃദയത്തോട് അടുത്തവനാണ് എന്നുള്ള ആ മുദ്ര, ശിലാഹൃദയനായ ഗാമയെ പോലും അല്പനേരത്തേക്ക് വികാരഭരിതനാക്കി

കോവിലകത്ത് കൂട്ടിക്കൊണ്ടുപോയി അയാളെ തമ്പുരാൻ തന്റെ അടുത്തുതന്നെ ഇരുത്തി. താൻ പറയുന്നത് പോർച്ചുഗീസ് ഭാഷയിലേക്ക് പരിഭാഷ ചെയ്യാൻ വന്ന ആളെ കണ്ടപ്പോൾ തമ്പുരാൻ ആശ്ചര്യപ്പെട്ടു. പോർച്ചുഗീസ് വേഷം ധരിച്ച നിൽക്കുന്ന ഇടിക്കേള മേനോനെ അപ്പോഴാണ് രാജാവിന് മനസ്സിലായത്.

"ഇടിക്കേളാ, ഇതെന്തു കഥ? ഉണ്ണിയും പറങ്ങോടനും എവിടെ? അല്ലെങ്കിൽ വേണ്ട കാര്യങ്ങൾ പിന്നെ സംസാരിക്കാം. നീ നിന്റെ പണി തുടങ്ങിക്കോളൂ."

''അഡ്മിറൽ ഗാമാ, എന്റെ സുഹൃത്തും സഹോദരനുമായ മാനുവൽ രാജാവിന് സുഖം തന്നെയല്ലേ? റാണിയും അദ്ദേഹത്തിന്റെ കുഞ്ഞുങ്ങളും സുഖമായി ഇരിക്കുന്നല്ലോ അല്ലേ?'' ഇന്ത്യൻ രീതി യിലെ കുശലാന്വേഷണം അദ്ദേഹം ആരംഭിച്ചു. തമ്പുരാന്റെ കാലു തൊട്ട് വന്ദിച്ചുകൊണ്ട് ഇടിക്കേളമേനോൻ അതിന്റെ പരിഭാഷ ഗാമയെ അറിയിച്ചു.

മലയാളിയായ ഒരു ദ്വിഭാഷി ഉള്ളത് ചില്ലറ സഹായങ്ങൾ അല്ല ചെയ്തത്. തെറ്റിദ്ധാരണകൾ ഇല്ലാതെ കാര്യങ്ങൾ പറഞ്ഞു മന സ്സിലാക്കാൻ അത് വളരെ സഹായിച്ചു. സാമൂതിരി കോവിലകത്ത് വെച്ച് സംഭവിച്ച തെറ്റും അതുതന്നെയായിരുന്നു. പോർച്ചുഗീസ് ഭാഷയിൽ നിന്നും അറബിയിലേക്കും പിന്നെ അറബിഭാഷയിൽ നിന്നും മലയാളത്തിലേക്കും വാക്കുകൾ മാറുമ്പോൾ ധാരാളം അർത്ഥഭേദങ്ങൾ വന്നിരുന്നു. സാങ്കേതികമായോ അതോ മനപ്പൂർവ്വമായോ ഗാമയ്ക്ക് കിട്ടിയിരുന്ന സാമൂതിരിയുടെ വാക്കു കളുടെ പരിഭാഷ അവയുടെ ശരിയായ അർത്ഥവും വികാരവും അയാൾക്ക് എത്തിച്ചിരുന്നില്ല എന്നത് തീർച്ചയാണ്. ഭാഷകൾക്കും അതീതമായിരുന്നു ഗോദവർമ്മ തമ്പുരാന്റെ ഹൃദയശുദ്ധിയും ലാളി ത്യവും. പോർച്ചുഗീസുകാർക്കുപോലും അദ്ദേഹത്തിന്റെ ശരീരഭാഷ കണ്ട് അദ്ദേഹത്തെ പൂർണ്ണമായി മനസ്സിലാക്കാൻ സാധിച്ചിരുന്നു എന്നതാണ് ഒരു നേട്ടം.

ഗാമ പോർച്ചുഗീസ് രാജാവിന്റെ സന്ദേശം അദ്ദേഹത്തെ ഏൽ പ്പിച്ചു. അതിനുശേഷം വേറെ കവറിലിട്ട ഒരു സന്ദേശം അയാൾ രാജാവിന് കൊടുത്തു. അത് കൃഷ്ണനുണ്ണി അദ്ദേഹത്തിന് അയച്ച സന്ദേശമായിരുന്നു. ഒരു സൈനികൻ കൊണ്ടുവന്ന വെള്ളികൊണ്ടുള്ള കപ്പ് ഗാമ തമ്പുരാന് ഉപചാരപൂർവ്വം സമ്മാനിച്ചു. അതിൽ 2000 ക്രൂസെഡോ നാണയങ്ങളായിരുന്നു. വെൽവെറ്റ്, സാറ്റിൻ തുണി കളുടെ കെട്ട്, ചിത്രപ്പണികൾ പൊന്തി നിൽക്കുന്ന കുഷ്യനുകൾ ഇട്ട ഒരു കസേര, തുടങ്ങിയ കാഴ്ചവസ്തുക്കൾ അദ്ദേഹത്തിന് അയാൾ മാനുവൽ രാജാവിന്റെ വകയായി കാഴ്ചവെച്ചു.

ഫാക്ടറിയിൽ ഡീഗോ ഫെർണാണ്ടസ് കോറിയ പുതിയ ഫാക്ടർ ആയി ചുമതലയേറ്റു. പഴയ ഫാക്ടർ ബാർബോസയെ കണ്ണൂർ ഫാക്ടറിയിലേക്ക് സ്ഥലം മാറ്റി. ബാർബോസയുടെ കൂടെ അയാളുടെ ജ്യേഷ്ഠന്റെ മകനായ ദുവാർട്ടേ ബാർബോസ എന്ന പയ്യനും ഉണ്ടായിരുന്നു. നോവയുടെ മൂന്നാമത്തെ അർമഡയിലാണ് അവൻ കൊച്ചിയിലേക്ക് വന്നത്. ഒരു മിടുക്കൻ പയ്യനായ അവൻ ചുരുങ്ങിയ കാലംകൊണ്ട് ഒരുവിധം മലയാളം സംസാരിക്കാൻ പഠി ച്ചിരുന്നു. തന്റെ വല്യച്ഛന്റെ കൂടെ അവനും കണ്ണൂരിലെ ഫാക്ടറി യിലേക്ക് പോകാൻ തയ്യാറായി. ആ കൊച്ചുപയ്യനാണ് ചരിത്ര സംഭവങ്ങൾ കുറിച്ചുവെക്കാൻ വിമുഖരായ നമ്മുടെ നാട്ടുകാർക്ക്

മാർഗ്ഗദീപമായി അഞ്ഞൂറുവർഷങ്ങൾക്കു മുമ്പുള്ള കേരളം തന്റെ ഓർമ്മക്കുറിപ്പുകളായി സമ്മാനിച്ച ദുവാർട്ടേ ബാർബോസ. കേരളത്തിന്റെ ചരിത്ര ഗ്രന്ഥങ്ങളിൽ എല്ലാം ബാർബോസയുടെ നിരീക്ഷണങ്ങൾക്ക് വളരെ പ്രധാനപ്പെട്ട സ്ഥാനമാണ് ഉള്ളത്.

കൊല്ലത്തിലെ റാണി ഇതിനിടെ രഹസ്യമായി തന്റെ രാജ്യത്തു നിന്നും കുരുമുളക് ഏലം മുതലായവ പോർച്ചുഗീസുകാർക്ക് നൽകാൻ സമ്മതമാണെന്ന് അഡ്മിറലിന് ഒരു സന്ദേശമയച്ചു. തന്റെ സുഹൃത്തായ കൊച്ചിരാജാവ് അറിയാതെ താൻ ഒരു ഉടമ്പടിക്കും തയ്യാറല്ല എന്ന് ഗാമ മറുപടി അയച്ചു. അവസാനം റാണി കൊച്ചിരാജാവ് വഴി പോർച്ചുഗീസുകാരുമായി ഉടമ്പടിയുണ്ടാക്കി. കൊച്ചിയിൽ കുരുമുളക് കുറവായതിനാൽ രണ്ടു കപ്പലുകൾ മാത്രം കൊല്ലത്തേക്ക് വിട്ടു, കൊല്ലത്ത് മുഴുവൻ സമയ ഫാക്ടറി തുടങ്ങില്ല എന്ന് ഗാമയുടെ വാഗ്ദാനം വാങ്ങിയശേഷം മാത്രമായിരുന്നു അത്. കാര്യങ്ങൾ എല്ലാം നല്ല നിലയ്ക്ക് പോകുന്നത് കണ്ട് സന്തുഷ്ടനായ ഗാമ തന്റെ അമ്മാവൻ സോദ്രയും സംഘത്തെയും കൊച്ചി സംരക്ഷിക്കേണ്ട ചുമതല ഏൽപ്പിക്കാൻ തീരുമാനിച്ചു. യാത്ര പുറപ്പെടുമ്പോൾ മാനുവൽ രാജാവിന്റെ കൽപ്പന അവരെ ചെങ്കടൽ തീരത്ത് വിന്യസിക്കാൻ ആയിരുന്നു. കൊച്ചിയുടെ സുരക്ഷയാണ് ഇപ്പോൾ പ്രധാനം എന്ന് മനസ്സിലാക്കിയ ഗാമ, രാജാവിന്റെ കൽപ്പന തൽക്കാലം തന്റെ അഡ്മിറൽ പദവിയുടെ അധികാരം ഉപയോഗിച്ച് മറികടക്കാൻ തീരുമാനിച്ച് മടക്കയാത്രയ്ക്ക് തയ്യാറെടുപ്പ് തുടങ്ങി. കണ്ണൂരിൽ ഉള്ള അവരെ താൻ അവിടെ പോകുമ്പോൾ വിവരം അറിയിക്കാം എന്നു കരുതി. കണ്ണൂരിൽ സോദ്രയുടെ സംഘത്തിൽ പെഡ്രോയും ഉണ്ടായിരുന്നു.

കോയപക്കി തടവിൽ

വാതിൽപ്പാളിയിൽ പകുതി മുഖം മറച്ച് കുഞ്ഞിക്കാവ് തേങ്ങി.

''അവസാനസമയം ഒരു തുള്ളി വെള്ളം കൊടുക്കാൻ പറ്റിയില്ലല്ലോ?''

''ഞാൻ അവസാന സമയത്ത് കൂടെയുണ്ടായിരുന്നു കുഞ്ഞിക്കാവു. നല്ല ഓർമ്മയോടുകൂടിയാണ് പറങ്ങോടൻ പോയത്. ഞാൻ ജീവനോടെ ഉണ്ടെങ്കിൽ നാട്ടിൽ ചെന്ന് വിവരങ്ങൾ എല്ലാം പറയാം എന്ന് അവനു വാക്കും കൊടുത്തു.''

''ഇടിക്കേളൻചേട്ടൻ വന്നു എന്നറിഞ്ഞ്, ഞാനും കുട്ട്യോളും കൽവത്തിയിലേക്ക് ഓടി വന്നപ്പോളാ വിവരങ്ങൾ അറിയണത്. ഒരുപാട് ചുമതലകൾ എന്റെ തലയിൽ വെച്ചിട്ടാണ് അദ്ദേഹം പോയത്.''

താൻ കൊണ്ടുവന്ന സാധനങ്ങൾ ഇറയത്തേക്ക് മാറ്റിവെച്ചു കൊണ്ട് മേനോൻ പറഞ്ഞു. ''ഇത് ഞാൻ വാങ്ങിയത്. ഇത് ഇവിടെ താമസിച്ചിരുന്ന ചെക്കൻ ഉണ്ണി വാങ്ങി തന്നത്. ആ കീഴീല് ഉള്ളത് പോർച്ചുഗീസ് മഹാരാജാവ് തന്ന നഷ്ടപരിഹാരാണ്. അവിടത്തെ രാജാവിനോട് വിവരങ്ങൾ പറഞ്ഞ് കൃഷ്ണനുണ്ണിയാണ് അത് വാങ്ങി തന്നത്. അവന് നിങ്ങളോടൊക്കെ വളരെ സ്നേഹാ.''

''അവൻ നല്ല ചെക്കനാ. അവനെ എന്റെ മോൾക്ക് ആലോചിക്കണമെന്ന് എനിക്ക് ഒരു മോഹണ്ടായിരുന്നു. അവൻ ഇനി ഇവിടെയോക്കെ വരുമോ?''

''തോന്നുണില്ല്യ. അവൻ അവിടെത്തന്നെ കൂടാനാണ് സാധ്യത. എല്ലാം അകത്തെടുത്തു വയ്ക്കൂ. എന്തേലും ആവശ്യമുണ്ടെങ്കിൽ ആളെ പറഞ്ഞയയ്ക്കൂ.'' ഇടിക്കേള മേനോൻ യാത്ര പറഞ്ഞിറങ്ങി.

അയാൾ നേരെ പോയത് കോവിലകത്തേക്കായിരുന്നു. സഭാമണ്ഡപത്തിനുപുറത്ത് കേളു അച്ചൻ നിൽക്കുന്നുണ്ടായിരുന്നു. ഗോദവർമ്മരാജാവ് കോവിലകത്ത് നിന്ന് സഭാമണ്ഡപത്തിലേക്ക് കയറി. രണ്ടുപേരെയും അദ്ദേഹം കണ്ടു. ''രണ്ടാളും അകത്ത് വന്നോളൂ.'' അദ്ദേഹം പറഞ്ഞു. അകത്ത്പ്രവേശിച്ചതും അദ്ദേഹം ഇടിക്കേള മേനോനോടു ചോദിച്ചു.

"കൃഷ്ണനുണ്ണിയുടെ ഇപ്പോളത്തെ സ്ഥിതി എങ്ങനെയാണ്?"

"അവിടത്തെ രാജാവുമായി അവന് നല്ല അടുപ്പമാണ്. അവൻ തിരുമനസ്സിലെ നേത്യാരമ്മയുടെ ബന്ധുവാണെന്നുകൂടി അറിഞ്ഞപ്പോൾ, രാജാവിന് അവനോടുള്ള സ്നേഹം ഇരട്ടിയായി."

"ഗാമയും കൂട്ടരും കോഴിക്കോട് കാണിച്ചുകൂട്ടിയ അക്രമങ്ങൾ എല്ലാം നീയും കണ്ടില്ലേ? എന്താ നിന്റെ അഭിപ്രായം?"

"എന്റെ സുരക്ഷ കണക്കാക്കി അഡ്മിറൽ എന്നെ കരയിൽ നിന്നും ഏറ്റവും പുറകിൽ ഉള്ള കപ്പലിലാണ് നിർത്തിയത്. അതുകൊണ്ട് എനിക്ക് അയാൾ ചെയ്ത അക്രമങ്ങൾ ഒന്നും കാണാൻ സാധിച്ചില്ല. പക്ഷേ പറഞ്ഞു കേട്ടു."

"നമ്മളോട് ഇനി അയാൾ ഇതൊക്കെ ചെയ്യുമോ? എന്താ നിന്റെ അഭിപ്രായം?" കേളു അച്ചൻ ചോദിച്ചു.

"അയാൾക്ക് ഇഷ്ടം തോന്നിയാൽ എന്ത് വേണമെങ്കിലും കൊടുക്കും. കൂടാതെ സഹപ്രവർത്തകരോട് വളരെ സ്നേഹത്തോടെയാണ് പെരുമാറുന്നത്. ദേഷ്യമോ പകയോ വന്നാൽ അയാൾ പിശാചായി മാറും. ഞാൻ കണ്ടിടത്തോളം എനിക്ക് അതാണ് മനസ്സിലായത്."

"നീ പറഞ്ഞത് ശരിയാണ് ഇടിക്കേളാ. അതുതന്നെയാണ് എനിക്കും തോന്നുന്നത്." തമ്പുരാൻ പറഞ്ഞു.

ഇതിനിടെ വേറൊരു ബ്രാഹ്മണനെ ഉപയോഗിച്ച് ഒരു വ്യാജ സമാധാന ദൗത്യം സാമൂതിരി രാജാവ് നടത്തി ഗാമയെ കുടുക്കാൻ ശ്രമിച്ചിരുന്നു. കോയപക്കി മുന്നറിയിപ്പുകൊടുത്തിരുന്നതിനാലും തക്കസമയത്ത് വിൻസെന്റേ സൊദ്രേയുടെ ഇടപെടൽ മൂലവും ഗാമ അതിൽ നിന്നും രക്ഷപ്പെട്ടു കൊച്ചിയിലേക്ക് തിരിച്ചുവന്നിരുന്നു. തന്റെ ഇരുപതോ മുപ്പതോ ആൾക്കാരെ ഫാക്ടറിയിൽ നിർത്തി ഗാമ കണ്ണൂർക്ക് യാത്രയായി. വിൻസിന്റെ സോദ്രയുടെ കപ്പലുകൾ കൊച്ചിയുടെ സുരക്ഷയ്ക്ക് ഉണ്ടാവും എന്ന് കൊച്ചിതമ്പുരാന് ഉറപ്പുകൊടുത്ത ശേഷമാണ് അയാൾ പോയത്. കണ്ണൂരിൽ നിന്നും ഗാമയും സംഘവും നാട്ടിലേക്കു തിരിച്ചുപോയി. കപ്പലിൽ രണ്ടു പേർ കുറവുള്ളത് ഒരാഴ്ച കഴിഞ്ഞാണ് അവർക്ക് മനസ്സിലായത്. ഇറ്റലിക്കാരായ പെറോ അൻറ്റോണിയോ, ജോവ മറിയ എന്ന രണ്ട് പീരങ്കികൾ കേടുപാടുകൾ തീർക്കുന്ന മെക്കാനിക്കുകൾ കപ്പലിൽ കയറിയില്ല. അവർ ആരുമറിയാതെ രക്ഷപ്പെട്ടുപോയി.

ഒരുനാൾ സാമൂതിരി രാജാവ് എന്തോ ഓർത്ത് കൊണ്ടിരുന്നപ്പോൾ, മരിച്ചുപോയ പോർച്ചുഗീസ് ഫാക്ടർ ഏറിസ് കോറിയയുടെ കുട്ടികളുടെ കാര്യം പെട്ടെന്ന് ഓർമ്മ വന്നു. കോറിയ രാജാവിനെ കാണാൻ വരുമ്പോൾ ചിലപ്പോൾ കുട്ടികളും കോവിലകത്തേക്ക് വരാറുണ്ടായിരുന്നു. നല്ല ഓമനത്തമുള്ള ആ ബാലന്മാരെ സാമൂതിരി രാജാവിന്

വളരെ ഇഷ്ടമായിരുന്നു. അവർ വരുമ്പോൾ അവർക്ക് മധുരപലഹാരങ്ങൾ കൊടുക്കാൻ പലപ്പോഴും അദ്ദേഹം പറയാറുണ്ട്. ഫാക്ടറി ആക്രമിക്കപ്പെട്ട സംഭവവുമായി ബന്ധം ഉണ്ടായേക്കാം എന്ന് കരുതപ്പെടുന്ന ചില മാപ്പിളമാരെയും നായന്മാരെയും അദ്ദേഹം വിളിച്ചു വരുത്തി കുട്ടികളുടെ കാര്യം അവരോട് ചോദിച്ചു. ചിലർ പറഞ്ഞത് കുട്ടികൾ പുറത്തുണ്ടായ തീപിടിത്തത്തിൽ മരിച്ചു പോയി എന്നാണ്. ഒന്നു രണ്ടുപേർ ഫാക്ടറി ആയിരുന്ന വീട് കോയ പക്കിയുടെയായതിനാൽ അയാൾ അവിടുത്തെ നിത്യസന്ദർശകനായിരുന്നു എന്നും കോറിയയുമായി നല്ല അടുപ്പം ഉണ്ടായിരുന്നുവെന്നും സാമൂതിരിയോട് പറഞ്ഞുകൊടുത്തു. അദ്ദേഹം ഉടൻ പക്കിയേ വിളിപ്പിച്ചു. ഇത് ഏതെങ്കിലുമൊരു ദിവസം സംഭവിക്കാം എന്ന് മുന്നേ മനസ്സിൽ കണ്ട കോയ പക്കി, ഒരു വർഷത്തിനു ശേഷം ഇങ്ങനെ ഒരു അന്വേഷണം പ്രതീക്ഷിച്ചില്ല. അയാൾ സാമൂതിരി രാജാവിനെ കാണാൻ ചെന്നു. രാജാവിനോട് നുണ പറയേണ്ടി വരും എന്ന ഒരു കുറ്റബോധം തോന്നിയാലും 'ആപത്തിൽ പാപമില്ല' എന്ന് ജാതവേദൻ നമ്പൂതിരിയായി വന്ന മരുമകൻ തമ്പുരാൻ പറഞ്ഞ വാക്കുകൾ അയാൾ മനസ്സിൽ രണ്ടുവട്ടം ഉരുവിട്ടു. അയാളെ കണ്ടതും വളച്ചൊടിക്കാതെ സാമൂതിരി നേരത്തെതന്നെ അയാളോട് ചോദിച്ചു.

''മരണപ്പെട്ട പറങ്കി ഫാക്ടറുടെ രണ്ടു മക്കളെ നീ എന്ത് ചെയ്തു?''

''ഞമ്മള് പിന്നെ അവരെ കണ്ടിട്ടേ ഇല്ലാ തമ്പുരാനേ, ഫാക്ടറില് ബഹളം നടന്നപ്പോ ഞമ്മള് ഒരു അത്യാവശ്യ കാര്യത്തിന് കുടീല് നിക്കേണ്ടിബന്നു.''

''എന്തായിരുന്നു നിന്റെ അത്യാവശ്യം?''

''അന്ന് ഞമ്മന്റെ കെട്ടിയോൾടെ പേറ്റ് സമയാർന്നു. വയറ്റാട്ടിനെ ബിളിച്ചോണ്ട് ബെരാൻ ഞമ്മളാ പോയത്.'' സാമൂതിരി അവിടെ നിന്ന ഒരു നായരുടെ മുഖത്തുനോക്കി. കാര്യം മനസ്സിലാക്കി അയാൾ ഉടൻ പുറത്തുപോയി.

''നിന്റെ വീട് അടുത്തല്ലേ? നിന്റെ കെട്ടിടത്തിൽ അല്ലേ ഫാക്ടറി? അത്രയും ബഹളം ഉണ്ടായതൊന്നും നീ അറിഞ്ഞില്ല എന്നാണോ പറയുന്നത്?'' തമ്പുരാൻ ചോദ്യത്തിൽ ദേഷ്യം ഉണ്ടായിരുന്നു.

''അറിഞ്ഞീനു തമ്പുരാനേ, ഞമ്മള് ഓടിയെത്തിയപ്പോ എല്ലാം കയിഞ്ഞീനു.''

''അപ്പോ നീ കുട്ടികളെ കണ്ടില്ലേ?''

''പുറത്ത് കൂട്ടത്തിനെടെല് രണ്ട് കറുപ്പമ്മാര് രണ്ടു കുട്ടികളെ തോളിൽ എടുത്തു കൊണ്ടോയപോലെ തോന്നി. അത് പറങ്കി കുട്ടിയോളാണോന്ന് ഞമുക്ക് സരിക്കും പറയാൻ കയ്യൂല്ല തമ്പുരാനേ, തീരെ ബെട്ടം ണ്ടാർന്നീലാ.''

സാമൂതിരിക്ക് സംശയം തീർന്നില്ല. അദ്ദേഹം പക്കിയെ തന്റെ നോട്ടം കൊണ്ട് ഒന്നു ഉഴിഞ്ഞു. പക്കി ചെയ്ത മുഴുവൻ പ്രവർത്തിയും അദ്ദേഹം അറിഞ്ഞിരുന്നെങ്കിൽ അപ്പോൾ തന്നെ അയാളുടെ ശിരച്ഛേദം കഴിഞ്ഞേനേ.

അവിടെയുണ്ടായിരുന്ന മന്ത്രി മങ്ങാട്ട് അച്ചനോട് അവനെ കൂടുതൽ ചോദ്യം ചെയ്യാൻ കൊണ്ടുപോകാൻ കല്പിച്ചു. അച്ചൻ പക്കിയെ വേറെ ഒരു മുറിയിലേക്ക് കൊണ്ടുപോയി.

അല്പം കഴിഞ്ഞ് ആദ്യം പുറത്തു പോയ നായർ തിരിച്ചുവന്നു.

''തമ്പുരാനേ, ഞാൻ അവന്റെ അടുത്ത വീടുകളിൽ ആളെ അയച്ചു കാര്യങ്ങൾ തിരക്കി. അവൻ പറഞ്ഞത് സത്യമാണ്. അന്നാ അവന്റെ ഭാര്യ പ്രസവിച്ചത്. ഫാക്ടറിയിലെ ബഹളം കഴിഞ്ഞ ശേഷമാണ് അവൻ ഫാക്ടറിയിലേക്ക് പോയത്.''

''ശരി, മങ്ങാട്ട് അച്ചനെ വിളിക്കൂ.'' അദ്ദേഹം വന്ന് തമ്പുരാനോട് പറഞ്ഞു.

''തമ്പുരാനേ, അവൻ പറഞ്ഞത് തന്നെ ആവർത്തിക്കുകയാണ്. പലവിധത്തിൽ ഞാൻ ചോദിച്ചു നോക്കി.''

''നമ്മുടെ മനസ്സിൽ എവിടെയോ ഒരു സംശയം ബാക്കിയുണ്ട് തൽക്കാലം അവനെ തടവിലാക്കൂ. അവന്റെ സ്വത്തുക്കൾ താൽക്കാലികമായി കണ്ടുകെട്ടൂ. അവൻ നിരപരാധിത്വം തെളിയുകയാണെങ്കിൽ പിന്നീട് അവന് തിരിച്ചു കൊടുക്കാം. വസ്തുവിലെ ആദായം എല്ലാം ഖജനാവിൽ ചേർത്തോളൂ.''

ഉത്തരവ് നടപ്പാക്കുവാൻ മങ്ങാട്ടച്ചൻ പോയി.

തടവറയിൽ ഇരുന്ന പക്കി ഓരോന്ന് ചിന്തിച്ചുകൊണ്ടിരുന്നു. സത്യത്തിൽ കോറിയയുടെ കുട്ടികൾ അന്ന് അയാളുടെ വീട്ടിലാണ് കിടന്നുറങ്ങിയത്. പ്രശ്നം അറിഞ്ഞതും അവരെ അയാൾ അകലെയുള്ള അയാളുടെ സുഹൃത്തുക്കളായ മുക്കുവന്മാരെ ഏൽപ്പിച്ചു. കുട്ടികളെ നോക്കാൻ ബന്ധത്തിൽ പെട്ട ഒരു മുസ്ലീം പെണ്ണിനേയും കൂടെ അയച്ചു. കോയപക്കി സാമൂതിരിയോട് കള്ളമല്ല പറഞ്ഞത്, അർദ്ധസത്യമായിരുന്നു. കുട്ടികളെ കൊണ്ടുപോയത് രണ്ട് കറുപ്പന്മാര് തന്നെയായിരുന്നു, പക്ഷേ അവർ പക്കിയുടെ ആളുകളായിരുന്നുവെന്നുമാത്രം. കുട്ടികളുടെ തല മൊട്ടയടിച്ച് തൊപ്പി വെച്ച് കൈലി ഉടുപ്പിച്ച് കയ്യിൽ ഓരോ ഏലസ്സും കെട്ടി, മുസ്ലീം പിള്ളേരെ പോലെയാണ് അങ്ങോട്ട് പറഞ്ഞയച്ചത്. ഫാക്ടറിയുടെ അടുത്തുള്ള കാലിത്തൊഴുത്തിലെ വൈക്കോൽ കൂനയിൽ ഫാക്ടറിയിലെ ജോലിക്കാരായിരുന്ന മൂന്ന് പോർച്ചുഗീസുകാർ ഒളിച്ചിരിക്കുകയായിരുന്നു. പക്കിയെ കണ്ടതും അവർ അയാളുടെ കാലിൽ വീണു. ആശ്രിതവത്സലനായ പക്കി മറ്റൊന്നും ചിന്തിച്ചില്ല. അവരെയും മൂറുകളുടെ വേഷം ധരിപ്പിച്ച് കോഴിക്കോട് നിന്ന് അകലെയുള്ള

ഒരു തെങ്ങിൻതോപ്പിലെ കുടിലിൽ അജ്ഞാതവാസം ചെയ്യിപ്പിച്ചു. അവരുടെ ദേഹത്ത് പുരട്ടാൻ ഒരുതരം എണ്ണ കൊടുത്തയച്ച് അതും തേച്ച് പകൽ മുഴുവൻ വെയിൽ കൊള്ളിച്ച് അവരെ ഒരുവിധം കോഴിക്കോട്ടുകാരുടെ നിറമാക്കി. ആ പാവങ്ങൾ പേടിച്ചു വിറച്ചാണ് ജീവിച്ചിരുന്നത്. കണ്ടുപിടിച്ചാൽ തല പോകും എന്നുള്ളത് ഉറപ്പായിരുന്നു. പരോപകാരി ആയിരുന്ന പക്കിക്ക് ധാരാളം വിശ്വസ്തരായ സുഹൃത്തുക്കൾ ഉണ്ടായിരുന്നു. പക്കിയുടെ കുടുംബം അവർ സംരക്ഷിച്ചു. കോയ പക്കിയുടെ വ്യത്യസ്തമായ സ്വഭാവംകൊണ്ട് അയാൾക്ക് ഒരുപാട് ബുദ്ധിമുട്ടുകൾ ഉണ്ടായാലും അതിലൊന്നും അയാൾക്ക് ഒരു മനപ്രയാസവും ഉണ്ടായിരുന്നില്ല. കറുത്ത വർഗക്കാരനായ തന്റെ ജോലിക്കാരൻ അഹമ്മദിനെ കൊണ്ട് ജീവൻ പണയം വെച്ച് കൊച്ചിക്ക് പറഞ്ഞയച്ച് തന്റെ ആരാധനാപുരുഷനായ മരുമഹൻ തമ്പുരാനോട് താൻ അകപ്പെട്ടുപോയ വിവരവും കോഴിക്കോട്ടെ കാര്യങ്ങൾ അറിയുവാൻ വേറെ ഉപായങ്ങൾ കണ്ടുപിടിക്കാനും വായ്മൊഴിയായി പറയാൻ ഏൽപ്പിച്ചു. തടവറയിലെ കാവൽക്കാരും പക്കിക്ക് വേണ്ടപ്പെട്ടവർ ആയതിനാൽ അഹമ്മദിന് അയാളെ വന്നു കാണാൻ പ്രശ്നം ഒന്നും ഉണ്ടായില്ല.

കാർമേഘങ്ങൾ ഉരുണ്ടുകൂടി

സാമൂതിരിയുടെ കോവിലകത്ത് അന്ന് രണ്ട് യോഗങ്ങൾ നടന്നു. ആദ്യത്തെ യോഗത്തിൽ കുറച്ചുപേർ മാത്രമേ പങ്കെടുത്തുള്ളൂ. സാമൂതിരിപ്പാട് താനിരിക്കുന്ന സിംഹാസനത്തിൽ ഒന്ന് ഇളകിയിരുന്ന് യോഗത്തിൽ പങ്കെടുത്തവരെ നോക്കി മുഖവുര ഇല്ലാതെ പറഞ്ഞു.

"പെരുമ്പടപ്പുകാരുടെ ധിക്കാരം ഇനി വച്ചുപൊറുപ്പിക്കാൻ ആവില്ല. മഴക്കാലം വരുന്നതിനുമുമ്പ് പടനടത്തുവാൻ നാം തീരുമാനിച്ചു. അതിനുമുമ്പ് ഇടപ്പള്ളി രാജാവിന്റെ നിലപാട് നേരിട്ട് മനസ്സിലാക്കാൻ വേണ്ടിയാണ് ഞാൻ അദ്ദേഹത്തിനോട് കോഴിക്കോട് വരാൻ പറഞ്ഞത്. അദ്ദേഹം യോഗത്തിൽ എത്തുന്നതിനു മുമ്പേ ബാക്കിയുള്ള കാര്യങ്ങൾ നമുക്ക് ചർച്ചചെയ്ത് ഉറപ്പിക്കാം. എല്ലാവരും അവരുടെ അഭിപ്രായങ്ങൾ പറഞ്ഞുകൊള്ളൂ, എല്ലാം കേട്ടതിനു ശേഷം നാം നമ്മുടെ അന്തിമ തീരുമാനം അറിയിക്കാം."

പ്രധാനമന്ത്രിയായ മങ്ങാട്ടച്ചനാണ് ആദ്യം സംസാരിച്ചത്.

"പറങ്കികൾ ഇവിടെ കാണിച്ചുകൂട്ടിയ പേക്കൂത്തുകളുടെ വിവരങ്ങളൊന്നും കൊച്ചിക്കാർ അറിഞ്ഞില്ലെന്നുണ്ടോ? അവരെ ഉടൻ താക്കീതുചെയ്യണം."

"പറങ്കികളുമായുള്ള കൂട്ട് കൊച്ചി ഉപേക്ഷിക്കണം. ഇപ്പോൾ അവിടെയുള്ള പറങ്കികളെയും അവിടെയുള്ള അവരുടെ ചരക്കുകളും നമ്മളെ ഏൽപ്പിക്കണം. ഇതിൽ കുറഞ്ഞ ഉപാധികൾ ഒന്നും നമുക്കില്ല." സാമൂതിരി പറഞ്ഞു.

"ഗോദവർമ്മ രാജാവ് ഇതിന് സമ്മതിക്കുമെന്നു മഹാരാജാവിന് തോന്നുന്നുണ്ടോ?" രാജാവിന്റെ അനന്തിരവൻ ഏറാൾപ്പാട് ചോദിച്ചു. "പറങ്കികളെ നമ്മളെ ഏൽപ്പിച്ചു കഴിഞ്ഞ് പിന്നീട് അവരുടെ നാട്ടിൽ നിന്നും വരുന്ന കപ്പൽപ്പടകൾ, വാക്കു തെറ്റിച്ചു എന്ന് പറഞ്ഞു കൊച്ചി തമ്പുരാനെ ആക്രമിച്ചാലോ? അതിന് എന്തെങ്കിലും പ്രതിവിധി ചെയ്യുമെന്നും നമ്മൾ സന്ദേശത്തിൽ പറയണ്ടേ?"

"നമ്മൾ പറഞ്ഞതുകേട്ട് നടന്നാൽ നമ്മുടെ സംരക്ഷണം

എപ്പോഴും അവർക്ക് ഉണ്ടാവും എന്നും സന്ദേശത്തിൽ എഴുതാം.'' സാമൂതിരി തമ്പുരാൻ പറഞ്ഞു.

''എന്നാൽ സന്ദേശങ്ങൾ തയ്യാറാക്കാൻ ഞാൻ ഏർപ്പാട് ചെയ്യാം. കരട് സന്ദേശം തമ്പുരാൻ തൃക്കൺ പാർത്തതിനുശേഷം നമുക്ക് ദൂതന്മാർ വഴി കൊച്ചിയിലേക്ക് അയയ്ക്കാം.'' മങ്ങാട്ടച്ചൻ പറഞ്ഞു.

''അതിന് മുമ്പ് നമ്മുടെ നായന്മാരെയും മാപ്പിളമാരെയും കൊച്ചി യിലേക്ക് പറഞ്ഞയയ്ക്കണം. അവിടെ അവർ ചാരപ്രവർത്തികൾ തുടങ്ങിക്കോട്ടെ.'' തമ്പുരാൻ പറഞ്ഞു. അതിനിടെ ഒരു സേവകൻ വന്ന് ഇടപ്പള്ളി തമ്പുരാൻ മുഖം കാണിക്കാൻ വന്നു എന്ന വിവരമറി യിച്ചു. സാമൂതിരി രാജാവ് അദ്ദേഹത്തെ സഭയിലേക്ക് കൂട്ടിക്കൊണ്ടു വരുവാൻ മങ്ങാട്ട് അച്ചനെ നിയോഗിച്ചു. തമ്പുരാൻ ഒറ്റയ്ക്കല്ല വന്നത് കൂടെ ഒരു നായർ പ്രമാണിയും ഉണ്ടായിരുന്നു.

''സാമൂതിരി രാജാവിന് പ്രണാമം.'' രാജാവ് തൊഴുതു. ബ്രാഹ്മണ രാജാവായത് കാരണം ഇടപ്പള്ളി തമ്പുരാൻ അധികം താണ് തൊഴു തില്ല.

''എന്റെ കൂടെ ആലങ്ങാട് കൈമളും ഉണ്ട്. സാമൂതിരി തമ്പുരാൻ അനുവാദം തന്നാൽ അയാളെയും യോഗത്തിൽ പങ്കെടുപ്പിക്കാം എന്ന് വിചാരിച്ചു കൂടെക്കൊണ്ടുവന്നതാണ്.'' ഇടപ്പള്ളി രാജാവ് പറഞ്ഞു.

''കൈമളും ഇവിടെ ഇരിക്കട്ടെ. നമുക്ക് വിരോധമില്ല.'' സാമൂതിരി പറഞ്ഞു.

''കൊച്ചിയിലേക്ക് എന്നാണ് പട നയിക്കുന്നത് എന്ന് തീരുമാന മായാൽ, നമ്മുടെ സൈന്യങ്ങൾക്ക് കൈമളുടെ പ്രദേശത്ത് തമ്പ ടിക്കാം. അഞ്ചികൈമൾമാരായിട്ടും അതിനെപ്പറ്റി സംസാരിച്ചിട്ടുണ്ട്. കടവ് കടക്കുന്നത് ഇടപ്പള്ളി ഭാഗത്തുനിന്ന് ആയിക്കോട്ടെ.'' ഇടപ്പള്ളി രാജാവ് വളരെ ഉത്സാഹത്തിലായിരുന്നു, എത്രയും വേഗം കൊച്ചി ആക്രമിക്കണം എന്നായിരുന്നു അദ്ദേഹത്തിന്റെ ലക്ഷ്യം. ഏറാൾപ്പാട് ഇടപ്പള്ളി രാജാവിന്റെ അമിതാവേശം പ്രത്യേകം ശ്രദ്ധിച്ചു. അദ്ദേഹം പറഞ്ഞു.

''ഇടപ്പള്ളി തമ്പുരാൻ ക്ഷമിക്കണം, ആദ്യം കൊച്ചി രാജാവിന് സന്ദേശമയച്ച് അദ്ദേഹം അതിന് എങ്ങനെ പ്രതികരിക്കുന്നു എന്ന് അറിഞ്ഞതിനു ശേഷം മാത്രമേ ഒരു യുദ്ധത്തെക്കുറിച്ച് നമ്മൾ ആലോചിക്കുന്നുള്ളൂ.''

''ഗോദവർമ്മ അനുസരിക്കില്ല. എനിക്കുറപ്പുണ്ട്. പറങ്കികൾ അയാളെ സാമൂതിരി ആക്കാമെന്ന് വാക്കുകൊടുത്തു. അയാൾ അതും വിശ്വസിച്ചു കൊണ്ടിരിക്കുകയാണ്.'' സാമൂതിരിയെ ഒന്ന് ചൊടിപ്പി ക്കാൻ കൂടിയാണ് അദ്ദേഹം ഇത് പറഞ്ഞത് എന്ന് ഏറാൾപ്പാടിന് ശരിക്കും മനസ്സിലായി. ഇടപ്പള്ളി രാജാവിന്റെ പ്രയോഗം മർമ്മത്ത് തന്നെ ഏറ്റു. സാമൂതിരി കുപിതനായി. മങ്ങാട്ടച്ചനെ നോക്കിക്കൊണ്ട് പറഞ്ഞു.

"അമ്പതിനായിരം സൈനികരെ പൊന്നാനിയിൽ തയ്യാറാക്കി നിർത്തിക്കോളൂ. മരക്കാന്മാരുടെ കപ്പൽപ്പടയും തയ്യാറാകട്ടെ, വിവരം കോജ കാസിമിനോട് പറയൂ. ആക്രമണം കടൽവഴിയും കര വഴിയും ഒരുമിച്ച് ആവണം."

"പൊന്നുതമ്പുരാനേ, എന്റെ സ്ഥലത്ത് പുഴയോരം സൈന്യത്തിന് കൂടാരങ്ങൾ അടിക്കാൻ ഞാൻ നിലമൊരുക്കി വയ്ക്കാം." കൈമൾ ഏറ്റു.

വ്യക്തിപരമായി കൊച്ചിയെ ആക്രമിക്കുന്നതിൽ ഏറാൾപ്പാടിന് അഭിപ്രായം ഉണ്ടായിരുന്നില്ല. പറങ്കികളെ ഫാക്ടറി പണിയാൻ അനുവദിച്ച കണ്ണൂർ കോലത്തിരിയും കൊല്ലത്തെ റാണിയും കൊച്ചിക്ക് സമാനമായ പ്രവർത്തികളാണ് ചെയ്തിരിക്കുന്നത്. അതിൽ കൊച്ചിയെ മാത്രം ശിക്ഷിക്കുന്നത് പഴയ പക മൂലം മാത്രമാണെന്നായിരുന്നു അദ്ദേഹത്തിന്റെ നിഗമനം. നൂറ്റാണ്ടുകൾക്കു മുമ്പ് അബദ്ധത്തിൽ ദാനം ചെയ്ത കൊച്ചി നഗരം തനിക്ക് തിരിച്ചു കിട്ടണം എന്ന താല്പര്യം അല്ലാതെ ഇടപ്പള്ളി രാജാവിന് മറ്റു ലക്ഷ്യങ്ങൾ ഒന്നും ഉണ്ടായിരുന്നില്ല. തൽക്കാലം ഒന്നും സംസാരിക്കാതെ ഏറാൾപ്പാട് സ്വയം നിയന്ത്രിച്ചു. മറ്റു പല കാര്യങ്ങളും ചർച്ച ചെയ്തതിനുശേഷം യോഗം അവസാനിച്ചു. ഇടപ്പള്ളി രാജാവും കൈമളും അന്നുതന്നെ നാട്ടിലേക്ക് തിരിച്ചു.

അന്നത്തെ നീതിന്യായ വ്യവസ്ഥ പ്രകാരം കുറ്റം തെളിയിക്കാൻ സാധിച്ചില്ലെങ്കിൽ ആരോപിതരായവരെ ഒരു സമയപരിധി കഴിഞ്ഞാൽ തടവിൽ വയ്ക്കാനാവില്ല. അതിനാൽ കോയപക്കി മോചിതനായി. തന്നോടു കാണിച്ച അനീതിക്ക് പകരം സാമൂതിരി രാജാവിനെ സഹായിക്കേണ്ട കാര്യമില്ല എന്ന് അയാൾ തീരുമാനിച്ചു. കോഴിക്കോട് നടക്കുന്ന സംഭവങ്ങൾ കൊച്ചിയിൽ മരുമകൻ തമ്പുരാനെയും തന്റെ പഴയ പരിചയക്കാരനായ കൊച്ചിയിലെ പോർച്ചുഗീസ് ഫാക്ടറിയിലെ ക്ലർക്ക് ലോറൻസോ മെറീനോയേയും അയാൾ രഹസ്യമായി അറിയിച്ചു തുടങ്ങി. പക്കിയുടെ സ്വത്തുകൾ തിരിച്ചു കിട്ടിയില്ലെങ്കിലും അയാളുടെ ഭാര്യയുടെ പേരിൽ ആവശ്യത്തിനു നിലങ്ങളും പുരയിടങ്ങളും ഉണ്ടായിരുന്നതിനാൽ പണം പക്കിക്ക് ഒരു പ്രശ്നം ആയിരുന്നില്ല. അയാൾ അതൊക്കെ ചിന്തിച്ചു വിഷമിക്കുന്ന പ്രകൃതക്കാരനും ആയിരുന്നില്ല എന്നതായിരുന്നു സത്യം.

അതേസമയത്ത് കൊച്ചിയിലും ആലോചനകൾ നടന്നിരുന്നു. ഗോദവർമ്മ തമ്പുരാൻ ഇളയതാവഴിയിലെ അംഗമായിരുന്നു. മൂത്ത താവഴിയിലെ രണ്ട് തമ്പുരാന്മാർ നേരത്തെ തന്നെ സാമൂതിരിയുടെ പക്ഷത്തായിരുന്നു. അതുകൂടാതെ ചാഴൂർ, പള്ളുരുത്തി തുടങ്ങിയ മറ്റ് താവഴികളിലെ അംഗങ്ങൾ രാജാവിനോട് സാമൂതിരിയുമായി സന്ധി ചെയ്യുന്നതാണ് ഭേദം എന്ന് അഭിപ്രായപ്പെട്ടിരുന്നു. സാമൂതിരിയുടെ ചാരന്മാരും കൊച്ചിയിലെ കച്ചവടക്കാരെ പല കാര്യങ്ങളും പറഞ്ഞു ധരിപ്പിച്ച് ഭീതിയുടെ അന്തരീക്ഷം അവിടെ പരത്തി

തുടങ്ങിയിരുന്നു. ഫാക്ടറിയിലെ ഇരുപത് പോർച്ചുഗീസുകാരും ഭാഷ അറിയാത്തതിനാൽ ഈ സംഭവവികാസങ്ങൾ ഒന്നും അറിഞ്ഞിരുന്നില്ല എങ്കിലും എന്തോ അപകടം സംഭവിക്കാൻ പോകുന്നു എന്ന ഉൾവിളി അവരുടെ മനസ്സിലും തോന്നിത്തുടങ്ങി.

ഗോദവർമ്മ രാജാവും അനിയൻ തമ്പുരാനും നായ്ക്കർ വീട്ടിൽ കേളു അച്ചനും കോവിലകത്തിനു പുറത്ത് പുൽത്തകിടിയിൽ രഹസ്യ സംഭാഷണം നടത്തി.

''കേളു, പുതിയ വാർത്തകൾ വല്ലതുമുണ്ടോ?'' തമ്പുരാൻ ചോദിച്ചു. അന്നത്തെ മലയാള നാട്ടിലെ സ്ഥിതി ഏതാണ്ട് ഇന്നത്തെ പോലെ തന്നെയായിരുന്നു. എല്ലാ രഹസ്യങ്ങളും പരസ്യമാണ്. രണ്ടുപേർ തമ്മിൽ കണ്ടാൽ മറ്റൊരുത്തന്റെ രഹസ്യമാണ് ചർച്ച ചെയ്യുക. അരമന രഹസ്യം അങ്ങാടി പാട്ട് എന്ന പഴഞ്ചൊല്ല് അന്നേ ഉണ്ടായിരുന്നിരിക്കണം.''

''ഇടപ്പള്ളി തമ്പുരാനും ആലങ്ങാട്ടെ കൈമളും കോഴിക്കോട് പോയി സാമൂതിരിയെ കണ്ടിരുന്നു എന്ന് കേൾക്കുന്നു.'' അച്ചൻ പറഞ്ഞു.

''എത്രയും വേഗം കൊച്ചി ആക്രമിക്കണമെന്ന അപേക്ഷയും കൊണ്ട് ആയിരിക്കും അദ്ദേഹം അങ്ങോട്ട് പോയത്. സാമൂതിരിയുടെ പട്ടാളം വന്നാൽ തന്റെ പറമ്പിൽ താമസിക്കാമെന്ന് കൈമളും പറഞ്ഞു കാണും.'' ജ്ഞാനദൃഷ്ടി ഉള്ള ഒരാളെ പോലെ തമ്പുരാൻ പറഞ്ഞു.

''ജ്യേഷ്ഠൻ ഇതൊക്കെ എങ്ങനെ കണ്ടുപിടിക്കുന്നു?'' അനിയൻ തമ്പുരാൻ അത്ഭുതത്തോടെ ചോദിച്ചു.

''ഇതിന് ദിവ്യദൃഷ്ടി ഒന്നും വേണ്ട. ഇടപ്പള്ളിക്ക് കൊച്ചി വേണം, അത് പണ്ടുമുതൽക്കേ ഉള്ള ആഗ്രഹമാണ്. കൈമളെ കൊണ്ടുപോയത് സാമൂതിരിയെ സ്വസ്തി പിടിക്കാനും.'' തമ്പുരാൻ വേദനയോടെ ചിരിച്ചു.

''ഞാൻ ചോദിക്കുന്നത് അവിവേകം ആണെങ്കിൽ പൊറുക്കണം.'' മുഖവുരയോടെ അച്ചൻ തുടങ്ങി.

''പറങ്കികളെ കൊല്ലത്തേക്കോ കണ്ണൂർക്കോ പറഞ്ഞു വിട്ടൂടെ എന്നായിരിക്കും കേളു ചോദിക്കാൻ ഉദ്ദേശിച്ചത്.''

അയാൾ മുഴുവനാക്കുന്നതിനുമുമ്പ് തമ്പുരാൻ പറഞ്ഞു. അതുകേട്ട് കേളു അച്ചൻ മൂക്കത്ത് വിരൽ വെച്ചു പോയി.

''ഇന്നു ജ്യേഷ്ഠന് എന്തുപറ്റി? ത്രികാലജ്ഞാനം കിട്ടിയോ? ആദ്യം കോഴിക്കോട് നടന്നത് കൃത്യമായി പറഞ്ഞു. ഇപ്പോ നായ്ക്കർ വീട്ടിൽ അച്ചറോന്റെ മനസ്സ് വായിച്ചു. ആശ്ചര്യം തന്നെ.'' അനിയൻ സമ്മതിച്ചുകൊടുത്തു.

''എന്നാൽ രണ്ടാളും കേട്ടോളൂ. എനിക്ക് കുറച്ചു ദിവസമായി പല ചിന്തകളാണ്. എല്ലാ പോംവഴികളും ഞാൻ ആലോചിച്ചു, അവയുടെ ഗുണദോഷങ്ങളും അങ്ങനെ ചെയ്താൽ എന്തു സംഭവിക്കും എന്നും ഞാൻ മനസ്സിൽ ഭാവന ചെയ്തു. ഉദാഹരണത്തിന് ഇവരെ ഞാൻ കണ്ണൂര് അയച്ചാൽ എന്തു സംഭവിക്കും? മൂന്നാം പക്കം സാമൂതിരി അത് അറിയും. നമ്മുടെ മനസ്സിലുള്ളത് അദ്ദേഹത്തിന് കൃത്യമായി മനസ്സിലാവും. ഇതേ തന്ത്രം കോലത്തിരിയോടും പ്രയോഗിക്കും. നമ്മൾ വഴി കാണിച്ചു കൊടുത്തതിനാൽ കോലത്തിരിയും അങ്ങനെതന്നെ കാര്യങ്ങൾ കയ്യൊഴിയാൻ നോക്കും. സാമൂതിരിയോട് അവിടെ വന്ന് കൊച്ചിയിൽനിന്നും വന്നവരേയും അവിടത്തെ ഫാക്ടറിയിൽ ഉള്ളവരെയും പിടിച്ചു കൊണ്ടുപൊയിക്കൊള്ളാൻ പറയും. അറബികൾ അവരെ കൂട്ടക്കൊല ചെയ്യും. അടുത്ത കപ്പലിൽ പോർച്ചുഗീസുകാർ വരുമ്പോൾ മലിന്തിയിൽ വെച്ചുതന്നെ കൊച്ചിരാജാവ് അവരെ കൈയ്യൊഴിഞ്ഞ കഥ അറബികൾ പറഞ്ഞ് പരത്തി കാണും. നേരെ അവർ കൊച്ചിയിൽ വന്ന് എല്ലാവരെയും കശാപ്പു ചെയ്യും. സാമൂതിരി പോയിട്ട് ദൈവം പോലും നമ്മെ സഹായിക്കാൻ വരില്ല.''

''തമ്പുരാൻ പറയുന്നത് ശരിയാണല്ലോ?'' അച്ചൻ പറഞ്ഞു.

''സാമൂതിരിയെ നിങ്ങൾ എല്ലാവരേക്കാൾ എനിക്ക് നന്നായി അറിയാം. അറബികച്ചവടക്കാരോട് നീതി പുലർത്തിയാലും കൊച്ചിയോട് അദ്ദേഹം വാക്കു പാലിക്കാറില്ല ഈ തുറമുഖം നന്നാവുന്നത് അദ്ദേഹത്തിന് ഇഷ്ടമല്ല. ഇല്ലെങ്കിൽ കണ്ണൂരിലും കൊല്ലത്തും ഉള്ള പറങ്കികളെ തൊടാതെ ഇവിടെയുള്ളവരെ മാത്രം എന്തിനാണ് ആവശ്യപ്പെടുന്നത്?'' തമ്പുരാൻ ചോദിച്ചു. ആരും കുറെ നേരം സംസാരിച്ചില്ല. അവസാനം അനിയൻ ചോദിച്ചു.

''അവർ കണ്ണൂരിൽ ആക്രമണം നടത്തില്ലേ?''

''അനിയാ, പോർച്ചുഗീസുകാർക്ക് കണ്ണൂരും കൊല്ലവുമായി വ്യാപാര ഉടമ്പടി മാത്രമാണുള്ളത്. ശക്തനായ സാമൂതിരി ബലം പ്രയോഗിച്ച് പോർച്ചുഗീസുകാരെ കൊണ്ടുപോയി എന്ന് വാദിച്ചാൽ അത് ന്യായമായേ തോന്നുകയുള്ളൂ. നേരെമറിച്ച് കൊച്ചിയും പോർച്ചുഗലിലെ മാനുവൽ രാജാവുമായി സൗഹൃദക്കരാറാണ് നമ്മൾ ഒപ്പ് വെച്ചു കൊടുത്തിരിക്കുന്നത്. അത് ലംഘിച്ചാൽ നമ്മൾ ശിക്ഷയ്ക്ക് അർഹരാണ്. മിത്രത്തെ ചതിച്ച കുറ്റം എത്രയോ വലുതാണ്.''

''അപ്പോൾ നമ്മൾ എന്ത് ചെയ്യും?'' പരിഭ്രമത്തോടെ കേളു അച്ചൻ ചോദിച്ചു.

''നമ്മുടെ മുമ്പിൽ രണ്ടു വഴികളാണുള്ളത്. ഒന്നുകിൽ സാമൂതിരി നമ്മുടെ രാജ്യം നശിപ്പിക്കും, ഇല്ലെങ്കിൽ പോർച്ചുഗീസുകാർ അത് ചെയ്യും. ഏതു വേണമെന്ന് നമുക്ക് തിരഞ്ഞെടുക്കാം. മിത്രത്തെ

ചതിച്ചവർ എന്ന പേരും താങ്ങി നശിക്കണോ? അതോ ക്ഷത്രിയ പാരമ്പര്യമനുസരിച്ച് ആശ്രിതരേയും ശരണാഗതി അടഞ്ഞ വരെയും സംരക്ഷിച്ച് സത്യത്തിനും ധർമ്മത്തിനും വേണ്ടി നശിക്കണോ?'' തമ്പുരാൻ ചോദിച്ചു. അനിയൻ തമ്പുരാന്റെ മുഖത്ത് പ്രകാശം പരന്നു. അയാൾ പറഞ്ഞു.

''ധർമ്മത്തിന് വേണ്ടി മരിക്കാം ജ്യേഷ്ഠാ.''

''നമ്മുടെ ചെറുത്തുനിൽപ്പിനിടയിൽ പോർച്ചുഗീസുകാരുടെ അടുത്ത കപ്പൽപ്പട ഇവിടെ വരികയാണെങ്കിൽ നമ്മൾ നാശത്തിൽ നിന്നും രക്ഷപ്പെടാൻ ഒരു സാധ്യതയുണ്ട്. എനിക്ക് ഒരു കാര്യത്തിൽ മാത്രമേ ഇപ്പോൾ സംശയം ഉള്ളൂ. ഗാമയുടെ അമ്മാവൻ സോദ്ര വിശ്വസിക്കാൻ കൊള്ളാത്തവൻ ആണ് എന്ന് എന്റെ മനസ്സ് എന്നോട് പറയുന്നു. ക്രൂരനാണെങ്കിലും ഗാമ അയാളേക്കാൾ ഭേദമാണ്. സോദ്ര കൂടെ നിൽക്കുകയാണെങ്കിൽ അടുത്ത കപ്പൽപ്പട വരുന്നതുവരെ നമുക്ക് സമയം കിട്ടും.'' തമ്പുരാൻ പറഞ്ഞു. തമ്പുരാന്റെ ദീർഘദൃഷ്ടി സത്യമാണെന്ന് പിന്നീട് നടന്ന സംഭവങ്ങൾ തെളിയിച്ചു. സാമൂതിരിയിൽ നിന്നും മൂന്ന് സന്ദേശങ്ങൾ ഒന്നിനു പിറകെ ഒന്നായി വന്നു. ഒന്ന് നയത്തിൽ, അടുത്തത് താക്കീത്, മൂന്നാമത്തേത് ഭീഷണിയും അന്തിമവും. മൂന്നിനും ഗോദവർമ്മ തമ്പുരാൻ ഒരേ മറുപടിയാണ് കൊടുത്തത്.

''ആശ്രിതർ ഏത് മതത്തിൽ പെട്ടവരായാലും ഏതു നാട്ടുകാർ ആയാലും ക്ഷത്രിയമര്യാദ അനുസരിച്ച് അവരെ കൈവിടാൻ ഞാൻ തയ്യാറല്ല.''

കൊച്ചിയിൽ സാമൂതിരിയുടെ പക്ഷക്കാരായ നായന്മാരും ഉണ്ടായിരുന്നു. അന്യരാജ്യക്കാരെ അതിരറ്റ് സഹായിക്കുന്നത് ശരിയല്ല എന്നായിരുന്നു അവരുടെ പക്ഷം. കൂടാതെ പറങ്കികൾ കോഴിക്കോട്ട് നടത്തിയ സംഹാരതാണ്ഡവം, ആളും തരവും നോക്കാതെ നമ്പൂതിരിമാരെ പോലും അവർ കശാപ്പ് ചെയ്തരീതി, അതൊന്നും അവർക്ക് ഇഷ്ടപ്പെട്ടില്ല. സ്വാഭാവികമായും അവർ നാട്ടുകാരനായ സാമൂതിരിയുടെ കൂടെ നിന്നു എന്നുമാത്രമല്ല കൊച്ചി തമ്പുരാന് എതിരായി പ്രവർത്തിക്കാനും തുടങ്ങി. കുമ്പളം, ചെറുവൈപ്പിൽ കൈമൾമാർ പരോക്ഷമായി തന്നെ സാമൂതിരിയോട് കൂറ് പ്രഖ്യാപിച്ച് അദ്ദേഹത്തെ സഹായിച്ചു. അഞ്ചിക്കൈമൾമാർ ഇടപ്പള്ളി തമ്പുരാന്റെ കൂടെ സാമൂതിരി പക്ഷപാതികളായി തീർന്നു. കച്ചവടക്കാരിൽ മാപ്പിളമാർ മുഴുവൻ കോഴിക്കോട് മൂറുകളുടെ വേണ്ടപ്പെട്ടവർ ആയിരുന്നു. പക്ഷേ അവർക്ക് കച്ചവടം പരമപ്രധാനവും ബാക്കി കാര്യങ്ങൾ അതിനുശേഷവും ആയതിനാൽ കോഴിക്കോട്ടുകാർക്ക് അനുകൂലമാണെങ്കിലും കൊച്ചിരാജാവിനെ അവർ എതിർത്തില്ല. പ്രശ്നങ്ങൾ തീർന്നാൽ അവിടെത്തന്നെ തുടരാനും അവർ ആഗ്രഹിച്ചു. സുറിയാനി ക്രിസ്ത്യാനികളും ജൂതന്മാരും കൊച്ചിതമ്പുരാന്റെ കൂടെയായിരുന്നു. അവർക്ക് കച്ചവടസൗകര്യങ്ങൾ ചെയ്തു കൊടുത്ത

പെരുമ്പടപ്പ് സ്വരൂപത്തിനോട് അവർക്ക് എന്നും നന്ദിയും കടപ്പാടും ഉണ്ടായിരുന്നു. കൂടാതെ രാജ്യസ്നേഹികളായ കുറച്ചു നായൻമാരും മറ്റു ജാതിക്കാരും തമ്പുരാന്റെ കൂടെ നിന്നു. ശരിക്കും പറഞ്ഞാൽ അന്ന് ചേന്നാസ് നാരായണൻ നമ്പൂതിരിപ്പാട് പ്രവചിച്ച പോലെ ഉറ്റവരും ഉടയവരും തമ്പുരാന്റെ തീരുമാനത്തെ എതിർത്തു. അദ്ദേഹം സ്വന്തം വിശ്വാസപ്രമാണങ്ങളെ മുറുകെപ്പിടിച്ചു.

ആവശ്യസമയത്ത് വിൻസെന്റെ സോദ്രേ ചതിച്ചു. സാമൂതിരിയും സൈന്യവും പൊന്നാനിയിൽനിന്നും പുറപ്പെടും എന്ന് മനസ്സിലാക്കി അയാൾ ചെങ്കടലിൽ റോന്തു ചുറ്റാൻ പോവുകയാണ് എന്ന നാട്യത്തിൽ സ്ഥലംവിട്ടു. ഫാക്ടറിയിൽ ഉള്ള പോർച്ചുഗീസുകാർ അയാളോട് കേണപേക്ഷിച്ചിട്ടും മാനുവൽ രാജാവിന്റെ കൽപ്പന പ്രകാരമാണ് താൻ പ്രവർത്തിക്കുന്നത് എന്ന് പറഞ്ഞ് തന്റെ കൂടെയുള്ള കപ്പലുകളേയും കൊണ്ട് അയാൾ പോയി. ആ കൂട്ടത്തിൽ പെഡ്രോയും ഉണ്ടായിരുന്നു. കൊച്ചിയെ അത്യാവശ്യസമയത്ത് കൈവിട്ടു പോകുന്നതിൽ അയാൾക്ക് അമർഷം ഉണ്ടായിരുന്നെങ്കിലും, ക്യാപ്റ്റൻ മേജറുടെ ആജ്ഞ അനുസരിക്കാതിരിക്കാൻ അയാൾക്ക് ആവുമായിരുന്നില്ല. പോർച്ചുഗീസുകാരെ സംബന്ധിച്ചിടത്തോളം ഇത് ചരിത്രത്തിൽ ഒരു കറുത്ത അദ്ധ്യായമായി മാറി. ഈ ചതി ചൂണ്ടിക്കാട്ടി ഗോദവർമ്മയ്ക്ക് വേണമെങ്കിൽ ഫാക്ടറിയിൽ ഉള്ള പോർച്ചുഗീസുകാരെ സാമൂതിരിക്ക് പിടിച്ചു കൊടുക്കാമായിരുന്നു, അല്ലെങ്കിൽ അവരെ പുറത്താക്കാമായിരുന്നു. പക്ഷേ അദ്ദേഹത്തിന്റെ സന്മനസ്സ് അതിനനുവദിച്ചില്ല. ഫാക്ടറിയിൽ ഉള്ളവർക്കും അത് നല്ലപോലെ മനസ്സിലായി. അവർ തമ്പുരാനെ വന്നു കണ്ട് അവർ സ്വയം കണ്ണൂർക്ക് പൊയ്ക്കോളാം, അപ്പോൾ പ്രശ്നങ്ങളെല്ലാം തീരുമല്ലോ എന്നുപറഞ്ഞ് അഭ്യർത്ഥിച്ചപ്പോൾ, അദ്ദേഹം അത് സ്വീകരിച്ചില്ല.

പൊന്നാനിയിൽ അമ്പതിനായിരത്തോളം വരുന്ന നായർ പടയാളികൾ തയ്യാറായി. സാമൂതിരിപ്പാട് ഒരു അവസാന സമാധാന ശ്രമം കൂടി നടത്താൻ തയ്യാറായി. പറങ്കികളെ തന്നെ ഏൽപ്പിക്കുന്നതിൽ ഗോദവർമ്മയ്ക്ക് ആത്മാഭിമാനം നഷ്ടപ്പെടുന്നു എന്ന് തോന്നലുണ്ടെങ്കിൽ, അവരെ കൊച്ചിയിൽ നിന്നും പുറത്താക്കിയാലും മതി എന്നദ്ദേഹം അറിയിച്ചു. കൊച്ചിയിലെ പല പ്രഭുക്കന്മാരും ഈ ഉപാധിയിൽ തൃപ്തി പ്രകടിപ്പിച്ചു എങ്കിലും കൊച്ചി രാജാവ് തന്റെ നിലപാടിൽ ഉറച്ചു നിൽക്കാനാണ് തീരുമാനിച്ചത്.

സാമൂതിരിപ്പാട് കൊട്ടാരം ജോത്സ്യൻ 'ആളൂർ കണികളെ' വരുത്തി പട പുറപ്പെടേണ്ട ദിവസവും മുഹൂർത്തവും എല്ലാം തിട്ടപ്പെടുത്തി. ജലമാർഗ്ഗം മാപ്പിളമാരുടെ നേതൃത്വത്തിലുള്ള കപ്പലുകളും കരമാർഗ്ഗം നായർ പടയാളികളും കൊച്ചിയെ ലക്ഷ്യമാക്കി പുറപ്പെട്ടു. ക്രിസ്തുവർഷം 1503 മാർച്ച് മാസം മുപ്പത്തി ഒന്നാം തീയതി സൈന്യങ്ങൾ ഇടപ്പള്ളിയിൽ എത്തി. രണ്ടുദിവസം കഴിഞ്ഞ് ആക്രമണം ആരംഭിക്കാൻ തീരുമാനിച്ചു.

അഞ്ഞൂറിൽപരം വർഷങ്ങൾ പിറകോട്ടു പോയാൽ അന്നത്തെ ചുറ്റുപാടുകൾ എങ്ങനെ എന്ന് ഒന്നു ചിന്തിച്ചു നോക്കുന്നത് നന്നായിരിക്കും. പുഴ കടക്കാൻ പാലങ്ങൾ ഇല്ല, റോഡുകളില്ല, എങ്ങും കൃഷിയും കാടും മാത്രം. ഇന്നത്തെ എറണാകുളം നഗരം അഞ്ചു കൈമൾമാരുടെ വക കൃഷിയിടങ്ങൾ ആയിരുന്നു. ക്ഷേത്രപരിസരങ്ങളിൽ കുറച്ചു വീടുകളും ജൂതന്മാരുടെ വക കുറച്ച് വ്യാപാര സ്ഥാപനങ്ങളും അല്ലാതെ എറണാകുളത്ത് ഒന്നും ഉണ്ടായിരുന്നില്ല. പ്രധാനപ്പെട്ട കച്ചവടകേന്ദ്രം കൊച്ചിയും മട്ടാഞ്ചേരിയുമാണ്. കമ്പോളങ്ങളിൽ ചരക്കുകൾ വന്നിരുന്നത് തോടുകളിലൂടെയും കായലിലൂടെയും മാത്രം. വെള്ളം ചവിട്ടാതെ മട്ടാഞ്ചേരിയിലോ കൊച്ചിയിലോ എത്താൻ നിർവാഹമില്ല. ഗാമയുടെ മാതുലൻ സോദ്രേ കൊച്ചി രാജാവിനെ പറ്റിച്ച് കടന്നുകളഞ്ഞ വിവരമെല്ലാം നേരത്തെ സാമൂതിരി വിഭാഗത്തിന് അറിവുള്ളതിനാൽ, നാവികസേന വന്നത് ഒരു അലങ്കാരമായി മാത്രമായിരുന്നു.

അങ്ങ് കൊച്ചിയിലാവട്ടെ, പകുതിയിലേറെ നായർ പടയാളികൾ കൊച്ചിരാജാവിനെ കൈയൊഴിഞ്ഞു പൊയ്ക്കഴിഞ്ഞു. വളരെ ദയനീയമായ സ്ഥിതിവിശേഷമായിരുന്നു അവിടെ. ഊഹാപോഹങ്ങൾ പറഞ്ഞു പരത്താൻ കോഴിക്കോട്ടെ ചാരന്മാരും സുലഭമായിരുന്നു. വിശ്വസ്തരായ ആറായിരത്തോളം നായർ പടയാളികൾ മാത്രമേ കോഴിക്കോട് സൈന്യത്തെ തടയാൻ മരുമകൻ തമ്പുരാന്റെയും അദ്ദേഹത്തിന്റെ രണ്ട് ഇളയ സഹോദരന്മാരുടെയും കൂടെ ഉണ്ടായിരുന്നുള്ളൂ. അക്കാലത്തെ മലബാറിലെ ഏറ്റവും പേരെടുത്ത യോദ്ധാവായിരുന്നു മരുമകൻ തമ്പുരാൻ എന്ന് ജനങ്ങൾ വിളിച്ചിരുന്ന കൊച്ചി രാജ്യത്തിന്റെ നാലാംമുറ തമ്പുരാനായ ഉണ്ണി കേരള വർമ്മ. പോർച്ചുഗീസുകാർ വരുന്നവരെയോ, അല്ലെങ്കിൽ കാലവർഷം വരുന്നവരെയോ സാമൂതിരിപ്പാടിന്റെ സൈന്യത്തെ ഇടപ്പള്ളി രാജ്യത്തിലെ പുഴക്കടവിൽ തളയ്ക്കുക എന്നതായിരുന്നു അദ്ദേഹത്തിന്റെ ദൗത്യം. സോദ്രെയും അയാളുടെ അഞ്ച് കപ്പലുകളും ഉണ്ടായിരുന്നെങ്കിൽ കൊച്ചി പ്രതിരോധിക്കുന്നത് വലിയ ഒരു പ്രശ്നം ആയിരുന്നില്ല. പകൽ മാത്രം നടക്കുന്ന മലനാട്ടിലെ ധർമ്മയുദ്ധങ്ങളുടെ കാലമായതിനാൽ യുദ്ധം അങ്ങനെ പെട്ടെന്ന് തീരുവാൻ സാധ്യതകൾ ഇല്ല.

മഹാരാഷ്ട്രയിലെ സൈനികരെ പോലെ മാർച്ചട്ട അണിഞ്ഞ് അറ്റം വളഞ്ഞ വാളുകളുമായി 'ഹര ഹര മഹാദേവ' എന്ന പോർവിളികൾ മുഴക്കി കുതിരപ്പുറത്ത് പാഞ്ഞുപോകുന്ന യോദ്ധാക്കൾ അല്ല അന്ന് മലനാട്ടിൽ ഉണ്ടായിരുന്നത്. വെയിൽകൊണ്ട് കരുവാളിച്ച ശരീരവും നഗ്നമായ മാറിടവും കൈപ്പത്തി പോലും സംരക്ഷിക്കാൻ ഉതകാത്ത പച്ചിരുമ്പിന്റെ വാളുകളും തുകൽപരിചയും ശിരോകവചം ഇല്ലാതെ തലയിൽ പലനിറത്തിലുള്ള തുണികൾ കൊണ്ട് തലേക്കെട്ടുകളും കെട്ടിയ ഒരു കൂട്ടം മനുഷ്യരായിരുന്നു ഇരുവശത്തെയും സൈനികർ. മർമ്മസ്ഥാനത്ത് ഒരു അമ്പോ വെടിയുണ്ടയോ

ഏറ്റാൽ മരിക്കാനോ അല്ലെങ്കിൽ, ശിഷ്ടജീവിതം രോഗിയായി കഴിയാനോ വിധിക്കപ്പെട്ടവർ. വ്യക്തിപരമായി മെയ്‌വഴക്കവും പയറ്റുവാൻ ഉള്ള കഴിവും ഉണ്ടെങ്കിലും ഒരു കൂട്ടയുദ്ധത്തിൽ അതുകൊണ്ട് പ്രയോജനം ലഭിച്ചിരുന്നില്ല. വിദേശ സൈനികർ അവരുടെ മേൽ വിജയം കൊയ്തിരുന്നത് അവരുടെ കഴിവുകൾ കൊണ്ട് മാത്രമല്ല, മലനാട്ടിലെ സൈനികരുടെ ഇത്തരത്തിലെ നിസ്സഹായവസ്ഥ കൊണ്ടുമായിരുന്നു. കേരളത്തിലെ മൂന്നു പ്രധാന രാജവംശങ്ങൾ മൂന്നുതരത്തിലാണ് ആക്രമണങ്ങൾ നേരിട്ടത്. കോഴിക്കോട് പഴയ രീതിയിൽ ആൾബലവും മാപ്പിളമാരുടെ സഹായം കൊണ്ടുമാത്രവും വിസ്തൃതിയിലും സാമ്പത്തികത്തിലും പുറകെ ആയിരുന്ന കൊച്ചി, നയങ്ങൾ കൊണ്ടും സാങ്കേതിക മികവുള്ള വിദേശശക്തികളെ കൂട്ടുപിടിച്ചും തിരുവതാംകൂർ. വിദേശികളുടെ സാങ്കേതികത സ്വന്തം സൈന്യത്തിൽ പകർത്തിയും കലുഷിതമായ ആ കാലഘട്ടം തരണം ചെയ്യാൻ ശ്രമിച്ചു. ഇന്ത്യയിൽ തന്നെ ആദ്യമായി ഒരു യൂറോപ്യൻ ശക്തിയെ യുദ്ധത്തിൽ പരാജയപ്പെടുത്തിയ ഏക നാട്ടുരാജ്യവും നാട്ടുരാജാവും യഥാക്രമം തിരുവിതാംകൂറും അതിന്റെ രാജാവായ അനിഴം തിരുനാൾ മാർത്താണ്ഡവർമ്മ മഹാരാജാവുമാണ് എന്നത് പലപ്പോഴും ആരും ഓർക്കാറില്ല എന്നതാണ് സത്യം. ഭാരതം സ്വതന്ത്രമായപ്പോൾ പഴയ രാജ്യങ്ങളിൽ കൊച്ചി തിരുവിതാംകൂർ എന്നീ രാജ്യങ്ങൾ അതേ പേരുകളിൽ ഇന്ത്യൻ യൂണിയനിൽ ലയിച്ചു. സാമൂതിരിയുടെ രാജ്യം ബ്രിട്ടീഷ് മലബാറിൽ ഉൾപ്പെട്ടു പോയി. ആ രാജവംശത്തിന്റെ ഭരണത്തിന് അന്ത്യം കുറിച്ചത് വിദേശ ശക്തികളുടെ കൈകൾ കൊണ്ടല്ല, നേരെമറിച്ച് മൈസൂറിലെ ഹൈദരലിയുടെയും ടിപ്പുസുൽത്താന്റെയും ആക്രമണങ്ങൾമൂലമാണ് എന്നതാണ് ചരിത്രത്തിലെ വിരോധാഭാസം.

ഗോദവർമ്മ തമ്പുരാന്റെ ദുഃസ്ഥിതി കണ്ട് മനസ്സലിഞ്ഞ പറങ്കികൾ തമ്പുരാനെ സഹായിക്കാൻ സ്വയം മുന്നോട്ടു വന്നുവെങ്കിലും, ശത്രുക്കളുടെ മുന്നിൽ അവരെക്കൊണ്ട് ചാടിക്കാൻ തമ്പുരാൻ ഇഷ്ടപ്പെട്ടില്ല. ഏറ്റുമുട്ടലുകളിൽ പങ്കെടുത്തു പരിചയമുള്ള ഫാക്ടറിയിലെ ക്ലർക്ക് ലോറൻസോയും സുഹൃത്തും മരുമകൻ തമ്പുരാന്റെ കൂടെ വരാൻ സന്നദ്ധത പ്രകടിപ്പിച്ചു. ഫാക്ടറിയിൽ ഉണ്ടായിരുന്ന ഏതാനും മാർച്ചട്ടകളും ശിരോകവചങ്ങളും തമ്പുരാനും മറ്റ് പ്രധാനപ്പെട്ട യോദ്ധാക്കൾക്കും അവർ നൽകി സഹായിച്ചു. നിർബന്ധം സഹിക്കാതെ കേരളവർമ അവരെ കൂടെ കൂട്ടി, ഒരു ഉപാധിയോടെ മാത്രം. തമ്പുരാൻ എപ്പോൾ അവരോട് തിരിച്ചു പോകാൻ പറയുന്നോ, മറുവാക്കില്ലാതെ അവർ കൊച്ചിയിലേക്ക് തിരിച്ചുപോകണം. പതിനായിരക്കണക്കിന് ശത്രുസൈനികരെ തടയാൻ കൊച്ചിയുടെ അയ്യായിരത്തി അഞ്ഞൂറ് വീരന്മാർ കടവിലേക്ക് യാത്രയായി. അഞ്ഞൂറോളം പടയാളികൾ കോവിലകത്തിന് കാവൽ നിന്നു. ഉണ്ണി ഗോദവർമ അഗ്നിപരീക്ഷണം നേരിടാൻ തയ്യാറായി.

അഞ്ചാം ഇന്ത്യൻ അർമഡാ

ഞായറാഴ്ച പള്ളിയിൽ കുർബാനയ്ക്കുശേഷം മരിയ അവളുടെ സഹോദരിയുമായി പള്ളിയിൽ കുറേനേരം സംസാരിച്ചു നിന്നു. മരിയ വീട്ടിലെത്തിയപ്പോഴേക്കും ദുവാർട്ടേയും ലിസ്സാർട്ടേയും വീട്ടിൽ നേരത്തെ എത്തിയിരുന്നു. അവളെ കണ്ടതും ലിസ്സ് പുഞ്ചിരിയോടെ അവളുടെ അടുത്ത് ചെന്ന് ചെവിയിൽ പറഞ്ഞു.

''മരിയമമ്മാ, പപ്പയോട് പള്ളിയിൽ എന്താണ് വിശേഷം ഉണ്ടായത് എന്ന് ചോദിച്ചു നോക്കൂ.''

''ദുവാർട്ടേ, ഇന്ന് പള്ളിയിൽ എന്താടാ വിശേഷം ഉണ്ടായത്?'' മരിയ ചോദിച്ചു.

''എന്തു വിശേഷം? മാസ് കഴിഞ്ഞ് തിരിച്ചുവന്നു. അത്രതന്നെ.'' എന്നിട്ടയാൾ സംശയത്തോടെ ലിസ്സിനെ നോക്കി ചോദിച്ചു.

''നീ പള്ളിയിൽ ഉണ്ടായിരുന്നോ? ഞാൻ വരുമ്പോൾ നീ വീട്ടിൽ ഉണ്ടല്ലോ?''

''ഞാൻ മാസ് കഴിഞ്ഞ് നേരെ വീട്ടിൽ വന്നു. പപ്പാ കൊയ്‌ലോ അങ്കിളിനോട് സംസാരിച്ച് നിൽക്കുന്നത് ഞാൻ കണ്ടു.''

''അതാണോ കാര്യം. ഞങ്ങൾ സംസാരിക്കുന്നത് നീ കേട്ടോ?''

''കേട്ടു.''

''വലിയവർ സംസാരിക്കുന്നത് ഒളിഞ്ഞു കേൾക്കുന്നത് തെറ്റാണെന്ന് അറിഞ്ഞുകൂടെ?''

''അതിനു ഞാൻ ഒളിഞ്ഞുകേട്ടതൊന്നുമല്ല. ആ അങ്കിൾ സ്വകാര്യം പറഞ്ഞാൽ തന്നെ സെന്റ് ജോർജ് കോട്ടവരെ കേൾക്കാം.'' അത് കേട്ടതും പച്ചേക്കോ ഉറക്കെ ചിരിച്ചു.

''കപ്പലിൽ തിരമാലകളുടെ ശബ്ദത്തിനിടെ നാവികരോട് ഉച്ചത്തിൽ സംസാരിച്ച് പാവം ക്യാപ്റ്റൻ നിക്കോളായ്ക്ക് മെല്ലെ സംസാരിക്കാൻ അറിയാതെയായി.''

''നിങ്ങൾ രണ്ടെണ്ണവും തമ്മിൽ തമ്മിൽ ഇങ്ങനെ സംസാരിച്ചു

കൊണ്ടിരുന്നാലെങ്ങനെയാ? ഞാനും കൂടി അറിയട്ടെടാ.'' മരിയയ്ക്ക് ദേഷ്യം പിടിച്ചു.

''അതോ, അടുത്തതായി ഇന്ത്യയിലേക്ക് പോകുന്നവരുടെ കൂട്ടത്തിൽ പപ്പയുടെയും പേരുണ്ട് എന്ന് അങ്കിൾ പറഞ്ഞു.'' അത് കേട്ടതും മരിയ രണ്ടു കൈകളും ചേർത്ത് പിടിച്ച് മുകളിലേക്ക് നോക്കി പ്രാർത്ഥിച്ചു.

''എന്റെ മേരിമാതാവേ നീ എന്റെ പ്രാർത്ഥന കേട്ടല്ലോ.''

''പ്രാർത്ഥന കേട്ടിട്ട് എന്ത് കാര്യം? ഞാൻ പോയിട്ട് വേണ്ടേ? ഞാൻ പോയാൽ മരിയയെ ആരു നോക്കും. വല്ലോരും പിടിച്ചു കൊണ്ടു പോയാലോ?''

''നീ പോകുന്നു. നീ പോണം.'' അവൾ പറഞ്ഞു.

''അപ്പോൾ ഞാനും പോകും. കഴിഞ്ഞപ്രാവശ്യം പോയവരുടെ കൂടെയെല്ലാം അവരുടെ ബന്ധുക്കൾ പോയിട്ടുണ്ട്.'' ലിസ്സ അവകാശ വാദമുന്നയിച്ചു.

''നീയും പൊയ്ക്കോളൂ.'' മരിയ പറഞ്ഞു. ''ഞാൻ ഈ സന്തോഷ വാർത്ത അറിയാൻ വേണ്ടി കാത്തിരിക്കുകയായിരുന്നു. ഇതൊന്നും അറിയാതെ തന്നെ ഞാനിന്ന് ഇസബെല്ലിനോട് കാര്യങ്ങളെല്ലാം പറഞ്ഞുറപ്പിച്ചു വെച്ചിട്ടുണ്ട്. എന്നെ അവളുടെ കൂടെ നിർത്താൻ അവൾ സമ്മതിച്ചു. ഇടയ്ക്ക് ഞങ്ങൾ രണ്ടുപേരും ഇവിടെയും വന്നു താമസിക്കും, ഏറെ ദിവസം പൂട്ടിയിട്ടാൽ വീട് നാശമായി പോകും.'' മരിയയുടെ കണ്ണുകൾ തിളങ്ങി. പച്ചേക്കോ ഒന്നും മിണ്ടാതെ മരിയയെ ചേർത്തുപിടിച്ചു.

''ഇതുപോലൊരു മമ്മയെ കിട്ടാൻ ഭാഗ്യം ചെയ്യണം.'' അയാൾ മെല്ലെ അവളുടെ ചെവിയിൽ പറഞ്ഞു.

വാസ്കോഡ ഗാമയുടെ രണ്ടാംവരവ് ഇന്ത്യയിൽ എന്ത് പ്രശ്നം ഉണ്ടാക്കി എന്നൊന്നുമറിയാതെ അടുത്ത ദൗത്യത്തിനുള്ള ഏർപ്പാടുകൾക്ക് മാനുവൽ രാജാവ് തുടക്കമിട്ടു. അവിടെ കാര്യങ്ങൾ എല്ലാം നല്ല നിലയിൽ നടന്നിരിക്കും എന്ന ശുഭാപ്തിവിശ്വാസത്തോടെ ചെറിയ ഒരു സംഘത്തിനെ അയയ്ക്കാനാണ് തീരുമാനിച്ചത്. ജോൺ രണ്ടാമൻ രാജാവിന്റെ വിശ്വസ്തനായ അഫോൺസോ അൽബുക്കർക്കിന് അവസാനം ദൗത്യം നയിക്കുവാനുള്ള ഭാഗ്യം ലഭിച്ചു. അദ്ദേഹത്തിന്റെ ബന്ധുവായ ഫ്രാൻസിസ്കോ അൽബുക്കർക്കിനെ വൈസ്ക്യാപ്റ്റൻ മേജർ ആയി നിർദ്ദേശിച്ചു, പ്രഗത്ഭനായ നാവികൻ നിക്കോളായ് കോയിലോയെ സംഘത്തിൽ ഉൾപ്പെടുത്തി. കൊയിലോവിന് അത് മൂന്നാമത്തെ ഇന്ത്യൻ യാത്രയായിരുന്നു. കപ്പൽ വ്യൂഹത്തിലെ 350 ടൺ ശേഷിയുള്ള ഏറ്റവും വലിയ കപ്പലായ 'എസ്പിരിറ്റോ സാൻറ്റോവിന്റെ' ക്യാപ്റ്റൻ ദുവാർട്ടേ പച്ചേയ്ക്കോ ആയിരുന്നു. വാസ്കോഡ ഗാമ തിരിച്ചു വരാത്തതിനാൽ അവിടെ നടന്ന സംഭവങ്ങൾ ഒന്നും പോർച്ചുഗലിൽ അറിഞ്ഞിരുന്നില്ല.

ജോവാവോ നോവയുടെ ദൗത്യം പോലെ സാധാരണ ഒരു കച്ചവട യാത്ര മാത്രമായിരുന്നു അവരുടെ ലക്ഷ്യം. ഏപ്രിൽ മാസം ആദ്യ വാരത്തിൽ പോകുന്ന രീതിയിൽ ആയിരുന്നു ഒരുക്കങ്ങൾ നടന്നിരുന്നത്. അതിനുമുമ്പേ ഗാമ തിരിച്ചുവരുമെന്ന് ഒരു കണക്കുകൂട്ടൽ വച്ചുകൊണ്ടാണ് കാര്യങ്ങൾ മുന്നോട്ടു പോയത്.

സാമൂതിരിയുമായി ഒരു യുദ്ധ പ്രഖ്യാപനം ഉണ്ടായതും അവിടെ നടന്ന കൂട്ടക്കൊലയും മറ്റു സംഭവങ്ങളെന്നും ആരും അറിഞ്ഞിരുന്നില്ല.

പുറപ്പെടുന്നതിനു മുമ്പ് തന്റെ കാര്യാലയത്തിലെ ജോലികളെല്ലാം തീർത്തു കൊട്ടാരത്തിൽനിന്നും ഇറങ്ങിയ പച്ചേക്കോവിനെ പിറകിൽ നിന്നും ആരോ വിളിച്ചു.

''ഇസ്പാരിയും മിന്യൂട്ട് സെന്യൂർ'' (ഒരു നിമിഷം സർ)

ശുദ്ധമായി പോർച്ചുഗീസ് ഭാഷയിൽ അയാൾ ഇതുവരെ കേൾക്കാത്ത ഒരു കൊഞ്ചലിന്റെ ഈണത്തിൽ ആയിരുന്നു ആ ശബ്ദം. അയാൾ തിരിഞ്ഞു നോക്കിയപ്പോൾ പിറകിൽ ഒരു ചെറുപ്പക്കാരൻ ധൃതിയിൽ നടന്നുവരികയായിരുന്നു. നാട്ടുകാരനോ ആഫ്രിക്കനോ അല്ല, പക്ഷേ എവിടെയോ കണ്ടപോലെ തോന്നി. ഗാമയെ യാത്രയയയ്ക്കാൻ ചെന്നപ്പോൾ സാന്റാ മരിയ പള്ളിയിൽ മാനുവൽ രാജാവിന്റെ കൂടെ ഉണ്ടായിരുന്ന പയ്യനാണ് അത് എന്ന് അയാൾക്ക് ഓർമ്മ വന്നു. ഈണമുള്ള സ്വരത്തിൽ ആ യുവാവ് തുടർന്നു.

''ഞാൻ കൃഷ്ണനുണ്ണി. കൊച്ചിയിൽ നിന്നും ക്യാപ്റ്റൻ മേജർ കബ്രാളിന്റെ കൂടെ ലിസ്ബണിൽ വന്നതാണ്. താങ്കൾ അടുത്ത ആഴ്ചയിൽ കൊച്ചിയിലേക്ക് പോകുന്നു എന്ന് ഞാൻ കേട്ടിരുന്നു. എനിക്കൊരു ചെറിയ സഹായം ചെയ്യുമോ എന്ന് ചോദിക്കാൻ വന്നതാണ്.'' തെറ്റുകൂടാതെ നല്ല മധുരമായ ശബ്ദത്തിൽ അവൻ പോർച്ചുഗീസ് ഭാഷ സംസാരിക്കുന്നത് കണ്ടു പച്ചേക്കോവിന് അത്ഭുതമായി.

''ഒരു വർഷം കൊണ്ട് നിങ്ങൾ ഞങ്ങളുടെ ഭാഷ ഇത്ര നന്നായി സംസാരിക്കാൻ പഠിച്ചോ? അത്ഭുതമായിരിക്കുന്നു. ഞാൻ നിങ്ങൾക്ക് എന്ത് സഹായമാണ് ചെയ്യേണ്ടത്?''

''ഞാൻ അധികം വലിപ്പമില്ലാത്ത ഒരു പെട്ടിയും ഒരു കത്തും താങ്കളെ ഏൽപ്പിച്ചാൽ, അത് കൊച്ചിയിലെ നിങ്ങടെ ഫാക്ടറിയിലെ ഒരു കൊച്ചിക്കാരനെ ഏൽപ്പിക്കാൻ വിരോധമുണ്ടോ?''

പച്ചേക്കോ ഒന്ന് ആലോചിച്ചു. ''ആ പെട്ടിയിൽ, എന്താണ് ഉള്ളത് എന്നും കത്തിൽ എന്താണ് എഴുതിയിരിക്കുന്നത് എന്നും എന്നെ അറിയിച്ചാൽ ഞാൻ നിങ്ങളെ സഹായിക്കാം. ഞാൻ രാജാവിന്റെ ആജ്ഞപ്രകാരം പോകുന്ന ആളാണെന്ന് താങ്കൾക്ക് അറിയാമല്ലോ, രാജ്യത്തിന്റെ താൽപര്യങ്ങൾക്ക് എതിരായ കാര്യങ്ങൾ ഞാൻ ചെയ്യാൻ പാടില്ല എന്നതുകൊണ്ടാണ് ഞാൻ ഇത്

പറയുന്നത്.'' പച്ചേക്കോവിന്റെ ഗാംഭീര്യമുള്ള രൂപം നോക്കി മന്ദഹാസത്തോടെ കൃഷ്ണനുണ്ണി പറഞ്ഞു.

''താങ്കൾ വളരെ തുറന്ന മനസ്സുള്ള ഒരാളാണ്. പെട്ടിയിൽ പോർച്ചുഗീസ് രീതിയിൽ പണിത കുറച്ച് സ്വർണ്ണാഭരണങ്ങളാണ്. കൊച്ചിയിൽ ഞാൻ ഉണ്ടായിരുന്നപ്പോൾ താമസിച്ച വീട്ടിൽ കൊടുക്കാനാണ്. കത്ത് എന്റെ കൂടെ വന്ന് അഡ്മിറൽ ഗാമയുടെ കൂടെ കൊച്ചിയിലേക്ക് പോയ സുഹൃത്തിനാണ്.''

''സ്വർണാഭരണങ്ങൾ നിങ്ങളുടെ കാമുകിക്കാണോ?'' പച്ചേക്കോ കളിയായി പറഞ്ഞു.

''അതിലൊരെണ്ണം ഒരു പെൺകുട്ടിക്കാണ്. അവൾ എന്നെ സ്നേഹിച്ചിരുന്നു, പക്ഷേ ഞാൻ അവളെ എന്റെ സഹോദരിയായി മാത്രമേ കണ്ടിരുന്നുള്ളൂ. വേറെ ഉള്ളത് എന്റെ അമ്മയ്ക്കും അമ്മയുടെ സഹോദരിക്കും. എന്റെ അമ്മയുടെ സഹോദരി കൊച്ചിയിലെ രാജാവിന്റെ ഭാര്യയാണ്.''

''രാജാവിന്റെ ബന്ധുവായ ആൾ എങ്ങനെ ഇവിടെ വന്നു?''

''ക്യാപ്റ്റൻ മേജറിന് അബദ്ധം പറ്റിയതാണ്. പക്ഷേ ഇവിടെ വന്നപ്പോൾ അതു നന്നായി എന്ന് എനിക്ക് തോന്നി.''

''നിങ്ങൾക്ക് ഇവിടെയൊക്കെ ഇഷ്ടപ്പെട്ടോ?''

''ചെറുപ്പം മുതൽ തന്നെ എനിക്ക് പുതിയ നാടുകളും പുതിയ ആൾക്കാരെയും പരിചയപ്പെടാൻ ഇഷ്ടമാണ്. ദൈവം എന്റെ ആഗ്രഹം സാധിച്ചു തന്നു.'' സാധനങ്ങൾ കപ്പൽ പുറപ്പെടുന്ന സ്ഥലത്ത് കൊണ്ടു തരാമെന്ന് പറഞ്ഞ് കൃഷ്ണനുണ്ണി യാത്ര പറഞ്ഞു.

ഏപ്രിൽ മാസം ആറാം തീയതി അഫോൺസോ ആൽബുക്കർക്കിന്റെ നേതൃത്വത്തിലുള്ള മൂന്ന് കപ്പലുകൾ തുറമുഖത്ത് നിന്ന് പുറപ്പെട്ടു. അപ്രധാനമായ യാത്രയായതുകാരണം രാജാവും മറ്റു സഭാംഗങ്ങളും യാത്രയയ്ക്കാൻ വന്നില്ല, നാട്ടുകാർ മാത്രമേ ഉണ്ടായിരുന്നുള്ളൂ. ലിസ്സാർട്ടെയ്ക്ക് പതിന്നാലാം തീയതി പുറപ്പെടുന്ന ഫ്രാൻസിസ്കോ അൽബുക്കർക്കിന്റെ നേതൃത്വത്തിലുള്ള മൂന്ന് കപ്പലുകളിൽ നിക്കോളായ് കൊയ്ലോവിന്റെ കപ്പലിലായിരുന്നു പോകേണ്ടിയിരുന്നത്. പച്ചേക്കോവിനെ യാത്രയയയ്ക്കാൻ അവനും മരിയയും വന്നിരുന്നു. കൃഷ്ണനുണ്ണി പെട്ടിയും കത്തും പച്ചേക്കോവിനെ ഏൽപ്പിച്ചു. മൂന്ന് കപ്പലുകളും തുറമുഖത്തിൽ നിന്നും യാത്രയായി. ലിസ്സ് മരിയയെ വീട്ടിൽ പൊക്കോളാൻ പറഞ്ഞ് അവന്റെ യാത്രയ്ക്കുള്ള അത്യാവശ്യ സാധനങ്ങൾ വാങ്ങാൻ വേണ്ടി പോയി. തിരിച്ച് നടക്കുമ്പോൾ, മരിയയുടെ കണ്ണുകൾ നിറഞ്ഞിരുന്നു.

''നിങ്ങൾ സെന്യൂറിന്റെ ആരാണ്?'' ആരോ ചോദിച്ച ശബ്ദം കേട്ട് അവൾ തല ഉയർത്തി നോക്കി, പുഞ്ചിരിച്ചുകൊണ്ട് നിൽക്കുന്ന കൃഷ്ണനുണ്ണിയുടെ മുഖമായിരുന്നു അവൾ കണ്ടത്.

''അമ്മയാണ്.''

''സഹോദരി ആണെന്നേ തോന്നുകയുള്ളൂ.'' അവൻ പറഞ്ഞു. ''ഞാൻ കൊച്ചിയിലുള്ള എന്റെ വീട്ടിലേക്ക് കൊടുക്കാൻ കുറച്ചു സാധനങ്ങൾ സെന്യൂർ പച്ചേക്കോവിനെ ഏൽപ്പിക്കാൻ വന്നതാണ്.''

''നിന്റെ വീട്ടിൽ ആരൊക്കെയുണ്ട്?'' മരിയ ചോദിച്ചു.

''വീട്ടിൽ അമ്മയും അമ്മാവനും ഉണ്ട്. ആരോടും പറയാതെ വന്നതല്ലേ? അവർക്ക് വിഷമം കാണും. ഒറ്റയ്ക്ക് നടക്കണ്ട വീട് വരെ ഞാനും വരാം.'' അവൻ പറഞ്ഞു. അവന്റെ മൃദുവായ സംസാരവും മാന്യമായ പെരുമാറ്റവും മരിയയ്ക്ക് ഇഷ്ടപ്പെട്ടു.

''കൊച്ചി എന്ന് പറയുന്നതാണോ ഇന്ത്യ? അവിടെ എന്റെ മോന് നല്ല ഭക്ഷണം എല്ലാം കഴിക്കാൻ കിട്ടുമോ?''

''സസ്യാഹാരങ്ങൾ കഴിക്കുന്നവർക്ക് എല്ലാം അവിടെ കിട്ടും. മാംസാഹാരം കഴിക്കുന്നവർക്ക് പശുവിന്റെ മാംസം കിട്ടില്ല. കാരണം പശുവിനെ കൊല്ലുന്നത് ഞങ്ങടെ നാട്ടിൽ പാപമാണ്, അങ്ങനെ ചെയ്താൽ കടുത്ത ശിക്ഷ കിട്ടും. പിന്നെ ഭക്ഷണം നല്ല എരിവായിരിക്കും.''

''അവിടെ പള്ളികളൊക്കെ ഉണ്ടോ മോനേ? എന്റെ മോൻ എവിടെ പോയി പ്രാർത്ഥിക്കും?''

''മമ്മാ, അവിടെ ക്രിസ്ത്യാനികളുണ്ട് മുസൽമാനുണ്ട്, ജൂതരുണ്ട്, ബുദ്ധമതക്കാർ ഉണ്ട്, എല്ലാർക്കും പ്രാർത്ഥനാലയങ്ങളും ഉണ്ട്. എല്ലാരും വഴക്കില്ലാതെ അവിടെ ഒരുമിച്ചു കഴിയുന്നു. രാജാക്കന്മാരും ഭൂരിപക്ഷം പ്രജകളും ഹിന്ദുക്കളാണ് എങ്കിലും അവർ വളരെ സ്നേഹത്തോടെയാണ് മറ്റുള്ളവരോട് പെരുമാറുന്നത്.''

''ഇതെല്ലം കേൾക്കാൻ എന്ത് രസമാണ്? ഞാൻ ഒരു ആണായി പിറന്നിരുന്നെങ്കിൽ എനിക്കും അങ്ങോട്ടുവന്ന് എല്ലാം കാണാമായിരുന്നു. നീ ഇടയ്ക്കിടയ്ക്ക് വീട്ടിൽ വാ, അവിടുത്തെ കാര്യങ്ങളെല്ലാം എനിക്ക് വിസ്തരിച്ചു പറഞ്ഞതാ. ഞാൻ പോയില്ലെങ്കിലും എന്റെ മക്കൾ പോകുന്ന സ്ഥലത്തെപ്പറ്റി എനിക്ക് കേട്ട് അറിയാമല്ലോ? എന്നിട്ട് അവർ തിരിച്ചു വരുമ്പോൾ ഞാനവിടെ പോയതുപോലെ അവിടുത്തെ കാര്യങ്ങളെല്ലാം അവരോട് പറയും.'' കൊച്ചുകുട്ടികളെപ്പോലെ മരിയ ചിരിച്ചു.

കൃഷ്ണനുണ്ണിക്കും അവരെ വളരെ ഇഷ്ടമായി, വേഷവും ഭാഷയും വ്യത്യസ്തമാണെങ്കിലും ലോകത്തിലുള്ള മനുഷ്യർ എല്ലാം ഒരേ പോലെയാണ് അവൻ ചിന്തിച്ചു. മരിയയെ വീട്ടിൽ കൊണ്ടാക്കി അവൻ യാത്ര പറഞ്ഞു.

''വെറുതെ പറഞ്ഞാൽ പോരാ, സത്യമായും നീ വീട്ടിൽ വരണം കേട്ടോ?'' പുറകെ മരിയയുടെ ശബ്ദം കേട്ട് അവൻ പുഞ്ചിരിയോടെ നടന്നു.

ഇടപ്പള്ളി കടവ്

അഞ്ഞൂറു വർഷങ്ങൾക്കു മുമ്പ് കൊച്ചിയിലെ ഭൂപ്രദേശങ്ങളും കാലാവസ്ഥയും അന്തരീക്ഷവും ഇന്ന് കാണുന്നതിനേക്കാൾ വ്യത്യസ്തമായിരുന്നു. കടലും കായലും തോടുകളും പുഴകളും പാടങ്ങളും പ്രകൃതിയുടെ വികൃതികൾ കൊണ്ടും മനുഷ്യ ഇടപെടലുകൾ കൊണ്ടും വളരെ മാറിയിട്ടുണ്ട്. ഇടപ്പള്ളി കടവ്, നമ്മൾ ഇപ്പോൾ കാണുന്ന ഇടപ്പള്ളിയിൽ അല്ല, മറിച്ച് ഇടപ്പള്ളിരാജ്യത്തിനും കൊച്ചിരാജ്യത്തിനും ഇടയിലുള്ള അതിർത്തിയിലാണ്. പുഴയുടെ കൊച്ചി ഭാഗത്തിലെ തീരം ഉയർന്ന സ്ഥലമാണ്. പുഴയുടെ താരതമ്യേനേ വീതിയും ആഴവും കുറഞ്ഞ പ്രദേശമാണ്, കോഴിക്കോട് സൈന്യം പുഴ കടക്കാൻ തിരഞ്ഞെടുത്തത്. കൊച്ചിയെ സംരക്ഷിക്കാൻ പോർച്ചുഗീസ് കപ്പലുകൾ ഇല്ല എന്നറിഞ്ഞതിനാൽ, കര സൈന്യത്തിന് ആണ് കൂടുതൽ പ്രാമുഖ്യം കൊടുത്തത്. എണ്ണത്തിൽ കുറവാണെങ്കിലും ഉയരം കൂടിയ സ്ഥലത്ത് നിൽക്കുന്നത് കൊച്ചിപട്ടാളത്തിന് മുൻതൂക്കമായിരുന്നു. രണ്ടു സൈന്യങ്ങളുടെയും നിലപാടിൽ അനുകൂലവും പ്രതികൂലവുമായ സാഹചര്യങ്ങൾ ഉണ്ടായിരുന്നു. കോഴിക്കോട് സൈന്യങ്ങൾ നിന്നിരുന്ന സ്ഥലം താഴ്ന്നതാണെങ്കിലും അവിടെ ധാരാളം തണൽമരങ്ങൾ ഉണ്ടായിരുന്നു. മരക്കൂട്ടത്തിനു പിറകിൽ പാടമാണ്. ഭക്ഷണ സാധനങ്ങൾ എത്തിക്കാനും പുഴയിലെ ജലം ഉപയോഗിക്കാനും അവർക്ക് സൗകര്യമായിരുന്നു. കൊച്ചി ഭാഗത്തെ കര, പുഴയുടെ ഉയരേയായതിനാൽ കുടിവെള്ളം അവർക്ക് സംഭരിച്ചു വയ്ക്കേണ്ടി വന്നു, അവർ നിന്നിരുന്ന സ്ഥലത്തിന് പിറകിൽ ഒരു പഴയ തെങ്ങിൻതോപ്പ് ആയിരുന്നു, വൃക്ഷങ്ങൾക്ക് നല്ല ഉയരം ഉണ്ടായിരുന്നതിനാൽ മീനച്ചൂടിൽനിന്നും ആശ്വാസമേകാൻ അവർക്ക് പന്തലുകളും കൂടാരങ്ങളും ആവശ്യമായിവന്നു. മരുമകൻ തമ്പുരാൻ തന്റെ കുറച്ച് സൈനികരെ, അമ്പതു പേർ അടങ്ങുന്ന മൂന്നു വരികളായി ഒന്നിനു പിറകെ ഒന്നായി നിർത്തി. അവരുടെ എല്ലാവരുടെയും കയ്യിൽ വില്ലും പുറകെ കെട്ടി വെച്ചിരുന്ന ആവനാഴിയിൽ ശരങ്ങളും ഉണ്ടായിരുന്നു. പിറകെയുള്ള വരിയിലെ ഭടന്മാർക്ക് മുൻപോട്ടു കയറി

വരാൻ സ്ഥലം വിട്ടാണ് ആദ്യം നിന്നവർ അണിനിരന്നത്. മുന്നിൽ നിന്നവരുടെ അമ്പുകൾ തീരുമ്പോൾ അവർ പിറകോട്ട് ഇറങ്ങിവരും. അവരുടെ പിറകെ നിൽക്കുന്നവർ മുന്നോട്ടു പോകും. അവരുടെ പിറകിൽ മൂന്നാമത് വരിക്കാർ അണിനിരക്കും. അമ്പുകൾ തീർന്നവർക്ക് സഹായികൾ അവരുടെ ആവനാഴികൾ നിറച്ചു കൊടുക്കും. അവർ രണ്ടാമത്തെ വരിയുടെ പിറകിൽ അണിനിരക്കും. അങ്ങനെ യന്ത്രംപോലെ വില്ലാളികൾ നീങ്ങി. സാമൂതിരിയുടെ സൈനികർ പുഴയിൽ ഇറങ്ങുമ്പോൾ ശരമാരിയാണ് അവരെ വരവേറ്റത്. അതിൽ നിന്നും രക്ഷപ്പെട്ടവർ ആരെങ്കിലും കൊച്ചി കടവിലേക്ക് അടുത്താൽ, കൂടകളിൽ മൂർച്ചയുള്ള കല്ലുകളുമായി, വിദഗ്ധരായ ഏറ്കാരെ തമ്പുരാൻ നിർത്തിയിരുന്നു. കടവ് കയറ്റത്തിൽ ആയതിനാൽ കയറിവരുമ്പോൾ ശത്രുക്കൾക്ക് പരിച ഉപയോഗിക്കുവാൻ പരിമിതി ഉണ്ടായിരുന്നു. അതും ഭേദിച്ച് വരുന്നവരെ നേരിടാൻ തോക്കുകളുമായി പോർച്ചുഗീസ് കോട്ടയിലെ ക്ലർക്ക് ലോറൻസോയും അയാളുടെ സുഹൃത്ത് അൾവാരോയും തയ്യാറായി നിന്നു. അവരുടെ പിറകിലായി വാളുകളുമായി കൊച്ചിയിലെ സൈനികരെ തമ്പുരാൻ നിർത്തിയിരുന്നു. ഇത്രയും ചിട്ടയായ ഒരു പ്രതിരോധം കോഴിക്കോട് സൈന്യത്തെ നയിച്ചിരുന്ന ഏറാൾപ്പാട് നമ്പ്യാതിരിയും വെട്ടത്ത് രാജാവും എടപ്പള്ളി തമ്പുരാനും ഒട്ടും പ്രതീക്ഷിച്ചിരുന്നില്ല. അടുത്ത ദിവസങ്ങളിലും ഈ നില തുടർന്നു.

സാമൂതിരി തമ്പുരാനും യുദ്ധരംഗത്ത് സന്നിഹിതനായിരുന്നു. സൈന്യം നിലയുറപ്പിച്ച സ്ഥലത്തുനിന്ന് അല്പം ദൂരെ മരത്തണലിൽ അദ്ദേഹത്തിനായി ഒരു കൂടാരം നിർമ്മിച്ചിരുന്നു.

''ഇവിടെയല്ലാതെ കടവ് കടക്കാൻ വേറെ സ്ഥലം ഒന്നും ഇല്ലേ?'' സാമൂതിരി ഒരു ദിവസം ഇടപ്പള്ളി രാജാവിനോട് ചോദിച്ചു.

''രണ്ടു കരകളും തമ്മിൽ ഏറ്റവും അകലം കുറഞ്ഞ ഭാഗം ഇവിടെയാണ്, കൂടാതെ ഇവിടെ പുഴയിൽ മാറ് അറ്റം വരെ മാത്രമേ വെള്ളം ഉള്ളൂ. തോണിയുടെ സഹായമില്ലാതെ മറുകരയിലേക്ക് നടന്നുപോകാൻ ഇവിടുന്ന് മാത്രമേ സാധിക്കുകയുള്ളൂ.''

''കുറച്ചു പടവുകൾ കൊണ്ടുവന്ന് അവയിൽ ആളെ കേറ്റി അക്കരെ എത്തിക്കാൻ സാധിക്കുമോ?'' വെട്ടത്ത് തമ്പുരാൻ ചോദിച്ചു.

''അവർ നിൽക്കുന്നതിന് ഇരുവശത്തേക്കും ഒരേസമയം പടവുകൾ പുറപ്പെട്ടാൽ അവർക്ക് നടുവിൽ നിൽക്കുന്ന ഭടന്മാരെ ഇരുവശത്തേക്കും അയയ്ക്കേണ്ടിവരും. അപ്പോൾ നടുഭാഗത്ത് ആളു കുറയും. മൂന്നു സ്ഥലങ്ങളിൽ ഒരേ സമയം ആക്രമിക്കുമ്പോൾ നമുക്ക് കാര്യം നേടാൻ ആവും.'' ഏറാൾപ്പാട് പറഞ്ഞു.

''അത് നല്ലൊരു നിർദ്ദേശമാണ്, നാളെ കഴിഞ്ഞ് മറ്റന്നാൾ നമുക്ക് അത് പ്രാവർത്തികമാക്കാം. നാളത്തെ ആക്രമണം അല്പം

ഉദാസീനമാക്കാം. വെറുതെ നമ്മുടെ ഭടന്മാരെ ക്ഷീണിപ്പിക്കേണ്ട ആവശ്യമില്ലല്ലോ. ഇടപ്പള്ളി രാജാവ് മറ്റന്നാൾ പത്ത് പടവുകൾ തയ്യാറാക്കിക്കൊള്ളൂ.'' സാമൂതിരിപ്പാട് ആജ്ഞാപിച്ചു.

''തമ്പുരാനെ ഒറ്റയ്ക്കാക്കി പോകാൻ വിഷമമുണ്ട്, തമ്പുരാൻ വളരെ ജാഗ്രതയോടെ ഇരിക്കണം.'' ഇടിക്കേളമേനോൻ പറഞ്ഞു. അതുകേട്ട് തമ്പുരാൻ ഒന്ന് ചിരിച്ചു.

''ഒന്നും പേടിക്കേണ്ട. എനിക്കൊന്നും സംഭവിക്കില്ല. ഞാൻ ഒറ്റയ്ക്ക് അല്ലല്ലോ, കൂടെ അനിയന്മാർ ഉണ്ട്, കൊച്ചിയിലെ തെരഞ്ഞെടുത്ത നായന്മാർ ഉണ്ട്. നിങ്ങൾ ജാഗ്രതയായി പോവുക. എനിക്ക് നിങ്ങളെ ആലോചിച്ചാണ് ഭയം. കോഴിക്കോട്ടെ ചാരന്മാർ ധാരാളം കൊച്ചിയിലുണ്ട്. സൂക്ഷിക്കുക. എന്റെ ഊഹം ശരിയാണെങ്കിൽ നമ്മൾ വിചാരിച്ചപോലെ കാര്യങ്ങൾ നീങ്ങും.''

''ഭഗവതി അനുഗ്രഹിക്കട്ടെ.'' മേനോനും കൂട്ടുകാരും യാത്ര പറഞ്ഞിറങ്ങി.

അടുത്തദിവസം അതിരാവിലെ കേരളവർമ്മ അവർ തമ്പടിച്ച സ്ഥലത്തിന് പിറകെയുള്ള തെങ്ങിൻപറമ്പിൽ ചുറ്റിക്കറങ്ങി നോക്കി. തുലാമഴയിൽ ഇടിവെട്ടി മണ്ട പോയ നാലഞ്ച് തെങ്ങുകൾ ആ തെങ്ങിൻതോപ്പിൽ നിന്നിരുന്നു. കുറച്ച് ഭടന്മാരെ വിളിച്ച് തമ്പുരാൻ ആ മരങ്ങളുടെ കട വെട്ടി അവയെ താഴെ വീഴ്ത്തി. അവ ഉരുട്ടി കൊണ്ടുവന്ന് ആദ്യദിവസം വില്ലാളികളെ നിർത്തിയ ഇടത്ത് അവയെ നീളത്തിൽ ഒരു വരമ്പ് പോലെ വെച്ചു. തടികൾ താഴെ ഉരുണ്ടു പോകാത്ത രീതിയിൽ മുഴുവൻ നീളത്തിലും മണ്ണിൽ കുറ്റിയടിച്ച് അവയ്ക്ക് തട വെച്ചു. രാവിലെ എതിർവശത്ത് കാര്യമായ പടനീക്കം ഒന്നും ഉണ്ടായില്ല. കുറെ കോഴിക്കോട് സൈനികർ പുഴയിലേക്ക് ഇറങ്ങാൻ ശ്രമിച്ചുവെങ്കിലും അമ്പുകളുടെ പെരുമഴ കണ്ടതും അവർ തിരിച്ചു കയറി. ഇരുവശത്തും കൊടുങ്കാറ്റ് വരുന്നതിനു മുമ്പുള്ള മൂകതയായിരുന്നു. നേരം ഇരുട്ടി തുടങ്ങി, കൊച്ചിയിലേക്ക് പോയവർ ഇതുവരെയും തിരിച്ചു വരാത്തതിൽ തമ്പുരാന് ആശങ്ക ഉണ്ടായി. അത് ദൂരീകരിച്ചുകൊണ്ട് കുടമണികളുടെ ശബ്ദം കേട്ടു, പിറകിൽനിന്നും രണ്ട് കാളവണ്ടികൾ വരുന്നുണ്ടായിരുന്നു. കൂടില്ലാത്ത തുറന്ന വണ്ടികളിൽ വൈക്കോൽക്കൂമ്പാരങ്ങൾ ആയിരുന്നു. വണ്ടിയിൽനിന്നും മേനോൻ ലോറൻസോ, അൽവാരോ എന്നിവർ ഇറങ്ങിവന്നതും തമ്പുരാന്റെ മുഖം പ്രസന്നമായി.

''ഞാൻ ചെയ്തത് ഒരു സാഹസമായി പോയോ എന്ന് ഞാൻ വിഷമിച്ചിരിക്കുകയായിരുന്നു. നിങ്ങൾക്ക് കുഴപ്പമൊന്നും ഉണ്ടായില്ലല്ലോ ഭാഗ്യം.'' തമ്പുരാൻ പറഞ്ഞു.

''ഇവിടെ എന്തിനാ തടി മുറിച്ച് നീളത്തിൽ ഇട്ടിരിക്കുന്നത്?'' മേനോൻ ചോദിച്ചു.

''അതൊക്കെ രാത്രി പറയാം. നിങ്ങൾ ഭക്ഷണം ഒന്നും കഴിച്ചു കാണില്ല, നമുക്ക് എന്തെങ്കിലും കഴിക്കാം. നിങ്ങൾക്ക് തരാൻ വലിയ വിഭവങ്ങൾ ഒന്നുമില്ല.'' തമ്പുരാന് സങ്കടമായി.

''ഞങ്ങൾ ഫാക്ടറിയിൽ നിന്നും ഭക്ഷണം കഴിച്ചു. പക്ഷേ മേനോൻ കഴിച്ചിട്ടില്ല.'' ലോറൻസോ പറഞ്ഞു. ഭക്ഷണം കഴിഞ്ഞ് അവർ എല്ലാവരും സംസാരിച്ചുകൊണ്ടിരുന്നു. നായർ പടയാളികൾ കിടക്കാനുള്ള തയ്യാറെടുപ്പ് ആയി, മരുമകൻ തമ്പുരാൻ അവരുടെ സൗകര്യങ്ങൾ അന്വേഷിച്ചു കൊണ്ടും അവരുമായി നർമ്മ സംഭാഷണങ്ങൾ നടത്തിയും അവരുടെ കൂടെ തന്നെ ആയിരുന്നു.

''എന്ത് നല്ല മനുഷ്യൻ, ഇതുപോലെ സ്നേഹമുള്ള ഒരു ക്യാപ്റ്റനെ കിട്ടാൻ ഞങ്ങടെ നാട്ടിൽ വിഷമമാണ്.'' അൽവാരോ പറഞ്ഞു.

''സൈനികർക്കെല്ലാം അദ്ദേഹത്തെ വളരെ ഇഷ്ടമാണ്. ഇവരിൽ കുറെപ്പേർ ചാവേറുകൾ ആണ്.'' മേനോൻ പറഞ്ഞു.

''ചാവേർ എന്ന് പറഞ്ഞാൽ എന്താണ് അർത്ഥം?'' ലോറൻസോ ചോദിച്ചു.

''നായർഭടന്മാരുടെ ഇടയിൽ കുടിപ്പക എന്ന സമ്പ്രദായമുണ്ട്. അവരുടെ നേതാവിന് എന്തെങ്കിലും സംഭവിച്ചാൽ അതിന് കാരണക്കാരായവരോട് അവർ സ്വന്തം ജീവൻ വെടിഞ്ഞാലും പ്രതികാരം ചെയ്യും. ഇന്ന് ഭക്ഷണം കഴിച്ചപ്പോൾ ചില നായന്മാർ തമ്പുരാന്റെ കയ്യിൽനിന്നും ഒരു ഉരുള ചോറ് വാങ്ങി ഭക്ഷിച്ചത് നിങ്ങൾ ശ്രദ്ധിച്ചോ? തമ്പുരാനുവേണ്ടി ജീവൻ കളയാൻ തയ്യാറായ ചാവേറുകൾ ആണ് അവർ. അവരുടെ കടമ ഓർമ്മിക്കാൻ വേണ്ടി അവർ അങ്ങനെ ഇടയ്ക്കു ചെയ്യാറുണ്ട്. നേതാവിന് എന്തെങ്കിലും സംഭവിച്ചാൽ, ചാവേറുകൾ അവരുടെ തലമുണ്ഡനം ചെയ്ത് ശരീരത്തിലെ പുരികം അടക്കമുള്ള രോമങ്ങൾ വടിച്ചു കളഞ്ഞ് സ്വന്തം വീട്ടിൽ യാത്ര പോലും പറയാതെ ശത്രുവിനെ തേടി പോകും. പ്രതികാരം ചെയ്താൽ മാത്രമേ തിരിച്ചുവരവുള്ളൂ.

''അതിശയമായിരിക്കുന്നു ഓരോ ആചാരങ്ങൾ.'' അൽവാരോ പറഞ്ഞു.

നായന്മാരെല്ലാം ഉറങ്ങാൻ കിടന്ന ശേഷം തമ്പുരാൻ അവരുടെ അരികിലേക്ക് വന്നു.

''കഷ്ടം തന്നെ. ഇങ്ങോട്ട് വരുമ്പോൾ പുറത്ത് കെട്ടി വെച്ച് കൊണ്ടുവന്ന ഓലപ്പായയിൽ കിടന്ന്, അവരവരുടെ ഭാണ്ഡങ്ങൾ തലയണയായി വെച്ച്, ഉടുമുണ്ട് പുതച്ചു കിടന്നുറങ്ങുന്ന പാവങ്ങൾ. കുളിച്ചിട്ട് രണ്ടു ദിവസമായി, മേലാകെ മണ്ണും പൊടിയുമാണ്. ജീവിതമാർഗത്തിനായി മനുഷ്യൻ എന്തൊക്കെ പാടാണ് പെടുന്നത്? ഓർക്കുമ്പോൾ വിഷമം തോന്നുന്നു.'' തമ്പുരാന്റെ ശബ്ദത്തിൽ ഇടർച്ച ഉണ്ടായിരുന്നു. ''ഈശ്വരന്റെ സൃഷ്ടിയിൽ മനുഷ്യനും ഒരു

മൃഗം തന്നെയല്ലേ? ആനയും കാളയും എല്ലാം തമ്മിൽ തമ്മിൽ യുദ്ധം ചെയ്യുന്നത് കണ്ടിട്ടില്ല? വിശേഷമായ അറിവ് ലഭിച്ചാലും മനുഷ്യന്റെ ഉള്ളിലെ മൃഗം അവനെ യുദ്ധത്തിന് പ്രേരിപ്പിക്കുന്നു. ഈ യുദ്ധം നമ്മൾ തുടങ്ങിവെച്ചതല്ല ശത്രു ആക്രമിക്കുമ്പോൾ നേരിടാതിരിക്കാൻ പറ്റുമോ?'' തമ്പുരാന്റെ ശബ്ദത്തിൽ ദുഃഖം നിഴലിച്ചു

''ഇവിടെ തടി നിരത്തിവെച്ച് അത് എന്തിനാണെന്ന് പറഞ്ഞില്ല.'' അൽവാരോ ചോദിച്ചു.

''ഈ തടികൾ താഴെ ഉരുണ്ടു പോകാതെ തട വെച്ചിട്ടുണ്ട് എന്ന് കണ്ടല്ലോ. ഇതിലെല്ലാം പിടിച്ചു കയറാൻ സൗകര്യത്തിന് കെട്ടുകൾ ഉള്ള കയറുകൾ കെട്ടി ചുരുട്ടി വയ്ക്കും. എന്റെ ഊഹം ശരിയാണെങ്കിൽ നാളെ കടുത്ത ആക്രമണം സാമൂതിരിയുടെ ഭാഗത്തു നിന്നും ഉണ്ടാവും. അമ്പുകളും കല്ലുകളും കൊണ്ടുമാത്രം കാര്യം നടക്കില്ല. സമയം വരുമ്പോൾ കയറുകൾ താഴെയിട്ട് അതിൽ പിടിച്ചു കൊണ്ട് സൈനികരെ താഴെയിറക്കും, കടവിൽ വച്ച് സാമൂതിരിയുടെ സൈനികരെ വാളുകൾ കൊണ്ടും കുന്തങ്ങൾ കൊണ്ടും നേരിടും.'' കേരളവർമ്മ പറഞ്ഞു. അതിനുശേഷം അവരുടെ സംസാരം മെല്ലെ ആയി. തമ്പുരാൻ തന്റെ കത്തികൊണ്ട് മണ്ണിൽ ചിത്രങ്ങൾ വരച്ച് അതിന്റെ സഹായത്തോടെ അടുത്ത പ്രഭാതത്തിലെ യുദ്ധതന്ത്രങ്ങൾ അവർക്ക് വിവരിച്ചു കൊടുത്തു. ലോറൻസോയുടെ കണ്ണുകൾ അത്ഭുതം കൊണ്ട് വികസിച്ചു. അയാൾ പാശ്ചാത്യ രീതിയിൽ തമ്പുരാന് കൈ കൊടുത്തു.

''സമ്മതിച്ചിരിക്കുന്നു.'' അയാൾ ആവേശപൂർവ്വം പറഞ്ഞു.

''ഇനി സമയം കളയാതെ എല്ലാവരും ഉറങ്ങിക്കോളൂ. നാളെ രാവിലെ എല്ലാം നമ്മൾ പറഞ്ഞ പോലെ തന്നെ.'' തമ്പുരാൻ പറഞ്ഞു.

അടുത്ത ദിവസം പ്രഭാതം പൊട്ടി വിടർന്നു. മരുമകൻ തമ്പുരാനും അനുജന്മാരും പടയാളികളെ വരിയായി നിർത്തി അവരുമായി സംസാരിച്ചു. രാവിലെയും വൈകീട്ടും കുളിക്കാൻ പറ്റാത്തതിൽ പല പടയാളികളും പരാതി പറഞ്ഞു.

''ഇന്ന് അതിന് ഞാൻ ഒരു അവസരം ഉണ്ടാക്കി തരാം.'' അദ്ദേഹം ചിരിച്ചു കൊണ്ടു പറഞ്ഞു. എന്നിട്ടദ്ദേഹം തന്റെ പദ്ധതി അവരോട് പറഞ്ഞു.

''നിങ്ങളിൽ ഇരുന്നൂറു പേർ നിങ്ങളുടെ വാളുകൾ കച്ച കൊണ്ട് അരയിൽ കെട്ടി, ആ കാണുന്ന കയറുകൾ വഴി കൃത്യമായ ഇടവേളകളിൽ പരിഭ്രമിക്കാതെ കടവിൽ ഇറങ്ങണം. നിങ്ങളുടെ പരിചകൾ മുകളിൽനിന്നും അതിനു വേണ്ടി നിർത്തിയ ഭടന്മാർ താഴേക്ക് ഇട്ടു തരും. ഇരുപത് കയറുകൾ തെങ്ങിൻ തടികളിൽ നിന്നും താഴേക്ക് വരുന്നുണ്ട്. പരിക്കേൽക്കുകയോ ക്ഷീണം തോന്നുകയോ ചെയ്താൽ കയറുവഴി തിരിച്ചു കയറി വരാം. വരുന്നവർക്ക് പകരം അടുത്തയാൾ

താഴെ വരും. ഒരു കാരണവശാലും ശത്രുക്കളെ കരയിൽ ചവിട്ടിക്കരുത്. പുഴയിൽ മാറ്റം വെള്ളം ഉണ്ട്. വെള്ളത്തിലൂടെ നീന്തി വരുവാൻ അവർ ശ്രമിക്കില്ല. വെള്ളത്തിൽ നടക്കുമ്പോൾ അവർക്ക് വേഗത കുറയും. ഞാൻ അടയാളം തന്നതിനു ശേഷം താഴെ ഇറങ്ങാൻ തുടങ്ങിയാൽ മതി.'' കേരളവർമ്മ അവരോട് പറഞ്ഞു. അവർ ചോദിച്ച സംശയങ്ങൾക്ക് മറുപടി കൊടുത്ത് അദ്ദേഹം കാര്യങ്ങൾ എല്ലാം വിശദമായി അവർക്ക് പറഞ്ഞു കൊടുത്തു. കൊച്ചി സൈന്യം നിന്നിരുന്ന പ്രദേശത്തിന്റെ രണ്ട് അറ്റത്തും ഓരോ വൈക്കോൽ കൂനകൾ സ്ഥാപിക്കപ്പെട്ടു.

മറുകരയിൽ പടയൊരുക്കം തുടങ്ങി പുഴക്കടവിൽ കോഴിക്കോട് സൈന്യം നിരന്നുനിന്നു. അവരുടെ കരയിൽ പുഴ വളഞ്ഞു പോകുന്ന പ്രദേശങ്ങളിൽ നിന്നും ഓരോന്നിലും ഇരുപതോളം ആളുകൾ കയറിയ പടവുകൾ പുഴയിൽ തല കാണിച്ചു. ഏറാൾപ്പാട് തന്റെ വാൾ ആകാശത്തിൽ വീശി അടയാളം കൊടുത്തു. സാമൂതിരിയുടെ സൈനികർ പുഴയിലേക്കിറങ്ങി. പുഴയുടെ വീതി കൂടിയ ഭാഗത്താണ് പടവുകൾ വന്നിരുന്നത് ഇരുവശത്തും അഞ്ചു പടവുകൾ വീതം പുഴയുടെ നടുക്ക് എത്താറായതും ഒരു പരിഭ്രമവും കാണിക്കാതെ ലോറൻസോയും അൽവാറോയും വൈക്കോൽക്കൂനകളുടെ അടുത്തേക്ക് നടന്നു. അവരുടെ പിറകെ ഇരുവശത്തേക്കും കുറച്ച് പടയാളികളും പോയി.

ഏറാൾപ്പാട് വളരെ തൃപ്തിയോടെ ഇരുവശത്തും പടവുകൾ പുഴയുടെ മധ്യത്തിലേക്ക് പോകുന്നത് നോക്കിക്കണ്ടു. ചെവിട് അടപ്പിക്കുന്ന രണ്ട് ഗർജ്ജനം ഇരുവശത്തുനിന്നുമായി കേട്ട് അദ്ദേഹം ഞെട്ടി. കൊച്ചി കരയിൽ നിന്നും രണ്ടു പീരങ്കികൾ ഒരുമിച്ച് ഗർജിച്ചു, ഇരുവശത്തെയും മുൻപേ പോയിരുന്ന പടവുകൾ അതിൽ ഇരുന്ന് ആളുകൾ അടക്കം പുഴയിൽ മുങ്ങി. കൊച്ചി ഭടന്മാർ പീരങ്കിയുണ്ടകളും വെടിമരുന്ന് നിറച്ച ഫ്യൂസുളും ആവശ്യാനുസരണം പോർച്ചുഗീസുകാർക്ക് എടുത്തുകൊടുത്തുകൊണ്ടിരുന്നു. അവർ കൃത്യമായി ബോംബിംഗ് തുടങ്ങി. തിരിച്ചു പോകാൻ വയ്യാത്ത വിധം പുഴയുടെ നടുക്ക് വന്നതിനാൽ, പത്തുപടവുകളും പൊളിഞ്ഞ് വെള്ളത്തിൽ താഴ്ന്നു. പുഴ കടന്നുവരാൻ ശ്രമിച്ച ഭടന്മാർ പുഴയുടെ പകുതി എത്തിയതും കൊച്ചിയുടെ അമ്പുകൾ കാണാത്തതുകണ്ട് അമ്പരന്നു. ധൃതി പിടിച്ച് കരയിൽ എത്താറായതും മരുമകൻ തമ്പുരാന്റെ ആജ്ഞപ്രകാരം കൊച്ചി ഭടന്മാർ കയർ വഴി താഴെ ഇറങ്ങി ഒട്ടും പ്രതീക്ഷിക്കാതെ അവരെ ആക്രമിച്ചു. കോഴിക്കോടിലെ സേനാനായകൻമാർക്ക് ഇത് താങ്ങാവുന്നതിലധികം ഞെട്ടൽ ഉളവാക്കി. പരിഭ്രമിച്ച് പോയ അവർ മരക്കൂട്ടത്തിനു പിറകെ നിന്നും കുറെ പടയാളികളെ കൂടി കടവിലേക്കുപോകാൻ കൽപ്പിച്ചു. വെടിക്കെട്ട് കഴിഞ്ഞതിനുശേഷം ലോറൻ സോയും അൽവാറോയും തമ്പുരാന്റെ ഇരുവശത്തും വന്നുനിന്നു. അദ്ദേഹം ഒരു അടയാളം

കാണിച്ചപ്പോൾ അവർ പാളയത്തിൽ സൂക്ഷിച്ചുവെച്ച ലോങ്ങ് ബോ എന്ന നീളംകൂടിയ വില്ലും ശരങ്ങളും തമ്പുരാനെ ഏൽപ്പിച്ചു. ചെവി എത്തുംവരെ ഞാൺ വലിച്ച് അദ്ദേഹം കൃത്യമായി മറുകരയിലേക്ക് അമ്പയച്ചു. അദ്ദേഹത്തിന്റെ ലക്ഷ്യം ഒരു വലിയ മരത്തിൽ തൂങ്ങിക്കിടന്ന ഭീമാകാരമായ ഒരു തേനീച്ചക്കൂട് ആയിരുന്നു. അതിനുശേഷം മറുകരയിൽ നടന്നത് വർണ്ണനാതീതമായ സംഭവങ്ങളായിരുന്നു. പലർക്കും തേനീച്ച കുത്തേറ്റു. പലരും തിരിഞ്ഞു പാടത്തേക്ക് ഓടി. തമ്പുരാനും അനിയന്മാരും വാളും പരിചയുമായി കയർ വഴി താഴെ ഇറങ്ങി, കൊച്ചി സൈന്യത്തോട് ചേർന്നു. കരിമ്പിൻ തോട്ടത്തിൽ ആന പ്രവേശിച്ച പോലെ ആയിരുന്നു മരുമകൻ തമ്പുരാന്റെ ആയുധ പ്രയോഗം. ഒരു നാഴികയ്ക്കുള്ളിൽ പുഴയിൽ ഒരുപാട് ശവശരീരങ്ങൾ പൊന്തി. അമ്പും വില്ലുമായി കുറേ കൊച്ചിയിലെ പടയാളികൾ താഴെ ഇറങ്ങി വെള്ളത്തിൽ നടന്നുവരുന്ന കോഴിക്കോട് ഭടന്മാരെ ശരിക്കും ആക്രമിച്ചു. ഏറാൾപ്പാട് യുദ്ധം നിർത്തിയതായി തന്റെ അണികളെ അറിയിച്ചു, ബാക്കിയുള്ളവർ കരയിൽ കയറി. മുങ്ങിയ പടവുകളിൽ നിന്നും മരിക്കാതെ രക്ഷപ്പെട്ടവർ, ഇടപ്പള്ളി ഭാഗത്തേക്ക് നീന്തിക്കയറി. തന്റെ ഒപ്പമുണ്ടായിരുന്ന സൈനികരോട് കേരളവർമ്മ തമ്പുരാൻ പറഞ്ഞു.

“രാവിലെ കുളിക്കണം എന്ന് പറഞ്ഞവർക്ക് ഇപ്പോൾ അതാവാം.”

വിജയാഘോഷം മുഴക്കിക്കൊണ്ട് പടയാളികൾ കുളിയും കഴിഞ്ഞു കരയ്ക്കുകയറി.

“ചേട്ടാ, ഈ പീരങ്കികൾ എങ്ങനെ രഹസ്യമായി കൊണ്ടുവന്നു?” ഒരാൾ അനുജൻ തമ്പുരാനോട് ചോദിച്ചു.

“കയറ്റത്തിൽ നിൽക്കുന്ന നമ്മുടെ സൈന്യത്തെ ആക്രമിക്കുന്നത് ദുഷ്കരമാണെന്ന് മനസ്സിലാക്കി സാമൂതിരി രാജാവ് എന്തെങ്കിലും ഒരുപായം ചെയ്യുമെന്ന് ഞാൻ കണക്കു കൂട്ടി. ആൾബലം ഉള്ളതിനാൽ മൂന്നു വഴിക്ക് ആക്രമിക്കുന്ന ഒരു തന്ത്രം സ്വീകരിക്കാൻ ഇടയുണ്ട്. കടവിന് ഇരുവശവും പുഴയ്ക്ക് വീതി കൂടിയതിനാൽ പടവുകൾ ഉപയോഗിക്കേണ്ടി വരും, ഇടപ്പള്ളി തമ്പുരാന്റെ പടവുകൾ പെട്ടെന്ന് കൊണ്ടുവരുവാൻ അവർക്കാവും. ലോറൻസോയോടും അൽവാരോയോടും കൂടിയാലോചിച്ച് അവരുടെ ഫാക്ടറിയിലെ ആവശ്യത്തിനു വേണ്ടി കൊച്ചിയിൽ നിർത്തിയ രണ്ടു ബോട്ടുകളിലെ ചുറ്റും കറക്കാവുന്ന ചെറിയ പീരങ്കികൾ അവയിൽനിന്നും അഴിച്ചെടുത്ത് ഇങ്ങോട്ടു കൊണ്ടുവന്നു. ചെറിയതാണെങ്കിലും അതിലെ ഉണ്ടകൾക്ക് ബഹുദൂരം സഞ്ചരിക്കാനാവും, കൂടാതെ അവ നിയന്ത്രിക്കാൻ നമ്മുടെ രണ്ട് പോർച്ചുഗീസ് സുഹൃത്തുക്കളും ഉണ്ടല്ലോ.”

“താങ്കളുടെ കണക്കുകൂട്ടലുകൾ കടുകിട പോലും തെറ്റില്ല. നമ്മുടെ ആൾക്കാർക്കും ചില്ലറ പരിക്കു മാത്രമേ പറ്റിയുള്ളൂ.” ലോറൻസോ പറഞ്ഞു.

വീണ്ടും പരാജയം

കുറച്ചു ദിനങ്ങൾ കാര്യമായ ജയാപജയങ്ങൾ ഇല്ലാതെ കടന്നു പോയി. കോഴിക്കോട് സൈന്യത്തിന്റെ ഓരോ നീക്കവും മരുമകൻ തമ്പുരാൻ സമർത്ഥമായി തടഞ്ഞു. അടുത്ത പ്രഭാതത്തിൽ മരുമകൻ തമ്പുരാൻ ലോറൻസോ, അൽവാരോ, ഇടിക്കേള മേനോൻ എന്നിവരെ തന്റെ കൂടാരത്തിൽ വിളിച്ചു.

''ചെയ്തു തന്ന സഹായത്തിന് എല്ലാം വളരെ നന്ദിയുണ്ട്. ഇനി നിങ്ങൾക്ക് കൊച്ചിയിലേക്ക് മടങ്ങാം.''

''യുദ്ധം കഴിഞ്ഞില്ലല്ലോ, എന്തിനാ ഇവരെ പെട്ടെന്ന് തിരിച്ചയയ്ക്കുന്നത്?''

മേനോൻ സംശയം ചോദിച്ചു. അതിനു മറുപടിയായി തമ്പുരാൻ പറഞ്ഞു.

''പോർച്ചുഗീസ് പീരങ്കികൾ സാമൂതിരിപ്പാട് കണ്ടുകഴിഞ്ഞു. അത് പ്രവർത്തിക്കാൻ പോർച്ചുഗീസുകാരെ കൊണ്ടുമാത്രമേ കഴിയൂ എന്നതും അദ്ദേഹത്തിന് അറിയാം. കഷ്ടകാലത്തിന് ഒരു ആക്രമണത്തിൽ ഇവരെ പിടിച്ചു കൊണ്ടുപോയാൽ പോർച്ചുഗീസുകാരെ സംരക്ഷിക്കും എന്ന അമ്മാവന്റെ വാക്ക് തെറ്റും. അത് ഞാൻ ആഗ്രഹിക്കുന്നില്ല. ഇവിടെ പരാജയം സംഭവിച്ച സ്ഥിതിക്ക് കൊടുങ്ങല്ലൂരിലെ കപ്പലുകൾ കൊച്ചിയിലേക്ക് വരാൻ എല്ലാ സാധ്യതകളും ഞാൻ കാണുന്നു. പ്രതിരോധത്തിന് ഫാക്ടറിയിലെ ബോട്ടുകൾക്ക് പീരങ്കികൾ ഘടിപ്പിച്ചില്ലെങ്കിൽ അത് ആത്മഹത്യാപരമായിരിക്കും.''

''രണ്ടു ദിവസം കൂടി ആലോചിച്ചിട്ട് പോരേ?'' അൽവാരോ ചോദിച്ചു.

നിങ്ങൾ നിങ്ങളുടെ ജോലി വളരെ നന്നായി ചെയ്തു. ഫാക്ടറിയിലെ മറ്റ് ആൾക്കാർ നിങ്ങളോളം ആയുധപ്രയോഗത്തിൽ സമർത്ഥരല്ല എന്നും എനിക്കറിയാം. നിങ്ങളുടെ ജോലി ഇപ്പോൾ കൊച്ചിയിലാണ്, അതുകൊണ്ട് നിങ്ങൾ ഇന്ന് തന്നെ പീരങ്കികളും കൊണ്ടു മടങ്ങിക്കോളൂ. നിങ്ങൾ പോകുന്നത് ആരും കാണരുത്. രണ്ട്

വൈക്കോൽ തുറുകളും അങ്ങനെ തന്നെ ഇരിക്കട്ടെ. അതിനുള്ളിൽ പീരങ്കികൾ ഉണ്ടെന്ന് ശത്രുക്കൾ വിചാരിക്കും. നിങ്ങളുടെ അധിക മുള്ള രണ്ടു വസ്ത്രങ്ങൾ അവയുടെ മുകളിൽ ഉണക്കാൻ ഇട്ടാൽ നിങ്ങൾ കൂടാരത്തിൽ ഉണ്ടെന്ന് അവർ കരുതിക്കൊള്ളും, അതിനാൽ പടവുകളോ തോണികളോ അവർ പുഴയിൽ ഇറക്കില്ല. കാലാൾ പടയുടെ നേരെ പീരങ്കികൾ ഉപയോഗിച്ച് ആരും ഉണ്ടകൾ പാഴാ ക്കില്ല എന്ന് എല്ലാർക്കും അറിയാമല്ലോ.''

''തമ്പുരാൻ ഇത്രയ്ക്ക് കടന്നു ചിന്തിക്കുമെന്ന് ഞാൻ വിചാരി ച്ചില്ല.'' മേനോൻ അഭിമാനത്തോടെ പറഞ്ഞു.

ലോറൻസോയും അൽവാരോയും തമ്പുരാന്റെ രണ്ടുകൈകളും ബലമായി പിടിച്ച് മുത്തി.

''നിങ്ങടെ നാട്ടിൽ ഇത് പതിവില്ല എന്നറിയാം. പക്ഷേ ഞങ്ങ ളുടെ നാട്ടിലെ ഏറ്റവും ബഹുമാനസൂചകമായ ഈ പ്രവർത്തി പ്രകടിപ്പിക്കാതിരിക്കാൻ ഞങ്ങൾക്ക് മനസ്സുവരുന്നില്ല.'' ലോറൻസോ വികാരാധീനനായി പറഞ്ഞു.

ഞങ്ങളുടെ നാട്ടിൽ ഇങ്ങനെയാണ് സ്നേഹം പ്രകടിപ്പി ക്കുന്നത് എന്ന് പറഞ്ഞുകൊണ്ട് കേരളവർമ്മ രണ്ടു പോർച്ചുഗീസു കാരെയും തന്റെ രണ്ട് കൈകൾ കൊണ്ട് ചേർത്തുപിടിച്ച് ആശ്ലേ ഷിച്ചു. മൂവരും കൊച്ചിയിലേക്ക് പുറപ്പെട്ടു. അങ്ങേക്കരയിൽ വലിയ ആളനക്കം ഒന്നും കാണാനില്ല. ഒരു നായർ പടയാളി കേരളവർമ്മ യുടെ മുമ്പിൽ വന്ന് തൊഴുതതിനുശേഷം പറഞ്ഞു.

''തമ്പുരാനേ, ഇന്നത്തേക്കു കൂടി മാത്രമേ കലവറയിൽ അരിയും കോപ്പുകളും ബാക്കിയുള്ളൂ. കൊച്ചിയിൽനിന്നും മിനിഞ്ഞാന്നും ഇന്നലെയും സാധനങ്ങൾ ഒന്നും വന്നില്ല.''

''നിങ്ങൾ ഇത് രാവിലെ പറയാത്തതെന്താ? ഇടിക്കേള മേനോ നോട് പറഞ്ഞു വിടാമായിരുന്നല്ലോ?'' തമ്പുരാന് അല്പം കോപം വന്നു.

''ക്ഷമിക്കണം തമ്പുരാനേ കലവറക്കാരന് ബുദ്ധിമോശം വന്നു പോയി.'' തമ്പുരാൻ കൊച്ചിയിലേക്ക് ആളെ വിടാൻ തുടങ്ങുമ്പോൾ കൊച്ചിയിലെ ഇട്ട്യാതിയുടെ കടയിൽ സാധനങ്ങൾ എടുത്തു കൊടു ക്കുന്ന ലോനൻ മാപ്പിള ധൃതിയിൽ അവിടെ വന്നു.

''എന്താ ലോനാ നീ ഇവിടെ? അടിയന്തരമായി വല്ല വർത്തമാനം ഉണ്ടോ?'' മരുമകൻ തമ്പുരാൻ ചോദിച്ചു.

''മുതലാളി ഒരു കുറിമാനം എന്നെ ഏൽപ്പിച്ച് തമ്പുരാനെ ഏൽപ്പിക്കാൻ പറഞ്ഞു'' എന്ന് പറഞ്ഞുകൊണ്ട് മുണ്ടിന്റെ മടിക്കുത്തിൽ നിന്നും ഒരു സന്ദേശം എടുത്ത് തമ്പുരാനെ ഏൽപ്പിച്ചു. അവനെ പുറത്തു കാത്തിരിക്കാൻ പറഞ്ഞ് തമ്പുരാൻ കൂടാരത്തിന് അക ത്തേക്ക് പോയി ഓല വായിച്ചു. സന്ദേശം കോയപക്കിയുടെ

ആണെങ്കിലും കയ്യക്ഷരവും ഭാഷയും അയാളുടെതായിരുന്നില്ല. നീലകണ്ഠൻ നമ്പൂതിരിപ്പാടിനെക്കൊണ്ട് എഴുതിച്ചതാണെന്ന് തമ്പുരാന് മനസ്സിലായി.

"പ്രിയപ്പെട്ട മരുമകൻ തമ്പുരാന്, പക്കി എഴുതുന്നത്. കുറച്ചു ദിവസം മുമ്പ് തലപെണ്ണ ചെറിയ നമ്പൂതിരി തന്റെ കാര്യസ്ഥനുമായി കൊച്ചിക്ക് പുറപ്പെട്ടിട്ടുണ്ട്. കുമ്പളം കൈമളെയും ചെറുവൈപ്പിൽ കൈമളെയും കാണാനും കൊച്ചിയിൽ വന്ന് എന്തോ ചില കാര്യങ്ങൾ ഗൂഢമായി ചെയ്യാനും വേണ്ടിയാണ് അയാളുടെ വരവ്. തമ്പുരാൻ സൂക്ഷിച്ചിരിക്കണം, കൊച്ചിയിൽ ആരെയും ഇപ്പോൾ കണ്ണടച്ച് വിശ്വസിക്കരുത്. പടച്ചോൻ നിങ്ങൾക്ക് നല്ലതു വരുത്തും." കത്ത് വായിച്ചതും തമ്പുരാൻ ചിന്താധീനനായി. അദ്ദേഹം ലോനനെ വിളിച്ചു.

"ഇതാരാ കടയിൽ എത്തിച്ചത്?"

"സ്ഥിരം വരാറുള്ള ആ കറുപ്പൻ പയ്യനാണ് ഇത് കൊണ്ടുവന്നത്."

"അതുപോട്ടെ ഇവിടേക്കുള്ള അരിയും സാമാനങ്ങളും എന്താ കൊടുത്തയയ്ക്കാത്തത്?"

"അയ്യോ, പലച്ചരക്കെല്ലാം മിനിഞ്ഞാന്ന് തന്നെ കടയിൽ നിന്നും കൊടുത്തു വിട്ടതാണല്ലോ? കിട്ടിയില്ലേ? അരി കുമ്പളത്തെ കുഞ്ഞികൃഷ്ണമേനോൻ എത്തിക്കും എന്നാണ് കടയിൽ വന്നയാൾ പറഞ്ഞത്." പക്കി പറഞ്ഞതുപോലെ ചതിപ്രയോഗങ്ങൾ തുടങ്ങി എന്ന് തമ്പുരാന് മനസ്സിലായി. അദ്ദേഹം ഉടനെ രണ്ട് സന്ദേശങ്ങൾ എഴുതി ലോനനെ ഏൽപ്പിച്ചു.

"അടിയന്തരമായി ഇതിൽ ഒന്ന് നീ നിന്റെ മുതലാളിയെ ഏൽപ്പിക്കണം. പോകുന്ന വഴിക്ക് നായ്ക്കരു വീട്ടിൽ അച്ഛനെ കണ്ട് രണ്ടാമത്തെ ഓല അദ്ദേഹത്തിനെ ഏൽപ്പിക്കണം." എന്തോ ഓർത്തുകൊണ്ട് അവനെ രണ്ടാമതും വിളിച്ചു തമ്പുരാൻ പറഞ്ഞു.

"ഏതെങ്കിലും വിധത്തിൽ ഓല നഷ്ടപ്പെടുകയാണെങ്കിൽ, എവിടെയോ ചതി നടക്കുന്നുണ്ട്, ഇവിടെ ഭക്ഷണസാധനങ്ങൾ ഒന്നും എത്തിയിട്ടില്ല എന്ന വിവരം വാക്കാൽ പറഞ്ഞാൽ മതി." കാര്യങ്ങൾ പെട്ടെന്ന് മനസ്സിലാക്കി ലോനൻ മാപ്പിള ഉടൻതന്നെ അവിടെ നിന്നും പുറപ്പെട്ടു.

സാമൂതിരിയുടെ പാളയത്തിൽ അങ്കലാപ്പായി. ഇത്രയും വലിയ സൈന്യം ഉണ്ടായിട്ടും എന്തുകൊണ്ടാണ് നമുക്ക് തോൽവി സംഭവിക്കുന്നത് എന്ന് സാമൂതിരിപ്പാട് ഏറാൾപ്പാടിനെ തനിയെ വിളിച്ച് ചോദിച്ചു.

"അപ്പുറത്ത് ആളു കുറവാണെങ്കിലും അവർ കേരളവർമ്മയുടെ നേതൃത്വത്തിൽ പരിശീലനം ചെയ്തവരാണ്. ആരെ എന്ത് ജോലി

ഏൽപ്പിക്കാം എന്ന് അയാൾക്ക് നല്ല തിട്ടമാണ്. ഭടന്മാരും പടത്തലവന്റെ മനസ്സറിഞ്ഞ് പ്രവർത്തിക്കുന്നവരാണ്. അവർ നിൽക്കുന്ന സ്ഥലവും അവരുടെ തന്ത്രങ്ങൾക്ക് അനുകൂലമാണ്.''

''അതിനെതിരെ നമ്മൾ എന്ത് തന്ത്രമാണ് എടുക്കാൻ പോകുന്നത്?'' സാമൂതിരി അക്ഷമനായി ചോദിച്ചു.

''കാര്യങ്ങൾ പതുക്കെ ആക്കുക എന്നതാണ് നമ്മുടെ തന്ത്രം. മുഴുവൻ സൈനികരെ കൊണ്ടുവരാതെ മൂന്നിലൊന്നു പേരെ മാത്രം കടവിലേക്ക് അയയ്ക്കും. ബാക്കിയുള്ളവർ വിശ്രമിക്കും. അടുത്ത ദിവസം പുതിയ ആൾക്കാരെ കടവിലേക്ക് അയയ്ക്കും. അവർക്കിനി പുതിയതായി വരാൻ ആളുകൾ ഇല്ലാത്തതിനാൽ അവർ പൊരുതി ക്ഷീണിക്കും.'' ഏറാൾപ്പാട് പറഞ്ഞു. സാമൂതിരിപ്പാട് ഇതുകേട്ട് പുഞ്ചിരിച്ചു.

''അവരുടെ സൈനികരെ വേഗം ക്ഷീണിപ്പിക്കാൻ ഞാൻ നിങ്ങൾ അറിയാതെ ചില വേലകൾ ചെയ്തു വച്ചിട്ടുണ്ട്. ഇന്നുമുതൽ അവർ പട്ടിണിയാവും. കൊച്ചിയിൽ നിന്നും അവർക്ക് ഭക്ഷണസാധനങ്ങൾ എത്തില്ല. ഒരു മുൻകരുതൽ ഇരിക്കട്ടെ എന്നുകരുതി തലപെണ്ണ ഇളയ നമ്പൂതിരിയെയും അയാളുടെ കാര്യക്കാരന്റെ വേഷത്തിൽ പണിക്കരെയും കൊച്ചിയിലേക്ക് അയച്ചിട്ടുണ്ട്. അവരിപ്പോൾ വേണ്ടിടത്ത് പണം കൊടുത്ത് കാര്യങ്ങളെല്ലാം ശരിയാക്കിയിട്ടുണ്ടാവും.

''കേരളവർമ്മ നല്ല ഒരു യോദ്ധാവാണ്. ഗോദവർമ്മയുടെ പിടിവാശിക്കുവേണ്ടി അയാളുടെ ജീവൻ കളയുക എന്നുള്ളത് കഷ്ടമാണ്.'' ഏറാൾപ്പാട് പറഞ്ഞു.

''യുദ്ധം അവസാനിക്കുന്നതിനുമുമ്പ് നിങ്ങൾ ഇങ്ങനെയൊക്കെ പറഞ്ഞാൽ എങ്ങനെയാണ്? യുദ്ധമാവുമ്പോൾ പലരും മരിക്കും ഇതെല്ലാം മനസ്സിൽ വച്ചുകൊണ്ട് നമുക്ക് ശത്രുവിനെ ആക്രമിക്കാൻ സാധിക്കുമോ? ആദ്യം ജയിക്കാൻ നോക്കൂ.'' സാമൂതിരിപ്പാട് അല്പം നീരസത്തോടെ പറഞ്ഞു.

കേരളവർമ്മ തന്റെ പടയാളികളുടെ ഭക്ഷണക്കാര്യത്തെക്കുറിച്ച് ചിന്താകുലനായി. ഏതാനും അനുയായികളോടുകൂടി തെങ്ങിൻ തോപ്പ് ചുറ്റിഅകലെയുള്ള ഗ്രാമത്തിലെത്തി. ഗ്രാമത്തലവൻ തമ്പുരാനേ തിരിച്ചറിഞ്ഞു.

''ഇത് ഞങ്ങടെ നാലാം മുറ തമ്പുരാൻ അല്ലേ?''

തമ്പുരാനെ പലരും പലവിധത്തിലാണ് വിളിച്ചിരുന്നത്. രാജാവിന്റെ സഹോദരിപുത്രനായതിനാൽ അദ്ദേഹത്തെ മരുമകൻ തമ്പുരാൻ എന്ന് വിളിച്ചിരുന്നു. സ്ഥാനരോഹണക്രമത്തിൽ നാലാമനായതിനാൽ നാലാംമുറ തമ്പുരാൻ എന്ന് വിശേഷിപ്പിച്ചിരുന്നു. ഇതൊന്നും നാവിൽ വഴങ്ങാത്ത പോർച്ചുഗീസ്കാർ രണ്ടുപേരും കൂട്ടി 'നരമുഹിൻ' എന്ന് പറഞ്ഞിരുന്നു. പിൽക്കാലത്തെ ആംഗലേയ

ചരിത്രകാരന്മാർ കേരളത്തിലെ ഒരു രാജവംശവും ഉപയോഗിക്കാത്ത 'നാരായണൻ' എന്ന പേരാണ് അദ്ദേഹത്തിന് നൽകിയത്.

ബഹുമാനത്തോടെ തോളിൽ ഇട്ടിരുന്ന തോർത്ത് കൊണ്ട് കോലായിലെ തിണ്ണയിലെ പൊടിതട്ടി തമ്പുരാന് ഇരിക്കാൻ സ്ഥലം കൊടുത്തു. തമ്പുരാൻ വളരെ സങ്കോചത്തോടെ തന്റെ പടയാളികൾക്ക് അടുത്ത ദിവസം രാവിലെ കഴിക്കാൻ ഭക്ഷണം ഇല്ല എന്ന സത്യം അയാളോട് പറഞ്ഞു. കൊച്ചിയിൽ നിന്നും അരിയും സാധനങ്ങളും വന്ന ഉടൻ തിരിച്ചു തരാം എന്നും പറഞ്ഞു.

തമ്പുരാൻ അടിയങ്ങളോട് ആജ്ഞാപിച്ചാൽ മതിയല്ലോ എന്ന് വിനയത്തോടെ പറഞ്ഞ് അയാൾ പരിഭ്രമത്തോടെ അങ്ങോട്ടുമിങ്ങോട്ടും ഓടി, പല വീടുകളിൽ നിന്നും അരിയും സാധനങ്ങളും ശേഖരിച്ചു, പുലയക്കുടിലുകളിൽ നിന്നും ആളുകളെ വിളിച്ച് അവയെല്ലാം തലച്ചുമടായി സൈന്യത്തിന്റെ കലവറയിൽ കൊണ്ടുകൊടുക്കാൻ ഏർപ്പാടു ചെയ്തു. വിത്തിനു വെച്ച ചേനയും ചേമ്പും പാകമായ കായക്കുലകളും എല്ലാം ഒരു മടിയും കൂടാതെ അവിടെയുള്ള പറമ്പുകളിൽ നിന്നും സംഘടിപ്പിച്ചു. തമ്പുരാന്റെ മിഴികൾ ആർദ്രമായി.

''നിങ്ങൾ കാണിച്ച സ്നേഹം ഞാൻ എന്റെ ജീവൻ ഉള്ള വരെ മറക്കില്ല.'' കേരളവർമ്മ പറഞ്ഞു.

''തമ്പുരാൻ ഇത്ര ദൂരം വഴി നടന്ന് ഇവിടെ വരേണ്ട കാര്യം ഉണ്ടായില്ലല്ലോ, ആരെയെങ്കിലും പറഞ്ഞു വിട്ടാൽ മതിയായിരുന്നു.'' അയാൾ പറഞ്ഞു.

''നിങ്ങൾക്കും കുടുംബത്തിനും കഴിക്കാനുള്ള ഭക്ഷണസാധനങ്ങളുടെ ഒരു നല്ല പങ്ക് ആണ് നിങ്ങൾ ഇന്ന് എനിക്ക് തന്നിരിക്കുന്നത്. ഞാൻ അതിന് എന്തു തന്നാലും അതിന്റെ വില ആവില്ല.''

''യുദ്ധത്തിൽ നമ്മൾ ജയിക്കില്ലേ തമ്പുരാനേ?'' അയാൾ നിഷ്കളങ്കമായി ചോദിച്ചു.

''ഇപ്പോഴേ ജയിച്ചു കഴിഞ്ഞല്ലോ?'' തമ്പുരാൻ പുഞ്ചിരിയോടെ പറഞ്ഞു. ഇതുപോലെ പ്രജകൾ ഉള്ളത് ഒരു രാജകുടുംബത്തിന്റെ വിജയമാണ് എന്ന് അദ്ദേഹം മനസ്സിൽ കരുതി. കൂടാരത്തിൽ എത്തിയതും കേരളവർമ്മ സൈനികരോട് പറഞ്ഞു. ''പടയ്ക്കു പോകുന്നതിനു മുൻപും പട കഴിഞ്ഞ് വന്നതിനുശേഷം കഴിക്കാൻ ഭക്ഷണം ഉണ്ട്. അതിനാൽ നാളെ സാമൂതിരിയുടെ ആൾക്കാർ വരുന്നത് വരെ കാത്തു നിൽക്കണ്ട.''

ആയിരത്തി മുന്നൂറ്റി നാൽപത്തിനാലാം ആണ്ടിൽ കൊടുങ്ങല്ലൂരിൽ നിന്നും കൊച്ചിയിൽ വന്ന മലബാറി ജൂതന്മാർ പണിത ആദ്യത്തെ സിനഗോഗ് ആയിരുന്നു കൊച്ചങ്ങാടിയിലെ ജൂതപ്പള്ളി. (ആ പള്ളി നശിച്ചുപോയി, അതിന്റെ ഹിബ്രുവിൽ എഴുതിയ നിർമ്മാണ ശില മട്ടാഞ്ചേരിയിലെ പരദേശി ജൂത പള്ളിയുടെ കിഴക്കേ

ചുമരിൽ പതിച്ചിരിക്കുന്നത് ഇന്നും കാണാം. കഥ നടക്കുന്ന സമയത്തിന് പതിനാറ് വർഷങ്ങൾ കഴിഞ്ഞാണ് കൊച്ചങ്ങാടിയിൽ ചെമ്പിട്ട പള്ളി നിർമ്മിച്ചത്). കടത്തു കടന്ന് ലോനൻ മാപ്പിള കൊച്ച ങ്ങാടിയിലെ ജൂത പള്ളികഴിഞ്ഞു അൽപ്പദൂരം എത്തിയപ്പോൾ ആരോ രണ്ടുപേർ അയാളുടെ തലവഴി മുണ്ടിട്ട് അവിടെ ഉള്ള ഒരു പഴയ കെട്ടിടത്തിനകത്ത് അയാളെ തള്ളിക്കൊണ്ടുപോയി. പട്ടാപ്പകൽ നിമിഷനേരം കൊണ്ടാണ് ഇതെല്ലാം സംഭവിച്ചത്. അയാളെ അവർ കൈകൾ പിറകെ കെട്ടി ഒരു ഇരുളടഞ്ഞ മുറിയിലിട്ട് വാതിലടച്ചു.

ആലങ്ങാട്ടു നിന്ന് അന്നത്തെ യുദ്ധത്തിന് പുറപ്പെട്ട പുതിയ കോഴിക്കോട് സൈനികർ പാടത്ത് എത്തി കടവിലേക്ക് പോകാൻ അണിനിരക്കുമ്പോഴേക്കും,കൊച്ചി സൈന്യം പുഴകടന്ന് അവരുടെ ഇടയിൽ പാഞ്ഞുകയറി. അഗ്രഭാഗത്ത് മരുമകൻ തമ്പുരാനും പാർശ്വ ങ്ങളിൽ അദ്ദേഹത്തിന്റെ അനുജന്മാരും ആയിരുന്നു. മുന്നിൽ കണ്ട വരെ വെട്ടിവീഴ്ത്തി അദ്ദേഹത്തിന്റെ അനുയായികൾ പിറകെയും. അരനാഴികയ്ക്കുള്ളിൽ കോഴിക്കോട് സൈന്യം ഛിന്നഭിന്നമായി. എന്താണ് സംഭവിക്കുന്നത് എന്ന് അറിയാതെ പിറകെ വന്നിരുന്ന കോഴിക്കോട് ഭടന്മാർ, അവർ വന്ന വഴിക്ക് പലായനം ചെയ്തു. വന്ന അതേ വേഗത്തിൽ തമ്പുരാനും സൈന്യവും പുഴ തിരികെ കടന്ന് അവരുടെ കടവിലെത്തി. കോഴിക്കോട് സൈന്യത്തിന് വളരെ അപമാനമാണ് അന്ന് സംഭവിച്ചത്. ആൾബലം ഉണ്ടെന്നുള്ള അമിത വിശ്വാസവും, രാത്രി ഭക്ഷണം കിട്ടാതെ ക്ഷീണിതരായ ഒരുപറ്റം ഭടന്മാരെ പ്രതീക്ഷിച്ച സ്ഥലത്ത് ചാട്ടുളിപോലെ പാഞ്ഞുവന്ന സൈനികരെയും കണ്ടപ്പോൾ കോഴിക്കോടിലെ പടത്തലവന്മാരും പടയും അന്ധാളിച്ചുപോയി. അന്ന് മരുമകൻ തമ്പുരാന് വേണമെങ്കിൽ അവരെ ആലങ്ങാടുവരെ പിന്തുടർന്ന് ആക്രമിക്കാമായിരുന്നു, തനിക്ക് കിട്ടിയ നിർദ്ദേശം ശത്രുക്കൾ കടവ് കടക്കുന്നത് തടയുക മാത്രമാണ് എന്നതിനാൽ അദ്ദേഹം സ്വയം നിയന്ത്രിച്ചു. അത് അദ്ദേഹത്തെ പിന്നീട് പ്രതികൂലമായി ബാധിച്ചു.

കൂടാരത്തിലേക്ക് തിരിച്ചുവന്നപ്പോൾ അരിയും പലചരക്ക് സാധനങ്ങളും ഇനിയും എത്തിയില്ല എന്ന് കലവറക്കാരൻ തമ്പു രാനെ അറിയിച്ചു. അപ്പോൾ ഒരു പടയാളി വന്ന് കൊച്ചിയിൽ നിന്നും ഖജനാവ് മുതൽ പിടിക്കാരന്റെ രണ്ട് ആളുകൾ തമ്പുരാനെ കാണാൻ വന്ന വിവരം അദ്ദേഹത്തെ അറിയിച്ചു. തമ്പുരാൻ അവരോട് കൂടാര ത്തിലേക്ക് വരാൻ പറഞ്ഞു. ഒരാൾ തമ്പുരാന്റെ മുന്നിൽ വന്ന് അദ്ദേഹത്തെ വന്ദിച്ചു.

വിട കൊണ്ട് ഖജനാവിലെ മുതൽ പിടിക്കാരൻ അദ്ദേഹം, പടയാ ളികൾക്ക് 'കൊറ്റും കോളും' കൊടുക്കാൻ അവരോട് കൊച്ചിയിലേക്ക് ചെല്ലാൻ പറഞ്ഞു.

പട്ടാളക്കാരുടെ ശമ്പളവും ദിനബത്തയും 'കൊറ്റും കോളും' എന്നാണ് അക്കാലത്ത് പറഞ്ഞിരുന്നത്. ശമ്പളം പോലും വാങ്ങാതെയാണ് ആ പാവങ്ങൾ യുദ്ധം ചെയ്യുന്നത് എന്ന് ആലോചിച്ചു തമ്പുരാന് വളരെ മനഃസ്താപമുണ്ടായി.

''യുദ്ധം നടക്കുകയല്ലേ, ഇവിടെ വന്ന് അവർക്ക് കൊടുത്തുകൂടെ?'' തമ്പുരാൻ ചോദിച്ചു.

''കണക്കും കാര്യങ്ങളെല്ലാം അവിടെയല്ലേ, സാധനങ്ങളായും കൊടുക്കേണ്ടതിനാൽ അങ്ങോട്ടു തന്നെ വരണം എന്നാണ് മുതൽപിടിക്കാരൻ അദ്ദേഹം പറഞ്ഞത്.''

തമ്പുരാനും ആ പറഞ്ഞത് ന്യായം ആണെന്നു തോന്നി. കുറെ പരിക്കേറ്റ പട്ടാളക്കാർ ഉണ്ട്, മരിച്ചു പോയവരും ഉണ്ട്. പരിക്കേറ്റവരെ തിരിച്ചയച്ച് പകരം ആളെ കിട്ടിയാൽ സഹായം ആവുമല്ലോ എന്നും അദ്ദേഹം കരുതി. ഗ്രാമത്തലവൻ തന്ന ഭക്ഷ്യസാധനങ്ങൾ തീർന്നു. കൊച്ചിയിൽനിന്നും സാധനങ്ങൾ എത്താത്തതിനാൽ അടുത്ത ദിവസത്തിന് അവർക്ക് കഴിക്കാൻ ഭക്ഷണം പോലും ഇല്ല. ലോനന് എന്തുപറ്റി എന്നുമറിയില്ല. തമ്പുരാൻ കുറച്ച് ആലോചിച്ചു. ഇന്ന് ഏറ്റ പരാജയം മൂലം രണ്ടു ദിവസത്തേക്ക് കോഴിക്കോട് സൈന്യം കടവ് കാക്കാൻ വരുമെന്നും തോന്നിയില്ല. അതാണ് അവരുടെ പതിവ്. നായർ പട്ടാളത്തിന്റെ തലവനെ അദ്ദേഹം വിളിപ്പിച്ചു.

''കൊറ്റും കോളും വാങ്ങാൻ മുതൽപിടി പടയാളികളോട് വരാൻ പറഞ്ഞിട്ടുണ്ട്. അത്യാവശ്യം ഉള്ളവർക്ക് പോകാം. പോയാൽ ഉടനെ വരണം, നമ്മുടെ അംഗസംഖ്യ കുറവാണെന്ന് ഓർക്കണം.'' തമ്പുരാൻ പറഞ്ഞു.

''തമ്പുരാക്കന്മാരെ ഈ നിലയിൽ വിട്ടിട്ട് അടിയങ്ങൾക്കു പോകണമെന്നില്ല.'' തലവൻ പറഞ്ഞു.

''നിങ്ങൾക്ക് അങ്ങനെ ഇല്ലാതിരിക്കാം, എങ്കിലും പോകണമെന്ന ആഗ്രഹം ഉള്ളവരും കാണില്ലേ? പിന്നെ പരിക്കുപറ്റിയവരും ഉണ്ട്. നിങ്ങൾ ഭടന്മാരുമായി ആലോചിച്ചിട്ട് തീരുമാനം പറയൂ.'' കേരളവർമ്മ അയാളോട് പറഞ്ഞു.

പകുതിയിൽ കൂടുതൽ പടയാളികൾക്ക് പോയാൽ കൊള്ളാമെന്നുണ്ടായിരുന്നു. അവരുടെ കുടുംബത്തിലെ ധനസ്ഥിതിയും അത്ര മെച്ചമായിരുന്നില്ല. ജീവനോടെ ഉള്ളപ്പോൾ തന്നെ കിട്ടുന്ന ശമ്പളം വാങ്ങി വീട്ടിൽ കൊടുക്കാമെന്നും അവരുടെ മനസ്സിൽ ഉണ്ടായിരിക്കാം.

''ഞാൻ ഏതായാലും വരുന്നില്ല, പോകേണ്ടവർക്ക് പോകാം വേഗത്തിൽ കാര്യം കഴിച്ച് ഇങ്ങോട്ട് തിരിച്ചെത്തണം. നാളെ ശത്രുവിന്റെ ആക്രമണമുണ്ടായാൽ ഇവിടെയുള്ള ആൾക്കാർക്ക് രണ്ടു

നാഴിക മാത്രമേ പിടിച്ചുനിൽക്കാൻ സാധിക്കുകയുള്ളൂ എന്ന് ഓർമ്മവേണം.'' പടത്തലവൻ പണിക്കർ അവർക്ക് മുന്നറിയിപ്പു കൊടുത്തു. പകുതിയിലേറെ പടയാളികൾ കൊച്ചിയിലേക്ക് പോയി. മുതൽ പിടിക്കാരന്റെ ആളും അവരുടെ കൂടെ പോയി. അരിയും പലചരക്കും എത്തിയില്ല എന്ന വിവരവും കൊച്ചിയിൽ അറിയിക്കാൻ അവരെ ഏൽപ്പിച്ചു.

''ചേട്ടാ, എന്റെ മനസ്സിൽ ഒരുപാട് ആശങ്ക തോന്നുന്നു. സാധാരണ പടയ്ക്ക് പോകുന്നതിനു മുമ്പേ മുൻകൂറായി ശമ്പളം കൊടുക്കാറുണ്ടല്ലോ? എന്തുകൊണ്ട് അവർക്ക് കൊടുത്തില്ല? അതു പോലെതന്നെ ചേട്ടൻ സന്ദേശം കൊടുത്തുവിട്ട മാപ്പിളയ്ക്ക് എന്തു പറ്റി? അയാൾ കൊച്ചിയിൽ വിവരമറിയിച്ചില്ലേ?'' ഇളയ അനിയൻ ചോദിച്ചു.

''എവിടെയൊക്കെയോ പ്രശ്നങ്ങൾ ഉണ്ടെന്ന് എനിക്കും തോന്നുന്നു. നമ്മുടെ പടയാളികൾ നാളെ ഉച്ചയ്ക്ക് മുമ്പ് തിരിച്ചെത്തിയാൽ വലിയ പ്രശ്നം ഉണ്ടാവും എന്ന് എനിക്ക് തോന്നിയില്ല. അഥവാ സാമൂതിരി സൈന്യം സാധാരണ സമയത്തിന് കടവ് കടക്കാൻ വന്നാൽ കുറച്ചുനേരം നമുക്ക് അവരെ തടഞ്ഞുനിർത്താൻ ആവുമല്ലോ. എല്ലാം നല്ലതിന് എന്ന് വിചാരിക്കാം.'' തന്റെ മനസ്സിൽ സംശയങ്ങൾ ഉണ്ടെങ്കിലും അത് പുറത്തു കാണിക്കാതെ തമ്പുരാൻ അനുജനെ സമാധാനിപ്പിച്ചു.

സൂര്യാസ്തമനം

പ്രഭാതത്തിൽ പുറത്തിറങ്ങിയ കൊച്ചി പടത്തലവൻ വെറുതെ പുഴയിലേക്ക് നോക്കിയപ്പോൾ ആ പുലർകാലവേളയിൽ പോലും വിയർത്തുപോയി. ദൂരെ പുഴയുടെ ഇരുവശത്തു നിന്നും ആളുകൾ കയറിയ തോണികൾ അവരുടെ കടവിലേക്ക് വരുന്നു. അയാൾ തമ്പുരാന്റെ കൂടാരത്തിലേക്ക് ഓടി.

''തമ്പുരാനേ ചതിച്ചു. കോഴിക്കോട് സൈന്യം വഞ്ചികളിൽ കയറി പുഴ കടക്കുന്നു.''

''എല്ലാവരെയും ഉടനെ അണിനിരത്തൂ. അമ്പും വില്ലുമായി നിരന്നു നിന്നോളൂ. ആരും പരിഭ്രമിക്കേണ്ട. കൊച്ചിയിലേക്ക് പോയ നമ്മുടെ ആളുകൾ വരുന്നതുവരെ കടവ് കയറി ആരും വരാതെ തടഞ്ഞാൽ മാത്രം മതി.'' തമ്പുരാൻ തുരുതുരെ ആജ്ഞകൾ പുറപ്പെടുവിച്ചു. പ്രഭാതഭക്ഷണം പോലും കഴിക്കാതെ പടയാളികൾ എല്ലാം നിരന്നു തുടങ്ങി. കഴിക്കാനും കലവറയിൽ ഒന്നുമുണ്ടായിരുന്നില്ല, തലേദിവസം തന്നെ അർദ്ധപട്ടിണി ആണ്.

''തമ്പുരാനേ, വഞ്ചികളിൽ വരാൻ അവർ എങ്ങനെ ധൈര്യപ്പെട്ടു? ഇവിടെ പീരങ്കികൾ ഇല്ല എന്ന് എങ്ങനെ അവർക്ക് മനസ്സിലായി? നമ്മുടെ ഇടയിൽ തന്നെ?'' പടത്തലവൻ വിറയ്ക്കുന്ന ശബ്ദത്തോടെ ചോദിച്ചു.

''നമ്മുടെ ആൾക്കാരെ ഒരിക്കലും സംശയിക്കരുത്. തമ്പുരാൻ പറഞ്ഞു. വേറെ ഏതെങ്കിലും വഴിക്ക് അവർക്ക് കാര്യം മനസ്സിലായി കാണും.'' ഇതുകേട്ട് ഒരു പടയാളി വൈക്കോൽ തുറുവിന്റെ അടുത്തേക്ക് ഓടി. അതിനുമുകളിൽ ഉണക്കാനിട്ടിരുന്ന ലോറൻസോയുടെ ഷർട്ടുമായി അയാൾ തിരിച്ച് ഓടി വന്നു. ''തമ്പുരാനേ, ആരോ വൈക്കോൽ തുറു പരിശോധിച്ചിട്ടുണ്ട്. ഞാൻ ഒരു പ്രത്യേക രീതിയിൽ ആണ് ഈ വസ്ത്രം അതിനുമേൽ വെച്ചിരുന്നത്. ഇപ്പോഴിതാ അത് മാറിയിരിക്കുന്നു.'' പടത്തലവൻ സംശയദൃഷ്ടിയോടെ ചുറ്റുമുള്ളവരെ നോക്കി.

''അവർ ഇത് അറിഞ്ഞു എങ്കിൽ അത് ഇന്നലെ ആയിരിക്കണം. ഇന്നലെ ഇവിടെ പുറത്തുനിന്ന് ആൾ വന്നത് കൊച്ചിയിലെ മുതൽ

പിടിയുടെ ആളാണ്. വരട്ടെ, അവർ രണ്ടുപേർ വന്നിരുന്നല്ലോ? അതിൽ ഒരാൾ മാത്രമേ എന്നെ കാണാൻ വന്നുള്ളൂ.'' തമ്പുരാൻ പറഞ്ഞു.

''എങ്കിൽ അവന്റെ കൂടെ വന്നവൻ കോഴിക്കോട്ടുകാരുടെ ചാരനാണ്. അവൻ ഇവിടെയെല്ലാം സൂക്ഷ്മമായി പരിശോധിച്ച് കാര്യങ്ങൾ അപ്പുറത്ത് അറിയിച്ചിട്ടുണ്ട്.'' പടത്തലവൻ പറഞ്ഞു.

''ഭഗവതി, പക്കി മുന്നറിയിപ്പ് തന്നത് ശരിയാണല്ലോ,?'' തമ്പുരാൻ വിഷമത്തോടെ പറഞ്ഞു. ''ഇനി അതൊന്നും ആലോചിച്ചിട്ട് കാര്യമില്ല. എല്ലാവർക്കും വേണ്ട നിർദ്ദേശങ്ങൾ കൊടുത്തുകൊള്ളൂ.'' അദ്ദേഹം പടത്തലവനോട് പറഞ്ഞു. വളരെ വേഗതയിൽ കാര്യങ്ങൾ നീങ്ങി. അമ്പുകൾ ചെല്ലാവുന്ന ദൂരത്തിൽ വഞ്ചികൾ എത്താൻ അവർ രണ്ടു സ്ഥലങ്ങളിലായി കാത്തുനിന്നു

''സത്യത്തിനും ധീരതയ്ക്കും ഒന്നും ഇനി വിലയില്ലേ ജ്യേഷ്ഠം, ചതി ആണല്ലോ ജയിക്കുന്നത്?'' കൗമാരം വിട്ട് മൂന്നു വർഷങ്ങൾ മാത്രം പിന്നിട്ട ഇളയ അനിയൻ തമ്പുരാനോട് ചോദിച്ചു. അദ്ദേഹം അവനെ സഹതാപത്തോടെ നോക്കി.

''സത്യവും നീതിയും അവസാനം ജയിക്കും അനിയാ.''

''ചതിപ്രയോഗങ്ങൾ ചെയ്യുന്നവർക്ക് ശിക്ഷ എപ്പോൾ ലഭിക്കും?'' ആ യുവാവ് ചോദിച്ചു.

''ലഭിക്കാതിരിക്കില്ല. എണ്ണിയെണ്ണി തിരിച്ചുകിട്ടും.'' തമ്പുരാൻ പറഞ്ഞു

എന്നിട്ടദ്ദേഹം ആത്മഗതം ചെയ്തു 'ചതിക്കപ്പെട്ടവൻ ഈ ഭൂമി വിട്ടു പോയ ശേഷം ആയിരിക്കുമെന്നുമാത്രം.''

കൊറ്റും കോളും കൊടുക്കൽ ഒരു പ്രഹസനമാണ്. തന്റെ സൈനികർ തിരിച്ചു വരാൻ സാധ്യത കുറവാണ്. കൊച്ചിരാജ്യത്തെ ഖജാനാവിന്റെ മുതൽ പിടിക്കാരന്റെ മടിശ്ശീലയിൽ സാമൂതിരിയുടെ പണമാണ്. എന്റെ ഭഗവതി, നെറികേട് കാണിച്ചവർക്ക് ശിക്ഷ അധികം വൈകാതെ തന്നെ കൊടുക്കണേ, വഞ്ചകരുടെ ഇടയിൽ ഇരിക്കുന്ന എന്റെ അമ്മാവനെ നീ കാത്തുകൊള്ളണേ. സമയം ദീർഘിപ്പിക്കുക മാത്രമേ ഒരു വഴി കാണുന്നുള്ളൂ. ഇവിടെ നടക്കുന്ന കാര്യം ഒന്നും കൊച്ചിയിൽ അറിയുന്നില്ല. കേരളവർമ്മ പടത്തലവനെയും അനിയന്മാരെയും വിളിച്ചു.

''പരമാവധി ശത്രുക്കൾ ഇങ്ങോട്ട് വരുന്നത് തടയണം. നിൽക്കക്കള്ളി ഇല്ലാതായാൽ തെങ്ങിൻതോപ്പിനകത്ത് പിന്മാറണം. ഇന്ന് രാത്രി കഴിഞ്ഞു കൂടിയാൽ നാളെ ആവുമ്പോഴേക്കും സഹായത്തിന് ആളെത്തും. കടവിലേക്ക് നോക്കിയപ്പോൾ രണ്ടു ഭാഗത്തുകൂടി മാത്രമല്ല, പുഴയുടെ വീതികുറഞ്ഞ മധ്യഭാഗത്തിലൂടെയും സൈനികർ വന്നു തുടങ്ങി. മൂന്നു വശവും പ്രതിരോധിക്കാൻ കൊച്ചി

സൈന്യത്തിന് ഭടന്മാർ ഉണ്ടായിരുന്നില്ല. വലതുവശത്തെ തോണികളിൽ വന്നിരുന്ന ഒരാളെ പടത്തലവൻ തിരിച്ചറിഞ്ഞു. ഇടപ്പള്ളി രാജാവിന്റെ സഹായിയായ ക്വാജാ അലി എന്ന മാപ്പിള ആയിരുന്നു അയാൾ.

കൊച്ചിക്കാരുടെ കഷ്ടകാലം, അന്ന് പുഴയിൽ വെള്ളം കുറവാണ്, അരയ്ക്കുതാഴെ ജലനിരപ്പിൽ വലിയ പ്രയാസം കൂടാതെ അമ്പുകൾ പരിചകൊണ്ട് തടഞ്ഞുകൊണ്ട് സാമൂതിരിയുടെ സൈന്യം മുന്നേറി. വെള്ളത്തിലൂടെ വലിച്ചു കൊണ്ടുവന്ന മുള ഏണികൾ ഉപയോഗിച്ച് അവർ കരയിലേക്ക് കയറി വന്നു. അമ്പും വില്ലും ഉപേക്ഷിച്ച് കൊച്ചി സൈനികർ വാളുകൊണ്ട് അവരെ തടയുവാൻ ശ്രമിച്ചു. നില ഇല്ലാതായപ്പോൾ തമ്പുരാൻ എല്ലാവരോടും തെങ്ങിൻതോപ്പിനകത്ത് കയറി നിൽക്കാൻ നിർദ്ദേശിച്ചു. തലേദിവസത്തെ അരവയർ ഭക്ഷണവും രാവിലത്തെ നിരാഹാരവും മൂലം സൈനികർ വല്ലാതെ തളർന്നു പോയി. ദാഹജലം ലഭിക്കാതെ അവർ വലഞ്ഞു. അല്പനേരം കൊണ്ട് സാമൂതിരിയുടെ സൈന്യം വിശാലമായ ആ തെങ്ങിൻ തോപ്പാകെ വളഞ്ഞു. കൊച്ചി സൈന്യം കുരുക്കിൽ പെട്ടു. കോഴിക്കോടിന്റെ സേനാനായകരെല്ലാം കൊച്ചി പടയാളികൾ മുമ്പ് നിലയുറപ്പിച്ചിരുന്ന പ്രദേശത്ത് എത്തി.

''കേരളവർമ്മയോട് കീഴടങ്ങാൻ പറയട്ടെ?'' ഏറാൾപ്പാട് തന്റെ മാതുലനോട് ചോദിച്ചു. അതിനു മറുപടി ഇടപ്പള്ളി തമ്പുരാനാണ് പറഞ്ഞത്.

''ഏയ് വേണ്ട വേണ്ട, അയാൾ പരാജയം സമ്മതിച്ച് വേണമെങ്കിൽ ഇങ്ങോട്ട് പറയട്ടെ.''

''സമയം ദീർഘിപ്പിക്കാൻ ആണ് കേരളവർമ്മ തെങ്ങിൻതോപ്പിൽ പ്രവേശിച്ചിരിക്കുന്നത്. ഇടപ്പള്ളിയുടെ സൈന്യം തോപ്പിനകത്ത് കയറട്ടെ ബാക്കിയുള്ള ഭടന്മാർ തോപ്പു വളഞ്ഞു നിൽക്കൂ.'' സാമൂതിരി കല്പിച്ചു.

സമയം നട്ടുച്ചയായി. വെട്ടത്തുതമ്പുരാനും ഏറാൾപ്പാടും കൊച്ചി സൈന്യത്തിന്റെ കലവറയുടെ അടുത്ത് നിന്ന് സംസാരിക്കുകയായിരുന്നു.

''കേരളവർമ്മയും നായന്മാരും എല്ലാം പട്ടിണിയിൽ ആയിരുന്നു എന്ന് തോന്നുന്നല്ലോ, കലവറ കാലിയാണ്.'' വെട്ടത്ത് രാജാവ് പറഞ്ഞു.

''സൈനികരെ കൊച്ചിയിലേക്ക് പറഞ്ഞയച്ചത് അമ്മാവന്റെ ബുദ്ധിയാണ്. ചാരന്മാരുടെ പ്രവർത്തനം അദ്ദേഹം നേരിട്ടാണ് നിയന്ത്രിക്കുന്നത്. പുരാണങ്ങളിൽവരെ ചാരപ്രവർത്തനത്തെക്കുറിച്ച് പറയുന്നുണ്ടല്ലോ. രാമായണത്തിൽ പോലും രാവണൻ ശുക, ചാരണന്മാർ എന്ന് പേരായ തന്റെ രണ്ട് ചാരന്മാരെ വാനര സൈന്യത്തിന് ഇടയിൽ വിട്ടതായി പറയുന്നുണ്ട്.''

തന്റെ മാതുലനെ ന്യായീകരിക്കുന്നത് ന്യായം തന്നെ. പക്ഷേ, വസ്തുതകൾ അദ്ദേഹത്തിന് ഒന്നു മനസ്സിലാക്കി കൊടുക്കണം എന്ന് വെട്ടത്തുതമ്പുരാൻ കരുതി.

"താങ്കൾ പറയുന്നത് വളരെ ശരിയാണ്. വാനരന്മാർ രാവണന്റെ ചാരന്മാരെ വധിക്കാൻ നോക്കിയപ്പോൾ, ശ്രീരാമൻ 'അവർ അവരുടെ ജോലി ചെയ്യുകയാണ്, അവരെ വധിക്കരുത് എന്നു പറഞ്ഞ്' തന്റെ സൈന്യത്തിന്റെ ശക്തി മുഴുവൻ അവർക്ക് കാണിച്ചു കൊടുത്ത് അവരെ രാവണന്റെ അടുത്തേക്ക് തിരിച്ചുവിട്ടു. രാമായണത്തിലെ പ്രതിനായകനായ രാവണൻ പോലും വാനരസേനയുടെ അന്നം മുടക്കുകയോ, വാനരന്മാർക്ക് 'കൊറ്റും കോളും' കൊടുക്കാൻ അവരെ കിഷ്കിന്ധയിലെക്ക് പറഞ്ഞു വിടുകയോ ചെയ്തില്ലല്ലോ."

വെട്ടത്ത് രാജാവിന്റെ വാക്കുകൾ ഏറാൾപ്പാടിന്റെ മർമ്മത്തുതന്നെ കൊണ്ടു. അദ്ദേഹത്തിന്റെ ശിരസ്സു കുനിഞ്ഞു.

"നമ്മുടെ മുൻകാലത്ത് ഉണ്ടായിരുന്ന യുദ്ധനീതികളെല്ലാം ഇപ്പോൾ മറഞ്ഞു എന്ന് താങ്കൾക്ക് ചൂണ്ടിക്കാണിക്കാൻ വേണ്ടി ഞാൻ പറഞ്ഞതാണ്. അല്ലാതെ താങ്കളെ വേദനിപ്പിക്കാൻ അല്ല." വെട്ടത്ത് രാജാവ് സമാധാനിപ്പിച്ചു.

നമ്മൾ ഇവിടെ ഇനി ഇരിക്കേണ്ട നമുക്കും അങ്ങോട്ട് പോകാം എന്നുപറഞ്ഞുകൊണ്ട് ഏറാൾപ്പാട് അങ്ങോട്ട് വേഗം നടന്നു തുടങ്ങി, വെട്ടത്ത് രാജാവ് അദ്ദേഹത്തെ അനുഗമിച്ചു.

കൊച്ചിയിൽ കൊച്ചിക്കാർ തന്നെ നടത്തിയ ചതിപ്രയോഗങ്ങൾ അറിയുന്നവർ എല്ലാം തെങ്ങിൻതോപ്പിൽ അകപ്പെട്ടു. സത്യം ഒരു നാൾ പുറത്തുവരും എന്ന ചൊല്ല് അന്വർത്ഥമാക്കിക്കൊണ്ട് തീരെ പ്രതീക്ഷിക്കാത്ത ഒരാൾ, അതു പുറത്തു കൊണ്ടുവരുവാൻ ബാക്കിയുണ്ടായിരുന്നു. കൊച്ചിയിലെ ഇട്യാതിയുടെ കടയിലെ ജോലിക്കാരൻ ലോനൻ മാപ്പിളയായിരുന്നു അത്.

കലശലായ വിശപ്പും ദാഹവും സഹിച്ച് ലോനൻ ഇരുട്ടുമുറിയിൽ കഴിഞ്ഞുകൂടി. ഇതിനിടെ രണ്ടുപേർ വന്ന് അവന്റെ ശരീരം പരിശോധിച്ച് മടിക്കുത്തിൽ നിന്നും കേരളവർമ്മ കൊടുത്തയച്ച ഓലകൾ കൊണ്ടുപോയി, പോകുന്ന പോക്കിൽ അവന്റെ കണ്ണുകളും തുണികൊണ്ട് മൂടിക്കെട്ടി. അടുത്തദിവസം അവൻ ഇരിക്കുന്ന മുറിക്ക് വെളിയിൽ ആരോ സംസാരിക്കുന്ന ശബ്ദം കേട്ട് അവൻ ചെവികൂർപ്പിച്ചു.

"അവനെ നിങ്ങൾ ചോദ്യം ചെയ്തോ?" ഒരാൾ ചോദിക്കുന്നു.

"ഞങ്ങളോട് അവനെ പിടിച്ചു കൊണ്ടു വന്ന് ഇവിടെക്കൊണ്ടാക്കുവാനേ ചെറുവൈപ്പിലെ തമ്പുരാന്റെ കാര്യക്കാരൻ പറഞ്ഞിട്ടുള്ളൂ. അവന്റെ മടിയിൽനിന്നും കിട്ടിയ ഓല ഞങ്ങൾ സൂക്ഷിച്ചു വെച്ചിട്ടുണ്ട്."

അല്പനേരം സംസാരം ഒന്നും കേട്ടില്ല. പുതുതായി വന്ന ആൾ ഓലകൾ വായിക്കുകയാണ് എന്ന് ലോനൻ ഊഹിച്ചു.

‘‘അതിൽ എന്താണ് എഴുതിയിരിക്കുന്നത്?’’ പുതിയ ഒരു ശബ്ദം ചോദിച്ചു.’’

‘‘കുമ്പളത്തെ കൈമൾ അരിയും പലചരക്കും തടഞ്ഞ കാര്യം മാത്രമേ എഴുതിയിട്ടുള്ളൂ.’’

‘‘ചെറുവൈപ്പിലെ കാര്യക്കാർ മുതൽപിടിയെ സ്വാധീനിച്ച കാര്യം അതിൽ എഴുതിയിട്ടില്ലേ?’’

‘‘നീ എന്തു മണ്ടനാണ്? അതെങ്ങനെ അപ്പോൾ അറിയാൻ? ഈ ഓല കൊടുത്തയച്ചതിന് ശേഷമല്ലേ മുതൽപിടിയുടെ ആൾക്കാർ ഇടപ്പള്ളി കടവിലേക്ക് പോയത്. നായന്മാര് ശമ്പളം വാങ്ങാൻ ഇപ്പോഴും അവിടെ കാത്തു കെട്ടിനിൽക്കുന്നുണ്ട്. നീ പോയി ആ രണ്ടുപേരെ വരാൻ പറയൂ.’’ വീണ്ടും കാലൊച്ച കേട്ടു. തന്നെ കൊണ്ടുവന്നവർ വരികയാണ്.

‘‘അവനെ എവിടെയാ ഇട്ടിരിക്കുന്നത്?’’ അവസാനം സംസാരിച്ചയാൾ തുടർന്നു.

‘‘ഇതാ ഈ കാണുന്ന മുറിയിൽ.’’

‘‘മുൻപേ പറയണ്ടേ? നമ്മൾ സംസാരിച്ചിരുന്നത് അവൻ കേട്ടിരിക്കുമോ?’’ ഒരു ശബ്ദം ചോദിച്ചു.

അതുകേട്ടതും ലോനൻ, ഒരു വശം ചെരിഞ്ഞ് ഉറങ്ങുന്നതു പോലെ കിടന്നു. ഉടൻ കതകു തുറക്കുന്ന ശബ്ദം കേട്ടു.

‘‘ഭാഗ്യം ഇവൻ നല്ല ഉറക്കത്തിലാണ്.’’ വാതിലടഞ്ഞു. വീണ്ടും അവർ പുറത്തുപോയി

‘‘ഇവൻ ഓലകൾ വായിച്ചിരിക്കുമോ?’’ ഒരാൾ ചോദിച്ചു.

‘‘ഇവനും ഞങ്ങളെ പോലെ തന്നെയാണ് തമ്പുരാനേ, എഴുത്തും വായനയും അറിഞ്ഞുകൂടാ.’’

അവനെ അങ്ങോട്ട് കൂട്ടിക്കൊണ്ടുവന്നവരുടെ ശബ്ദം കേട്ടു.

‘‘ഇവനെ കായലിൽ തള്ളണോ?’’ ആദ്യം സംസാരിച്ചിരുന്നയാൾ ചോദിച്ചു.

‘‘കൊല്ലാൻ ഞങ്ങളെ കിട്ടില്ല തമ്പുരാന്മാരെ, രാജ്യത്തിന്റെ കാര്യമാണ് എന്ന് പറഞ്ഞാണ് ചെറുവൈപ്പിലെ കാര്യസ്ഥൻ ഈ പണി ഞങ്ങളെ ഏൽപ്പിച്ചത്. നിങ്ങൾ ആരാണെന്നും ഞങ്ങൾക്കറിയില്ല. ഞങ്ങൾ കൊച്ചിതമ്പുരാന്റെ ഉപ്പു കഴിച്ച് വളർന്നവരാണ്. ഇവൻ ഒരു പാവം പിടിച്ച ഞങ്ങളെ പോലുള്ള ഒരു സാധാരണക്കാരനാണ് ഞങ്ങൾ ഇവനെ അഴിച്ചുവിടും.’’

‘‘ശരി നാളെ കഴിഞ്ഞ് അവനെ പുറത്ത് വിട്ടാൽ മതി.’’ അല്പം കഴിഞ്ഞതും ലോനൻ സത്യമായും ഉറങ്ങിപ്പോയി.

ഖജനാവ് മന്ദിരത്തിന് പുറത്ത് ആയിരക്കണക്കിന് പട്ടാളക്കാർ രാവിലെ മുതൽ കാത്തുനിന്നു. ഖജനാവ് തുറക്കാൻ മുതൽപിടി വന്നില്ല എന്ന പല്ലവിയാണ് അവിടെ ഇരുന്ന കണക്കപ്പിള്ളമാർ പറഞ്ഞത്. നേരം വൈകിയാൽ പടത്തലവൻ കോപിക്കും എന്ന വേവലാതിയായിരുന്നു അവരുടെ ഉള്ളിൽ. മനസ്സില്ലാമനസ്സോടെ അവർ ഉച്ചഭക്ഷണം കഴിക്കാൻ പലയിടത്തും പോയി വീണ്ടും തിരിച്ചു വന്നു. ഏകദേശം വൈകുന്നേരം നാലുമണി ആയപ്പോൾ മുതൽപിടി വന്ന് ഖജനാവ് തുറന്നു. താൻ വൈകിയതിന്, കണക്കപ്പിള്ളമാരോട് അയാൾ എന്തൊക്കെയോ ഒഴികഴിവുകൾ പറഞ്ഞു. അപ്പോഴേക്കും ആകാശത്ത് മേഘങ്ങൾ ഉരുണ്ടുകൂടി. വേനൽമഴയുടെ വരവായി. മുതൽപിടി എല്ലാവരെയും അടുത്ത ദിവസം വരുവാൻ പറഞ്ഞു.

പാവം പട്ടാളക്കാർ കിട്ടിയ സമയം കൊണ്ട് മഴ കടുക്കുന്നതിനു മുമ്പ് അവരവരുടെ വീടുകളിലേക്ക് പോകാൻ ശ്രമിച്ചു. കൊച്ചിയിൽ പെയ്ത മഴ ഇടപ്പിള്ളിക്കടവിൽ കൊച്ചി രാജ്യത്തിന് പ്രകൃതി തന്റെ കണ്ണുനീർ അർപ്പിക്കുകയാണോ എന്നു തോന്നിപ്പിച്ചുകൊണ്ട് കുറച്ചു കൂടി ശക്തിയായി പെയ്യുന്നുണ്ടായിരുന്നു. തെങ്ങിൻതോപ്പിനകത്ത് ഇരുഭാഗത്തെയും സൈനികർ മരിച്ചു വീണു. വിശപ്പും ദാഹവും സഹിച്ചുകൊണ്ട് കൊച്ചിയിലെ നായന്മാർ വീരോചിതമായി തന്നെ പൊരുതി. മഴ മൂലമുള്ള വെളിച്ചക്കുറവും തെങ്ങോലകൾ സൃഷ്ടിക്കുന്ന മറവും തോപ്പിനകത്ത് ഭീകരാന്തരീക്ഷം സൃഷ്ടിച്ചു. ഇടപ്പള്ളി തമ്പുരാൻ പുറത്തുവന്ന് ഏറാൾപ്പാടിനോട് കൂടുതൽ സൈനികസഹായം ആവശ്യപ്പെട്ടു. കൂടുതൽ സൈനികർ തോപ്പിലേക്ക് പ്രവേശിച്ചു. മഴ നേർത്തെങ്കിലും ശക്തിയായ ഇടിമിന്നൽ അപ്പോഴും ഉണ്ടായിരുന്നു. അല്പസമയം കഴിഞ്ഞ് കൊച്ചി പടത്തലവൻ വീണു എന്ന വാർത്ത ഒരു ഭടൻ പുറമേയുള്ള വരെ വന്നറിയിച്ചു. ഏറ്റവും അനുഭവസമ്പത്തുള്ള ഒരു ധീരയോദ്ധാവ് ആണ് കൊച്ചിക്ക് നഷ്ടപ്പെട്ടത്. പെട്ടെന്ന് ആ സ്ഥാനം ഏറ്റെടുക്കാൻ പറ്റിയ ധീരന്മാർ അന്ന് കുറവായിരുന്നു. വൈകീട്ട് അഞ്ചുമണി ആയതോടെ മരുമകൻ തമ്പുരാനും അനുജന്മാരുമടക്കം കൊച്ചി സൈന്യത്തിലെ ഏതാണ്ട് എല്ലാവരും മരിച്ചു കഴിഞ്ഞു എന്ന വാർത്ത തോപ്പിൽ നിന്നും വന്ന ആൾക്കാർ പുറത്ത് അറിയിച്ചു.

ഇടപ്പള്ളി തമ്പുരാനടക്കം ആരുടെ മുഖത്തും വലിയ സന്തോഷം കണ്ടില്ല. എല്ലാവരുടെ മുഖത്തും മ്ലാനത പരന്നു. ഇരുട്ടുന്നതിനു മുമ്പ് യുദ്ധരംഗം കാണാൻ സാമൂതിരിപ്പാട് തെങ്ങിൻതോപ്പിൽ വന്നു. ഏറാൾപ്പാട്, വെട്ടത്ത് രാജാവ്, ഇടപ്പള്ളി തമ്പുരാൻ എന്നിവർ അദ്ദേഹത്തെ അനുഗമിച്ചു. കൈകൾ വിരിച്ച് ആകാശം നോക്കിക്കൊണ്ട് കൊച്ചിയിലെ ധീരനായ പടത്തലവൻ മരിച്ചു കിടക്കുന്നു. അതിന് അകലെ കൊച്ചിയിലെ രണ്ട് ഇളമുറക്കാർ ഭൂമിയിൽ

കമിഴ്ന്ന് വീണ നിലയിൽ കിടക്കുന്നു. അതിന്റെ തൊട്ടരികിൽ ഏറ്റവും ഇളയ തമ്പുരാന്റെ തലയിൽ തന്റെ വലതു കൈ വെച്ച് മലബാറിലെ ഏറ്റവും മികച്ച യോദ്ധാവായിരുന്ന മരുമകൻ തമ്പുരാൻ എന്ന കേരളവർമ്മ കിടന്നു, അദ്ദേഹത്തിന്റെ ഇടതുകൈ അപ്പോഴും രക്തം പുരണ്ട തന്റെ ഉറുമിയുടെ പിടി വിട്ടിരുന്നില്ല. നെഞ്ചത്തെ ഒരു മുറിവുകൊണ്ടാണ് അദ്ദേഹം മരിച്ചത് എന്ന് തോന്നിച്ചു. അത് ശ്രദ്ധിക്കുമ്പോഴേക്കും അവിടെ ചെറിയ ഒരു കശപിശ നടന്നു. മണ്ണിൽ കമിഴ്ന്ന് വീണു കിടക്കുന്ന ഇളയ തമ്പുരന്മാരെ നോക്കി, സാമൂതിരി തമ്പുരാന്റെ നാവിൽ നിന്നും ആ സമയത്തിന് യോജിക്കാത്ത ചില വാക്കുകൾ വീണുപോയി.

‘‘ക്ഷത്രിയന് മണ്ണിനോടുള്ള ആർത്തി തീർന്നില്ല എന്നു തോന്നുന്നു.’’ അത് കേട്ടതും വെട്ടത്ത് രാജാവ് ഒരു ഈറ്റപ്പുലി കണക്കെ സാമൂതിരിയുടെ നേരെ വാളുമായി ചെന്നു.

‘‘ഞങ്ങളുടെ ആൾക്കാരെ അധിക്ഷേപിക്കാൻ നിങ്ങൾക്ക് ഒരു അധികാരവുമില്ല.’’ അദ്ദേഹം അലറി. ഇത് പ്രതീക്ഷിക്കാത്ത സാമൂതിരിപ്പാട് അന്ധാളിച്ചുപോയി. ഏറാൾപ്പാടും ഇടപ്പള്ളി തമ്പുരാനും വെട്ടത്ത് രാജാവിനെ പിടിച്ചുമാറ്റി അല്പം ദൂരെ കൊണ്ടു പോയി. കോഴിക്കോട്ടിലെയും വെട്ടത്തുനാട്ടിലെയും പടയാളികൾ തമ്മിൽ കോർക്കാൻ തുടങ്ങി. സംയമനം വീണ്ടെടുത്ത വെട്ടത്ത് രാജാവ് തന്റെ സൈനികരെ വിലക്കി. മരിച്ചുകിടക്കുന്ന ആ മൂന്നുപേരും തന്റെ രക്തത്തിൽ ഉള്ളവരാണെന്ന് ദുഃഖത്തോടെ ചിന്തിച്ചു കൊണ്ടിരിക്കുമ്പോഴാണ് ക്ഷത്രിയന്മാരെ ആക്ഷേപിച്ചുകൊണ്ട് ഒരു സാമന്തനായ സാമൂതിരിയുടെ അഭിപ്രായപ്രകടനം. വെട്ടത്ത് രാജാവിനെ ഭ്രാന്ത് പിടിപ്പിക്കാൻ അത് മതിയായിരുന്നു. നാലു മൃതദേഹങ്ങൾ കൊച്ചിയിലേക്ക് കൊണ്ടുപോകാൻ സാമൂതിരിപ്പാട് തന്നെ ഏർപ്പാട് ചെയ്തു.

ഇരുസൈന്യങ്ങളിലെയും മൃതദേഹങ്ങൾ അവിടെ തന്നെ സംസ്കരിച്ചു. കൊച്ചിക്കാരുടെ ദുഃഖാചരണം കഴിഞ്ഞശേഷം മാത്രം തന്റെ സൈന്യം കൊച്ചിയിലേക്കു പോയാൽ മതി എന്ന് അദ്ദേഹം തീരുമാനിച്ചു.

നാവു പിഴയ്ക്കുക എന്നുള്ളത് എല്ലാ മനുഷ്യർക്കും പറ്റാവുന്ന ഒരു അബദ്ധമാണ്. മനസ്സുകൊണ്ട് വിചാരിക്കാത്ത കാര്യം പോലും ചിലപ്പോൾ നാവിൽ നിന്നും വീഴാം. അനവസരത്തിൽ പറയുന്ന തമാശകൾക്ക് പോലും മറ്റുള്ളവരുടെ ഹൃദയത്തിനെ മുറിവേൽപ്പിക്കാനുള്ള ശക്തിയുണ്ട്. വെട്ടത്ത് രാജാവിനും തന്നേക്കാൾ പ്രായത്തിൽ മൂപ്പുള്ള ഒരു അതിപ്രബലനായ ഒരു രാജാവിനോട് താനിങ്ങനെ പ്രവർത്തിച്ചതിൽ പശ്ചാത്താപമുണ്ടായി. വെട്ടത്തുരാജാവ് സാമൂതിരിപ്പാടിനോട് മാപ്പു പറഞ്ഞു. കാര്യങ്ങളെല്ലാം രമ്യതയിൽ തീർന്നശേഷം, ഇടപ്പള്ളി രാജാവ് തന്റെ കൊട്ടാരത്തിലേക്ക് പോയി.

മരുമകൻ തമ്പുരാൻ മരിച്ചു കിടക്കുന്ന രംഗം അദ്ദേഹത്തിന്റെ കൺമുമ്പിൽ വന്നുകൊണ്ടിരുന്നു. ഖ്വാജാ അലി അദ്ദേഹത്തെ കാണാൻ കാത്തുനിന്നു. അലി ഒരു യുദ്ധവിദഗ്ധനായിരുന്നു, അറബി നാടുകളിലും മറ്റും പോയി പല നൂതനമായ ആയുധമുറകളും എല്ലാം അഭ്യസിച്ചു വരുന്നത് അയാൾക്ക് ഒരു ഹരമാണ്. ഇടപ്പള്ളിയിൽ താമസിക്കുന്നതിനാൽ തമ്പുരാനുമായി നല്ല അടുപ്പമായിരുന്നു. കൊച്ചിയുമായി ഉണ്ടായ യുദ്ധത്തിൽ തമ്പുരാന്റെ പത്തു പടവുകൾ പറങ്കികളുടെ പീരങ്കികൾ നശിപ്പിച്ചതിനാൽ, അവസാന ദിവസം കടവ് ആക്രമിക്കാൻ അലിയുടെ സഹായം തേടി, അയാളുടെ തോണികളിൽ ആണ് പടയാളികളെ കടവ് കടത്തിയത്. തെങ്ങിൻതോപ്പിൽ കൊച്ചി നായന്മാരെ പിന്തുടർന്ന് പോയ കൂട്ടത്തിൽ ഖ്വാജ അലിയും ഉണ്ടായിരുന്നു.

''കേരളവർമ്മ എങ്ങനെയാണ് മരിച്ചത്?'' തമ്പുരാൻ അയാളോട് ചോദിച്ചു.

''എന്റെ തോക്കിലെ വെടികൊണ്ടാണ് മരിച്ചത് തമ്പുരാനേ. തമ്പുരാന്റെ ഉറുമി പ്രയോഗം കൊണ്ട് പടയാളികൾ കുറച്ചൊന്നുമല്ല മരിച്ചത്. അനിയൻ തമ്പുരാക്കന്മാർ മരിച്ചത് കണ്ടതും മരുമകൻ തമ്പുരാന്റെ നിയന്ത്രണം നഷ്ടപ്പെട്ടു. കുറച്ചു കൂടി കഴിഞ്ഞിരുന്നെങ്കിൽ ഇടപ്പള്ളിയിലെ നായന്മാരെ മുഴുവൻ അദ്ദേഹം കൊല്ലുമായിരുന്നു. തമ്പുരാൻ എന്റെ നേർക്ക് വന്നപ്പോൾ ഞാൻ തോപ്പിന്റെ കിഴക്കേ വശത്തേക്ക് പിന്മാറി. ആയുധംകൊണ്ട് തമ്പുരാനെ കീഴ്പ്പെടുത്താൻ ഇന്നു നടന്ന യുദ്ധത്തിലെ രണ്ടു ഭാഗത്തിലെ ഒരു യോദ്ധാവിനും സാധ്യമല്ല. എന്നെ തമ്പുരാന് നേരത്തെ അറിയാം എന്ന കാര്യം മനസ്സിലാക്കാത്ത എന്റെ അംഗരക്ഷകൻ ഇസ്മായിൽ അദ്ദേഹം എന്നെ വധിക്കും എന്ന് കരുതി അവന്റെ പിറകിൽ നിറച്ചു കെട്ടി വെച്ചിരുന്ന അറബിനാട്ടിൽ നിന്ന് കൊണ്ടുവന്ന എന്റെ വിശേഷതരം തോക്ക് തമ്പുരാന് നേരെ ഉപയോഗിച്ചു. ഇടിയിലും മഴയിലും വെടി ഒച്ച ആരും കേട്ടില്ല. വെടികൊണ്ട് അദ്ദേഹം താഴെ വീണു. വീഴുന്ന വീഴ്ചയിൽ ഇസ്മായിലിന്റെ തല തമ്പുരാന്റെ ഉറുമി കൊയ്തു. ഞാൻ താങ്കളുടെ സൈന്യത്തിനു സഹായമായി വന്നാലും വ്യക്തി പരമായി ഞാൻ ആ തമ്പുരാനെ വളരെയധികം ആരാധിച്ചിരുന്നു. അബദ്ധത്തിൽ എനിക്ക് ആ രംഗത്തിനു സാക്ഷിയാവേണ്ടിവന്നു. വീണുകിടക്കുന്ന തമ്പുരാന്റെ കാല് പിടിച്ച് ഞാൻ മാപ്പ് പറഞ്ഞു. അപ്പോൾ അദ്ദേഹം പറഞ്ഞു. 'എന്റെ അനിയന്മാർ പോയശേഷം എനിക്ക് ജീവനോടെ ഇരിക്കേണ്ട കാര്യമില്ല, മരണത്തിനെ സ്വാഗതം ചെയ്തുകൊണ്ടുതന്നെയാണ് ഞാൻ ഇത്രയും നേരം ഇരുന്നത്. വിധി അത് നിന്റെ ആയുധം കൊണ്ട് ചെയ്യിച്ചു. നീ എനിക്ക് ഒരു ഉപകാരം ചെയ്യണം, എന്നെക്കൊണ്ട് എന്റെ അനുജന്മാരുടെ അടുത്ത്

കിടത്തണം. ഞാൻ അവിടെ കിടന്നു മരിച്ചോളാം. ഞാൻ മരിക്കുന്നതു വരെ ആരും എന്റെ അരികിൽ വരാതെ നോക്കണം. നീ അത് ചെയ്യുമോ?'' അദ്ദേഹം എന്നോട് ചോദിച്ചു. ഞാൻ തമ്പുരാനെ താങ്ങി യെടുത്ത് അനുജന്മാരുടെ അടുത്ത് കൊണ്ടുപോയി കിടത്തി. മരിച്ചുകിടക്കുന്ന ഇളയ അനിയന്റെ തലമുടി അദ്ദേഹം സ്നേഹ ത്തോടെ കൊതി കൊടുത്തു.

''അലി, എന്റെ അമ്മ ഈ കൊച്ചനുജനെ ചെറുപ്പത്തിൽ പാടി യുറക്കുന്ന പാട്ട് ഇപ്പോൾ എന്റെ ചെവികളിൽ കേൾക്കുന്നു'' എന്ന് പറഞ്ഞു തമ്പുരാൻ പുഞ്ചിരിച്ചു. അല്പസമയത്തിനകം അദ്ദേഹ ത്തിന്റെ ആത്മാവ് വേർപിരിഞ്ഞു അദ്ദേഹത്തിന്റെ പാദങ്ങൾ തൊട്ടു വന്ദിച്ചു. എന്റെ തോക്കുമെടുത്ത് ഞാൻ ആരും കാണാതെ ഇടപ്പള്ളി യിലേക്ക് തന്നെ തിരിച്ചുവന്നു. തമ്പുരാൻ എന്റെ തോക്കിലെ വെടി കൊണ്ട് മരിച്ചതാണെന്ന് ആരെങ്കിലും അറിഞ്ഞാൽ, അത് ഇടപ്പള്ളി തമ്പുരാൻ മനപ്പൂർവം എന്നെക്കൊണ്ട് ചെയ്യിച്ചതാണ് എന്നേ പറയൂ. അതുകൊണ്ടാണ് ആ പരിസരത്ത് എന്നെ കാണാതിരുന്നത്.'' അയാ ളുടെ കണ്ണിൽനിന്നും അപ്പോഴും കണ്ണീർ പ്രവഹിക്കുന്നുണ്ടായിരുന്നു. ഇടപ്പള്ളി തമ്പുരാന് മനസ്സിൽ അതിയായ കുറ്റബോധം ഉണ്ടായി. കൊച്ചിയുടെ ഉദിച്ചുയരുന്ന സൂര്യനസ്തമിച്ചപ്പോൾ യുദ്ധത്തിലെ വിജയികൾക്കും പരാജിതതരെപ്പോലെ അവരുടെ മനസ്സുകളിൽ സന്താപത്തിന്റെ കാരിരുൾ പരന്നു.

യുദ്ധാനന്തരം

മരുമകൻ തമ്പുരാനും അനുജന്മാരും മരിച്ച വാർത്ത കോവിലകത്ത് എത്തിയപ്പോൾ ഗോദവർമ്മ ഇരുന്ന കസേരയിൽ തന്നെ ബോധ രഹിതനായി ചെരിഞ്ഞു. അടുത്തുണ്ടായവർ അദ്ദേഹം മരിച്ചുപോയി എന്ന് കരുതിപ്പോയി. മുഖത്ത് വെള്ളം തളിച്ച് വിശറികൊണ്ട് വീശി അദ്ദേഹത്തെ ശുശ്രൂഷിച്ചപ്പോൾ അദ്ദേഹം മെല്ലെ തന്റെ കണ്ണുകൾ തുറന്നു. താൻ കാണുന്നത് ഒരു സ്വപ്നമായിക്കൂടെ എന്ന് ചിന്തിച്ച് അദ്ദേഹം തേങ്ങി. രാജാവിനെ ആശ്വസിപ്പിക്കാനായി വ്യാപാര പ്രമുഖരും മറ്റു വിശിഷ്ട വ്യക്തികളും ബന്ധുക്കളുമെല്ലാം കോവിലകത്തേക്ക് വന്നും പോയും കൊണ്ടിരുന്നു. കലങ്ങിച്ചുവന്ന കണ്ണുകളുമായി അനിയൻ തമ്പുരാൻ അവിടെയെല്ലാം നടന്ന് കാര്യങ്ങൾ നിയന്ത്രിക്കാൻ പാടുപെടുന്നുണ്ടായിരുന്നു. പോർച്ചുഗീസ് ഫാക്ടറിയിലെ സൈനികർ ഓരോരുത്തരായി തമ്പുരാനെ കാണാൻ വന്നു. ജനങ്ങൾ അവരെ അവജ്ഞയോടെയാണ് നോക്കിയത്. ഈ ദുരന്തം സംഭവിച്ചത് അവർ മൂലമാണെന്ന് ജനങ്ങൾ അടക്കം പറഞ്ഞു. ലോറൻസോയും അൽവാറോയും പരസ്യമായി പൊട്ടിക്കരഞ്ഞു. ഇടിക്കേള മേനോന്റെ മുഖം ഇരുമ്പുപോലെ ഇറുകിയിരുന്നു. അയാളുടെ മനസ്സിൽ പ്രതികാരത്തിന്റെ അഗ്നിപർവ്വതം പുകയുകയാണ്. ഏതാനും ദിവസങ്ങൾക്കു മുമ്പ് താൻ കണ്ട തമ്പുരാക്കന്മാർ ശവമഞ്ചങ്ങളിൽ വരുന്നത് അയാൾക്ക് സഹിക്കാനായില്ല. അടുത്ത ദിവസം തന്നെ തമ്പുരാക്കന്മാരുടെ മൃതശരീരങ്ങൾ കോവിലകം പറമ്പിൽ സംസ്കരിച്ചു. മൂന്നുപേരും ബ്രഹ്മചാരികൾ ആയതിനാൽ, ഗോദവർമ്മ തമ്പുരാന്റെ ഏറ്റവും ഇളയ സഹോദരിയുടെ അഞ്ചു വയസ്സുകാരനായ മകൻ ബന്ധുക്കളുടെ സഹായത്തോടെ ചിതയ്ക്കു തീവെച്ചു. കോവിലകത്ത് കൂട്ടക്കരച്ചിൽ ഉയർന്നു. ഹൃദയഭേദകമായ ഈ കാഴ്ച കണ്ട് ജാതിമതഭേദമന്യേ പൗരന്മാർ പൊട്ടിക്കരഞ്ഞു പോയി.

വേണ്ടപ്പെട്ടവർ മരിക്കുമ്പോൾ അവരുടെ സംസ്കാരം കഴിയുന്നതുവരെ അവരുടെ വളരെ അടുത്ത ബന്ധുക്കൾക്കും അവരോട് അടുത്ത ഇടപഴകിയവർക്കും മനസ്സിൽ ഒരു തരിപ്പായിരിക്കും ആദ്യം

അനുഭവപ്പെടുക. രണ്ടു ദിവസങ്ങൾ കഴിയുമ്പോഴാണ് മരിച്ചവരുടെ മുഖവും അവരുടെ സംഭാഷണങ്ങളും അവരോട് ചേർന്നിരുന്ന നിമിഷങ്ങളും ഓരോരോന്നോരോന്നായി മനസ്സിൽ കടന്നു വരിക. ഒറ്റയ്ക്കിരിക്കുന്ന നിമിഷങ്ങളിലും രാത്രിയുടെ ഏകാന്തതയിലും മരിച്ച ദിനത്തിൽ ചെയ്തതിനേക്കാൾ കൂടുതൽ പൊട്ടിക്കരയാൻ തോന്നും. സർവ്വതും ഉള്ളിലൊതുക്കി അനിയൻതമ്പുരാൻ ഒറ്റയ്ക്കിരിക്കുമ്പോഴെല്ലാം ഏങ്ങലടിച്ചു കരയുന്നുണ്ടായിരുന്നു.

ഗോദവർമ്മ തമ്പുരാന്, പട്ടുകോണമുടുത്ത് ഉണ്ണികൾ മുറ്റത്തു കളിക്കുന്ന രംഗവും തന്റെ പുറത്തു ചാരി അവർ കഥകൾ കേൾക്കുന്ന രംഗങ്ങളും വിഷു കൈനീട്ടം വാങ്ങുന്നതും ആയുധപൂജ ദിവസങ്ങളിൽ പൂജയ്ക്ക് വെച്ച് വാൾ തന്റെ കയ്യിൽ നിന്നും വാങ്ങുന്നതും അവസാനം അവർ യാത്ര പറഞ്ഞുപോയ രംഗവും നിശ്ചേഷ്ടരായി ശവദാഹത്തിനുമുമ്പ് കോടിപുതച്ചു കിടന്നതും എല്ലാം അദ്ദേഹത്തിന്റെ മനസ്സിൽ തുടരെത്തുടരെ വന്നുകൊണ്ടിരുന്നു. അവസാനം എപ്പോഴും കാണുന്നത് മരുമകൻ തമ്പുരാൻ കേരളവർമ്മ തന്നെ കാണുമ്പോൾ ചെയ്യുന്ന പുഞ്ചിരിയാണ്. തമ്പുരാക്കന്മാരുടെ സഞ്ചയനവും അടിയന്തരവും കഴിഞ്ഞ് ഗോദവർമ്മ കോവിലകത്ത് ഇരിക്കുമ്പോൾ, ഒരു പുരുഷാരം അദ്ദേഹത്തെ കാണാൻ അങ്ങോട്ട് വന്നു. തമ്പുരാൻ കോവിലകത്തിന് പുറത്തു വന്നു അവരെ കണ്ടു.

''നിങ്ങൾക്ക് പറയാനുള്ളത് എന്താണെങ്കിലും ഒരു സമയം ഒരാൾ മാത്രം പറയണം.'' തമ്പുരാൻ അല്പം ഗൗരവമായിത്തന്നെ പറഞ്ഞു. ഒരു പ്രമാണി ആണെന്ന് തോന്നിക്കുന്ന ഒരു നായർ മുന്നോട്ടു കയറി വന്നു കൂടിയിരുന്നവർ എല്ലാരും കേൾക്കെ ഉറക്കെ പറഞ്ഞു.

''ഞങ്ങളുടെ പ്രിയപ്പെട്ടവരായ ഇളയ തമ്പുരാക്കന്മാരുടെ ദേഹവിയോഗത്തിൽ ഞങ്ങൾക്ക് അതിയായ വിഷമമുണ്ട്, അടുത്ത അനന്തരാവകാശിയായ കേരളവർമ്മ എന്ന ഞങ്ങളുടെ മരുമകൻ തമ്പുരാൻ മരിച്ചു എന്ന് ഞങ്ങൾക്ക് വിശ്വസിക്കാൻ പോലും സാധിക്കുന്നില്ല. അനന്തരവർ മരിച്ചതിൽ തമ്പുരാന് ഉള്ള ദുഃഖം ഞങ്ങൾക്ക് മനസ്സിലാവും. ഞങ്ങൾക്ക് പറയാനുള്ളത് എന്തെന്നാൽ, ഇതിനെല്ലാം കാരണക്കാരായ പറങ്കികളെ ഇവിടെനിന്ന് ആട്ടി പുറത്താക്കണം. തമ്പുരാൻ അനുവാദം തരികയാണെങ്കിൽ അവരെയെല്ലാം കൊല്ലാൻ ഈ ജനക്കൂട്ടം തയ്യാറായി വന്നിരിക്കുകയാണ്. നമ്മൾ അത് ചെയ്താൽ കൊച്ചിയിലേക്ക് വരാൻ തയ്യാറെടുത്ത് ഇരിക്കുന്ന കോഴിക്കോടിലെ സാമൂതിരിപ്പാട് സൈന്യവും തിരിച്ചു പോകുകയും ചെയ്യും. ഞാൻ പറയുന്നത് കൊച്ചിയിലെ നായർ പ്രമാണികളുടെയും, നാനാമതസ്ഥരായ കച്ചവടക്കാരുടെയും പ്രജകളുടെയും അഭിപ്രായമാണ്.'' അയാൾ പറഞ്ഞു നിർത്തിയതും

കൂടിയിരുന്ന ജനങ്ങൾ ആരവം മുഴക്കി. തമ്പുരാൻ എന്താണ് പറയാൻ പോകുന്നത് എന്ന് അനിയൻ തമ്പുരാൻ പരിഭ്രമത്തോടെ നോക്കി നിന്നു.

''ഒരു ക്ഷത്രിയ രാജാവിന്റെ കടമ എന്താണെന്ന് അറിയാത്തവരല്ല കൊച്ചിയുടെ പ്രജകൾ. വിദേശികളായ പോർച്ചുഗീസുകാരെ ഞാൻ സംരക്ഷിച്ചു കൊള്ളാം എന്ന് പോർച്ചുഗൽ രാജാവിന് വാക്കാലും രേഖാമൂലവും ഞാൻ അറിയിച്ചിട്ടുള്ളതാണ്. കൊടുത്ത വാക്ക് പാലിക്കാൻ എനിക്ക് എന്റെ പ്രിയപ്പെട്ട അനന്തരവന്മാരെ വരെ ബലി കൊടുക്കേണ്ടി വന്നു. രാജ്യത്തിനും അതിനുപരി എനിക്കും എന്റെ കുടുംബത്തിനും നഷ്ടം ഉണ്ടായതിനു ശേഷം, ഞാൻ കൊടുത്ത വാക്കും എന്റെ ആദർശങ്ങളെയും ബലി കഴിക്കുന്നത് ശരിയായ രീതി ആണോ? ഇനി അത് ചെയ്താൽ ഗോദവർമ്മ സ്വന്തം ജീവൻ രക്ഷിക്കാൻ സാമൂതിരിയെ പേടിച്ച് ആദർശങ്ങൾ ബലികൊടുത്തു എന്ന അപകീർത്തി ഞാൻ ചുമക്കണം എന്നാണോ നിങ്ങൾ ആവശ്യപ്പെടുന്നത്? പോർച്ചുഗീസുകാർക്ക് സംരക്ഷണം കൊടുത്തതിനു പകരം അവരുടെ അടുത്ത കപ്പൽപ്പട വന്ന് നമ്മെ സഹായിക്കും എന്ന് എനിക്ക് ഉറപ്പുണ്ട്. അവർ ആ വാക്ക് തെറ്റിച്ചാൽ മാത്രമേ നമ്മൾ പുനർവിചിന്തനം ചെയ്യേണ്ട കാര്യം ഉള്ളൂ. അതിനാൽ നിങ്ങൾ എല്ലാവരും സമാധാനമായി പിരിഞ്ഞുപോയി അവരവരുടെ കർമ്മങ്ങളിൽ വ്യാപൃതരാവണം എന്നാണ് എനിക്ക് നിങ്ങളോട് പറയാനുള്ളത്.'' കുറിക്കുകൊള്ളുന്ന തമ്പുരാന്റെ വാക്കുകൾ അവരെ നിശ്ശബ്ദരാക്കി.

അടുത്ത ദിവസം തമ്പുരാൻ പോർച്ചുഗീസുകാരെ വിളിച്ചു വരുത്തി. എല്ലാരും വരിവരിയായി അദ്ദേഹത്തിന്റെ മുന്നിൽ വന്നു നിന്നു.

''ജനങ്ങൾ ബഹളം കൂട്ടുന്നതു കണ്ട് നിങ്ങൾ ഭയപ്പെടേണ്ട. കൊച്ചിക്കാർ വളരെ ശാന്തരാണ്. സാമൂതിരിയെ പിന്തുണക്കുന്നവർ അവരെ പറഞ്ഞു പ്രകോപിപ്പിക്കുകയാണ്. നിങ്ങൾ ഇന്നുതന്നെ ഫാക്ടറിയിലെ നിങ്ങളുടെ ചരക്കുകൾ ബോട്ടുകളിൽ കയറ്റി വൈപ്പിൻ ദ്വീപിലേക്ക് കൊണ്ടുപോകു. ഇടിക്കേളൻ കൂടെ വന്ന് സഹായിക്കും. ആകാശം ഇടിഞ്ഞുവീണാലും ഗോദവർമ്മ കൊടുത്ത വാക്ക് മാറില്ല, നിങ്ങളെ സംരക്ഷിക്കും.'' ശാന്തഗംഭീരനായ ഗോദവർമ്മ രാജാവിന്റെ വാക്കുകൾ അവരുടെ ഉള്ളിൽ തട്ടി. ഇതുപോലെ സത്യസന്ധനായ ഒരു രാജാവിനെ അവർ കണ്ടിട്ടോ കേട്ടിട്ടോ ഉണ്ടായിരുന്നില്ല. അവർ ഒന്നും മിണ്ടാതെ അദ്ദേഹത്തെ നോക്കി നിന്നു. ലോറെൻസോ മോറീനോ മാത്രം സംസാരിച്ചു.

''കുറച്ചുകാലത്തെ പരിചയം കൊണ്ട് തന്നെ 'നാരാമുഹിൻ' രാജകുമാരൻ ഞങ്ങൾക്ക് വളരെ ബഹുമാന്യനും സുഹൃത്തും ആയിത്തീർന്നു. അദ്ദേഹത്തിന്റെ മരണത്തിനു പ്രതികാരം ഞങ്ങൾ

ചെയ്യും.'' അയാളുടെ ശബ്ദത്തിലെ രോഷവും ആത്മാർത്ഥതയും തമ്പുരാൻ ശ്രദ്ധിക്കാൻ മറന്നില്ല.

ഗോദവർമ്മരാജാവ് വളരെ നിഷ്കളങ്കനായ ഒരു മനുഷ്യനാണെങ്കിലും അദ്ദേഹം രാജ്യതന്ത്രജ്ഞനും ദീർഘദർശിയും കൂടിയായിരുന്നു. രാമായണത്തിലെ 'ബാലികേറാമല' എന്ന സങ്കല്പവും അദ്ദേഹം പ്രാവർത്തികമാക്കി.

മഹാബലവാനായ ബാലിക്ക് ഒരു മഹർഷിയുടെ ശാപം ലഭിച്ചിരുന്നു. തന്റെ ആശ്രമപരിസരം അശുദ്ധമാക്കിയ ആൾ ആ പ്രദേശത്ത് വന്നാൽ തലപൊട്ടി മരിക്കും എന്നായിരുന്നു ശാപം. മനപ്പൂർവ്വം അല്ലെങ്കിലും അത് ചെയ്തത് ബാലി ആയിരുന്നു. അതിനാൽ അദ്ദേഹം ആശ്രമം ഇരുന്നിരുന്ന മലയിൽ ശാപത്തെ ഭയന്ന് ഒരിക്കലും കയറാറില്ല. മഹർഷിയുടെ ആശ്രമം ആയിരുന്നു ബാലികേറാമല എന്ന് അറിയപ്പെട്ട മാതംഗാശ്രമം. ബാലിയുടെ ശത്രുതയും കോപവും ഭയന്ന് കിഷ്കിന്ധ വിട്ട സഹോദരൻ സുഗ്രീവൻ സഹോദരൻ ബാലിയിൽ നിന്നും രക്ഷപ്പെടുവാൻ മാതംഗാശ്രമം നിൽക്കുന്ന മലയിലാണ് അഭയം പ്രാപിച്ചത്. ക്ഷേത്ര സങ്കേതങ്ങൾ എന്ന സങ്കല്പം കഥ നടക്കുന്ന കാലത്ത് വളരെ ശക്തമായിരുന്നു. മഹാക്ഷേത്രങ്ങളുടെ ചുറ്റും ഉള്ള സ്ഥലങ്ങൾ ആണ് ക്ഷേത്ര സങ്കേതങ്ങൾ എന്ന് അറിയപ്പെട്ടിരുന്നത്. ആ പ്രദേശത്തെ ഭരണം ആ ക്ഷേത്രത്തിലെ നമ്പൂതിരി യോഗങ്ങളുടെയും തിരഞ്ഞെടുത്ത ദേവസ്വം അധികാരികളുടെയും ആയിരുന്നു. ക്ഷേത്രസങ്കേതങ്ങളിലേക്ക് അതിന്റെ രക്ഷാധികാരികളുടെ സമ്മതമില്ലാതെ രാജാവിനു പോലും പ്രവേശനമില്ല എന്നു മാത്രമല്ല സങ്കേതത്തിലെ നീതി ന്യായങ്ങൾ ക്ഷേത്രസമിതി ആണ് നടത്തിയിരുന്നത്. അത്തരം ധാരാളം ക്ഷേത്രരാജ്യങ്ങൾ അക്കാലത്തുണ്ടായിരുന്നു, അവിടെയെല്ലാം എന്തെങ്കിലും അവകാശം ലഭിക്കുവാനായി മലയാളക്കരയിലെ രാജാക്കന്മാർ ശ്രമിച്ചിരുന്നു. എളങ്കുന്നപ്പുഴ ശ്രീ സുബ്രഹ്മണ്യ സ്വാമി ക്ഷേത്രം ഒരു പ്രസിദ്ധമായ ക്ഷേത്രസങ്കേതം ആയിരുന്നു. എത്ര പ്രബലനായ രാജാവായിരുന്നാലും അവിടെ പട നയിക്കാനോ ക്ഷേത്രഅധികാരികളുടെ അനുവാദമില്ലാതെ പ്രവേശിക്കാനോ, സാധ്യമായിരുന്നില്ല. ചുരുക്കത്തിൽ വൈപ്പിൻ ദ്വീപിലെ എളങ്കുന്നപ്പുഴ സങ്കേതം സാമൂതിരിപ്പാടിന് ഒരു ബാലികേറാമല ആയി തീർന്നു. ഇതെല്ലാം മുന്നേ കണ്ടുകൊണ്ട് ക്ഷേത്രത്തിനടുത്തുള്ള തന്റെ വസ്തുവകകളും കെട്ടിടങ്ങളും എല്ലാം കണക്കെടുക്കാനും മറ്റും ഇടിക്കേള മേനോനെയും മരിച്ചുപോയ പറങ്ങോടൻ മേനോനെയും ഗോദവർമ്മ തമ്പുരാൻ ഏൽപ്പിച്ചിരുന്നത്.

ശത്രുവിന്റെ കുടുംബത്തിന് ഒരു തീരാനഷ്ടം വന്നതിൽ സഹാനുഭൂതി കൊണ്ടുമാത്രമാണ് സാമൂതിരി രാജാവ് അടിയന്തരം കഴിയുന്നതുവരെ പടപുറപ്പാട് നിർത്തിവെച്ചത്. മലനാട്ടിലെ യുദ്ധ

മര്യാദകൾ തുടർന്നിരുന്നതിന്റെ ഉത്തമ ദൃഷ്ടാന്തമായിരുന്നു സാമൂതിരിപ്പാടിന്റെ ഈ പ്രവർത്തി. ചില്ലറ ചതിപ്രയോഗങ്ങൾ ചെയ്താലും അതിൽ മുഴുവൻ അദ്ദേഹത്തെ കുറ്റം പറയാനാവില്ല. അദ്ദേഹത്തിന്റെ പണം പറ്റിയ രാജ്യസ്നേഹം ഇല്ലാത്ത സ്വാർത്ഥരായ കൊച്ചിയിലെ ചില പ്രജകളെയാണ് കൂടുതൽ പഴി പറയേണ്ടത്. സാമൂതിരി രാജാവ് വീണ്ടുമൊരു സമാധാന സന്ദേശം കൊച്ചിയിലേക്ക് അയച്ചു.

"പറങ്കികളെയും അവരുടെ ഫാക്ടറിയിലെ ചരക്കുകളും തന്നെ ഏൽപ്പിച്ചാൽ ഇനി ഒരു യുദ്ധം ഇല്ലാതെ സന്ധി ആവാം." ഇത്രയും നഷ്ടം പറ്റിയ കൊച്ചി രാജാവ് സ്വാഭാവികമായും അത് നിരസിച്ചു. കോഴിക്കോട് സൈന്യം കൊച്ചി പട്ടണം ആക്രമിക്കാൻ പുറപ്പെട്ടു. കാര്യമായ ചെറുത്തുനിൽപ്പ് ഇല്ലാതെ തന്നെ അവർ ഇന്നത്തെ ഫോർട്ട് കൊച്ചിയിൽ എത്തി. കൽവത്തിയിലെ കൊച്ചി കോവിലകത്തിന്റെ പുറംമതിലിനടുത്ത് ഗോദവർമ്മയും അനിയൻ തമ്പുരാനും കോഴിക്കോട് സൈന്യവുമായി ഏറ്റുമുട്ടിയെങ്കിലും ചെറിയ പരിക്കുകളോടെ അവർക്ക് പിന്മാറേണ്ടി വന്നു. തയ്യാറാക്കി വെച്ചിരുന്ന വലിയ വഞ്ചികളിൽ കയറി അവർ വൈപ്പിൻ ദ്വീപിലേക്ക് പിൻവാങ്ങി. അമ്മതമ്പുരാട്ടിയും മറ്റു സ്ത്രീജനങ്ങളും അവരുടെ പരിചാരകരും കോവിലകം വിട്ടുപോയില്ല. സാമൂതിരിപ്പാട് കൊച്ചി പിടിച്ചെടുത്തുവെങ്കിലും അദ്ദേഹം ദൈനംദിന ഭരണകാര്യങ്ങളിൽ ഇടപെട്ടില്ല. രാജാവിന്റെ അഭാവത്തിലും കൊച്ചി ഉപേക്ഷിച്ച് പോകാതെ, മന്ത്രി നായ്ക്കര് വീട്ടിൽ കേളു അച്ചൻ ഭരണകാര്യങ്ങളിൽ ശ്രദ്ധിച്ചിരുന്നു. അപ്പോഴേക്കും മഴക്കാലം തുടങ്ങാറായതിനാൽ സാമൂതിരിപ്പാട് തിരിച്ചു പോകാൻ ആഗ്രഹിച്ചു. അരിശം തീർക്കാൻ കൊച്ചി പട്ടണം തീവെച്ച് നാശനഷ്ടങ്ങൾ ഉണ്ടാക്കിയതിനു ശേഷം തന്റെ സൈന്യത്തിന്റെ ഒരു ഭാഗത്തിനെ അവിടെ നിർത്തി അദ്ദേഹം കൊടുങ്ങല്ലൂർ വഴി നാട്ടിലേക്ക് മടങ്ങി. മരുമകൻ തമ്പുരാൻ മരിച്ചതിനുശേഷമുള്ള സാമൂതിരിയുടെ ആക്രമണം എല്ലാവരുടെയും ശ്രദ്ധ തിരിച്ചു. കൊച്ചിയിലെ സാമൂതിരി പക്ഷക്കാരായ നായന്മാർക്കും കൈമൾമാർക്കും സമാധാനമായി. അവർ ചെയ്ത പ്രവർത്തികൾ പുറത്താരും അറിഞ്ഞില്ല. നാണയത്തിന്റെ മറുവശമായി, 'കൊറ്റും കോളും' വാങ്ങാൻ വന്ന കൊച്ചി സൈന്യത്തിലെ നായന്മാരിൽ ചിലർ കുടിപ്പക പിന്തുടരുന്നവർ ആയിരുന്നു. അവർ വാക്ക് പാലിച്ച് ശിരസ്സ് മുണ്ഡനം ചെയ്ത്, പുരികം വടിച്ച് അവരുടെ പ്രിയപ്പെട്ട തമ്പുരാന്റെ കുടിപ്പക വീടാൻ ചാവേറുകൾ ആയി സാമൂതിരിയുടെ സൈനികരെ നേരിട്ട് വെട്ടി മരിച്ചു.

ലോനൻ മാപ്പിളയെ, കൊച്ചങ്ങാടിയിലെ നൈനമാർ പുറത്തുവിട്ടു. നൈനമാർ അറബി പാരമ്പര്യമുള്ള ഒരു വിഭാഗം മുസ്ലീം സമുദായമാണ്. വളരെ പണ്ടുകാലം മുതൽ തന്നെ കൊച്ചിയിൽ

കുടിയേറിപ്പാർത്ത അവർ കൊച്ചിരാജാക്കന്മാരായി വളരെ വിശ്വാസവും അടുത്ത ബന്ധവുമുള്ളവരാണ്. രാജാക്കന്മാർക്ക് അകമ്പടി പോവാനും അവർക്ക് അവകാശങ്ങൾ ഉണ്ടായിരുന്നു. ജൂതരും പലസ്തീൻകാരും തമ്മിൽ ഈ കാലത്തും സംഘർഷം നടക്കുമ്പോൾ, കൊച്ചിയിലെ കൊച്ചങ്ങാടിയിൽ നൈനമാരും മലബാറി ജൂതന്മാരും വളരെ സ്നേഹത്തോടെ കഴിഞ്ഞിരുന്നു എന്ന് ഓർക്കേണ്ടതാണ്. ജൂതന്മാരുടെ സിനഗോഗും പിന്നീട് പണിത ചെമ്പിട്ട പള്ളിയും ഒരേ തെരുവിലായിരുന്നു. തിരിച്ചു വന്ന ലോനൻ അയാളുടെ ജോലി തുടർന്നുവെങ്കിലും എല്ലാവരെയും പോലെ മരുമകൻ തമ്പുരാനെ ഏറെ ഇഷ്ടപ്പെട്ടിരുന്ന അയാൾ നാട്ടുകാരായ നായന്മാർ അദ്ദേഹത്തോട് ചെയ്ത നെറികേട് മറന്നില്ല. പ്രായം ഏറി വരുന്ന മന്ത്രി കേളു അച്ഛനെ കണ്ട് കാര്യങ്ങൾ പറയുന്നതിനേക്കാൾ നല്ലത് നേരിട്ട് പരിചയമുള്ള ഉണ്ണിരാമൻ കോവിൽ തമ്പുരാനോട് പറയുന്നതാണ് അഭികാമ്യം എന്ന് കരുതി, തമ്പുരാൻ വൈപ്പിനിൽ നിന്നും കൊച്ചിക്ക് മടങ്ങിവരുന്നതും പ്രതീക്ഷിച്ച് ക്ഷമയോടെ കാത്തിരുന്നു.

കൊച്ചിയെ ആവശ്യസമയത്ത് കൈവിട്ടുപോയ ഗാമയുടെ അമ്മാവൻ വിൻസന്റേ സോദ്രയും അയാളുടെ സഹോദരനും ആ സമയം ചെങ്കടലിൽ അറബി കപ്പലുകളെ കൊള്ളയടിച്ച് ധനം സമ്പാദിക്കുകയായിരുന്നു. ഏപ്രിൽ മാസം അവസാനം 'കുറിയ മുറിയ' ദ്വീപുകളിൽ കപ്പലുകൾ കഴുകി വൃത്തിയാക്കുവാൻ നിർത്തി. മെയ് മാസം ഉണ്ടായ അതിശക്തമായ കൊടുങ്കാറ്റിൽ സോദ്രേ സഹോദരന്മാരുടെ രണ്ട് കപ്പലുകളും നങ്കൂരങ്ങളിൽ നിന്നും വേർപ്പെട്ട് ഒലിച്ചുപോയി തമ്മിൽ കൂട്ടിയിടിച്ച്, ആ സഹോദരന്മാരും അതിലുണ്ടായിരുന്ന നാവികരും അവർ കൊള്ളയടിച്ച മുതലും കടലിൽ മുങ്ങി. കൊച്ചി തമ്പുരാനെ ചതിച്ചതിന് ദൈവം കൊടുത്ത ശിക്ഷയാണെന്ന് മറ്റു നാവികർ പറഞ്ഞു. ബാക്കിയുള്ള കപ്പലുകളുടെ ക്യാപ്റ്റൻമേജറായി പെഡ്രോവിനെ മറ്റ് ക്യാപ്റ്റൻമാർ തെരഞ്ഞെടുത്തു. കടൽ വളരെ പ്രക്ഷുബ്ധമായിരുന്നു. കൊച്ചിയിലേക്ക് പോകാൻ കാറ്റ് അനുകൂലമായിരുന്നില്ല. മാസങ്ങളോളം സഞ്ചരിച്ച് ഒരുവിധം അവർ അഞ്ചു ദ്വീപുകളിൽ എത്തി നങ്കൂരമിട്ടു. ഗാമയുടെ നാലാം കപ്പൽപ്പടയിൽ വഴിക്കുവെച്ച് കൂട്ടുപിരിഞ്ഞ ഒരു കപ്പലും വളരെ ക്ലേശം സഹിച്ച് അഞ്ചുദ്വീപിലെത്തി.

കഥ നടക്കുമ്പോൾ എളങ്കുന്നപ്പുഴ സുബ്രഹ്മണ്യസ്വാമി ക്ഷേത്രം അഞ്ചേക്കറിൽ കൂടുതൽ സ്ഥലത്ത് സ്ഥിതി ചെയ്തിരുന്നു എങ്കിലും ഇന്നു കാണുന്ന അത്ര വലുതായിരുന്നില്ല. സന്ധ്യയ്ക്ക് രണ്ടു തമ്പുരാക്കന്മാരും ഇടിക്കേള മേനോനും ക്ഷേത്രത്തിനു ചുറ്റുമുള്ള വിശാലമായ സ്ഥലത്ത് നിന്ന് സംസാരിച്ചുകൊണ്ടിരുന്നു.

''സാമൂതിരിയുടെ സൈന്യത്തിലെ ആരെങ്കിലും ഇവിടെ എന്താണ് നടക്കുന്നത് എന്നറിയാൻ ചാരപ്പണിക്ക് ഇങ്ങോട്ട് വരാൻ സാധ്യതയുണ്ടോ? അനിയൻ തമ്പുരാൻ ചോദിച്ചു.

“ഒരിക്കലുമില്ല. പ്രധാന വശങ്ങളിൽ കാവലിന് നമ്മുടെ ആളുകൾ ഉണ്ട്, അവരെ സഹായിക്കാനായി പോർച്ചുഗീസുകാരും ഉണ്ട്. തോണികളിൽ ആരും വരാൻ സാധ്യതയില്ല. പിന്നെ ആർക്കെങ്കിലും നീന്തി വരാനാണ് ഭാവമെങ്കിൽ, ദ്വീപിന് ചുറ്റും വെള്ളത്തിൽ ധാരാളം നീർനായ്ക്കൾ ഉണ്ട് അവയുടെ കയ്യിൽ പെട്ടാൽ പിന്നെ ഒരു രക്ഷയുമില്ല.” മേനോൻ പറഞ്ഞു.

“എത്ര പക്ഷികളാണ് ഇവിടെ?, പുരാണ കഥകളിലെ മഹർഷിമാരുടെ ആശ്രമം പോലെ ശാന്തസുന്ദരമായ ഈ സ്ഥലം.” വലിയ തമ്പുരാൻ പറഞ്ഞു. പിന്നീടദ്ദേഹം മേനോനെ നോക്കി ചോദിച്ചു. പോർച്ചുഗലിൽ നിന്ന് ഇങ്ങോട്ട് വരാൻ ശരാശരി എത്ര ദിവസം എടുക്കും? ഗാമ തിരിച്ച് എത്തിയതിനുശേഷം വേണ്ടേ അടുത്ത സംഘം വരാൻ?”

“കൽപ്പിച്ച് അത് വേണ്ട തമ്പുരാനേ, അവിടെ ഇഷ്ടംപോലെ നാവികരും കപ്പലുകളും ഉണ്ട്. രാജാവിന്റെ കപ്പലുകൾ ഇല്ലെങ്കിൽ സ്വന്തമായി കപ്പലുകൾ ഉള്ള ധാരാളം കച്ചവടക്കാർ അവിടെയുണ്ട്. ആ കച്ചവടക്കാരുടെ കപ്പലുകൾ കൂലിക്കെടുത്തും ഇങ്ങോട്ട് അയയ്ക്കുക പതിവാണ്. കാറ്റ് അനുകൂലമാണെങ്കിൽ ആറുമാസത്തിനകം ഇങ്ങോട്ട് എത്താം.”

“അവർ വരാതിരിക്കില്ല.” ഗോദവർമ്മ രാജാവ് പറഞ്ഞു. അദ്ദേഹം പറഞ്ഞു നിർത്തിയതും ദീപാരാധനയ്ക്ക് മുമ്പുള്ള ശംഖനാദം ക്ഷേത്രത്തിൽനിന്ന് മുഴങ്ങി.”

“സത്യം, ഇതാ എളങ്കുന്നപ്പുഴ തേവർ ശരി വെച്ചു കഴിഞ്ഞു.” മേനോൻ നടയിലേക്ക് നോക്കി തൊഴുതു കൊണ്ടു പറഞ്ഞു. അവർ മൂവരും ക്ഷേത്രത്തിനകത്ത് പ്രവേശിക്കാതെ വാതിലിനു പുറത്ത് ദീപാരാധനയ്ക്കു വേണ്ടി കാത്തു നിന്നു. ഓരോരുത്തരുടെയും ചിന്ത ഓരോ വഴിക്കായിരുന്നു. ദീപാരാധന കഴിഞ്ഞു കർപ്പൂരത്തട്ട് പൂജാരി പുറത്തുകൊണ്ടുവന്ന് തമ്പുരാനെ കാണിച്ചു. മൂവരും മൂന്നുപ്രാവശ്യം കർപ്പൂരം ഉഴിഞ്ഞതിന് ശേഷം വീണ്ടും തുറസ്സായ സ്ഥലത്ത് വന്നു.

“ശിവഭഗവാൻ തക്കസമയത്ത് വന്ന് സഹായം നൽകുമെന്നല്ലേ, അന്ന് ചേന്നാസ് തിരുമേനി പറഞ്ഞത്? ഇപ്പോൾ ശിവപുത്രനും നമുക്ക് അഭയം നൽകിയിട്ടുണ്ട്.” അനിയൻ തമ്പുരാൻ ചിരിച്ചു കൊണ്ട് പറഞ്ഞു.

“ഭൂമി പുത്രനായ ചൊവ്വയുടെ അധിപനായ ഷൺമുഖഭഗവാൻ. പടകളുടെ ദൈവമാണ്.” വലിയ തമ്പുരാൻ ഭക്തിപൂർവം പറഞ്ഞു.

“അച്ഛനും മകനും കൂടി നമ്മുടെ കൊച്ചിയെ രക്ഷിക്കട്ടെ.” അദ്ദേഹം പ്രാർത്ഥിച്ചു.

തമ്പുരാൻ പറഞ്ഞത് സത്യമാക്കി കൊണ്ട് ഒരു അച്ഛനും മകനും കൊച്ചിയെ ലക്ഷ്യമാക്കി വരുന്നുണ്ടായിരുന്നു. അങ്ങ് അകലെ അറ്റ്ലാന്റിക് മഹാസമുദ്രത്തിൽ പച്ചേക്കോവിന്റെ കപ്പൽ കൊടുങ്കാറ്റിൽ കൂട്ടം തെറ്റി. കടലിനെയും കാറ്റിനെയും നക്ഷത്രങ്ങളെയും ശരിക്കും അറിഞ്ഞ അയാൾ ആരുടെയും സഹായമില്ലാതെ എസ്പിരിറ്റോ സാൻടോ എന്ന തന്റെ ഭീമാകാരനായ കപ്പൽ ശരിയായ ദിശയിൽ നിയന്ത്രിച്ചുകൊണ്ട് ആഫ്രിക്കൻ മുനമ്പ് ചുറ്റുകയായിരുന്നു. മകൻ ലിസ്സാർട്ടേ, ക്യാപ്റ്റൻ കോയിലോവിന്റെ കപ്പലിൽ മലിന്തിയിൽ എത്താറായി.

അഫോൺസോ ആൽബുക്കർക്കിന്റെ നേതൃത്വത്തിലുള്ള പോർച്ചുഗലിന്റെ അഞ്ചാം കപ്പൽപ്പട തുടക്കത്തിൽ തന്നെ കുഴപ്പം പിടിച്ച ഒന്നായിരുന്നു. രണ്ടാമത് പുറപ്പെട്ടവർ ആദ്യം എത്തി, മാർഗമദ്ധ്യേ ഉണ്ടായ വലിയ കൊടുങ്കാറ്റിൽ ചിലരുടെ കപ്പലുകൾ ഒറ്റപ്പെട്ടു തനിയെ പോയി, ചിലർ എങ്ങുമെത്തിയില്ല. അഫോൺസോയുടെ സഹോദരൻ ഫ്രാൻസിസ്കോ നല്ല ചൊടിയും ചുണയും ഉള്ള ക്യാപ്റ്റനായിരുന്നു. അയാളുടെ കൂടെ ഉണ്ടായിരുന്നതോ അക്കാലത്തെ ഏറ്റവും പ്രഗല്ഭനായ നാവികനായ നിക്കോളായ് കൊയിലോ ആയിരുന്നു. അവരുടെ രണ്ടുപേരുടെ കപ്പലുകളും വലിയ പ്രശ്നങ്ങൾ ഇല്ലാതെ കപ്പൽ പടകളുടെ ഇടത്താവളമായ മലിന്തിയിൽ നങ്കൂരമിട്ടു. മലിന്തിയിൽ നിന്നും അറബിക്കടൽ കടന്ന് ഫ്രാൻസിസ്കോ, കൊയ്ലോ എന്നിവരുടെ കപ്പൽ അഞ്ചു ദ്വീപിൽ എത്തിയപ്പോൾ, പെഡ്രോയുടെ നേതൃത്വത്തിലെ മൂന്ന് കപ്പലുകളും ഗാമയുടെ കൂടെ വന്ന ഒരു കപ്പലും അവിടെ ഉണ്ടായിരുന്നു. കപ്പലുകളുടെ അറ്റകുറ്റപ്പണികൾ എല്ലാം കഴിഞ്ഞിരുന്നതിനാൽ അവരെയും തന്റെ നേതൃത്വത്തിൽ കൊണ്ടുവന്ന ഫ്രാൻസിസ്കോ, അഞ്ചുദ്വീപുകളിൽ നിന്നും യാത്ര തിരിച്ച് കണ്ണൂരിലെത്തി. കണ്ണൂരിൽവെച്ച് കൊച്ചിയിൽ സംഭവിച്ച കാര്യങ്ങൾ എല്ലാം അറിഞ്ഞതും ഒട്ടും താമസിക്കാതെ അവർ കൊച്ചിയിലേക്ക് പുറപ്പെട്ടു. അതിനു മുൻപേ ഒറ്റയ്ക്ക് അറബിക്കടൽ കടന്നുവന്ന പച്ചേക്കോയുടെ കപ്പലും അവരുടെ കൂടെ ചേർന്നു. അങ്ങനെ ഏഴുകപ്പലുകൾ അടങ്ങിയ സുശക്തമായ ഒരു കപ്പൽപട കൊച്ചി തുറമുഖത്ത് പ്രവേശിച്ചു. കപ്പലുകളുടെ കൊടികൾ കണ്ടതും പറങ്കികൾ പറ്റിച്ചില്ല എന്ന സന്തോഷത്തിൽ കൊച്ചിയിലെ ജനങ്ങൾ 'പോർച്ചുഗൽ, പോർച്ചുഗൽ' എന്ന് ഉറക്കെ വിളിച്ച് അവരെ സ്വീകരിച്ചു.

എണ്ണി എണ്ണി തിരിച്ചുകിട്ടും

പുറംകടലിൽ കപ്പലുകൾ കണ്ടപ്പോൾ തന്നെ ആദ്യം പിൻവാങ്ങിയത് ഇടപ്പള്ളി തമ്പുരാന്റെ സൈന്യമാണ്. പ്രാദേശിക പിന്തുണ നഷ്ടപ്പെട്ടപ്പോൾ കോഴിക്കോട് സൈന്യത്തിനും അതുപോലെ ചെയ്യേണ്ടിവന്നു. കൽവത്തിയിലും കൊച്ചി പട്ടണത്തിലും നിന്നിരുന്നവർ എല്ലാം കരമാർഗ്ഗം പിൻവാങ്ങി.

വൈപ്പിനിൽനിന്നും ഇറങ്ങുമ്പോൾ തമ്പുരാൻ ക്ഷേത്രത്തിലേക്ക് നോക്കി തൊഴുതു. കണ്ണുകളിൽ ആനന്ദാശ്രുക്കളായിരുന്നു. കോവിലകത്തേക്കുള്ള അദ്ദേഹത്തിന്റെ വരവ് അല്പം ആർഭാടപൂർവം ആക്കാൻ പോർച്ചുഗീസുകാർ ശ്രദ്ധിച്ചു. കപ്പലുകളിലെ ബ്യൂഗിളുകളും ഡ്രമ്മുകളും എല്ലാം ഉപയോഗിച്ച് കൊഴുപ്പുകൂട്ടി. ഏഴു കപ്പലുകളിലെയും പീരങ്കികൾ ആചാരവെടികൾ മുഴക്കി. കൊച്ചി പട്ടണത്തിലെ ജനങ്ങളുടെ നഷ്ടപ്പെട്ട ആത്മവിശ്വാസം വീണ്ടെടുക്കാൻ വേണ്ടിയായിരുന്നു അവർ ഇതെല്ലാം ചെയ്തത്. സ്വാഭാവികമായും സാധാരണ ജനങ്ങൾ ആഘോഷത്തിൽ സജീവമായി പങ്കെടുത്തു. അമ്മത്തമ്പുരാട്ടിയും സ്ത്രീജനങ്ങളും ഉണ്ടായിരുന്നതിനാൽ, കോവിലകം സാമൂതിരിയുടെ ആജ്ഞപ്രകാരം ആരും സ്പർശിക്കുക പോലും ചെയ്തിരുന്നില്ല. ഫാക്ടറിയിലെ പോർച്ചുഗീസുകാർ അവരുടെ ആളുകളെ കണ്ടപ്പോൾ കരഞ്ഞുപോയി. കൊച്ചിയിലെ കച്ചവടക്കാർ വൈരം മറന്ന് കപ്പലുകളിൽ ഭക്ഷണസാധനങ്ങൾ എത്തിക്കാൻ മത്സരിച്ചു.

അടുത്തദിവസം കോവിലകത്തെ പ്രധാന സഭാ മണ്ഡലത്തിൽ ക്യാപ്റ്റൻ മേജർ ഫ്രാൻസിസ്കോ ആൽബുക്കർക്ക് തന്റെ ക്യാപ്റ്റൻമാരും ഒത്ത് തമ്പുരാനെ സന്ദർശിച്ചു. കൃതജ്ഞതയ്ക്ക് വാക്കുകൾ വേണ്ടിയിരുന്നില്ല, രാജാവ് ക്യാപ്റ്റൻ മേജറെ കെട്ടിപ്പിടിക്കുകയാണ് ചെയ്തത്. ഫ്രാൻസിസ്കോ വളരെ ഔചിത്യം ഉള്ള ഒരു സൈനികൻ ആയിരുന്നു. ഉപചാരങ്ങൾ ഒന്നും പറയാതെ അയാൾ ആദ്യം ചെയ്തത്, തന്റെ കപ്പലിൽനിന്ന് അവരുടെ ചിലവിനായി കൊണ്ടു വന്നിരുന്ന പണത്തിൽനിന്നും 10000 ക്രൗൺ രാജാവിന്റെ കയ്യിൽ ഏൽപ്പിക്കുക എന്നതാണ്. എന്നിട്ട് തന്റെ ഫാക്ടറിയിലെ സൈനികരുടെ ജീവൻ

സംരക്ഷിച്ചതിന് രാജാവിന്റെ കൈകൾ പിടിച്ചു കൊണ്ട് നന്ദി പറഞ്ഞു. തർജ്ജമ ചെയ്തു കൊണ്ടിരുന്ന ഇടിക്കേള മേനോൻ വികാരാധീനനായി തൊണ്ട ഇടറി കരച്ചിലിന്റെ വക്കിലെത്തി. ഈ സംഭവങ്ങളെല്ലാം അറിഞ്ഞ് കൊച്ചിയിലെ ജനങ്ങൾക്ക് പറങ്കികളോടുള്ള വിദ്വേഷം മാറി അവരെ സ്നേഹത്തോടെയും ബഹുമാനത്തോടെയും കണ്ടു തുടങ്ങി. പണിയെടുത്തവർക്ക് വരമ്പത്ത് തന്നെ കൂലി കൊടുക്കണം എന്ന് ആഗ്രഹം ഉള്ള ഒരാളായിരുന്നു ലോനൻ. ഈ സന്തോഷ നിമിഷത്തിൽ ഒട്ടും സമയം കളയാതെ ലോനൻ മാപ്പിള, രാമൻ കോയിൽ തമ്പുരാനെ കണ്ടു താൻ അറിഞ്ഞ വിവരങ്ങളെല്ലാം അദ്ദേഹത്തോട് വിവരിച്ചു പറഞ്ഞു. അടുത്തദിവസം പോർച്ചുഗീസ് ക്യാപ്റ്റന്മാരും കൊച്ചി തമ്പുരാനും അനിയൻ തമ്പുരാനും മന്ത്രി കേളു അച്ചനും തമ്മിൽ ഒരു കൂടിക്കാഴ്ച നടന്നു.

കൂടിക്കാഴ്ചയിൽ മിതഭാഷിയും പക്ഷേ എല്ലാം ശ്രദ്ധിച്ചു കേട്ടു കൊണ്ടും ഇരുന്ന ദീർഘകായനായ ഒരു പുതിയ ക്യാപ്റ്റനെ ഗോദവർമ്മ ശ്രദ്ധിച്ചു.

''ഖജനാവ് മുതൽപിടിയെ ആദ്യം ശിക്ഷിക്കണം.'' അനുജൻ തമ്പുരാൻ കോപത്തോടെ പറഞ്ഞു. അതെല്ലാവരും ശരി വെച്ചപ്പോൾ, പുതിയ ക്യാപ്റ്റൻ പറഞ്ഞു.

''അയാളെ ഇപ്പോൾ ശിക്ഷിക്കരുത്. അയാളുടെ നീക്കങ്ങൾ മാത്രം ശ്രദ്ധിച്ചാൽ മതി. അയാളുടെ ശിക്ഷ അവസാനം കൊടുക്കാം. അയാളെ ഇപ്പോൾ ശിക്ഷിച്ചാൽ, അയാളെ സ്വാധീനിച്ച മറ്റ് ശത്രുക്കൾ ഉഷാറാവും.'' അതുകേട്ട് അനിയൻ തമ്പുരാന്റെ മുഖം മലർന്നു.

''നിങ്ങൾ പറഞ്ഞത് ശരിയാണ്. അതെനിക്ക് തോന്നിയില്ലല്ലോ. താങ്കളെ ഞാൻ പരിചയപ്പെട്ടില്ല.''

''ഞാൻ ദുവാർട്ടേ പച്ചേക്കോ. കൊച്ചിയിൽ ആദ്യമായി വരികയാണ്.'' അയാൾ സ്വയം പരിചയപ്പെടുത്തി.

''പച്ചേക്കോ നാവിക ക്യാപ്റ്റൻ മാത്രമല്ല. ഭൂപടങ്ങൾ ഉണ്ടാക്കുന്നതിലും വാനനിരീക്ഷണത്തിലും നാവിക പര്യവേഷണങ്ങളിലും സമർത്ഥനാണ്.'' കൊയ്‌ലോ കൂട്ടിച്ചേർത്തു

''അപ്പോൾ നാളത്തെ വേമ്പനാട്ടുകായലിലെ 'പര്യവേഷണം' പച്ചേക്കോവിന്റെ നേതൃത്വത്തിൽ തന്നെ ആവട്ടെ.'' ക്യാപ്റ്റൻ മേജർ ഫ്രാൻസിസ്കോ ആൽബുക്കർക്ക് ചിരിച്ചുകൊണ്ടു പറഞ്ഞു. ''പച്ചേക്കോ, കൊയ്‌ലോ, പെഡ്രോ, ആന്റോണിയോ, സംഘം ആവശ്യമുള്ള സൈനികരെയും കൊണ്ട് പുറപ്പെട്ടു കൊള്ളൂ.'' ക്യാപ്റ്റൻ മേജർ പറഞ്ഞു.

''എനിക്ക് ചെറിയ ഒരു അപേക്ഷയുണ്ട്.'' പച്ചേക്കോ പറഞ്ഞു.

''എന്താണ് പറയൂ.''

''കൊച്ചിയുടെ കുറച്ച് പട്ടാളക്കാരെയും കൂടെ കൊണ്ടുപോണം.''

“അതെന്തിനാണ്.”

“അവരുടെ പ്രിയപ്പെട്ട രാജകുമാരനെ വധിച്ചതിന് പ്രതികാരം ചെയ്യാനുള്ള അവകാശം അവർക്കാണ്.”

“രാജാവ് എന്തുപറയുന്നു?” ഫ്രാൻസിസ്കോ തമ്പുരാനോട് ചോദിച്ചു.

“ക്യാപ്റ്റൻ പറഞ്ഞത് ശരിയാണ്. അവരേയും കൊണ്ടുപോകാം, പ്രത്യേകിച്ച് ഇടപ്പള്ളി രാജ്യത്തിലേക്ക്.” ഗോദവർമ്മ സമ്മതിച്ചു. കൂടിക്കാഴ്ച കഴിഞ്ഞ് പുറത്തുവന്നപ്പോൾ, പച്ചേക്കോ ക്യാപ്റ്റൻ മേജറോട് പറഞ്ഞു.

“മേജർ, ഞാൻ ഇടപെട്ടതിൽ വേറെ ഒരു കാരണം കൂടിയുണ്ട്. ഈ നാട്ടുകാരെയുംകൂടി ഇടപെടുത്തിയില്ലെങ്കിൽ എന്തെങ്കിലും അനിഷ്ട സംഭവങ്ങൾ ഉണ്ടായാൽ, നാട്ടുകാരെല്ലാം ഒന്നിക്കും. പഴി മുഴുവൻ നമുക്കാവും.”

“നിങ്ങൾ പറഞ്ഞത് ശരിയാണ്. ഇനി അങ്ങനെ തന്നെ ചെയ്തു കൊള്ളൂ. എവിടെ ആക്രമിക്കാൻ പോകുമ്പോഴും കുറച്ചു നായന്മാരെ കൂടി കൊണ്ടുപോകാം. ഈ നാട്ടിൽ നമ്മൾക്ക് വഴി അറിയാനും സഹായമാകും.”

കൂടിക്കാഴ്ച കഴിഞ്ഞ് പുറത്തുവന്നപ്പോൾ. ഇടിക്കേള മേനോൻ, ക്യാപ്റ്റൻ നിക്കോളായ് കൊയ്‌ലോവിനെ സ്നേഹപൂർവ്വം കെട്ടിപ്പിടിച്ചു. നിക്കോളായുടെ കൂടെയാണ് അയാൾ ആദ്യം ലിസ്ബണിൽ പോയത്.

“പോർച്ചുഗീസ് ഭാഷ പഠിച്ച് വലിയ പണ്ഡിതനായി കഴിഞ്ഞല്ലോ?” കൊയ്‌ലോ അയാളെ പ്രശംസിച്ചു. പഴയ കൂട്ടുകാരായ ഇൻഫർണോ എന്ന് അറിയപ്പെടുന്ന പെഡ്രോയും പച്ചേക്കോയും അവരുടെ അരികിൽ വന്നു.

“താങ്കളല്ലേ മേനോൻ എന്നു പറയുന്ന ആൾ?” പച്ചേക്കോ ചോദിച്ചു.

“മേനോൻ എന്ന് അവസാനിക്കുന്ന പേരുകാർ ഇവിടെ പതിനായിരക്കണക്കിന് ഉണ്ട്. എന്റെ പേര് ഇടിക്കേള മേനോൻ എന്നാണ്.”

“എന്നാലും പോർച്ചുഗീസ് ഭാഷ സംസാരിക്കുന്ന മേനോൻ താങ്കൾ ഒരാളല്ലേ ഉള്ളൂ, താങ്കളെ ഒരു സാധനം ഏൽപ്പിക്കാൻ ലിസ്ബണിലെ ഒരു കൊച്ചിക്കാരൻ എന്നെ ഏൽപ്പിച്ചിട്ടുണ്ട്.”

“നിങ്ങൾ കൃഷ്ണനുണ്ണിയെ പരിചയപ്പെട്ടോ, അവനു സുഖമാണോ?” മേനോൻ സന്തോഷത്തോടെ ചോദിച്ചു.

“അദ്ദേഹം സുഖമായിരിക്കുന്നു. താങ്കളെ ഏൽപ്പിക്കാൻ എന്നെ ഏൽപ്പിച്ച പെട്ടി ഞാൻ കപ്പലിൽ വച്ചിട്ടുണ്ട്. നാളെ ഞാൻ എടുത്തു

തരാം.'' അയാൾ പറഞ്ഞു. വിടർന്ന കണ്ണുകളുമായി ലിസാർട്ടേ അവരുടെ അരികിൽ വന്നു.

''പപ്പാ, ഈ സ്ഥലം നമ്മുടെ ബൈശ പോലെ തന്നെയുണ്ട്.''

''ഇതാരാ മകനാണോ? അച്ഛനോടൊപ്പം തന്നെ എത്തിയല്ലോ? മോന് എത്ര വയസ്സായി?'' മേനോൻ ചോദിച്ചു.

''പത്തൊൻപത് വയസ്സ്.''

''എന്റെ ഭഗവതി വലിയ ആളെപോലെ ഇരിക്കുന്നല്ലോ?'' മേനോൻ അത്ഭുതപ്പെട്ടു.

''പപ്പാ, ഇവിടെനിന്നും ദൂരെ കാണുന്ന ദ്വീപിലേക്ക് നീന്താമോ?''

''രാത്രിയിൽ നീന്തരുത്. ആ കാണുന്ന ദ്വീപിന്റെ അടുത്തൊക്കെ നീർനായകളുണ്ട്. അവ കൂട്ടമായി വന്ന് മോനെ ആക്രമിക്കും.'' നീർനായ എന്നതിന് പോർച്ചുഗീസ് ഭാഷയിലെ വാക്ക് അറിയാത്തതിനാൽ മേനോൻ നീർനായ എന്ന് മലയാളത്തിൽ തന്നെയാണ് പറഞ്ഞത്. അത് കേട്ട് അതിന്റെ അർത്ഥമറിയാതെ ലിസ് അന്തംവിട്ടു. അപ്പോൾ മേനോൻ ഒരു വേല കാണിച്ചു. അടുത്തുണ്ടായിരുന്ന കൽത്തൊട്ടിയിലെ വെള്ളം ഒരു കൈയ്യിൽ കയ്യിലെടുത്ത്, മറ്റേ കൈ കൊണ്ട് അത് ചൂണ്ടിക്കാണിച്ച്, നായ കുരയ്ക്കും പോലെ കുരച്ച് കാണിച്ചു. അത് കേട്ടുകൊണ്ട് ഫാക്ടറിയിലെ ലോറൻസോ അവിടെ എത്തി.

'' 'ലോൺട്രാ ഡി റിയോ' പുഴയിൽ കാണുന്ന ഒട്ടർ. ഞങ്ങൾ വൈപ്പിനിൽ താമസിക്കുമ്പോൾ രാത്രി കരയിൽ ധാരാളം വരുമായിരുന്നു.'' ലോറൻസോ പറഞ്ഞു. അത് കേട്ടതും മേനോൻ കാണിച്ച ആംഗ്യം ഓർത്ത് ആദ്യം ചിരിച്ചത് ലിസ് ആയിരുന്നു. അവൻ ചിരിക്കുന്നത് കണ്ടു ബാക്കിയുള്ളവർക്ക് ചിരിയടക്കാൻ സാദ്ധ്യമായില്ല. മാസങ്ങളായി ആശങ്കയും ദുഃഖവും പടർന്നിരുന്ന കൊച്ചിക്കായൽ തീരത്ത് അന്ന് ഒരു കൂട്ടച്ചിരി ഉയർന്നു. ദൂരെ നിന്നും അവരുടെ അരികിലേക്ക് നടന്നു വന്നിരുന്ന കേളു അച്ചൻ അത് കേട്ട് അഭിമാനം കൊണ്ടു. കൊച്ചിക്കാരനായ മേനോൻ പറങ്കി ഭാഷയിൽ തമാശകൾ പറഞ്ഞ് അവരെ തന്നെ ചിരിപ്പിക്കുന്നു.

കേളു അച്ചൻ അവരുടെ സമീപമെത്തി മേനോനെ നോക്കി പറഞ്ഞു.

''ഇടിക്കേളാ, ഇവരോട് ഒരു പ്രധാന കാര്യം അറിയിക്കാൻ ഉണ്ട്. ചെറുവൈപ്പിലെ നമ്മുടെ ആൾ പ്രധാനപ്പെട്ട കുറച്ചു വിവരങ്ങൾ കൊണ്ടുവന്നിട്ടുണ്ട്. അവിടെ കൈമളെ സഹായിക്കാൻ മൂവായിരത്തോളം നായന്മാർ ഉണ്ട്. അതിൽ എഴുനൂറ് പേർ വില്ലാളികൾ ആണ്. നാൽപതോളം പേർക്ക് നാടൻ തോക്കുണ്ട്. പെരുമ്പടപ്പു രാജാവിനോ സാമൂതിരിക്കോ ഇല്ലാത്ത ഒരു കിടങ്ങും ചുറ്റും കുഴിച്ച് വച്ചിട്ടുണ്ടത്രേ, കൂടാതെ തോക്കുകൾ പിടിപ്പിച്ച സാമൂതിരിയുടെ

കുറേ തോണികൾ അവരുടെ സഹായത്തിനുണ്ട്. ഇടിക്കേള മേനോൻ കേളു അച്ഛൻ പറഞ്ഞത് അതേപടി കൊയിലോവിനോടും കൂട്ടുകാരോടും പരിഭാഷപ്പെടുത്തി കൊടുത്തു.

ഞങ്ങളിത് ക്യാപ്റ്റൻ മേജറെ അറിയിക്കാം എന്ന് പറഞ്ഞ് അവർ അദ്ദേഹത്തിന്റെ കപ്പലിലേക്ക് പോയി. അടുത്ത ദിവസം ചെറുവൈപ്പ് ആക്രമിക്കാൻ പോയപ്പോൾ ആക്രമണത്തിന് ശക്തി കൂട്ടാൻ ക്യാപ്റ്റൻ മേജറും അയാളുടെ പട്ടാളക്കാരോടുകൂടെ കൂടി. ശക്തമായ ഒരു ആക്രമണം ആയിരുന്നു അവർക്ക് നേരിടേണ്ടി വന്നത്. സാമൂതിരിയുടെ പടവുകൾ അവരെ ദ്വീപിലേക്ക് കാലു കുത്താൻ അനുവദിച്ചില്ല. പക്ഷേ പോർച്ചുഗീസ് ബോട്ടുകളിൽ പിടിപ്പിച്ചിരുന്ന, ചുറ്റും കറക്കാവുന്ന ചെറിയ പീരങ്കികൾ, അവരെ വെള്ളത്തിൽ നിന്നും കരയിലേക്ക് പിന്മാറാൻ നിർബന്ധിതരാക്കി. മൂന്നു സംഘം ആയിട്ടാണ് അവർ ദ്വീപിലേക്ക് പ്രവേശിച്ചത്. അതിൽ ഒരു സംഘം കൊച്ചിയിലെ നായർ പട്ടാളം ആയിരുന്നു. കൈമളുടെ ആളുകൾ മാച്ച് ലോക്ക് എന്ന തോക്കുകൾ പ്രവർത്തിപ്പിക്കാൻ ശ്രമിച്ചു. ഒരു തവണ നിറയൊഴിച്ച് കഴിഞ്ഞാൽ അവ വീണ്ടും നിറയ്ക്കാൻ സമയമെടുക്കും എന്നതായിരുന്നു മാച്ച് ലോക്കുകളുടെ പ്രശ്നം.

പറങ്കികൾ കൊണ്ടുവന്നിരുന്നത് ക്രോസ് ബോ എന്ന നേരത്തെ കുലച്ച് വെച്ചിരിക്കുന്ന വില്ലുകളാണ്. കനം കൂടിയ വില്ല് ഭൂമിയിൽ കാലുകൊണ്ട് ചവിട്ടി പിടിച്ച്, കട്ടിയുള്ള നാരുകൾ കൊണ്ടുണ്ടാക്കിയ ഇലാസ്റ്റിക് ഞാൺ ഇരുകൈകളും കൊണ്ട് വലിച്ച് വില്ലിനോട് കുരിശിന്റെ ആകൃതിയിൽ ചേർന്നിരിക്കുന്ന ഭാരമുള്ള മരത്തണ്ടിലെ ക്ലിപ്പിൽ ഉടക്കിനിർത്തും. ആവശ്യം വരുമ്പോൾ പുറത്ത് കെട്ടി വച്ചിരിക്കുന്ന വില്ലെടുത്ത് ഉന്നം പിടിച്ച്, മരത്തണ്ടിലെ കാഞ്ചി വലിച്ചാൽ ശരം അതിവേഗത്തിൽ പായും. ഈ ആയുധത്തിനും ഒരിക്കൽ അമ്പെയ്തു കഴിഞ്ഞാൽ വില്ലു കുലയ്ക്കാൻ സമയമെടുക്കും എന്നുള്ള പ്രശ്നം ഉണ്ടായിരുന്നെങ്കിലും പുറകിൽ ഒരാൾ നിന്ന് യഥാസമയം മറ്റൊരു വില്ല് തയ്യാറാക്കി കൊടുത്തുകൊണ്ടിരുന്ന തിനാൽ പ്രശ്നം പരിഹരിക്കാം. പറങ്കികൾ ക്രോസ്ബോ വില്ലുകൾ കൊണ്ട് എതിരാളികളെ വധിച്ചു. കൈമളുടെ വില്ലാളികൾ വെറുതെ യിരുന്നില്ല പക്ഷേ അവിടെയും പറങ്കികൾക്ക് മുൻതൂക്കമായിരുന്നു, നെഞ്ചിൽ ബ്രസ്റ്റ് പ്ലേറ്റ് എന്ന മാർച്ചട്ടയും തലയിൽ ഹെൽമെറ്റും എല്ലാവരും അണിഞ്ഞിരുന്നതിനാൽ അമ്പുകൾ പ്രശ്നം സൃഷ്ടി ച്ചില്ല. വലിയ വാളുകൾ ഉപയോഗിച്ച് അവർ എതിരിടാൻ വന്ന വരെയെല്ലാം വെട്ടിവീഴ്ത്തി. അവിടെ നടന്ന ശക്തമായ ഏറ്റുമുട്ടലിനു ശേഷം അവസാനം കൈമളുടെ വസതിയിൽ എത്തി ആക്രമണം തുടങ്ങി. കൈമൾ വീരോചിതമായി പൊരുതിയെങ്കിലും അയാൾ വധിക്കപ്പെട്ടു. കടകമ്പോളങ്ങൾ എല്ലാം കൊള്ളയടിച്ച് നശിപ്പിച്ച്

നിലംപരിശാക്കി അവർ തിരിച്ചുവന്നു. ആക്രമണത്തിൽ ഒരു പോർച്ചുഗീസുകാരൻ കൊല്ലപ്പെട്ടു പതിനെട്ടു പേർക്ക് സാരമായി പരിക്കുപറ്റി. വിജയശ്രീലാളിതരായി അവർ കൊച്ചിയിലേക്ക് തിരിച്ചുവന്നു.

അടുത്തലക്ഷ്യം ഇടപ്പള്ളി ആയിരുന്നു.

രാവിലെ എട്ടു മണിയോടുകൂടി കാരവലുകളിലും കൊച്ചിയിലെ വഞ്ചികളിലുമായി എഴുനൂറോളം പോർച്ചുഗീസുകാരും മുന്നൂറ് കൊച്ചിയിലെ നായന്മാരും ജലമാർഗ്ഗം ഇടപ്പള്ളി രാജ്യത്തിന്റെ അതിർത്തിയിലെത്തി. കടവിൽ രണ്ടായിരത്തോളം നായന്മാർ അവരെ ചെറുക്കാൻ കാത്തുനിന്നു. കാലിവർ തോക്കുകളും ക്രോസ് ബോക്കളും ഉപയോഗിച്ച് പോർച്ചുഗീസുകാർ ഭീകരമായ ഒരു ആക്രമണം അവർക്കെതിരെ അഴിച്ചുവിട്ടു. അമ്പും വില്ലും വാളും മാത്രം കൈവശമുള്ള ഇടപ്പള്ളിയിലെ നായന്മാർ തോറ്റു തിരിഞ്ഞോടി. ഇടപ്പള്ളിയിലെ പട്ടണങ്ങൾ എല്ലാം കൊച്ചി നായന്മാരെ കൊണ്ട് ഫ്രാൻസിസ്കോ കൊള്ളയടിപ്പിച്ച് അവർക്ക് സഹായമായി നിന്നു. ഇടപ്പള്ളി തമ്പുരാനെയും ഒരു പാഠം പഠിപ്പിച്ച് അവർ തിരിച്ചുവന്നു. പച്ചേക്കോ കൊച്ചിയിലെ നായന്മാരെയും കൊണ്ട് വേമ്പനാട്ടു കായലിലെ ദ്വീപുകളിലും ശത്രുപ്രദേശങ്ങളിലെല്ലാം പര്യടനം നടത്തി, അവിടെ പതുങ്ങിയിരുന്ന കോഴിക്കോടിലെ സൈനികരെ വകവരുത്തി, അവരുടെ തോണികളും പടവുകളും പിടിച്ചെടുത്തു. കുമ്പളം കൈമൾക്കും കണക്കിന് ശിക്ഷ കൊടുത്തു. മരണദിവസം മരുമകൻ തമ്പുരാൻ തന്റെ അനിയനോട് പറഞ്ഞ വാക്കുകൾ ഫലിച്ചു. എല്ലാവർക്കും എണ്ണി എണ്ണി തിരിച്ചുകിട്ടി. ഇനി പ്രതികാരം മതി എന്ന് ഗോദവർമ്മ തമ്പുരാൻ ഫ്രാൻസിസ്കോയോട് അപേക്ഷിക്കേണ്ടിവന്നു. ഖജാനവ് മുതൽപിടിയെ പിടി കൂടി തമ്പുരാന്റെ മുമ്പിൽ ഹാജരാക്കി. ഉന്നതജാതിക്കാരനായതിനാൽ എല്ലാവരും നിർബന്ധിച്ചിട്ടും വധശിക്ഷ നൽകാൻ അദ്ദേഹം മടിച്ചു. അവസാനം അയാളുടെ വസ്തുവകകൾ കണ്ടുകെട്ടി അയാളെ ദേശഭ്രഷ്ടനാക്കി നാടുകടത്തി.

യജമാനൻ ചിരിച്ചു കൊണ്ടിരിക്കുമ്പോൾ ശമ്പളക്കൂടുതൽ ചോദിക്കുക എന്ന നയത്തിലൂടെ, ഫ്രാൻസിസ്കോ ആൽബുക്കർക്ക് ഗോദവർമ്മയോട് കൊച്ചിയുടെ സംരക്ഷണത്തിനായി അവർക്ക് അവിടെ ഒരു കോട്ട പണിതാൽ കൊള്ളാമെന്ന് ആവശ്യമുന്നയിച്ചു. ഒരു കോട്ട പണിയാൻ സഹായിച്ചാൽ അവർ കണ്ണൂർക്കോ കൊല്ലത്തോ പോകാതെ കൊച്ചിയിൽ തന്നെ ഇരിക്കുമല്ലോ എന്ന കണക്കുകൂട്ടലിൽ രാജാവ് അതിനു സന്തോഷപൂർവ്വം സമ്മതിച്ചു. ഈ ഉദ്ദേശ്യം മുന്നിൽ കണ്ട് തന്നെ കപ്പലുകളിൽ വേണ്ടത്ര മരപ്പലകകൾ, ഇരുമ്പ് പട്ടകൾ തുടങ്ങിയ നിർമ്മാണസാമഗ്രികൾ അവർ പോർച്ചുഗലിൽ നിന്നും വരുമ്പോൾ തന്നെ ധാരാളമായി കൊണ്ടുവന്നിരുന്നു. തമ്പുരാൻ തെങ്ങും തടികളും മറ്റ് തടി ഉരുപ്പടികളും

തന്റെ വകയായി സംഭാവന ചെയ്തു, സഹായത്തിനായി കൊച്ചി യിലെ പണിക്കാരെ ഏർപ്പാടാക്കി കൊടുത്തു. കോട്ടയുടെ പണികൾ പുരോഗമിക്കുമ്പോൾ, പച്ചേക്കോ ഇതിനകം തന്നെ സുഹൃത്തായി ക്കഴിഞ്ഞിരുന്ന ഇടിക്കേള മേനോനെ കൂടെ കൂട്ടി കൊച്ചിക്ക് ചുറ്റുമുള്ള ദ്വീപുകളും ബീച്ചുകളും എല്ലാം ചുറ്റി കണ്ട് അവയുടെ മാപ്പുകൾ ഉണ്ടാക്കി. വേമ്പനാട്ടുകായലിലും നദികളുടെ അഴിമുഖത്തും വേലി യേറ്റവും വേലിയിറക്കവും സൃഷ്ടിക്കുന്ന വ്യതിയാനങ്ങൾ അയാൾ രേഖപ്പെടുത്തി. അയാൾ രചിക്കാൻ ഉദ്ദേശിച്ചിരുന്ന പുസ്തകത്തിലെ വിഷയങ്ങളിൽ അവയെല്ലാം ഉൾപ്പെട്ടിരുന്നു. ലിസ്സാർട്ടേ കൂടുതൽ സമയവും നിക്കോളായ്, പെഡ്രോ എന്നിവരുടെ കൂടെയായിരുന്നു. പോർച്ചുഗലിലെ ഏറ്റവും മികച്ച അനുഭവസമ്പന്നരായ നാവികരുടെ കൂടെ നിന്ന് പണി പഠിക്കുക എന്നതായിരുന്നു അവന്റെ ലക്ഷ്യം.

തന്റെ ആശ്രിതരെ കഠിനമായി ശിക്ഷിച്ച വിശേഷങ്ങളെല്ലാം സാമൂതിരിപ്പാട് അറിഞ്ഞു. അദ്ദേഹം സാമന്തന്മാരുടെ ഒരു യോഗം വിളിച്ചുകൂട്ടി. പോർച്ചുഗീസുകാരുടെ വരവ് മൂലം തന്റെ രാജ്യത്തിൽ അപ്പോൾ നിലവിലുള്ള അടിയന്തര സാഹചര്യത്തെ മുൻനിർത്തി ഇടപ്പള്ളി തമ്പുരാൻ യോഗത്തിൽ സംബന്ധിച്ചിരുന്നില്ല, എങ്കിലും തന്റെ പ്രതിനിധിയായി ആദികാലങ്ങളിൽ മങ്ങാട്ട് കൈമൾ എന്നറി യപ്പെട്ടിരുന്ന ആലങ്ങാട് കൈമളെ കോഴിക്കോട്ടേക്ക് അയച്ചു. ഏറാൾപ്പാടും അദ്ദേഹത്തിന്റെ ഇളയ പിന്തുടർച്ചക്കാരും, വെട്ടത്ത് രാജാവ്, കോട്ടയം തമ്പുരാൻ, കൊടുങ്ങല്ലൂർ തമ്പുരാൻ, കക്കാട് നമ്പിടി, ചാലിയം പപ്പുകോയിൽ, വേങ്ങാട് നമ്പ്യാതിരി, വന്നലശ്ശേരി നമ്പിടി, പരപ്പനങ്ങാടി പരപ്പുകോയിൽ, തുടങ്ങിയ പ്രധാന പ്പെട്ടവ രെല്ലാം അവിടെ സന്നിഹിതരായിരുന്നു. അറേബ്യയിൽ നിന്നും വന്ന നാവിക പ്രമുഖർ, കോഴിക്കോട്കോയ, നാവിക തലവൻമാരായ മാപ്പിളമാർ, തുടങ്ങിയവരും ക്ഷണിക്കപ്പെട്ട ആളുകളിൽ ഉൾപ്പെ ട്ടിരുന്നു. ചാരന്മാർ വഴി തനിക്ക് കൊച്ചിയിൽ നടന്ന കാര്യങ്ങളെ ക്കുറിച്ച് അറിയാൻ കഴിഞ്ഞ വിവരങ്ങളെല്ലാം മങ്ങാട്ടച്ചൻ സഭയോട് ചുരുക്കത്തിൽ പറഞ്ഞു. എല്ലാവരും ശ്രദ്ധാപൂർവ്വം കേട്ടിരുന്നു. അച്ചൻ നിർത്തിയിട്ടും ആരും ഒന്നും സംസാരിച്ചില്ല.

“എന്താണ് ആരും ഒന്നും മിണ്ടാത്തത്?” സാമൂതിരിപ്പാട് കൂടിയി രുന്നവരോട് ചോദിച്ചു.അപ്പോഴും എല്ലാവർക്കും മൗനമായിരുന്നു.

“പറങ്കികൾ എളങ്ങല്ലൂർ സ്വരൂപം ആക്രമിച്ചു, കൂടെ കൊച്ചിയിലെ നായന്മാരും ഉണ്ടായിരുന്നു. ചെറുവൈപ്പിലെ കൈമൾ കൊല്ലപ്പെട്ടു. ഇനി അടുത്ത ആക്രമണം കൊടുങ്ങല്ലൂർ ആയിരിക്കും. അപ്പോഴും മിണ്ടാതിരുന്നാൽ കൂടുതൽ ധൈര്യം സംഭരിച്ച് അവർ ഓരോ പ്രദേശങ്ങളായി ആക്രമിച്ചു വരും. കോഴിക്കോടിന്റെ കാര്യം ഞാൻ നോക്കിക്കൊള്ളാം. പിന്നീട് ഇപ്പോൾ മിണ്ടാതിരുന്നവർ എല്ലാവരും പരാതിയുമായി വരരുത്.” അത് കേട്ടതും കൊടുങ്ങല്ലൂർ തമ്പുരാൻ ഞെട്ടലോടെ വായ തുറന്നു.

‘‘പടപ്പുറപ്പാടിന് വേണ്ട എല്ലാ സൗകര്യങ്ങളും കൊടുങ്ങല്ലൂരിൽ ചെയ്യാൻ ഞാൻ തയ്യാറാണ്.’’ ഓരോരുത്തരും പടപ്പുറപ്പാടിന് അവർക്ക് എത്ര ഭടന്മാരെ അയയ്ക്കാൻ പറ്റുമെന്നകാര്യം അറിയിച്ചു. പടയ്ക്കുവേണ്ടുന്ന ധനസമാഹരണത്തിന് താനും കോഴിക്കോട്ടിലെ കച്ചവടക്കാരും നല്ല ഒരു തുക സംഭാവന നൽകുമെന്ന് കോയ വാഗ്ദാനം ചെയ്തു.

‘‘ഇപ്പോൾ നിങ്ങൾ എല്ലാം സമ്മതിച്ചതനുസരിച്ച് അരലക്ഷം പേരെ സംഘടിപ്പിക്കാൻ ആവും എന്ന് തോന്നുന്നു. ഇനി എപ്പോൾ എങ്ങനെ എന്ന് തീരുമാനിക്കാം.’’ സാമൂതിരിപ്പാട് പറഞ്ഞു.

‘‘എപ്പോൾ എന്നുള്ളത് ആദ്യം തീരുമാനിക്കാം. എങ്ങനെ എന്നുള്ളത് പിന്നീട് പോരേ?’’ ഏറാൾപ്പാട് അഭിപ്രായപ്പെട്ടു.

‘‘അത് ശരി തന്നെ. കച്ചവടത്തിനു വന്ന പറങ്കികൾ തിരിച്ചു പോയതിനുശേഷം വേണം ആക്രമണം.’’ വെട്ടത്ത് രാജാവ് പറഞ്ഞു.

‘‘അതിന് അവർ എപ്പോൾ തിരിച്ചു പോകും എന്ന് എങ്ങനെ അറിയാം?’’ കൂട്ടത്തിലൊരാൾ ചോദിച്ചു.

‘‘കപ്പലിൽ കുരുമുളക് നിറഞ്ഞാൽ അവർ പൊയ്ക്കോളും. കൊച്ചിയോട് സ്നേഹം കൊണ്ടൊന്നുമല്ല അവിടെ അവർ കൂടിയിരിക്കുന്നത്. അവർ പോയതും നമ്മൾ ജലമാർഗ്ഗം കൊച്ചിയിൽ കടന്ന് തുറമുഖം പിടിച്ചെടുത്ത് അവിടെ നില ഉറപ്പിക്കണം.’’ സാമൂതിരിപ്പാട് പറഞ്ഞു.

‘‘കൊച്ചിയിലെ ഞങ്ങളുടെ ആൾക്കാരോട് പറങ്കികൾക്ക് കുരുമുളക് നൽകരുത് എന്ന സന്ദേശം കൊടുത്തിട്ടുണ്ട്. യുദ്ധം കാരണം മുളക് സംഭരിക്കാൻ സാധിക്കുന്നില്ല എന്ന കാരണം പറഞ്ഞ് അവർ കച്ചവടം നിർത്തിവെച്ചിരിക്കുകയാണ്. ഒന്നോരണ്ടോ കപ്പലിലേക്ക് ഉള്ള ചരക്ക് മാത്രമേ അവർക്ക് ലഭിച്ചിട്ടുള്ളൂ. ഇങ്ങനെ പോകുകയാണെങ്കിൽ അടുത്തകാലത്തൊന്നും അവർക്ക് തിരിച്ചുപോക്ക് ഉണ്ടാവില്ല.’’ ഷഹബന്ധർ കോയ പറഞ്ഞു.

‘‘അവർ കണ്ണൂരിൽ നിന്നും സംഭരിച്ചാലോ?’’ കോട്ടയത്ത് രാജാവ് ചോദിച്ചു.

‘‘അവിടെയും അവർക്ക് വേണ്ടത്ര ചരക്ക് ലഭിക്കില്ല. ഞാൻ കോലത്തിരിക്ക് സന്ദേശം അയച്ചിട്ടുണ്ട്.’’ സാമൂതിരിപ്പാട് പറഞ്ഞു. കൊച്ചിയോട് കടുത്ത നിലപാട് എടുക്കാറുള്ള സാമൂതിരിപ്പാട് കണ്ണൂർ കോലത്തിരിയോട് എപ്പോഴും മൃദുസമീപനം ആണ് കാഴ്ച വെയ്ക്കാറുള്ളത്. ഇഷ്ടമില്ലെങ്കിൽ പോലും തന്റെ ഒരു ഭഗിനിയെ കോലത്തിരിയിലെ ഒരു ഇളമുറ രാജകുമാരൻ പ്രേമവിവാഹം കഴിച്ചു കൊണ്ടു പോയതാണ് അദ്ദേഹം നിലപാട് കടുപ്പിക്കാതിരിക്കാൻ ഉള്ള കാരണം.

''നമ്മൾ തന്നെ വേണ്ടത്ര ചരക്ക് പറങ്കികൾക്ക് കൊടുത്താലോ? അപ്പോൾ അവർ വേഗം പോകുമല്ലോ?'' മങ്ങാട്ടച്ചൻ ചോദിച്ചു. അത് ഒരു തമാശയായി എടുത്ത് കുറെ പേർ ചിരിച്ചു.

''നിങ്ങൾക്ക് ചിരിക്കാനുള്ള തമാശയല്ല ഇത്. അച്ചൻ പറയുന്നതിൽ കാര്യമുണ്ട്.'' സാമൂതിരിപ്പാട് പറഞ്ഞു. ''എന്നാൽ ആ വഴിക്കും നീങ്ങി നോക്കൂ.'' അദ്ദേഹം അച്ചനോട് പറഞ്ഞു.

''കൽപ്പന പോലെ. ഒന്ന് ശ്രമിച്ചു നോക്കാം.''

ഒരു മാസം കഴിഞ്ഞ് വീണ്ടും യോഗം കൂടാം എന്നു തീരുമാനിച്ച് യോഗം തീർന്നു. യോഗത്തിൽ പങ്കെടുത്ത എല്ലാവരും പിരിഞ്ഞു പോയതിനു ശേഷം മങ്ങാട്ടച്ചൻ, ഏറാൾപ്പാട് കോഴിക്കോട് ഷഹന്ധർ കോയ എന്നിവർ മാത്രം സഭാമണ്ഡപത്തിൽ തങ്ങി. സാമൂതിരിപ്പാട് മങ്ങാട്ടച്ചനോട് ചോദിച്ചു.

''കൂറുമാറി വന്ന ഇറ്റലിക്കാരുടെ പണി എത്രേടം വരെയായി?''

''അഞ്ച് വലിയ പീരങ്കികൾ അവർ വാർത്തു കഴിഞ്ഞു. പടവുകളിൽ പിടിപ്പിക്കാവുന്ന ചെറിയ കുറെ എണ്ണം അവർ ഉണ്ടാക്കാൻ പോകുന്നു.'' അച്ചൻ പറഞ്ഞു.

''ചെറിയ തോക്കുകളുടെ കാര്യം?''

''അറബി നാട്ടിൽ നിന്നും മാച്ച് ലോക്കുകൾ വൈകാതെ തന്നെ എത്തും.'' സാമൂതിരിപ്പാടിന്റെ ആ ചോദ്യത്തിന് കോയ മറുപടി പറഞ്ഞു.

''വളരെ നല്ലത്. അവ പരിശീലിപ്പിക്കാൻ ഉള്ള ഏർപ്പാട് എപ്പോൾ ചെയ്യും?''

''കപ്പലുകൾ കോഴിക്കോട് തുറമുഖത്ത് വരും. സൈനികരുടെ പരിശീലനം പൊന്നാനിയിൽ വച്ച് പേറോ അന്തോണിയോ, ജോവ മറിയ എന്ന ആ രണ്ട് ഇറ്റലിക്കാർ തോക്കുകൾ വന്നതും ആരംഭിക്കും.''

''ഒരു പിഴവും കൂടാതെ എല്ലാം നടക്കണം. പറങ്കികൾ തിരിച്ച് പോയിക്കഴിഞ്ഞാൽ, ജോത്സ്യനെ വിളിച്ച് പടപ്പുറപ്പാടിന് നല്ല ദിവസം കുറിക്കണം.'' എന്നിട്ട് അദ്ദേഹം ഏറാൾപ്പാടിനെ നോക്കി പറഞ്ഞു. ''സർവ്വസൈന്യാധിപൻ നീയാണ്. നിന്റെ സഹായിയായി എളങ്ങല്ലൂർ തമ്പുരാൻ ഉണ്ടാവും. പുറപ്പെടുന്നതിനു മുമ്പ് വളയനാട് ദേവിയുടെ സന്നിധിയിൽ ഭജനം ഇരിക്കണം. കപ്പൽപ്പടയുടെ കാര്യം കോയ മറ്റ് കപ്പിത്താന്മാരോട് ആലോചിച്ച് തീരുമാനിക്കും.''

ഏറാൾപ്പാട് സമ്മതം മൂളി.

''ഞങ്ങൾ പടയ്ക്കു പോകുമ്പോൾ കോഴിക്കോട്ടിലെ കാര്യങ്ങൾ മങ്ങാട്ടച്ചൻ നോക്കണം.'' എല്ലാം പറഞ്ഞുറപ്പിച്ചതിനുശേഷം സഭ പിരിഞ്ഞു.

ഫോർട്ട് ഇമ്മാനുവൽ

ആധുനിക ഫോർട്ട് കൊച്ചി ബീച്ചിൽ പോകുന്ന ജനങ്ങൾ കടൽ ആസ്വദിച്ചു കൊണ്ട് നിൽക്കുമ്പോൾ അവരുടെ പിറകിൽ ഗതകാല പ്രൗഢിയുടെ അസ്ഥിപഞ്ജരം പോലെ ഒരു പഴയ പീരങ്കി കടലിനെ നോക്കി വെയിലും മഴയും കൊണ്ട് ദീർഘനിശ്വാസം വിട്ടു കൊണ്ട് നിൽക്കുന്നത് പലരും ശ്രദ്ധിക്കാറില്ല. അതിനടുത്തുള്ള ഉയർന്ന സ്ഥലത്താണ് 1503 സെപ്റ്റംബർ മാസം 26 തീയതി കൊച്ചി രാജാവ് ഗോദവർമ്മയുടെ അനുവാദത്തോടെ അസംഖ്യം പോർച്ചുഗീസു കാരും അവരെ സഹായിക്കുന്ന കൊച്ചിക്കാരും ചേർന്ന് മരം കൊണ്ടുള്ള ഒരു കോട്ട വളരെ പെട്ടെന്ന് പണിതീർത്തത്. മണ്ണിൽ കുഴിച്ചിട്ട രണ്ടുവരി തെങ്ങിൻ തടികളുടെ ഇടയിൽ ചെളി മണ്ണ് നിറച്ച് ഇരുമ്പുവാറുകളും ആണികളും കൊണ്ട് തടികൾതമ്മിൽ ബലമായി ബന്ധിച്ച്, ചതുരാകൃതിയിലുള്ള കോട്ടയുടെ നാല് ചുമരുകളും പണിതു. അവയുടെ നാലു മൂലകളിലും കൊത്തളങ്ങൾ ഉണ്ടാക്കി അവിടെയെല്ലാം പീരങ്കികളും ഘടിപ്പിച്ചു. നാട്ടിൽ നിന്നും ധാരാളമായി കൊണ്ടുവന്നിരുന്ന തടികളും കോട്ടയുടെ നിർമ്മാ ണത്തിന് ഉപയോഗിച്ചു. പോർച്ചുഗീസുകാരുടെ ഏഷ്യയിലെ ആദ്യത്തെ കോട്ട, ഇന്ത്യയിൽ യൂറോപ്യന്മാർ നിർമ്മിച്ച ആദ്യത്തെ കോട്ട എന്ന ബഹുമതികൾ ആ ചെറിയ നിർമ്മിതിക്ക് ഉണ്ടായിരുന്നു. അതിനിടെ തന്നെ ക്യാപ്റ്റൻ മേജർ അഫോൺസോ അൽബുക്കർക്ക് ഒരു കണക്കിന് കൊച്ചിയിലെത്തിയിരുന്നു. കോട്ട പണിയുന്നത് കണ്ടു അയാൾക്ക് വളരെ സന്തോഷമായി, 'സാൻഡിയാഗോ കോട്ട' എന്നാണ് അയാൾ ആദ്യം അതിന് പേരിടാൻ ഉദ്ദേശിച്ചതെങ്കിലും. അവസാനം മാനുവൽ ഒന്നാമൻ രാജാവിന്റെ പേരിൽ ഇമ്മാനുവൽ കോട്ട എന്ന പേരാണ് അതിനു ലഭിച്ചത്. ഒക്ടോബർ മാസം പോർച്ചു ഗീസ് വികാരി ഗാസ്റ്റൻ കോട്ട വെഞ്ചരിച്ചു. ബാൻഡ് മേളത്തോടെ ഒരു കുരിശുമായി ക്യാപ്റ്റന്മാർ എല്ലാവരും വൈദികനെ അനു ഗമിച്ച കോട്ടയിൽ പ്രവേശിച്ചു. അവിടെ ഒരു കുർബ്ബാനയും നടത്തി. കുർബ്ബാന പ്രസംഗത്തിൽ വികാരി അച്ചൻ പറഞ്ഞു.

''യൂറോപ്പിലെ ഒരു കൊച്ചുരാജ്യമായ പോർച്ചുഗൽ കരകാണാക്കടൽ താണ്ടി വേറൊരു വൻകരയിൽ അവരുടെ ഒരു കോട്ട പണികഴിച്ചു എന്നത് വലിയ ഒരു നേട്ടം തന്നെയാണ്. രാജ്യത്തിന്റെ നേട്ടത്തിന് പുറമേ ലോകത്തിലെ ഏറ്റവും വിശുദ്ധമായ മതമായ ക്രിസ്തുമതത്തിന് പുതിയ മേഖലകളിൽ പ്രചാരം സിദ്ധിക്കാനും ഇത് സഹായകമാകട്ടെ. ഈ കോട്ടയുടെ സ്ഥാപനത്തിന് അനുമതിയും സഹായവും തന്ന കൊച്ചിയിലെ 'ത്രിമുമ്പറ' രാജാവ് പോർച്ചുഗലിന് വളരെ സഹായങ്ങൾ ചെയ്തിട്ടുണ്ട്. അദ്ദേഹത്തിന്റെ ആയുരാരോഗ്യത്തിനുവേണ്ടിയും ഞാനിവിടെ പ്രാർത്ഥിക്കുന്നു.'' പ്രാർത്ഥനയുടെ ഒരു സംക്ഷിപ്ത രൂപം കൊച്ചി രാജാവിന് അവർ സമർപ്പിച്ചു. അദ്ദേഹം ക്യാപ്റ്റൻ മേജർ അഫോൺസോ ആൽബുക്കർക്കുമായി പരിചയപെട്ടു. ഒരു ദിവസം തമ്പുരാനും അനിയനും കേളു അച്ചനും കൽവത്തി കോവിലകത്തിൽ തമ്പുരാന് ഏറ്റവും ഇഷ്ടപ്പെട്ട സ്ഥലമായ കായൽ കാണാവുന്ന മതിലിന് സമീപം ഇരുന്നു സംസാരിക്കുകയായിരുന്നു. മുൻപേ തന്നെ പ്രധാനിയായ നായരായിരുന്നു എങ്കിലും ഇപ്പോൾ കൂടുതൽ പ്രാധാന്യം സിദ്ധിച്ച ഇടിക്കേള മേനോനും സമീപത്തുണ്ട്. പൊതുവായ കാര്യങ്ങൾ സംസാരിച്ചതിനുശേഷം ഗോദവർമ്മ അവരോട് പറഞ്ഞു.

''പുതിയ ക്യാപ്റ്റൻ മേജറും ആളു കൊള്ളാം. പക്ഷേ അയാളെക്കൊണ്ട് നമ്മളേക്കാൾ മാനുവൽ രാജാവിനാണ് കൂടുതൽ പ്രയോജനം എന്ന് എന്റെ മനസ്സ് പറയുന്നു.''

''ഇയാൾ വളരെ സൗമ്യനും നന്നായി സംസാരിക്കുന്ന ആളും ആണല്ലോ? എന്താ ചേട്ടന് ഇങ്ങനെ തോന്നാൻ?''

''മനുഷ്യർ ഓരോ തരക്കാരാണ്. ഗാമയും കബ്രാളും മുൻകോപികളാണ്. സഹോദരന്മാരായ ഈ രണ്ടുപേരിൽ ആദ്യം വന്ന ഫ്രാൻസിസ്കോ നല്ല ചൂടും ചുണയും ഉള്ള ആളാണ്. അയാൾ പറഞ്ഞാൽ പറഞ്ഞത് ചെയ്തിരിക്കും. പക്ഷേ ഇയാൾ അത്തരക്കാരനല്ല. ഇയാൾ പുറത്തൊന്നു പറഞ്ഞാലും ഉള്ളിൽ വേറൊന്നാണ്. നല്ല ഭരണതന്ത്രജ്ഞന്റെ എല്ലാ ലക്ഷണങ്ങളും ഇയാൾക്കുണ്ട്. ഇയ്യാളെക്കൊണ്ട് കൂടുതൽ പ്രയോജനം നമുക്ക് അല്ല, അവരുടെ രാജ്യത്തിനാണ്. പുതിയ മേച്ചിൽപ്പുറങ്ങൾ തേടി കാലാന്തരത്തിൽ ഇയാൾ നമ്മളെ ഉപേക്ഷിക്കാനുള്ള സാധ്യത ഞാൻ കാണുന്നു.''

''ചേട്ടന്റെ ചിന്തകളെല്ലാം വ്യത്യസ്തമാണ്. എനിക്ക് അയാളിൽ അസാധാരണമായ ഒന്നും കാണാൻ സാധിച്ചില്ല.'' അനിയൻ പറഞ്ഞു.

''എല്ലാം ചീത്ത വശങ്ങൾ മാത്രമാണ് ഞാൻ പറയുന്നത് എന്ന് നീ വിചാരിക്കരുത്. ഇനി വേറൊന്നും കൂടി പറയാം. ഇവിടെ വന്ന കൊയ്‌ലോ തുടങ്ങിയ ക്യാപ്റ്റന്മാരെ എല്ലാം എനിക്കറിയാം. അവരെല്ലാം ധീരന്മാരാണ്. ഇവിടെ ആദ്യമായി വരുന്ന ഉയരം കൂടിയ താടിക്കാരൻ ക്യാപ്റ്റനെ നീ ശ്രദ്ധിച്ചോ?'' തമ്പുരാൻ ചോദിച്ചു.

''തമ്പുരാൻ പച്ചേക്കോവിനെ ആണോ ഉദ്ദേശിച്ചത്?'' മേനോൻ ഇടയ്ക്ക് കയറി ചോദിച്ചു.

''അതെ അയാൾ തന്നെ. മറ്റ് ക്യാപ്റ്റന്മാരെല്ലം ധീരന്മാർ ആണെങ്കിൽ ഇയാൾ ആളൊരു ശൂരനാണ്.'' തമ്പുരാൻ പറഞ്ഞു.

''മാത്രമല്ല അയാൾ ഒരു പണ്ഡിതനാണ്.'' മേനോൻ പറഞ്ഞു. ''അയാൾക്ക് അറിയാത്തതായി ഒന്നുമില്ല. ആകാശത്തെ നക്ഷത്രങ്ങളുടെ സ്ഥാനങ്ങളും എന്തിനധികം, വേലിയേറ്റവും വേലിയിറക്കവും വരെ അയാൾ കൃത്യമായി പ്രവചിക്കുന്നു.'' ''അയാളുടെ കൂടെ അയാളുടെ മകനും വന്നിട്ടുണ്ട്. നല്ല മിടുക്കൻ ചെക്കൻ. അവന് എന്ത് ശക്തി ആണെന്നോ?'' ചെറുവൈപ്പിൽ പോയപ്പോൾ അവന്റെ സാഹസം അതിഭയങ്കരമായിരുന്നു. മേനോൻ പറഞ്ഞു.

''അയാളുടെ മകനും വന്നിട്ടുണ്ടോ? അത് എനിക്ക് അറിയില്ലായിരുന്നു.'' തമ്പുരാൻ പറഞ്ഞു. എന്നിട്ട് ഒന്നും മിണ്ടാതെ ഇരിക്കുന്ന കേളു അച്ചനെ നോക്കി ചോദിച്ചു. ''ഇന്ന് എന്താ കേളു മൗനിയായി ഇരിക്കുന്നത്?''

''പ്രധാനപ്പെട്ട ഒരു കാര്യം പറയാനുണ്ടായിരുന്നു. സംസാരം കേൾക്കുന്ന രസത്തിൽ വിട്ടുപോയി. അടിയന്റെ രണ്ട് കിടാങ്ങളും എത്തിയിട്ടുണ്ട്. വഴിയെ തമ്പുരാനെ മുഖം കാണിക്കാൻ കൊണ്ടുവരണം എന്ന് വിചാരിക്കുന്നു.''

''നല്ല കഥ, ഇത് പറയാൻ കേളുന് എന്തിനാ ഇത്ര അമാന്തം? എന്റെ ഉണ്ണികളുടെ കൂടെ പടത്തലവൻ പണിക്കരും ഇടപ്പള്ളി കടവിൽ വെച്ച് നഷ്ടപ്പെട്ടതോർത്ത് ഞാൻ വിഷമിച്ചു കൊണ്ടിരിക്കുകയായിരുന്നു. കേളൂന്റെ അനന്തിരവന്മാരുടെ കളരി അഭ്യാസം എല്ലാം കഴിഞ്ഞോ? എന്താ കുട്ടികളുടെ പേര്?''

''മൂത്തവൻ കണ്ടൻകോരു. ഇളയവൻ പെരുങ്കോരു. രണ്ടുപേരും കടത്തനാട്ടിലും അമ്പലപ്പുഴയിലും ചെന്ന് അഭ്യാസങ്ങൾ എല്ലാം നന്നായി പഠിച്ചിട്ടുണ്ട്.'' അച്ചൻ പറഞ്ഞു.

''നല്ല ദിവസം നോക്കി അവരോട് കോവിലകത്ത് വരാൻ പറയൂ.''

''വേറൊരു കാര്യം ഞാനും പറയാൻ വിട്ടുപോയി.'' തമ്പുരാൻ തുടർന്നു. ''വൈകി വന്നതിനാൽ, പുതിയ മേജർ ഇടപ്പള്ളിയിൽ പോയി അയാളുടെ വക സാഹസം കാട്ടണമെന്ന് അപേക്ഷിച്ചിട്ടുണ്ട്. അഞ്ചുകൈമൾമാരേ ഉപദ്രവിക്കരുതെന്നും അവരുടെ സ്ഥലങ്ങൾ കൊള്ള ചെയ്യരുതെന്നും ഞാൻ അയാളോട് കല്പിച്ചിട്ടുണ്ട്. ഇടിക്കേളൻ അത് മനസ്സിൽ വച്ച് ഒന്ന് ശ്രദ്ധിച്ചോളൂ. നമുക്ക് എതിരെ നിന്നായാലും അവരെ ഒരിക്കലും നമ്മൾ ഉപേക്ഷിക്കരുത്. പുതിയ മേജറും അത് ശരി തന്നെയാണെന്ന് പറഞ്ഞു. മേജറുടെ വിളയാട്ടം കഴിഞ്ഞാൽ, കേളു കൈമൾമാരെ കണ്ട് അവരെ കോവിലകത്ത് വിളിച്ചുകൊണ്ടു വരണം.'' തമ്പുരാൻ നിർദ്ദേശിച്ചു.

ഈ അടുത്ത ആഴ്ചയിലൊന്നിലായി തമ്പുരാനെ കാണാൻ അഞ്ചുകൈമൾമാർ കോവിലകത്ത് വന്നിരുന്നു. തങ്ങളുടെ അതിർത്തിയിൽ പെരുമ്പടപ്പിലെ തമ്പുരാക്കന്മാർ തീപ്പെട്ടതിൽ അവർക്ക് വളരെ മനഃസ്താപമുണ്ടായിരുന്നു. എല്ലാം മറന്ന് തമ്പുരാൻ അവർക്ക് നേരെ സൗഹൃദ ഹസ്തം നീട്ടിയപ്പോൾ, അവർക്ക് അത് സ്വീകരിക്കാതിരിക്കാനായില്ല. ഇനി ഒരിക്കലും കൊച്ചിയെ വിട്ടു പോവില്ല എന്ന് അവർ സത്യം ചെയ്തു. തമ്പുരാനും അവർക്ക് കൂടുതൽ അവകാശങ്ങൾ നൽകി അവരെ സന്തോഷിപ്പിച്ചു. നയതന്ത്രപരമായി പ്രധാന നീക്കമായിരുന്നു ആ സൗഹൃദം. കൈമൾമാരുടെ പ്രദേശത്ത് കൂടിയല്ലാതെ കരമാർഗ്ഗം കൊച്ചിയിലേക്ക് വരാൻ സാധ്യമായിരുന്നില്ല.

കൊച്ചിയിലെ സുഗന്ധദ്രവ്യങ്ങളുടെ ദൗർലഭ്യം അഫോൺസോവിന് തലവേദന സൃഷ്ടിച്ചു. നിവർത്തിയില്ലാതെ അയാൾ കൊല്ലത്തെ റാണിയെ സന്ദർശിച്ച് കുറച്ചു ചരക്കുകൾ അവിടെ നിന്നും വാങ്ങി. അവിടെ ഒരു ഫാക്ടറി തുടങ്ങി നാലു പേരെ അവിടെ നിയമിച്ചു.

നിനയ്ക്കാതെ ഇരിക്കുമ്പോൾ പുതിയ ഒരു ഉടമ്പടിയും ആയി സാമൂതിരിയുടെ ആൾക്കാർ വന്നപ്പോൾ ആൽബുക്കർക്ക് അത് സ്വീകരിച്ചു. അതുപ്രകാരം ചരക്കുകൾ കൊടുങ്ങല്ലൂർ എത്തിക്കാം എന്നായിരുന്നു ഉടമ്പടി. ഉടമ്പടിക്ക് വിരുദ്ധമായി പറങ്കികൾ അവിടെ നിന്നിരുന്ന ഒരു കോഴിക്കോട് കപ്പൽ കൊള്ളയടിച്ച് ചരക്കുകൾ പിടിച്ചെടുത്തത് വീണ്ടും പ്രശ്നമായി. ഉടമ്പടി പൊളിഞ്ഞും പോയി. അയാളുടെ കപ്പൽ ഒരുവിധം നിറഞ്ഞതിനാൽ ക്യാപ്റ്റൻ മേജർ തിരിച്ചുപോകാൻ തിടുക്കം കൂട്ടി. പോരാതെ വരുന്ന ചരക്കുകൾ കണ്ണൂർ ഫാക്ടറിയിൽ നിന്നും ഫ്രാൻസിസ്കോയുടെ കപ്പലിൽ കയറ്റാമെന്ന് തീരുമാനിച്ചു

അപ്പോഴേക്കും പോർച്ചുഗീസുകാരുടെ ഇടയിൽ ചിരപരിചിതനായിക്കഴിഞ്ഞിരുന്ന കോയപക്കിയുടെ ഒരു സന്ദേശം ക്യാപ്റ്റൻ മേജർക്ക് കിട്ടി. സന്ദേശം പോർച്ചുഗീസ് ഭാഷയിൽ തന്നെയായിരുന്നു. മരുമകൻ തമ്പുരാന്റെ നിര്യാണത്തിനുശേഷം ഇട്ട്യാതിയുടെ കട വഴിയുള്ള എഴുത്തുകുത്തുകൾ പക്കി അവസാനിപ്പിച്ചു. തനിക്ക് കിട്ടിയ വിവരങ്ങളെല്ലാം അയാൾ മുക്കുവക്കുടിലിൽ താമസിച്ചിരുന്ന പോർച്ചുഗീസുകാരെ കൊണ്ട് അവരുടെ ഭാഷയിൽ എഴുതിച്ച് സന്ദേശങ്ങൾ നേരിട്ട് കൊച്ചിയിലുള്ള ക്യാപ്റ്റൻ മേജർക്ക് അയച്ചു തുടങ്ങി. പോർച്ചുഗീസുകാർ ലിസ്ബണിലേക്ക് പോയ ഉടൻ സാമൂതിരിപ്പാട് ഒരു വൻ സൈന്യത്തിനൊപ്പം വന്ന് കൊച്ചി ആക്രമിക്കാൻ പദ്ധതി ഉണ്ട് എന്നാണ് സന്ദേശം. ഏറെക്കുറെ അതുപോലെ തന്നെ ഒരു സന്ദേശം ഗോദവർമ്മ തിരുമുൽപ്പാടിനും കോഴിക്കോട്നിന്നും കൊച്ചിയിലേക്ക് വന്ന ഒരു നമ്പൂതിരി വഴി ലഭിച്ചു. തനിക്ക് കൂടുതൽ അടുപ്പമുള്ള ഫ്രാൻസിസ്കോവിനെ കണ്ട് രാജാവ് തന്റെ ആകാംക്ഷ അറിയിച്ചു.

പോർച്ചുഗീസ് പാളയത്തിൽ കാര്യം ചർച്ച ചെയ്യപ്പെട്ടു. സമുദ്ര യാത്ര, ഏറ്റുമുട്ടലുകൾ അതിൽ സംഭവിച്ച പരിക്കുകൾ, കോട്ട നിർമാണം എല്ലാം മൂലം ഭൂരിഭാഗം സൈനികരും ക്ഷീണിതരും ഗൃഹാതുരത്വം കൊണ്ട് പീഡിതരും ആയിരുന്നു. പലർക്കും തിരിച്ചുപോവാനായിരുന്നു ആഗ്രഹം. ഫാക്ടറിയിലെ ആൾക്കാർ അടക്കം നൂറ്റി അമ്പത് സൈനികരെ മാത്രമേ കൊച്ചിയിൽ നിർത്താൻ അവർക്ക് കിട്ടിയുള്ളൂ അതിൽ മുപ്പതോളം പേർ പരിക്കുപറ്റിയ വരുമായിരുന്നു. ഇത് അറിഞ്ഞതും ഉണ്ണി ഗോദവർമ്മയുടെ ഹൃദയം തകർന്നുപോയി. കൊച്ചിയിലെയും ഇമ്മാനുവൽ കോട്ടയുടേയും തലവനായി പറ്റിയ ഒരാളെ നിർത്താനുള്ള ആവശ്യത്തിനായി ക്യാപ്റ്റന്മാരുടെ യോഗം കോവിലകത്തെ സഭാമണ്ഡലത്തിൽ ആണ് നടന്നത്.

ഫ്രാൻസിസ്കോ ആൽബുക്കർക്ക് ക്യാപ്റ്റന്മാരെ അഭിസംബോധന ചെയ്തു.

“അടുത്ത കപ്പൽപ്പട പുറപ്പെടുന്നതിനു മുമ്പുതന്നെ നമുക്ക് നാട്ടിൽ തിരിച്ചെത്തണം. നമ്മളിൽ ഒരുപാട് വിശ്വാസമർപ്പിച്ച നമ്മുടെ മാനുവൽ രാജാവിന്റെ സുഹൃത്തായ ത്രിമുമ്പറ രാജാവിന്റെ സുരക്ഷ ഏറ്റെടുക്കേണ്ടത് നമ്മുടെ കടമയാണ്. നൂറ്റിഅമ്പതു സൈനികരെ മാത്രമേ ഈ സന്ദർഭത്തിൽ നമുക്ക് വിന്യസിക്കാൻ സാധ്യമാവുകയുള്ളൂ. വലിയ ഒരു കരാക്ക് കപ്പലും രണ്ടു കാരവൽ കപ്പലുകളും ഏതാനും ബോട്ടുകളും നമുക്കിപ്പോൾ കൊച്ചിയിൽ നിർത്താനാവും. അത്യാവശ്യ ആയുധങ്ങൾ യാത്രയ്ക്ക് എടുത്തതിനുശേഷം മിച്ചം വരുന്ന ആയുധങ്ങൾ കൊച്ചിയുടെ പ്രതിരോധത്തിന് നൽകും. നിങ്ങളിൽ ആരെങ്കിലും ഒരാൾ കൊച്ചിയുടെ ചുമതല ഏറ്റെടുക്കണം.” അയാൾ സംസാരം നിർത്തി അവിടെ കൂടിയിരിക്കുന്ന ക്യാപ്റ്റന്മാരെ നോക്കി. നാട്ടിൽ പോയാൽ കൊള്ളാമെന്നുള്ള ആഗ്രഹം അവരുടെ ഭാവത്തിലുണ്ടായിരുന്നു. ആരും ഒന്നും മിണ്ടാതെ ഇരുന്നപ്പോൾ ഫ്രാൻസിസ്കോ കൊയ്ലോവിനെ നോക്കി.

“ഇത് എന്റെ മൂന്നാമത്തെ ഇന്ത്യൻ യാത്രയാണ് ക്യാപ്റ്റൻ മേജർ. എനിക്ക് പ്രായമേറി വരുന്നതിനാൽ ഇനി ഒരു യാത്ര ഉണ്ടാവുമെന്ന് തോന്നുന്നില്ല. അതിനാൽ ഞാൻ തിരിച്ചുപോകാൻ ആഗ്രഹിക്കുന്നു. കുറേക്കൂടെ ചെറുപ്പക്കാരനായ ഒരു ക്യാപ്റ്റനെ നിയമിക്കുകയാണ് ഉചിതമെന്ന് എനിക്ക് ഒരു അഭിപ്രായം ഉണ്ട്.” കൊയ്ലോ പറഞ്ഞത് ന്യായമായിരുന്നു. ആദ്യത്തെ ഗാമയുടെ വരവിലും പിന്നീട് കബ്രാളിന്റെ കൂടെയും അദ്ദേഹം യാത്ര നടത്തിയിരുന്നു. ഇത് അദ്ദേഹത്തിന്റെ മൂന്നാമത്തെ തവണ ആയിരുന്നു. ആരും ഒന്നും മിണ്ടാതെ ഇരുന്നപ്പോൾ ഗോദവർമ്മയുടെ മനസ്സ് ദുഃഖംകൊണ്ട് നിറഞ്ഞു. പ്രത്യാശയോടെ അദ്ദേഹം എല്ലാ ക്യാപ്റ്റന്മാരുടെ മുഖത്തും മാറി മാറി നോക്കി. സഭയിൽ നിശ്ശബ്ദതയായിരുന്നു.

“ഞാൻ കൊച്ചിയിൽ നിൽക്കാം.” ക്യാപ്റ്റൻ ദുവാർട്ടേ പച്ചേക്കോ താൻ ഇരുന്നിരുന്ന കസേരയിൽ നിന്നും ഗംഭീരമായി എഴുന്നേറ്റു

നിന്നു. ഗോദവർമ്മയുടെ ശരീരത്തിലെ രോമകൂപങ്ങളിൽ നിന്നും രോമങ്ങൾ എഴുന്നേറ്റു നിന്നു. അദ്ദേഹത്തിന്റെ കണ്ണുകൾ നിറഞ്ഞു പോയി. താൻ മനസ്സിൽ വിചാരിച്ച അതേ മനുഷ്യൻ സ്വയം തയ്യാറാ യിരിക്കുന്നു.

''മടക്കയാത്രയുടെ ദുരിതങ്ങൾ എനിക്ക് നല്ലപോലെ അറിയാം. സാധാരണ ഗതിയിൽ ഒരു കപ്പലിൽ നൂറ്റിഇരുപതോളം ആളുകൾ എങ്കിലും വേണം. എനിക്ക് ചുരുക്കം ചില ആവശ്യങ്ങളെ ഉള്ളൂ. ഞാൻ തിരഞ്ഞെടുക്കുന്ന ബോംബാർഡിയർമാരെ എനിക്ക് ദയവായി വിട്ടു തന്നാൽ മാത്രം മതി. ഏതൊക്കെ കപ്പലുകളാണ് കൊച്ചിയിൽ നിൽക്കുന്നത്, അതിന്റെ ക്യാപ്റ്റന്മാർ ആരൊക്കെയാണ് എന്നും ദയവായി അറിയിച്ചാൽ നന്നായിരിക്കും.'' ഇത് കേട്ടതും ആൽബ്ബു ക്കർക്ക് സഹോദരന്മാരുടെ മുഖം അഭിമാനം കൊണ്ട് വികസിച്ചു. ഏവരും നിശ്ശബ്ദരായി ഇരുന്നപ്പോൾ പോർച്ചുഗലിന്റെ അഭിമാനം ഉയർത്തിയത് ദുവാർട്ടേയാണ്.

''നിങ്ങളുടെ ഏതു ഉപാധികൾക്കും എനിക്ക് സമ്മതമാണ്. ക്യാപ്റ്റൻ ദുവാർട്ടെ പച്ചേക്കോ പരേരയെ പോർച്ചുഗലിന്റെ ഏഷ്യ യിലെ ആദ്യത്തെ കോട്ടയായ ഇമ്മാനുവൽ കോട്ടയുടെ പ്രഥമ കമാൻഡറായി, ക്രിസ്തുവിന്റെ നാമത്തിലും മാനുവൽ ഒന്നാമൻ രാജാവിന്റെ നാമത്തിലും ഞാൻ നിയമിക്കുന്നു.'' ക്യാപ്റ്റൻ മേജർ അഫോൺസൊ പ്രഖ്യാപനം നടത്തി. അവിടെ കൂടിയിരുന്ന വരെല്ലാം കരഘോഷത്തോടെ അംഗീകരിച്ചു. പെറോ റാഫേൽ, ഡീഗോ പൈറസ്, ഡീഗോ പെരെര എന്നീ ക്യാപ്റ്റന്മാർ പച്ചേ ക്കോവിനെ സഹായിക്കാൻ കൊച്ചിയിൽ നിന്നു.

അടുത്തവർഷം ജനുവരി മാസം ആൽബുക്കർക്ക് സഹോദരന്മാർ കൊച്ചിയിൽനിന്ന് കണ്ണൂരിലേക്ക് യാത്രയായി. അവരെ യാത്ര യാക്കുമ്പോൾ എന്തെന്നില്ലാത്ത ഒരു മനോവിഷമം ഗോദവർമ്മ തമ്പുരാന് അനുഭവപ്പെട്ടു, പ്രത്യേകിച്ച് ഫ്രാൻസിസ്കോ യാത്ര പറഞ്ഞപ്പോൾ. കുറച്ചു നാളത്തെ പരിചയം കൊണ്ടുതന്നെ അയാ ളോട് അദ്ദേഹത്തിന് പ്രത്യേക വാത്സല്യം തോന്നിയിരുന്നു. പെഡ്രോ വിന് മടക്കയാത്രയിൽ ലഭിച്ചത് കൊച്ചിയിലേക്ക് വരുമ്പോൾ പച്ചേക്കോ കൊണ്ടുവന്ന എസ്പിരിടോ സാൻറ്റോ എന്ന ഭീമാ കാരനായ കപ്പൽ ആയിരുന്നു. അതിൽ കയറ്റാവുന്ന പരിധിക്കു മുകളിൽ ഭാരം കയറ്റി ഇരുന്നതിനാൽ അത് നിയന്ത്രിക്കാൻ അയാൾ അല്പം ബുദ്ധിമുട്ടി. പച്ചേക്കോ, പെറോ റാഫേൽ എന്നിവരും കണ്ണൂർ വരെ അവരെ അനുഗമിച്ചു. അഫോൺസോവിന്റെ ഒരു ഇടപ്പള്ളി ആക്രമണത്തിനിടയിൽ ഡീഗോയുടെ കാരവൽ കപ്പലിന് തകരാറ് സംഭവിച്ചിരുന്നു. അത് ശരിയാക്കാനായി അയാൾ കൊച്ചിയിൽ തന്നെ നിന്നു. പോർച്ചുഗീസ് കപ്പലുകൾ കൊച്ചി വിട്ടതും കൊച്ചി പട്ടണം ആകെ ഊഹാപോഹങ്ങൾ കൊണ്ട് നിറഞ്ഞു. ചിലതെല്ലാം തമ്പുരാന്റെ ചെവിയിലും വീണു. സാമൂതിരി ഒരു വൻസൈന്യവുമായി

കൊച്ചി ആക്രമിക്കാൻ വരുന്നു എന്നുള്ള ചൂടുള്ള വാർത്തയാണ് ആദ്യം വന്നത്. കൊച്ചിയിൽ ഭയങ്കര ക്ഷാമം ഉണ്ടാവുമെന്നും, കൊച്ചിയിലെ മാപ്പിളക്കച്ചവടക്കാർ ഇനി അരി ഇറക്കുമതി ചെയ്യില്ല, അതിനാൽ കൊച്ചിയിലെ ജനങ്ങൾക്ക് ഉണ്ണുന്നതിന് അരി കിട്ടില്ല എന്ന കിംവദന്തിയാണ് അതിനു പിറകെ വന്നത്. മൂന്നാമത്തെ വാർത്ത കൊച്ചിയിൽ നിർത്തിയിരിക്കുന്ന പറങ്കികൾ കൊച്ചി കൊല്ലം കണ്ണൂർ ഫാക്ടറികൾ മാത്രം സംരക്ഷിക്കാനാണ് എന്നും സാമൂതിരി കൊച്ചി ആക്രമിച്ചാൽ കൊച്ചിയെ അവർ സഹായിക്കില്ല എന്നുമായിരുന്നു. കൊച്ചിയിലെ ജനങ്ങളും സാമൂതിരി പക്ഷക്കാരും വാർത്തകൾക്ക് പരമാവധി പ്രചാരം കൊടുത്തു, പലപ്പോഴായി വാർത്തകൾക്ക് കയ്യും കാലും മുളച്ചു.

കണ്ണൂരിൽ പോയ പച്ചേക്കോ അഞ്ചുദ്വീപുകളിലേക്ക് പോയി ഒരു കപ്പലിൽ കുറേ പ്രത്യേകതരം കരിങ്കല്ല് കയറ്റി കൊണ്ടുവന്നു. പിന്നീട് കോഴിക്കോടിൽ നിന്നും അരിയുമായി പോയിരുന്ന ചില കപ്പലുകൾ വഴിയിൽ തടഞ്ഞ് അവയിലെ അരി മുഴുവൻ പിടിച്ചെടുത്ത് തന്റെയും പെറോ റാഫേലിന്റെയും കപ്പലുകളിൽ സംഭരിച്ചു. അവർ കൊച്ചിയിൽ തിരിച്ചു വന്നപ്പോൾ കൊച്ചിയിൽ ഭക്ഷ്യക്ഷാമം വരുന്നു എന്ന വാർത്തകളാണ് കേട്ടത്. അവർ കൊണ്ടുവന്ന അരി കൊച്ചി കമ്പോളത്തിൽ ഇറക്കിയപ്പോൾ പകുതിയിലേറെ ജനങ്ങളുടെ ശ്വാസം നേരെ വീണു. പച്ചേക്കോ തിരിച്ചുവന്നതും തമ്പുരാൻ അയാളുടെ കപ്പലിൽ വച്ചുതന്നെ രഹസ്യമായി കാണാൻ ചെന്നു. ഇടിക്കേള മേനോന്റെ സഹായത്തോടെ അവർ തമ്മിൽ സംഭാഷണം ആരംഭിച്ചു. പച്ചക്കോവിന് ഇത്രയും ദിവസത്തെ കൊച്ചി വാസത്തിനു ശേഷം തമ്പുരാൻ പറയുന്നത് ഏതാണ്ട് മനസ്സിലാക്കാൻ സാധിക്കുമായിരുന്നു. തിരിച്ച് മലയാളത്തിൽ പറയാനാണ് അയാൾക്ക് ബുദ്ധിമുട്ട്. ആദ്യം തന്നെ തമ്പുരാൻ അദ്ദേഹം കേട്ട കിംവദന്തികൾ ഓരോന്നായി അയാളോട് പറഞ്ഞു.

‘‘കൊച്ചിയിൽ നിൽക്കാൻ സമ്മതിച്ചത് ഞാൻ എന്റെ ഇഷ്ട പ്രകാരമാണ്. അങ്ങനെയിരിക്കെ കൊച്ചിയെ ഞാനെങ്ങനെ ഉപേക്ഷിച്ചു പോകും?’’ അയാൾ തമ്പുരാനോട് തിരിച്ചു ചോദിച്ചു.

‘‘എന്റെ കൂടെയുള്ള ആൾക്കാരിൽ പകുതിപേരും ശത്രുപക്ഷത്ത് ചേർന്ന് കഴിഞ്ഞു. കുറച്ച് നായന്മാർ മാത്രമേ ഇപ്പോൾ എന്റെ കൂടെ ഉള്ളൂ. നിങ്ങളാണെങ്കിൽ വെറും നൂറ്റിഅമ്പത് പേർ മാത്രം. സാമൂതിരിയുടെ ഇത്രയും വലിയ സൈന്യത്തെ നിങ്ങൾക്ക് പിടിച്ചു നിർത്താൻ ആകുമോ?’’ തമ്പുരാൻ അദ്ദേഹത്തിന്റെ സംശയം തുറന്ന് ചോദിച്ചു.

‘‘അയ്യായിരം പടയാളികൾ പോലുമില്ലാത്ത കൊച്ചിയെ ആക്രമിക്കാൻ താങ്കൾ പറയുന്ന പ്രകാരം അമ്പതിനായിരംപടയാളികളെ കൊണ്ട് എന്തിനാണ് സാമൂതിരി വരുന്നത്?’’ ദുവാർട്ടേ ചോദിച്ചു.

“തന്റെ ശക്തി കാണിക്കാൻ. അല്ലാതെയെന്തിനാ?” തമ്പുരാൻ പറഞ്ഞു.

“അല്ല രാജാവേ, പരാജയം ഭയന്നാണ്. ഭയക്കാൻ എന്തിരിക്കുന്നു എന്നല്ലേ? നിങ്ങളുടെ കൊച്ചിയെ രക്ഷിക്കാൻ കൊച്ചിയുടെ ഈ ഭൂപ്രകൃതി തന്നെ ധാരാളം. താങ്കൾക്ക് സംശയം ഉണ്ടെങ്കിൽ ഇതാ നോക്കൂ,” തന്റെ ക്യാബിനിൽ നിന്നും അയാൾ വരച്ച കൊച്ചിയുടെ ഭൂപടം മേശയിൽ വെച്ച് പച്ചേക്കോ പറഞ്ഞ് തുടങ്ങി. “താങ്കളാണ് സാമൂതിരി എന്ന് സങ്കൽപ്പിക്കുക. ഞാൻ കൊച്ചിയുടെ കമാൻഡർ ദുവാർട്ടേ. ഇനി താങ്കൾ കൊടുങ്ങല്ലൂരിൽ നിന്നും കൊച്ചി രാജാവിന്റെ കൽവത്തി കോവിലകത്തേക്ക് ഒന്ന് വന്നു നോക്കൂ.” പിന്നീട് അയാളുടെ വിശദീകരണങ്ങൾ കേട്ട് തമ്പുരാനും അയാൾ പറഞ്ഞത് തർജ്ജമ ചെയ്തത ഇടിക്കേള മേനോനും ഒരേസമയം അത്ഭുത ചകിതരായി.

“നൂറ്റിഅമ്പതുപേരും മൂന്ന് കപ്പലുംകളും എന്ന് ഞങ്ങളുടെ ക്യാപ്റ്റൻ മേജർ പറഞ്ഞപ്പോൾ ഞാനും എന്റെ കൂടെ നിൽക്കുന്ന സൈനികരും അത് സമ്മതിച്ച് ഒരു വലിയ സൈന്യത്തെ നേരിടാൻ തയ്യാറായി നിൽക്കുന്നത് എന്തുകൊണ്ടാണെന്ന് ഒന്ന് ചിന്തിച്ചു നോക്കൂ. ഞങ്ങൾക്ക് ഞങ്ങളിലും ഞങ്ങളുടെ കപ്പലുകളിലും അവയിലുള്ള ആയുധങ്ങളിലും വിശ്വാസമുണ്ട്. താങ്കൾ ഒന്നുകൊണ്ടും അവിശ്വാസപ്പെടേണ്ട. എല്ലാം ഞങ്ങൾ നോക്കിക്കോളാം. ഞങ്ങളുടെ മുപ്പതു സൈനികരുടെ ജീവൻ താങ്കളുടെ ബന്ധുക്കളുടെ ജീവൻപോലും ത്യാഗം ചെയ്തു രക്ഷിച്ചതിന് ഞങ്ങൾക്ക് താങ്കളോട് വളരെ കടപ്പാടുണ്ട്. ഞങ്ങളുടെ ജീവൻ പോയാലും ഞങ്ങൾ നിങ്ങളെ കൈവിടില്ല. എന്റെ വാക്ക് താങ്കൾക്ക് വിശ്വസിക്കാം.” തമ്പുരാന് സമാധാനമായി. ഇയാളെ വിശ്വസിക്കാം, അല്ലാതെ വേറെ ഒരു നിവൃത്തിയുമില്ല.

അപ്പോഴേക്കും പപ്പാ എന്ന് വിളിച്ചുകൊണ്ട് ലിസ്സാർട്ടേ അങ്ങോട്ട് കടന്ന് വന്നു. മേനോന്റെ കൂടെയുള്ളത് കൊച്ചിയുടെ രാജാവാണെന്ന് കണ്ട് അവന് ഒന്ന് അറച്ചു നിന്നു. പിന്നീട് സംയമനം വീണ്ടെടുത്ത് അദ്ദേഹത്തെ വന്ദിച്ചു.

“അവൻ ചോദിക്കാതെ കടന്നു വന്നതിൽ ക്ഷമിക്കണം, ഇത് എന്റെ മകനാണ്.” ദുവാർട്ടേ പറഞ്ഞു.

“കണ്ടപ്പോൾ തന്നെ മനസ്സിലായി.” തമ്പുരാൻ ചിരിച്ചുകൊണ്ട് പറഞ്ഞു.

“ഇനി അച്ഛനും മകനും കൂടി വേണം കൊച്ചിയെ രക്ഷിക്കാൻ.” ഇടിക്കേള മേനോൻ തമ്പുരാൻ കൂടെ ഉള്ളത് ഓർക്കാതെ പറഞ്ഞു പോയി. എന്നിട്ട് ഭയവും ചമ്മലുംകൊണ്ട് തന്റെ തലതാഴ്ത്തി. വഞ്ചിയിലേക്ക് കയറുമ്പോൾ തമ്പുരാൻ മേനോനോട് മെല്ലെ പറഞ്ഞു.

“ഇടിക്കേളാ, നിന്റെ നാവിൽ സരസ്വതി ഉണ്ടാവട്ടെ.”

കൊച്ചിയുടെ പ്രതിരോധം

പക്കിയുടെ സന്ദേശം ഇത്തവണ പച്ചേക്കോവിനാണ് നേരിട്ട് വന്നത്. “കൊച്ചിയിലെ കച്ചവടക്കാരെ വിശ്വസിക്കരുത്. മൊത്തക്കച്ചവടക്കാരൻ ഇസ്മാലി മരയ്ക്കാർ കോഴിക്കോടിലെ മാപ്പിളക്കച്ചവടക്കാരുടെ പ്രേരണകൊണ്ട് കൊച്ചി വിട്ടുപോകാൻ തയ്യാറായിരിക്കുന്നു. അയാളെ പിന്തുടർന്ന് വേറെയും പല കച്ചവടക്കാർ അതുപോലെ തീരുമാനമെടുത്തിട്ടുണ്ട്. വേറൊരു ധനികനായ മുഹമ്മദ് മരയ്ക്കാരും ആ വഴി ചിന്തിക്കുന്നു എന്ന് തോന്നുന്നു.” സന്ദേശം ലഭിച്ചതും പച്ചേക്കോ നേരെ ചെന്ന് ഗോദവർമ്മ രാജാവിനെ കണ്ട് കാര്യങ്ങൾ പറഞ്ഞു.

“ഒരു രാജാവിന്റെ ഉപ്പും ചോറും തിന്ന് ശത്രുരാജാവിന്റെ വാലാട്ടികളായി രിക്കുന്ന ഇത്തരക്കാരെ തൂക്കി കൊന്നാൽ തീരുന്ന പ്രശ്നമേ ഉള്ളൂ. ഞങ്ങളുടെ നാട്ടിൽ ഇങ്ങനെ ആരെങ്കിലും ചെയ്താൽ ഇതിന് മരണശിക്ഷ ആണ് കൊടുക്കാറ്. ഒന്ന് രണ്ടെണ്ണത്തിനെ തൂക്കിക്കൊല്ലട്ടെ?” അയാൾ ചോദിച്ചു.

കേരളത്തിലെ പല രാജാക്കന്മാർക്കും ക്ഷേത്രസങ്കേതങ്ങളേക്കാളും ഇടപ്രഭുക്കന്മാരേക്കാളും അധികാരം കുറവാണ് എന്ന വസ്തുത പച്ചേക്കോവിന് അറിവില്ലായിരുന്നു. അയാൾ പറഞ്ഞത് കേട്ട് ഗോദവർമ്മ ഭയന്നുപോയി.

“കമാൻഡർ, ഇത്തരം കടുംകൈകളിൽ എനിക്ക് വിശ്വാസമില്ല. നല്ല സമയത്ത് ഇവരുടെയെല്ലാം സഹകരണം കൊണ്ടാണ് കൊച്ചി സാമ്പത്തികമായി ഈ നിലയിലേക്ക് ഉയർന്നത്. കൊല്ലാതെ അവരെ നേരെയാക്കാൻ കഴിയില്ലേ?” ദയനീയമായി രാജാവ് ചോദിച്ചത് കണ്ട് പെട്ടെന്ന് പച്ചേക്കോവിന് യേശുക്രിസ്തുവിന്റെ മുഖം മനസ്സിൽ തെളിഞ്ഞു. അയാൾ പുഞ്ചിരിച്ചു കൊണ്ട് പറഞ്ഞു.

“ഞാൻ നോക്കട്ടെ, പക്ഷേ നല്ലവഴിക്ക് ഇവരാരും വരും എന്ന് എനിക്ക് തോന്നിയില്ല. ഭീഷണിപ്പെടുത്താനും അല്പം ദണ്ഡം ഏൽപ്പിക്കാനും താങ്കൾ എനിക്ക് അനുവാദം തരണം.” രാജാവ് ഉടനെ ഒരു നായർ പടയാളിയെ വിളിപ്പിച്ചു. അയാൾ വന്നതും അയാളോട് കല്പിച്ചു.

“ഇനി നിങ്ങളെല്ലാം കുറച്ചു ദിവസത്തേക്ക് കമാൻഡർ പച്ചേക്കോ പറയുന്ന പോലെ കേട്ടുകൊള്ളണം, ഇത് എന്റെ ആജ്ഞയാണ്.”

പച്ചേക്കോ ആയുധധാരികളായ തന്റെ പട്ടാളക്കാരെയും കുറച്ചു നായർ പടയാളികളെയും കൂട്ടി വ്യാപാര പ്രമുഖനായ ഇസ്മായിൽ മരക്കാരുടെ, പുഴയരികിൽ ഉള്ള വീട്ടിലേക്ക് പോയി.

“ഇസ്മായിൽ മരക്കാർ, കൊച്ചിയിലെ താങ്കളുടെ നേതൃത്വത്തിലുള്ള കച്ചവടക്കാരോട് എനിക്ക് അതിപ്രധാനമായ ഒരു കാര്യം പറയാനുണ്ട്. നിങ്ങൾക്കെല്ലാം ഗുണകരമായ ഒരു കാര്യമാണ് ഞാൻ പറയാൻ പോകുന്നത്. അതുകൊണ്ട് താങ്കൾക്ക് പരിചയമുള്ള എല്ലാ പ്രധാന കച്ചവടക്കാരെയും ഇങ്ങോട്ട് വരാൻ പറയണം.”

എല്ലാവരും മരക്കാരുടെ വസതിയിലെ പൂന്തോട്ടത്തിൽ കൂടി നിന്നു. അവരെ പച്ചേക്കോ അഭിസംബോധന ചെയ്തു.

“നിങ്ങളിൽ ആരോ ചിലർ ഞാൻ കൊച്ചി, കൊല്ലം, കണ്ണൂർ എന്നിവിടങ്ങളിലെ പോർച്ചുഗീസ് ഫാക്ടറിയിലെ സാധനങ്ങൾ സംരക്ഷിക്കാൻ വേണ്ടി മാത്രമാണ് വന്നിരിക്കുന്നത് എന്ന് പുറത്ത് പറഞ്ഞു നടന്നതായി അറിയാൻ ഇടയായി. എന്നാൽ എല്ലാവരും ചെവി തുറന്നു കേട്ടുകൊള്ളുക, ഞാനിവിടെ വന്നിട്ടുള്ളത് സാമൂതിരിയുടെ ആക്രമണത്തിൽനിന്നും കൊച്ചിയെ രക്ഷിക്കാൻ വേണ്ടിയാണ്. ആ ഉദ്യമത്തിൽ ഞാൻ മരിക്കാൻ ഇടയായാലും എനിക്ക് അതിൽ യാതൊരു ദുഃഖവും ഇല്ല. സാമൂതിരി കൊച്ചിയിൽ എത്തുമ്പോൾ നേരിടാൻ ഞാൻ ഉണ്ടായിരിക്കും. പറ്റിയാൽ അയാളെ ജീവനോടെ പിടിച്ച് പോർച്ചുഗലിൽ കൊണ്ടുപോകാനാണ് എന്റെ ഉദ്ദേശ്യം. നിങ്ങളിൽ പലരും കോഴിക്കോട്ടെ കച്ചവടക്കാരുടെ വാക്കുകേട്ട്, ഈ നാടിന് നിങ്ങളെക്കൊണ്ട് ആവശ്യമുള്ള സമയത്ത് ഇവിടം ഉപേക്ഷിച്ച് പോകാനാണ് പദ്ധതി എന്നും മറ്റുള്ളവരെ കൂടി പ്രലോഭിപ്പിച്ച് നിങ്ങളുടെ വഴിയിൽ കൊണ്ടുപോകാൻ ശ്രമിക്കുന്നു എന്നും ഞാൻ അറിഞ്ഞു. നിങ്ങളെല്ലാം വർഷങ്ങൾക്കു മുമ്പ് ഈ പട്ടണത്തിൽ വരുമ്പോൾ നിങ്ങളുടെ ധനസ്ഥിതി എന്തായിരുന്നു എന്നും ഇപ്പോഴത് ഏത് സ്ഥിതിയിൽ നിൽക്കുന്നു എന്നും ചിന്തിച്ചു നോക്കിയാൽ കൊള്ളാം. നിങ്ങളെപ്പോലെ പഠിപ്പും അറിവും ഉള്ളവർക്ക് എങ്ങനെ ഇങ്ങനെ ചിന്തിക്കാൻ കഴിയുന്നു എന്ന് ആലോചിക്കുമ്പോൾ എനിക്ക് വിഷമമുണ്ട്. ഞങ്ങളുടെ നാട്ടിൽ ഇങ്ങനെ പിറകിൽനിന്ന് കുത്തുന്നവരെ തൂക്കിക്കൊല്ലുകയാണ് പതിവ് എന്ന് ഞാൻ പറഞ്ഞപ്പോൾ, നല്ലവനായ നിങ്ങളുടെ രാജാവ്, അദ്ദേഹം ഒരിക്കലും അത് ചെയ്യില്ല, സമാധാനമായി പറഞ്ഞാൽ നിങ്ങൾ കേൾക്കും എന്നാണ് എന്നോട് പറഞ്ഞത്. അദ്ദേഹത്തിന് നിങ്ങളോടുള്ള വിശ്വാസം തിരിച്ച് അങ്ങോട്ട് കാണിക്കാത്തത് നിങ്ങൾ വിശ്വസിക്കുന്ന ദൈവം പോലും പൊറുക്കില്ല. നിങ്ങൾ ഇവിടം വിട്ടു

പോയാൽ നിങ്ങളെ വലിയ അപകടമാണ് കാത്തിരിക്കുന്നത്. നിങ്ങൾക്ക് ഇവിടെ ലഭിക്കുന്ന സ്വാതന്ത്ര്യവും സ്വാധീനവും അംഗീകാരവും പുതിയ സ്ഥലത്ത് നിങ്ങൾക്ക് കിട്ടുവാൻ ബുദ്ധിമുട്ടായിരിക്കും. നിങ്ങൾ കോഴിക്കോട് പോയാലും അവിടെയും ഞങ്ങളുടെ ആൾക്കാർ ഒരുനാൾ വരും. ഇപ്പോൾ നിങ്ങളെ പ്രലോഭിപ്പിച്ച സാമൂതിരി വിചാരിച്ചാൽ പോലും അന്ന് നിങ്ങളുടെ ജീവൻ രക്ഷിക്കാൻ സാധിക്കില്ല എന്ന് നിങ്ങൾ ഓർക്കണം. അന്യദേശത്ത് നിന്നും വന്ന് നിങ്ങളുടെ സ്വന്തം രാജാവിനുവേണ്ടി ഞങ്ങൾ പോർട്ടുഗീസുകാർ ഞങ്ങളുടെ ജീവൻ കൊടുക്കാൻ തയ്യാറാകുമ്പോൾ, സ്ത്രീകൾ പോലും ചെയ്യാത്ത ഈ പലായനം നിങ്ങൾ ആണുങ്ങൾക്ക് ചേർന്നതാണോ?''

തങ്ങൾ ചെയ്ത പ്രവർത്തികൾക്ക് കച്ചവടക്കാർ ഒരുപാട് ഒഴികഴിവുകൾ പറഞ്ഞു നോക്കി, പക്ഷേ അതൊന്നും പച്ചേക്കോ കേട്ടില്ല. അയാൾ തുടർന്നു പറഞ്ഞു.

''സാമൂതിരിയുടെ ഭാഗത്തുനിന്നും പ്രതികാരനടപടി നിങ്ങൾ പ്രതീക്ഷിക്കുന്നു എങ്കിൽ, ഞാൻ നിങ്ങളെയും നിങ്ങളുടെ കുടുംബങ്ങളെയും തടവിൽ വച്ചിരിക്കുകയാണ് എന്ന് പറഞ്ഞുകൊള്ളൂ. ഇനി ഞാൻ ചെയ്യാൻ പോകുന്നത് എന്താണ് കേൾക്കുക. യുദ്ധം കഴിയുന്നതുവരെ കൊച്ചിയുടെ ചുമതല നിങ്ങളുടെ രാജാവ് എന്നെ ഏൽപ്പിച്ചു കഴിഞ്ഞു. എന്റെ കൽപ്പനകൾ അനുസരിക്കണം എന്ന് അദ്ദേഹം ആജ്ഞാപിച്ചതിന് എന്റെ കൂടെയുള്ള ഈ നായർ പടയാളികൾ സാക്ഷികളാണ്. നിങ്ങൾക്ക് ഒരു അപകടവും വരാതെ രക്ഷിക്കാമെന്ന് ഞാനിതാ വാക്കു തരുന്നു. എന്നെ കടന്ന് ഇവിടേക്ക് സാമൂതിരിയുടെ പടയാളികൾ വരും എന്നാണ് നിങ്ങൾ വിശ്വസിക്കുന്നതെങ്കിൽ, നിങ്ങൾക്ക് ആ കാണുന്ന വൈപ്പിൻ ദ്വീപിൽ പോയി ഇരിക്കാം. അവിടെ സാമൂതിരി വരില്ല. സാമൂതിരിയെ പേടിക്കേണ്ട നിങ്ങളുടെ ത്രിമുമ്പറ രാജാവ് ഞങ്ങളിൽ വിശ്വസിച്ച് അദ്ദേഹത്തിന്റെ കൊട്ടരത്തിൽതന്നെയിരിക്കുന്നു എന്ന വസ്തുത കൂടി നിങ്ങൾ ഓർക്കണം. അവസാനമായി ഞാൻ നിങ്ങൾക്ക് ഒരു മുന്നറിയിപ്പ് തരുന്നു. കൊച്ചിയിൽനിന്നും ആരെങ്കിലും പുറത്തുകടക്കാൻ ശ്രമിക്കുകയാണെങ്കിൽ അത് ജീവനോടെ ആയിരിക്കില്ല എന്ന് ഓർക്കുക. ആരാണെന്നു ചോദ്യം പോലുമില്ലാതെ കണ്ട സ്ഥലത്തു തന്നെ വെട്ടിക്കൊല്ലാൻ ഞാൻ ഉത്തരവ് കൊടുത്തിട്ടുണ്ട്. കൊച്ചിക്ക് ചുറ്റും ഞങ്ങളുടെ കാവൽ ശക്തമാക്കി കഴിഞ്ഞു.'' ഇത്രയും പറഞ്ഞ് വളരെ ദേഷ്യത്തോടെ പച്ചേക്കോ അവിടെ നിന്നും പോയി. അയാളുടെ വീര സാഹസിക കൃത്യങ്ങൾ അപ്പോഴേക്കും കൊച്ചിയിൽ പാട്ടായിരുന്നു. പറഞ്ഞാൽ പറഞ്ഞ പോലെ ചെയ്യുന്നവനാണ് എന്ന് അയാളുടെ രൂപവും ശരീരഭാഷയും അവർക്ക് മുന്നറിയിപ്പുനൽകി. മറ്റുള്ള പറങ്കികളെ അപേക്ഷിച്ച് അയാൾ ശാന്തസ്വഭാവക്കാരനാണ്

എന്നും അവർ കേട്ടിരുന്നു. ജനങ്ങളുടെ ഇടയിൽ തങ്ങൾ എല്ലാം തടവിലാണ് എന്ന ഒരു വാർത്ത പ്രചരിപ്പിച്ച് കൊച്ചി വിട്ടുപോകുന്ന അവരുടെ ഉദ്ദേശ്യം അവർ വേണ്ടെന്നുവച്ചു. ആയുധമില്ലാതെ തന്നെ ദുവാർട്ടേ കൊച്ചിയിൽ ആദ്യ വിജയം നേടി. മേനോൻ വഴി കാര്യങ്ങളെല്ലാം അറിഞ്ഞ തമ്പുരാൻ വളരെ സന്തോഷിക്കുകയും അദ്ദേഹത്തിന് പച്ചേക്കോവിനോടുള്ള മതിപ്പും സ്നേഹവും പതിന്മടങ്ങ് വർദ്ധിക്കുകയും ചെയ്തു.

കോട്ടയുടെ മുഴുവൻ പണിയും കഴിഞ്ഞിരുന്നു. പീരങ്കികൾ വെച്ചിരുന്ന ഒന്നാം നിലയിൽ കാറ്റിനെ ചെറുക്കാൻ ശക്തിയുള്ള മേൽക്കൂരയുടെ പണിയും കഴിഞ്ഞു. പച്ചേക്കോ കോട്ടയുടെ തലവൻ എന്ന നിലയിൽ അവിടെ ആണ് സാധാരണ ഉണ്ടാകാറ്. കോട്ട പണിയുമ്പോൾ സഹായത്തിനു വന്ന ചില കല്ലാശാരിമാരെയും മര ആശാരിമാരെയും പച്ചേക്കോ നോട്ടമിട്ടു വച്ചിരുന്നു. അവരുടെ പണി മന്ദഗതിയിൽ ആണെങ്കിലും ചെയ്യുന്ന പണിക്ക് കൃത്യതയും പൂർണ്ണതയും ഉണ്ടായിരുന്നു. മേനോനോട് പറഞ്ഞ് അവരെ കോട്ടയിലേക്ക് ഒരുദിവസം വരുത്തിച്ചു. അധികമുള്ള പീരങ്കിയുണ്ടകൾ പോർച്ചുഗലിലേക്ക് മടങ്ങി പോകുന്ന കപ്പലുകളിൽ നിന്നും തന്റെ ഉപയോഗത്തിനായി അയാൾ ശേഖരിച്ചു വച്ചിരുന്നു. പെഡ്രോയുടെ കപ്പലിൽ നിന്നും കിട്ടിയ ചില ഉണ്ടകൾ പച്ചേക്കോവിന്റെ ശ്രദ്ധ ആകർഷിച്ചു ചെമ്പിന്റെ നിറമുള്ള ആ കരിങ്കല്ലിൻ ഉണ്ടകൾക്ക് നല്ല ഉറപ്പും അതേസമയം സാധാരണ കരിങ്കൽ ഉണ്ടകളേക്കാൾ അല്പം ഭാരക്കുറവും ഉണ്ടായിരുന്നു. പെഡ്രോയോട് അതിനെക്കുറിച്ച് ചോദിച്ചപ്പോൾ, അവരുടെ കപ്പൽ അഞ്ചു ദ്വീപുകളിൽ കുറെനാൾ നിന്നപ്പോൾ, അവിടുത്തെ കല്ലുകൾകൊണ്ട് ഉണ്ടാക്കിയതാണെന്നു പറഞ്ഞു. പച്ചേക്കോയും പെറോ റാഫേലും ക്യാപ്റ്റൻ മേജറെ യാത്രയയ്ക്കാൻ കണ്ണൂർ പോയപ്പോൾ, പച്ചേക്കോ അഞ്ചു ദ്വീപുകളിൽ നിന്നും കുറെ കല്ലുകൾ കപ്പലിൽ കയറ്റി കൊച്ചിയിലേക്ക് കൊണ്ടുവന്നിരുന്നു. ആ കല്ലുകൾ കൊണ്ട് കുറച്ച് പുതിയ പീരങ്കി ഉണ്ടകൾ ഉണ്ടാക്കാൻ അയാൾ ആലോചിച്ചു. വിവിധതരം പീരങ്കികളിൽ ഉപയോഗിക്കുന്ന ഉണ്ടകളുടെ മാതൃക കല്ലാശാരിമാരെ ഏൽപ്പിച്ച് അതുപോലെ ഏതാനും ഉണ്ടകൾ ഉണ്ടാക്കി കൊണ്ടുവന്നു കാണിക്കാൻ അയാൾ അവരോടു പറഞ്ഞു. പച്ചേക്കോ പിന്നീട് ചെയ്തത് നീളമുള്ള മുളകളും കട്ടിയുള്ള പലകകളും എല്ലാം സംഘടിപ്പിക്കുക എന്നതായിരുന്നു. കുറെ ജോലികൾ നാട്ടിലെ ആശാരിമാർക്കും കപ്പലുകളിലെ കാർപെന്റർമാർക്കും അയാൾ വീതിച്ചു കൊടുത്തു. കൊച്ചി അങ്ങാടിയിൽനിന്നും അടുത്തുള്ള പ്രധാന പട്ടണങ്ങളിൽനിന്നും കിട്ടാവുന്നത്ര പഞ്ഞി അയാൾ ശേഖരിച്ചു വെച്ചു. മേനോന് പിടിപ്പത് പണിയായി. പച്ചേക്കോ ചെയ്യുന്ന പ്രവർത്തികൾക്കൊന്നും മേനോന് അർത്ഥം പിടികിട്ടിയില്ല. ചോദിച്ചാൽ

ദേഷ്യപ്പെടുമോ എന്ന ഭയവും ഉണ്ടായിരുന്നു. പാതിരാത്രി അടക്കം പല സമയത്തും അയാൾ അയാളുടെ കപ്പലിലെ ബോട്ട് തുഴഞ്ഞു കൊണ്ട് ഒറ്റയ്ക്ക് സഞ്ചരിക്കുന്നത് കാണാമായിരുന്നു. കുംഭ മാസം തുടങ്ങിയിട്ടും കോഴിക്കോട്ടുനിന്ന് പടപ്പുറപ്പാടിന് ഒരു ലക്ഷണവും കാണാനില്ല. ആ സമയം വെറുതെയിരിക്കാതെ ഇടയ്ക്കിടെ രാത്രിയായാലും പകലായാലും ഇടപ്പള്ളി തമ്പുരാന്റെ പട്ടണങ്ങൾ ആക്രമിക്കുക എന്നത് പച്ചേക്കോ ഒരു പതിവാക്കി. കൊള്ള കഴിഞ്ഞാൽ വിലപിടിപ്പുള്ള ഒന്നും അവർ കൊണ്ടു വരാറില്ല. ഇടപ്പള്ളി രാജ്യത്തെ ബോട്ടുകളും വഞ്ചികളും 'പറോ' പടവ് എന്നും അക്കാലത്ത് പറയപ്പെട്ടിരുന്ന നൗകകളുമാണ് അവർ മിക്കവാറും പിടിച്ചെടുത്തു കൊണ്ടുവരാറ്. പിന്നത്തെ നോട്ടം അവിടത്തെ കന്നുകാലികളെയും ആട്, കോഴി തുടങ്ങിയവയെയുമായിരുന്നു. പലപ്പോഴും തോണികൾ നിറയെ വൈക്കോലും കൊണ്ടുവരാറുണ്ട്. ഈ വിചിത്രമായ പെരുമാറ്റത്തിന് കാരണം ആർക്കും അറിഞ്ഞിരുന്നില്ല, ആർക്കും ചോദിക്കാൻ ധൈര്യവുമുണ്ടായിരുന്നില്ല.

ഒരു ദിവസം പച്ചേക്കോ കൽവത്തി കോവിലകത്ത് പോയി തമ്പുരാനെ കണ്ടു. കുശലപ്രശ്നങ്ങൾക്കുശേഷം ചെറിയ സഭാമണ്ഡപത്തിൽ പോയി അവർ ചർച്ചകൾ നടത്തി.

''കോഴിക്കോടിലെ നമ്പൂതിരിമാരുടെ സന്ദേശം വല്ലതും വന്നോ?'' പച്ചേക്കോ ചോദിച്ചു.

''അതിപ്രധാനമായ ഒരു യോഗം ഈ ആഴ്ച നടക്കും. അതു കഴിഞ്ഞാലേ പൂർണ്ണവിവരങ്ങൾ ലഭിക്കുകയുള്ളൂ. പക്ഷേ യുദ്ധം തുടങ്ങുന്നത് എന്നാണ് എന്നുള്ള വിവരം കിട്ടി.'' അനിയൻ തമ്പുരാൻ രാമൻ കോവിൽ പറഞ്ഞു. അത് കേട്ടതും പച്ചേക്കോ ആശ്ചര്യത്തോടെ ചോദിച്ചു.

''തീരുമാനങ്ങൾ എടുക്കുന്നതിന് മുമ്പ് യുദ്ധം തുടങ്ങുന്ന തീയതി എങ്ങനെ കിട്ടി? നിങ്ങൾക്ക് ജോത്സ്യം അറിയാമോ?''

''ഞങ്ങൾക്ക് ജോത്സ്യം അറിയില്ല, പക്ഷേ ജ്യോത്സ്യനാണ് പറഞ്ഞത്.'' അനിയൻ തമ്പുരാൻ പറഞ്ഞു. പച്ചേക്കോവിന് ഒന്നും മനസ്സിലായില്ല. അയാൾ ഇടിക്കേള മേനോന്റെ മുഖത്തു ദയനീയമായി നോക്കി. കാര്യം മനസ്സിലാക്കിയ മേനോൻ പറഞ്ഞു.

''ഈ നാട്ടിൽ പടയ്ക്ക് പോകുന്ന ദിവസവും യുദ്ധം തുടങ്ങേണ്ട ദിവസവും എല്ലാം ജോത്സ്യന്മാരാണ് തീരുമാനിക്കുക. രാജാവിന്റെയും സേനാപതിയുടെയും നാളും ജാതകവും നോക്കി അവർ തീയതിയും സമയവും കുറിച്ചു തരും.'' ഇതുകേട്ടതും പച്ചേക്കോ ഞെട്ടിപ്പോയി.

''കോഴിക്കോട്ടെ ജോത്സ്യൻ ആളൂർകണികൾ കുംഭം ഇരുപത്തി ഏഴിന് പട പുറപ്പെടാനും മീനമാസം നാലാം തീയതി യുദ്ധം

തുടങ്ങാനും കുറിച്ചു കൊടുത്തു എന്ന് കോഴിക്കോട്ടെ നമ്മുടെ ഒരു ചാരൻ വിവരം പറഞ്ഞു വിട്ടിട്ടുണ്ട്.'' രാമൻ കോവിൽ തമ്പുരാൻ പറഞ്ഞു.

''എവിടെയാണ് ആക്രമിക്കാൻ പോകുന്നത് എന്നും പറയുമോ?'' പച്ചേക്കോ തമാശയായിട്ടാണ് ചോദിച്ചത് എങ്കിലും ഗോദവർമ്മ തമ്പുരാൻ കാര്യമായിട്ടാണ് അതിനു മറുപടി പറഞ്ഞത്.

''പണ്ടുകാലത്തൊക്കെ വളരെ മുമ്പുതന്നെ പറയുമായിരുന്നു. മഹാഭാരത യുദ്ധകാലത്ത് യുദ്ധം ചെയ്യുന്ന രണ്ട് കക്ഷികളും കൂടിയാണ് യുദ്ധം നടത്തേണ്ട സ്ഥലം തന്നെ നിശ്ചയിച്ചത്. ഇക്കാലത്ത് അതൊന്നുമില്ല. എന്നാലും യുദ്ധം തുടങ്ങുന്നതിനു രണ്ടു ദിവസം മുമ്പെങ്കിലും പറയും ആക്രമണം തുടങ്ങുന്ന തിനുമുമ്പ് മുന്നറിയിപ്പും തരും. കീഴടങ്ങാൻ ഉദ്ദേശം ഉണ്ടെങ്കിൽ അതുമാവാം എന്നർത്ഥം. കമാൻഡർ വിഷമിക്കേണ്ട, നമുക്ക് അടുത്ത ആഴ്ച അവസാനം തന്നെ എവിടെയാണ് ആക്രമിക്കാൻ പോണത് എന്ന് അറിയാൻ പറ്റും.'' ഗോദവർമ്മ വളരെ നിഷ്ക ളങ്കമായിട്ടാണ് പറഞ്ഞത്. ഇങ്ങനെയും ആളുകൾ ലോകത്ത് ജീവിക്കുന്നുണ്ടോ എന്ന് ചിന്തിച്ച് പച്ചേക്കോ അന്തം വിട്ടുപോയി. എന്നാലും അത് പുറത്തുകാണിക്കാതെ അയാൾ ചോദിച്ചു.

''എത്ര സൈനികർ, എത്ര കപ്പലുകൾ എന്നൊക്കെ?''

''സൈന്യത്തിന്റെ കാര്യം ഞാൻ അന്നേ പറഞ്ഞല്ലോ, അമ്പതി നായിരം എന്ന്? അത് അത്ര തന്നെ കാണാൻ വഴിയുള്ളൂ. കപ്പലുകൾ എത്രയുണ്ടെന്ന് അറിയില്ല.''

''എന്റെ സഹായത്തിന് എത്ര പേരെ കിട്ടും?''

''ഇടപ്പിള്ളി കടവിലെ യുദ്ധത്തിനുശേഷം, കോഴിക്കോട്ടേക്ക് കൂറുമാറ്റം ചെയ്തവരെയും കുറച്ചാൽ മൂവ്വായിരം പേർ മിച്ചമുണ്ട്. അതിൽ അഞ്ഞൂറുപേരെ ആദ്യം തരാം. ബാക്കിയുള്ളത് സന്ദർഭം പോലെ ചെയ്യാം.'' തമ്പുരാൻ പറഞ്ഞു. ''എനിക്ക് ഇപ്പോഴും ശങ്ക തന്നെയാണ്, കമാൻഡർ ധൈര്യം തന്ന കാരണമാണ് ഞാൻ ഇങ്ങനെ നിൽക്കുന്നത്. നിങ്ങളുടെ ആൾക്കാർ തിരിച്ചുപോയില്ലാ യിരുന്നെങ്കിൽ എനിക്ക് കുറച്ചുകൂടി സമാധാനം കിട്ടിയേനേ, നിവൃ ത്തിയില്ലെങ്കിൽ എളങ്കുന്നപ്പുഴ തേവർ തന്നെ ശരണം.'' അദ്ദേഹ ത്തിന്റെ ശബ്ദത്തിൽ നിരാശയും സങ്കടവും ധ്വനിച്ചു. ഇപ്പോൾ അദ്ദേഹത്തെ സമാധാനിപ്പിച്ചില്ലെങ്കിൽ അദ്ദേഹം തകർന്നുപോകും എന്ന് മനസ്സിലാക്കി അയാൾ നിസ്സാര ഭാവത്തിൽ പറഞ്ഞു.

''ഇപ്പോൾ ഇതൊക്കെ ധാരാളം മതി. രാജാവ് ഒട്ടും വിഷമി ക്കേണ്ട. എന്റെ കൂടെ നിൽക്കാൻ യുദ്ധം ചെയ്യാൻ അറിയാവുന്ന ധൈര്യശാലികളായ രണ്ട് കൊച്ചിക്കാരെ കിട്ടിയാൽ നന്നായിരുന്നു.'' അയാൾ തമ്പുരാനെ സമാധാനിപ്പിക്കാൻ വേണ്ടി പറഞ്ഞു.

‘‘ഉണ്ട്, കേളുവിന്റെ രണ്ട് അനന്തിരവന്മാർ അഭ്യാസം ഒക്കെ പഠിച്ചു വന്നിട്ടുണ്ട്. അവരെ ഇപ്പൊ കോലോത്തെ അധികാരികളായി നിർത്തിയിരിക്കുകയാണ്. അടുത്ത ആഴ്ചതന്നെ അവരെ കോട്ടയിലേക്ക് വിടാം.’’ അദ്ദേഹം അല്പം സമാധാനത്തോടെ പറഞ്ഞു.

ഗോദവർമ്മ തിരുമുൽപ്പാടിന്റെ മുഖം കണ്ടു പച്ചേക്കോവിന് വളരെ സഹതാപം തോന്നി. ഈ നല്ല മനുഷ്യനെ രക്ഷിച്ചില്ലെങ്കിൽ താൻ ജീവിച്ചിരുന്നിട്ട് കാര്യമില്ല. അയാൾ മനസ്സിൽ കരുതി.

‘‘എന്നാൽ ഞാൻ കോട്ടയിലേക്ക് പോവുകയാണ്, എന്തെങ്കിലും വാർത്തകൾ കിട്ടിയാൽ മേനോനോട് പറഞ്ഞുവിട്ടാൽ മതി.’’ പച്ചേക്കോ കോവിലകത്ത് നിന്ന് ഇറങ്ങി ഇമ്മാനുവൽ കോട്ടയിലേക്ക് പോയി.

‘‘ഞാൻ കമാൻഡറുടെ മുമ്പിൽ എനിക്ക് സമാധാനമായി എന്ന പോലെ നടിച്ചു എന്നേ ഉള്ളൂ. ഉള്ളിൽ ഇപ്പോഴും എനിക്ക് തീയാണ്. അമ്പതിനായിരത്തിനെ മൂവ്വായിരം കൊണ്ട് തടയാൻ പറ്റുമോ ഉണ്ണി? ആശിക്കാനും ഒരു അളവ് വേണ്ടേ?’’

‘‘മൂവ്വായിരം എന്ന് മാത്രം കണക്കുകൂട്ടണ്ട. പള്ളുരുത്തി കൈമൾ, അയ്യായിരം പേരെ നമുക്ക് തരാം എന്ന് പറഞ്ഞിട്ടുണ്ട്.’’ അനിയൻ തമ്പുരാൻ പറഞ്ഞു.

‘‘വാഗ്ദാനം മാത്രമല്ലേ ചെയ്തിട്ടുള്ളൂ, കയ്യിൽ കിട്ടിയാൽ അല്ലേ സമാധാനിക്കാനാവൂ. അതുകൊണ്ടാണ് ഞാൻ അത് അയാളോട് പറയാത്തത്.’’ ഗോദവർമ്മ പറഞ്ഞു.

‘‘ഇത്രയും ദിവസം ഞങ്ങൾക്കെല്ലാം ധൈര്യം തന്ന ജ്യേഷ്ഠൻ ഇങ്ങനെ പറയുന്നത് കേട്ട് എനിക്ക് വളരെ വിഷമം ഉണ്ട്. എനിക്ക് ഈ കമാൻഡറിൽ നല്ല വിശ്വാസം തോന്നി തുടങ്ങിയിരിക്കുന്നു. അയാളുടെ കൈയിൽ നിന്നും സാമൂതിരി ഇത്തവണ പരാജയം ഏറ്റുവാങ്ങും. പള്ളുരുത്തി കൈമൾ ഒരിക്കലും പറഞ്ഞ വാക്ക് മാറ്റാറില്ല. പള്ളുരുത്തിയിലെ നായർമാരെ നയിച്ച് ഞാൻ തന്നെ പച്ചേക്കോവിന് സഹായമായി പട നടത്തും.’’ അനിയൻ തമ്പുരാന്റെ വാക്കുകളിൽ ആത്മവിശ്വാസം തുളുമ്പിയിരുന്നു.

‘‘വലിയ തമ്പുരാൻ ഇനി ആശങ്കപ്പെടരുത് എന്നാണ് എന്റെയും അഭിപ്രായം. ഞാൻ നേരിട്ട് കണ്ടതുകൊണ്ട് പറയുകയാണ്. കമാൻഡർ പച്ചേക്കോ, തമ്പുരാൻ ഇപ്പോൾ കാണുന്നപോലെയല്ല, ശത്രുക്കളുമായി ഏറ്റുമുട്ടുമ്പോൾ ഒരു സംഹാരരുദ്രനാണ്. അയാളും അയാളുടെ മകനും ചേർന്നാൽ അവരെ തടുക്കാൻ ആർക്കുമാവില്ല.’’ ഇടിക്കേള മേനോൻ ആവേശം വന്നവനെ പോലെ പറഞ്ഞു.

ആരോടും ചോദിക്കാതെ തീരുമാനങ്ങൾ കൈക്കൊള്ളാം എന്നുള്ളത് പച്ചേക്കോ അനുകൂലമായി കണ്ടു. എല്ലാവരോടും സ്നേഹത്തോടെ പെരുമാറുന്ന അയാളുടെ പ്രകൃതം കൊച്ചിയിലുള്ള പോർച്ചുഗീസ് സൈനികർക്ക് ഒറ്റക്കെട്ടായി പ്രവർത്തിക്കാനുള്ള

ആത്മവീര്യവും അർപ്പണ ബോധവും നൽകി. കൊച്ചി തമ്പുരാൻ അയാളെ സഹായിക്കാൻ അയച്ച അഞ്ഞൂറ് നായന്മാർ ചെറുപ്പക്കാരും മിടുക്കന്മാരും ആയിരുന്നു. സമയം പാഴാക്കാതെ കമാൻഡർ അവർക്ക് പോർച്ചുഗീസ് രീതിയിൽ പരിശീലനം കൊടുക്കാൻ ആരംഭിച്ചു. ഇടിക്കേള മേനോന് നന്നായി ബുദ്ധിമുട്ടേണ്ടിവന്നു. ലോറൻസോ മോറീനോയും അൽവാരോയും കഷ്ടിച്ച് മലയാളം അറിയുന്ന വേറെ രണ്ടു സൈനികരും ഉണ്ടായിരുന്നത് ഭാഗ്യമായി. ആദ്യമേ ആമുഖമായി പച്ചേക്കോ പറഞ്ഞ വാക്കുകൾ എല്ലാവരെയും അമ്പരപ്പിച്ചു.

"ഈ വന്നവരിൽ കോഴിക്കോട് സൈന്യത്തിനു വേണ്ടി കൊച്ചിയെ ഒറ്റുകൊടുക്കാൻ ആരെങ്കിലും കയറിയിട്ടുണ്ട് എങ്കിൽ ഒരു ദയയും ഇല്ലാതെ അവരെ തൂക്കിലിടും," അയാൾ പറഞ്ഞതിന്റെ പരിഭാഷ കേട്ടു നായന്മാരിൽ ചിലർ അന്ധാളിക്കുകയും ചിലർക്ക് കോപം വരികയും ചെയ്തു. അവർ മേനോനോട് എന്തൊക്കെയോ പറഞ്ഞു. ഇടിക്കേള മേനോൻ പച്ചേക്കോവിനോടായി പറഞ്ഞു.

"ഇവരോട് അങ്ങനെ പറഞ്ഞതിൽ അവർക്ക് വിഷമം ഉണ്ട്, ഇവരെല്ലാവരും കൊച്ചി തമ്പുരാനുവേണ്ടി ചാവേർ ആകാൻ സത്യം ചെയ്തു കൊടുത്തവരാണ്."

"അങ്ങനെയാണെങ്കിൽ ഞാൻ നിങ്ങളോട് ക്ഷമ ചോദിക്കുന്നു." കമാൻഡർ പറഞ്ഞു. എന്നിട്ട് തന്റെ ബെൽറ്റിലെ അറയിൽനിന്ന് ഒരു സന്ദേശം എടുത്ത് ഉയർത്തിക്കാട്ടി അയാൾ പറഞ്ഞു.

"കോഴിക്കോട് നിന്നും എനിക്ക് വേണ്ടപ്പെട്ടവർ അയച്ച സന്ദേശമാണ് ഇത്. കൊച്ചിയിലെ രാജാവിന്റെ സൈന്യത്തിൽ പെട്ടവരിൽ ചിലരെങ്കിലും സാമൂതിരി രാജാവിനോട് കൂറുള്ളവരാണ്, അതിനാൽ അവരെ സൂക്ഷിക്കണം എന്നാണ് ഇതിൽ എഴുതിയിരിക്കുന്നത്." എന്നുപറഞ്ഞുകൊണ്ട് സന്ദേശം ഇടിക്കേള മേനോന്റെ കൈയിൽ കൊടുത്തു. മേനോൻ അത് വായിച്ചശേഷം അവിടെ കൂടിയിരുന്ന നായന്മാരോട് പറഞ്ഞു.

"സന്ദേശം ശരിയാണ്. നമ്മുടെ പൊന്നുതമ്പുരാനു വേണ്ടി അന്യദേശത്തു നിന്നും വന്നവരായിട്ടുപോലും ആത്മാർത്ഥമായി പണിയെടുക്കുന്ന ഇവർക്ക് നമ്മളിൽ പെട്ടവർ തന്നെ നമ്മുടെ രാജാവിന് എതിരായി നിൽക്കുന്നു എന്ന് അറിഞ്ഞതിനാൽ ഉള്ള ക്ഷോഭം കാരണമാണ് കമാൻഡർ അങ്ങനെ പറഞ്ഞത്. നിങ്ങൾ ആരാണെന്ന് അറിഞ്ഞതും അദ്ദേഹമത് തിരുത്തുകയും ചെയ്തു." അത് കേട്ടതും കൂട്ടത്തിൽ നിന്ന് ഒരു നായർ എഴുന്നേറ്റ് പറഞ്ഞു.

"ഞങ്ങളെല്ലാം ഞങ്ങടെ തമ്പുരാന് വേണ്ടി മരിക്കാൻ തയ്യാറായി വന്നവരാണ്. ഇനി പുതുതായി ഏതെങ്കിലും നായർ ഭടന്മാർ വരുമ്പോൾ, അവരിൽ കമാൻഡർ പറഞ്ഞപോലെ ഒറ്റുകാർ ഉണ്ടെങ്കിൽ,

ഞങ്ങൾ തന്നെ അവരെ കണ്ടുപിടിച്ച് അവരെ കമാൻഡറെ ഏൽപ്പിക്കും. ഇത് സത്യം.'' പച്ചേക്കോവിന് വളരെ സന്തോഷമായി. അയാൾ പറഞ്ഞു.

''അതാണ് ശരി. എനിക്ക് നിങ്ങളെ വിശ്വാസമാണ്.'' അപ്പോഴേക്കും കോട്ടയിലേക്ക് രണ്ടു ചെറുപ്പക്കാരായ നായന്മാർ വന്നു. കേളു അച്ഛന്റെ അനന്തിരവരായ കണ്ടൻ കോരുവും പെരും കോരുവും ആയിരുന്നു അവർ. മേനോൻ അവരെ കമാൻഡർക്ക് പരിചയപ്പെടുത്തി. ദൃഢഗാത്രരായ ഇരുപത്തിയഞ്ചു വയസ്സുകൾക്ക് താഴെയുള്ള രണ്ടുപേർക്കും തമ്പുരാന്റെ കോവിലകത്തെ അധികാരികൾ ആയിട്ടാണ് ആദ്യം നിയമനം കിട്ടിയത്, അവരും പരിശീലനത്തിൽ പങ്കെടുത്തു. ലോറൻസോ കുറച്ച് ക്രോസ് ബോക്കൾ കൊണ്ടുവന്നു. ക്രോസ്ബോവിന്റെ ഗുണങ്ങളും അത് പ്രയോഗിക്കുന്ന വിധവും എല്ലാം പച്ചേക്കോ കൊച്ചു കുട്ടികൾക്ക് പറഞ്ഞു കൊടുക്കുന്നത് പോലെ അവരെ പറഞ്ഞു മനസ്സിലാക്കി. മാച്ച് ലോക്ക് കാലിവർ തുടങ്ങിയ തോക്കുകളും, രണ്ടു പൗണ്ട് ഭാരമുള്ള ഉണ്ടകൾ ഉപയോഗിക്കാനുള്ള ഫാൽക്കൺ എന്ന കൊച്ചു പീരങ്കിയും അവരെ പരിചയപ്പെടുത്തി. പൊതുവേയുള്ള കുറെ കാര്യങ്ങളും അവർക്ക് പറഞ്ഞു കൊടുത്തശേഷം അന്നത്തെ പരിശീലനം അവസാനിപ്പിച്ചു. അടുത്തദിവസം ആയുധങ്ങളുടെ പ്രായോഗിക പരിശീലനങ്ങൾക്ക് അതിരാവിലെ തന്നെ എത്തണം എന്ന നിർദ്ദേശത്തോടെ അവരെ പറഞ്ഞയച്ചു. കണ്ടൻ കോരു പെരും കോരു എന്നിവരുമായി കമാൻഡർ വിശദമായി സംസാരിച്ചു. അവരിൽ നിന്നും താൻ എന്താണ് പ്രതീക്ഷിക്കുന്നത് എന്ന് അയാൾ കൃത്യമായി അവരെ പറഞ്ഞു മനസ്സിലാക്കി. കോട്ടയുടെ പുറത്ത് ലോറൻസോ മുറീനോ സുഹൃത്തായ അൽവാരോയോട് പറഞ്ഞു.

''ഞാൻ നമ്മുടെ കമാൻഡറെ ലിസ്ബൺ കൊട്ടാരത്തിൽ വച്ച് മുമ്പ് കണ്ടിട്ടുണ്ട്. അന്ന് ഞാൻ അദ്ദേഹം ഒരു ശാസ്ത്രജ്ഞൻ ആണെന്നാണ് കരുതിയിരുന്നത്. ഇത്രയും വലിയ ഒരു യുദ്ധ തന്ത്രജ്ഞൻ ആണെന്ന് ഇപ്പോഴാണ് എനിക്ക് മനസ്സിലായത്.''

''ഞാൻ അദ്ദേഹത്തെ മുമ്പേ കണ്ടിട്ടില്ല. ഇവിടെ വന്ന ശേഷമാണ് കാണുന്നത്.'' അൽവാരോ പറഞ്ഞു. ഞാനൊരു കാര്യം പറഞ്ഞാൽ നീ എന്നെ കളിയാക്കരുത്. രൂപംകൊണ്ടല്ലെങ്കിലും അദ്ദേഹത്തിന്റെ പെരുമാറ്റവും ചില പ്രത്യേകതകളും കാണുമ്പോൾ, എനിക്ക് കൊച്ചിയിൽ വെച്ച് പരിചയപ്പെട്ട ഒരാളെയാണ് ഓർമ്മ വരുന്നത്.''

''നരമുഹിൻ തമ്പുരാനേയാണോ?'' എടുത്ത വാക്കിന് ലോറൻസോ ചോദിച്ചു.

''സത്യം, നീയെങ്ങനെ അത് കണ്ടുപിടിച്ചു? അദ്ദേഹം ഭൂമിയിലേക്ക് തിരിച്ചു വന്നോ എന്നുപോലും എനിക്ക് തോന്നിച്ചു.''

''എനിക്കും അദ്ദേഹത്തെയാണ് ഓർമ്മ വന്നത്. കുറച്ചു ദിവസത്തെ പരിചയമേ ഉള്ളുവെങ്കിലും അദ്ദേഹവുമായി അത്രയ്ക്ക് അടുത്തുപോയി.'' ലോറൻസൊ പറഞ്ഞു.

കല്ലാശാരിമാർ കൊണ്ടുവന്നു കാണിച്ച പീരങ്കിയുണ്ടകൾ പരിശോധിച്ചതിനു ശേഷം പച്ചേക്കോ അവരെ വാനോളം പുകഴ്ത്തി. ഇത്തരം അനുമോദനങ്ങൾ ആദ്യമായി കിട്ടുന്ന ആ പാവങ്ങൾ സന്തോഷം കൊണ്ട് മതിമറന്നു പോയി. കോട്ടയുടെ പിറകിലുള്ള പറമ്പിലെ തെങ്ങിൻതോപ്പിൽ ഉടൻ ഒരു പന്തൽ നിർമ്മിച്ച് കരാക്ക് കപ്പലിൽ സംഭരിച്ചിരുന്ന കല്ലുകൾ മുഴുവൻ ചങ്ങാടങ്ങളിൽ കയറ്റി കരയിൽ ഇറക്കി പന്തലിൽ എത്തിച്ചു. കല്ലാശാരിമാർ അവിടെ ഇരുന്ന് പണി തുടങ്ങി. കോട്ടയിൽ നിന്നും അവർക്ക് ഭക്ഷണം കൊടുത്തതിനുപുറമെ അവർക്ക് നല്ല കൂലി കൊടുക്കാനും കമാൻഡർ ഏർപ്പാട് ചെയ്തു. ഇതിനിടെ കരാക്കിലെ പീരങ്കികളിലും ഫാൽക്കണുകളിലും പുതിയ ഉണ്ടകൾ പരീക്ഷിച്ച് ബോംബാർഡിയർമാർ അവയുടെ കൃത്യത പരിശോധിച്ച് അവരുടെ തൃപ്തി അറിയിച്ചു. കോട്ടയ്ക്കു ചുറ്റും നടക്കുന്ന തകൃതിയായ ഒരുക്കങ്ങൾ കണ്ട് നാട്ടുകാർക്കെല്ലാം സമാധാനമായി. അനിയൻ തമ്പുരാൻ രാമൻ കോവിലിനാണ് ഏറ്റവും സന്തോഷവും സമാധാനവും ഉണ്ടായത്.

പടപ്പുറപ്പാട്

സാമൂതിരിയുടെ കോവിലകത്തു നിന്നും രണ്ട് മഞ്ചലുകൾ പരിവാരങ്ങൾ സഹിതം പുറപ്പെട്ടു. സാമൂതിരി രാജാവും ഏറാൾപ്പാടും ആണ് അതിലെ യാത്രക്കാർ. മങ്ങാട്ടച്ചനും ധർമ്മോത്ത് പണിക്കരും അവരെ അനുഗമിച്ചിരുന്നു. രണ്ടു നാഴിക പിന്നിട്ടപ്പോൾ അവർ ശ്രീ വളയനാട് ദേവിക്ഷേത്രത്തിന്റെ പരിസരത്തിൽ എത്തി. മകര മാസത്തെ ഉത്സവത്തിന് ദേവിയെ ഇറക്കിവെച്ച് പൂജിക്കുന്ന ചെറിയ കാവിന് സമീപം അണഞ്ഞ തും അവർ പല്ലക്കിൽ നിന്നുമിറങ്ങി. മുകൾഭാഗം സമചതുരാകൃതിയിൽ നിരത്തിയ ഒരു ചെറിയ കുന്നിന്റെ മുകളിലാണ് ക്ഷേത്രം. നാലു ഗോപുരങ്ങളും ക്ഷേത്രത്തിനു ചുറ്റും വെട്ടുകല്ല് കൊണ്ടുള്ള മതിലും എല്ലാം സാമൂതിരി രാജവംശത്തിന്റെ സമ്പന്നതയും പ്രൗഢഗാംഭീര്യവും വിളിച്ചോതിയിരുന്നു. പൂജാരികളായ മൂസ്സതുമാർ തമ്പുരാക്കന്മാരെ സ്വീകരിക്കാനായി ബഹുമാനപൂർവ്വം പുറത്ത് നിന്നിരുന്നു. ശ്രീ വളയനാട് ക്ഷേത്രത്തിൽ ഉത്സവ സമയത്ത് മാത്രമേ ബ്രാഹ്മണ പൂജ പതിവുള്ളൂ. ബാക്കിയുള്ള ദിവസങ്ങളിൽ ദേവിയെ ചണ്ഡികാരൂപത്തിൽ കണ്ടിരുന്നതിനാൽ ഉത്തര ഭാരതത്തിലെ കാശ്മീരിലെ ചിട്ട അനുസരിച്ച് ശാക്തേയ പൂജയാണ് പതിവ്. ഐതിഹ്യങ്ങൾ പ്രകാരം അജയ്യനായ തന്റെ ശത്രുവിനെ പരാജയപ്പെടുത്താൻ ശക്തി ആർജിക്കാൻ വേണ്ടി ഒരു സാമൂതിരിപ്പാട് ദേവി ഉപാസന ചെയ്ത് പ്രത്യക്ഷപ്പെട്ട തിരുമാന്ധാംകുന്ന് ദേവി ആണെന്നും ഒരു കഥ പ്രചാരത്തിൽ ഉണ്ട്. എങ്ങനെയായാലും സാമൂതിരി വംശത്തിന്റെ പരദേവതയായിട്ടാണ് ശ്രീ വളയനാട് ദേവിയെ ആരാധിച്ചിരുന്നത്.

പുതിയ സാമൂതിരി അരിയിട്ടുവാഴ്ച കഴിഞ്ഞ് രാജ്യഭാരം ഏൽക്കുമ്പോൾ, ചേരമാൻ പെരുമാൾ കൊടുത്തതാണെന്ന് വിശ്വിക്കപ്പെടുന്ന ഉടവാൾ ദേവിയുടെ തൃപ്പാദത്തിൽ വച്ച് പൂജ ചെയ്തെടുക്കുന്ന ഒരു പതിവ് എപ്പോഴും ഉണ്ട്. യുദ്ധങ്ങളിൽ പങ്കെടുക്കുമ്പോഴും മംഗള ദിവസങ്ങളിലും ഇത് ആവർത്തിക്കാറുണ്ട്. ദീർഘ ചതുരാകൃതിയിലുള്ള ശ്രീകോവിൽ വളരെ വിശാലമായിരുന്നു. സപ്തമാതാക്കളും വടക്ക് അഭിമുഖമായി ആ ശ്രീകോവിലിൽ വിരാജിക്കുന്നു.

ശ്രീകോവിലിലെ വാതിലിന് ഇരുവശവും കടഞ്ഞെടുത്ത മരം കൊണ്ടുള്ള അഴികളും ശ്രീകോവിലിനു മുമ്പിലുള്ള മണ്ഡപം താങ്ങുന്ന ഒരാൾ കെട്ടിപ്പിടിച്ചാൽ ഒതുങ്ങാത്തത്ര വണ്ണമുള്ള കടഞ്ഞെടുത്ത മരത്തൂണുകളും വാതിലിനിരുവശവും മനോഹരമായ ദാരുശില്പങ്ങൾ ദേവിയുടെ ക്ഷേത്രപാലകന്മാരായി നിൽക്കുന്നതും കേരള വാസ്തു ശില്പ കലയുടെ പ്രതിഫലനംതന്നെയായിരുന്നു. വലതുവശത്തുള്ള ശിവന്റെയും ഗണപതിയുടെയും പ്രതിഷ്ഠകളെ വന്ദിച്ചതിനുശേഷം അവർ ശ്രീവളയനാട് ദേവിയുടെ തിരുമുമ്പിൽ അഞ്ജലി കൂപ്പി നിന്നു. അമാവാസി നാളിലെ ഇരുട്ട് ഖരരൂപം പ്രാപിച്ചപോലെയുള്ള വിഗ്രഹത്തിൽ ചാർത്തിയിരുന്ന സ്വർണ്ണാഭരണങ്ങൾ ശ്രീകോവിലിൽ കത്തിച്ചിരുന്ന അസംഖ്യം വിളക്കുകളിലെ പ്രഭാപൂരം കൊണ്ട് വെട്ടിത്തിളങ്ങി. ക്ഷേത്രത്തിൽ ഉണ്ടായിരുന്ന വട്ടോളി മൂസ്സത് ചേരമാൻ പെരുമാളിന്റെ വാൾ സാമൂതിരി തമ്പുരാന്റെ കയ്യിൽ നിന്നും ഭയഭക്തിയോടെ വാങ്ങി ശ്രീകോവിലിൽ കൊണ്ടുപോയി ദേവിയുടെ പാദത്തിൽ വെച്ച് പൂജചെയ്തു. അമ്മാവനും മരുമകനും നടയിൽ നിന്ന് ഭക്തിപുരസരം പ്രാർത്ഥിച്ചു. പൂജകഴിഞ്ഞ് വാൾ തിരിച്ചുവാങ്ങി, പൂജാരികൾക്ക് മുണ്ടും ദക്ഷിണയും കൊടുത്ത് പുറത്തുവന്നു. ക്ഷേത്രത്തിനു നേരെയുള്ള മൂസ്സതിന്റെ ഇല്ലത്തിന്റെ മുറ്റത്തൊരുക്കിയിരുന്ന പ്രത്യേക പന്തലിൽ രണ്ടു തമ്പുരാക്കന്മാരും അൽപ നേരം വിശ്രമിച്ചു.

‘‘നന്നായി പ്രാർത്ഥിച്ചോ? നീയാണ് പടത്തലവൻ.’’ സാമൂതിരിപ്പാട് പറഞ്ഞു.

‘‘ഉവ്വ്.’’ ഏറാൾപ്പാട് പറഞ്ഞു.

‘‘കഴിഞ്ഞ തവണ നമുക്ക് വിചാരിച്ചതിലും കൂടുതൽ ആൾനാശം ഉണ്ടായി. ഇത്തവണ അത് കുറയ്ക്കണം.’’

‘‘കഴിഞ്ഞ തവണ ഇടപ്പള്ളി ഇളങ്കോലിന്റെ സൈന്യം ഒഴിച്ച് ബാക്കി എല്ലാവരുടെ സൈന്യങ്ങളും ഒരുമിച്ചായിരുന്നു പടയ്ക്ക് നീങ്ങിയത്. മറ്റൊരു നേതൃത്വത്തിന് കീഴിൽ വന്നതിനാൽ എല്ലാവർക്കും അല്പം ആശയക്കുഴപ്പം ഉള്ളതായി കണ്ടു.’’

‘‘ഇത്തവണ എങ്ങനെ ചെയ്യാനാണ് ഭാവം?’’ സാമൂതിരി ചോദിച്ചു.

‘‘ഇത്തവണ അവരവരുടെ സേനകൾ അതാത് തലവന്മാരുടെ കീഴിൽ നീങ്ങണം എന്നാണ് തീരുമാനിക്കുന്നത്.’’

‘‘നല്ല തീരുമാനമാണ്. ആരെങ്കിലും കൂറുമാറിയാലേ പ്രശ്നമുള്ളൂ. പക്ഷേ അങ്ങനെ വരാൻ ന്യായമില്ല. പോരാത്തതിന് കഴിഞ്ഞ തവണത്തേക്കാൾ കൊച്ചി സൈന്യത്തിൽ ആളു കുറവാണ്. ഗോദവർമ്മയുടെ തീരുമാനങ്ങൾക്ക് എതിരായവർ പടയിൽ നിന്നും പിൻവാങ്ങി എന്നും കേൾക്കുന്നുണ്ട്.’’

''പക്ഷേ പറങ്കികൾ കഴിഞ്ഞ തവണത്തേക്കാൾ എണ്ണത്തിൽ കൂടുതലാണ്, കഴിഞ്ഞ തവണ അവർ യുദ്ധത്തിൽ പങ്കെടുത്തില്ല. പക്ഷേ ഇപ്രാവശ്യം അവരാണ് പട നയിക്കുന്നത്.''

''കഴിഞ്ഞതവണ നമ്മൾ ഊരുക്കൾ, പടവുകൾ ഒന്നും കാര്യമായി ഉപയോഗിച്ചില്ല. ഇത്തവണ മരയ്ക്കാർ ഒരുപാട് സന്നാഹങ്ങളുമായി വരുന്നുണ്ട്.''

''പോർച്ചുഗീസുകാരുടെ മുഴുവൻ പീരങ്കികളും ഇത്തവണ നമ്മളെ കാത്തിരിക്കുന്നുണ്ട് എന്ന് നമ്മൾ ഓർക്കണം.''

''ഇറ്റലിക്കാർ വളരെ വലിയ പീരങ്കികൾ അഞ്ചെണ്ണം ഉണ്ടാക്കിയിട്ടുണ്ട്, ധാരാളം ചെറിയതും അവർ ശരിയാക്കിയിട്ടുണ്ട്.''

''അതിന്റെ ഗുണം എങ്ങനെയാണെന്ന് നമ്മൾ കണ്ടിട്ടില്ല.''

ഇത്രയും പറഞ്ഞതും സാമൂതിരിപ്പാടിന് കലശലായി കോപം വന്നു.

''കുറെ നേരമായി ഞാൻ ശ്രദ്ധിക്കുന്നു. ഞാൻ നമുക്ക് പ്രതീക്ഷയുളവാക്കുന്ന കാര്യങ്ങൾ പറയുമ്പോൾ നീ അതിനെല്ലാം വിപരീതമാണ് പറയുന്നത്. പടത്തലവനായ നീ തന്നെ ഇങ്ങനെ പറഞ്ഞാൽ നമ്മൾ എങ്ങനെ വിജയിക്കും.''

''അമ്മാവൻ ക്ഷമിക്കണം, അമിത ആത്മവിശ്വാസം ആത്മഹത്യാപരമാണ്. നമ്മുടെ മികവുകളെക്കുറിച്ച് നമ്മൾ അഭിമാനിക്കുമ്പോളെല്ലാം, ശത്രുവിന്റെ ശക്തിക്കുറവായി കാണരുത്. ഇത് നമുക്ക് വളരെ ഒരു കടുത്ത പരീക്ഷണമാവും എന്നാണ് എനിക്ക് തോന്നുന്നത്.''

''ഏറക്കുറെ തുല്യരായ ശത്രുക്കളോട് ഏറ്റുമുട്ടുമ്പോൾ നീ പറഞ്ഞത് ശരിയാണ്. നമ്മളെപ്പറ്റി ശരിക്കും മനസ്സിലാക്കാത്ത ഒരു പുതിയ ക്യാപ്റ്റന്റെ തലയിൽ കൊച്ചിയെ കെട്ടിവെച്ച് പറങ്കികളുടെ ബുദ്ധിമാനായ മേജർ അഫോൺസോ സ്ഥലംവിട്ടു എന്നാണ് എല്ലാവരും പറയുന്നത്. അയാൾക്ക് സഹായത്തിന് വേണ്ടത്ര ആളുകളെ കൊടുക്കാതെയാണ് അവർ പോയത് എന്നും കൊച്ചിയിലെ നമ്മുടെ ചാരന്മാർ പറയുന്നു.''

''അമ്മാവൻ പറയുന്നത് ശരിയായിരിക്കാം. പക്ഷേ എനിക്ക് ചെറിയ സംശയങ്ങൾ ഉണ്ട്. അയാൾ കൊച്ചിയുടെ സംരക്ഷണം സ്വയമായി മുന്നോട്ടുവന്ന് ഏറ്റെടുത്തു എന്നാണ് അറിയാൻ കഴിഞ്ഞത്. ഒന്നുകിൽ അയാൾ ഒരു ബുദ്ധിഹീനനായിരിക്കാം. അല്ലെങ്കിൽ എന്തും ചെയ്യാൻ കഴിവുള്ളവനായിരിക്കും.''

''ആദ്യത്തെതാണെന്നാണ് എനിക്ക് തോന്നുന്നത്. നാലായിരം പേരെ കയ്യിൽ വെച്ചു കൊണ്ട്, അൻപതിനായിരം പേരെ പരാജയപ്പെടുത്താം എന്ന് വിചാരിക്കുന്നവൻ ഒരു വിഡ്ഢി തന്നെയായിരിക്കും.''

അതിനുശേഷം സംസാരം തുടരാൻ ഏറാൾപ്പാട് ഇഷ്ടപ്പെട്ടില്ല. മഞ്ചലുകൾ ചുമക്കുന്നവർ വിശ്രമത്തിനുശേഷം തയ്യാറായി വന്നതും ആതിഥേയനായ മൂസ്സതിനോട് യാത്ര പറഞ്ഞ് അവർ കോവിലകത്തേക്ക് മടങ്ങി.

കോയപക്കിയുടെ ജീവിതത്തിന്റെ ഗതി ആകെ മാറിപ്പോയി, ഒളിവിൽ ജീവിക്കുന്ന പറങ്കികളെയും മരിച്ചുപോയ ഫാക്ടറുടെ മക്കളെയും കോഴിക്കോട് നിന്ന് രക്ഷപ്പെടുത്തിയതിനുശേഷം കുറച്ചുനാൾ കണ്ണൂരിൽ പോയി താമസിക്കണമെന്ന് അയാൾ മനസ്സിൽ കുറിച്ചിട്ടു. പോർച്ചുഗീസുകാരെ സഹായിക്കുന്ന മാപ്പിള എന്ന പ്രശസ്തി ലിസ്ബൺ വരെ എത്തിയിരുന്നു. പറ്റിയാൽ ഒന്ന് അത്രേടം വരെ പോകാം എന്നും ഒരു ആശ അയാൾക്ക് മനസ്സിൽ ഇല്ലാതില്ല. കിട്ടാവുന്ന രഹസ്യങ്ങൾ എല്ലാം ചോർത്തി മാപ്പിളവേഷത്തിൽ ജീവിക്കുന്ന പറങ്കികളെ കൊണ്ട് സന്ദേശം എഴുതി അയാൾ പച്ചേക്കോവിന് മുടങ്ങാതെ എത്തിച്ചിരുന്നു. നീലകണ്ഠൻ നമ്പൂതിരിയും രഹസ്യങ്ങൾ ചോർത്താൻ പാകത്തിനുള്ള ബന്ധങ്ങൾ കോവിലകവുമായി സ്ഥാപിച്ചു. കോവിലകത്തെ ജ്യോത്സ്യനുമായും അദ്ദേഹം അടുത്ത ബന്ധം പുലർത്തിയിരുന്നു. മാനുവൽകോട്ട സ്ഥാപിച്ച് പച്ചേക്കോ കോട്ടയുടെ ചുമതലയേറ്റശേഷം കർശനമായ നിയന്ത്രണം ഏർപ്പെടുത്തിയിരുന്നതിനാൽ കൊച്ചിയിൽനിന്ന് ഒരു വിവരവും കോഴിക്കോട് എത്തിയിരുന്നില്ല. കോയപക്കിയുടെ സഹോദരൻ കോഴിക്കോട് കോയയുടെ സന്തതസഹചാരിയായിരുന്നതിനാൽ കോയപക്കി രഹസ്യങ്ങളെല്ലാം സൂത്രത്തിൽ ചോദിച്ചറിഞ്ഞിരുന്നു. എത്ര നൗകകൾ ഉണ്ട് എന്നും എത്ര സൈന്യബലം ഉണ്ട് എന്നും അയാൾ കൃത്യമായി മനസ്സിലാക്കി കൊച്ചിയിലേക്ക് വിവരം കൊടുത്തു. യുദ്ധം തുടങ്ങുന്ന നല്ല ദിവസം ജ്യോത്സ്യനാണ് നോക്കി പറഞ്ഞത്. ആ വിവരം നീലകണ്ഠൻ നമ്പൂരി അനിയൻ തമ്പുരാനെ അറിയിച്ചു. യുദ്ധത്തിന്റെ സാങ്കേതിക കാര്യങ്ങൾ ചർച്ചചെയ്യാൻ കൂടിയ ഒരു യോഗത്തിൽ പലരും പല അഭിപ്രായങ്ങളും രേഖപ്പെടുത്തി. പടനീക്കം രഹസ്യമായി നടത്തണമെന്ന് പീരങ്കികൾ ഉണ്ടാക്കിയ ഇറ്റലിക്കാർ അഭിപ്രായപ്പെട്ടു,

"ഇനി നമ്മൾക്ക് എവിടെയാണ് യുദ്ധം തുടങ്ങേണ്ടത് എന്ന് മാത്രം തീരുമാനിച്ചാൽ മതിയാകും." സാമൂതിരിപ്പാട് പ്രഖ്യാപിച്ചു. ഏറാൾപ്പാട് ഒഴിച്ച് ബാക്കി എല്ലാവർക്കും അദ്ദേഹം പറഞ്ഞത് ശരിയാണെന്ന് തോന്നി. തലേദിവസം താൻ പറഞ്ഞത് അമ്മാവന് ഇഷ്ടപ്പെടാത്തതിനാൽ അദ്ദേഹം യോഗത്തിൽ കൂടുതലൊന്നും പറഞ്ഞില്ല.

"കഴിഞ്ഞ കുറി കരസൈന്യവും നാവികസൈന്യവും രണ്ടു വഴി ആണ് വന്നത്. ഇത്തവണ കരസൈന്യത്തിന് തുണയായി

കപ്പലുകളും വന്നാൽ നന്നായിരിക്കുമെന്ന് തോന്നുന്നു.'' വന്നലശ്ശേരി നമ്പിടി പറഞ്ഞു.

അദ്ദേഹം പറഞ്ഞത് ശരിയാണെന്ന് കുറച്ചുപേർ സമ്മതിച്ചു.

''ഇത്തവണ നമുക്ക് കപ്പലുകൾ കൂടുതലുള്ളതിനാൽ കടൽവഴി നേരെ തുറമുഖത്ത് പോയി ആക്രമിച്ചു കൂടെ?'' ഒരു മരയ്ക്കാർ ചോദിച്ചു.

''കപ്പലുകളും തോണികളും നേരെ കൊച്ചിയിൽ പോയാൽ, കര സൈന്യം കായലുകൾ കടന്ന് കൊച്ചിയിൽ എത്താൻ ആരു സഹായിക്കും?'' കക്കാട് നമ്പിടി ചോദിച്ചു.

''കരസേനയും നാവികസേനയും ഒരുമിച്ച് പോകുന്നതാണ് നല്ലത്, അതിന് എന്താണ് ഒരു മാർഗം?'' സാമൂതിരി ചോദിച്ചു. കുറെ ആലോചനകൾക്കുശേഷം അതുവരെ ഒന്നും മിണ്ടാതിരുന്ന ഇട പ്പള്ളി രാജാവ് പറഞ്ഞു.

''നാവികസേന വേമ്പനാട്ടുകായലിന്റെ കിഴക്കുവശം എത്തണം. കരസൈന്യം തൃശ്ശിവപേരൂർവഴിയും മറ്റു പാതകളിലൂടെയും കിഴക്കേ കരയിലുള്ള നമ്മുടെ സുഹൃത്തുക്കളായ നാടുവാഴികളുടെ പ്രദേശങ്ങളിൽ എത്തി തമ്പടിക്കണം. കരസൈന്യത്തെ പടവുകളിൽ കയറ്റി കുമ്പളം കടവിലൂടെയോ പള്ളുരുത്തി വഴിയോ കൊച്ചിയിൽ എത്തിക്കാം. അപ്പോൾ പലതവണ കടത്തു കടക്കാതെ ഒരു തവണ മാത്രം ജല യാത്ര ചെയ്താൽ മതിയാവും.'' അല്പനേരം ആരും ഒന്നും മിണ്ടിയില്ല.

''അവിടത്തെ ഭൂപ്രകൃതിയെക്കുറിച്ച് നല്ല അറിവുള്ളവർ ആർക്കെങ്കിലും അഭിപ്രായം പറയാം.'' സാമൂതിരിപ്പാട് പറഞ്ഞു. കൂട്ടത്തിൽ ഇരുന്ന മായിമണി മരയ്ക്കാർ എഴുന്നേറ്റുനിന്നു.

''പൊന്നുതമ്പുരാനേ, അടിയൻ വേമ്പനാട്ടുകായലിൽ പലതവണ ഉരുക്കളിൽ സഞ്ചരിച്ചിട്ടുണ്ട്. വേമ്പനാട്ടുകായലിലെ പല സ്ഥലങ്ങളിലും വേലിയേറ്റവും വേലിയിറക്കവും പ്രശ്നങ്ങൾ സൃഷ്ടിക്കും. കുമ്പളത്ത് അത് താരതമ്യേന കുറവായിട്ടാണ് കാണപ്പെടുന്നത്. കൊച്ചി തുറമുഖത്ത് നേരിട്ട് പോകാൻ ഉദ്ദേശം ഇല്ലെങ്കിൽ, കൊച്ചിയിൽ പ്രവേശിക്കാതെ അറബിക്കടലിലൂടെ കൊച്ചി കഴിഞ്ഞ് തെക്കോട്ട് പോയി പുറക്കാടിന് മുമ്പേ വരുന്ന അഴിമുഖത്തിലൂടെ കുമ്പളങ്ങിയിൽ എത്താം.'' മായിമണി മരയ്ക്കാർ പറഞ്ഞത് കേട്ട് ഇടപ്പള്ളി തമ്പുരാൻ പറഞ്ഞു.

''കുമ്പളങ്ങിയിൽനിന്നും കൊച്ചിക്ക് വലിയ ദൂരമില്ല. പടവുകൾക്ക് കാര്യം എളുപ്പമാണ്, പക്ഷേ കരസൈന്യം ഒരുപാട് ദൂരം സഞ്ചരിക്കേണ്ടി വരില്ലേ?''

''ഇളംകോൽ പറഞ്ഞതിന് ഒരു മറുവശമുണ്ട്. ദൂര കുറവ് നമുക്കു മാത്രമല്ലല്ലോ പറങ്കികൾക്കുമില്ലേ? അവരുടെ സർവ്വശക്തിയും

ഒരു വശത്ത് കേന്ദ്രീകരിച്ച് ആക്രമണം ചെറുക്കാൻ സാധിക്കില്ലേ? അവരെ കൊച്ചിയിൽ നിന്നും കുറച്ച് ദൂരെ ഉള്ള സ്ഥലത്തേക്ക് ആകർഷിച്ചാൽ അവരുടെ സൈന്യത്തിന് വികേന്ദ്രീകരണം സംഭവിക്കും. ഏറാൾപ്പാട് യോഗത്തിൽ ആദ്യമായി സംസാരിച്ചു.'' സാമൂതിരിപ്പാട് തന്റെ പിൻഗാമിയെ അഭിമാനപൂർവം നോക്കി.

''ഏറാൾപ്പാട് തമ്പുരാൻ പറഞ്ഞതിൽ കാര്യമുണ്ട്.'' മരയ്ക്കാർ പറഞ്ഞു, ''കുമ്പളം കടവിൽ നമ്മൾ എത്തുമെന്ന് പറങ്കികൾ വിചാരിക്കാൻ ഇടയില്ല. അവർ ചേരാനല്ലൂർ ഭാഗത്തുള്ള പഴയ കടവിൽ നമ്മെ പ്രതീക്ഷിക്കും, അല്ലെങ്കിൽ കൊച്ചിക്കായലിൽ നമ്മളെ കാത്തിരിക്കും.''

''എന്നാൽ നമുക്ക് കുമ്പളം തീരുമാനിക്കുകയല്ലേ? ഭടന്മാരെ പലവട്ടം നൗകകളിൽ കയറ്റി കുമ്പളം ദ്വീപിലും വെണ്ടുരുത്തി ദ്വീപിലും വിന്യസിക്കാം ആവശ്യാനുസരണം അവരെ കൊച്ചിയിൽ എളുപ്പത്തിൽ എത്തിക്കാം പ്രതീക്ഷയ്ക്ക് വിപരീതമായി നമ്മൾ കൊച്ചിയെ പിറകിൽ നിന്നു ആക്രമിക്കും. കര വഴി വരുന്ന സൈന്യം അഞ്ചു കൈമൾമാരുടെ സ്ഥലത്തുകൂടി വരികയും വേണ്ട.'' ഇടപ്പള്ളി തമ്പുരാൻ പറഞ്ഞു.

''കൈമൾമാരെങ്ങനെ നമ്മുടെ പക്ഷത്തുനിന്ന് പോയി?'' ഒരു നാടുവാഴി ചോദിച്ചു.

''പറങ്കികൾ അവരുടെ സ്ഥലങ്ങളിൽ അക്രമം കാട്ടുമോ എന്ന് അവർ പേടിച്ചുപോയി. ഗോദവർമ്മ തന്ത്രപൂർവ്വം പറങ്കികളെ ചേരാനല്ലൂർ ആക്രമിക്കുന്നതിൽനിന്ന് തടയുകയും ചെയ്തു. ഞങ്ങളായിട്ടും അവർക്ക് ഇപ്പോഴും വലിയ വിരോധമൊന്നുമില്ല. സ്വയരക്ഷ നോക്കി അത്രതന്നെ.'' ഇടപ്പള്ളി തമ്പുരാൻ പറഞ്ഞു. അവസാനം കുമ്പളം ജലപാത വഴി കൊച്ചിയിൽ പ്രവേശിക്കാം എന്ന തീരുമാനമായി.

യോഗത്തിൽ നിന്നും പുറത്തിറങ്ങിയ മങ്ങാട്ട് കൈമൾ ചിന്താധീനനായി. പറവൂരിലും ആലുവയ്ക്കും അങ്കമാലിക്കും ഇടയിലെ പെരിയാറിന്റെ തീരത്തിലെ ഫലഭൂയിഷ്ഠമായ ഒരു പ്രദേശമായിരുന്നു മങ്ങാട് കൈമൾ നാടുവാഴിയായിരുന്ന ആലങ്ങാട് ദേശം. അവിടെ പ്രധാനമായി കരിമ്പ് കൃഷിയായിരുന്നു. അക്കാലത്ത് ആലങ്ങാടൻ ശർക്കര കേരളമാകെ അറിയപ്പെടുന്ന ഒരു പദാർത്ഥമായിരുന്നു. ആയുധാഭ്യാസത്തിനു കേൾവി കേട്ട സ്ഥലമാണ് അന്നത്തെ ആലങ്ങാട്. ആ ചെറിയ പ്രദേശത്ത് ചെമ്പോല കളരി, കരുമാല്ലൂർ കളരി, ഏലൂർ കളരി, കുന്നുകര വയൽ കളരി എന്ന നാലു പ്രസിദ്ധങ്ങളായ കളരികൾ ഉണ്ടായിരുന്നു. ചേരാനല്ലൂർ കർത്താവിന്റെ കാര്യം ചെവിയിൽ വീണതു മുതൽ അദ്ദേഹത്തിന്റെ മനസ്സ് ചഞ്ചലപ്പെട്ടു. അടുത്ത അവകാശിയായ മൂത്ത അനന്തരവൻ

കോഴിക്കോടുമായുള്ള ബന്ധം ഇഷ്ടപ്പെട്ടിരുന്നില്ല. കൊച്ചിയും കോഴിക്കോടും തമ്മിലുള്ള ശീതസമരത്തിൽ തലയിടുന്നത് അപകടകരമാണെന്നും, കുരുമുളക് അടക്കം കാർഷികവിളകൾ ഒരുപാട് ഉണ്ടായിരുന്ന ആലങ്ങാട് ദേശം ഇത്രയും നല്ല ഒരു തുറമുഖം അടുത്തുള്ളപ്പോൾ അവിടുത്തെ രാജാവുമായി പിണങ്ങുന്നത് ബുദ്ധിമോശമാണ് എന്നും അയാൾ അദ്ദേഹത്തെ ഉപദേശിച്ചിരുന്നു. സുഹൃത്തും അയൽക്കാരനുമായ ഇടപ്പള്ളി തമ്പുരാന്റെ സ്വാധീനം മൂലമാണ് കൈമൾ അങ്ങനെ ഒരു തീരുമാനം എടുത്തത്. കൊടുത്ത വാക്ക് മാറുന്നതിന് അഭിമാനം സമ്മതിക്കാതെ അദ്ദേഹം ഇത്തവണയും സാമൂതിരിയുടെ പക്ഷത്തു നിന്നു എന്നുമാത്രം.

കൊച്ചിയിലേക്ക് പുറപ്പെടാനുള്ള കപ്പലുകൾ ആദ്യഘട്ടത്തിൽ കോഴിക്കോടും പന്തലായനിയിലും ആണ് അണിനിരന്നത്. പിന്നീട് ഒരു നല്ല ദിവസം നോക്കി യാത്ര പുറപ്പെടാം എന്ന്! തീരുമാനമായി. ഊരുക്കളിൽ തയ്യാറായിരുന്ന സൈനികരെല്ലാം മാപ്പിളമാരാണ്. അവരെ നയിച്ചിരുന്നത് പ്രസിദ്ധ നാവികനായ മായിമണി മരക്കാരും അയാളുടെ മകനുമാണ്. കുറെ നൗകകൾ കൊടുങ്ങല്ലൂരിലും തയ്യാറാക്കി നിർത്തിയിരുന്നു.

അവസാന ഒരുക്കങ്ങൾ

കോഴിക്കോട് നിന്നും രണ്ട് സന്ദേശങ്ങൾ വന്നു.

ഒന്ന് കോയപക്കി പച്ചേക്കോവിന് അയച്ചത്, വേറൊന്ന് നീല കണ്ഠൻ നമ്പൂതിരി അനുജൻ തമ്പുരാന് അയച്ചത്. രണ്ടിന്റെയും സാരം ഒന്നുതന്നെ. മീനഭരണി നാൾ അതായത് മാർച്ച് മാസം പതിനേഴാം തീയതി യുദ്ധം തുടങ്ങും. കൊച്ചി ആക്രമിക്കാൻ തീരുമാനിച്ചിരിക്കുന്ന സ്ഥലം കുമ്പളം. അമ്പതിനായിരം സൈനികർ, ആദ്യഘട്ടത്തിൽ നൂറ്റിഅറുപത് പാറോവുകൾ അല്ലെങ്കിൽ പടവുകൾ, അമ്പതോളം ചെറിയ പടവുകൾ. കുറേ കാനോ അല്ലെങ്കിൽ ചെറിയ വഞ്ചികൾ എന്നിവയാണ് പുറപ്പെടുന്നത്. പിന്നീട് ആവശ്യം വന്നാൽ കൂടുതൽ എണ്ണം കൊടുങ്ങല്ലൂരിൽ നിന്നും കൊണ്ടുവരും. സേന നയിക്കുന്നത് നമ്പ്യാതിരി എന്ന് വിളിക്കുന്ന സാമൂതിരിയുടെ അടുത്ത കിരീടാവകാശിയായ ഏറാൾപ്പാട് ആയിരിക്കും. ഉപനായകൻ ഇളങ്ങോൾ എന്നറിയപ്പെടുന്ന ഇളങ്ങല്ലൂർ സ്വരൂപം ഇടപ്പള്ളി തമ്പുരാൻ.

പടവുകൾ ഒരു പായമരവും കൂടാതെ തുഴകളും ഉള്ള ചെറിയ കപ്പലുകളാണ്. ഇരുവശത്തുമായി ഇരുപതോളം പേർ പടവ് തുഴയാൻ ഉണ്ടാവും. രണ്ടു പീരങ്കികൾ, അഞ്ചു തോക്കുകൾ, ഇരുപത്തിയഞ്ചു വില്ലാളികൾ, മറ്റു സഹായികൾ അടക്കം ഒരു പടവിൽ കുറഞ്ഞത് അറുപതുപേരെങ്കിലും ഉണ്ടായിരിക്കും. ചെറിയ പടവുകളിൽ നാൽപ്പത് പേരും വഞ്ചികളിൽ പതിനാറുപേരും ആണ് ഉണ്ടാവുക. ഇതിനുപുറമേ മറുകണ്ടം ചാടിയ ഇറ്റലിക്കാർ ഉണ്ടാക്കിയ അഞ്ചു വലിയ പീരങ്കികളും അവർ കൊണ്ടുവരുന്നുണ്ട്. തന്റെ ഭാഗത്തോ? പച്ചേയ്ക്കോ കണക്കുകൂട്ടി. കണക്കുകൂട്ടാൻ ഒന്നുമില്ല. പരിക്കുപറ്റി ചികിത്സയിൽ കഴിയുന്ന മുപ്പത് പേർ അടക്കം നൂറ്റിഅമ്പതോളം പോർച്ചുഗീസ് സൈനികർ, അഞ്ഞൂറ് കൊച്ചി നായന്മാർ. ഇത് വച്ചുകൊണ്ട് വേണം അൻപത്തിനാലായിരത്തോളം വരുന്ന കോഴിക്കോട് സൈന്യത്തിനെ നേരിടേണ്ടത്. കൊച്ചിയിലെ ജനങ്ങൾക്കും ഗോദവർമ്മ തമ്പുരാനും ഒരു പ്രതീക്ഷയും ഉണ്ടായിരുന്നില്ല. എന്തെങ്കിലും അത്ഭുതം സംഭവിച്ച് സാമൂതിരി ആക്രമണം നടത്താതെ തിരിച്ചുപോയാൽ മാത്രമേ രക്ഷയുള്ളൂ. പച്ചേക്കോവിനെ നല്ല പേടിയുള്ളതുകൊണ്ട് ജനങ്ങൾ വായ തുറന്നില്ല എന്നുമാത്രം.

മാനുവൽ കോട്ടയുടെ മുകളിലെ ബാൽക്കണിയിൽ നിന്നു കൊണ്ട് കടലും കായലും ചേരുന്ന ദൃശ്യം നോക്കിക്കൊണ്ട് അയാൾ ചിന്തയിലാണ്ടു. കടപ്പുറത്തെ മണലിൽ ഒരു വശത്ത് വലിയ ആരവം കേട്ട് അയാൾ ആ ഭാഗത്തേക്ക് നോക്കി. അരയിൽ കച്ചമുണ്ട് മാത്ര മുടുത്ത് അമ്പതോളം കുട്ടികൾ അവിടെ എന്തോ കളിക്കുകയാണ്. അവരുടെ ഇടയിൽ ഒരു രാക്ഷസനെ പോലെ ലിസ്സാർട്ടേയുമുണ്ട്. ഇറ്റലിയിൽ പ്രചാരത്തിൽ വന്ന് പിന്നീട് നിരോധിച്ച 'കാൽച്ച്യോ' എന്ന കളിയാണ് അവിടെ നടക്കുന്നതെന്ന് അയാൾക്ക് പെട്ടെന്ന് മനസ്സിലായി.(ഇന്നത്തെ ഫുട്ബോളിന്റെ ആദ്യരൂപമായിരുന്നു കാൽച്ച്യോ) തുകലിൽ തുണി നിറച്ച പന്തിനു പകരം, അവിടെ ആരോ ഉപേക്ഷിച്ച തലയിൽ ഭാരം ചുമന്നു കൊണ്ടു പോകുമ്പോൾ തലയ്ക്ക് താങ്ങായി വയ്ക്കുന്ന ഇലകൾ കൊണ്ട് കെട്ടിയുണ്ടാക്കിയ തലയണയാണ് പന്തായി ഉപയോഗിക്കുന്നത്.കുട്ടികളുടെ കൂടെ മറ്റൊരു കുട്ടിയായി, അറിയാവുന്ന മലയാളത്തിൽ എന്തൊക്കെയോ പറഞ്ഞു കൊണ്ട് അവരെ നിയന്ത്രിക്കുന്ന ലിസ്സിനെ കണ്ട് ആദ്യം പച്ചേക്കോവിന് ചിരിയാണ് വന്നത്. ചിരി പിന്നീട് ചിന്തയ്ക്ക് വഴിമാറി. കടപ്പുറത്ത് ഇരുട്ട് പരന്നപ്പോൾ കളി നിർത്തി ലിസ് പടികൾ കയറി അയാൾ നിൽക്കുന്ന സ്ഥലത്തേക്ക് വന്നു.

‘‘നീ എന്താ അവിടെ ചെയ്തുകൊണ്ടിരുന്നത്?’’ അയാൾ ചോദിച്ചു.

‘‘കുട്ടികളുടെ കൂടെ കാൽപന്ത് കളിക്കുകയായിരുന്നു പപ്പാ.’’ അവൻ പുഞ്ചിരിച്ചുകൊണ്ട് പറഞ്ഞു.

‘‘നീ ഇപ്പോഴും കുട്ടിയാണോ, ആരാണവർ?’’

‘‘കുറച്ചു കുട്ടികൾ നമ്മുടെ കോട്ടയ്ക്ക് പിറകിൽ കൽപ്പണി ചെയ്യുന്നവരുടെയും മരപ്പണി ചെയ്യുന്നവരുടെയും മക്കളാണ്. ബാക്കിയുള്ളവർ മീൻ പിടിക്കുന്നവരുടെ മക്കളാണ്. അങ്ങാടിയിലെ ക്രിസ്ത്യാനികളുടെ കുട്ടികളും കൂട്ടത്തിലുണ്ട്.’’ അവൻ പറഞ്ഞു.

‘‘ഞാൻ ഇവരെ ഹെൽപ്പർമാർ ആക്കിയാലോ എന്ന് ആലോചിക്കുന്നു. അങ്ങനെ ചെയ്താൽ കുറെ നമ്മുടെ ഹെൽപ്പർമാരെ യുദ്ധത്തിനു വിടാൻ സാധിക്കും.’’ അക്കാലത്ത് കുട്ടികളെയും കൗമാര പ്രായക്കരെയും 'പൗഡർ ബോയ്സ്' എന്ന പേരിൽ പീരങ്കി ഉപയോഗിക്കുന്നവർക്ക് ഉണ്ടകളും വെടിമരുന്നു നിറച്ച മഗ്ഗിന്റെ ആകൃതിയിൽ പിടിയുള്ള പൗഡർ ചേമ്പറുകളും കപ്പലിന്റെ സ്റ്റോറിൽനിന്നും പീരങ്കികളുടെ അടുത്തേക്ക് കൊണ്ടുവരുവാൻ നിർത്തുമായിരുന്നു. കപ്പലിന്റെ അടിത്തളത്തിന്റെ തട്ടിന് പൊക്കം കുറവായതിനാൽ വലിയവരെക്കാൾ കുട്ടികൾക്കാണ് ആ ജോലി ചെയ്യാൻ എളുപ്പം.

‘‘അപകടം കുറഞ്ഞ പണിയായതിനാൽ അങ്ങനെ ചെയ്യാം പപ്പാ. ഞാൻ അവരിൽ നിന്നും പറ്റിയ കുട്ടികളെ തെരഞ്ഞെടുക്കാം, അവരുടെ പപ്പാമാരുടെ സമ്മതവും വാങ്ങാം.’’

“നന്നേ ചെറിയ കുട്ടികളെ എടുക്കണ്ട. നമ്മൾ എടുക്കുന്ന കുട്ടികൾക്ക് പണവും ആഹാരവും നമ്മൾ കൊടുക്കും എന്ന് പറഞ്ഞോളൂ.”

അടുത്ത പ്രഭാതത്തിൽ ഇടിക്കേള മേനോൻ വന്നപ്പോൾ പച്ചേക്കോ തന്റെ ആവശ്യമുന്നയിച്ചു. താഴ്ന്ന ജാതിക്കാരെ സൈന്യത്തിൽ എടുക്കില്ല, അവരുടെ കൂടെ നായന്മാർ ജോലി ചെയ്യില്ല. മേനോൻ തടസ്സവാദം ചെയ്തു നോക്കി. അവരെ നായന്മാരുടെ കൂടെയല്ല ജോലിക്ക് നിർത്തുന്നത് മറിച്ച് പോർച്ചുഗീസുകാരുടെ കൂടെയാണ് നിർത്തുന്നത് എന്നും, തങ്ങൾക്ക് ജാതി ഒരു പ്രശ്നമല്ല എന്നും പച്ചേക്കോ പറഞ്ഞു. കല്ലാശാരിമാരോട് സംസാരിച്ച് അവരുടെ ഇടയിലെ ചെറുപ്പക്കാരെയും കുറെ ക്രിസ്ത്യാനി ചെറുപ്പക്കാരെയും വേറെ കുറേപ്പേരെയും കപ്പലുകളിൽ സഹായികളായി എടുത്തു. കഷ്ടി ഇരുപത്തിഅഞ്ചു ദിവസങ്ങൾ മാത്രമേ ബാക്കിയുള്ളൂ, ഒരു പാട് ജോലികൾ ചെയ്തു തീർക്കാൻ ഉണ്ട്, പച്ചേക്കോ നെട്ടോട്ടമോടുകയായിരുന്നു.

ആദ്യം തന്നെ ഇടിക്കേളമേനോനെ വിളിച്ചുവരുത്തി മണിക്കൂറുകളോളം തന്റെ മുന്നിൽ ഇരുത്തി കൊച്ചിക്കാർ അത്യാവശ്യം അർത്ഥം മനസ്സിലാക്കേണ്ട നൂറോളം പോർച്ചുഗീസ് വാക്കുകൾ തെരഞ്ഞെടുത്ത് അവയെല്ലാം കുറിച്ചെടുത്ത് നായർ പടയാളികളെയും മറ്റുള്ളവരെയും പഠിപ്പിക്കാൻ ഏർപ്പാടു ചെയ്തു. കൊച്ചിയുടെ സമീപപ്രദേശത്ത് നിന്നുമെല്ലാം മരപ്പണിക്കാരെ വരുത്തി ഒന്നര വിരൽ കട്ടിയുള്ള മരപ്പലക കൊണ്ട് ഒരാൾ നിന്നാൽ മറയ്ക്കാൻ പറ്റുന്ന വലിയ പരിചകൾ പോലെ ‘ടവർ ഷീൽഡുകൾ’ ഉണ്ടാക്കാൻ ഏൽപ്പിച്ചു. അവർ നേരത്തെ ഉണ്ടാക്കിയിരുന്ന പന്ത്രണ്ടടി ഉയരമുള്ള മുളകൾ ഒരറ്റം കൂർപ്പിച്ച് മറ്റേ തല തീയിൽ കാണിച്ച് ബലപ്പെടുത്തി, കെട്ടുമ്പോൾ കയറുകൾ വീഴാനുള്ള കൃത്യമായ വെട്ടുകൾ ഉണ്ടാക്കിച്ച് കാരവൽ കപ്പലിൽ കയറ്റി. പള്ളുരുത്തി കൈമൾ കുറെ ഭടന്മാരെ അവിടെ തയ്യാറാക്കി നിർത്തിയിട്ടുണ്ട് എന്നറിഞ്ഞ് പെരുംകോരുവിനേയും രണ്ടുമൂന്ന് പോർച്ചുഗീസ് സൈനികരെയും കൈമളുടെ ആൾക്കാരെ പരിശീലിപ്പിക്കാൻ അങ്ങോട്ടയച്ചു. രാത്രിയും പകലും നോക്കാതെ പച്ചേക്കോ കൊച്ചിക്ക് ചുറ്റും തന്റെ വഞ്ചിയിൽ കറങ്ങി നടന്ന് ആ പ്രദേശം എല്ലാം വീണ്ടും പരിശോധിച്ചു ചില കാര്യങ്ങൾ ഉറപ്പുവരുത്തി.

ഫാക്ടർ ഫെർണാണ്ടസ് കൊറിയ, ലോറൻസോ, അൽവാരോ, ക്യാപ്റ്റൻ ഡീഗോ പെരേര, ക്യാപ്റ്റൻ പെറോ റഫേൽ, ക്യാപ്റ്റൻ ഡീഗോ പൈറസ്, പരിചയസമ്പന്നനായ ജർമൻ ബോംബാർഡിയർ ജെറാർഡ് ബാർട്ടിമസ് എന്നിവർ ഫോർട്ട് മാനുവലിലെ കമാൻഡർ പച്ചേക്കോവിന്റെ ഔദ്യോഗിക മുറിയിൽ അയാളെ കാത്ത് ഇരുന്നു. മുറിയിൽ പ്രവേശിച്ച കമാൻഡർ എല്ലാവരെയും അഭിവാദ്യം ചെയ്തതിനു ശേഷം തന്റെ ഇരിപ്പിടത്തിൽ ഇരുന്നു. കോഴിക്കോട്ടു

നിന്നും തനിക്ക് കിട്ടിയ വിവരങ്ങൾ പച്ചേക്കോ വിശദമായി അവരോട് പങ്കുവെച്ചു. കുമ്പളം ഭാഗത്താണ് ശത്രുസൈന്യം വരുന്നത് എന്ന വിവരത്തിന്റെ സാധുതയെ പറ്റി ക്യാപ്റ്റൻ പൈറസ് സംശയം പ്രകടിപ്പിച്ചു.

''കഴിഞ്ഞ തവണ അവർ വന്നത് ഇടപ്പള്ളി രാജ്യത്തിന്റെ കടവി ലാണ്. എന്തുകൊണ്ട് അവർ ഇപ്രാവശ്യം ആ വഴി വരുന്നില്ല? അതോ നമ്മെ കബളിപ്പിക്കാൻ വേണ്ടി തെറ്റായ വാർത്ത തന്ന താണോ?'' അതിനു മറുപടി പറയാതെ പച്ചേക്കോ തിരിച്ച് അങ്ങോട്ട് ഒരു ചോദ്യം ചോദിച്ചു.

''കേടുവന്ന നിങ്ങളുടെ കാരവൽ നേരെ ആക്കിയോ?''

''ഏതാണ്ടൊക്കെ ശരിയായി. കോഴിക്കോട് സൈന്യം വരുന്ന തിനുമുമ്പ് തന്നെ അത് മുഴുവനായി കുറവ് തീർക്കാൻ സാധിക്കും.''

''നല്ലത്, കപ്പലിന് കേടാണ് എന്നുള്ള വാർത്ത അങ്ങനെതന്നെ തുടരട്ടെ. നല്ല സ്ഥലത്താണ് കാരവൽ നിൽക്കുന്നത്. പദ്ധതി മാറ്റി ഇടപ്പള്ളി കടവ് കടക്കാൻ ശ്രമിച്ചാൽ, നമ്മുടെ കപ്പൽ നിൽക്കുന്ന സ്ഥലത്തുനിന്ന് നമുക്ക് സുഖമായി പ്രതിരോധിക്കാം. അവിടെ നിന്നും വെടി പൊട്ടിയാൽ കേൾക്കാവുന്ന ദൂരത്ത് കുറച്ചു വഞ്ചികൾ നിർത്തുന്നുണ്ട്. കുമ്പളത്തു നിന്നും കൊച്ചി തുറമുഖത്തുനിന്നും സഹായം വരുന്നതുവരെ നിങ്ങളുടെ കാരവലിന് പിടിച്ചുനിൽക്കാ വുന്നതേയുള്ളൂ. ഇനി നിങ്ങൾ ചോദിച്ചതിനു മറുപടി. സാധാരണ യായി സാമൂതിരി ഒരു തീരുമാനം എടുത്താൽ അതിൽ നിന്നും പിന്മാറില്ല എന്നാണ് ത്രിമുമ്പറ രാജാവും സഹോദരനും മന്ത്രിയും പറയുന്നത്. അത് ശരിയാവാൻ ഇടയുണ്ട് എന്ന് എനിക്കും തോന്നുന്നു. മറിച്ച് ആയാലും നമ്മുടെ കാരവൽ അവിടെ ഉണ്ടല്ലോ. കൂടാതെ കഴിഞ്ഞതവണ അവരുടെ ഭാഗത്ത് ഉണ്ടായിരുന്ന അഞ്ചികൈമൾ മാർ ഇപ്പോൾ കൊച്ചിയുടെ കൂടെ ചേർന്നു. അതിൽ ചേരാനെല്ലൂർ കർത്താവ് എന്നയാൾ നല്ല സ്വാധീനമുള്ള ആളാണ്. അതിനാൽ അയാളുടെ കരയിൽ സാമൂതിരി കാലാൾപ്പടയെ ഇറക്കില്ല.'' പിന്നീട് പച്ചേക്കോ ഓരോ സന്ദർഭങ്ങളിലും എന്തൊക്കെ നീക്കങ്ങൾ നട ത്തണം എന്ന് വിശദമായി അവരെ പറഞ്ഞു മനസ്സിലാക്കി.

അടുത്ത ദിവസം ജെറാർഡ് ബാർട്ടിസ്സിന്റെ നേതൃത്വത്തിൽ എല്ലാ ഗണ്ണർമാരും കോട്ടയിൽ കമാൻഡർ പച്ചേക്കോവിനു മുന്നിൽ നിര ന്നിരുന്നു. എല്ലാവരെയും ഒരു വട്ടം നോക്കിയതിനുശേഷം പച്ചേക്കോ സംസാരിക്കാൻ തുടങ്ങി. ശത്രുവിന്റെ സേനാബലം, പടവുകളുടെ എണ്ണം എല്ലാം വിസ്തരിച്ച് അവരോട് പറഞ്ഞതിനുശേഷം, താൻ ചെയ്ത മുന്നൊരുക്കങ്ങൾ അയാൾ അവരോട് വിശദമായി പറഞ്ഞു.

''ശത്രുക്കളുടെ ബാഹുല്യം കണ്ട് നിങ്ങൾ ഒരിക്കലും തളരരുത്. നിങ്ങളുടെ സംശയങ്ങൾ എന്നോട് ചോദിക്കാം. അതിനുമുമ്പ് ഞാൻ

നിങ്ങളോട് ഒരു കാര്യം ചോദിക്കട്ടെ. നമ്മളെ ചതിച്ച പെറോ അന്റോണിയോ, ജോവ മരിയ എന്നിവർ ശത്രുപക്ഷത്തിനു വേണ്ടി അഞ്ചു വലിയ പീരങ്കികൾ, കൂടാതെ ധാരാളം ചെറിയ തോക്കുകൾ എല്ലാം നിർമ്മിച്ചു കൊടുത്തു എന്ന് കേൾക്കുന്നു. അവയുടെ കാര്യക്ഷമതയെക്കുറിച്ച് നിങ്ങൾക്ക് എന്തെങ്കിലും ഊഹം ഉണ്ടോ?

''കമാൻഡർ, അവർ രണ്ടുപേരും പീരങ്കികൾ കേട് തീർക്കുന്ന ജോലികളാണ് ജനറൽ ഗാമയുടെ നാവികസേനയിൽ ചെയ്തിരുന്നത്. ഞങ്ങളിൽ കുറച്ചുപേർക്കെങ്കിലും അവരെ നേരിട്ട് പരിചയം ഉണ്ട്. പീരങ്കികളുടെ ഭാഗങ്ങളെക്കുറിച്ച് അവർക്ക് നല്ല അറിവുണ്ടെങ്കിലും സമർത്ഥമായി പീരങ്കികൾ പ്രവർത്തിപ്പിക്കുന്നതിനുള്ള പരിചയം കുറവാണ്. ഇരുമ്പുകൊണ്ടുള്ള പീരങ്കികളാണ് അവർ വാർത്തിരിക്കുന്നത്. നമ്മുടെ പീരങ്കികളിൽനിന്ന് പോകുന്ന ഉണ്ടകൾ സഞ്ചരിക്കുന്ന ദൂരത്തിന്റെ പകുതി ദൂരം അവരുടെ ഉണ്ടകൾ പോയാൽ ഭാഗ്യം.''

''നല്ലത്. ഈ നാട്ടിലെ പടയാളികൾ എപ്പോഴും കൂട്ടമായിട്ടേ വരാറുള്ളൂ. അവരുടെ പടവുകളും തോണികളും അപ്രകാരം തന്നെയാണ് ചെയ്യുക. യുദ്ധത്തിന്റെ ആദ്യഘട്ടത്തിൽ നമ്മുടെ പീരങ്കികളുടെ മുഴുവൻ പ്രഹരശേഷിയും കാണിച്ചു കൊടുക്കരുത്. നമ്മുടെ കപ്പലുകളിലെ താഴത്തെ ഡെക്കിലുള്ള പീരങ്കികളുടെ കുഴലുകൾ പുറത്തുവരുന്ന ദ്വാരങ്ങൾ അകത്തുനിന്നും തുറക്കാവുന്ന രീതിയിൽ പലകകൾ കൊണ്ടുള്ള ചതുരാകൃതിയിലുള്ള വാതിലുകൾ കൊണ്ട് അടയ്ക്കാൻ ഞാൻ മരപ്പണിക്കാരോട് പറഞ്ഞു ഏർപ്പാടാക്കിയിട്ടുണ്ട്. അവിടെ ദ്വാരങ്ങളുണ്ട് എന്ന് ഒറ്റനോട്ടത്തിൽ ശത്രുവിന് മനസ്സിലാവാതിരിക്കാനാണ്. നിർണ്ണായകമായ നിമിഷത്തിൽ അവ ഉപയോഗിക്കാം. ആദ്യ ദിവസം തന്നെ പരമാവധി നാശനഷ്ടങ്ങൾ അവർക്ക് ഉണ്ടാക്കിയാൽ നമ്മൾ ജയിച്ചു. മുകളിലെ ഡെക്കിലെ പീരങ്കികളുടെ ലക്ഷ്യത്തിൽ നിന്നും രക്ഷപ്പെട്ട് അവരുടെ വഞ്ചികൾ നമ്മുടെ തൊട്ടു മുന്നിൽ വന്നാൽ ഉടൻ കിളിവാതിലുകൾ തുറന്ന് ചെറിയ പീരങ്കികൾ പ്രവർത്തിപ്പിച്ച് അവയെ തവിടുപൊടിയാക്കണം.'' പച്ചേക്കോ പറഞ്ഞു. വളരെ ആത്മവിശ്വാസത്തോടെയാണ് അവർ തിരിച്ച് പോയത്.

പിന്നീടും രണ്ടുമൂന്നു പ്രാവശ്യം പെറോ റാഫേലിന്റെ നേതൃത്വത്തിൽ ഇടപ്പള്ളി രാജ്യത്തിലെ ചില പ്രദേശങ്ങളിലും ആലങ്ങാട്ടിലും ആക്രമണങ്ങൾ നടത്തി. പക്ഷേ അവിടെ എല്ലാം ചെറുത്തുനിൽപ്പുണ്ടായിരുന്നു. കൊച്ചിയിലെ നായന്മാർക്ക് മാച്ച്ലോക്കുകൾ ഉപയോഗിക്കുവാനും പൊരുതുവാനുള്ള അവസരം ലഭിച്ചു. ഒരുതവണ ആലങ്ങാട് പ്രദേശത്ത് ആക്രമണത്തിന് പോയി തിരിച്ചുവന്നപ്പോൾ, കണ്ടൻ കോരുവിന്റെ കൂടെ ലക്ഷണമൊത്ത ഒരു പുതിയ ചെറുപ്പക്കാരൻ ഉണ്ടായിരുന്നു.

അവർ ഇരുവരും ഉണ്ണി ഗോദവർമ്മ രാജാവിനെ കാണാൻ കോവിലകത്തേക്കു പോയി.

''കോരു, ഈ കുട്ടി ആരാണെന്ന് മനസ്സിലായില്ല?''

''തമ്പുരാനേ, ഇത് മങ്ങാട് കൈമളുടെ അനന്തരവൻ കുഞ്ചു കൈമളാണ്. തമ്പുരാനെ കാണാൻ ഞാൻ നിർബന്ധിച്ചു കൊണ്ടു വന്നതാണ്.''

''ഇയാളുടെ അമ്മാവൻ അപ്പുറത്തല്ലേ?'' തമ്പുരാൻ ചോദിച്ചു.

''തമ്പുരാനേ, അടിയന് ഇപ്പുറത്ത് വന്നാൽ കൊള്ളാമെന്നുണ്ട്.'' അയാൾ പറഞ്ഞു.

''കോരുവിന് ഇവരെ എങ്ങനെയാ പരിചയം?'' ഗോദവർമ്മ ചോദിച്ചു.

''അടിയൻ കുറേനാൾ ചെമ്പോലകളരിയിൽ അഭ്യസിച്ചിട്ടുണ്ട്. അവിടെ വെച്ചാണ് ചെറിയ കൈമളെ എനിക്ക് പരിചയം. ഇന്ന് രാവിലെ കമാൻഡർ പറഞ്ഞപ്രകാരം ക്യാപ്റ്റൻ റാഫേലിന്റെ കൂടെ ഞാൻ ആലങ്ങാട് ലഹള ഉണ്ടാക്കാൻ പോയി. തടയാൻ വന്നത് കുഞ്ചുകൈമൾ ആണ്. കൂട്ടുകാരനുമായി കോർക്കാൻ മനസ്സു വന്നില്ല. ക്യാപ്റ്റനോട് പറഞ്ഞ് ഞാൻ പോര് നിർത്തിച്ചു. ഇയാളുടെ മനസ്സ് അറിഞ്ഞതും ഞാൻ നിർബന്ധിച്ച് എന്റെ കൂടെ തമ്പുരാനെ കാണാൻ കൂട്ടിക്കൊണ്ടുവന്നു.'' കണ്ടൻ കോരു പറഞ്ഞു

''ആട്ടെ, മൂത്ത കൈമൾ അനന്തരവൻ പറഞ്ഞാൽ കേൾക്കുമോ?''

''വിടകൊണ്ട്, ഞാൻ അമ്മാവനുമായി സംസാരിച്ചു. കോഴിക്കോട് പോയി വന്നതിനുശേഷം അദ്ദേഹത്തിന് ഒരു മനംമാറ്റം വന്നിട്ടുണ്ട്. ചേരാനല്ലൂർ കർത്താവും മറ്റ് കൈമൾമാരും, തിരിച്ചു വന്നതാണ് കാരണം. സത്യം പാലിക്കാൻ ആദ്യത്തെ ദിവസം പടയിൽ പങ്കെടുത്തശേഷം, അടുത്ത ദിവസം തന്നെ പടയുമായി ആലങ്ങാട് തിരിച്ചുവരും എന്ന് അദ്ദേഹം തീരുമാനിച്ചിട്ടുണ്ട്.''

''എന്റെ പഴയന്നൂർ ഭഗവതി, എനിക്ക് സമാധാനമായി. മിത്രങ്ങൾ എല്ലാം തിരിച്ചു വന്നല്ലോ. യുദ്ധം കഴിഞ്ഞശേഷം സാവകാശം അമ്മാവനോട് നമ്മെ വന്ന് കാണാൻ പറയണം. കൊച്ചി തുറമുഖത്തു നിന്ന് നിങ്ങളുടെ ചരക്കുകൾ കേറ്റാൻ കൂടുതൽ സൗകര്യങ്ങൾ ചെയ്തു തരാമെന്നും ചുങ്കം ഇളവു ചെയ്തു തരാം എന്നും നാം പറഞ്ഞതായി അമ്മാവനോട് പറയണം.''

തമ്പുരാനെ തൊഴുതശേഷം ഇരുവരും കോവിലകത്തു നിന്നും പോയി.

ഗോദവർമ്മ തമ്പുരാൻ അനിയൻ തമ്പുരാനെ വിളിച്ചു, എന്നിട്ട് അദ്ദേഹത്തോട് പറഞ്ഞു.

''രാമൻ ആദ്യം പറഞ്ഞപ്പോൾ എനിക്കത്ര വിശ്വാസം പോരായിരുന്നു. ഇപ്പോൾ എനിക്ക് വിശ്വാസം വരുന്നു. നല്ല ശകുനങ്ങൾ ആണ് കാണുന്നത്. മങ്ങാട്ട് കൈമൾ തിരിച്ചുവന്നു. കൊച്ചിയെ പച്ചേക്കോ വിജയിപ്പിക്കും എന്നാണ് ഇപ്പോൾ എനിക്ക് തോന്നുന്നത്.''

മൂന്ന് പ്രഗത്ഭരുടെ അന്ത്യം

മടക്കയാത്രയിൽ വലിയ കപ്പൽ ഓടിച്ചിരുന്ന പെഡ്രോവിന് ആ കപ്പലിൽ പരിധിക്ക് മുകളിൽ ഭാരം കയറിയതിനാൽ, അത് നിയന്ത്രിക്കാൻ ബുദ്ധിമുട്ടുണ്ടായിരുന്നു. സ്വാഭാവികമായും അയാൾ പുറകിലായിപ്പോയി. പിന്നെയും കുറേ ദിവസം കഴിഞ്ഞതിനു ശേഷമാണ് ഫ്രാൻസിസ്കോയുടെ കപ്പലും നിക്കോളായ് കൊയ്ലോയുടെ കപ്പലും കണ്ണൂരിൽ നിന്നും പുറപ്പെട്ടത്. ഏതു വഴി സ്വീകരിക്കണമെന്ന് തർക്കത്തിനുശേഷം പെഡ്രോയുടെ കൂടെയുണ്ടായിരുന്ന രണ്ട് കപ്പലുകളും വേർപിരിഞ്ഞു പോയി. മുസംബിക്കിനരികെ കിഴക്കേ ആഫ്രിക്കയുടെ തീരത്ത് 'കിൽവ' എത്തുന്നതിനുമുമ്പ് പെഡ്രോയുടെ കപ്പൽ വേഗത നിയന്ത്രിക്കാനാവാതെ കരയിൽ ഇടിച്ചു തകർന്നു. അയാളും കുറെ നാവികരും രക്ഷപ്പെട്ടുവെങ്കിലും കപ്പലിലെ ചരക്കുകൾ എല്ലാം വെള്ളത്തിൽ പോയി. മടക്കയാത്രയിൽ വേർപിരിഞ്ഞുപോയ കപ്പലിന്റെ ക്യാപ്റ്റൻ അന്തോണിയോവിനെ പിന്നീട് കണ്ടുമുട്ടിയെങ്കിലും അയാൾ പെഡ്രോവിനെ സഹായിക്കാൻ വിസമ്മതിച്ചു. മുൻപ് സോദ്രേ സഹോദരന്മാരുടെയും ഇപ്പോൾ അന്തോണിയോയുടേയും പ്രവർത്തികളെക്കുറിച്ചും നടന്ന സംഭവങ്ങളെക്കുറിച്ചും അയാൾ വിസ്തരിച്ച് പോർച്ചുഗീസ് രാജാവിന് ഒരു കത്തെഴുതി. സോദ്രേ സഹോദരന്മാരുടെ വഞ്ചനയും ധനമോഹവും എല്ലാം അയാൾ ആ കത്തിൽ എഴുതിയിരുന്നു. വിൻസെന്റേ സോദ്രയെക്കാൾ ഭയങ്കരൻ അയാളുടെ സഹോദരൻ ബ്രാസ് സോദ്രേ ആയിരുന്നു എന്ന സത്യവും അയാൾ എഴുതി. ഒരു വിധം മുസംബിക്കിന്നരികെയുള്ള ആ പഴയ കപ്പലുകൾ വെള്ളം നിറയ്ക്കുന്ന ഗുഹയിൽ എത്തി തന്റെ കത്ത് അയാളവിടെ കെട്ടി തൂക്കിയിരുന്ന പഴയ ഷൂവിൽ വെച്ചു. അപ്പോഴേക്കും രോഗബാധിതനായ പെഡ്രോ ഏതാനും ദിവസങ്ങൾക്കകം അസുഖം മൂർച്ഛിച്ച് മരണമടഞ്ഞു.

മുസംബിക്കിന് അടുത്ത് തന്നെ ഉണ്ടായ ഒരു ശക്തമായ കൊടുങ്കാറ്റിൽ രണ്ടു പോർച്ചുഗീസ് കപ്പൽ കൂടി തകർന്നു കാണാതായി. അതിലൊരാൾ കൊച്ചി രാജാവിന്റെ പ്രത്യേക വാത്സല്യം നേടിയെടുത്ത ഫ്രാൻസിസ്കോ ആയിരുന്നു. രണ്ടാമൻ മൂന്നുതവണ ഇന്ത്യ

യാത്ര നടത്തിയ പോർച്ചുഗൽ കണ്ട ഏറ്റവും മികച്ച നാവികനായിരുന്ന ക്യാപ്റ്റൻ കൊയ്ലോ. എല്ലാ നാവിക പര്യടനങ്ങളിലും ലക്ഷ്യത്തിലും തിരിച്ച് നാട്ടിലും ആദ്യം എത്തിയിരുന്നത് കൊയ്ലോ ആയിരുന്നു. പക്ഷേ ഇത്തവണ അദ്ദേഹത്തിന് അത് സാധിച്ചില്ല. ഈ സംഭവങ്ങൾ ഒന്നുമറിയാതെ ക്യാപ്റ്റൻ മേജർ അഫോൺസോയുടെ കപ്പൽ കൊടുങ്കാറ്റിലും തിരമാലകളിലും പെട്ട്, ഒരുപാട് നാവികരുടെ ജീവനും ബലിയർപ്പിച്ച് ലിസബൺ ലക്ഷ്യമായി പോവുകയായിരുന്നു.

അങ്ങ് ദൂരെ പോർച്ചുഗലിൽ ചില മാറ്റങ്ങൾ എല്ലാം നടന്നിരുന്നു. ഗാമയുടെ തിരിച്ചുവരവിനു ശേഷം പിന്നീട് വന്ന പല വാർത്തകൾ ഗാമയെക്കുറിച്ച് മാനുവൽ രാജാവിനുണ്ടായിരുന്ന നല്ല അഭിപ്രായം ഇല്ലാതാക്കി. ഗാമ ഉണ്ടാക്കിയ രക്തച്ചൊരിച്ചിൽ ഇന്ത്യയുമായുള്ള കച്ചവട സാധ്യതകൾക്ക് മങ്ങലേൽപ്പിച്ചുവെന്ന് പിന്നീട് കിട്ടിയ വാർത്തകളും രാജാവിന്റെ കൗൺസിലിലെ അംഗങ്ങളുടെ അഭിപ്രായങ്ങളുമാണ് മാനുവൽ രാജാവിനെ ആ വഴി ചിന്തിപ്പിച്ചത്.

ഇങ്ങനെയൊക്കെയാണെങ്കിലും കൃഷ്ണനുണ്ണി കൊട്ടാരത്തിൽ വളരെ വേണ്ടപ്പെട്ടവനായി, ഒരു പ്രഭുവിന്റെ സ്ഥാനവും തുടർന്ന് പരിചാരകരെയും അടിമകളെയും ലഭിച്ചു. അവൻ എല്ലാ ഞായറാഴ്ചയും മുടങ്ങാതെ മരിയയെ കാണാൻ പോകുമായിരുന്നു. ഒരു ആവേശത്തിൽ മരിയ പച്ചേക്കോവിനെയും ലിസ്സാർട്ടേയും ഇന്ത്യയിലേക്ക് പറഞ്ഞയച്ചു എങ്കിലും ദിവസം ചെല്ലുന്തോറും അവൾക്ക് മനസ്സിൽ ദുഃഖം കൂടിക്കൂടി വന്നു. കൃഷ്ണനുണ്ണിയെ കാണുന്നതായിരുന്നു അവർക്ക് ഏക സമാധാനം. ആദ്യം കണ്ടാൽ തന്നെ ആരും ഇഷ്ടപ്പെട്ടു പോകുന്ന മരിയയോട് അയാൾക്കും സ്നേഹം തോന്നിയത് സ്വാഭാവികം മാത്രം. എപ്പോൾ കാണുമ്പോഴും കൊച്ചിയിൽ തന്റെ മക്കൾക്ക് ഭക്ഷണം ശരിക്ക് കിട്ടുമോയെന്ന ചോദ്യമായിരുന്നു ആ പാവത്തിന് എപ്പോഴും ഉണ്ടായിരുന്നത്.

മാറ്റങ്ങൾ തേടി പുതുമകൾ തേടി നടക്കുന്ന പഴയകാലത്തെ പുതിയ തലമുറക്കാരനായിരുന്നു കൃഷ്ണനുണ്ണി. നാട്ടിലെ നായന്മാർക്ക് വിധിച്ചത് രണ്ടേ രണ്ട് ജോലികളാണ് ഒന്നുകിൽ പടയിൽ പോകണം അല്ലെങ്കിൽ കൃഷിപ്പണി മേൽനോട്ടവുമായി പാടത്ത് പോകണം. കൃഷ്ണനുണ്ണിക്ക് രണ്ടും ഇഷ്ടമല്ലായിരുന്നു. കളരിയിൽ ചേരാൻ അമ്മാവൻ നിർബന്ധിച്ച് പറഞ്ഞയച്ചാലും എന്തെങ്കിലും ഒഴിവുകഴിവു പറഞ്ഞ് മുഴുവനാക്കാതെ വരികയാണ് പതിവ്. ശല്യത്തിൽ നിന്നും ഒഴിയാൻ വേണ്ടി മാത്രമാണ് അവൻ ചെറിയമ്മയുടെ കയ്യും കാലും പിടിച്ച് ഒരുവിധം കൊച്ചിയിൽ വന്നുപെട്ടത്. അവിടെ വന്നതും വിധി അവന്റെ ഗതി തിരിച്ചു വിട്ടു. സ്വപ്നത്തിൽ പോലും കരുതാത്ത ഒരു സ്ഥാനത്താണ് അവൻ എത്തിപ്പെട്ടിരിക്കുന്നത്.

പുതിയ ഒരു രീതിയിലേക്കോ വിശ്വാസത്തിലേക്കോ സംസ്കാരത്തിലേക്കോ കൗമാരക്കാർ ആകൃഷ്ടരാവുന്നത് അതിന്റെ പുതുമ കണ്ടിട്ടാണ്. പോർച്ചുഗീസുകാരുടെ വസ്ത്രവും പെരുമാറ്റവും ഭക്ഷണരീതികളും അവനെ ആ സംസ്കാരത്തോട് അടുപ്പിച്ചു. ലിസ്ബണിൽ വന്നതിനുശേഷം, ആ നാട്ടുകാർ തന്റെ നാട്ടുകാരേക്കാൾ എത്രയോ ഉയർന്ന നിലവാരത്തിലാണ് ജീവിക്കുന്നത് എന്ന് അവൻ കണ്ടു. അവിടെ ജാതിവ്യവസ്ഥകളും ഉച്ചനീചത്വങ്ങളും ഉണ്ടായിരുന്നില്ല. തന്റെ നാട്ടുകാരേക്കാൾ അവർ എത്രയോ പരിഷ്കൃതരാണ്. പള്ളികളും മൊണാസ്റ്ററികളും പാവപ്പെട്ടവരെയും അനാഥരെയും ആത്മാർത്ഥമായി സഹായിക്കുന്നത് കണ്ട് തന്റെ നാട്ടിലെ സ്ഥിതിഗതികൾ അവന് താരതമ്യപ്പെടുത്താതിരിക്കാൻ കഴിഞ്ഞില്ല. ഒന്നിൽകൂടുതൽ നിലയുള്ള കെട്ടിടങ്ങൾ, മനോഹരമായ പൂന്തോട്ടങ്ങൾ, വൃത്തിയുള്ള വീടുകൾ, കരിങ്കൽപാളികൾ പാകിയ നിരത്തുകൾ, അതിലൂടെ ഓടുന്ന കുതിരകൾ വലിക്കുന്ന ചാരിയട്ടുകൾ. ഒരു നാൾ അവൻ വൈകുന്നേരം റോസിയോ സ്ക്വയർ ലക്ഷ്യമാക്കി നടക്കുകയായിരുന്നു. അവിടെ ഒരു കൂറ്റൻ കെട്ടിടം പണിതീർന്നു കൊണ്ടിരിക്കുന്നു. പന്ത്രണ്ടുവർഷങ്ങൾക്ക് മുമ്പ് ജോൺ രണ്ടാമൻ രാജാവ് പണിയാൻ തുടങ്ങിയ ആശുപത്രിക്കെട്ടിടമാണത്. വളരെ നീളമുള്ള ആ കെട്ടിടത്തിന് മൂന്നു നിലകളാണ് പണിയുന്നത്. കെട്ടിടത്തിന് പ്രവേശനദ്വാരം മധ്യഭാഗത്താണ്. അർദ്ധചന്ദ്രാകൃതിയിൽ വിശാലമായ പടിക്കെട്ടുകൾ കയറി വേണം വാതിലിലൂടെ അകത്ത് പ്രവേശിക്കാൻ. അകത്തു കയറിയതും ഒരു വിശാലമായ കോർട്ട്യാർഡ്, അതിന്റെ ഒത്ത നടുക്ക് ഒരു ചാപ്പൽ ആണ്. കെട്ടിടത്തിന്റെ വിവിധ നിലകളിൽ അവിടുത്തെ ചികിത്സകരുടെയും മറ്റു ജോലിക്കാരുടേയും താമസസ്ഥലങ്ങൾ, രോഗികൾക്ക് ഭക്ഷണം പാകം ചെയ്യാൻ ഉള്ള വലിയ അടുക്കള, മരുന്നുകൾ സൂക്ഷിക്കുന്ന ഡിസ്പെൻസറി, ഉപേക്ഷിക്കപ്പെട്ട കുട്ടികൾക്കും മനോരോഗം ഉള്ളവർക്കും പിച്ചക്കാർക്കും താമസിക്കാനുള്ള മുറികൾ. മറ്റു രോഗികളെ കിടത്തി ചികിത്സിക്കാനുള്ള മുറികൾ. താൻ ഒരു സ്വപ്നലോകത്തിൽ ആണോ നിൽക്കുന്നത് എന്ന് കൃഷ്ണനുണ്ണിക്ക് തോന്നിപ്പോയി. പഴയ പാരമ്പര്യവും ചേരമാൻ പെരുമാളുടെ കഥകളും പറഞ്ഞു നടന്ന് തമ്മിൽ തമ്മിൽ സ്പർദ്ധയും തൊഴുത്തിൽക്കുത്തുമായി ജീവിക്കുന്ന തന്റെ നാട്ടുകാരെക്കുറിച്ച് ആലോചിച്ചപ്പോൾ അവന് കഷ്ടം തോന്നി. പലവിധം ചിന്തിച്ചുകൊണ്ട് അവന്റെ കാലുകൾ അവൻ അറിയാതെ തന്നെ പച്ചേക്കോവിന്റെ വീട്ടിലാണ് ചെന്നെത്തിയത്. വീടിന്റെ ഒരു വശത്തുള്ള പൂന്തോട്ടത്തിൽ ചെടികളെ ശുശ്രൂഷിച്ചുകൊണ്ടിരുന്ന മരിയ അവനെ കണ്ടതും ഗെയ്റ്റിലേക്ക് ഓടിവന്നു.

“കോച്ചിം, ഇത്ര ദിവസം നീ എവിടെയായിരുന്നു? നീ ഈ അമ്മയെ മറന്നു പോയി എന്ന് ഞാൻ വിചാരിച്ചു.” കൃഷ്ണനുണ്ണി

എന്ന പേര് ഉച്ചരിക്കാൻ അവർക്ക് വളരെ വിഷമം ഉണ്ടായിരുന്നു. അവന്റെ നാടിന്റെ പേര് പറഞ്ഞാണ് അവർ അവനെ വിളിച്ചിരുന്നത്.

''കൊട്ടാരത്തിൽ ഒരുപാട് തിരക്കായിരുന്നു മരിയാമമ്മ.'' അവൻ പറഞ്ഞു.

''നീ അകത്തു കയറി ഇരിക്ക് ഞാനിപ്പോൾ കൈ കഴുകിയിട്ട് വരാം.'' ഒരു കൊച്ചു കുട്ടിയുടെ സന്തോഷത്തോടെ മരിയ വീടിന്റെ പുറകിലേക്ക് പോയി.

അടുക്കളയിൽ എന്തൊക്കെയോ പണികൾ നടക്കുന്നുണ്ട്. അതിനിടയ്ക്ക് വന്ന് അവനോട് രണ്ടു വാക്ക് പറഞ്ഞ് വീണ്ടും അവൾ അടുക്കളയിൽ ജോലി തുടർന്നു.

''നീ എനിക്കുവേണ്ടി അരമണിക്കൂർ വെറുതെയിരിക്ക്. അപ്പോഴേക്കും എന്റെ ജോലി തീർത്ത് ഞാൻ വരാം, നീ ഓടിക്കളയരുത്.'' മരിയ പറഞ്ഞു.

കൃഷ്ണനുണ്ണി നാട്ടിൽ തന്റെ അമ്മയെപ്പറ്റി ഓർത്തു. ഉള്ളിൽ സ്നേഹം ഉണ്ടെങ്കിലും പുറത്തു കാണിക്കില്ല. എന്തെങ്കിലും പറയുകയാണെങ്കിൽ അൽപം ആലോചിച്ചശേഷം മാത്രമേ അമ്മയുടെ വായിൽനിന്നും വാക്കുകൾ വരു. മരിയ മമ്മയ്ക്കാണെങ്കിൽ മനസ്സിൽ തോന്നിയത് അപ്പോൾ തന്നെ നാവിൽ വരും. രാജ്യങ്ങൾ പലതാണെങ്കിലും മതവും ജാതിയും വേറെയാണെങ്കിലും മനുഷ്യ മനസ്സുകൾ ഒരുപോലെയാണ്. ഇവരെ തനിക്ക് അമ്മയെ പോലെ കാണാൻ സാധിക്കുന്നു, അവരും തന്നെ മകനെ പോലെയാണ് കാണുന്നത്.

പോർച്ചുഗലിൽ ഗോതമ്പു മാത്രമല്ല അരിയും ഉപയോഗിക്കുമായിരുന്നു. കൃഷ്ണനുണ്ണിക്കുവേണ്ടി മരിയ ചോറിൽ കോഡ് ഫിഷ് കഷ്ണങ്ങളും പച്ചക്കറികളും മസാലയും ചേർത്തതും മധുരമുള്ള പേസ്ട്രിയും ഉണ്ടാക്കി കൊണ്ടുവന്നു. കുടിക്കാൻ വൈനും അവൾ കൊണ്ടുവന്നു. ഒറ്റയ്ക്ക് അധ്വാനിച്ചതിനാൽ നെറ്റിൽ വീണിരുന്ന കുറുനിരകൾ വിയർപ്പിൽ കുളിച്ചിരുന്നു.

''നിങ്ങടെ നാട്ടിൽ അരിയല്ലേ എപ്പോഴും കഴിക്കുക, അതുകൊണ്ടാണ് നിനക്ക് ഇത് ഉണ്ടാക്കിയത്.'' അവൾ പുഞ്ചിരിച്ചകൊണ്ട് പറഞ്ഞു. ''നിന്റെ പേര് വിളിക്കാനാണ് എനിക്ക് അല്പം ബുദ്ധിമുട്ട്, അതുകൊണ്ട് ഞാൻ നിനക്ക് ഇന്ന് ഒരു പേരിടാൻ പോകുന്നു.'' ആലോചിക്കുന്ന പോലെ അഭിനയിച്ച് മരിയ ഉറക്കെ പറഞ്ഞു. 'മാനുവൽ' നിന്നെ അങ്ങനെയാണ് ഞാൻ ഇനി വിളിക്കാൻ പോകുന്നത്. ഞങ്ങളുടെ രാജാവിന്റെ പേര് തന്നെ നിനക്ക് ഞാൻ തന്നിരിക്കുകയാണ്.

''മാനുവൽ ഡി കൊച്ചിം'' എന്നായിക്കോട്ടെ കൃഷ്ണനുണ്ണി ചിരിച്ചുകൊണ്ടു പറഞ്ഞു. അതുകേട്ട് മരിയയും ചിരിച്ചു.

''ഇവിടത്തെ ചെക്കൻ ഞാൻ പറയുന്നത് അനുസരിക്കുന്നില്ല നീയെങ്കിലും ഇവിടെ ഒരു കല്യാണമൊക്കെ കഴിഞ്ഞു കൂടിക്കോ.'' അവൾ പറഞ്ഞു.

''മോനേ മാനുവൽ, കൊച്ചിയിൽ നിന്നും എന്റെ മക്കളെക്കുറിച്ച് വല്ല വിവരമുണ്ടോ?''

''അവർ ഇപ്പോൾ പുറപ്പെട്ടിരുന്നാലും ഇവിടെ എത്തുമ്പോൾ ആറുമാസം കഴിയില്ലേ? അവർ വരും മമ്മ.'' അവൻ സമാധാനിപ്പിച്ചു.

''അവരെ കാണുന്നതുവരെ എന്റെ ജീവൻ ഈ കൂട്ടിൽ തന്നെ നിൽക്കണേ എന്ന ഒരു ആഗ്രഹം മാത്രമേ എനിക്കുള്ളൂ. കടലിൽ കൊടുങ്കാറ്റും കൊള്ളക്കാരും എല്ലാമുണ്ട്. ദുവാർട്ടേയെക്കുറിച്ച് എനിക്ക് ഒരു ആശങ്കയുമില്ല. അവൻ നല്ല ഇരുത്തം ഉള്ളവനാണ്, ലിസ്സിനെക്കുറിച്ചാണ് എന്റെ വേവലാതി. അവനൊരു പിരുപിരിപ്പനാണ്.''

''എല്ലാം ശരിയാകും. ദൈവം രക്ഷിക്കും. മമ്മയുടെ പ്രാർത്ഥന വെറുതെ പോവില്ല.''

''നീയും കൂടി പള്ളിയിൽ പോയി അവർക്കുവേണ്ടി പ്രാർത്ഥി ക്കണം കേട്ടോ?'' അവൻ ഇറങ്ങുമ്പോൾ മരിയ പറഞ്ഞു.

മാസങ്ങൾ കഴിഞ്ഞു. ആശുപത്രി കെട്ടിടത്തിന്റെ പണി മുഴുവൻ കഴിയാറായി. അതിനുമുമ്പേ പള്ളിയുടെ പണി മുഴുവൻ കഴിഞ്ഞി രുന്നു. മാനുവലൈൻ ശൈലിയിൽ നിർമാണം കഴിഞ്ഞ മനോഹ രമായ പള്ളിയായിരുന്നു അത്. ഭംഗിയുള്ള ശില്പവേലകൾ കൊണ്ടും ചിത്രങ്ങൾ കൊണ്ടും അലങ്കൃതമായ പള്ളി ആദ്യം വെഞ്ചരിക്കുവാൻ മാനുവൽ രാജാവ് തീരുമാനിച്ചു. ധാരാളം കൊത്തുപണികളുള്ള ചാരിയറ്റിൽ രാജാവും കുടുംബവും ആശുപത്രികെട്ടിടത്തിൽ എത്തി. പൗരപ്രമാണിമാരും കബ്രാൾ, വാസ്കോഡഗാമ തുടങ്ങിയ പ്രശസ്ത നാവികരും കൗൺസിൽ മെമ്പർമാരും വൈദികരും എല്ലാം ആശുപത്രി കെട്ടിടത്തിന്റെ കോർട്യാർഡിൽ സന്നിഹിത രായിരുന്നു. കൊച്ചി രാജാവിനെ പ്രതിനിധീകരിച്ച് കൃഷ്ണനുണ്ണി മുമ്പിൽ തന്നെ ഉണ്ട്. ബിഷപ്പ്, മാർപാപ്പയുടെ സന്ദേശം വായിച്ചു. ഭക്തിനിർഭരമായ അന്തരീക്ഷത്തിൽ പള്ളി വെഞ്ചരിച്ചു. ബിഷപ്പിന്റെ പ്രസംഗത്തിൽ ആതുരസേവനത്തിന്റെ പ്രാധാന്യത്തെക്കുറിച്ച് ധാരാളം പരാമർശങ്ങൾ ഉണ്ടായിരുന്നു. ആ അന്തരീക്ഷം കൃഷ്ണ നുണ്ണിയുടെ മനസ്സിൽ കോളിളക്കങ്ങൾ സൃഷ്ടിച്ചു. തുടർന്ന് നടന്ന കുർബാന കഴിഞ്ഞതും അവൻ രാജാവിനോട് വിനീതമായി പറഞ്ഞു.

''എനിക്കും ക്രിസ്തുമതത്തിൽ ചേരണം.'' രാജാവ് ആദ്യം ആശ്ചര്യഭരിതനായി. പിന്നീട് കാര്യങ്ങളെല്ലാം പെട്ടെന്ന് നടന്നു. വാസ്കോഡഗാമയും കബ്രാളും അവന്റെ തലതൊട്ടപ്പന്മാർ ആയി ബിഷപ്പ് കൃഷ്ണനുണ്ണിയെ ജ്ഞാനസ്നാനം ചെയ്യിച്ചു. എന്ത് പേരാണ് സ്വീകരിക്കാൻ പോകുന്നത്?'' അദ്ദേഹം ചോദിച്ചു.

ഒട്ടും ആലോചിക്കാതെ കൃഷ്ണനുണ്ണി പറഞ്ഞു. 'മാനുവൽ'.

അടുത്ത അർമഡ പുറപ്പെടാൻ തയ്യാറായി. പതിമ്മൂന്നു കപ്പലുകളിൽ ആയിരത്തി മുന്നൂറോളം സൈനികർ അടങ്ങിയ സംഘത്തിന്റെ അഡ്മിറൽ ആയി നിയമിച്ചത് ലോപ്പോ സോറസ് ഡി അൽബർ ഗേറിയ എന്ന സമർത്ഥനായ ക്യാപ്റ്റൻ മേജറെ ആയിരുന്നു. സാമൂതിരിയുമായി ഒരിക്കലും സമാധാന ഉടമ്പടി ചെയ്യരുതെന്നും കോഴിക്കോട് പരമാവധി നാശനഷ്ടങ്ങൾ ഉണ്ടാക്കണം എന്നുമായിരുന്നു സോറസിന് ലഭിച്ച നിർദ്ദേശം.

ആഫ്രിക്കൻ മുനമ്പ് ചുറ്റി ജൂൺ മാസത്തോടെ അവർ മൊസാംബിക്കിൽ എത്തി. കൊയ്‌ലോയുടെയും ഫ്രാൻസിസ്കോയുടേയും കപ്പലുകൾക്ക് അപകടം നേരിട്ട കാര്യങ്ങൾ അവിടെ എത്തിയപ്പോൾ സോറസ് അറിഞ്ഞു. മരിക്കുന്നതിന് മുമ്പ് പെഡ്രോ എഴുതി കപ്പലുകൾ ശുദ്ധജലം പിടിക്കുന്ന ഗുഹയുടെ ഉള്ളിലെ പഴയ ഷൂവിനകത്ത് വെച്ച മാനുവൽ രാജാവിനുള്ള കത്ത് സോറസിന് ലഭിച്ചു, അതുകൊണ്ട് നടന്ന കാര്യങ്ങളെല്ലാം അയാൾക്ക് അറിയാൻ സാധിച്ചു.

കൊച്ചിയിൽ തന്റെ നാട്ടുകാർ നടത്തുന്ന ജീവന്മരണപ്പോരാട്ടം അറിയാതെ സോറസ് മലിന്തി രാജാവ് ഏർപ്പാടാക്കി കൊടുത്ത ഒരു പൈലറ്റിന്റെ സഹായത്തോടെ അറബിക്കടൽ കടക്കാൻ തയ്യാറെടുത്തു.

ആദ്യത്തെ ഏറ്റുമുട്ടൽ

ദിനരാത്രങ്ങൾ വേഗത്തിൽ ഓടി. സാമൂതിരിയുടെ പട കരമാർഗ്ഗം യാത്ര തുടങ്ങിയിരുന്നു. ശരിക്കും പറഞ്ഞാൽ ക്യാപ്റ്റൻ മേജർ അയാളെ പരിമിതികളുടെ കുരുക്കിൽ അകപ്പെടുത്തിയാണ് പോയിരിക്കുന്നത് എന്ന് അയാൾക്ക് ബോധ്യമുണ്ടായിരുന്നു. അകം പ്രക്ഷുബ്ധമാണെങ്കിലും പച്ചേക്കോ പുറത്ത് വളരെ ശാന്തനായി കാണപ്പെട്ടു. അപ്പോഴേക്കും കൊച്ചിക്കായൽ പച്ചേക്കോവിന് തന്റെ ഉള്ളം കൈയിലെ രേഖകൾ പോലെ പരിചിതമായി കഴിഞ്ഞിരുന്നു. വേലിയേറ്റവേലിയിറക്കങ്ങൾ പച്ചേക്കോ നിശ്ചയിക്കുമ്പോലെയാണ് നടക്കുന്നത് എന്ന് ഇടിക്കേള മേനോൻ തമാശയായി പറഞ്ഞിരുന്നു.

കൊച്ചിയിലെ വള്ളങ്ങളും കൂടുവള്ളങ്ങളും പച്ചേക്കോവിന് വളരെ ഇഷ്ടമായി. പായ കെട്ടാം, പങ്കായം കൊണ്ട് തുഴയാം, മുള ഊന്നി തുഴയാം, ഇരുവശത്തേക്കും മാറ്റി തുഴയാം തുടങ്ങിയ ഒരുപാട് പ്രയോജനങ്ങൾ അയാൾക്ക് അവയിൽ കാണാൻ കഴിഞ്ഞു. അടുത്തുള്ള പ്രദേശങ്ങൾ കൊള്ളയിടാൻ പോകുമ്പോൾ പറ്റാവുന്നത്ര പല വലിപ്പങ്ങളിലുള്ള വള്ളങ്ങൾ അയാൾ കൊച്ചിയിലേക്ക് കൊണ്ടുവന്നിരുന്നു. കൈവശമുള്ള കൊച്ചി ബോട്ടുകളുടെയും വള്ളങ്ങളുടെയും കണക്കെടുത്ത് അവ എങ്ങനെയെല്ലാം എവിടെയെല്ലാം വിന്യസിക്കണമെന്ന് അയാൾ തീരുമാനിച്ചു. കൊച്ചിയുടെ ആധുനിക ഭൂപടം നോക്കിയാൽ സാമൂതിരി ചെയ്തത് മണ്ടത്തരമാണെന്ന് തോന്നാം. പക്ഷേ അഞ്ഞൂറ് വർഷങ്ങൾക്കു മുമ്പ് കായലിന്റെ കിടപ്പ് ഇന്ന് കാണുന്നവിധമായിരുന്നില്ല. ആഴം കൂടി,

വീതി കുറവായിരുന്നതിനാൽ കുമ്പളത്തിനും പനങ്ങാടിനും ഇടയിലുള്ള കടവിൽ വേലിയേറ്റ വേലിയിറക്കങ്ങൾ അത്ര കാര്യമായി ബാധിക്കാറില്ലായിരുന്നു എന്നുവേണം കരുതാൻ. കുമ്പളത്തിനും അരൂരിനും ഇടയിൽ കായൽ വളരെ വിശാലമാണ് അതിനാൽ പ്രകൃതിക്ഷോഭങ്ങൾ നേരിടാൻ സാധ്യതകൾ അവിടെ കൂടുതലാണ്. ഇതെല്ലാം മുന്നിൽ കണ്ടായിരിക്കണം കുമ്പളത്തിനും പനങ്ങാടിനും ഇടയിലുള്ള ജലപാതയിലൂടെ ഫോർട്ട് കൊച്ചിയുടെ

പിറകിലൂടെ വന്ന് ആക്രമിക്കാൻ അവർ തീരുമാനിച്ചത്. കുമ്പളം ദ്വീപ് പിടിച്ചെടുത്ത് അവിടെ തന്റെ സൈന്യത്തിന് ഒരു താവളം ഉണ്ടാക്കാം എന്ന ഒരു ആലോചനയും സാമൂതിരിക്ക് ഉണ്ടായിരുന്നിരിക്കണം. തങ്ങൾ കുമ്പളം വഴി വരുന്നത് അതീവരഹസ്യമാണ് എന്നാണ് സാമൂതിരിയും സംഘവും കരുതിയിരുന്നത്. അത് അറിയേണ്ടവർ ഇത്ര നേരത്തെ അറിഞ്ഞിരുന്നു എന്നത് അവർ പ്രതീക്ഷിച്ചിരുന്നില്ല. അറിഞ്ഞാലും കൊച്ചിയുടെ നാവിക ബലം തങ്ങളേ അപേക്ഷിച്ച് നോക്കുമ്പോൾ നിസ്സാരമാണ് എന്നും അവർക്ക് അറിയാമായിരുന്നു. അവരുടെ പ്രഥമ ലക്ഷ്യം പറങ്കികളായിരുന്നതിനാൽ അവർ കുമ്പളത്തുവന്ന് തങ്ങളെ നേരിടുന്നത് അവർക്ക് സന്തോഷമുള്ള കാര്യമായിരുന്നു എന്നുവേണം കരുതാൻ

മാർച്ച് മാസം പതിനഞ്ചാം തീയതി പച്ചേക്കോ തന്റെ പടനീക്കം ആരംഭിച്ചു. ഫാക്ടർ ഫെർണാണ്ടസ് കൊറിയ, ലോറൻസോ മുറിനോ, അൽവാരോ എന്നിവരുടെ നേതൃത്വത്തിൽ മുപ്പത്തിഒൻപതു പേരെ മാനുവൽ കോട്ടയുടെ ചുമതല ഏൽപ്പിച്ചു. വലിയ കരാക്ക് കപ്പൽ, ക്യാപ്റ്റൻ ഡിയോഗോ പെരേരയുടെ നേതൃത്വത്തിലുള്ള ഇരുപത്തഞ്ചു സൈനികരും അഞ്ചു ഗണ്ണർമാരുമായി കൊച്ചി കായലിൽ നിർത്തി. ഇടപ്പള്ളി കടവിനുസമീപം മറവായ ഒരു സ്ഥലത്ത് കേടുവന്നു എന്ന് പറയപ്പെട്ട കാരവൽ ഏതാനും സൈനികരുടെ മേൽനോട്ടത്തിൽ നിർത്തിയിരുന്നു. രണ്ടാമത്തെ കാരവൽ കപ്പൽ ക്യാപ്റ്റൻ പെറോ റാഫേലിന്റെ മേൽനോട്ടത്തിൽ കുമ്പളത്തേക്ക് പോയി. ഇരുപത്തിമൂന്നു സൈനികരും ക്യാപ്റ്റൻ ഡീഗോ പൈറസും മലബാറി ബറ്റീസ് എന്ന പോർച്ചുഗീസുകാർ വിളിച്ചിരുന്ന തുഴകളും ഒരു പായമരവും ഉണ്ടായിരുന്ന ഒരു വലിയ ബോട്ടിൽ കുമ്പളത്തേക്ക് പോകാൻ തയ്യാറായി. വേറൊരു ബറ്റീസിൽ ഇരുപത്തിമൂന്നു സൈനികർ അതിൽ വരുന്ന അവരുടെ കമാൻഡർക്കുവേണ്ടി കാത്തുനിന്നു. കൊച്ചിയിലെ നായർ പട്ടാളം വലിയ ബോട്ടുകളിലും വള്ളങ്ങളിലും വഞ്ചികളിലും കണ്ടൻ കോരുവിന്റെ നേതൃത്വത്തിൽ യാത്രയ്ക്ക് തയ്യാറായി നിന്നു. കോവിലകത്തേക്ക് പോയി യാത്ര ചോദിക്കാം എന്ന് കരുതിയിരുന്ന പച്ചേക്കോവിനെ അത്ഭുതപ്പെടുത്തികൊണ്ട് ഗോദവർമ്മയും അനിയനും അയാൾ യാത്ര പുറപ്പെടുന്ന കടവിൽ വന്നു.

‘‘കമാൻഡർ, ബോട്ടിലാണോ പോകുന്നത്? കപ്പലിൽ പോയില്ലേ? അതിൽ പോകുന്നതല്ലേ കൂടുതൽ സുരക്ഷ?’’ രാജാവ് ചോദിച്ചു.

‘‘എന്റെ സൈന്യത്തെ മുന്നിൽ നിന്ന് നയിക്കാനാണ് എനിക്കിഷ്ടം.’’ ചെറുപുഞ്ചിരിയോടെ അയാൾ പറഞ്ഞു. ‘‘വേറെ ഒരു കാര്യം കൂടി ഉണ്ട്. പെട്ടെന്ന് പള്ളുരുത്തിയിലേക്കോ കോട്ടയിലേക്ക് പോകേണ്ടിവന്നാൽ ഇതിൽ ഇരിക്കുന്നതാണ് സൗകര്യം.’’

“എനിക്ക് പച്ചേക്കോവിനോട് വ്യക്തിപരമായ ഒരു കാര്യം പറയാനുണ്ട്. നിങ്ങൾ എനിക്ക് എന്റെ തീപ്പെട്ട ഉണ്ണിയെപോലെയാണ് അതിസാഹസികതയ്ക്ക് മുതിരാതെ നിങ്ങൾ നിങ്ങളുടെ സുരക്ഷയും നോക്കണം. നിങ്ങളുടെ ജീവൻ ഈ രാജ്യത്തിന് വളരെ വിലപ്പെട്ടതാണ്.” ഇത് പറയുമ്പോൾ തമ്പുരാന്റെ കണ്ണുകളിൽ പൊടിഞ്ഞു വന്നു തുടങ്ങിയ അശ്രുക്കൾ തിരശ്ശീല ഇടുന്നത് അയാൾ ശ്രദ്ധിച്ചു.

ഞാൻ ഒരു കാര്യം പറഞ്ഞാൽ കമാൻഡർ തടസ്സം പറയരുത്. എന്റെ വിശ്വാസത്തിന് ഞാൻ ഒരു സാധനം നിങ്ങളെ ഏൽപ്പിക്കുന്നു. അത് ചിലപ്പോൾ നിങ്ങളുടെ വിശ്വാസത്തിന് എതിരായി ഇരിക്കാം, പക്ഷേ അപകടം നിറഞ്ഞ സമയത്ത് അത് രക്ഷിക്കും എന്ന വിശ്വാസം ഈ നാട്ടിലുണ്ട് എന്നു പറഞ്ഞുകൊണ്ട് അദ്ദേഹം ഇടിക്കേള മേനോനെ നോക്കി. മേനോൻ ഭക്തിപൂർവ്വം ഒരു വാഴയിലയിൽ പുഷ്പങ്ങളോട് കൂടി പൊതിഞ്ഞു വെച്ചിരുന്ന ഒരു വെള്ളി ഏലസ് പച്ചേക്കോവിനെ കാണിച്ചു.

“ഇതെന്താണ്? ഇത് എന്ത് ചെയ്യണം?” അയാൾ അത്ഭുതത്തോടെ ചോദിച്ചു. ഏലസ്സിനകത്ത് നമ്പൂരിമാരെ കൊണ്ട് പൂജിച്ച സുദർശനയന്ത്രമായിരുന്നു. അത് പറഞ്ഞ് കൂടുതൽ കുഴപ്പങ്ങൾ ഉണ്ടാകാതിരിക്കാൻ മേനോൻ ഒറ്റവാക്കിൽ പറഞ്ഞു.

“ഇത് കൊച്ചിയുടെ ഭാഗ്യചിഹ്നം ആണ്.”

“എന്നാൽ അത് ഞാൻ കയറുന്ന കൊച്ചിയുടെ ബോട്ടിൽ തന്നെ കെട്ടിക്കോളൂ.” പച്ചേക്കോ സമ്മതം മൂളി. യാത്ര പറയാൻ വാക്കുകൾ കിട്ടാതെ തമ്പുരാൻ അയാളുടെ വലതുകൈ പിടിച്ച് തന്റെ നെഞ്ചിൽ വച്ചു. പച്ചക്കോവിന് ആ നല്ല മനുഷ്യന്റെ പ്രവർത്തി തനിക്ക് ഒരു പുതുഉണർവ് പകർന്ന പോലെ തോന്നി. അയാൾ ബോട്ടിൽ കയറി കുമ്പളത്തേക്ക് യാത്ര തിരിച്ചു. കുറേനേരം ബോട്ട് പോകുന്നത് നിർന്നിമേഷനായി നോക്കി നിന്ന ശേഷം തമ്പുരാനും അനിയനും കോവിലകത്തേക്ക് മടങ്ങി. വെണ്ടുരുത്തി ദ്വീപിൽ കൊടുങ്ങല്ലൂരിൽ നിന്ന് കുടിയേറിയ കുറച്ചു ക്രിസ്ത്യാനി കുടുംബങ്ങൾ അവിടെ ഒരു ചെറിയ പള്ളി നിർമിച്ച് താമസം തുടങ്ങിയിരുന്നു. ദ്വീപിന്റെ തെക്കേ അറ്റത്ത് പച്ചേക്കോ അവരുടെ സഹായത്തോടെ തന്റെ സൈനികർക്ക് മാംസാഹാരം പാകം ചെയ്യാനുള്ള അടുക്കള ശരിപ്പെടുത്തി. സസ്യാഹാരികളായ നായന്മാർക്ക് കുമ്പളം ദ്വീപിലും സൗകര്യം ഒരുക്കിയിരുന്നു. ആവശ്യത്തിൽ കൂടുതൽ ചെറിയ വഞ്ചികൾ നേരത്തെ പിടിച്ചെടുത്തു വെച്ചിരുന്നതിനാൽ ഭക്ഷണം കൊണ്ടുപോകുന്നത് വളരെ എളുപ്പമായി.

സാമൂതിരിയുടെ സൈന്യം അപ്പോഴും എത്തിയിരുന്നില്ല. കുമ്പളം ദ്വീപിനെയും പനങ്ങാടിനേയും വേർതിരിക്കുന്ന ജലപാതയെയാണ് കുമ്പളം കടവ് എന്ന് അക്കാലത്ത് പറഞ്ഞിരുന്നത്. പൊതുവേ വീതി കുറഞ്ഞ ജലപാതയിൽ, കരയുടെ കിടപ്പുമൂലം, ചില ഇടങ്ങളിൽ

അല്പം വീതി കൂടുതൽ ഉണ്ടായിരുന്നു. നേരത്തെ എത്തിയതിനാൽ സാമൂതിരിയെ ഉപരോധിക്കാൻ ഒരു നല്ല സ്ഥാനം തെരഞ്ഞെടുത്ത് പച്ചേക്കോവിന്റെ കാരവൽ കപ്പൽ ജലപാതയുടെ ഒത്ത നടുക്ക് നങ്കൂരമിട്ടു. കപ്പലിന് ഇരുവശവും രണ്ടു വലിയ മലബാറി ബറ്റീസുകളും നിർത്തി, മൂന്നു നൗകകളും പിരിഞ്ഞു പോകാതിരിക്കാൻ ഇരുമ്പ് ചങ്ങല കൊണ്ട് തമ്മിൽ ബന്ധിച്ചു. രണ്ട് അറ്റത്തുള്ള ബറ്റീസുകളെ ഇരുകരകളിലും കുറ്റി അടിച്ച് അതിൽ കെട്ടിയിട്ടു അങ്ങനെ വീതി കുറഞ്ഞ കടവിന്റെ ആ ഭാഗം അക്ഷരാർത്ഥത്തിൽ അയാൾ അടച്ചു. കാരവൽ കപ്പലിന്റെ ജലത്തിനു മുകളിൽ കാണുന്ന ഭാഗം മുഴുവൻ കയർ വലകൾ കെട്ടി അതിനുള്ളിൽ പഞ്ഞിക്കെട്ടുകളും വയ്ക്കോലും കൊണ്ടു നിറച്ച് ശത്രുവിന്റെ പീരങ്കിയുണ്ടകൾ കൊണ്ട് ക്ഷതങ്ങൾ ഏൽക്കാതിരിക്കാൻ ഒരു കവചം ഉണ്ടാക്കി. കപ്പലിന്റെ മേൽത്തളം നേരത്തെ ഉണ്ടാക്കിവെച്ച കട്ടിയുള്ള മരപ്പലകകൾ കൊണ്ടുള്ള ടവർ ഷീൽഡുകൾ നിരത്തിവെച്ച് മറച്ചു. കപ്പലുകൾ നിൽക്കുന്നതിന് അൽപ്പദൂരെയായി പന്ത്രണ്ടടിയോളം നീളമുള്ള മുളംകുറ്റികൾ, കൂർത്ത ഭാഗം മണ്ണിൽ താഴ്ത്തി കടവിനു കുറുകെ വെള്ളത്തിൽ ഒരു വേലി കെട്ടി. മനുഷ്യർക്ക് നുഴഞ്ഞു പോകാനുള്ള പഴുതിടാതെ വളരെ അടുപ്പിച്ച് കുറ്റികൾ അടിച്ച് കയറുകൾ കൊണ്ട് ബന്ധിപ്പിച്ചിരുന്നു. ഒപ്പം വന്നിരുന്ന അഞ്ഞൂറ് കൊച്ചിയിലെ നായന്മാരെ ജലപാതയുടെ ഇരുകരകളിലും വിന്യസിച്ചു.

കുമ്പളം ദ്വീപിൽ തെങ്ങോലകൾ ഇളംവെയിലേറ്റ് വെള്ളി പോലെ തിളങ്ങുന്നു, മകരക്കൊയ്ത്തു കഴിഞ്ഞ് വിഷുവിന് വിത്തിറക്കാൻ പാകത്തിൽ കണ്ടം ഒരുക്കുന്ന ജോലി ഒരു വശത്ത് നടക്കുന്നു. ഇക്കാലത്ത് ചെയ്യുന്നപോലെ ആകാംക്ഷ മൂത്ത് കാണികളായി ആരും തന്നെ ഉണ്ടായിരുന്നില്ല, എല്ലാവർക്കും അവരവരുടെ ജോലികൾ ഉണ്ടായിരുന്നു. പച്ചേക്കോ കണ്ടൻ കോരുവുമായി കുമ്പളം ദ്വീപിൽ കായൽ അരികിൽ ഉള്ള ഒരു മാവിന്റെ താഴെ തണലിൽ നിന്നു. ഇതിനകം ഭേദപ്പെട്ട രീതിയിൽ പോർച്ചുഗീസ് ഭാഷ സംസാരിക്കാൻ കണ്ടൻ കോരു പഠിച്ചിട്ടുണ്ടായിരുന്നു, ആ വിശ്വാസത്തിലാണ് ഇടിക്കേള മേനോനെ ഫോർട്ട് മാനുവലിൽ നിർത്തിയിരുന്നത്.

''കണ്ടന് പേടി തോന്നുന്നുണ്ടോ?''

''കമാൻഡർ ഇവിടെ ഉള്ളപ്പോൾ എനിക്ക് എന്ത് പേടി?''

''നിങ്ങടെ കൂടെയുള്ള നായന്മാർക്കോ?''

''ധൈര്യശാലികളായ അഞ്ഞുറു പേരെയാണ് രാമൻ കോവിൽ തമ്പുരാൻ ഇങ്ങോട്ട് വിട്ടിരിക്കുന്നത്.''

''ധൈര്യശാലികളായിരിക്കാം, പക്ഷേ ശത്രുക്കളുടെ സേനാബലം കണ്ട് അവർ പകച്ചു പോകുമോ എന്ന് ഒരു സംശയം എനിക്കുണ്ട്. നമ്മൾ ജയിക്കും എന്നുള്ള ആത്മവിശ്വാസം അവർക്ക് തോന്നിപ്പിക്കണം. അന്യനാട്ടുകാരായ ഞങ്ങൾ കൊച്ചിയിലെ ത്രിമുമ്പറ

രാജാവിനുവേണ്ടി ജീവൻ കളയാൻ തയ്യാറായി നിൽക്കുമ്പോൾ, കൊച്ചിക്കാരായ അവർ ഒരിക്കലും പിന്മാറരുത് എന്ന് അവരോട് ആവർത്തിച്ച് ആവർത്തിച്ച് പറയണം.''

''എന്തേ കമാൻഡർക്ക് ഇങ്ങനെ ഒരു സംശയം തോന്നാൻ? ഞങ്ങളുടെ ആൾക്കാരിൽ താങ്കൾക്ക് വിശ്വാസമില്ലേ?''

''വിശ്വാസക്കുറവല്ല. അഞ്ഞൂറുപേരെ അയ്യായിരം പേർ എതിർക്കാൻ വന്നാൽ ധൈര്യം അവലംബിച്ച് ഒരു കൈ നോക്കിയെന്നിരിക്കും, പക്ഷേ അൻപതിനായിരം സൈനികർ ആർത്തട്ടഹസിച്ചുകൊണ്ട് അവരുടെ നേരെ വന്നാൽ അതേ മനസ്സാന്നിധ്യം കാണിക്കുമോ? ഇത് അസംഭവ്യമായ ഒരു കാര്യമാണ് എന്ന് ഏതു മനുഷ്യനും ചിന്തിച്ചു പോകും, പിന്നെ സ്വരക്ഷ നോക്കി പാലായനം ചെയ്യും. കൊച്ചിക്കാർ മാത്രമല്ല, ഞങ്ങൾ പോർച്ചുഗീസുകാരാണെങ്കിൽപോലും അങ്ങനെ ചെയ്തു പോകും. അതുകൊണ്ട് ഞാൻ അത് പ്രതീക്ഷിക്കുന്നു.''

''അപ്പോൾ ഞങ്ങൾ എന്തു ചെയ്യണം?'' കണ്ടൻകോരു പ്രകടമായ പരിഭ്രമത്തോടെ ചോദിച്ചു.

''നിങ്ങൾക്ക് ഒന്നും ചെയ്യാൻ സാധിക്കില്ല. ഓടുന്നവരെ ചിതറി പോകാതെ ഒരു സ്ഥലത്തു നിർത്തുവാൻ ശ്രമിക്കുക. ഞങ്ങൾ എന്താണ് ചെയ്യുന്നത് എന്ന് അവർ നോക്കി കാണട്ടെ. അത് കണ്ടാൽ അവർക്ക് താനേ ബോധ്യം വന്ന് അവർ തിരിച്ചു വരും. നിങ്ങളുടെ സഹോദരൻ പെരുംകോരുവിനെ പള്ളുരുത്തിയിൽ നിന്നും ഇങ്ങോട്ടു വരാൻ പറയണം.'' പച്ചേക്കോ പറഞ്ഞു.

അടുത്ത ദിവസം പ്രഭാതത്തിൽ ഇടപ്പള്ളി ഭാഗത്തുനിന്നും ഒരു വലിയ കൂട് വഞ്ചി കുമ്പളം കടവിലേക്ക് വന്നു. അതിൽ നിന്നും ഇറങ്ങി വന്ന ഒരു നമ്പൂതിരി ബ്രാഹ്മണൻ രണ്ട് നായർ പടയാളികളുടെ അകമ്പടിയോടെ കുമ്പളം ദ്വീപിന്റെ കിഴക്കേ അറ്റത്ത് എത്തിച്ചേർന്നു. അവിടെ കാവൽ നിന്നിരുന്ന കൊച്ചിയിലെ നായർ പടയാളികൾ അവരെ പച്ചേക്കോവിന്റെ മുൻപാകെ കൊണ്ടുവന്നു.

ഞാൻ സാമൂതിരിയുടെ ദൂതനാണ്. യുദ്ധമര്യാദപ്രകാരം മുന്നറിയിപ്പ് തരുവാൻ വന്നതാണ്. കീഴടങ്ങുവാൻ ഉദ്ദേശ്യമുണ്ടെങ്കിൽ സന്ദേശം എഴുതി തന്നാൽ ഞാൻ അദ്ദേഹത്തെ ഏൽപ്പിക്കാം എന്നുപറഞ്ഞുകൊണ്ട് ബ്രാഹ്മണൻ തന്റെ കയ്യിൽ വെച്ചിരുന്ന സാമൂതിരിയുടെ സന്ദേശം കമാൻഡറുടെ കയ്യിൽ കൊടുത്തു. പച്ചേക്കോ സന്ദേശം കണ്ടൻ കോരുവിനെ ഏൽപ്പിച്ചു. അയാൾ അത് വായിച്ചു കേൾപ്പിച്ചു. നമ്പൂതിരി പറഞ്ഞ പോലെ തന്നെയായിരുന്നു സന്ദേശം. പച്ചേക്കോ മറുപടി സന്ദേശം എഴുതാൻ കണ്ടൻ കോരുവിനെ ഏൽപ്പിച്ച് തന്റെ സന്ദേശം പറഞ്ഞു.

''ആക്രമണം നടത്തുന്നത് നിങ്ങളാണ്. നിങ്ങൾക്ക് യുദ്ധം വേണ്ട എന്നുണ്ടെങ്കിൽ, ഞങ്ങളുടെ ഭാഗത്തുനിന്ന് ഞങ്ങളെ വഞ്ചിച്ച്

നിങ്ങളുടെ കൂടെച്ചേർന്ന രണ്ട് ഇറ്റലിക്കാരെ ഞങ്ങളെ ഏൽപ്പിച്ച് നിങ്ങൾക്ക് തിരിച്ചു പോകാം.'' കണ്ടൻകോരു സന്ദേശം മലയാളത്തിൽ എഴുതി കമാൻഡറെ ഏൽപ്പിച്ചു. അയാളത് നമ്പൂരി ബ്രാഹ്മണന് കൈമാറുമ്പോൾ ചോദിച്ചു.

''ഒരിക്കൽ ഒരു ബ്രാഹ്മണനെ ഞങ്ങളുടെ ആൾക്കാർ മോശമായി കൈകാര്യം ചെയ്തു വിട്ടതല്ലേ? എന്ത് ധൈര്യത്തിലാണ് നിങ്ങൾ ഇങ്ങോട്ട് പോന്നത്?''

അതിന് നമ്പൂതിരി സ്വരം താഴ്ത്തി മറുപടി പറഞ്ഞു.

''നിങ്ങൾ വളരെ മാന്യനായ ഒരു മനുഷ്യൻ ആണെന്ന് എന്റെ സുഹൃത്ത് കോയ പക്കി പറഞ്ഞിട്ടുണ്ട്.''

''അതേതായാലും നന്നായി.'' പച്ചേക്കോ ചിരിച്ചുകൊണ്ട് പറഞ്ഞു.

''ഞാൻ യാത്രയാവുകയാണ്. എന്റെ പേര് നീലകണ്ഠൻ നമ്പൂതിരി.'' അകമ്പടി വന്ന കോഴിക്കോട് നായന്മാരുടെ കൂടെ നീലകണ്ഠൻ നമ്പൂതിരി തിരിച്ചു പോയി.

മുന്നൊരുക്കങ്ങൾ എല്ലാം ഒരു തവണ നോക്കിക്കണ്ടശേഷം, പച്ചേക്കോ അന്ന് വൈകീട്ട് കാരവൽ കപ്പലിൽ തന്റെ സൈനികരുമായി ഒരു കൂടിക്കാഴ്ച നടത്തി. കഠിനമായ ജോലി, കൊച്ചിയിലെ കാലാവസ്ഥ, മീനച്ചൂട് ഇവയെല്ലാം മൂലം തന്റെ സൈനികരെല്ലാം നിറംമങ്ങി വാടി ഇരിക്കുന്നത് കണ്ട് അവരെ ഉത്സാഹപ്പെടുത്തുവാൻ അയാൾ അവരെ അഭിസംബോധന ചെയ്തു.

''മഹത്തായ പോർച്ചുഗീസ് രാജ്യത്തിലെ സൈനികരാണ് നമ്മൾ എന്ന് തെളിയിക്കാനാണ് ഈ യുദ്ധം. ഇതുവരെ നമ്മൾ ആക്രമിച്ചിട്ടേയുള്ളൂ, പോർച്ചുഗീസുകാരുടെ പ്രതിരോധം എന്താണെന്ന് നാട്ടുകാരെ അറിയിക്കാനുള്ള അവസരമാണിത്. ഇതിൽ നമ്മൾ വിജയിച്ചാൽ ഈ നാട്ടിൽ നമ്മുടെ ആധിപത്യമുറപ്പിക്കുന്നതിന്റെ ആദ്യത്തെ ചുവടുവെപ്പായിരിക്കും. വിജയശ്രീലാളിതരായി നമ്മൾ തിരിച്ചു പോകുമ്പോൾ മാനുവൽ രാജാവിൽ നിന്നും ഇതുവരെ ആർക്കും ലഭിക്കാത്ത അനുമോദനങ്ങളും അംഗീകാരങ്ങളും നമ്മൾക്ക് ലഭിക്കും. സാമ്പത്തികമായി നോക്കുമ്പോൾ നിങ്ങളുടെ ശമ്പളവും അലവൻസുകളും കൂട്ടി തരുവാൻ ഈ വിജയം മൂലം എനിക്ക് രാജാവിനോട് ശുപാർശ ചെയ്യുവാൻ കഴിയും. നമ്മുടെ ദൈവമായ യേശുക്രിസ്തുവും വിശുദ്ധ മാതാവും ഈ വിജയം നേടാൻ നമുക്ക് ശക്തി തരും. നമ്മളിൽ ഒരാൾ പോലും മരിക്കാതെ നമ്മൾ വിജയം നേടും, ഉറപ്പാണ്. ഭക്ഷണം കഴിക്കുന്നതിനു മുൻപ് നമുക്ക് എല്ലാവർക്കും ഒത്തു പ്രാർത്ഥിക്കാം.'' വളരെ വികാരവായ്പോടെയാണ് സൈനികർ പച്ചേക്കോവിന്റെ അഭിസംബോധന കേട്ടത്. പലരുടെയും കണ്ണിൽ കണ്ണുനീർ പൊടിഞ്ഞു.

“ആവേ മരിയ, ദൈവം നിന്റെ കൂടെയാണ്. സ്ത്രീകളിൽ നീ അനുഗ്രഹിക്കപ്പെട്ടവളാണ്. നിന്റെ ഗർഭപാത്രത്തിലെ കനിയായ യേശുവും അനുഗ്രഹിക്കപ്പെട്ടവനാണ്. വിശുദ്ധ മാതാവേ, ദൈവത്തിന്റെ മാതാവേ, പാപികളായ ഞങ്ങൾക്ക് വേണ്ടി നീ പ്രാർത്ഥിക്കണേ, ഈ തരുണത്തിലും, ഞങ്ങളെ മരണം തേടിവരുന്ന നിമിഷത്തിലും... ആമേൻ...

എല്ലാവരുടെയും കവിളുകളിലും കണ്ണുനീർച്ചാലുകൾ കാണാമായിരുന്നു. പച്ചേക്കോവിന്റെ മനക്കണ്ണിൽ ഇളംകാറ്റിൽ പാറിപ്പറക്കുന്ന കുറുനിരകളും മുത്തുപോലുള്ള ദന്തനിരകൾ കാട്ടി തന്നെ നോക്കി പുഞ്ചിരിക്കുന്ന മരിയയുടെ രൂപമായിരുന്നു. ഈ വികാര നിർഭരമായ രംഗത്തിന് മൂകസാക്ഷിയായി കണ്ടൻ കോരു ഒരു മൂലയിൽ നിൽക്കുന്നുണ്ടായിരുന്നു. മുഴുവനായി അർത്ഥം മനസ്സിലായില്ലെങ്കിലും അയാളുടെ കണ്ണും ഈറൻ അണിഞ്ഞു. മരണം കാത്തു നിൽക്കുന്ന ഈ മനുഷ്യരും ഒരു അമ്മയ്ക്ക് പിറന്നവരാണ്. നാട്ടിൽ അവരെ കാത്ത് ഭാര്യയും കുട്ടികളും ഉണ്ടാവും. തന്റെ നാടിനു വേണ്ടി മാത്രമാണ് ഇവർ കഠിനമായ പരീക്ഷണങ്ങൾ നേരിടുവാൻ തയ്യാറായി നിൽക്കുന്നത്. കമാൻഡർ പറഞ്ഞപോലെ തന്റെ നാട്ടിലെ നായന്മാർ പേടിച്ച് തിരിഞ്ഞ് ഓടിയാൽ തന്റെ കയ്യിലെ തോക്കുകൊണ്ട് താൻ തന്നെ അവരെ വേണ്ടിവന്നാൽ വെടിവെക്കും. കണ്ടൻ കോരു മനസ്സിൽ കരുതി. പ്രാർത്ഥനയ്ക്കിടയിൽ ലിസ്സ് എന്താണ് ചെയ്യുന്നത് എന്ന് പച്ചേക്കോ നോക്കി. അവൻ മുട്ടുകുത്തി നിന്നുകൊണ്ട് വേറെ എവിടെയോ നോക്കിക്കൊണ്ടിരിക്കുകയാണ്. അതുകണ്ട് പച്ചേക്കോ ചിരിച്ചു പോയി. ഒന്നുകൂടി ശ്രദ്ധിച്ചു നോക്കിയപ്പോൾ ലിസ്സ് നോക്കുന്ന ദിശയിൽ ചില അനക്കങ്ങൾ കാണാൻ കഴിഞ്ഞു. പ്രാർത്ഥന കഴിഞ്ഞതും അയാൾ പറഞ്ഞു.

“പ്രിയപ്പെട്ട സൈനികരേ, ഇനി നിങ്ങൾക്ക് നമ്മുടെ നാട്ടിലെ വൈൻ രുചിക്കാം. ഇടപ്പള്ളി രാജ്യക്കാർ നമുക്ക് സ്നേഹപൂർവ്വം നൽകിയ മാംസഭക്ഷണവും കഴിച്ചോളൂ. ഞാൻ അല്പനേരം കഴിഞ്ഞ് നിങ്ങളോടുകൂടെ ചേരാം.”

പച്ചേക്കോ കണ്ടൻ കോരുവിനേയു വിളിച്ചുകൊണ്ട് കപ്പലിൽ നിന്ന് ഇറങ്ങി. മുളകൊണ്ടുണ്ടാക്കിയ പ്രതിരോധഭിത്തിക്ക് മറുവശം ഒരു ചെറിയ വള്ളമിറക്കി അതിൽ കയറി കടവിലൂടെ കിഴക്കോട്ട് പോയി. ശബ്ദമുണ്ടാക്കാതെ മെല്ലെ വള്ളക്കോലൂന്നി പനങ്ങാട് ഭാഗത്തെ മുനമ്പിനടുത്തേക്ക് തോണി തുഴയാൻ വള്ളക്കാരനോട് പറഞ്ഞു. കണ്ണ് പിടിക്കുന്ന ദൂരത്ത് വന്നപ്പോൾ തുഴച്ചിൽ നിർത്തുവാൻ പറഞ്ഞു. കരയിൽ തെങ്ങിൻ തടികൾ അടുക്കിവെച്ച് ഒരു പ്ലാറ്റ്ഫോം ഉണ്ടാക്കി അതിനുമുകളിൽ പീരങ്കികൾ കയറ്റുകയാണ്. കാലുമാറിയ ഇറ്റലിക്കാരാണ് നേതൃത്വം കൊടുക്കുന്നത്. ശബ്ദമുണ്ടാക്കാതെ പീരങ്കികളുടെ സ്ഥാനം മനസ്സിലാക്കി വെച്ച് പച്ചേക്കോ

തിരിച്ചു പോകാം എന്ന് ആംഗ്യം കാണിച്ചു. വീണ്ടും സൈനികരോട് ചേർന്ന് കുശലപ്രശ്നം ചെയ്തും തമാശ പറഞ്ഞും അല്പ സമയം ചിലവാക്കി, അവരോട് എല്ലാം നേരത്തെ കിടന്നുറങ്ങി കൊള്ളാൻ പറഞ്ഞശേഷം അയാൾ കുമ്പളം ഭാഗത്തെ കരയിലേക്ക് പോയി. അവിടെ നായന്മാർ രാത്രി കഞ്ഞി കുടിക്കുകയായിരുന്നു. നിലത്ത് ചമ്രം പടിഞ്ഞിരുന്നാണ് അവർ ഭക്ഷണം കഴിക്കുന്നത്. വാഴയുടെ അണ കൊണ്ട് ചതുരത്തിൽ ഒരു തടം ഉണ്ടാക്കി, അതിൽ വാഴയില ഇട്ട് അതിലുണ്ടായ കുഴിയിൽ ചൂടുള്ള കഞ്ഞി ഒഴിച്ച് പ്ലാവില കൊണ്ടുണ്ടാക്കിയ കുമ്പിൾ ഉപയോഗിച്ച് അവർ കഞ്ഞി കുടിക്കുകയായിരുന്നു. അതിനു സമീപം ചെറിയ ഒരു ചീന്തിലയിൽ ശർക്കരയും തേങ്ങാപ്പൂളും ഉണ്ട്. ആ സമയത്ത് സുലഭമായ ഇടിച്ചക്ക കൊണ്ടുള്ള മെഴുക്കുപുരട്ടി ആണ് കറി. ഒഴിക്കാൻ വെന്നി എന്ന് പറയപ്പെട്ടിരുന്ന മോരൊഴിച്ച ഒരു കൂട്ടാൻ പിന്നെ കണ്ണി മാങ്ങാ കറി. വിഭവങ്ങളെല്ലാം മാറിമാറി ഉപയോഗിച്ചുകൊണ്ട് അവർ കഞ്ഞി കുടിക്കുന്നത് പച്ചേക്കോ കൗതുകപൂർവ്വം നോക്കിനിന്നു. അവരുടെ മുഖഭാവങ്ങളിൽനിന്നും അവർ കഴിക്കുന്ന ഭക്ഷണത്തിന് നല്ല സ്വാദുണ്ട് എന്ന് മനസ്സിലാക്കി അയാൾ ആശ്വസിച്ചു. ഭക്ഷണം കഴിച്ചു കഴിഞ്ഞവരോട് തനിക്കറിയാവുന്ന മലയാളത്തിൽ കമാൻഡർ ആശയവിനിമയം നടത്തി. അവിടെയുണ്ടായിരുന്ന നായർ പടയാളികൾക്ക് അയാളുടെ പെരുമാറ്റത്തിൽ വളരെ സന്തോഷം തോന്നി. വിശ്വസ്തരായ പഴയ നായന്മാർക്ക്, പച്ചേക്കോവിന്റെ ശരീരഭാഷ അവരുടെ മരുമകൻ തമ്പുരാനെ ഓർമിപ്പിച്ചു. ഭക്ഷണം കഴിഞ്ഞ് എല്ലാവരും നേരത്തെ ഉറങ്ങാൻ കിടന്നു. കുമ്പളം ഭാഗത്ത് അയാൾക്ക് വേണ്ടി കൊണ്ടുവന്ന ഒരു കസേരയിൽ പച്ചേക്കോ ഒറ്റയ്ക്കിരുന്ന് ചിന്തിച്ചുകൊണ്ടിരുന്നു.

നീലകണ്ഠൻ നമ്പൂതിരി തിരിച്ചുവന്ന് സാമൂതിരിയുടെ പാളയത്തിൽ എത്തി പച്ചേക്കോവിന്റെ സന്ദേശം സാമൂതിരി രാജാവിന് മുമ്പിൽ സമർപ്പിച്ചു. സന്ദേശം വായിച്ചു കേൾപ്പിച്ചപ്പോൾ സാമൂതിരി രാജാവ് ക്രുദ്ധനായി.

“പറങ്കിക്ക് എന്തൊരഹങ്കാരം. ഇതെല്ലാം ആ ഗോദവർമ്മ വളം വച്ചു കൊടുത്തതാണ്. ഇറ്റലിക്കാരെ അയാളെ ഏൽപ്പിക്കണമത്രേ. നമ്മുടെ സംരക്ഷണത്തിലുള്ളവരെ ആവശ്യപ്പെടാൻ ഇവർ ആരാണ്? ഇവനാണ് ഇനി പ്രധാന ശത്രു ഇവനെ നശിപ്പിച്ചതിന് ശേഷം മതി മറ്റു കാര്യങ്ങൾ.”

“കൊച്ചിരാജാവും കഴിഞ്ഞവർഷം ഇതുതന്നെയല്ലേ ചിന്തിച്ചു കാണുക. അദ്ദേഹത്തിന്റെ സംരക്ഷണത്തിലുള്ള പോർച്ചുഗീസുകാരെ നമ്മളെ ഏൽപ്പിക്കാൻ നമ്മളും പറഞ്ഞില്ലേ? നമുക്കൊരു ന്യായം മാറ്റാന് വേറൊരു ന്യായം.” ഇത് ഏറാൾപ്പാട് മനസ്സിൽ

വിചാരിച്ചതാണ്. അമ്മാവനെ പ്രകോപിപ്പിക്കേണ്ട എന്ന് വിചാരിച്ച് പുറത്തു പറഞ്ഞില്ല എന്ന് മാത്രം.'' സാമൂതിരിപ്പാട് തുടർന്നു.

''നമ്മൾ ചെയ്യേണ്ട യുദ്ധമര്യാദ നമ്മൾ ചെയ്തു കഴിഞ്ഞു. പറങ്കികളെ നശിപ്പിക്കുക എന്നതാണ് നമ്മുടെ പ്രധാന ലക്ഷ്യം അവർ എല്ലാം കുമ്പളം കടവിൽ തന്നെ ഉണ്ട്. അവരിൽ ഒരാള് പോലും അവശേഷിക്കരുത്. നമ്മുടെ സർവശക്തിയും ഉപയോഗിച്ച് കടവിൽ പ്രവേശിക്കണം. ഗോദവർമയുടെ കാര്യം പിന്നെ തീരുമാനിക്കാം.'' അദ്ദേഹം നീലകണ്ഠൻ നമ്പൂതിരിയെ നോക്കി പറഞ്ഞു.

''നമ്പൂതിരി, കണികളുടെ കുറിപ്പടി ഒന്നുകൂടി നോക്കിക്കോളൂ. രാവിലെ തന്നെ വേണ്ട പൂജകൾ എല്ലാം വിധിപ്രകാരം ചെയ്യണം. നാളെയാണ് ആദ്യത്തെ ഏറ്റുമുട്ടൽ.''

പീരങ്കികൾ ഗർജ്ജിച്ചു

പ്രഭാതം പുലർന്നു. കുമ്പളം ദ്വീപിൽ രാവിലെ കാക്കകൾ കരഞ്ഞു, കായലിൽ മീൻകൊത്തികൾ അവയുടെ ജോലി തുടങ്ങി. കപ്പലിലും ബോട്ടുകളിലും മെല്ലെ അനക്കമായി. കുമ്പളം ഭാഗത്തുനിന്ന് കുട്ടികളുടെ പട്ടാളം കാരവലിൽ കോലാഹലങ്ങളോടെ കയറി. അവർക്ക് ഇതൊക്കെ ഒരു തമാശയായിരുന്നു. കപ്പലിന്റെ അടിത്തട്ടിലുള്ള സ്റ്റോർ മുറിയിൽനിന്നും ഇരുമ്പിന്റെയും കല്ലിന്റെയും പല അളവുകളിൽ ഉള്ള പീരങ്കിയുണ്ടകൾ അവർ നിശ്ചിത അളവിൽ പീരങ്കികളുടെ സമീപം കൊണ്ട് നിരത്തി. ബോട്ടുകളിലേക്ക് വേണ്ട ഉണ്ടകൾ യുവാക്കൾ ചുമന്നു കൊണ്ടുപോയി അടുക്കിവെച്ചു. മാച്ച്ലോക്കുകളും ക്രോസ്ബോക്കളും ഉപയോഗിക്കുന്നവർ അതുമായി തയ്യാറായി നിന്നു.

പോർച്ചുഗീസ് സൈനികർ മുഴുവൻ പേരും ആർമർ അണിഞ്ഞിരുന്നു. പച്ചേക്കോ വളരെ നിർബന്ധിച്ചതിനുശേഷം കുറെയെങ്കിലും നായന്മാർ മനസ്സില്ലാമനസ്സോടെ തുകൽ കൊണ്ടുള്ള മാർച്ചട്ടകൾ ധരിക്കാൻ സമ്മതിച്ചു. പത്തുമണി ആയതോടെ പനങ്ങാട് ദ്വീപിന്റെ മറവിൽ നിന്നും വടക്ക് കിഴക്ക് ദിക്കിൽ ഒരു വലിയ തിരമാല പ്രത്യക്ഷപ്പെട്ടു. സാമൂതിരിയുടെ കപ്പൽപ്പടയാണ് അത്. പരമാവധി സൈനികരെ കടവിലൂടെ കുമ്പളത്തും കൊച്ചിയിലും എത്തിക്കുവാൻ പടവുകളിൽ എല്ലാം തിക്കിത്തിരക്കി ആളുകളെ കയറ്റിയിരിക്കുന്നു. കോഴിക്കോട് നായർ പട്ടാളത്തിന്റെയും മാപ്പിളമാരുടെയും ആർപ്പുവിളികളും വാദ്യഘോഷങ്ങളും കേൾക്കുന്നവരുടെ മനസ്സിൽ ഭീതി പരത്തുന്നുണ്ടായിരുന്നു. തിരിവ് തിരിഞ്ഞ് നേരെ വന്നതും. പനങ്ങാട് തീരത്ത് വെച്ചിരുന്ന അഞ്ചു രാക്ഷസപീരങ്കികളും പോർച്ചുഗീസുകാരുടെ കാരവൽ കപ്പലിന് നേരെ തിരിഞ്ഞു. പച്ചേക്കോ മുന്നറിയിപ്പ് നൽകിയതുപോലെ തന്നെ സംഭവിച്ചു. പരിഭ്രാന്തരായ കുറെ കൊച്ചി സൈനികർ പിന്തിരിഞ്ഞോടി. ബാക്കിയുള്ളവർ കാര്യം മനസ്സിലാവാതെ അവരെ പിന്തുടർന്നു. തയ്യാറായി നിന്നിരുന്ന കണ്ടൻ കോരു, പെരുംകോരു സഹോദരന്മാർ അവർക്ക് നേരെ

തോക്ക് ചൂണ്ടിക്കൊണ്ട് നിൽക്കുകയായിരുന്നു. അവർ ഓടിവന്നവരെ തടഞ്ഞു നിർത്തി.

''യുദ്ധം തുടങ്ങുന്നതിനു മുമ്പുതന്നെ ഓടുന്നത് ഭീരുത്വമാണ്. നമ്മൾ തോൽക്കട്ടെ, എന്നിട്ടാവാം നിങ്ങളുടെ ഓട്ടം. കായലിൽ ചാടി രക്ഷപ്പെടാനാണ് ഭാവമെങ്കിൽ നിങ്ങളെ വെടിവെച്ചും അമ്പെയ്തും കൊല്ലാനാണ് ഉത്തരവ്. യുദ്ധം തുടങ്ങുന്നതുവരെ നിങ്ങൾ ഇവിടെ നിൽക്കുക.'' അപമാനംകൊണ്ടും കോപംകൊണ്ടും അഗ്നിസ്ഫുലിംഗങ്ങൾ പാറുന്ന കണ്ണുകളോടെ കണ്ടൻ കോരു അലറി. സൈനികർ ഓട്ടം നിർത്തി പച്ചേക്കോ പറഞ്ഞപോലെതന്നെ കൂട്ടമായി നിന്നു.

ഇടി വെട്ടുന്ന ശബ്ദത്തിൽ ഇറ്റലിക്കാർ നിർമ്മിച്ച അഞ്ചു വലിയ പീരങ്കികൾ ഗർജിച്ചു. പരിസരം പുകപടലം കൊണ്ടുമൂടി. എന്താണ് നടക്കുന്നത് എന്ന് ആർക്കും മനസ്സിലായില്ല. കടവിലെ ഏറ്റവും വീതി കുറഞ്ഞ സ്ഥലം പ്രതിരോധിക്കാനായി തിരഞ്ഞെടുത്തത് പച്ചേക്കോവിന്റെ വളരെ ബുദ്ധിപൂർവമായ തന്ത്രമായിരുന്നു. ഒരു സമയം പരമാവധി പത്തു കോഴിക്കോട് പടവുകൾക്കു മാത്രമേ ഒരുമിച്ചു മുന്നേറാൻ അവിടെ ഇടമുണ്ടായിരുന്നുള്ളൂ. ആദ്യ നിരയിൽ കടവിലെ വീതിക്ക് അനുസരിച്ച് ഏഴ് പടവുകൾ പരസ്പരം കയറുമായി ബന്ധിച്ച ഒരുമിച്ച് ജലപാതയിൽ പ്രവേശിച്ചു. മൂന്നു പത്തു പടവുകൾ വീതമുള്ള നിരകൾ അതിനുപിറകെ ജലപാതയിൽ കയറി. വലിയ ആരവത്തോടെ ആദ്യത്തെ നിര പോർച്ചുഗീസുകാർ കുറുകെ വച്ചിരുന്ന മുള വേലിയെ ലക്ഷ്യമാക്കി മുന്നോട്ടുവന്നു. പടവുകളിലെ പീരങ്കികൾ ശബ്ദിച്ചു തുടങ്ങി. കാരവൽ കപ്പലിന്റെ സ്റ്റെറ്റൺ കാസിലിൽ വന്നുനിന്ന് റാഫേൽ തന്റെ കമാൻഡറുടെ ബോട്ടിലേക്ക് നോക്കി. പച്ചേക്കോ അനങ്ങുന്നില്ല. കോഴിക്കോട്ടെ പടവുകൾ മുന്നോട്ടു എത്തിക്കഴിഞ്ഞു. കൃത്യമായി താൻ അടയാളപ്പെടുത്തിയ സ്ഥലം പടവുകൾ താണ്ടിയതും പച്ചേക്കോ അനുമതി കൊടുത്തു. ഇറ്റലിക്കാർ ചെയ്തപോലെ എല്ലാ പീരങ്കികളും ഒരുമിച്ചല്ല അവർ പ്രവർത്തിപ്പിച്ചത്. ജെറാർഡ് ബാർട്ടിമസ്സ് തന്റെ വെങ്കല പീരങ്കി കൃത്യമായി നടുവിൽ വന്നിരുന്ന കോഴിക്കോടിലെ പടവിനു നേരെ തിരിച്ച് ആദ്യവെടി പൊട്ടിച്ചു. അയാൾ ഉന്നംവെച്ച പോലെ ഉണ്ട പായ്മരത്തിന്റെ കടയിൽ തന്നെയാണ് ചെന്ന് കൊണ്ടത്, പറഞ്ഞുവെച്ച പോലെ പാമരം മുറിഞ്ഞ് ഇടതുവശത്തെ മൂന്ന് പടവുകളിന്മേൽ വീണു. കാരവലിലെ അടുത്ത ഉണ്ട വലതുവശത്തെ അവസാനമായി നിൽക്കുന്ന പടവിൽ ചെന്ന് പതിച്ചു. ഇടവിട്ടിടവിട്ട് കപ്പലിന്റെ പല സ്ഥലങ്ങളിൽനിന്നും ആറു തവണ പീരങ്കികൾ ശബ്ദിച്ചു. അത് കഴിഞ്ഞതും പൈറസ്, പച്ചേക്കോ എന്നിവരുടെ ബോട്ടുകളിൽ നിന്ന് പീരങ്കി ഉണ്ടകളുടെ ഇടവിടാതെയുള്ള പ്രഹരമാണ് നടന്നത്. പോർച്ചുഗീസ് പീരങ്കികൾ ശബ്ദിച്ചതും ആത്മവിശ്വാസം നേടി കൂട്ടംകൂടി നിന്ന് കൊച്ചി സൈനികർ ഒരുമിച്ച്

മുന്നോട്ടു വന്നു. പുക അടങ്ങിയതും വളരെ ദയനീയമായ കാഴ്ച യാണ് അവിടെ കണ്ടത്. ഇറ്റലിക്കാരുടെ പീരങ്കിയുണ്ടകൾ പച്ചേ ക്കോയുടെ വേലിക്ക് സമീപം പോലും എത്താതെ വെള്ളത്തിൽ പതിച്ചിരുന്നു. മുന്നോട്ടാഞ്ഞ ഏഴ് കോഴിക്കോട് പടവുകൾ നിന്നി ടത്ത് മരപ്പലകകളുടെ ഒരു കൂമ്പാരം മാത്രം. ഒരുപാട് പേർ മരിച്ചു, രക്ഷപ്പെട്ടവർ നീന്തിചെന്ന് രണ്ട് ദ്വീപുകളിലും എത്തിപ്പെടാൻ കിണഞ്ഞു പരിശ്രമിക്കുന്നുണ്ടായിരുന്നു. അവരെയെല്ലാം പോർട്ടു ഗീസുകാരുടെ മാച്ച്ലോക്കുകളും ക്രോസ്ബോകളും വകവരുത്തു ന്നുണ്ടായിരുന്നു. കണ്ടൻ കോരു തന്റെ സൈനികരെയും വിളിച്ചു കൊണ്ട് പോർച്ചുഗീസുകാരുടെ സഹായത്തിനായി ഓടിച്ചെന്നു. എല്ലാം കഴിഞ്ഞു എന്ന് വിചാരിച്ചപ്പോഴേക്കും കാരവലിലെ വലിയ പീരങ്കികൾ ആദ്യം വന്ന പടവുകളുടെ പിറകെയുള്ള നിരയെ ആക്ര മിച്ചു തുടങ്ങി. അത്രയും ദൂരം ഉണ്ടകൾ സഞ്ചരിക്കുമെന്ന് അവർ ഒരിക്കലും കരുതിയിരുന്നില്ല പടവുകൾ പരസ്പരം ബന്ധിപ്പിച്ചത് ഒരു വിനയായി തീർന്നു, ആർക്കും രക്ഷപ്പെടാനായില്ല. അതിലും പിറകെയുള്ള നിരയിലേക്ക് പീരങ്കിഉണ്ടകൾ എത്തി തുടങ്ങിയപ്പോൾ, സേനാനായകനായ ഏറാൾപ്പാട് നമ്പ്യാതിരി കപ്പലുകളെ പിന്തി രിയാൻ ആജ്ഞാപിച്ചു. കുറെ നേരം നിശ്ശബ്ദതയായിരുന്നു. ഇറ്റലി ക്കാർ അവരുടെ പീരങ്കികൾ വീണ്ടും നിറയ്ക്കാൻ സമയമെടുത്തു, ആ സമയം പച്ചേക്കോവിന് ധാരാളം മതിയായിരുന്നു. കാരവലിലെ വലിയ പീരങ്കികൾ ഇറ്റലിക്കാരുടെ പീരങ്കികൾ ഇരുന്നിരുന്ന തെങ്ങുംതടികൾകൊണ്ട് നിർമ്മിച്ച പ്ലാറ്റ്ഫോം വെടിവെച്ച് തകർത്തു. പീരങ്കികൾ നിയന്ത്രിച്ചിരുന്ന ഇറ്റലിക്കാരും സഹായികളായ മാപ്പിള മാരും അവ ഉപേക്ഷിച്ച് രക്ഷപ്പെട്ടു. അടുത്തു പാഞ്ഞ ഉണ്ടകൾ പീരങ്കികളും കേടുവരുത്തി. കോഴിക്കോട് സൈന്യം പിൻവാങ്ങി. ആദ്യദിവസം ഒരാൾപോലും മരിക്കാതെ കൊച്ചിക്കാർ വിജയിച്ചു. കോഴിക്കോട് ഭാഗത്ത് മരണമടഞ്ഞത് ആയിരത്തിൽപ്പരം പേരായി രുന്നു. കോഴിക്കോട് കപ്പലുകൾ എല്ലാം തിരിച്ച് കരസേന താവള മടിച്ച കരയിലേക്ക് പോയി. വേമ്പനാട്ടുകായൽ ഇങ്ങനെ ഒരു സംഭവം നടന്നില്ല എന്ന മട്ടിൽ ശാന്തമായിരുന്നു.

കരയിലെ സാമൂതിരിയുടെ പാളയത്തിൽ അവലോകനയോഗം നടക്കുകയായിരുന്നു. ആദ്യമായിതന്നെ സാമൂതിരിപ്പാട് പെറോ അന്തോണിയോവിനേയും ജോവ മറിയയേയും വിളിപ്പിച്ചു. കുറ്റ ബോധത്തോടെ ആണ് രണ്ടുപേരും അദ്ദേഹത്തിന്റെ മുന്നിൽ വന്നത്.

‘‘നിങ്ങൾ എന്ത് പീരങ്കികൾ ആണ് ഉണ്ടാക്കിയിരിക്കുന്നത്?’’ സാമൂതിരി ദേഷ്യത്തോടെ ചോദിച്ചു. ‘‘കോഴിക്കോട്ടിലെ ഒരു നായർ പീരങ്കി ഉണ്ട കൈകൊണ്ട് എറിഞ്ഞാൽ ഇതിലും ദൂരം പോകുമല്ലോ? നിങ്ങൾക്ക് എന്താണ് സമാധാനം പറയാനുള്ളത്?’’

മറീന ധൈര്യം അവലംബിച്ച് കൊണ്ട് പറഞ്ഞു. അറബി അറിയാവുന്ന ഒരു നാവികൻ അയാൾ പറഞ്ഞത് മലയാളത്തിലാക്കി.

“തമ്പുരാനേ, ഞങ്ങളുടെ പീരങ്കികൾക്ക് കുഴപ്പമൊന്നുമില്ല. പരിശീലന സമയത്ത് പീരങ്കി ഉണ്ടകൾ നല്ല ദൂരം സഞ്ചരിച്ചിരുന്നു. ഇന്ന് വെടിമരുന്ന് നിറച്ചതിൽ എന്തെങ്കിലും പിഴവ് പറ്റിക്കാണണം. അഞ്ചെണ്ണവും ഒരുമിച്ച് ഉപയോഗിച്ചതിനാൽ അവയെല്ലാം രണ്ടാമത് നിറയ്ക്കാൻ അവസരം ലഭിച്ചില്ല.”

“ആരാണ് എല്ലാം ഒരുമിച്ച് നിറയൊഴിക്കാൻ കൽപ്പന തന്നത്?” സാമൂതിരി രാജാവ് ചോദിച്ചു.

“ഞാനാണ് അത് ചെയ്തത്. ഇടപ്പള്ളി തമ്പുരാൻ ഉത്തരവാദിത്തം സ്വയം ഏറ്റെടുത്തു. അഞ്ച് ഉണ്ടകളും ലക്ഷ്യത്തിൽ കൊണ്ടാൽ യുദ്ധം അപ്പോൾ തന്നെ അവസാനിക്കും എന്ന് ഞാൻ കരുതി.” സാമൂതിരിപ്പാട് ഒന്നും മിണ്ടിയില്ല. ഇടപ്പള്ളി തമ്പുരാനെ കുറ്റം പറഞ്ഞിട്ട് കാര്യമില്ല, പീരങ്കികൾ ഇങ്ങനെ പണി പറ്റിക്കും എന്ന് അദ്ദേഹത്തിന് അറിയില്ലല്ലോ.

“കഴിഞ്ഞത് കഴിഞ്ഞു. ഇന്ന് എത്ര സൈനികർ മരിച്ചു? എത്ര കപ്പലുകൾക്ക് കേടുപറ്റി?” അദ്ദേഹം ചോദിച്ചു.

“മരിച്ചവർ ആയിരം പേരോളം വരും എന്നാണ് തോന്നുന്നത്. പരിക്കുപറ്റിയവരും ധാരാളം. ഇരുപത്തിമൂന്ന് പടവുകളും നഷ്ടപ്പെട്ടു. വെള്ളത്തിൽ മുങ്ങിപ്പോയതിനാൽ ചെറിയ വഞ്ചിയുടെ കണക്ക് ഇനിയും കിട്ടിയിട്ടില്ല.” വെട്ടത്ത് രാജാവ് മറുപടി പറഞ്ഞു. സാമൂതിരിപ്പാട് രണ്ടു കൈകൾകൊണ്ടും ചെവികൾ പൊത്തി പറഞ്ഞു.

“ശിവ ശിവ, ആളൂർ കണികൾ പറഞ്ഞത് പിഴയ്ക്കാറില്ല. ഇപ്രാവശ്യം എന്തുപറ്റി? അദ്ദേഹം പറഞ്ഞയച്ച നമ്പൂതിരി എവിടെ?”

രണ്ടു സൈനികർ നീലകണ്ഠൻ നമ്പൂതിരിയെ വിളിച്ചു കൊണ്ടു വന്നു.

“ദിവസം നോക്കിയതിൽ എങ്ങനെയാ വീഴ്ച വന്നത്?” സാമൂതിരിപ്പാട് ചോദിച്ചു.

“തമ്പുരാനേ, ഇന്ന് മീനഭരണിയാണ്. കൊടുങ്ങല്ലൂർ അമ്പലത്തിലെ ഭരണി ഉത്സവവും ഇന്നാണ്. ഇന്ന് പടപ്പുറപ്പാടിന് നല്ല ദിവസമാണ്. ഇങ്ങനെ വരാൻ ഒരു കാരണവും ഞാൻ കാണുന്നില്ല. ഒരു ദിവസമല്ലേ ആയിട്ടുള്ളൂ. മഹാഭാരതയുദ്ധത്തിലും അതിൽ അന്തിമ വിജയം നേടിയ പാണ്ഡവർക്ക് ആദ്യത്തെ ദിവസം ഭീഷ്മാചാര്യരുടെ പരാക്രമം മൂലം ഒരുപാട് നഷ്ടമുണ്ടായി. നമ്മുടെ ശത്രുവും എന്തെങ്കിലും പൂജാകർമ്മങ്ങളോ ആഭിചാര പ്രവർത്തികളോ ചെയ്തിരിക്കാമല്ലോ.” നീലകണ്ഠൻ നമ്പൂതിരി മറുപടി പറഞ്ഞു.

“പശുമാംസം ഭക്ഷിക്കുന്ന പറങ്കികൾക്ക് എന്ത് പൂജാകർമ്മങ്ങൾ?” സാമൂതിരിപ്പാട് വെറുപ്പോടെ ചോദിച്ചു.

''പശു മാത്രമല്ല, അവർ ആനയെവരെ തിന്നുന്നവരാണ്.'' കോട്ടയം രാജാവ് പറഞ്ഞു.

''ആ കമാൻഡർ ഇരുന്ന വലിയ വഞ്ചിയുടെ കഴുത്തിൽ ഒരു വെള്ളി ഏലസ് തൂങ്ങി കിടക്കുന്നത് ഞാൻ കണ്ടതായി ഓർക്കുന്നു.'' ഏറാൾപ്പാട് പറഞ്ഞു.

''അങ്ങനെ വരട്ടെ. അപ്പോൾ അത് തന്നെയാണ് കാര്യം.'' നീല കണ്ഠൻ നമ്പൂതിരി രക്ഷാമാർഗ്ഗം കണ്ടെത്തി. ''ഇനി അതിന് പ്രതി ക്രിയ ചെയ്തതിനു ശേഷം പടയ്ക്കു പോയാൽ മതി.''

''എന്നാൽ നമ്പൂതിരി എന്താന്ന് വെച്ചാൽ ചെയ്തോളൂ. നമ്മുടെ കേടുവന്ന പടവുകൾ എല്ലാം നേരെയാക്കി, കൊടുങ്ങല്ലൂരിൽ തയ്യാറായിരിക്കുന്ന കുറെ പടവുകൾ കൂടി ഇങ്ങോട്ടു കൊണ്ടു വന്ന്, നമുക്ക് ശക്തമായി ഒരു ആക്രമണം നടത്താം.'' കോഴിക്കോടിലെ മാപ്പിള നാവികർക്ക് യുദ്ധം നീട്ടിവയ്ക്കുന്നതിൽ താൽപര്യമില്ലായി രുന്നു. തങ്ങളുടെ പിഴവുകൾ മനസ്സിലാക്കി പിറ്റേന്നുതന്നെ ഒരു ആക്രമണം കൂടി നടത്തിയാൽ കടവ് കടക്കാൻ ആവും എന്ന് അവർ വിശ്വസിച്ചു. സാമൂതിരിപ്പാട് ഒരു തീരുമാനം എടുത്താൽ അതിൽ നിന്നും മാറില്ല എന്ന് നല്ലവണ്ണം അവർക്ക് അറിയുന്നതിനാൽ അവർ മൗനം പാലിച്ചു. ഏറാൾപ്പാടിന് സാമൂതിരിയുടെ അഭിപ്രായത്തോട് യോജിപ്പാണ്, പറങ്കികളുടെ ചെറിയ പീരങ്കികളിൽ നിന്നും വന്ന ഉണ്ടകൾ കുറെ പടവുകളിൽ ദ്വാരം വീഴ്ത്തിയിട്ടുണ്ട്. വേലിയേറ്റ സമയങ്ങളിൽ അതിലൂടെ വെള്ളം കയറിയാൽ പ്രശ്നമാവും. പടവു കൾ എത്രയും വേഗത്തിൽ നേരെയാക്കുന്നതാണ് നല്ലത്.

യുദ്ധത്തിന്റെ പരിണാമഫലം കൊച്ചിയിൽ എത്തിയതും അനി യൻ തമ്പുരാന്റെ ഉപദേശപ്രകാരം കേളുഅച്ചൻ നാൽക്കവലകളിൽ ചെണ്ടകൊട്ടി ശുഭവാർത്ത ജനങ്ങളെ അറിയിക്കുവാൻ ഏർപ്പാടുകൾ ചെയ്തു. മാനുവൽ കോട്ടയിൽ ആഹ്ളാദ പ്രകടനങ്ങളും പ്രാർത്ഥന കളും അരങ്ങേറി. കച്ചവടക്കാർ പിറ്റേദിവസം തങ്ങളുടെ കടകളെല്ലാം തുറന്നു. ജനങ്ങളുടെ മനസ്സിൽ നിന്നും ഭയാശങ്കകൾ അകന്നു. ഗോദവർമ്മ അനിയൻ തമ്പുരാനെ വിളിച്ച് പറഞ്ഞു.

''നീ പറഞ്ഞത് ശരിയാണ്. ഇത്തവണ സാമൂതിരിപ്പാട് പച്ചേ ക്കോവിന്റെ കയ്യിൽ നിന്നും പരാജയം ഏറ്റുവാങ്ങി. ഈശ്വരന്മാ രെല്ലാം നമ്മളെ തുണച്ചു.''

''ജ്യേഷ്ഠാ, വേറൊരു സന്തോഷവർത്തമാനം കൂടി പറയാനുണ്ട്. ആലങ്ങാട് കൈമൾ താൻ പിൻവാങ്ങുകയാണ് എന്ന് സാമൂതിരി പ്പാടിനെ അറിയിച്ചു. പക്ഷേ തന്റെ കുറച്ചു സൈനികരെ അവരുടെ കൂടെ നിർത്തിയിട്ടുണ്ട്. നീലകണ്ഠൻ നമ്പൂതിരിപ്പാട് ഇപ്പോൾ നല്ല സ്ഥാനത്താണ് ഇരിക്കുന്നത്. ആലങ്ങാട് സൈനികരിൽ ഒരാൾ നമ്പൂരിപ്പാടിന്റെ ഒരു സന്ദേശം കണ്ടൻ കോരുവിനെ അറിയിച്ചിട്ടുണ്ട്.

അടുത്ത ആക്രമണം ഒരാഴ്ച കഴിഞ്ഞിട്ടേ ഉള്ളൂ. നമ്മുടെ സൈനികർക്ക് വിശ്രമം ലഭിക്കും.'' അനിയൻ തമ്പുരാൻ പറഞ്ഞു. പക്ഷേ അദ്ദേഹത്തിന്റെ വാക്കുകൾ അസ്ഥാനത്തായിരുന്നു. പച്ചേക്കോ സൈനികർക്ക് വിശ്രമം കൊടുത്തില്ല. അടുത്ത ദിവസം തന്നെ ഇടപ്പള്ളി രാജാവിന്റെ പ്രദേശത്തും സാമൂതിരി പക്ഷപാതികളായ ചില കൈമൾമാരുടെ പ്രദേശത്തും മിന്നലാക്രമണം നടത്തി ഭീകരാന്തരീക്ഷം സൃഷ്ടിച്ചു.

ഇടപ്പള്ളി കടവുവഴി കൊച്ചിയിലേക്ക് ഒരു ആക്രമണം ഉണ്ടാവില്ല എന്ന് കരുതിയ പച്ചേക്കോ ആ ബഹളങ്ങൾക്കിടയിൽ ആരുമറിയാതെ കേടു വന്നിരുന്നു എന്ന് കരുതിയിരുന്ന കാരവൽ കപ്പൽ കുമ്പളത്തേക്ക് കൊണ്ടുവന്നു. കൊച്ചി സംരക്ഷിക്കാൻ 'കോൺസെപ്സോ' എന്ന വലിയ കരാക്ക് കപ്പൽ മാത്രമേ ഉണ്ടായിരുന്നുള്ളൂ. ഒരാഴ്ച കഴിഞ്ഞതിനുശേഷം ഗോദവർമ്മ തമ്പുരാന്റെ ഒരു അടിയന്തര സന്ദേശം വന്നു. എഴുപതോളം പടവുകൾ നേരിട്ട് കൊച്ചിയിൽ എത്തുന്നു. പച്ചേക്കോ എങ്ങനെയെങ്കിലും വന്ന് സഹായിക്കണം. പച്ചേക്കോ ചിന്തിച്ചു. കൊടുങ്ങല്ലൂരിൽ നിന്നും വന്ന കപ്പലുകൾ കുമ്പളത്തേക്ക് വരാതെ നേരെ കൊച്ചിയിലേക്ക് പോയതാവണം. ഫോർട്ട് മാനുവലിലെ സൈനികരും കോൺസെപ്സോ കപ്പലും അവരെ കൈകാര്യം ചെയ്താൽ മതിയാകുമോ? എന്തായിരിക്കും സാമൂതിരിയുടെ തന്ത്രം? തന്റെ ശ്രദ്ധ തിരിച്ച് കുമ്പളം കടവിൽ നിന്നും തന്നെ അകറ്റി, കൈവശമുള്ള നൂറ്റമ്പതോളം പടവുകളുമായി കടവ് കടക്കാനുള്ള തന്ത്രമാണ്. പക്ഷേ രണ്ടാമത്തെ കാരവൽ കുമ്പളത്ത് വന്നു കഴിഞ്ഞു എന്നത് അവർ അറിഞ്ഞിട്ടില്ല. ആദ്യം പോകണ്ട എന്നാണ് തീരുമാനിച്ചത്. പക്ഷേ രണ്ടാമത്തെ കാരവൽ കൈവശം ഉള്ളപ്പോൾ ഒരുകൈ നോക്കിയാലോ? കാറ്റ് അനുകൂലമാണെന്ന് കണ്ട് പച്ചേക്കോ രണ്ടും കൽപ്പിച്ച് കാരവൽ കപ്പൽ വേഗത്തിൽ ഓടിച്ച് രണ്ട് വലിയ ബോട്ടുകളുടെ അകമ്പടിയുമായി കൊച്ചിയിൽ എത്തി. എഴുപത് പടവുകളെ ഒറ്റയ്ക്ക് എതിർത്ത് ഡിയെഗോ പരേര പൊരുതാൻ തുടങ്ങിയിരുന്നു. പിറകിൽ നിന്നും പടപടാ എന്ന് വെടിയൊച്ചയും പീരങ്കികളുടെ ഇടി ഒച്ചയും കേട്ട് കോഴിക്കോട്ടെ പടവുകളിലെ കപ്പിത്താന്മാർ വല്ലാതെ പരിഭ്രമിച്ചു. പച്ചേക്കോ അവരെ പിറകിൽനിന്ന് ആക്രമിക്കുകയാണ്. രണ്ട് കപ്പലുകൾക്ക് ഇടയിൽ പെട്ട് തങ്ങൾ തവിടുപൊടിയായി പോകുമെന്ന് മനസ്സിലാക്കി, കൊടുങ്ങല്ലൂരിൽ നിന്നും വന്ന ആ കോഴിക്കോട്ടെ പടവുകൾ എല്ലാം പെട്ടെന്ന് ഒറ്റതിരിഞ്ഞ് സാമൂതിരിയുടെ കരസൈന്യം തമ്പടിച്ച സ്ഥലത്തേക്ക് പോയി. പച്ചേക്കോ വന്ന വഴിക്ക് വെണ്ടുരുത്തി വഴി കുമ്പളത്തേക്ക് മടങ്ങി. അപ്പോഴേക്കും വേലിയേറ്റം തുടങ്ങിയിരുന്നു. കടവ് കടക്കാൻ വന്ന സാമൂതിരിയുടെ പടവുകൾ പഴയ കുരുക്കിൽ തന്നെ പെട്ടു. കടവിൽ അപ്പോഴും ഒരു കാരവൽ കപ്പലും ഇരുവശത്തും പഴയപോലെ രണ്ടു ബോട്ടുകളും നൽകുന്നു. പച്ചേക്കോ

കൊച്ചിയിലേക്ക് പോയില്ലേ? തന്റെ ബോട്ടിൽ തലയുയർത്തി നിൽക്കുന്ന അയാളുടെ രൂപം കണ്ട് ശത്രുക്കൾ ശരിക്കും ഞെട്ടിപ്പോയി. കടവു കടക്കാൻ തുടങ്ങിയതും ഫലം ആദ്യത്തെ ദിവസത്തെ തിരിച്ചടി പോലെ തന്നെയായിരുന്നു. ഇത്തവണ കുമ്പളത്തിന്റെ കിഴക്കേ അറ്റത്ത് പറങ്കികളും കൊച്ചിയിലെ നായന്മാരും തോണികളിൽ വന്ന് വശങ്ങളിലൂടെയും ആക്രമിച്ചു. മുന്നൂറോളം സൈനികർ മരിച്ചു. ഒപ്പം ഇരുപതോളം പടവുകൾ ഉപയോഗശൂന്യങ്ങളായി.

അടുത്ത ആഴ്ചയിൽ പടനീക്കങ്ങൾ ഉണ്ടായില്ല. സാമൂതിരിയുടെ പാളയത്തിൽ പടത്തലവന്മാർ തമ്മിൽ ചില്ലറ അഭിപ്രായ വ്യത്യാസങ്ങൾ ഉണ്ടായി. ഏറാൾപ്പാടിന്റെ മെല്ലെപ്പോക്ക് ഇടപ്പള്ളി തമ്പുരാനും മാപ്പിള നാവിക തലവന്മാർക്കും അത്ര ഇഷ്ടപ്പെട്ടില്ല. ആക്രമണങ്ങൾക്ക് മൂർച്ച പോരാ എന്ന ഒരു അഭിപ്രായം അവരുടെ ഉള്ളിൽ ഉണ്ടായിരുന്നു. ഏപ്രിൽ മാസം ആദ്യവാരത്തിൽ നടന്ന ആക്രമണത്തിൽ ഇടപ്പള്ളി തമ്പുരാനും മരയ്ക്കാരും പുതിയ തന്ത്രം മെനഞ്ഞ് ആ നീക്കത്തിന് നേതൃത്വം കൊടുത്തു. പടവുകളിൽ സൈനികരെ ഒഴിവാക്കി നാവികരെ മാത്രമേ കയറ്റി ഉള്ളൂ. കുമ്പളം കടവ് കടന്നിട്ട് മതി സൈനികരെ കയറ്റാൻ എന്നവർ തീരുമാനിച്ചു. അവരുടെ കൈവശം ധാരാളമുണ്ടായിരുന്ന ഇടത്തരം വഞ്ചികൾ ഒരു കൂട്ടമായി കൂടുതൽ തുഴക്കാരെ ഉപയോഗിച്ച് ശരവേഗത്തിൽ കടവിലേക്ക് പ്രവേശിപ്പിച്ചു. പടവുകൾ പീരങ്കി ഉണ്ടകളുടെ പ്രഹരപരിധിക്ക് അപ്പുറം നിന്നു. അവരുടെ ആ തന്ത്രം ഫലിച്ചു. വഞ്ചികളിൽ ഘടിപ്പിച്ചിരുന്ന ഇറ്റലിക്കാർ നിർമ്മിച്ചുകൊടുത്ത ചെറിയ പീരങ്കികൾ കാര്യക്ഷമമായി ഉപയോഗിച്ച് പച്ചേക്കോ നിർമ്മിച്ച മുള വേലി അവർ തകർത്തു. ഇപ്പോൾ വഞ്ചികളിലെ പീരങ്കിയുണ്ടകൾക്ക് പോർച്ചുഗീസുകാരുടെ കാരവൽ കപ്പലിനെ ആക്രമിക്കാൻ ആവും. പച്ചേക്കോ പ്രതിവിധി നേരത്തെ കണ്ടു വച്ചിരുന്നു. താഴത്തെ ഡെക്കിലെ അടച്ച് വെച്ചിരുന്ന വാതിലുകൾ എല്ലാം തുറന്നു. അതിലൂടെ പുറത്തുവന്ന പീരങ്കികളുടെ കുഴലുകൾ, അതിവേഗം വരുന്ന വഞ്ചികളെ മുഖാമുഖം നോക്കി. ജലനിരപ്പിനു തൊട്ട് മേലെയാണ് അവ നിന്നത്. പച്ചേക്കോ അടയാളം കാണിച്ചതും പീരങ്കികൾ തീതുപ്പി. ഒരു ചുറ്റ് വെടി ഉതിർത്തപ്പോഴേക്കും വഞ്ചികൾ തകർന്നു. പച്ചേക്കോ രണ്ട് വലിയ ബോട്ടുകളും ചങ്ങലകളിൽ നിന്നും മോചിപ്പിച്ച് മുന്നോട്ടാഞ്ഞു. പിറകെ കൊച്ചിയിലെ ചെറിയ വഞ്ചികളും അനുഗമിച്ചു. പിന്നെ അവിടെ നടന്നത് ഉണ്ടകളുടെ ഒരു വർഷമായിരുന്നു. അഞ്ചുദ്വീപുകളിൽ നിന്നും കൊണ്ടുവന്ന കല്ലുകൾ കൊണ്ട് ഉണ്ടാക്കിയ ചെറിയ ഉണ്ടകൾ അഞ്ചും പത്തും എണ്ണം കനംകുറഞ്ഞ തുകൽ വാറുകൊണ്ട് ബന്ധിച്ച് ഒരു മുന്തിരിക്കുല പോലെ സഞ്ചിയിലാക്കി കമാൻഡർ തന്റെ ബോട്ടിലെ പീരങ്കികളിൽ പരീക്ഷണാർത്ഥം നിറച്ചിരുന്നു. പീരങ്കി പ്രവർത്തിച്ചപ്പോൾ അഞ്ചും പത്തും ഉണ്ടകൾ കൂട്ടമായി വന്നിരുന്ന വഞ്ചികളിൽ ഒരു ലക്ഷ്യവുമില്ലാതെ പതിച്ചു.

അപ്രതീക്ഷിതമായ ഈ ആക്രമണം മൂലം ഒരുപാടുപേർ മരണ മടഞ്ഞു. കൂട്ടമായി വന്ന സാമൂതിരിയുടെ ഒരു വഞ്ചി പോലും രക്ഷ പ്പെട്ടില്ല. ഇതിനിടെ കാരവലിലെ മുകളിലെ ഡെക്കിൽ പീരങ്കികൾ നിറച്ചു. അതിലെ ഉണ്ടകൾ വളരെ പിറകിൽ നിൽക്കുന്ന പടവുകളി ലേക്ക് പറന്നു. അഞ്ചു ദ്വീപിലെ ഭാരം കുറഞ്ഞ ഉണ്ടകൾക്ക് രണ്ടു മൈൽ ദൂരത്തിലുള്ള ലക്ഷ്യം ഭേദിക്കാൻ പ്രാപ്തിയുണ്ട്. സാമൂതി രിയും ഏറാൾപ്പാടും സുരക്ഷിതമായ ദൂരത്തിൽ നിന്നിരുന്ന പടവു കളിൽ വരെ ഉണ്ടകൾ എത്തി. ഗത്യന്തരമില്ലാതെ അവർക്ക് പിന്മാറേണ്ടി വന്നു. പച്ചേക്കോ അന്ന് ചെയ്ത സൂത്രം പിന്നീട് കൂടുതൽ പരിഷ്ക രിച്ച് 'ഗ്രേപ്പ് ഷോട്ട്' എന്ന പേരിൽ പിന്നീടുള്ള നാവികർ ഉപയോഗിച്ചു.

ഇതിനിടെ ഇറ്റലിക്കാരുടെ അധികം കേടുപാടുകൾ പറ്റാത്ത രണ്ടു പീരങ്കികൾ രാത്രിയിൽ കടത്തിക്കൊണ്ടുപോയി അറ്റകുറ്റപ്പണികൾ ചെയ്ത് ശരിയാക്കിയിരുന്നു. അവ ദൂരെ കരയിൽ വളർന്നിരുന്ന കാടിനകത്ത് ഒളിപ്പിച്ചുവെച്ച് തക്ക അവസരം നോക്കി കാത്തിരുന്നു. അടുത്താഴ്ച രണ്ടും കൽപ്പിച്ചുള്ള ഒരു ആക്രമണമാണ് സാമൂതി രിയുടെ സൈന്യം നടത്തിയത്. പീരങ്കികളിൽ നിന്നും ഉണ്ടകൾ കാരവൽ കപ്പലിനെ നോക്കി പാഞ്ഞുവന്നു. പോർച്ചുഗീസ് ഭാഗത്ത് ഒരു പരിഭ്രമം ഉണ്ടായതുപോലെ തോന്നിച്ചു. ഒരു ബോട്ടും കുറേ തോണികളും കൊച്ചി ഭാഗത്തേക്ക് പോകുന്നത് കണ്ടു. കപ്പലിലെ പീരങ്കികൾ ശബ്ദിച്ചില്ല.

"അവരുടെ കപ്പലിലെ പീരങ്കികൾക്കുള്ള വെടിമരുന്നു തീർന്നു. അതു കൊണ്ടുവരുവാൻ വേണ്ടിയാണ് തോണികൾ കൊച്ചിയിലേക്ക് പോകുന്നത്. അവ തിരിച്ചു വരുന്നതിനുമുമ്പ് ഉടനെ ആക്രമണം തുടങ്ങണം." നാവിക തലവൻ ഉറക്കെ പറഞ്ഞു.

"ആർത്തലച്ചുകൊണ്ട് എട്ടു പടവുകൾ തമ്മിൽ കൂട്ടിക്കെട്ടിയ മൂന്ന് നിരകൾ ജലപാതയിലേക്ക് വലിയ ബഹളത്തോടെ പ്രവേ ശിച്ചു. അവ അയാൾ ഉദ്ദേശിച്ച സ്ഥലത്തെത്തിയതും പച്ചേക്കോ പച്ചക്കൊടി വീശി. ഇതിനിടെ പീരങ്കികൾ കൈകാര്യംചെയ്തിരുന്ന കോഴിക്കോട്ടുകാർ ഒരു മണ്ടത്തരം കാണിച്ചു. വെടി മരുന്ന് തീർന്നു എന്ന ധൈര്യത്തിൽ ഇറ്റലിക്കാരുടെ പീരങ്കികൾ മറവിടത്തിൽ നിന്നും തള്ളി കപ്പലുകളുടെ കൂടുതൽ അടുത്തേക്ക് കൊണ്ടുവന്നു. മുന്നോട്ടു വന്ന സാമൂതിരിയുടെ പടവുകൾ തങ്ങളുടെ പീരങ്കികൾ ലക്ഷ്യത്തി ലേക്ക് ഉന്നം പിടിപ്പിക്കുമ്പോഴേക്കും പോർച്ചുഗീസ് കപ്പലുകളിൽ നിന്നും ശക്തിയായ പീരങ്കി ആക്രമണമുണ്ടായി. റാഫേലിന്റെ പീര ങ്കികൾ കോഴിക്കോടിലെ ഇരുപത്തിനാലു പടവുകളുടേയും പണി കഴിച്ചു. പൈറസ്സിന്റെ പീരങ്കികൾ കരയിലുള്ള ഇറ്റലിക്കാരുടെ ബാക്കിയുള്ള രണ്ടു വലിയ പീരങ്കികളുടെയും കഥ കഴിച്ചു. വലിയ നഷ്ടമാണ് അന്ന് അവർക്ക് ഉണ്ടായത്. പച്ചേക്കോയുടെ ഈ തന്ത്രം അവർ ഒട്ടും പ്രതീക്ഷിച്ചിരുന്നില്ല.

''ഇനി യുദ്ധം ചെയ്തത് മതി. തിരിച്ചുപോകാം.'' സാമൂതിരിപ്പാട് പറഞ്ഞു.

സഭയിൽ ഇരുന്നിരുന്ന ചിലർക്കെല്ലാം അതു മതി എന്ന് തോന്നാതിരുന്നില്ല എന്നാലും അവരൊന്നും പറയാതെ ഇരുന്നു.

''തമ്പുരാനേ, നമുക്കെല്ലാം അതൊരു കുറച്ചിൽ ആവില്ലേ?'' കോഴിക്കോട്കോയ ചോദിച്ചു സാമൂതിരിപ്പാട് ഒന്നും പറഞ്ഞില്ല.

''പറങ്കികളുടെ വിജയം ഗോദവർമ്മയുടെ വിജയവും കൂടിയാണ്. അതിനാൽ യുദ്ധം തുടരണമെന്നാണ് എന്റെ എളിയ അഭിപ്രായം.'' ഇടപ്പള്ളി രാജാവ് പറഞ്ഞു.

''ഏറാൾപ്പാട് എന്തുപറയുന്നു?'' ഏറാൾപ്പാട് തന്റെ തൊണ്ട ശരിയാക്കിക്കൊണ്ടു പറഞ്ഞു.

''ആ പച്ചേക്കോ എന്തിനും പോന്നവനാണെന്ന് ഞാൻ മുമ്പേ പറഞ്ഞതാണ്. അത് ആരും മുഖവിലയ്ക്കെടുത്തില്ല. ചെറിയ വഞ്ചികളെ മുന്നിൽ വിട്ട തീരുമാനം ശരിയല്ല എന്നും ഞാൻ പറഞ്ഞു. അതിന്റെ ഫലം നമ്മൾ അനുഭവിച്ചു. കുമ്പളം കടവ് വഴി മാത്രമേ സൈന്യം കൊച്ചിയിലേക്ക് പോവുകയുള്ളൂ എന്നുള്ള നമ്മുടെ കടുംപിടുത്തം നമ്മുടെ തോൽവിക്ക് പ്രധാന കാരണമാണ്. അരൂരിൽ എത്തി നേരെ പള്ളുരുത്തി വഴി വിശാലമായ കായലിലൂടെ ഇപ്പോഴും കൊച്ചിയിലേക്ക് പോകാം. കര സൈന്യം മെല്ലെ വരട്ടെ. അതുപോലെ പനങ്ങാട് ദ്വീപിനും അതിനപ്പുറമുള്ള കരക്കും ഇടയിൽ വളരെ വീതി കുറഞ്ഞ ഒരു ജലപാതയുണ്ട്. അല്പം കൂടുതൽ ദൂരം യാത്ര ചെയ്യണം എന്നേയുള്ളൂ. വേലിയിറക്കസമയത്ത് അതിലൂടെ നടന്നുപോകാം ആ വഴി പോയാലും വെൺരുത്തിന് അരികിൽ എത്താം. കൂടിനിന്ന് ആക്രമിക്കുന്നതാണ് നമ്മുടെ ഒരു പരാജയ കാരണം. ഭൂരിഭാഗം കരസൈന്യത്തെ ഇവിടെ തന്നെ നിർത്തി ആവശ്യത്തിനുള്ള സൈനികരെയും കൊണ്ട് ഉടൻ കൊച്ചിക്ക് പോകുന്നതാണ് നല്ലത്. കൊച്ചി പ്രതിരോധിക്കാൻ പറങ്കികൾ അടക്കം കേവലം നാലായിരം പേർ മാത്രമേ ഉള്ളൂ.''

''ഏറാൾപ്പാടിന്റെ നിരീക്ഷണം ശരിയാണ് എന്ന് എനിക്ക് തോന്നുന്നു.'' വെട്ടത്ത് രാജാവ് പറഞ്ഞു.

''ആ പച്ചേക്കോവിനെ പാട്ടിലാക്കാൻ വഴിയൊന്നും ഇല്ലേ?'' ഒരു രാജാവ് ചോദിച്ചു.

''അയാളെ പാട്ടിലാക്കിയാൽ പിന്നെ എന്തിനാണ് യുദ്ധം?'' ഇടപ്പള്ളി രാജാവ് ചോദിച്ചു. ''പറ്റിയാൽ അയാളെ വധിക്കണം. എന്നാൽ മാത്രമേ നമ്മൾ ലക്ഷ്യത്തിൽ എത്തുകയുള്ളൂ.''

അവിടെ ഒരു മൂലയിൽ മിണ്ടാതെ ഇരുന്ന നീലകണ്ഠൻ നമ്പൂതിരിപ്പാട് സാമൂതിരിയുടെ ദൃഷ്ടിയിൽ പെട്ടു.

“എന്താ നമ്പൂതിരി, പാണ്ഡവർ പിന്നെയും തോൽക്കുകയാണല്ലോ?’

“അതിന് ഭീഷ്മാചാര്യനെ വധിക്കണം.” ഇടപ്പള്ളി തമ്പുരാൻ പറഞ്ഞു.

“ഞാൻ പറയുന്നത് കേട്ട് സാമൂതിരിപ്പാടിന് എന്നോട് കോപം തോന്നരുത്. ആളൂർ കണികൾ പറഞ്ഞത് തെറ്റാറില്ല. അദ്ദേഹത്തിന്റെ ഗൃഹത്തിൽ പുല വന്നില്ലായിരുന്നുവെങ്കിൽ അദ്ദേഹമിപ്പോൾ നമ്മുടെ കൂടെ ഉണ്ടായേനേ. ഞാൻ ഇപ്പോൾ പറയാൻ പോകുന്നത് ശരിയാണെന്നും പറഞ്ഞേനേ. പ്രതിവിധികൾ ഒന്നും ഫലിക്കാത്തത് ഒരു കാരണം കൊണ്ട് മാത്രമാണ് എന്നാണ് എന്റെ മനസ്സിൽ തോന്നുന്നത്.”

“എന്താണത്? സാമൂതിരിപ്പാട് ചോദിച്ചു.

“തമ്പുരാൻ എന്നോട് കോപിക്കരുത്, അവിവേകമാണെങ്കിൽ പൊറുക്കണം. മഹാഭാരതയുദ്ധത്തിൽ അഭിമന്യു രാജകുമാരനോട് ചെയ്തപോലെ ഒരു പ്രവർത്തി ഇവിടെയും നടന്നിട്ടുണ്ട്. ധീരനായ ഒരു ഇളമുറത്തമ്പുരാനെ എല്ലാവരും വളഞ്ഞിട്ട് ആക്രമിച്ച് വധിച്ചു. അത് എങ്ങനെയാണ് സംഭവിച്ചത് എന്നുള്ളത് ഇപ്പോഴും ദുരൂഹമാണ്. ആ ആത്മാവ് ഇപ്പോൾ ഒരു കവചമായി അവരുടെ കൂടെയുണ്ട്. അതിനെ ചെറുക്കാൻ ഞാൻ പഠിച്ച പൂജാവിധികൾക്ക് ശക്തിയില്ല.”

ഒരു ബ്രാഹ്മണന്റെ മനസ്സ് വേദനിപ്പിച്ചത് ശരിയായില്ല എന്ന് സാമൂതിരിപ്പാടിനു തോന്നി.

“ഇത് ഇനി ഇവിടെ നിർത്താം. അവസാനമായി എന്ത് ചെയ്യാൻ പോകുന്നു എന്നുള്ളത് നിങ്ങൾ തീരുമാനിക്കുക.” അദ്ദേഹം അവിടെ നിന്നും എഴുന്നേറ്റു പോയി.

നീലകണ്ഠൻ നമ്പൂതിരിയുടെ ആ വാക്കുകൾ ഒരു പീരങ്കിയുണ്ട കണക്ക് എല്ലാവരുടെ മനസ്സിലും കൊണ്ടു. നമ്പൂതിരി ഉള്ളു ചുട്ടു പറഞ്ഞു പോയി. അത് വേണ്ടായിരുന്നു എന്ന് അദ്ദേഹത്തിന് പിന്നീട് തോന്നിയാലും തന്റെ സുഹൃത്തിനോട് ചെയ്ത ക്രൂരതയ്ക്ക് താൻ ഇത്രയെങ്കിലും പറയണ്ടേ? നീലകണ്ഠൻ നമ്പൂതിരി ഉള്ളിൽ സമാധാനിച്ചു. ചർച്ചകൾ അവിടെ അവസാനിച്ചു. ആക്രമണം മതിയാക്കി തിരിച്ചു പോവുക എന്ന് ഭാവിച്ച് അരൂരിൽ ചെന്ന് അവിടുന്ന് നേരെ പള്ളുരുത്തിക്കടവ് കടക്കുക, ഒരു വിഭാഗം കര സൈന്യം പനങ്ങാട് കടവിൽ വെള്ളം കുറവുള്ളപ്പോൾ കാൽനടയായി പോവുക എന്ന് ഏകകണ്ഠേന തീരുമാനിച്ചു. അതിനിടെ കരയിൽ തമ്പടിച്ചിരുന്ന സാമൂതിരിയുടെ സൈന്യത്തിലെ കുറച്ചുപേർ പനിയും വയറിളക്കവും മൂലം മരിച്ചു.

ചതുരംഗ പലക

കൊച്ചി കായലിലൂടെ ഒരു രാജകീയ നൗകയും ഒപ്പം ഒരു വലിയ ബോട്ടും കുമ്പളത്തേക്ക് വരുന്നുണ്ടായിരുന്നു. ബോട്ടുകൾ രണ്ടും കാരവൽ കപ്പലുകളുടെ പിറകിലെത്തി നിന്നു. ഉണ്ണി ഗോദവർമ്മ രാജാവ് തന്റെ നൗകയിൽ നിന്നും ഇറങ്ങി കരയിലേക്ക് കയറി. കരയിൽ നിർമ്മിച്ച വേനൽ പന്തലിൽ അദ്ദേഹത്തിനും കമാൻഡർക്കും ഇരിക്കാൻ രണ്ടു കസേരകൾ ഇട്ടിരുന്നു. വലിയ ബോട്ടിൽ നിന്ന് ഇറങ്ങിയത് പതിനഞ്ചോളം പോർച്ചുഗീസുകാരായിരുന്നു. അവരെല്ലാം പച്ചേക്കോവിനെ അഭിവാദ്യം ചെയ്തു. വന്ന കൂട്ടത്തിലേറ്റവും മുന്നിലുണ്ടായിരുന്നത് ലോറൻസോ മോറിനോ ആയിരുന്നു, കൂടെ അൽവാരോയും ഉണ്ടായിരുന്നു.

‘‘കമാൻഡർ, ഇപ്പോഴാണ് എനിക്ക് ശുദ്ധവായു ശ്വസിക്കാൻ ആവുന്നത്. പണിയില്ലാതെ എനിക്ക് കോട്ടയ്ക്കുള്ളിൽ ശ്വാസം മുട്ടുകയായിരുന്നു.’’ ലോറൻസോ പറഞ്ഞു.

‘‘എനിക്കും തന്നെ കണ്ടപ്പോൾ ആശ്വാസമായി. പരിക്ക് പറ്റിയവർ ക്യാപ്റ്റൻ റാഫേലിന്റെ കാരവലിൽ വിശ്രമിക്കുന്നുണ്ട്. അവരെയെല്ലാം നിങ്ങൾ വന്ന ബോട്ടിൽ കയറ്റി കോട്ടയിലേക്ക് പറഞ്ഞയയ്ക്കൂ. കണ്ടൻ കോരുവുമായി സംസാരിച്ച് കൊച്ചിയിലെ സൈനികർ ആർക്കെങ്കിലും കൊച്ചിയിലേക്ക് പോകണം എങ്കിൽ അവരെയും ബോട്ടിൽ കൂട്ടിക്കോളൂ.’’

ലോറൻസോയുടെ നേതൃത്വത്തിൽ സൈനികർ കമാൻഡറുടെ ആജ്ഞ നടപ്പാക്കാൻ പോയി. ആ സമയമെല്ലാം മനസ്സു നിറഞ്ഞ ചിരിയുമായി ഗോദവർമ്മ തമ്പുരാൻ പച്ചേക്കോവിനെ തന്നെ ശ്രദ്ധിച്ചുകൊണ്ട് ഇരിക്കുകയായിരുന്നു.

‘‘എന്നാലും നാം വിചാരിച്ചതിനേക്കാൾ കമാൻഡർ ഇത്രയും വലിയ ഒരു സമർത്ഥനാണെന്ന് ഒട്ടും നിരീച്ചില്ല. എന്ത് അത്ഭുത പ്രവർത്തികളാണ് കാണിച്ചത്?’’ പച്ചേക്കോ മറുപടി പറയാതെ മന്ദഹസിക്കുക മാത്രം ചെയ്തു.

‘‘വെടിമരുന്ന് തീർന്നു എന്ന് കാണിച്ച അഭിനയം അപാരം തന്നെ.

സമ്മതിച്ചു.'' അപ്പോഴേക്കും അവിടെ എത്തിയ ഇടിക്കേള മേനോൻ തന്റെ വക അഭിനന്ദനങ്ങൾ ചൊരിഞ്ഞു.

''പുതിയ വിശേഷങ്ങൾ എല്ലാം അറിഞ്ഞു കാണുമല്ലോ. നിങ്ങൾ ഉള്ളപ്പോൾ ഇനി കോവിലകത്തേക്ക് വലിയ സുരക്ഷ ഒന്നും വേണ്ട. അവിടെനിന്നും കുറച്ച് ആളുകളെ ഇങ്ങോട്ട് പറഞ്ഞയയ്ക്കുന്നുണ്ട്. ഇവിടെയാണ് ആളെ ആവശ്യം. കോരു എവിടെ?'' തമ്പുരാൻ ചോദിച്ചു. കൊച്ചിയിലേക്ക് പോകുന്ന നായന്മാരെ ബോട്ടിൽ കയറ്റി കൊണ്ടിരുന്ന കോരു ഉടനെ ഓടി വന്നു.

''കോരു, ആയിരം പേരെ കൊച്ചിയിൽ നിന്നും നാം അയയ്ക്കുന്നുണ്ട്.'' തമ്പുരാൻ പറഞ്ഞു. കോരു അല്പം മടിച്ച് പച്ചേക്കോവിന്റെ മുഖത്തുനോക്കി, എന്നിട്ട് വീണ്ടും തമ്പുരാനെ നോക്കി.

''കോരുവിന് എന്തോ ഒരു ശങ്ക ഉള്ളപോലെ? മടിക്കാതെ പറഞ്ഞോളൂ.''

''അതിപ്പോ... ഒരു തിരിവ് നടത്തിയതിനുശേഷം ആളെ വിട്ടാൽ മതി എന്നാണ് എന്റെ ഒരു എളിയ അഭിപ്രായം. നമ്പൂരിയുടെ സന്ദേശം തമ്പുരാന് അറിയാമല്ലോ? കമാൻഡറെ അപകടപ്പെടുത്താൻ ഒരു പദ്ധതിയുണ്ട് എന്നും അദ്ദേഹം അറിയിച്ചിട്ടുണ്ട്. അകത്തുള്ള ശത്രുവിനു മാത്രമേ അത് ചെയ്യാൻ കഴിയൂ.'' അൽപ്പനേരം തമ്പുരാൻ ഒന്നും മിണ്ടിയില്ല.

''കഷ്ടം. നമ്മുടെ നാട് പോയ പോക്ക്. സാമൂതിരിയേക്കാൾ അപകടകാരികൾ അകത്തുള്ള കള്ളന്മാർ തന്നെയാണ്. ചോറ് ഇവിടെ, കൂറ് വേറൊരിടത്ത്. ഏതു മാനദണ്ഡത്തിൽ ആണ് തിരിയുക? കോരു കമാൻഡറുടെ കൂടെ എപ്പോഴും കാണണം.''

''അനുവാദമുണ്ടെങ്കിൽ അടിയനും കൂടി നിന്നോട്ടെ?'' മേനോൻ ചോദിച്ചു.

''കമാൻഡർ സമ്മതിച്ചാൽ നിന്നോളൂ.''

''എനിക്ക് മേനോൻ നിൽക്കുന്നതിൽ സന്തോഷമേയുള്ളൂ. പക്ഷേ യുദ്ധത്തിനിടയ്ക്ക് ചിരിപ്പിക്കരുത്.'' പച്ചേക്കോ പറഞ്ഞു. അയാൾ പറഞ്ഞത് ആസ്വദിച്ച് എല്ലാവരും ചിരിച്ചു.

''ആ, ഇടിക്കേളൻ ഫലിതങ്ങളൊക്കെ പറയുമോ? നാം ഇതുവരെ കേട്ടിട്ടില്ലാലോ?'

''കമാൻണ്ടർ വെറുതെ പറയുന്നതാണ് തമ്പുരാനേ, അടിയൻ കാര്യമായി പറയുന്നതൊക്കെ ഇവർക്ക് തമാശയായി തോന്നുന്നതാണ്.'' അത് കേട്ട് വീണ്ടും ഒരു കൂട്ടച്ചിരി ഉയർന്നു. .

''പുതിയ നീക്കങ്ങളെ എങ്ങനെ നേരിടാനാണ് ഉദ്ദേശ്യം?'' തമ്പുരാൻ ചോദിച്ചു.

''കൊച്ചി ഇപ്പോൾ ഒരു ചതുരംഗ പലകയാണ്. നമ്മുടെ ഭാഗത്ത് ആള് കുറവ്. അതുകൊണ്ട് മുൻകൂട്ടി ഒരു നീക്കങ്ങളും തീരുമാനിച്ചിട്ടില്ല. ശത്രു കരുക്കൾ നീക്കുന്നതനുസരിച്ച് യുക്തംപോലെ ഞങ്ങളും നീക്കും.'' പച്ചേക്കോ പുഞ്ചിരിച്ചു.

''ഇതിലും നല്ല മറുപടി ആർക്കും തരാൻ ആവില്ല.'' തമ്പുരാൻ പറഞ്ഞു.

കുറച്ചുസമയം കൂടി ഇരുന്ന് സംസാരിച്ചിട്ട് തമ്പുരാൻ തിരിച്ച് പോയി. നാളെ കാണാം എന്ന് പറഞ്ഞ് മേനോനും അദ്ദേഹത്തെ അനുഗമിച്ചു. അന്ന് രാത്രി കമാൻഡർ കാരവൽ കപ്പലിൽ ചതുരംഗം കളിക്കുക തന്നെയായിരുന്നു. കൂട്ടിന് റാഫേൽ, പൈറസ്, ലോറൻസോ, അൽവാരോ എന്നിവരുമായിരുന്നു. പതിവിനു വിപരീതമായി പ്രധാന കാര്യങ്ങളിലൊന്നും താൻ ഉൾപ്പെടുത്താത്ത ലിസ്സാർട്ടേയും പച്ചേക്കോ വിളിപ്പിച്ചു. വിശ്വസ്തരാണെങ്കിലും ഭാഷാപ്രശ്നം മൂലം കോരു സഹോദരന്മാരെ അയാൾ വിളിച്ചില്ല. അവരോടു കാര്യങ്ങൾ മേനോൻ വന്നശേഷം പറയാം എന്ന് അയാൾ കരുതി.

അതിനു സമാന്തരമായി കുമ്പളം ഭാഗത്ത് ഇട്ടിരുന്ന പന്തലിൽ ഒരു യോഗം നടക്കുന്നുണ്ടായിരുന്നു. മലനാട്ടിൽ ഇങ്ങനെയൊന്നും ആ കാലത്ത് ഉണ്ടായിരുന്നില്ല. സേനാതലവന്മാർ ആജ്ഞാപിക്കും. സൈനികർ അതുപോലെ ചെയ്യും. പോർച്ചുഗീസുകാർ ചെയ്യുന്നത് കണ്ടുപഠിച്ച് കോരു സഹോദരന്മാരും അത് പിന്തുടർന്നു. പക്ഷേ അന്ന് അവിടെ കൂടിയത് ഒരു പ്രത്യേക കാര്യത്തിനായിരുന്നു. മരുമകൻ തമ്പുരാന്റെ പടയിൽ യുദ്ധം ചെയ്ത് പരിക്കുപറ്റി പിന്നീട് സുഖം പ്രാപിച്ച പന്ത്രണ്ടോളം നായന്മാരായിരുന്നു യോഗത്തിൽ പങ്കെടുത്തത്. സഹോദരരിൽ മൂത്തവനായ കണ്ടൻ കോരു പറഞ്ഞു.

''വിശ്വസ്തരും പരിചയ സമ്പന്നരുമായ നിങ്ങളെ ഞാൻ വിളിപ്പിച്ചത് അതീവരഹസ്യമായ ഒരു കാര്യം പറയാനാണ്. രണ്ടു ദിവസത്തിനകം ആയിരത്തിൽപരം സൈനികർ കൊച്ചിയിൽനിന്നും ഇങ്ങോട്ട് വരുന്നുണ്ട്. ആദ്യദിവസം നമ്മൾ പരിശീലനത്തിന് മാനുവൽ കോട്ടയിൽ വെച്ച് കൂടിയപ്പോൾ ഉണ്ടായ സംസാരം നിങ്ങൾക്ക് ഓർമ്മയുണ്ടാവും എന്ന് കരുതുന്നു. സാമൂതിരിപ്പാടിനോടു കൂറുള്ള കുറെ പേർ നമ്മുടെ സൈന്യത്തിൽ ഉണ്ട് എന്ന് നിങ്ങൾക്ക് അറിവുള്ളതല്ലേ? പുതുതായി വരുന്നവരിൽ അത്തരക്കാർ ചിലരെങ്കിലും കാണാൻ ഇടയുണ്ട്. അവർ ആരാണെന്ന് നമുക്ക് അറിയില്ല. ഇനി ഞാൻ പറയാൻ പോകുന്നത് ശ്രദ്ധിച്ചു കേൾക്കണം. അത് നിങ്ങൾ പുറത്ത് ആരോടും പറയില്ല എന്ന് നിങ്ങളുടെ അമ്മമാരുടെ പേരിലും പരദേവതയുടെ പേരിലും സത്യം ചെയ്യണം.'' കണ്ടൻ കോരു നിർത്തി, അവർക്ക് മാനസികമായി സത്യം ചെയ്യാൻ സമയം നൽകി.

''നിങ്ങളെല്ലാം മനസ്സിൽ സങ്കല്പം ചെയ്തു എന്ന് വിശ്വസിക്കുന്നു. ഇനി കേട്ടോളൂ. നമ്മുടെ കമാൻഡർ പച്ചേക്കോവിനെ

ചതിപ്രയോഗം മൂലം വധിക്കാൻ ശത്രുപക്ഷത്ത് ഒരു നീക്കമുണ്ട്.'' 'കഷ്ടം,' 'വഞ്ചന', എന്നീ പ്രതിഷേധ ശബ്ദങ്ങൾ കൂടിയിരുന്നവരിൽ നിന്നും ഉയർന്നു.

''ആയുധം കൊണ്ട് അദ്ദേഹത്തെ വധിക്കാൻ സാധ്യമല്ല.'' പെരുംകോരു പറഞ്ഞു. ''അദ്ദേഹം കപ്പലിലാണ് ഉറങ്ങുന്നത്, കവചം ധരിച്ചു കൊണ്ടാണ് പുറത്ത് സഞ്ചരിക്കുന്നത്, ഇതൊന്നുമല്ലാതെ അദ്ദേഹമൊരു മഹാവീരനാണ്.''

''അതുതന്നെയാണ് എന്റെയും അഭിപ്രായം. കഴിക്കുന്ന ഭക്ഷണത്തിലോ, കുടിക്കുന്ന വെള്ളത്തിലോ വിഷം കലർത്തി മാത്രമേ അദ്ദേഹത്തിനെ അപകടപ്പെടുത്താനാവൂ.'' ജ്യേഷ്ഠൻ കോരു പറഞ്ഞു.

''അതിന് അദ്ദേഹം ഭക്ഷണം കപ്പലിൽ ആണല്ലോ കഴിക്കുന്നത്?'' ഒരു നായർ പറഞ്ഞു.

''അതെ, പക്ഷേ കുടിക്കാനുള്ള വെള്ളവും അദ്ദേഹത്തിനും ക്യാപ്റ്റൻ റാഫേലിനും ഇഷ്ടപ്പെട്ട ഒരു വിഭവവും ഇവിടെനിന്ന് കൊണ്ടുപോകുന്നുണ്ട്.'' കൂട്ടത്തിൽ ഒരു ശബ്ദം പറഞ്ഞു.

''ഇത് കുശിനിയുടെ ചുമതലയുള്ള കോർമ്മൻ നായർ അല്ലേ? നായർ മുമ്പിൽ വന്നിരിക്കൂ.'' പെരുംകോരു പറഞ്ഞു. കോർമ്മൻ നായർ മുന്നിൽ വന്നിരുന്നു.

''ഏതാണ് ആ വിഭവം? എന്തു വെള്ളമാണ് കൊണ്ടു പോകുന്നത്?'' കണ്ടൻകോരു ചോദിച്ചു

''കമാൻഡർ എപ്പോഴും ചുക്കുവെള്ളമാണ് കുടിക്കുക. പിന്നെ അദ്ദേഹത്തിനും ക്യാപ്റ്റനും നമ്മുടെ അവിയൽ വളരെ ഇഷ്ടമാണ്. അതിലെ ചേനക്കഷ്ണം മാറ്റിയ ശേഷമാണ് അങ്ങോട്ട് കൊണ്ടു പോകാറ്.''

''ഇനി കപ്പലിലേക്കുള്ള ചുക്കുവെള്ളം കോർമ്മൻ നായർ തന്നെ നേരിട്ട് കൊണ്ടു കൊടുക്കണം. അദ്ദേഹത്തിന്റെ ബോട്ടിൽ വയ്ക്കാനുള്ള വെള്ളവും നിങ്ങളുടെ മേൽനോട്ടത്തിൽ മാത്രമേ എത്തിക്കാവൂ. അവിയലിന്റെ കാര്യത്തിലും ശ്രദ്ധ വേണം. ഇനി നിങ്ങൾക്ക് ഒറ്റയ്ക്ക് അതിന് സാധിക്കാത്ത അവസ്ഥ വരുമ്പോൾ ഈ കൂട്ടത്തിൽനിന്നും ഒരാളെ മാത്രമേ അതിനു ചുമതലപ്പെടുത്താവൂ.'' നായർ അത് ഏറ്റു.

''മറ്റൊരു കാര്യം. കൊച്ചിയിൽ നിന്നും വരുന്നവർ കയ്യിൽ വിഷം ഒരിക്കലും കൊണ്ടുവരില്ല. അഥവാ വന്നാലും പുതുതായി വരുന്നവരുടെ ഭാണ്ഡങ്ങൾ പരിശോധിച്ചിട്ട് മാത്രമേ ഇനി ഞങ്ങൾ അവരെ അകത്തു കടത്തുകയുള്ളൂ. പനങ്ങാട് ദ്വീപിന്റെ ഭാഗത്തുനിന്നും ആർക്കെങ്കിലും ഒളിച്ചുവരാൻ സാധിക്കും. അത്തരം ഒരാൾ ഒരിക്കലും ഇവിടം വരെ വരാൻ സാധ്യതയില്ല. ഇവിടെയുള്ള ചാരന് അടയാളം ലഭിച്ചാൽ പനങ്ങാട് ഭാഗത്ത് വടക്കേ കരയിൽ പോയി ശത്രുക്കൾ കൊടുത്തയച്ച വിഷം വാങ്ങി കൊണ്ടുവരാനാണ്

സാദ്ധ്യത. അതിനാൽ നിങ്ങൾ പന്ത്രണ്ട് പേരും ഞങ്ങൾ രണ്ടാളും ഈ കാര്യങ്ങൾ മനസ്സിൽ വെച്ച് എപ്പോഴും ജാഗരൂകരായിരിക്കണം. ആളെ മനസ്സിലായാൽ വലിയ ഒച്ചയും ബഹളവും വെക്കാതെ തെളിവ് നശിപ്പിക്കാൻ അനുവദിക്കാതെ ഇങ്ങോട്ട് കൊണ്ടുവരണം. ഈ കൃത്യം പരസ്യമാകുന്നത് കൊച്ചി രാജ്യത്തിന് തന്നെ അപമാന മാണ് എന്ന കാര്യം കൂടി ഓർക്കണം.'' കണ്ടൻ കോരു എല്ലാവർക്കും മുന്നറിയിപ്പുനൽകി.

അതേസമയം ക്യാപ്റ്റന്റെ ക്യാബിനിൽ പോർച്ചുഗീസുകാരുടെ യോഗം പുരോഗമിച്ചുകൊണ്ടിരിക്കുകയാണ്. ബഹുമുഖപ്രതിഭയായ പച്ചേക്കോ നല്ല ഒരു ചിത്രകാരനും കൂടിയാണ്. മേശപ്പുറത്ത് വെച്ചി രുന്ന ചാർട്ടിൽ, അയാൾ വേമ്പനാട്ട് കായലിന്റെ ഭൂപടം എല്ലാവരോടും സംസാരിച്ചു കൊണ്ടിരിക്കുമ്പോൾ തന്നെ കൃത്യമായി വരച്ചു.

''നമുക്ക് കിട്ടിയ വിവരം അനുസരിച്ച് വരുംദിവസങ്ങളിൽ നമ്മുടെ പരമാവധി കഴിവുകൾ പുറത്തെടുക്കേണ്ടിവരും, ഈ കാണു ന്നതാണ് പനങ്ങാടിനും അവർ തമ്പടിച്ചിരിക്കുന്ന കരക്കും ഇടയി ലുള്ള പ്രദേശം. പനങ്ങാടിന്റെ അറ്റത്ത് വളരെ വീതി കുറഞ്ഞ ഒരു കടവുണ്ട്. നമ്മുടെ കുമ്പളം കടവിന്റെ പകുതിപോലും വീതിയില്ല അതിനാൽ അതിലൂടെ പടവുകൾ പോകുവാൻ സാദ്ധ്യമല്ല. വേലിയി റക്കത്തിൽ അവിടെ കഷ്ടിച്ച് മുട്ടിനുമുകളിൽ മാത്രമേ വെള്ളം ഉണ്ടാവുകയുള്ളൂ. അവരുടെ സൈന്യത്തിന് സുഖമായി അതിലൂടെ നടന്നു പോകാം. അക്കരയിൽനിന്ന് ഇക്കരെയും അവർക്ക് കടന്നു വരാം. ആ വഴി പടിഞ്ഞാട്ടു പോയാൽ അവർക്ക് വെൺരുത്തിന് വലതുവശം ഉള്ള കരയിൽ എത്താം. അതേ സമയം അവരുടെ പടവു കൾ കുമ്പളം കടവ് ഉപേക്ഷിച്ച് അരൂരിൽ നിന്നും പള്ളുരുത്തി യിലേക്ക് പോകും. ഈ കാണുന്നതാണ് വെൺരുത്ത് അഥവാ വെണ്ടുരുത്തി ദ്വീപ്. ദ്വീപിനെ ചുറ്റി ജലപാത രണ്ട് കൈവഴിയായി പിരിഞ്ഞ് ഇടതുവശത്തെ ജലപാത പള്ളുരുത്തി വഴി മട്ടാഞ്ചേരിയിൽ എത്തും. മറ്റേ കൈവഴി വെണ്ടുരുത്തി വട്ടം ചുറ്റിയതിനുശേഷം തുറമുഖത്ത് പ്രവേശിക്കും.'' പച്ചേക്കോ നിർത്തിയതും എല്ലാവരും കുറെ നേരം ആലോചിച്ചു.

''ഇത് ഒരു ചതുരംഗക്കളി പോലെയുണ്ടല്ലോ സെന്യൂർ.'' ലിസ്സ് മൗനം ഭഞ്ജിച്ചു.

തന്നെ അവൻ ഔദ്യോഗിക രീതിയിൽ അഭിസംബോധന ചെയ്തത് കേട്ട് പച്ചേക്കോവിന് ചിരി വന്നു, അത് അടക്കി കൊണ്ട് അയാൾ പറഞ്ഞു.

''വളരെ ശരിയാണ്, ഇതുതന്നെയാണ് ഞാൻ കൊച്ചി രാജാ വിനോട് കുറച്ചു മുമ്പ് പറഞ്ഞത്.'' ഭൂപടം ശ്രദ്ധിച്ചു നോക്കി കൊണ്ട് പൈറസ് ചോദിച്ചു.

"നമ്മൾ ഈ ആക്രമണങ്ങൾ നേരിടാൻ തയ്യാറായി നിൽക്കുമ്പോൾ അവർ പഴയപടി കുമ്പളം കടവിലൂടെ തന്നെ വന്നാലോ?"

"സാമൂതിരിപ്പാട് ഒരു കാര്യം തീരുമാനിച്ചാൽ അതൊരിക്കലും മാറ്റില്ല. അതാണ് അദ്ദേഹത്തിന്റെ ഒരു രീതി. അതുകൊണ്ട് കുമ്പളം കടവിന് സാമൂതിരി തന്നെയാണ് കാവൽ."

"അതിൽ നമുക്ക് ഉറച്ചു വിശ്വസിക്കാമോ?" ക്യാപ്റ്റൻ റാഫേൽ ചോദിച്ചു.

"വിശ്വസിക്കാം, പക്ഷേ നിങ്ങൾ പറഞ്ഞ സാദ്ധ്യത ഞാൻ തള്ളിക്കളഞ്ഞിട്ടില്ല. അവിടെയും പ്രതിരോധിക്കാൻ നമ്മളെ കൊച്ചിയുടെ ഭൂപ്രകൃതി സഹായിക്കും. എല്ലാവരും മാപ്പിലേക്ക് നോക്കുക. തന്റെ അടുത്തുകൂട്ടി വെച്ചിരുന്ന ചെറിയ വെള്ളാരംകല്ലുകളിൽ നിന്നും രണ്ടെണ്ണം എടുത്ത് പനങ്ങാട് ദ്വീപിന്റെ പടിഞ്ഞാറെ അറ്റത്ത് വെച്ചു. ഇത് ലിസ്സും ലോറൻസോയുമാണ്. നിങ്ങൾക്ക് സഹായത്തിന് ആളുകളെ കൊച്ചിയിലെ ഇളയരാജാവ് കൊണ്ടുവരും. നമ്മുടെ സൈനികരും ഉണ്ടാവും. വേറെ രണ്ട് കല്ലുകൾ എടുത്ത് അതിലൊരെണ്ണം പള്ളുരുത്തി ജലപാതയുടെ നടുക്കും മറ്റേത് വെണ്ടുരുത്തി ദ്വീപിന്റെ മുനമ്പിനരികെയും വെച്ചു. ആദ്യത്തേത് ക്യാപ്റ്റൻ റാഫേലിന്റെ കപ്പൽ. മറ്റേത് ക്യാപ്റ്റൻ പൈറസിന്റെ കപ്പൽ. പിന്നെ അയാൾ കുറെ ചെറിയ കല്ലുകൾ എടുത്ത് വലിയ രണ്ടു വെള്ളാരം കല്ലുകളുടെ ചുറ്റും വെച്ചു. ഇവയെല്ലാം കൊച്ചിയുടെ ബോട്ടുകൾ. വേറെ രണ്ടു ചെറിയ കല്ലുകൾ എടുത്ത് അയാൾ വെണ്ടുരുത്തി ചുറ്റി പോകുന്ന ജലപാതയിൽ വെച്ചു. ഇത് രണ്ട് വലിയ ബോട്ടുകൾ. നാലഞ്ചു ചെറിയ കല്ലുകൾ പെറുക്കി കുമ്പളംകടവിന്റെ പടിഞ്ഞാറുവശത്ത് വെച്ചു. ഇവയെല്ലാം നമ്മൾ ഇടപ്പള്ളിയിൽ നിന്നും മറ്റു സ്ഥലങ്ങളിൽ നിന്നും പിടിച്ചെടുത്ത പായ്മരം ഉള്ള ബോട്ടുകൾ. റാഫേലിന്റെ കാരവൽ കപ്പലിന്റെ ഫോർ കാസിൽ വടക്ക് പടിഞ്ഞാറ് ദിശയിൽ തിരിച്ച് നിർത്തും. നിങ്ങൾക്ക് കാര്യങ്ങൾ മനസ്സിലായി എന്ന് കരുതുന്നു." പച്ചേക്കോ സംസാരം നിർത്തി എല്ലാവരുടെയും മുഖത്തേക്ക് നോക്കി.

"ഇനി സ്റ്റാർബോർഡ് വശത്തെ പീരങ്കികൾക്കാണ് ജോലി." റാഫേൽ പറഞ്ഞു.

"അതെ. ഫോർ കാസിൽ പീരങ്കികൾ ശത്രുക്കൾ വെണ്ടുരുത്തിയിൽ കയറാൻ ശ്രമിച്ചാൽ അവരെ ആക്രമിക്കും."

"ഇനി അവർ വെണ്ടുരുത്തി ചുറ്റാൻ നോക്കിയാൽ ഞാൻ അങ്ങോട്ട് പോകും അല്ലേ?" പൈറസ് ചോദിച്ചു.

"അതുതന്നെയാണ് ഞാൻ ഉദ്ദേശിച്ചത്."

"കൊച്ചിയുടെ പ്രകൃതി നമ്മളെ രക്ഷിക്കും എന്നു പറഞ്ഞതിന്റെ അർത്ഥം എനിക്ക് മനസ്സിലായില്ല." ലോറൻസോ പറഞ്ഞു.

''രണ്ട് വ്യത്യസ്ത സ്ഥലങ്ങളിൽ ഒരേ സമയത്ത് ആക്രമിച്ച് നമ്മളെ കുടുക്കാനാണ് ശത്രുവിന്റെ ശ്രമം. രണ്ടറ്റത്തുള്ള പനങ്ങാടും പള്ളുരുത്തിയും ആണ് ആ സ്ഥലങ്ങൾ. വേലിയേറ്റത്തിൽ പള്ളുരുത്തി വഴി കപ്പലുകൾക്ക് പോകാം. പക്ഷേ പനങ്ങാട് വഴി സൈന്യത്തിന് നടക്കാനാവില്ല. വേലിയിറക്കത്തിൽ പനങ്ങാട് വഴി വെള്ളത്തിൽ നടന്നു പോകാം. അപ്പോൾ പള്ളുരുത്തി വഴി കപ്പലുകൾക്ക് പോകാനാവില്ല. ഇതാണ് കൊച്ചിയുടെ പ്രകൃതി നമുക്ക് ചെയ്തു തന്ന സഹായം.'' അയാൾ പറഞ്ഞു.

''കമാൻഡർ എവിടെ നിൽക്കും എന്ന് പറഞ്ഞില്ല?'' റാഫേൽ ചിരിച്ചുകൊണ്ട് ചോദിച്ചു.

''സംശയമെന്ത്? വേലിയേറ്റത്തിൽ പള്ളുരുത്തിയിലും വേലിയിറക്കത്തിൽ പനങ്ങാടും.'' പച്ചേക്കോ പറഞ്ഞു.

''ശരവേഗത്തിൽ അങ്ങോട്ടുമിങ്ങോട്ടും എങ്ങനെ പോകും?'' ലിസ്സ് ചോദിച്ചു.

''അതിനാണ് കൊച്ചിയുടെ നാടൻവള്ളങ്ങൾ. കോൽ ഊന്നാം, തുഴയാം, പായയും കെട്ടാം. നല്ല തുഴക്കാർ ഉണ്ടെങ്കിൽ അവ വെള്ളത്തിൽ പായും. ചിലതിലെല്ലാം ഇരുവശത്തും ഓരോ സ്വിവൽ ഗണ്ണും പിടിപ്പിച്ചിട്ടുണ്ട്.''

''കൊച്ചിയിൽ നിന്നും വരുന്ന നായന്മാരെ എവിടെയാണ് നിർത്താൻ പോകുന്നത് എന്ന് പറഞ്ഞില്ല.'' റാഫേൽ ചോദിച്ചു.

''കുറച്ചുപേരെ ലോറൻസോവിനെയും ലിസ്സാർട്ടേയേയും സഹായിക്കാൻ നിർത്താം. കുറച്ചുപേരെ പനങ്ങാട്, കുമ്പളം ദ്വീപുകളുടെ കിഴക്കേയറ്റം കാവലിനു നിർത്താം. പള്ളുരുത്തിയിൽ പള്ളുരുത്തി കൈമളുടെ ആളുകൾ ഉണ്ടാവും.''

''കൊച്ചി നായന്മാരെ ഞങ്ങൾക്ക് വേണ്ട. തെക്കോട്ടു പോകാൻ പറഞ്ഞാൽ വടക്കോട്ടു പോകും. എല്ലാവരും കൂട്ടംകൂട്ടമായി നടക്കും.'' ലിസ്സ് അല്പം ദേഷ്യത്തോടെ പറഞ്ഞു.

''യുദ്ധങ്ങളോ വിദേശ ആക്രമണങ്ങളോ നേരിടാത്ത ഒരു നാടാണ് ഇത്. എപ്പോഴെങ്കിലും സാമൂതിരിയുമായി ഒരു അടികലശൽ മാത്രം. ഇവരിൽ ധീരന്മാരായ ആളുകളുമുണ്ട്. കൊച്ചിരാജാവ് ഇപ്പോൾ നമ്മുടെ കൂടെ അയച്ച അഞ്ഞൂറു പേരും കൊള്ളാം. വരുന്നവർ എങ്ങനെയാണോ എന്തോ. ഏതായാലും നാളെ മേനോൻ വരും. അയാളെക്കൊണ്ട് അവരെ കാര്യങ്ങൾ പറഞ്ഞു മനസ്സിലാക്കിച്ച് നേരെയാക്കാൻ നോക്കാം.''

മേനോന്റെ പേരുകേട്ടതും പഴയ നീർനായ സംഭവം ഓർത്ത് ലിസ്സിനു ചിരി പൊട്ടിപോയി.

''കൊച്ചിയിൽ നിന്നും ആളുകൾ വന്നതും പനങ്ങാടിന്റെ മറുകരയിലെ കാടും പടലും വെട്ടി നശിപ്പിക്കണം. അതുപോലെ

വെണ്ടുരുത്തി ദ്വീപിൽ ചില വലിയ മരങ്ങൾ നിൽക്കുന്നുണ്ട്. അവയെല്ലാം വെട്ടിക്കളയണം. ശത്രുവിന്റെ പീരങ്കികൾ മറച്ചുവയ്ക്കാൻ സ്ഥലം കൊടുക്കരുത്, നമുക്ക് ലക്ഷ്യങ്ങൾ കാണുകയും വേണം. പനങ്ങാട് കടവിൽ അവരുടെ സൈന്യത്തിന് നടക്കാൻ സാധിക്കാത്തവിധം മരപ്പലകകളിൽ ആണികൾ അടിച്ച് ചെളിയിൽ നിരത്തിവയ്ക്കണം.'' പച്ചേക്കോ തുടരെത്തുടരെ നിർദ്ദേശങ്ങൾ കൊടുത്തുകൊണ്ടിരുന്നു. ലോറൻസോ അയാളെ ശ്രദ്ധിച്ചുകൊണ്ടേയിരിക്കുകയായിരുന്നു. അയാൾ മെല്ലെ ചോദിച്ചു.

''കമാൻഡർ മനസ്സിൽ തന്നെ യുദ്ധം ചെയ്ത് യുദ്ധം ജയിച്ചു കഴിഞ്ഞു എന്നാണ് തോന്നുന്നത്.''

''ലോറൻസോ, ഈ യുദ്ധത്തിൽ സാമൂതിരിക്ക് ആൾബലം ഉണ്ടെങ്കിലും ദൈവം നമ്മുടെ കൂടെയാണ്.'' പച്ചേക്കോ പറഞ്ഞു.

അങ്ങ് ദൂരെ, ഉദയംപേരൂരിനും ആമേടക്കും അരികെയുള്ള ഒരു തീരത്ത് തന്റെ പാളയത്തിൽ ഖ്വാജ അലിയുമായി ഇടപ്പള്ളി തമ്പുരാൻ സംസാരിച്ചുകൊണ്ടിരിക്കുകയായിരുന്നു.

''അലി, ഈ പറങ്കികളുടെ കാരവൽ കപ്പലുകളും ബോട്ടുകളും കത്തിച്ചുകളയാൻ ഒരു സൂത്രവും ഇല്ലേ? അവ നഷ്ടപ്പെട്ടാൽ അതോടെ അവരുടെ പണി തീരും.''

''ഒരു ഉപായം ഉണ്ട് തമ്പുരാൻ, വെള്ളത്തിൽ പൊന്തിക്കിടക്കുന്ന തീ ആളിക്കത്തുന്ന മരഗോപുരങ്ങൾ അവരുടെ കപ്പലുകളുടെ ഭാഗത്തേക്ക് വിട്ടാൽ മതി, പിന്നെ നമ്മൾ ഒന്നും ചെയ്യേണ്ട.''

''അഗ്നിഭഗവാൻ ചെയ്തുകൊള്ളും അല്ലേ? എന്നാൽ അങ്ങനെ ഒന്ന് രണ്ടെണ്ണം ഉണ്ടാക്കിക്കൂടെ?''

''അതുകൂടാതെ ജലത്തിൽ സഞ്ചരിക്കുന്ന കോട്ടകൾ, അവയിൽ ചെറിയ പീരങ്കികളും തോക്കുകളും അഗ്നിബാണങ്ങളുമായി സൈനികർ... അതും പരീക്ഷിക്കാവുന്നതേയുള്ളൂ. പക്ഷേ ദയവായി എന്നെ ഇതിൽ നേരിട്ട് ഇടപെടുത്തരുത്.'' അയാൾ അപേക്ഷിച്ചു.

''നിങ്ങൾ അതിന്റെ രൂപകല്പന മാത്രം ചെയ്തു തന്നാൽ മതി, മരപ്പണിയിൽ മിടുക്കരായ ആൾക്കാരെ കൊണ്ട് ചെയ്യിക്കാം. സാമൂതിരിതമ്പുരാനോട് ഞാൻ അനുവാദവും വാങ്ങിക്കാം.'' ഇടപ്പള്ളി തമ്പുരാൻ പറഞ്ഞു.

''എന്നാൽ ശരി ഞാൻ ഉടനെ അവയുടെ ചിത്രങ്ങളുമായി വരാം.'' അലി യാത്രപറഞ്ഞ് ഇറങ്ങി.

അടുത്ത ദിവസം സാമൂതിരിയെ തനിയെ കണ്ട് ഇടപ്പള്ളി തമ്പുരാൻ കാര്യങ്ങൾ അവതരിപ്പിച്ചു, അദ്ദേഹം സമ്മതം മൂളി. സാമൂതിരിക്ക് രാമായണം വായിച്ചു കേൾപ്പിച്ചുകൊണ്ട് നീലകണ്ഠൻ നമ്പൂതിരിപ്പാട് ആ മുറിയിലുണ്ടായിരുന്നു.

ഒരാഴ്ച കഴിഞ്ഞതും നീലകണ്ഠൻ നമ്പൂതിരിപ്പാട് സാമൂതിരിപ്പാട് മുമ്പേ തൊഴുതുകൊണ്ട് നിന്നു.

''എന്താണ് നമ്പൂരി? എന്താ കയ്യിൽ ഒരു കെട്ട്?''

''ഇന്ന് രാവിലെ ഗണപതിക്ക് നേദ്യത്തിന് തേങ്ങ പൊട്ടിച്ചപ്പോൾ, വെട്ടുകത്തി തെറ്റി തള്ളവിരലിൽ കൊണ്ടു, നല്ല മുറിവുണ്ട്. അപശകുനമാണല്ലോ എന്ന് വിചാരിച്ചപ്പോൾ കുറച്ചു മുമ്പ് ആളു വന്നു. അമ്മാത്ത് ഒരു മരിപ്പ് ഉണ്ട്. ഞാൻ യാത്ര പറയാൻ വന്നതാണ്.''

''ആദ്യം കണികൾക്ക്. ഇപ്പോൾ നിങ്ങൾക്ക്. തുടക്കംമുതൽ അപശകുനം തന്നെ. ഞാനും യുദ്ധം നിർത്തി മടങ്ങിയാലോ എന്ന് ആലോചിക്കുകയാണ്.''

''എന്റെ മനസ്സിൽ തോന്നുന്നത് അതുതന്നെയാണ്. പത്തു ദിവസത്തിനകം കാലവർഷം തുടങ്ങും എന്നാണ് തോന്നുന്നത്. പിന്നെ ലക്ഷണം കേട്ടിട്ട് നായന്മാര് മരിച്ചത് വിഷൂചിക കൊണ്ടാണോ എന്ന് ഒരു സംശയമുണ്ട്. അത് പകർച്ചവ്യാധിയാണ്. പെട്ടെന്ന് പടരും. സാമൂതിരിപ്പാട് സൂക്ഷിക്കണം. കുരുമുളകും തുളസിയും ഇഞ്ചിയും ചേർത്ത് തിളപ്പിച്ച വെള്ളം മാത്രമേ കുടിക്കാവൂ.''

''നമ്പൂരി പറയുന്നത് വാസ്തവമാണ്. പക്ഷേ നമ്മുടെ ഇളങ്ങല്ലൂരിനും മാപ്പിളമാർക്കും യുദ്ധം തുടരണമെന്നാണ് താത്പര്യം. നമ്പൂരി എങ്ങനെയാ പോകുന്നത്?''

''ഇടപ്പള്ളിയിൽ ചെന്നാൽ യാത്രയ്ക്ക് സൗകര്യം ചെയ്തു തരാം എന്നാണ് ഇടപ്പള്ളി തമ്പുരാൻ പറഞ്ഞത്. എന്നാൽ ഞാൻ ഇറങ്ങിക്കോട്ടെ?''

''എന്നാൽ അങ്ങനെ ആവട്ടെ. കോഴിക്കോട്ടു വെച്ച് കാണാം. കണക്കന്മാരെ കണ്ട് നാം പറഞ്ഞു എന്ന് പറഞ്ഞ് ദക്ഷിണയും വഴിച്ചെലവിനുള്ള പണവും വാങ്ങി കൊണ്ടുപൊയ്ക്കോളൂ.''

നീലകണ്ഠൻ നമ്പൂതിരി യാത്രയായി. ഇനി അവിടെ അധിക ദിവസം നിൽക്കണ്ട എന്ന് അനിയൻ തമ്പുരാന്റെ സന്ദേശവും കൊണ്ടുവന്ന ആളാണ് മരിപ്പ് അറിയിക്കാൻ വന്നത്. ഇനി അവിടെ നിന്നാൽ അപകടമാണ്, കാര്യങ്ങൾ പുറത്തായാൽ പിന്നീട് ഒരിക്കലും വീണ്ടും കോഴിക്കോട് പോയി ജോലി തുടരാനാവില്ല എന്നും അദ്ദേഹം അറിയിച്ചിരുന്നു. പക്ഷേ നീലകണ്ഠൻ നമ്പൂതിരി പറഞ്ഞത് സത്യമായിരുന്നു. അടുത്ത ദിവസങ്ങളിൽ ദിനംപ്രതി നൂറോളം പേർ മരിച്ചു തുടങ്ങിയിരുന്നു. മാലിന്യം കയറിയ കുടിവെള്ളവും ഭക്ഷണവും ഒരുപാട് പേർ കൂടി ഒരേ സ്ഥലത്ത് മലമൂത്ര വിസർജ്ജനങ്ങൾ നടത്തുന്നതും രോഗം അതിവേഗം പടരാൻ കാരണമായി.

ഇരട്ട ആക്രമണം

മെയ് മാസം ആദ്യവാരമായിട്ടും സാമൂതിരി സൈന്യത്തിന്റ അനക്കം ഒന്നും കാണാനില്ല. അവർ തിരിച്ചു പോവുകയാണ്, വാർത്ത നാട്ടിൽ പരന്നു. കൊച്ചിയിലെ ജനജീവിതം സാധാരണ നിലയിലായി. കുരുമുളക് ഉണങ്ങുവാൻ കടുത്ത വേനൽ സഹായിച്ചു. കൃഷിയിടങ്ങളിൽ നിന്നും മലഞ്ചരക്കുകൾ ധാരാളം വന്നു തുടങ്ങി. ഇനി സംഭരണകാലമാണ്, കാലവർഷം കഴിഞ്ഞതും കപ്പലുകൾ വന്നുതുടങ്ങും. അഥവാ യുദ്ധം ഭയന്ന് അവർ വന്നില്ലെങ്കിൽ തന്നെ മൂന്നു മാസങ്ങൾക്കകം പറങ്കികളുടെ കപ്പലുകൾ പോർച്ചുഗലിൽ നിന്നും വരും, വില അല്പം കുറഞ്ഞാലും തങ്ങളുടെ മുഴുവൻ ചരക്കുകളും റൊക്കം പണം തന്ന് അവർ തന്നെ എടുക്കുമല്ലോ എന്ന് കൊച്ചിയിലെ കച്ചവടക്കാർ സന്തോഷിച്ചു. അവർ ഇടയ്ക്ക് മാനുവൽ കോട്ടയിൽ പോയി ഫാക്ടർ ഫെർണാണ്ടസ് കോറിയോ യുമായി സംഭാഷണം നടത്തി. പെരുമ്പളത്തെയും ഉദയംപേരൂ രിലെയും ചെറിയ നാടുവാഴികൾ തങ്ങളുടെ നിലപാട് പുനർചിന്തനം ചെയ്തു. സാമൂതിരിക്ക് പറങ്കികളെ പരാജയപ്പെടുത്താൻ ആവില്ല. സാമൂതിരിയുടെ വലിയ സൈന്യം തങ്ങളുടെ പ്രദേശത്താണ് തമ്പടിച്ചിരിക്കുന്നത്. സൈന്യത്തിന്റെ ചെലവ് സിംഹഭാഗവും അവർ തന്നെയാണ് വഹിക്കുന്നത് എങ്കിലും കുടിവെള്ളം, ഭക്ഷണ സാധനങ്ങൾ എന്നിവയുടെ ലഭ്യത പ്രശ്നമായികൊണ്ടിരിക്കു കയാണ്. പറങ്കികളാവട്ടെ, ആഴ്ചയിൽ രണ്ടു തവണ എന്ന കണ ക്കിന് തങ്ങളുടെ പ്രദേശങ്ങൾ ആക്രമിക്കുന്നു, ആടുമാടുകളും ഭക്ഷ്യസാധനങ്ങളും കൊള്ളയിട്ടു കൊണ്ടുപോകുന്നു. അത് ചെറു ക്കാൻ സാമൂതിരിപ്പാടിന്റെ സൈന്യത്തിന്റെ സഹായം ലഭിക്കുന്നില്ല. ഇപ്പോൾതന്നെ ഇങ്ങനെയാണെങ്കിൽ അവർ തിരിച്ചു പോയാലുള്ള സ്ഥിതി ആലോചിക്കുക വയ്യ. അഞ്ചു കൈമൾമാരുടെ സ്ഥലത്തും ആലങ്ങാടും ചെറുവൈപ്പിലും അവർ പ്രവേശിക്കാറുപോലുമില്ല. നാടുവാഴികൾ മൺമറഞ്ഞ അവരുടെ കാരണവന്മാർ പറഞ്ഞിരുന്ന വാക്ക് ഇപ്പോൾ ശരിക്കും ഓർത്തു. 'അകലെയുള്ള ബന്ധുക്കളേ ക്കാൾ ഭേദം അടുത്തിരിക്കുന്ന ശത്രുക്കളാണ്.' ഇതിനിടെ വേറൊരു

സംഭവം ഉണ്ടായി. കോട്ടയം രാജാവിന്റെ സൈനികർക്കിടയിൽ അറുപതുപേർ ഒറ്റ ദിവസം തന്നെ മരിച്ചു. അന്വേഷിച്ചതിൽ അവർക്ക് കലശലായ വയറിളക്കവും ഛർദ്ദിയും ക്ഷീണവും കുറച്ചുദിവസങ്ങളായി ഉണ്ടായിരുന്നു എന്ന് കേൾക്കുന്നു. അത് ഒറ്റപ്പെട്ട സംഭവം അല്ല, വല്ല പകർച്ചവ്യാധി ആണെങ്കിൽ തങ്ങളുടെ നാട്ടിലെ ജനങ്ങളുടെ കാര്യം കഷ്ടത്തിലാകും. ഗോദവർമ്മ തിരുമുൽപ്പാട് സൗമ്യനായ വളരെ നല്ല മനുഷ്യനാണ് എന്നതിൽ അവർക്ക് രണ്ടഭിപ്രായം ഉണ്ടായിരുന്നില്ല. അവർ ഓരോരുത്തരായി കൊച്ചി രാജാവിനെ കാണാൻ ആളുകളെ പറഞ്ഞയച്ചു തുടങ്ങി. സാമൂതിരിയുടെ കൂടെ നിൽക്കുന്ന ആലങ്ങാട് കൈമളുടെ ഒരു ചെറിയ വിഭാഗത്തിൽ കണ്ടൻ കോരുവിന്റെ പഴയ കളരി സുഹൃത്തുക്കൾ ഉണ്ട്. മനപ്പൂർവ്വം തന്നെയാണ് ഇളയ കൈമൾ അവരെ അവിടെ നിർത്തിയിരുന്നത്. മുന്നണി സൈന്യത്തിന്റെ നീലകണ്ഠൻ നമ്പൂതിരിക്ക് അറിയാൻ കഴിയാത്ത രഹസ്യങ്ങൾ അവർ കോരുവിന് ചോർത്തി കൊടുക്കുന്നുണ്ടായിരുന്നു.

കൊടുങ്കാറ്റിനു മുൻപുള്ള നിശ്ശബ്ദത. പച്ചേക്കോ രണ്ടുദിവസം തന്റെ സൈനികർക്ക് ധാരാളം വിശ്രമം അനുവദിച്ചു. സാമൂതിരിയുടെ യുദ്ധക്കപ്പലുകൾ പള്ളുരുത്തിക്കടവിലേക്ക് കൂട്ടമായി വന്നു. ഇറ്റലിക്കാർ പറഞ്ഞുകൊടുത്ത ബുദ്ധിയാണെന്നു തോന്നുന്നു, പടവുകൾ തമ്മിൽ ബന്ധിച്ചാണ് അവർ ഒത്തൊരുമിച്ച് മുന്നോട്ടു വന്നത്. ഇടപ്പള്ളി തമ്പുരാനാണ് അവരെ നയിച്ചിരുന്നത്. രണ്ട് കപ്പലുകളെ നേരിടാൻ അറുപതോളം നൗകകൾ. സാമൂതിരിയുടെ കുറെ സൈനികർ പീരങ്കികൾ വെണ്ടുരുത്തിയിൽ സ്ഥാപിക്കാൻ വടക്കു ഭാഗത്തുനിന്നും വഞ്ചികളിൽ അങ്ങോട്ട് അതിരാവിലെ വന്നിരുന്നു. ഒരു കാരവൽ മാത്രം പ്രതീക്ഷിച്ചിരുന്ന അവർ രണ്ടെണ്ണം നിൽക്കുന്നതുകണ്ട് അല്പം പരിഭ്രമിച്ചു. കടവിൽ കയറിയും ഇറങ്ങിയും നിന്നിരുന്ന രണ്ട് കപ്പലുകളിൽ നിന്നും വെടി പൊട്ടി. ഇതുവരെ മുൻവശത്തെ ആറു പീരങ്കികൾ മാത്രം ഉപയോഗിച്ചിരുന്ന റാഫേലിന്റെ കപ്പൽ അതിന്റെ വീതി കൂടിയ വശം അഥവാ ബ്രോഡ് സൈഡ് അതിനെ നോക്കി വന്നിരുന്ന പടവുകൾക്കു അഭിമുഖമായി നിർത്തിയിരുന്നു. കപ്പലിന്റെ രണ്ട് തട്ടുകളിലായി പതിന്നാലോളം പീരങ്കികൾ ശത്രുവിനെ തുറിച്ചു നോക്കിക്കൊണ്ടിരുന്നു. ഗണ്ണർമാരാണ് യുദ്ധത്തിന്റെ ജയാപജയങ്ങൾ നിശ്ചയിച്ചിരുന്നത്. അവരെ നിയന്ത്രിക്കാൻ പച്ചേക്കോയെപ്പോലെ ഒരു യുദ്ധതന്ത്രജ്ഞനെ കിട്ടിയതോടെ വിജയം എപ്പോഴും പോർച്ചുഗീസുകാർക്ക് തന്നെയായിരുന്നു. പൈറസ്സിന്റെ കപ്പലിലെ വശങ്ങളിലുള്ള പീരങ്കികൾ, വെണ്ടുരുത്തി ദ്വീപിൽ കയറാൻ ശ്രമിച്ച മാപ്പിളമാരുടെ വഞ്ചികളെ തുരത്തി. സാമൂതിരിയുടെ പടവുകൾ എല്ലാം ഒരു നിശ്ചിതദൂരം കടന്ന ഉടൻ തന്റെ ബോട്ടിൽ നിന്ന് പച്ചേക്കോ സൂചന നൽകി.

ചെകിടടപ്പിക്കുന്ന ശബ്ദത്തിൽ പീരങ്കികൾ മുഴങ്ങി. മുന്നിൽ വരുന്നവരെ അത്ഭുതപ്പെടുത്തിക്കൊണ്ട് ഇത്തവണ ഉണ്ടകൾ ഏറ്റവും പിറകെയുള്ള കപ്പലുകളിൽ ആണ് ചെന്നു പതിച്ചത്. തന്റെ പീരങ്കികളുടെ മുഴുവൻ ശക്തി പച്ചേക്കോ പുറത്ത് എടുത്തിരുന്നില്ല. അഞ്ചുദ്വീപിലെ ചുവന്ന നിറമുള്ള പീരങ്കിയുണ്ടകൾ കപ്പൽപ്പടയുടെ ഏറ്റവും അവസാനത്തെ നിരയിൽ കൃത്യമായി പതിച്ചു. വെടിമരുന്നിന് അളവ് കൂട്ടി മുപ്പത്തിരണ്ട് പൗണ്ട് വരെ ഭാരമുള്ള ഉണ്ടകൾ കാരവൽ കപ്പലുകൾ രണ്ടും അങ്ങോട്ട് പായിച്ചു. കപ്പലിലെ പൗഡർ ബോയ്സ്, സഹായികൾ എന്നിവർ പമ്പരം പോലെ കറങ്ങിനടന്ന് ജോലി ചെയ്യുകയായിരുന്നു. സാമൂതിരിയുടെ പടവുകളിലും പീരങ്കികൾ ഉണ്ടായിരുന്നു. അവരുടെ പീരങ്കികളിൽനിന്നുമുള്ള ഉണ്ടകൾ കുറെയെണ്ണം കാരവലുകളിൽ വീഴുകയും ചെയ്തു. പക്ഷേ കപ്പലിനു ചുറ്റും കെട്ടി വച്ചിരുന്ന പഞ്ഞിക്കെട്ടുകളും കയർ വലയിൽ നിറച്ച ചകിരിയും കുറെയൊക്കെ ആഘാതം ഒഴിവാക്കി. പടവുകൾക്ക് പൊക്കം കുറവുള്ളതിനാൽ, അതിലെ ചെറിയ പീരങ്കികൾക്ക് ഉയരക്കൂടുതലുള്ള കാരവലിന്റെ പായമരങ്ങളെ ലക്ഷ്യം ഇടാൻ ഒരിക്കലും സാധിച്ചില്ല. കാരവലിന്റെ വശങ്ങളെല്ലാം സംരക്ഷിക്കപ്പെട്ടിരുന്നു. മാപ്പിളനാവികരുടെ പരിചയക്കുറവും ഒരിക്കൽ പീരങ്കികൾ പൊട്ടിച്ചുകഴിഞ്ഞാൽ പിന്നീട് അവ വീണ്ടും നിറയ്ക്കാനുള്ള കാലതാമസവും പീരങ്കി കുഴലുകൾ വെള്ളം നനച്ച തുണികൾ കൊണ്ട് തണുപ്പിച്ച് തുടയ്ക്കാതെ ധൃതിപിടിച്ച് വീണ്ടും നിറച്ചപ്പോൾ ഉണ്ടായ അപകടങ്ങളും എല്ലാം അവരുടെ പരാജയത്തിന് കാരണമായി. അവരെ സ്വതന്ത്രരായി വിടാതെ, അവരുടെ ആശയങ്ങൾക്ക് അനുസൃതമായി ജോലി എടുക്കാൻ സമ്മതിക്കാത്ത അവരുടെ തലവനായ ഇടപ്പള്ളി തമ്പുരാൻ ചെറിയ പ്രശ്നങ്ങൾ ഒന്നുമല്ല ഉണ്ടാക്കിയത്. ഇതേ മാപ്പിളനാവികൾ തന്നെയാണ് പതിറ്റാണ്ടുകൾക്കുശേഷം അറബിക്കടലിൽ പോർച്ചുഗീസുകാരോട് ഒപ്പത്തിനൊപ്പം നിന്ന് നാവിക യുദ്ധം ചെയ്തത് എന്നും ഓർക്കേണ്ടതാണ്. പരിചയക്കുറവാണ് പടവുകൾ കൂടുതൽ ഉണ്ടായിട്ടും അവർക്കുണ്ടായ തോൽവിക്ക് പ്രധാനകാരണം.

കപ്പലിനുള്ളിൽ സ്ഥാപിച്ച, ഒരു പീരങ്കിയിൽ വെടി പൊട്ടിക്കുക എന്നത് ചില്ലറ കാര്യമല്ല. അത് ഒരുപാട് പ്രയത്നം വേണ്ടി വരുന്ന ഒരു ക്രിയയാണ്. നാലു ചക്രങ്ങളിൽ ഇരിക്കുന്ന പീരങ്കി പുറകോട്ട് കൊണ്ടുവന്ന് അതിന്റെ കുഴൽ നനഞ്ഞ തുണി കെട്ടിയ വടികൊണ്ട് വൃത്തിയാക്കണം. കത്തുന്ന വസ്തുക്കളോ തീപ്പൊരിയോ ഉണ്ടെങ്കിൽ കെടുത്താനും കുഴൽ മിനുസമാക്കാനും ആണ് ആ ജോലി. കപ്പലിൽ രണ്ടുതരം ലോഡിങ് സമ്പ്രദായം ഉള്ള പീരങ്കികൾ ഉണ്ടായിരുന്നു മസ്സൽ ലോഡിങ് എന്ന ഉണ്ടകൾ പുറത്തുനിന്ന് കുഴലിനകത്ത് ഇടുന്ന വിധം, മറ്റൊന്ന് ബ്രിച്ച് ലോഡിങ്, എന്ന പീരങ്കിയുടെ പുറകുവശം വഴി ഉണ്ട കുഴലിൽ ലോഡ് ചെയ്യുന്ന വിധം. ഉണ്ട

പുറത്തേക്ക് ഉരുണ്ടു പോകാതിരിക്കാൻ തുണി ചുരുട്ടി കുഴലിനകത്തിട്ട് കുത്തി ഉറപ്പിക്കണം. ഉണ്ട നിറച്ചു കഴിഞ്ഞാൽ വെടിമരുന്ന് നിറച്ച ലോഹനിർമ്മിതമായ കാട്രിഡ്ജ് ഇളക്കമില്ലാതെ പീരങ്കിയുടെ പിറകിലുള്ള അതിന്റെ അതെ അളവിലുള്ള ദീർഘചതുരാകൃതിയിലായ കുഴിയിൽ വച്ച് ഉറപ്പിക്കണം. ഇളക്കമില്ലാതിരിക്കാൻ അതിനുള്ള മരക്കഷ്ണങ്ങൾ കൊണ്ടുള്ള വെഡ്ജ് അല്ലെങ്കിൽ ആപ്പുകൾ ഇടയിൽ വെച്ച് റാമ്മർ എന്നു പേരായ മരം കൊണ്ടുള്ള ചുറ്റിക ഉപയോഗിച്ച് അടിച്ചു ഉറപ്പിക്കണം.

അടുത്തതായി പീരങ്കി മുൻപോട്ടു തള്ളിക്കൊണ്ടുവന്ന് അതിന്റെ കുഴൽ പുറത്തേക്ക് വരുന്ന പോലെ വെച്ച് ചക്രങ്ങൾ പിറകോട്ട് ഉരുളാതിരിക്കാൻ തടകൾ വയ്ക്കണം. മിനുസ്സമുള്ള വെടിമരുന്നു കൊണ്ട് കാട്രിഡ്ജിന്റെ ദ്വാരം വരെ നീളത്തിൽ വഴിമരുന്നിടണം. വെടി പൊട്ടുമ്പോൾ പീരങ്കി തിരിച്ചുവരുന്നത് ചെറുക്കാൻ തുമ്പിക്കൈ വണ്ണത്തിലുള്ള കയറുകൊണ്ട് പീരങ്കിയുടെ പുറത്തുള്ള വളയങ്ങളിൽ കൊരുത്ത് കയറിന്റെ ഇരുവശവും കപ്പലിന്റെ ചുമരിൽ ബന്ധിക്കണം. ഗണ്ണർ പീരങ്കി തിരിച്ച് ഉന്നം പിടിച്ച് അടയാളം നൽകിയതും അടുത്ത് തയ്യാറായി നിൽക്കുന്ന ആൾ ലിൻസ്റ്റോക്ക് എന്ന് പേരായ ഒരറ്റത്ത് തുണി ചുറ്റിയ തിരി കത്തിച്ച നീളമുള്ള വടികൊണ്ട് വഴിമരുന്നിൽ തീ കൊടുക്കും. ചേംബറിലെ വെടിമരുന്ന് കത്തി പീരങ്കിഉണ്ട കുഴൽ വഴി തീയും പുകയും തുപ്പി വലിയ ശബ്ദത്തോടെ പുറത്തുതള്ളും. വെങ്കല പീരങ്കികളിൽ ഇരുമ്പുകൊണ്ടുള്ള ഉണ്ടകളും ഇരുമ്പു കൊണ്ടുണ്ടാക്കിയ പീരങ്കികളിൽ കരിങ്കൽ ഉണ്ടകളും ആണ് ഉപയോഗിക്കാറ്.

പരിചയസമ്പന്നരായ ഒരു പറ്റം ആൾക്കാർ എണ്ണയൊഴിച്ച യന്ത്രം പോലെ പ്രവർത്തിച്ചാൽ മാത്രമേ ഇത് സാദ്ധ്യമാവുകയുള്ളൂ. കാരവലിന്റെ വീതികൂടിയ വശം പടവുകൾ നേരെ തിരിച്ചു വെച്ചത് പച്ചേക്കോ ചെയ്ത ഒരു സാഹസമായിരുന്നു. കപ്പൽ അങ്ങനെ നിൽക്കുമ്പോൾ എണ്ണത്തിൽ കൂടുതലുള്ള സാമൂതിരിയുടെ പടവുകളിൽ നിന്നുള്ള പീരങ്കിയുണ്ടകൾ പതിക്കാനുള്ള സാധ്യതകൾ ഏറെയായിരുന്നു. വേറെ നിവൃത്തി ഇല്ലാത്തതു കൊണ്ടും തന്റെ ഗണ്ണർമാരെ നല്ല വിശ്വാസം ഉള്ളതുകൊണ്ടുമാണ് അയാൾ അതിന് തുനിഞ്ഞത്. പക്ഷേ പൈറസിന്റെ കപ്പൽ പതിവു പോലെ വിലങ്ങനെ ആണ് നിർത്തിയിരുന്നത്. അതിന്റെ ഫോർ ക്ലാസിലിലെ ശക്തമായ പീരങ്കികൾക്ക് വളരെ ദൂരത്തേക്കു ഉണ്ടകൾ അയയ്ക്കാനുള്ള ശക്തിയുണ്ടായിരുന്നു.

ഇരുപത് പീരങ്കികളിൽ നിന്നുമുള്ള ശക്തമായ ആക്രമണത്തിനുപുറമേ കമാൻഡറുടെ ബോട്ടുകളിൽ നിന്നും ഉണ്ടകൾ പെരുമഴയായി വന്നപ്പോൾ, അത് തടുക്കാനുള്ള ശക്തി ഏറെ പരിമിതികളുള്ള പടവുകൾക്ക് സാധ്യമായില്ല. അവർ വിചാരിച്ചതിനേക്കാൾ

നാശനഷ്ടങ്ങളും ആൾനാശവും സംഭവിച്ചു. വേലിയിറക്കം വരുന്ന തിനു മുമ്പ് തന്നെ ഇടപ്പിള്ളി തമ്പുരാൻ സേനയെ പിന്മാറാൻ ആജ്ഞാപിച്ചു. കൊച്ചിയിലെ വേലിയേറ്റങ്ങൾ വേലിയിറക്കങ്ങൾ എന്നിവയെക്കുറിച്ച് നല്ല ഗ്രാഹ്യമുള്ള പച്ചേക്കോ ഒരു നിമിഷം പോലും പാഴാക്കാതെ പനങ്ങാട്ടേക്ക് പാഞ്ഞുപോയി. അയാൾ കയറിയ ഇരുപതോളം തുഴക്കാർ തുഴഞ്ഞ വള്ളം ശരം കണക്ക് വേമ്പനാട്ടു കായൽ കീറിമുറിച്ചുകൊണ്ട് കൃത്യസമയത്തുതന്നെ പനങ്ങാട് എത്തി.

അവിടെ നല്ല ഒരു ഏറ്റുമുട്ടൽ നടക്കുകയായിരുന്നു. ഏറാൾപ്പാടിന്റെ നേതൃത്വത്തിൽ മൂവായിരത്തോളം പേർ കൂട്ടമായി കടവിലൂടെ നടന്നപ്പോൾ നടുവിൽ ഒരിടത്ത് മുൾമുനകൾ പുറത്തേക്ക് തള്ളി നിൽക്കുന്ന ഇരുമ്പുകമ്പികൾ വെച്ച് കടവ് അടച്ചിരുന്നു. തിക്കിത്തിരക്കി മുന്നോട്ടു വന്നപ്പോൾ ചളിയിൽ പുതഞ്ഞ മരപ്പലകകളിൽ തറച്ചിരുന്ന ആണികൾ നഗ്നപാദരായി നടന്നിരുന്ന സൈനികരുടെ കാലിൽ കുത്തി കയറി. മുന്നോട്ടും പിന്നോട്ടും പോകാനാവാതെ വിഷമിച്ച അവരെ കരയിൽ നിന്നും കൊച്ചി സൈനികർ അമ്പുകൾ ഉപയോഗിച്ചും കരയിൽ കൂട്ടി വെച്ചിരുന്ന കല്ലുകൾ എറിഞ്ഞും ആക്രമിച്ചു. അലറിവിളിച്ചുകൊണ്ട് അവരുടെ ബോട്ടുകളിൽനിന്നും കുമ്പളം ഭാഗത്തെ കരയിൽനിന്നും വഞ്ചികളിൽ നിന്നും പോർച്ചുഗീസ് സൈനികർ മറുകരയിലേക്ക് കയറി വലിയ വാളുകൾ, മാച്ച്ലോക്കുകൾ ക്രോസ് ബോക്കൾ എന്നിവയെല്ലാം ഉപയോഗിച്ച് അവരെ അതിഭീകരമായി ആക്രമിച്ചു. ഇതുവരെയും കോഴിക്കോട് സൈനികർ പറങ്കികളുടെ നാവികയുദ്ധം മാത്രമേ കണ്ടിരുന്നുള്ളൂ. കണ്ണിൽ കണ്ടതെല്ലാം വെട്ടിവീഴ്ത്തി അലറിവിളിച്ചു കൊണ്ട് വരുന്ന ഒരു ആക്രമണം അവർ ജീവിതത്തിൽ ആദ്യമായി ട്ടാണ് കാണുന്നത്. അന്നത്തെ താരം ലിസ്സാർട്ടേ ആയിരുന്നു. നല്ല ഉയരവും വലിയ ശരീരമുള്ള അവന്റെ കൈകൾക്ക് അപാര കരുത്താണ്. മലനാട്ടിൽ വെട്ടൊന്ന് മുറി രണ്ട് എന്ന ഒരു പഴഞ്ചൊല്ല് കേട്ടിട്ടേ ഉള്ളൂ. അന്നവിടെ അത് സത്യമായി. തന്നെ നേരിട്ട ഒരു സാമൂതിരിയുടെ സൈനികനെ ലിസ്സാർട്ടേ ഒരു പിശാചിനെപോലെ അലറിക്കൊണ്ട് തന്റെ വീതിയേറിയ വാളുകൊണ്ട് ആഞ്ഞ് വെട്ടി. അത് കണ്ടുനിന്നവർക്ക് ഭയവും അറപ്പും മൂലം അവരുടെ കുടൽ നെഞ്ചിൽ വന്നിടിച്ച പോലെ ഒരു അനുഭവം ഉണ്ടായി. അവനെ ആക്രമിക്കാൻ വന്ന മനുഷ്യനെ ഒറ്റവെട്ടിന് രണ്ടു കഷ്ണമായി അവൻ അരിഞ്ഞിട്ടു. തിരിച്ചെത്തിയ പച്ചേക്കോവിന്റെയും കൂടെ വന്നവരുടെയും ബോട്ടുകളിലെ സ്വിവൽ ഗണ്ണുകൾ പ്രവർത്തിച്ചപ്പോൾ എല്ലാം മുഴുവനായി. അന്നത്തെ ഭയാനകമായ ഏറ്റുമുട്ടലിൽ പോർച്ചുഗീസുകാരിൽ ചിലർക്ക് പരിക്കേറ്റു. വളരെ കുറച്ചു കൊച്ചി സൈനികർ മരണമടഞ്ഞു, ചിലർക്ക് പരിക്കേറ്റു. കോഴിക്കോട്

സൈന്യത്തിലെ പകുതിയിലേറെ പേർ മരിച്ചു. ധാരാളം സൈനികർക്ക് പരിക്കുപറ്റി. ഗത്യന്തരമില്ലാതെ വേലിയേറ്റം തുടങ്ങുന്നതിനു മുമ്പ് തന്നെ യുദ്ധം അവസാനിപ്പിച്ച് ഏറാൾപ്പാട് മടങ്ങി.

യുദ്ധം ആരംഭിച്ചതുമുതൽ ഏറ്റവും കടുത്ത പോരാട്ടമാണ് അന്ന് നടന്നത്. റാഫേലിന്റയും ഡിയാഗോ പൈറസിന്റെയും കാരവൽ കപ്പലുകളിൽ സഹായികളായി നിന്ന കൊച്ചിയിലെ കുട്ടികളും യുവാക്കളുമായിരുന്നു അന്ന് പോർച്ചുഗീസുകാരെ ഏറെ സഹായിച്ചത്. ഇടവിടാതെ പ്രവർത്തിച്ചിരുന്ന ഇരുപതു പീരങ്കികൾക്കും അവയുടെ കുഴലിന്റെ വലിപ്പം അനുസരിച്ചുള്ള ഉണ്ടകൾ സ്റ്റോറിൽ നിന്ന് കൃത്യമായി കൊണ്ടുവന്നു കൊടുക്കുക, വെടിമരുന്ന് കാട്രിഡ്ജ് എന്നിവ വളരെ സൂക്ഷ്മതയോടെ കൈകാര്യം ചെയ്യുക, പീരങ്കികൾ തള്ളാനും കുഴൽ വൃത്തിയാക്കാനും ഒപ്പം നിന്ന് സഹായിക്കുക തുടങ്ങിയ ജോലികളെല്ലാം അവർ വളരെ കൃത്യമായി ചെയ്തു. പച്ചേക്കോവിനും രണ്ട് ക്യാപ്റ്റന്മാർക്കും അവരെ ഏറെ ഇഷ്ടപ്പെട്ടു. അവർക്കെല്ലാം പോർച്ചുഗീസ് ഭക്ഷ്യവിഭവങ്ങൾ ധാരാളമായി കൊടുത്തു. കുട്ടികൾ ബിസ്ക്കറ്റുകൾ ആദ്യമായി കാണുകയായിരുന്നു. നിഷ്കളങ്കരായ അവരുടെ മുഖത്ത് സന്തോഷം അലതല്ലി. ഉച്ചനീചത്വങ്ങളില്ലാത്ത, കഴിവുകളെ അംഗീകരിക്കുന്ന പറങ്കികളുടെ പെരുമാറ്റം അവർക്ക് വളരെ ഇഷ്ടമായി. കൊച്ചിയിൽ നിന്നും വന്ന നായർ പടയാളികളുടെ പ്രകടനം വളരെ മോശമായിരുന്നു. പോർച്ചുഗീസുകാരുടെ ആക്രമണ രീതി അനുകരിക്കാൻ അവർക്ക് ഒരിക്കലും സാധിച്ചില്ല. സഹികെട്ട് പച്ചേക്കോ ഇടിക്കേള മേനോനോടു ചോദിച്ചു.

''മേനോൻ, ഈ നായന്മാർക്ക് പകരം കപ്പലിൽ സഹായത്തിനു നിൽക്കുന്ന യുവാക്കളെ രാജാവിന് സൈന്യത്തിൽ എടുത്തുകൂടെ? മേനോൻ അറിഞ്ഞില്ലേ? ഇന്നലെ പാടത്ത് പണിയെടുക്കുന്ന കൊച്ചിക്കാർ സാമൂതിരിയുടെ ആൾക്കാരെ ആട്ടിയോടിച്ചത്? കയ്യിൽ ആയുധം ഒന്നുമില്ലെങ്കിലും അവരുടെ പണിയായുധങ്ങൾ ഉപയോഗിച്ച് ശത്രുക്കളെ അവർ ഓടിച്ചു. എന്തിനാണ് അവരെ പാടത്ത് പണിയെടുക്കാൻ നിർത്തിയിരിക്കുന്നത്? നല്ല മിടുക്കും ശക്തിയും ഉണ്ടല്ലോ? അവരെയും പട്ടാളത്തിൽ ചേർത്തൂടേ?''

ചെറിയ ചമ്മലോടെ മേനോൻ പറഞ്ഞു.

''അവർ ജാതിയിൽ വളരെ താഴെയാണ്. അതുകൊണ്ട് അവരെ സൈന്യത്തിൽ എടുക്കാറില്ല. സൈന്യത്തിൽ നായന്മാരെ മാത്രമേ എടുക്കുകയുള്ളൂ.''

''വേണ്ട സമ്മതിച്ചു, നിങ്ങളുടെ ആചാരം ലംഘിക്കാൻ വിഷമം ആണെങ്കിൽ, അവരെ നായന്മാരാക്കിയതിനുശേഷം സൈന്യത്തിൽ ചേർത്തുകൂടെ?''

ഇതിന് ഉത്തരം പറയാൻ അറിയാതെ മേനോൻ ശരിക്കും വിഷമിച്ചു.

‘‘പണ്ട് ചേരമാൻ പെരുമാക്കന്മാരുടെ കാലത്ത്...’’ മേനോൻ തുടങ്ങിയപ്പോഴേക്കും പച്ചേക്കോ പറഞ്ഞു.

‘‘ഇവിടെ എന്ത് ചോദിച്ചാലും വേഗം പുറകോട്ടു പോയി ചേരമാൻ പെരുമാളുടെ കാലത്ത് പോയി നിൽക്കും. അദ്ദേഹം തന്നെ മുസൽമാനായി മതം മാറി പോയതല്ലേ? അതിൽ കൂടുതൽ പറയാൻ എന്തിരിക്കുന്നു.’’

‘‘കൊള്ളാമല്ലോ കമാൻഡർ, ഈ ചരിത്രം ഒക്കെ എപ്പോൾ പഠിച്ചു?’’

‘‘ഇവിടെ ക്യാപ്റ്റൻ മേജർ കബ്രാൾ വന്നപ്പോൾ ബാർബോസ എന്ന് പേരായ ഞങ്ങളുടെ ഒരു ഫാക്ടർ ഉണ്ടായിരുന്നത് ഓർമ്മയുണ്ടോ? അയാളുടെ കൂടെ അയാളുടെ മൂത്ത സഹോദരന്റെ മകൻ ഒരു കൊച്ചുപയ്യനും ഉണ്ടായിരുന്നു. അവനും എന്റെ പേര് തന്നെ ദുവാർട്ടേ... ദുവാർട്ടേ ബാർബോസ. അവർ ഇരുവരും ഇപ്പോൾ കണ്ണൂർ ഫാക്ടറിയിലാണ്. ഈ നാടിന്റെ ചരിത്രം ഈ നാട്ടുകാരേക്കാൾ താൽപര്യമാണ് അവന്. ക്യാപ്റ്റൻ മേജർ ആൽബുക്കർക്കിനെ യാത്രയയയ്ക്കാൻ ഞാനും റാഫേലും കണ്ണൂർ പോയിരുന്നു. അപ്പോൾ അവനുമായി സംസാരിക്കുമ്പോൾ അവൻ എനിക്ക് പറഞ്ഞു തന്ന കഥയാണ്.’’

ബാർബോസയുടെ കാര്യം വന്നപ്പോൾ സംസാരം മാറി പോയതിനാൽ മേനോൻ രക്ഷപ്പെട്ടു. അയാൾ മനസ്സുകൊണ്ട് ബാർബോസയ്ക്കു നന്ദി പറഞ്ഞു. കോഴിക്കോട്ടിലെ നായന്മാർ ഓടിപ്പോയത് ആയുധത്തിനെ ഭയന്നല്ല, കൊച്ചിയിലെ ചെറുമന്മാരുടെ കയ്യിൽ നിന്നും അടിയെങ്ങാനും കൊണ്ടാൽ അത് നാണക്കേടാവുമല്ലോ എന്ന് വിചാരിച്ചാണ് എന്ന കാര്യം അതേ നാണക്കേടുകൊണ്ട് തന്നെ മേനോൻ പച്ചേക്കോവിനോട് പറഞ്ഞില്ല.

‘‘നീലകണ്ഠൻ നമ്പൂതിരി പറഞ്ഞതുപോലെ നമ്മുടെ സൈനികർക്ക് പിടിപെട്ടിരിക്കുന്നത് വിഷൂചിക തന്നെയാണെന്നാണ് ഇവിടുത്തെ വൈദ്യന്മാരും പറയുന്നത്. നമുക്കും യുദ്ധം നിർത്തി ഈ നശിച്ച സ്ഥലത്തുനിന്നും തിരിച്ചു പോകാനാണ് ആഗ്രഹം. തുടരെത്തുടരെയുള്ള പരാജയകാര്യങ്ങളിൽ നിന്നും ഒഴിഞ്ഞ് കുറെനാൾ മാറിയിരിക്കണം എന്നൊരു തോന്നൽ.’’ ക്രോധമെല്ലാം ശമിച്ച് നിസ്സഹായാവസ്ഥയിൽ ഇരിക്കുന്ന തന്റെ മാതുലൻ പറഞ്ഞതുകേട്ട് ഏറാൾപ്പാടിനു വളരെ സഹതാപം തോന്നി. അയാൾ ഇടപ്പള്ളി രാജാവിനെയും മരക്കാരെയും നോക്കി ചോദിച്ചു.

‘‘എല്ലാം കേട്ടില്ലേ? എന്താ നിങ്ങളുടെ അഭിപ്രായം?’’

‘‘സാമൂതിരിതമ്പുരാൻ പറഞ്ഞതെല്ലാം ശരി തന്നെയാണ്. പക്ഷേ ഒരു കൈ കൂടി നോക്കിയിട്ട് മടങ്ങാം എന്നാണ് ഞങ്ങൾ രണ്ടു

പേരുടെയും അഭിപ്രായം.'' എന്നിട്ട് ഇടപ്പള്ളി രാജാവ് മായിമണി മരക്കാരെ നോക്കി ചോദിച്ചു. ''ശരിയല്ലേ മരക്കാരെ?''

''അടിയനും ഇതേ അഭിപ്രായം തന്നെയാണ്. അലി ഉണ്ടാക്കാൻ പറഞ്ഞുതന്ന സൂത്രങ്ങൾ ആശാരിമാർ പണിക്കുറവ് തീർത്തു കൊണ്ടിരിക്കുകയാണ്.

''പിന്നെ ആ കമാൻഡർ. അയാളുടെ ശല്യം അവസാനിപ്പിക്കാൻ ഞാൻ ഒരു പദ്ധതിയിട്ടിട്ടുണ്ട്. രണ്ടുമൂന്നു ദിവസങ്ങൾക്കകം അതിന്റെ ഫലം അറിയാം.'' ഇടപ്പള്ളി തമ്പുരാൻ പറഞ്ഞു.

''എല്ലാം നിങ്ങളുടെ ഇഷ്ടം പോലെ ചെയ്തുകൊള്ളൂ. വിജയിച്ചാൽ നല്ല കാര്യം. മറിച്ചാണെങ്കിൽ ഒരക്ഷരം മിണ്ടാതെ കോഴിക്കോട്ടേക്ക് മടങ്ങിക്കൊള്ളുക.''

സാമൂതിരിപ്പാട് അന്ത്യശാസനം നൽകി. ആ ഒരാഴ്ചയിൽ വിഷൂചിക മൂലമുള്ള മരണം മൂവ്വായിരം കഴിഞ്ഞു. ഭയാശങ്കകൾ മൂലം പല സൈനികരും പാളയം വിട്ട് മറ്റു സ്ഥലങ്ങളിൽ പോകാൻ തിരക്കു കൂട്ടി. ഇനി കാര്യങ്ങൾ ഇടപ്പള്ളി രാജാവും മായിമണി മരക്കാരും കൂടി നിശ്ചയിക്കട്ടെ എന്ന് തീരുമാനിച്ച് ഏറാൾപ്പാട് രോഗലക്ഷണം ഇല്ലാത്തവരെ മാറ്റിപ്പാർപ്പിക്കാനുള്ള നടപടികൾ ആരംഭിച്ചു.

നിശായുദ്ധം

അനിയൻ തമ്പുരാൻ പടയുമായി വരുന്നതിനുമുമ്പ്. വലിയ കോളിളക്കം ഉണ്ടാക്കിയ ഒരു സംഭവം നടന്നു. അന്ന് രാത്രി നാല് കൊച്ചി സൈനികരെ കൈകൾ പിറകോട്ട് ആക്കി വരിഞ്ഞുകെട്ടി. കണ്ടൻ കോരുവും സംഘവും പച്ചേക്കോവിന് മുന്നിൽ കൊണ്ടുവന്നു.

“കമാൻഡർ, ഇവർ നാലുപേരും ദ്വീപിന്റെ വടക്കേ വശത്ത് കാവൽനിന്നിരുന്നവരാണ്. സംശയം തോന്നിയതിനാൽ കുറച്ചു ദിവസമായി ഞങ്ങൾ ഇവരെ ശ്രദ്ധിച്ചുകൊണ്ടിരിക്കുകയായിരുന്നു. ഈ നാല് പേരും എപ്പോഴും ഒരുമിച്ച് നിൽക്കുവാൻ ശ്രമിക്കുന്നതും ദ്വീപിന്റെ വടക്ക് ഭാഗത്തേക്ക് കാവലിന് പോകുവാൻ കൂടുതൽ താൽപര്യം കാണിക്കുന്നതും ഞങ്ങൾ മനസ്സിലാക്കി. ഇന്നുരാത്രി കൊതുമ്പുവള്ളത്തിൽ വന്ന ശത്രുസൈന്യത്തിന്റെ ആൾക്കാരുമായി ആശയവിനിമയം ചെയ്തുകൊണ്ടിരുന്നപ്പോൾ മറഞ്ഞിരുന്ന ഞങ്ങൾ ഇവരെ കയ്യോടെ പിടികൂടി. ഇവരുടെ കയ്യിൽ നിന്നും ഇതാ ഈ കാണുന്ന കൊടിയ വിഷം ഞങ്ങൾക്ക് കിട്ടി. ഇവരെ കാണാൻ വന്നവർ കൊടുത്തതാണെന്ന് ഇവർ സമ്മതിച്ചു. താങ്കൾ കുടിക്കുന്ന വെള്ളത്തിൽ ഇത് കലർത്തി താങ്കളെ കൊലപ്പെടുത്താൻ ശത്രുക്കൾ ഇവരെ ഏൽപ്പിച്ചതാണ് എന്നും ഇവർ കുറ്റസമ്മതം നടത്തി. ഇനി എന്താണ് വേണ്ടത് എന്ന് തീരുമാനിക്കാൻ ഞാൻ ഇവരെ അങ്ങോട്ട് കൊണ്ടു വന്നതാണ്.”

കഴിഞ്ഞ ദിവസങ്ങളിലെ സംഭവങ്ങൾ കൊണ്ടുതന്നെ വളരെ ദേഷ്യം പിടിച്ചിരുന്ന പറങ്കികൾക്ക് ഇതുകൂടി കേട്ടതോടെ അവരുടെ രോഷം അടക്കാനായില്ല.

“കമാൻഡർ, നമ്മുടെ നാട്ടിലെ ശിക്ഷ നടപ്പാക്കണം. ഇവരെ വധിക്കണം.” ലോറൻസോ കോപത്തോടെ പറഞ്ഞു. പച്ചേക്കോ അവരെ തൂക്കി കൊല്ലാൻ ആജ്ഞാപിച്ചു.

വരട്ടെ, അങ്ങനെ വെറുതെ തൂക്കി കൊന്നാൽ പോരാ എന്നു പറഞ്ഞ് ആവേശം വന്നവരേപോലെ ലോറെൻസൊ, അൽവാരോ എന്നിവർ ചാട്ടവാറുകൊണ്ട് അതിക്രൂരമായി അവരെ അടിച്ചു.

ലിസ്സാർട്ടേ തന്റെ തുകൽ ബെൽറ്റ് ഊരി അവരുടെ കൂടെ കൂടി. വേദന കൊണ്ട് അവർ അലറി വിളിക്കുന്നത് കേട്ട് ഉറങ്ങിക്കിടന്ന നായന്മാരെല്ലാം എഴുന്നേറ്റു വന്നു. കാര്യങ്ങൾ അറിഞ്ഞപ്പോൾ മല നാടിന്റെ തനതായ പ്രത്യേകതയായ രണ്ടഭിപ്രായം പൊന്തിവന്നു.

''നമ്മളെ ശിക്ഷിക്കാൻ ഇവർക്ക് അധികാരമില്ല. അത് കൊച്ചി യിലെ രാജാവിന് മാത്രമേയുള്ളൂ.'' കുറേ പേർ കണ്ടൻ കോരുവിന് ചുറ്റും കൂടി നിന്ന് പരാതി പറഞ്ഞു. അത് കേട്ടതും പച്ചേക്കോവിന് ദേഷ്യം അണപൊട്ടി.

''ഇത് യുദ്ധമല്ല, ഇവർ എന്നെ കൊല്ലപ്പെടുത്താൻ ശ്രമിച്ചവരാണ്. ഇതിന്റെ ശിക്ഷ നൽകാനുള്ള അധികാരം എനിക്കാണ്.'' പ്രധാന കുറ്റവാളികളുടെ വധശിക്ഷ ഉടൻ നടപ്പിലാക്കാൻ അയാൾ ആജ്ഞാ പിച്ചു. കൂടെയുള്ളവർ അത് നടപ്പിലാക്കി. അതു കഴിഞ്ഞതും പച്ചേ ക്കോയുടെ കലി ഒന്ന് അടങ്ങി. കൊച്ചിയിലെ സൈനികർ ഭയന്നു പോയി അവർ അടവ് ഒന്നു മാറ്റി.

''കമാൻഡർക്ക് തൂക്കിക്കൊല്ലാൻ അധികാരം ഉണ്ട്, പക്ഷേ നായ ന്മാരെ തല്ലാൻ പാടില്ലായിരുന്നു. അത് ഞങ്ങടെ സമുദായത്തെ അപ മാനിക്കുന്നതാണ്.''

നിർണ്ണായകരമായ ഈ സമയത്ത് ഒരു അപശ്രുതി ഗുണകരമല്ല എന്നാലോചിച്ച് പച്ചേക്കോ പറഞ്ഞു.

''കൂട്ടുനിന്ന ബാക്കി രണ്ടുപേരെ നിങ്ങളുടെ രാജാവിനെ തന്നെ ഏൽപ്പിച്ചോളൂ. അദ്ദേഹം എന്താണെന്നുവെച്ചാൽ ചെയ്യട്ടെ. ഞങ്ങൾ കഷ്ടപ്പാട് മുഴുവൻ സഹിക്കുന്നത് നിങ്ങളുടെ രാജ്യത്തെ രക്ഷി ക്കാൻ വേണ്ടിയാണ് എന്നോർക്കണം. ഇനി ഇതുപോലെ എന്തെ ങ്കിലും സംഭവിച്ചാൽ കുറ്റവാളികൾക്ക് വിചാരണ ഉണ്ടാവില്ല. തൽസമയം തന്നെ അവരുടെ തലവെട്ടാൻ എന്റെ സൈനികർക്ക് ഞാൻ നിർദ്ദേശം കൊടുക്കാൻ പോവുകയാണ്.'' ഇത്രയും പറഞ്ഞ് അയാൾ അവിടെ നിന്നും പോയി. പച്ചേക്കോ ഇത്രയും കുപിത നാവുന്നത് പോർച്ചുഗീസുകാർ പോലും കണ്ടിട്ടില്ല. കാര്യങ്ങൾ വഷളാവുന്നതു കണ്ടപ്പോൾ കണ്ടൻ കോരുവിന് വളരെ ദേഷ്യം വന്നു. അയാൾ തന്റെ സൈനികരെ നന്നായി വഴക്കുപറഞ്ഞു.

''നിങ്ങൾ സംസാരിച്ചത് തീരെ ശരിയായില്ല. നമ്മളെ സഹായി ക്കാൻ വന്ന ആളുകളെ കൊല്ലാൻ കൂട്ടുനിൽക്കുന്നതാണോ നിങ്ങൾ പറയുന്ന സമുദായത്തിന്റെ മേന്മ? നിങ്ങൾ എല്ലാവരും ബഹുമാനി ക്കുന്ന മരുമകൻ തമ്പുരാനെ വളഞ്ഞിട്ട് വധിച്ച ആളുകളുടെ കൂടെ ചേരുന്നതാണോ രാജ്യസ്നേഹം? നിങ്ങൾ പറഞ്ഞത് കേട്ട് ദേഷ്യം പിടിച്ച് അവരുടെ കപ്പലുകളിൽ കയറി അവർ അവരുടെ നാട്ടിൽ തിരിച്ചുപോയാൽ ഇവിടെ എന്തു സംഭവിക്കുമെന്ന് നിങ്ങൾ ഓർത്തു നോക്കിയിട്ടുണ്ടോ? മേലാൽ ഇത് ആവർത്തിക്കരുത്. രണ്ടു

ദിവസത്തിനകം രാമൻ കോയിൽ തമ്പുരാൻ ഇവരെ സഹായിക്കാൻ നേരിട്ട് വരുന്നുണ്ട്. അദ്ദേഹത്തെ ഇവരുടെ മുന്നിൽ വച്ച് നാണം കെടുത്തരുത്. അദ്ദേഹം ഗോദവർമ്മ തമ്പുരാനെപ്പോലെയല്ല, പെട്ടെന്ന് പ്രതികരിക്കും. എല്ലാവർക്കും ശക്തമായ താക്കീത് നൽകി കോരു അവിടെ നിന്നും പോയി. ഭാഗ്യത്തിന് കാര്യങ്ങൾ അന്ന് അവിടെ വച്ച് തീർന്നു. നായന്മാരെ വധിച്ചതിൽ ഒരു മനഃസ്താപം ഗോദവർമ്മ തമ്പുരാന് ഉണ്ടായി എങ്കിലും ബാക്കി രണ്ടു പേരെ ശിക്ഷിക്കാതെ തന്നെ ഏൽപ്പിച്ചത് തന്റെ മുഖം രക്ഷപ്പെടുത്തി യതായി അദ്ദേഹം സമാധാനിച്ചു. ഈ സംഭവത്തിനു ശേഷം പോർച്ചു ഗീസുകാർ പുറത്തു നിന്ന് കൊണ്ടുവരുന്ന എന്തെങ്കിലും ഭക്ഷണം കഴിക്കുന്നതിനുമുമ്പ് അതുകൊണ്ടുവരുന്നവരെ കൊണ്ട് ആദ്യം കഴിച്ചിപ്പിച്ചിട്ടു മാത്രമേ അവർ കഴിക്കാവൂ എന്ന പതിവ് തുടങ്ങി. കുടിക്കുന്ന വെള്ളത്തിൽവരെ സംശയം തോന്നിത്തുടങ്ങിയതിനാൽ അവരുടെ സൈനികർക്ക് ഉപയോഗിക്കാൻ പുതിയ ഒരു കിണർ വരെ കുഴിപ്പിച്ചു.

''സാമൂതിരിപ്പാടിന്റെ സൈനികരുടെ മരണം അയ്യായിരം കഴിഞ്ഞു എന്നാണ് കേൾക്കുന്നത്.'' കണ്ടൻ കോരു പറഞ്ഞു.

''ഇവിടെയും സൂക്ഷിച്ചിരിക്കണം. ഭക്ഷണസാധനങ്ങൾ എല്ലാം എപ്പോഴും മൂടിതന്നെ വയ്ക്കണം. ഞങ്ങളുടെ സൈനികർ പച്ച വെള്ളം ചോദിച്ചാലും നിങ്ങളുടെ ചുക്കുവെള്ളവും ജീരകവെള്ളവും മാത്രമേ അവർക്ക് കൊടുക്കാവൂ. കൊടുക്കുന്നതിനു മുമ്പ് അത് ഉണ്ടാക്കിയവരെക്കൊണ്ട് തന്നെ ആദ്യം കുടിപ്പിക്കണം.'' വിഷം കലക്കാൻ ശ്രമിച്ച സംഭവം കമാൻഡറെ വളരെയധികം വിഷമിപ്പിച്ചു എന്നത് കോരുവിന് മനസ്സിലായി.

''പുതിയ ഒരു വാർത്ത കിട്ടിയിട്ടുണ്ട്.'' കോരു പറഞ്ഞു. ''നമ്മുടെ കപ്പലുകൾ എങ്ങനെയെങ്കിലും അവർക്ക് നശിപ്പിക്കണം. ഈ വരുന്ന കറുത്തവാവ് ദിവസം അതിന് ഒരു ശ്രമമുണ്ട് എന്ന് അപ്പു റത്ത് കാര്യങ്ങൾ അറിയാൻ ഞാൻ നിർത്തിയിരിക്കുന്ന എന്റെ ആൾ പറഞ്ഞു.''

''എങ്ങനെയാണ് ചെയ്യാൻ ഉദ്ദേശ്യം എന്ന് അയാൾ പറഞ്ഞോ?''

''നമ്മുടെ കപ്പലുകൾ എവിടെയൊക്കെയാണ് നിർത്തിയിരിക്കു ന്നത്?'' കോരു ചോദിച്ചു.

''റാഫേലിന്റെ കപ്പൽ പള്ളുരുത്തി കരയ്ക്ക് അടുത്തും പൈറ സിന്റെ കപ്പൽ വെണ്ടുരുത്തി കരയ്ക്ക് അടുത്തും. എന്താ ചോദിക്കാൻ കാരണം.''

''അപ്പോൾ അവർ ക്യാപ്റ്റൻ റാഫേലിന്റെ കപ്പൽ ആക്രമിക്കാൻ ആണ് പദ്ധതി. അരൂരിൽനിന്നും കുമ്പളങ്ങി വഴി, ഒരു സംഘം രാത്രിയുടെ മറവിൽ ചെറിയ വഞ്ചികളിൽ പള്ളുരുത്തിയുടെ തെക്കു

വശത്തു വരും. അവർ കരയിൽ ഇറങ്ങി മെല്ലെ കപ്പൽ നങ്കൂരമിട്ടിരിക്കുന്ന സ്ഥലത്തേക്ക് നടന്നു പോകും. ആരും കാണാതെ വടക്കേക്കര എത്തിയാൽ, മൂന്നുതവണ വിളക്ക് തെളിച്ച് പിറകിൽ വരുന്നവർക്ക് അടയാളം കൊടുക്കും. അതു കണ്ടാൽ അവരും വേഗത്തിൽ അങ്ങോട്ട് വരും പിന്നീട് കപ്പൽ ആക്രമിച്ചു കത്തിക്കും.''

''കൊള്ളാം, നല്ല ബുദ്ധി.'' പച്ചേക്കോ ചിരിച്ചു.

''നമ്മൾ അവിടെ ആളുകളെ നിർത്തണ്ടേ?'' കോരു ചോദിച്ചു.

''വേണം, ഒരു ഏറ്റുമുട്ടൽ ഉണ്ടായാൽ എങ്ങനെയായാലും നമ്മുടെയും കുറച്ചുപേരെങ്കിലും മരിക്കും അല്ലെങ്കിൽ പരിക്കുപറ്റും. അത് ഒഴിവാക്കാൻ പറ്റുമോ എന്നാണ് ഞാൻ ആലോചിക്കുന്നത്.''

''അതെങ്ങനെ സാധ്യമാകും?''

''കോരുംവും കൂടി എന്റെ കൂടെ വരൂ, ഞാൻ കാണിച്ചു തരാം. പക്ഷേ നിങ്ങടെ ആചാരപ്രകാരം രാത്രി യുദ്ധം നിഷിദ്ധമല്ലേ? സാമൂതിരിപ്പാട് ഇതിന് എങ്ങനെ സമ്മതം കൊടുത്തു?''

''സാമൂതിരിപ്പാട് ഇതറിഞ്ഞു കാണാൻ വഴിയില്ല. ഇത് അവർക്ക് ഉപദേശിച്ച് കൊടുത്തത് നിങ്ങളുടെ പഴയ കൂട്ടുകാരാണ്.''

''അന്തോണിയോ, മരിയ കൂട്ടുകെട്ടാണോ. ശരിയാ, സാമൂതിരി അറിഞ്ഞു കാണാൻ വഴിയില്ല. ചതിപ്രയോഗത്തിൽ അവർ രണ്ടു പേരും ഒന്നാമന്മാരാണ്. ഞങ്ങളെതന്നെ ചതിച്ച വീരന്മാരല്ലേ?'' പച്ചേക്കോ ചിരിച്ചു.

അമാവാസിനാളും വന്നു. അർദ്ധരാത്രി ആയപ്പോൾ ശത്രുക്കളുടെ ആദ്യസംഘം പള്ളുരുത്തിയുടെ തെക്കേ കരയിൽ എത്തി അമ്പതോളം പോർച്ചുഗീസുകാരും ഇരുന്നൂറോളം കൊച്ചി സൈനികരും ശ്വാസമടക്കിപ്പിടിച്ച് കാരവൽ കപ്പലിന് അരികിൽ നിന്നു. ദൂരെ ഒരു രാക്കുയിൽ ആരെയോ തേടുന്ന പോലെ ഒന്നു കൂവി. ലിസ്സ് ചെവി വട്ടം പിടിച്ചുകൊണ്ട് നിൽക്കുകയാണ്. അൽപ്പനേരം കഴിഞ്ഞ് രണ്ടാമതും രാക്കുയിലിന്റെ വിലാപഗാനം കേട്ടു. പച്ചേക്കോ ഒറ്റയ്ക്ക് അല്പദൂരം പടിഞ്ഞാട്ടു നടന്ന് അവിടെ നിൽക്കുന്ന ഒരാളോട് എന്തോ പറഞ്ഞ് വീണ്ടും തിരിച്ചു വന്നു. ഒരു ചൂട്ട് മൂന്നു തവണ മിന്നി മറഞ്ഞു. അല്പം കഴിഞ്ഞു ദൂരെ ആരൊക്കെയോ ഓടുന്നതും വാളുകൾ കൂട്ടിമുട്ടുന്നതും ആർത്തനാദങ്ങളും കേട്ടു. ലോറൻസോ പടിഞ്ഞാട്ടുനിന്ന് ചൂട്ടും കത്തിച്ചുകൊണ്ട് ഓടി വന്നു. തയ്യാറാക്കി വെച്ചിരുന്ന പന്തങ്ങൾ കത്തിച്ചുകൊണ്ട് പോർച്ചുഗീസുകാർ പള്ളുരുത്തിയുടെ തെക്ക് ഭാഗത്തേക്ക് കൂട്ടമായി ഓടി. പച്ചേക്കോ കണ്ടൻ കോരുവിനെയും കൊച്ചി സൈനികരെയും തങ്ങളുടെ പുറകെ വരാൻ പറഞ്ഞു.

തീപ്പന്തങ്ങളുടെ വെളിച്ചത്തിൽ അവർ കണ്ട കാഴ്ച. അമ്പതോളം കോഴിക്കോട് സൈനികർ ഒരു വാഴത്തോട്ടത്തിനരികെ താഴെ ചിതറി

ക്കിടക്കുന്നു. അതിൽ ഒരുപാട് പേർ മരിച്ചുപോയി. കുറെ പേർ മാരകമായി പരിക്കുപറ്റിക്കിടക്കുന്നു. കായലിൽ വഞ്ചികൾ തുഴഞ്ഞു പോകുന്ന ശബ്ദം കേൾക്കാനുണ്ട്. കൊച്ചിക്കാർക്ക് കാര്യം ഒന്നും മനസ്സിലായില്ല.

"ജീവനുള്ളവരെ എടുത്ത് കാരവൽ നിൽക്കുന്ന ഇടത്തേക്ക് കൊണ്ടുവരൂ. മൃതശരീരങ്ങൾ ഒരിടത്ത് കൂട്ടിവെച്ച് ഒന്നുരണ്ടുപേരെ കാവലിന് ഏർപ്പാടാക്കൂ." പച്ചേക്കോ ആജ്ഞാപിച്ചു.

പിറ്റേദിവസം രാവിലെ ഒന്നുരണ്ട് മൃതശരീരങ്ങൾ കൂടി കിട്ടി. ഒഴിഞ്ഞ സ്ഥലത്ത് കൂട്ടിയിട്ട് കോരുവും സംഘവും അവയെല്ലാം ഒരുമിച്ച് സംസ്കരിച്ചു. മരണത്തിന് ദേശ-ജാതിമതഭേദമില്ല. ശവശരീരങ്ങൾ കുറുക്കനും നരിയും കടിച്ചുവലിക്കാതിരിക്കാനാണ് രാത്രി കാവലിന് ആളെ നിർത്തിയത്. പരിക്കുപറ്റിയവരെ ചോദ്യം ചെയ്തപ്പോഴാണ് രണ്ടുദിവസം മുമ്പ് പച്ചേക്കോ പറഞ്ഞതിന്റെ പൊരുൾ കണ്ടൻ കോരുവിന് മനസ്സിലായത്. ഇരുട്ടിൽ ആളറിയാതെ കോഴിക്കോട് സൈന്യം തമ്മിൽ തമ്മിൽ വെട്ടി മരിക്കുകയായിരുന്നു. കപ്പലിന്റെ അടുത്തേക്ക് വരാം എന്ന് അടയാളം കൊടുത്തത് ലോറൻസോ ആയിരുന്നു. ആ അടയാളം കാണിച്ചത് ആദ്യം പോയ സംഘമാണ് എന്ന് പിറകെ വരുന്നവർ കരുതി. തങ്ങൾ അടയാളം കൊടുക്കാതെ തന്നെ പിറകെ ആളുകൾ വരുന്ന ശബ്ദം കേട്ട്, പതിയിരിക്കുന്ന കൊച്ചിസൈന്യം പിറകിലൂടെ വന്ന് തങ്ങളെ ആക്രമിക്കുകയാണ് എന്ന് ആദ്യം പോയവരും കരുതി. കട്ടപിടിച്ച ഇരുളിൽ കുറച്ചുനേരം പരസ്പരം വെട്ടിയതിനുശേഷമാണ് അബദ്ധം മനസ്സിലായത്. ഇനി ഇവിടെ നിന്നാൽ രക്ഷയില്ല എന്ന് മനസ്സിലാക്കി ജീവനോടെയുള്ളവർ വഞ്ചികളിൽ കയറി തുഴഞ്ഞു രക്ഷപ്പെട്ടു. ഇറ്റലിക്കാരുടെ നിശായുദ്ധം വൻപരാജയമായി.

"അനാവശ്യമായി നമ്മുടെ സൈനികരുടെ ജീവൻ കളയണ്ട എന്ന് കരുതി ചെയ്തതാണ്. ഇത്രയും ഫലപ്രദമാകുമെന്ന് ഞാൻ തന്നെ കരുതിയില്ല." പച്ചേക്കോ കോരുവിനോടു പറഞ്ഞു. അത്ഭുതം വിടർന്ന കണ്ണുകളോടെ ലിസ്സ് തന്റെ പിതാവിനെ നോക്കുകയായിരുന്നു. ഒരു ചിന്തകന്റെ രൂപവും വീട്ടിൽ മരിയ മമ്മയോട് കളിതമാശകളും പറഞ്ഞ് സൗമ്യനായിരിക്കുന്ന പപ്പ ഇത്രയും ഭയങ്കരനാണോ? അവന് വിശ്വസിക്കാൻ സാധിച്ചില്ല. ആകാംക്ഷ അടക്കാനാവാതെ പനങ്ങാട്ടേക്ക് തിരിച്ചുപോരുമ്പോൾ അവൻ അതിനെപ്പറ്റി അയാളോട് ചോദിച്ചു. അർത്ഥം പിടികിട്ടാത്ത ഒരു മറുപടിയാണ് അവനു കിട്ടിയത്.

"ഞാൻ ചെയ്യുന്നത് എന്റെ ജോലിയാണ്. ജോലിസമയത്ത് ഞാൻ ചെയ്യുന്ന പ്രവർത്തികൾ എന്റെ സ്വഭാവമല്ല."

ഗോപുരങ്ങൾ തകരുന്നു

പടവുകൾക്ക് കാരവൽ കപ്പലിനേക്കാൾ ഉയരം കുറച്ച് കുറവായിരുന്നതിനാൽ പടവുകളിലെ പീരങ്കികൾക്ക് കാരവലിന്റെ പായമരമോ ഡെക്കോ, ലക്ഷ്യം വെക്കാൻ അസാധ്യമായിരുന്നു. ആ കുറവ് പരിഹരിക്കാനാണ് അലി രൂപകൽപ്പന ചെയ്തത ഗോപുരങ്ങൾ ഉണ്ടാക്കുവാൻ ഇടപ്പള്ളി തമ്പുരാൻ മുൻകൈയെടുത്തത്. അവ ഉണ്ടാക്കി വന്നതും സാമൂതിരിക്ക് അവ വളരെ ഇഷ്ടപ്പെട്ടു.

രണ്ടു വലിയ വള്ളങ്ങൾ കൂട്ടിക്കെട്ടി അതിന്റെ മുൻ, പിൻ വശങ്ങളിൽ കുറുകെ രണ്ട് മരത്തടികൾ ഘടിപ്പിച്ച് ആണികളും ഇരുമ്പ് വാറുകളും കൊണ്ട് വഞ്ചികൾ രണ്ടും അനങ്ങാതെ തമ്മിലുറപ്പിച്ചു. അതിനുമുകളിൽ സാമാന്യം ഉയരമുള്ള ചതുരാകൃതിയിൽ മരംകൊണ്ട് ഒരു ഗോപുരം പണിതു. ആ ചതുരഗോപുരത്തിൽ സൈനികർക്ക് നിൽക്കാൻ പലകകളും തോക്കുകൾ വെക്കാൻ തട്ടുകളും ഉണ്ടാക്കിയിരുന്നു. ഗോപുരത്തിൽ കയറി നിൽക്കുന്ന സൈനികർക്ക് കാരവൽ കപ്പലിലെ മേൽത്തളത്തിൽ നിൽക്കുന്നവരെയും പായമരങ്ങളെയും ആക്രമിക്കാൻ സാധിക്കുമായിരുന്നു. പന്തം കത്തിച്ച് അമ്പുകൾകൊണ്ട് കപ്പലിന്റെ പായകൾ കത്തിക്കാനും എളുപ്പമാണ്. അത്തരം അഞ്ചെണ്ണം അന്നവർ കൊണ്ടുവന്നു. വേറെ ആറ് ഗോപുരങ്ങൾ പണിതത്, ആളുകൾ കയറാതെ കപ്പലുകളുടെ നേർക്ക് വേലിയേറ്റ സമയത്ത് ഒഴുക്കിവിടാൻ ഉള്ളവയായിരുന്നു. എളുപ്പം കത്തിപ്പിടിക്കാവുന്ന പാഴ്മരങ്ങൾ കൊണ്ടാണ് ഗോപുരം ഉണ്ടാക്കിയത്. കരിമരുന്ന്, എണ്ണ, കർപ്പൂരം തുടങ്ങിയ പെട്ടെന്ന് കത്തുന്ന വസ്തുക്കൾ അവയിൽ പലയിടത്തായി വച്ചിരുന്നു. ഗോപുരത്തിന്റെ മരച്ചട്ടങ്ങൾ പുറത്തു തള്ളി നിൽക്കുന്നപോലെ ആണ് രൂപകല്പന ചെയ്തത്, അവയെല്ലാം എണ്ണയിൽ കുതുർത്തി വെച്ചിരുന്നു. ഇങ്ങനെ ഒരു പദ്ധതിയെക്കുറിച്ച് നീലകണ്ഠൻ നമ്പൂതിരി അയാൾ പോകുന്നതിനു മുമ്പ് നേരത്തെ വിവരം കൊടുത്തിരുന്നല്ലോ. കൊച്ചിരാജാവ് തന്റെ ചാരന്മാരെ ഉപയോഗിച്ച് ഗോപുരങ്ങളുടെ കെട്ടും മട്ടും എല്ലാം മനസ്സിലാക്കി യഥാസമയങ്ങളിൽ പച്ചേക്കോവിന് വിവരം കൊടുത്തിരുന്നു. അവയെ നേരിടാനുള്ള പ്രതിവിധിയും

പച്ചേക്കോ കണ്ടുപിടിച്ചിരുന്നു. പള്ളുരുത്തിയിലെത്തി കടവിന് അല്പം ഉള്ളിലേക്കായി വലിയ മരമുട്ടികൾ കൂട്ടിക്കെട്ടിയ ആറ് കട്ടമരങ്ങൾ ഉണ്ടാക്കി അവ തമ്മിൽ കയറുകൊണ്ട് ബന്ധിച്ച്, കയറിന്റെ രണ്ടറ്റങ്ങളും ഇരുകരയിലും ഉള്ള മരങ്ങളിൽ മുറുകെ കെട്ടിവെച്ചു. കനമുള്ള തടികൾ ആയതിനാൽ അവയുടെ കുറച്ചു ഭാഗം മാത്രമേ വെള്ളത്തിന് വെളിയിൽ കാണാൻ ഉണ്ടായിരുന്നുള്ളൂ. ഗോപുരങ്ങൾ കടവിലേക്ക് കടക്കുന്നത് തടയുവാൻ അത് ഒരു വേലി പോലെ വെള്ളത്തിൽ പകുതി മുങ്ങിക്കിടന്നു.

അന്നത്തെ വെടിക്കെട്ട് കാണാൻ സാമൂതിരി തമ്പുരാൻ ഇടപ്പള്ളി രാജാവുമൊത്ത് തന്റെ രാജകീയ പടവിൽ കയറി വന്നിട്ടുണ്ടായിരുന്നു. എല്ലാവർക്കും നല്ല ശുഭപ്രതീക്ഷയാണ്. ഗോപുരങ്ങൾ കൂട്ടിക്കെട്ടി തുഴഞ്ഞ് പള്ളുരുത്തി കടവിൽ ആർപ്പുവിളിയുമായി സാമൂതിരിയുടെ നാവികർ മുന്നോട്ടു വന്നപ്പോഴാണ് വഴി തടഞ്ഞു കൊണ്ടുള്ള കട്ടമരങ്ങൾ അവർ കണ്ടത്. കരയിൽ കെട്ടിയ കയറുകൾ അറുക്കാൻ സൈനികർ വെള്ളത്തിലിറങ്ങി നീന്തി പോകണം. അത് തടയാൻ കരയിൽ കൊച്ചി സൈനികരുണ്ട്. വെണ്ടുരുത്തി ദ്വീപിന്റെ മറവിൽ തന്റെ ബോട്ട് നിർത്തി രംഗം വീക്ഷിച്ചുകൊണ്ടിരുന്ന പച്ചേക്കോവിന്റെ മനസ്സ് പിടച്ചു. താൻ നേരിട്ടതിൽ ഏറ്റവും കടുത്ത പ്രതിസന്ധിയാണിത്. ഗോപുരങ്ങളിൽ നിലയുറപ്പിച്ച മൊത്തം ഇരുനൂറു സൈനികർ ആയുധപ്രയോഗം ചെയ്താൽ കാരവലുകൾ നശിച്ചില്ലെങ്കിലും തല്ക്കാലം ഉപയോഗശൂന്യങ്ങളാവും.

ആ പരീക്ഷണഘട്ടത്തിൽ പച്ചേക്കോ ദൈവത്തിനോട് പ്രാർത്ഥിച്ചു.

"ദൈവമേ, ഞാൻ ചെയ്ത പാപങ്ങൾക്കുള്ള പ്രതിഫലം നീ എനിക്ക് ഈ നിമിഷത്തിൽ തരരുതേ."

എല്ലാ ഗോപുരങ്ങളിലേയും പീരങ്കികൾ ശബ്ദിച്ചു. ഉണ്ടകൾ പോർച്ചുഗീസ് കപ്പലുകളുടെ മുൻവശത്ത് തൂക്കിയിട്ടിരുന്ന പഞ്ഞിക്കെട്ടുകളും ചകിരിക്കെട്ടുകളും പൊളിച്ചു. മരച്ചട്ടങ്ങളിൽ കെട്ടി ഉറപ്പിച്ച ഇറ്റലിക്കാർ നിർമ്മിച്ച ചെറിയ പീരങ്കികൾ കാരവൽ കപ്പലിന്റെ ഏതാണ്ട് അതേ ഉയരത്തിലായിരുന്നു ഇരുന്നിരുന്നത്. കഴിഞ്ഞതവണത്തെ പിഴവു മനസ്സിലാക്കി എല്ലാ പീരങ്കികളും ഒരുമിച്ച് പ്രവർത്തിപ്പിക്കാതെ ഓരോന്നോരോന്നായി അവർ നിറയൊഴിച്ചു. സാമൂതിരി സൈന്യത്തിന്റെ പീരങ്കി ഉണ്ടകൾ ആദ്യമായി പോർട്ടുഗീസ് കപ്പലുകളുടെ ഡെക്കിൽ വന്നുവീണുതുടങ്ങി. കപ്പലുകളിൽ ചിലയിടത്ത് ദ്വാരങ്ങൾ വീണു. മാപ്പിള നാവികർ മാച്ച് ലോക്കുകൾ ഉപയോഗിച്ച് പോർച്ചുഗീസ് നാവികരെ ആക്രമിച്ചു. യുദ്ധം ജയിക്കുമെന്ന് ലക്ഷണം കണ്ടപ്പോൾ സാമൂതിരിയുടെ സൈനികർ ആരവങ്ങൾ മുഴക്കിതുടങ്ങി. അവിടെയും അവർക്ക് ഒരു ചെറിയ പിഴവു പറ്റി. ഗോപുരങ്ങൾക്കൊപ്പം തന്നെ കുറച്ച് പടവുകൾകൂടി മുന്നോട്ടു വിട്ടിരുന്നെങ്കിൽ കപ്പലുകളുടെ അടിഭാഗം പടവുകളുടെ താഴ്ന്നിരിക്കുന്ന, കൂടുതൽ ശക്തിയുള്ള പീരങ്കികൾ

കൊണ്ട് ആക്രമിക്കാമായിരുന്നു. മുകളിലും താഴേയും ഒരേസമയത്ത് പീരങ്കിയുണ്ടകൾ വന്നുപതിച്ചാൽ കാരവൽ കപ്പലുകളുടെ കാര്യം പരുങ്ങലിലായേനേ. ഭാഗ്യദേവത പോർച്ചുഗീസുകാരുടെ കൂടെയായിരുന്നു. കടവിന് കുറുകെയുള്ള കൂട്ടിക്കെട്ടിയ തടിക്കഷ്ണങ്ങൾ ഗോപുരങ്ങൾ മുന്നോട്ടുവരുന്നത് പ്രതിരോധിച്ചു.

പച്ചേക്കോവിന്റെ നിർദ്ദേശപ്രകാരം കപ്പലുകൾ അന്നുനേരെയാണ് നിർത്തിയിരുന്നത്. അയാൾ ബോട്ടിൽ നിന്നും അടയാളം കൊടുത്തതും രണ്ട് കാരവൽ കപ്പലുകളും അല്പം പുറകോട്ടു പോയി. അവർ പിറകോട്ട് പോയത് അവരുടെ ഗണ്ണർമാർക്ക് കൃത്യമായി ഉന്നം പിടിക്കാനായിരുന്നു. പോർച്ചുഗീസ് ഗണ്ണർമാർ വളരെ കൃത്യതയോടെ നടുവിലുള്ള ഗോപുരത്തിന്റെ അതിനെ താങ്ങി നിർത്തുന്ന മുൻവശത്തെ രണ്ട് കാലുകൾ ഉന്നംവെച്ച് പീരങ്കി ഉണ്ടകൾ അയച്ചു. ഗോപുരത്തിന്റെ പീരങ്കികൾ എല്ലാം അതിന്റെ മുൻവശത്തായിരുന്നതിനാൽ കാലുകൾ ഒടിഞ്ഞപ്പോൾ പീരങ്കികളുടെ ഭാരം മൂലം ഗോപുരം മുന്നോട്ടു വീഴുവാൻ തുടങ്ങി. ഫോർ കാസിലിലെ ശക്തിയേറിയ പന്ത്രണ്ട് പീരങ്കികളിൽ നിന്നും പാഞ്ഞുവന്ന ഉണ്ടകൾ, മറ്റു രണ്ടു ഗോപുരങ്ങളെയും അപ്രകാരം തന്നെ ആക്രമിച്ച് അവയെയും തവിടുപൊടിയാക്കി. വെടിയുടെ ആഘാതംമൂലം കൂട്ടിക്കെട്ടിയിരുന്ന കെട്ട് പൊട്ടി രണ്ടു ഗോപുരങ്ങൾ വേർപെട്ടു തെക്കോട്ട് ഒഴുകി. പൈറസ്സിന്റെ കപ്പലിലെ പീരങ്കികൾ വളരെ പിറകെ നിൽക്കുന്ന പടവുകളെ ആക്രമിക്കാൻ ആരംഭിച്ചു.

ക്യാപ്റ്റൻ റാഫേൽ തന്റെ വലിയ ഒരു പീരങ്കി സാമൂതിരി നിൽക്കുന്ന പടവ് ലക്ഷ്യമാക്കി തിരിച്ച് നിറ ഒഴിച്ചു. ഭാഗ്യത്തിന് അത് അദ്ദേഹത്തിന്റെ അടുത്തുനിന്ന രണ്ടുപേരുടെ ജീവൻ ആണ് എടുത്തത്. പടവ് വേഗം പുറകോട്ട് എടുക്കാൻ ഇടപ്പള്ളി തമ്പുരാൻ കല്പിച്ചു. സാമൂതിരിയുടെ സൈനികർ പലപ്പോഴും ഒത്തിണക്കമില്ലാതെ ആണ് കാര്യങ്ങൾ ചെയ്തിരുന്നത്. ധൃതി പിടിച്ച് അവർ ആളുകൾ ഇല്ലാത്ത കത്തിപ്പിടിക്കുന്ന ഒഴുകുന്ന ആറ് ഗോപുരങ്ങളും കത്തിച്ച് പള്ളുരുത്തി കടവിലേക്ക് ഒഴുക്കിവിട്ടു. ആളില്ലാത്ത ആ ഗോപുരങ്ങളിൽ രണ്ടുമൂന്നെണ്ണം കാറ്റിന്റെ ഗതിയിൽപ്പെട്ട് ലക്ഷ്യത്തിലെത്താതെ വേറെ വഴിക്ക് ഒഴുകിപ്പോയി. ഒട്ടും പ്രതീക്ഷിക്കാതെ വെണ്ടുരുത്തി ദ്വീപിന്റെ മറവിൽ നിന്നും പച്ചേയ്ക്കോ തന്റെ ബോട്ടിലും സൈനികർ കൊച്ചിക്കാരുടെ വഞ്ചികളിലുമായി പ്രത്യക്ഷപ്പെട്ടു. വലിയ ബോട്ട് പനങ്ങാടിൽ ഏറാൾപ്പാടിന്റെ കരസൈന്യത്തിന്റെ പ്രതിരോധം ഉപേക്ഷിച്ച് ഇങ്ങോട്ട് വരുമെന്ന് ആരും പ്രതീക്ഷിച്ചില്ല. പ്രതീക്ഷിക്കാത്തത് ചെയ്യുന്നതായിരുന്നു പച്ചേക്കോവിന്റെ രീതി. ബാക്കിയുള്ള കത്തുന്ന ഗോപുരങ്ങൾ അയാൾ തന്റെ സ്വിവൽ ഗണ്ണ് കൊണ്ട് പൊട്ടിച്ചു കളഞ്ഞു. മരക്കഷ്ണങ്ങൾ ജലത്തിൽ വീണ് തീ അണഞ്ഞു തുടങ്ങി, അവിടമാകെ പുക കൊണ്ടുമൂടി. അപ്പോഴേക്കും വേലിയിറക്കം ആരംഭിക്കാറായിരുന്നു. ഗതിമാറി പോയ

കത്തുന്ന ഗോപുരങ്ങൾ തങ്ങളുടെ പടവുകളിൽ തന്നെ വന്നിടിക്കുമോ എന്ന് ഭയന്ന് സാമൂതിരിയുടെ പടവുകൾ ധൃതിയിൽ പിന്മാറി. പച്ചേക്കോ വന്നപാട്ടിന് പനങ്ങാട് പ്രതിരോധിക്കാൻ വേലിയിറക്കം ആരംഭിക്കുന്നതിനു മുമ്പ് അതിവേഗം തിരിച്ചു പോയി. പച്ചേക്കോ അവിടെയെത്തുന്നതിനു മുമ്പ്തന്നെ ഏറാൾപ്പാടിന്റെ സൈന്യം പനങ്ങാട് ആക്രമണം തുടങ്ങി. ചളിയിൽ നിരത്തിയിരുന്ന മരപ്പലകകളിലെ ആണികളിൽ നിന്നും രക്ഷപ്പെടാൻ ഇത്തവണ ആവശ്യത്തിന് മരപ്പലകകൾ കൊണ്ടാണ് അവർ വന്നത്. പക്ഷേ അനിയൻ തമ്പുരാന്റെ സൈന്യം പനങ്ങാട് എത്തിയിരുന്നതിനാൽ കാര്യങ്ങൾ എളുപ്പത്തിൽ ആയില്ല.

നല്ലൊരു യുദ്ധമാണ് നടന്നത്. രാവിലെ അച്ഛന്റെ പ്രകടനം ആയിരുന്നെങ്കിൽ ഉച്ചയ്ക്ക് മകന്റെ വകയായിരുന്നു. ലിസ്സാർട്ടേയോട് ഏറ്റുമുട്ടാൻ ശത്രുക്കൾ നല്ലപോലെ ഭയന്നു. അപാരകായികശേഷിയുടെ മൂർത്തീഭാവമായിരുന്നു അവൻ. യുദ്ധത്തിൽ പോർച്ചുഗീസ് സൈനികർക്കും ധാരാളം പരിക്കു പറ്റുന്നുണ്ടായിരുന്നു. ലോറൻസോയുടെ ബോട്ട് ചളിയിൽ പൂണ്ടുപോയത് ഒരു പ്രശ്നമായി. ബോട്ട് തിരിക്കാനാവാത്തതിനാൽ വിചാരിച്ചപോലെ പീരങ്കി ഉപയോഗിക്കാനായില്ല. അനിയൻ തമ്പുരാന്റെ സൈന്യം മോശക്കാരായിരുന്നില്ല എങ്കിലും സാമൂതിരി സൈന്യത്തിന്റെ ബാഹുല്യം അവർക്കും ഒരു പ്രശ്നമായി. അവസാനം അന്ന് കൊച്ചി സൈന്യത്തിന് പരാജയം ഏറ്റുവാങ്ങി കടവ് നഷ്ടപ്പെടുന്ന അവസ്ഥവരെ എത്തി. കൃത്യസമയത്ത് തന്നെ പച്ചേക്കോ തിരിച്ചെത്തി. അയാളെ കണ്ട ഉടൻ പോർച്ചുഗീസ് സൈനികരും കൊച്ചി സൈനികരും ആരും പറയാതെ തങ്ങളെ മറന്നു ഹർഷാരവങ്ങൾ മുഴക്കി. അയാൾ വന്നതും എല്ലാവർക്കും ഒരു പുതിയ ഉണർവ്വ് വന്ന പോലെയായി. ഇതിനിടെ അയാളുടെ സവിശേഷതയായി മാറിയ ഗ്രേപ്പ് ഷോട്ടുകൾ ഇക്കരെ കടക്കാൻ ശ്രമിച്ച സാമൂതിരിയുടെ സൈനികരുടെ നേർക്ക് ആരുടെയും മുഖം നോക്കാതെ വന്നു പതിച്ചു തുടങ്ങി. കൂട്ടമായി നിന്ന് യുദ്ധം ചെയ്യുന്ന ശീലമുള്ള അവർക്ക് അത് വളരെ ദോഷം ചെയ്തു. കൊച്ചിക്കാരുടെ ഭാഗ്യത്തിന് ലോറൻസോയുടെ ബോട്ട് ഒന്നു വിറച്ചു, അടുത്ത നിമിഷം ചെളിയിൽ നിന്നും പുറത്തു വന്നു. പിൻവാങ്ങാൻ തുടങ്ങിയ സാമൂതിരിയുടെ സൈന്യത്തിന് അതികഠിനമായ പ്രഹരമേറ്റു. അവരുടെ കാലാൾപ്പടയ്ക്ക് അന്നാണ് ഏറ്റവും കൂടുതൽ ജീവഹാനി സംഭവിച്ചത്. പോർച്ചുഗീസുകാർ ഏറ്റവും കൂടുതൽ വിയർപ്പൊഴുക്കിയതും അന്നാണ്, പീരങ്കിയുണ്ടകൾ കഴിഞ്ഞാൽ അന്നത്തെ ദിവസം ഏറ്റവും മാരകമായത് ലിസ്സിന്റെ പരാക്രമമാണ്. യുദ്ധത്തിന്റെ പര്യവസാനം കണ്ടപ്പോൾ അനിയൻ തമ്പുരാൻ അമ്പരന്നുപോയി. അടുത്തിരുന്ന ഇടിക്കേള മേനോനോട് തമ്പുരാൻ പറഞ്ഞു.

“ഇന്ന് ശരിക്കും അച്ഛനും മകനും കൂടിയാണ് യുദ്ധം ജയിച്ചത്.”

കേടുവന്ന ഗോപുരങ്ങൾ നേരെയാക്കി, പണിതീർന്ന മൂന്നെണ്ണവും കൊണ്ടുവന്ന് ഒരാഴ്ച്ചയ്ക്കുശേഷം ഒരു ആക്രമണത്തിന് കൂടി അവർ മുതിർന്നു. ഇത്തവണയും ഗോപുരങ്ങളിൽ നിന്നും വന്ന ഉണ്ടകൾ കപ്പലുകളിൽ ദ്വാരങ്ങൾ വീഴ്ത്തി, ബോട്ടുകൾക്കും കേടുപാടുകൾ വരുത്തി സാമാന്യം നല്ല ബലമുള്ള നിർമ്മിതികളായിരുന്നു ഗോപുരങ്ങൾ. ഗോപുരങ്ങളുടെ ബലഹീനമായ ഭാഗങ്ങൾ എവിടെയാണെന്ന് നല്ലപോലെ മനസ്സിലാക്കിയ പോർച്ചുഗീസ് ഗണ്ണർമാർ തുടരെത്തുടരെ അവിടേക്ക് തന്നെ കൃത്യമായി പീരങ്കിയുണ്ടകൾ അയച്ച് അവയെ നശിപ്പിച്ചു.

അടുത്ത ദിനങ്ങളിൽ തന്നെ കാലവർഷം ആരംഭിച്ചു. മഴ രണ്ടു ഭാഗത്തിനും പ്രശ്നമാണ്. താരതമ്യേന പടവുകളെക്കാൾ പോർച്ചുഗീസ് കപ്പലുകൾക്ക് പ്രശ്നങ്ങൾ കുറവായിരുന്നു, താഴത്തെ ഡെക്കിലെ പീരങ്കികൾ അവർക്ക് ഉപയോഗിക്കാനാവും. വെടിമരുന്ന് നനയും എന്നതുകൊണ്ട് പടവുകൾക്ക് പീരങ്കികൾ ഉപയോഗിക്കാൻ കഴിയുമായിരുന്നില്ല. വർദ്ധിച്ചുവരുന്ന രോഗം മരണനിരക്ക് വല്ലാതെ കൂട്ടി, മരിച്ചവരുടെ എണ്ണം പതിനായിരം കടന്നു. അടുത്തമാസമാവുമ്പോഴേക്കും പോർച്ചുഗലിൽ നിന്നും പുതിയ കപ്പലുകൾ എത്തുമെന്നും എല്ലാവർക്കും അറിയാമായിരുന്നു. അവസാനം ഏറാൾപ്പാട് പറഞ്ഞിടത്തേക്ക് കാര്യങ്ങളെത്തി. തിരിച്ചുപോകണം. അവസാന യോഗത്തിൽ സാമൂതിരി പറഞ്ഞു.

‘‘കാലക്കേടോ കഴിവില്ലായ്മയോ? രണ്ടായാലും എനിക്ക് മനസ്സിന് നല്ല സുഖമില്ല. ഞാൻ കുറെ നാൾ വിശ്രമിക്കാൻ ആഗ്രഹിക്കുന്നു. രാജ്യകാര്യങ്ങളെല്ലാം ഇനി ഏറാൾപ്പാട് നോക്കട്ടെ. നിങ്ങളെല്ലാവരും കൂടി വേണ്ടത് എന്താണെന്ന് വെച്ചാൽ തീരുമാനിച്ചോളൂ. ഞാൻ ഉടൻ തന്നെ കോഴിക്കോട്ടേക്ക് പോവുകയാണ്.’’ എല്ലാവരെയും ഒന്നു നോക്കി അദ്ദേഹം താൻ താമസിക്കുന്ന സ്ഥലത്തേക്ക് പോയി.

‘‘തിരിച്ചുപോകുമ്പോൾ കൊച്ചി പട്ടണം ആക്രമിക്കാൻ ശ്രമിച്ചാലോ?’’ മരയ്ക്കാർ ചോദിച്ചു. അതിനു ഏറാൾപ്പാട് മറുപടി പറഞ്ഞു.

‘‘അവർ സംഘടിതമായി നമ്മളെ ആക്രമിക്കുന്നതിനു മുമ്പ് നമുക്ക് കോഴിക്കോട് പോകണം. നമുക്ക് പീരങ്കികൾ പ്രവർത്തിപ്പിക്കാനാവില്ല. പക്ഷേ അവർക്ക് അതിനാവും എന്നുള്ള കാര്യം മരക്കാർ മറക്കണ്ട.’’

‘‘എന്റെയും എന്റെ നാട്ടുകാരുടെയും ഭാവി ആലോചിച്ച് എനിക്ക് ഭയമാകുന്നു. ദിവസങ്ങൾക്കകം നിങ്ങൾ പോകും. പറങ്കികൾ തീർച്ചയായും ഞങ്ങളെ ആക്രമിക്കും, ഒന്നുകിൽ ഉടൻതന്നെ, അല്ലെങ്കിൽ അവരുടെ നാട്ടിൽനിന്നും കപ്പലുകൾ വന്നശേഷം.’’ ഇടപ്പള്ളി തമ്പുരാൻ ആത്മാർത്ഥമായ മനോവിഷമത്തോടെ പറഞ്ഞു.

''എന്റെ സൈന്യത്തിൽ നിന്നും കുറെ പേരെ ഞാൻ ഇടപ്പള്ളിയിൽ നിർത്താം. ആദ്യം മുതൽക്കുതന്നെ താങ്കൾ എന്നെക്കാൾ ആത്മാർത്ഥതയോടെ എന്റെ അമ്മാവന് സഹായമായി നിന്ന ആളാണ്.''

ഏറാൾപ്പാട് കാര്യമായിട്ട് പറഞ്ഞുവെങ്കിലും ആത്മാർത്ഥത എന്നതിനുപകരം സ്വാർത്ഥത എന്ന വാക്ക് ആയിരുന്നു കൂടുതൽ ചേർച്ച.

ചിന്താമഗ്നനായി ഇരിക്കുന്ന ഇടപ്പള്ളി തമ്പുരാനെ നോക്കി, ഇതുവരെ ഒന്നും മിണ്ടാതിരുന്ന ഖ്വാജാ അലി പറഞ്ഞു

''തമ്പുരാൻ എപ്പോഴും എന്നോട് വളരെ സ്നേഹമായി പെരുമാറിയിട്ടുണ്ട്. എന്നെ സഹായിച്ചിട്ടുമുണ്ട്. അതിനാൽ എന്റെ ആത്മാർത്ഥമായ അഭിപ്രായം പറയുവാൻ ആഗ്രഹിക്കുന്നു. ഇടപ്പള്ളിയിൽ എത്ര സൈനികരെ നിർത്തിയാലും തമ്പുരാന് അതുകൊണ്ട് പ്രയോജനം ഉണ്ടാവില്ല. തമ്പുരാന്റെ നാട് ചുറ്റിലും വെള്ളമാണ്. നാവികയുദ്ധത്തിൽ പറങ്കികൾക്കുള്ള കഴിവ് നമ്മൾ കണ്ടതല്ലേ? അതുകൊണ്ട് തമ്പുരാൻ ഗോദവർമ്മതമ്പുരാന് ഒരു സമാധാന സന്ദേശം അയയ്ക്കുന്നതാണ് ഏറ്റവും അഭികാമ്യം. മനസ്സലിവുള്ള ഒരാളാണ് അദ്ദേഹം. ചെറിയ രാജ്യങ്ങൾ പട വെട്ടിപ്പിടിക്കാൻ അദ്ദേഹത്തിന് ഒരു ആഗ്രഹവുമില്ല. കൊച്ചിയുടെ പുരോഗതി മാത്രമാണ് അദ്ദേഹത്തിന്റെ ലക്ഷ്യം. അദ്ദേഹം ജീവനോടെ ഉള്ളപ്പോൾ തന്നെ അദ്ദേഹവുമായി സന്ധി ചെയ്യുന്നതാണ് നല്ലത്. അദ്ദേഹത്തിന്റെ കാലശേഷം കാര്യങ്ങൾ ഇത്ര സുഗമമാവില്ല. രാമൻ കോവിൽ തമ്പുരാൻ കർശന സ്വഭാവമുള്ള ആളാണ്.''

''അലി പറഞ്ഞത് വാസ്തവമാണ്. താങ്കൾ കൊച്ചിയുമായി സന്ധി ചെയ്യുന്നതിൽ എനിക്ക് ഒരു വിരോധവുമില്ല. ഒന്നുമില്ലെങ്കിലും നിങ്ങൾ ബന്ധുക്കൾ അല്ലേ?'' ഏറാൾപ്പാട് അതിന് അനുവാദം കൊടുത്തു.

മഴ കനത്തു. തിരിച്ചുപോകുമ്പോൾ പറങ്കികൾ പുറകെ വന്ന് ആക്രമിക്കുമെന്ന് ഒരു സംശയം ഉണ്ടായിരുന്നു. അതിനാൽ വീണ്ടും കടവുകൾ ആക്രമിക്കാൻ പോകുന്നു എന്ന് ഒരു വാർത്ത പരത്തി വളരെ രഹസ്യമായി വളഞ്ഞ് യാത്ര ചെയ്ത് അവർ പുറക്കാട് വെച്ച് അറബിക്കടലിൽ എത്തിച്ചേർന്ന് അവിടെ നിന്നും കോഴിക്കോട്ടേക്ക് പോയി. എല്ലാവരുടെയും സൈന്യങ്ങൾ പലവഴിക്ക് തിരിച്ച് പോയതിനാൽ പടവുകളിലും വഞ്ചികളിലും കയറാനുള്ള സൈനികർ മാത്രമേ ബാക്കിയുണ്ടായിരുന്നുള്ളൂ. കൊച്ചി സൈന്യം കുറച്ചു ദിവസം കടവുകളിൽ കാത്തുനിന്നു. സാമൂതിരിയുടെ സൈന്യം തിരിച്ചുപോയി എന്നറിഞ്ഞ ശേഷം അവർ കൊച്ചിയിലേക്ക് മടങ്ങി. അവരെ പിന്തുടർന്നു പോയി ആക്രമിച്ചാൽ കൊള്ളാമായിരുന്നു എന്ന ആഗ്രഹം ലോറൻസോവിനുണ്ടായിരുന്നു. പച്ചേക്കോ അയാളെ സമാധാനിപ്പിച്ച് തന്റെ കൂടെ മാനുവൽ കോട്ടയിലേക്ക് കൊണ്ടുപോയി.

കാർമേഘങ്ങൾ നീങ്ങി

കൊച്ചിയിൽ വിജയാഘോഷങ്ങൾ നടന്നു. രണ്ടു വർഷങ്ങളായി തങ്ങിനിന്ന കാർമേഘങ്ങൾ നീങ്ങി. അനിയൻതമ്പുരാൻ രാമൻ കോയിൽ കൊച്ചിയിൽ പോർച്ചുഗീസുകാർക്ക് കൽവത്തിയിലെ കോവിലകത്തിൽ ഒരു സ്വീകരണം നൽകി. സൈനികർ എല്ലാം സഭാമണ്ഡലത്തിൽ സന്നിഹിതരായിരുന്നു. അന്ന് രാജകീയ വേഷത്തിൽ ഗോദവർമ്മ തമ്പുരാൻ ഓരോ പോർച്ചുഗീസ് സൈനികനേയും അനുമോദിച്ചു.

''നിങ്ങൾക്ക് ഞാൻ എന്തു തന്നാലും മതിയാവില്ല.'' പച്ചേക്കോവിന്റെ കൈപിടിച്ച് രാജാവ് കണ്ണു നിറഞ്ഞുകൊണ്ട് പറഞ്ഞു. രണ്ടു യുദ്ധങ്ങൾ നടന്നത് കൊണ്ടും അതിനാൽ കൊച്ചിയിൽ കച്ചവടം നടക്കാത്തത് കൊണ്ടും രാജാവിന്റെ കയ്യിൽ ഒന്നും ഉണ്ടാവില്ല എന്ന് അയാൾക്കറിയാമായിരുന്നു.

''എനിക്കൊന്നും വേണ്ട, താങ്കളുടെ സ്നേഹം മാത്രം മതി. ഞാൻ മാനുവൽ രാജാവിന്റെ സൈനികനാണ്, താങ്കൾ ഞങ്ങളുടെ രാജാവിന്റെ സുഹൃത്തും. ഞാൻ എന്റെ കടമ മാത്രമേ ചെയ്തുള്ളൂ.'' അയാൾ പ്രതിവചിച്ചു. കൊച്ചിയിലെ കച്ചവടക്കാരും പൊതുജനങ്ങളും പോർച്ചുഗീസുകാരെ വളരെ മതിപ്പോടെ കണ്ടുതുടങ്ങി. ഇനി അവർക്ക് കൊച്ചിയിലും മട്ടാഞ്ചേരിയിലും എവിടെ സഞ്ചരിക്കാനും പണ്ടത്തെപ്പോലെ ആരുടേയും അകമ്പടി ആവശ്യമില്ല. പെരുമഴ തകർത്തു പെയ്യുകയാണ്. ഇപ്പോൾ മാനുവൽ കോട്ടയുള്ളതിനാൽ താമസം അവർക്ക് ഒരു പ്രശ്നമല്ല. കഠിനമായ ജോലിക്കുശേഷം കിട്ടിയ വിശ്രമം അവർ ഒരാഴ്ചയോളം ആഘോഷിച്ചു. ആസ്വദിച്ചു. അതിനുശേഷം അവരുടെ കപ്പലുകൾക്ക് യുദ്ധംമൂലം ഉണ്ടായ കേടുപാടുകൾ തീർക്കുന്നതിനായി അവരുടെ ശ്രദ്ധ.

മാനുവൽ കോട്ടയിൽ ഇരുന്ന് പച്ചേക്കോ എന്തൊക്കെയോ എഴുതുകയായിരുന്നു. അയാളെ ശ്രദ്ധിച്ചുകൊണ്ട് ലിസ്സ് കുറെ നേരമായി നിൽക്കുകയായിരുന്നു. പച്ചേക്കോ മുഖമുയർത്തി അവനെ ചോദ്യരൂപത്തിൽ നോക്കി.

“ഇപ്പോഴാണ് പപ്പ പഴയ പപ്പയായി മാറിയത്. കഴിഞ്ഞ അഞ്ചു മാസക്കാലമായി വേറെ ഏതോ ഒരു മനുഷ്യനെ പോലെയായിരുന്നു പെരുമാറിയിരുന്നത്. ഇങ്ങനെയും ക്ഷീണമില്ലാതെ ആളുകൾ ജോലി ചെയ്യുമോ?”

“ആട്ടെ, നിന്റെ പെരുമാറ്റം എങ്ങനെ ഉണ്ടായിരുന്നു? പലപ്പോഴും നിന്നെ കണ്ടാൽ ഒരു മനുഷ്യനല്ല എന്ന് എനിക്ക് തോന്നിയിരുന്നു ശരിക്കും ഒരു രാക്ഷസൻ.” പച്ചേക്കോ ചിരിച്ചുകൊണ്ടു പറഞ്ഞു.

“തിരുമുമ്പറ രാജാവിന് പപ്പയെ വളരെ ഇഷ്ടമാണ്. പപ്പയെ കാണുമ്പോഴെല്ലാം അദ്ദേഹത്തിന് മുഖം വികസിക്കുന്നത് ഒന്ന് കാണേണ്ടതാണ്.”

“ഞാൻ എത്രയോ മനുഷ്യന്മാരുമായി ഇടപെട്ടിട്ടുണ്ട് ഇത്രയും സ്നേഹവും കരുണയും കാണിക്കുന്ന ഒരു മനുഷ്യനെ ഞാൻ ഇതു വരെ കണ്ടിട്ടില്ല. സ്നേഹത്തിൽ ഇദ്ദേഹം നമ്മുടെ മരിയ മമ്മയെ കടത്തിവെട്ടുമോ എന്ന് എനിക്ക് സംശയമുണ്ട്.”

“മരിയ മമ്മയുടെ കാര്യം പറഞ്ഞപ്പോഴാണ് എനിക്ക് ഒരു കാര്യം ഓർമ്മ വന്നത്. പപ്പയ്ക്ക് നിയമപ്രകാരം ആറ് ലിബർട്ടി ചെസ്റ്റ് നിറയെ സാധനങ്ങൾ കൊണ്ടുപോകാം. കോട്ടയുടെ തലവനായ കാരണം വേണമെങ്കിൽ ഒരു നാലെണ്ണം കൂടുതൽ കൊണ്ടുപോകാം. പപ്പ എന്താണ് വാങ്ങാൻ പോകുന്നത്?”

നാവികരുടെ മിച്ചം പണംകൊണ്ട് അവർക്ക് കടത്തുകൂലി ഒഴിവാക്കി നാല് അടി നീളം മൂന്നടി വീതി രണ്ടര അടി പൊക്കം വരുന്ന ലിബർട്ടി ചെസ്റ്റ് എന്ന പെട്ടികളിൽ സ്വന്തം ആവശ്യത്തിനും നാട്ടിൽ ചെന്ന് കച്ചവടം ചെയ്യാനും സാധനങ്ങൾ കൊണ്ടു പോകാം. പല ക്യാപ്റ്റന്മാരും അവർ കൊള്ളയടിച്ച സാധനങ്ങളും പെട്ടിയിലാക്കി കൊണ്ടുപോകാറുണ്ട്. അതിലെ സാധനങ്ങളുടെ വിലയ്ക്ക് ലിസ്ബണിൽ ചുങ്കം ഈടാക്കില്ല, പക്ഷേ വിലയുടെ അഞ്ച് ശതമാനം ബെലേമിലെ മൊണാസ്ട്രിയുടെ നിർമ്മാണത്തിന് സംഭാവന കൊടുക്കണം. ക്യാപ്റ്റൻ മേജർക്ക് പത്തുപെട്ടികൾ കൊണ്ടുപോകാം, ക്യാപ്റ്റന് ആറ് ബാക്കിയുള്ളവർക്ക് രണ്ട്. ഇതായിരുന്നു കണക്ക്.

“നീ നിനക്കുള്ള രണ്ട് പെട്ടികളിൽ എന്തു വേണമെങ്കിലും കൊണ്ടുപൊയ്ക്കൊള്ളൂ. എനിക്കൊന്നും വേണ്ട.” പച്ചേക്കോ പറഞ്ഞു. ഇടിക്കേള മേനോന്റെ സഹായത്തോടെ മരിയയ്ക്കുവേണ്ടി ഒരു നവരത്നമാല പണിയിച്ചു. സ്വന്തം സമ്പാദ്യമാണ് അയാൾ അതിനു ഉപയോഗിച്ചത്

അഡ്മിറൽ സോറസിന്റെ കപ്പലുകൾ കണ്ണൂരിലെത്തി. കോലത്തിരി രാജാവ് അയാളെ ഗംഭീരമായി സ്വീകരിച്ചു. അവിടെവെച്ച് കൊച്ചിയിൽ നടന്ന കാര്യങ്ങളെല്ലാം സോറസ് അറിഞ്ഞു. സോറസ് തന്റെ കപ്പലുകളുമായി കൊച്ചിയിലേക്ക് പോയി. വലിയ ഒരു

സ്വീകരണമാണ് അവർക്ക് കൊച്ചിയിൽ ലഭിച്ചത്. സോറസിന്റെ കൈകൾ പിടിച്ചുകൊണ്ട് ഗോദവർമ്മ രാജാവ് അയാളെ മണ്ഡപത്തിലേക്ക് കൊണ്ടുപോയി. മാനുവൽ രാജാവ് കൊടുത്തയച്ച കത്ത് സോറസ് ഗോദവർമ്മ തമ്പുരാനെ വായിച്ചു കേൾപ്പിച്ചു.

''താങ്കൾ ഞങ്ങളുടെ സൈനികരോട് കാണിച്ച കാരുണ്യം ഞങ്ങൾ ഒരിക്കലും മറക്കില്ല.'' സോറസ് വികാരാധീനനായി പറഞ്ഞു.

''ഞാൻ ചെയ്തതിന്റെ എത്രയോ മടങ്ങ് മുതലും പലിശയും അടക്കം നിങ്ങളുടെ ക്യാപ്റ്റൻ പച്ചേക്കോയും അദ്ദേഹത്തിന്റെ സൈനികരും ഞങ്ങൾക്ക് തിരിച്ചു തന്നു. എനിക്കും അത് ഒരിക്കലും മറക്കാൻ ആകില്ല.''

''യുദ്ധം മൂലം താങ്കളുടെ സാമ്പത്തികസ്ഥിതി മോശമാണെന്ന് ഞങ്ങൾക്കറിയാം. ഞങ്ങളെക്കൊണ്ട് ആവുന്ന ഒരു സഹായം താങ്കൾക്ക് ചെയ്യാൻ ഞങ്ങൾ ആഗ്രഹിക്കുന്നു.'' സോറസ് പറഞ്ഞു. ഗോദവർമ്മ അത് പ്രതീക്ഷിച്ചിരുന്നില്ല. വലിയ ഒരു തുകയാണ് സോറസ് അദ്ദേഹത്തിന് നൽകിയത്. അനിയൻ തമ്പുരാൻ ജ്യേഷ്ഠനെ കണ്ണിമയ്ക്കാതെ നോക്കി നിന്നു. ചേട്ടന്റെ ആദർശങ്ങൾക്ക് ഇത്ര ശക്തിയോ? എല്ലാവരും എതിർപ്പ് പറഞ്ഞിട്ടും അദ്ദേഹം തന്റെ വിശ്വാസങ്ങൾ മുറുകെ പിടിച്ചു. അതിന്റെ ഫലം ഇതാ അദ്ദേഹത്തിന് കിട്ടിയിരിക്കുന്നു.

ഗോദവർമ്മ തമ്പുരാന് വർഷങ്ങളായി അദ്ദേഹം അനുഭവിച്ച മാനസിക പിരിമുറുക്കം പെട്ടെന്ന് അവസാനിച്ചതിനാൽ അദ്ദേഹത്തിന് തന്റെ ശരീരവും മനസ്സും ഒരു തൂവൽ പോലെ ഭാരം കുറഞ്ഞ അവസ്ഥയിലായിരുന്നു. ഈ നടക്കുന്നതെല്ലാം ഒരു സ്വപ്നമാണോ എന്ന് അദ്ദേഹത്തിന് ഇടയ്ക്കിടെ തോന്നലുണ്ടായി. കുറച്ചു ദിവസങ്ങൾക്കു ശേഷം കൊല്ലവും അതിന്റെ തെക്കുഭാഗത്തും പര്യടനം നടത്തിയശേഷം അറബിക്കപ്പലുകൾ കൊള്ളയടിച്ച് സംഭരിച്ച സുഗന്ധ ദ്രവ്യങ്ങളുമായി പച്ചേക്കോ തിരിച്ചുവന്നു. അയാളേക്കാൾ ഉയർന്ന പദവിയുള്ള ഉദ്യോഗസ്ഥനായിട്ടുപോലും സോറസ് പച്ചേക്കോവിനെ സ്വീകരിക്കാൻ തുറമുഖത്ത് ചെന്നു. ശാന്തനായി പുഞ്ചിരിച്ചുകൊണ്ട് പച്ചേക്കോ അയാളുടെ ഒപ്പം മാനുവൽ കോട്ടയിലേക്ക് പോയി. അനിയൻ തമ്പുരാനും മേനോനും മറ്റ് പ്രധാനികളും അവിടെ സന്നിഹിതരായിരുന്നു.

''പച്ചേക്കോ നിങ്ങൾ ചെയ്തത് അമാനുഷികമായ ഒരു പ്രവർത്തിയാണ്. ഇതുവരെ ഞാൻ അറിഞ്ഞ ഒരു യുദ്ധചരിത്രത്തിലും ഇതുപോലെ ഒരു സാഹസം ഞാൻ കേട്ടിട്ടില്ല. പോർച്ചുഗൽ എന്ന രാജ്യത്തിന്റെ അഭിമാനമായിരിക്കുകയാണ് നിങ്ങൾ. കേവലം കടൽക്കൊള്ളക്കാരാണ് നമ്മൾ എന്ന് അപവാദം പറഞ്ഞു പരത്തിയ മൂറുകൾക്ക് നമ്മൾ ആരാണെന്ന് നിങ്ങൾ കാണിച്ചു കൊടുത്തു.

ഇതിന്റെ വിശദമായ ഒരു റിപ്പോർട്ട് തയ്യാറാക്കി മാനുവൽ രാജാവിന് മുമ്പാകെ ഞാൻ സമർപ്പിക്കുന്നുണ്ട്. താങ്കൾക്ക് അർഹമായ അംഗീകാരം അദ്ദേഹം തരും എന്ന് എനിക്ക് ഉറപ്പുണ്ട്. എന്നാലും നമ്മുടെ ഒരു സൈനികനെ പോലും നഷ്ടപ്പെടുത്താതെ ശത്രുവിനെ നിങ്ങൾ എങ്ങനെ പരാജയപ്പെടുത്തി എന്ന് ഞാൻ ഇപ്പോഴും അത്ഭുതപ്പെടുകയാണ്.''

''ദൈവത്തിന്റെയും പരിശുദ്ധ മാതാവിന്റെയും അനുഗ്രഹത്തിന് പുറമേ തന്റെ രാജ്യത്തിനു വേണ്ടി ജീവത്യാഗം ചെയ്ത ധീരയോദ്ധാവായ നരമുഹീൻ രാജകുമാരന്റെ ആത്മാവും എനിക്ക് തുണയായിരുന്നിരിക്കാം. ഈ വിജയം എന്റേതു മാത്രമായി ഞാൻ കണക്കാക്കുന്നില്ല. നമ്മുടെ സൈനികർ ഓരോരുത്തരും അതികഠിനമായി പരിശ്രമിച്ചു. കൊച്ചിയിലെ നായർ പടയാളികളും അവരുടെ തലവന്മാരായ കോരു സഹോദരന്മാരും നമ്മുടെ ഒപ്പമുണ്ടായിരുന്നു.''

''കമാൻഡർ ഒരാളുടെ പേര് വിട്ടുപോയി. നിങ്ങളുടെ സ്വന്തം മകൻ ലിസ്സാർട്ടേ. ശത്രുവിന്റെ കരസേന കടവ് കടക്കുന്നത് തടഞ്ഞതിൽ പ്രധാനി അവനാണ്.'' മേനോൻ പറഞ്ഞു.

''പ്രധാനമായി മറ്റൊരാൾകൂടി ബാക്കിയുണ്ട്.'' അനിയൻ തമ്പുരാൻ ചിരിച്ചുകൊണ്ട് പറഞ്ഞു. ''നീലകണ്ഠൻ നമ്പൂതിരിപ്പാട്.''

''അദ്ദേഹത്തിന്റെ പേര് ഞാൻ മറന്നുപോയത് മഹാപരാധമായിപോയി. സാമൂതിരിയുടെ ഓരോ നീക്കവും മനസ്സിലാക്കി വളരെ കൃത്യമായി നമുക്ക് പറഞ്ഞ് തന്നത് അദ്ദേഹമാണ്. അദ്ദേഹം എവിടെ?'' പച്ചേക്കോ ചോദിച്ചു. ''എനിക്ക് അദ്ദേഹത്തോട് ഒരുപാട് നന്ദി പറയാനുണ്ട്.''

''സാമൂതിരി തിരിച്ചെത്തുന്നതിനു മുമ്പ് തന്നെ അദ്ദേഹം കോഴിക്കോട്ടേക്ക് പോയി. അദ്ദേഹത്തിന്റെ ജോലി ഇനിയും അവസാനിച്ചിട്ടില്ല.'' രാമൻ കോവിൽ തമ്പുരാൻ പറഞ്ഞു. ''രാജാവ് നിങ്ങളെ എല്ലാവരെയും രണ്ടുദിവസം കഴിഞ്ഞ് കോവിലകത്തേക്ക് ക്ഷണിച്ചിട്ടുണ്ട്. എല്ലാവരും വരണം അവിടെ ഭക്ഷണത്തിനുശേഷം ഭാവികാര്യങ്ങൾ ചർച്ചചെയ്യാം.''

കൊച്ചിരാജാവിന്റെ വലിയ സഭാമണ്ഡപത്തിൽ ഏവരും സമ്മേളിച്ചു. അഡ്മിറൽ സോറസ് തന്റെ ഔദ്യോഗിക വേഷത്തിലാണ് വന്നത്. സോറസ് പുതിയ ഒരു ക്യാപ്റ്റനെ ഗോദവർമ്മ തമ്പുരാന് പരിചയപ്പെടുത്തിക്കൊടുത്തു.

''ഇതാണ് മാനുവൽ ടെലസ് ഡി വാസ്കോൺസിലോസ്. ഇനി ഇദ്ദേഹമാണ് മാനുവൽ കോട്ടയുടെ പുതിയ തലവൻ.''

''അപ്പോൾ പച്ചേക്കോ?''

“പച്ചേക്കോ കോട്ടയുടെ ചുമതല ഇന്നലെ മുതൽ മാനുവലിനെ ഏൽപ്പിച്ചു കഴിഞ്ഞു, എന്റെ കൂടെ പോർച്ചുഗലിലേക്ക് തിരിച്ചു വരുന്നു. ഇത്തവണ ഒരു കപ്പലിന്റെയും ക്യാപ്റ്റൻ ആയിട്ടല്ല, എന്റെ കപ്പലിൽ ഒരു വിശിഷ്ട യാത്രക്കാരനായിട്ടാണ് വരാൻ പോകുന്നത്.”

തമ്പുരാന്റെ മുഖം വാടി. എന്തെങ്കിലുമൊക്കെ പറയണമെന്ന് അദ്ദേഹത്തിനുണ്ടായിരുന്നു, പക്ഷേ കർശനക്കാരനായ അഡ്മിറലിന്റെ മുഖം കണ്ട് അപ്പോൾ ഒന്നും പറയാതെ പച്ചേക്കോവിന് നേരെ ദയനീയമായി നോക്കി. കൊച്ചി രാജ്യത്തിലെ പ്രധാനികളുടെ മുഖം എല്ലാം വാടിയത് ശ്രദ്ധിച്ച് സോറസ് തുടർന്നു.

“കൊച്ചിയുടെ സുരക്ഷയെപ്പറ്റി ആണ് നിങ്ങൾക്ക് വിഷമമെങ്കിൽ നിങ്ങൾ അതിനെപ്പറ്റി വിഷമിക്കേണ്ട ഒരു കാര്യവുമില്ല. മാനുവൽ മിടുക്കനാണ്, കൂടാതെ ഇത്തവണ കൂടുതൽ സൈനികരെയും കപ്പലുകളും കൊച്ചിയിൽ നിർത്തുന്നുണ്ട്. ഇപ്പോൾ വെട്ടത്ത് രാജാവും സാമൂതിരിയുമായി പിണങ്ങി ഞങ്ങളുടെ സഹായമഭ്യർത്ഥിച്ചിരിക്കുകയാണ് എന്നറിയാമല്ലോ? അദ്ദേഹത്തിന്റെ സഹായത്തിന് റാഫേൽ സൈനികരുമായി പോകുന്നുണ്ട്. താനൂർ രാജ്യം സാമൂതിരിക്ക് എതിരാവുന്നതുകൊണ്ട് കൊച്ചിക്ക് ആണ് മെച്ചം. ഇടപ്പള്ളി രാജാവും സമാധാനം അഭ്യർത്ഥിച്ചിരിക്കുന്നതിനാൽ വേമ്പനാട്ടുകായൽ വഴി ഇനി കൊച്ചിക്ക് ശത്രുക്കളെ ഭയപ്പെടേണ്ട.”

“അതെല്ലാം ശരിതന്നെ ഞാൻ സമ്മതിച്ചു. പക്ഷേ പച്ചേക്കോവിനെ ഇവിടെ നിർത്തിക്കൂടെ?” ഗോദവർമ്മ തുറന്നു ചോദിച്ചു. തമ്പുരാന്റെ മനസ്സിലെ വികാരങ്ങൾ മനസ്സിലാക്കി അദ്ദേഹത്തോട് അഡ്മിറലിന് സഹതാപമാണ് തോന്നിയത്.

“എന്തുകൊണ്ടാണ് തിരിച്ചുപോകുന്നത് എന്ന് പച്ചേക്കോ തന്നെ താങ്കളോട് പറയും.” സോറസ് പുഞ്ചിരിച്ചുകൊണ്ട് പറഞ്ഞു.

പച്ചേക്കോവിനെ ഒറ്റയ്ക്ക് കിട്ടിയപ്പോൾ ഉണ്ണി ഗോദവർമ്മ രാജാവ് വളരെ ദയനീയമായി ചോദിച്ചു.

“പച്ചേക്കോന് പോണംന്ന് ഉണ്ടോ? ഇവിടെത്തന്നെ നിന്നുകൂടെ?”

“ഇവിടെ താങ്കളുടെ പ്രശ്നങ്ങൾ എല്ലാം തീർന്നില്ലേ? ഇനി ഞാൻ നിൽക്കേണ്ട കാര്യമുണ്ടോ? ജോലി തീർന്നാൽ എന്നെ ഇങ്ങോട്ട് പറഞ്ഞയച്ച എന്റെ രാജാവിന്റെ അടുത്ത് പോകുന്നതല്ലേ അതിന്റെ ഒരു മര്യാദ?”

“ഇത്രയും ചെറിയ സൈന്യം കൊണ്ട് നമ്മൾ യുദ്ധം ജയിക്കുമോ എന്ന് ഞാൻ അന്ന് വളരെ സംശയത്തോടെ ചോദിച്ചപ്പോൾ, നമ്മൾ തീർച്ചയായും ജയിക്കും, ഞാൻ താങ്കളെ സാമൂതിരി ആക്കിയിട്ടേ പോവുകയുള്ളൂ എന്ന് എന്നോട് പറഞ്ഞില്ലേ? പറഞ്ഞ വാക്കു പാലിക്കാതെ പോകുന്നത് ശരിയാണോ?”

തമ്പുരാൻ ചെറിയ കുട്ടികളെ പോലെ ചോദിച്ചു. അതുകേട്ട് പച്ചേക്കോ ചിരിച്ചുകൊണ്ടു പറഞ്ഞു.

‘‘അതിനു മറുപടിയായി താങ്കൾ പറഞ്ഞത് ഓർമയില്ലേ? എനിക്ക് സാമൂതിരി ഒന്നും ആവണ്ട, എന്റെ കൊച്ചിയും അവിടുത്തെ ജന ങ്ങളും സമാധാനമായി ജീവിക്കുന്നത് കണ്ടാൽ മതിയായിരുന്നു എന്നല്ലേ പറഞ്ഞത്? അഡ്മിറൽ സോറസ് പറഞ്ഞതുപോലെ ഇനി കൊച്ചി ആക്രമിക്കാൻ അടുത്തകാലത്തൊന്നും സാമൂതിരി ശ്രമി ക്കില്ല. അങ്ങനെ നല്ല നിലയിൽ താങ്കളെ ആക്കിയിട്ട് ആണ് ഞാൻ പോകുന്നത് എന്നാലോചിക്കുമ്പോൾ എന്റെ മനസ്സിന് വളരെ സന്തോഷമുണ്ട്. നിയോഗങ്ങൾക്കെല്ലാം അവസാനവും ഉണ്ട്. എന്റെ നിയോഗം അവസാനിച്ചു. ഞാൻ എന്നന്നേക്കുമായി തിരിച്ചു പോകുന്നു എന്നും ഞാൻ പറയുന്നില്ല. എന്റെ രാജാവ് വീണ്ടും എന്നെ ഇങ്ങോട്ട് പറഞ്ഞയച്ചാൽ ഞാൻ തീർച്ചയായും വരും. അഡ്മിറൽ ഗാമ വീണ്ടും വന്നില്ലേ? അതുപോലെ ഞാനും ഒരു നാൾ വീണ്ടും വരാം.’’

‘‘പച്ചേക്കോവിന് ഞാൻ എന്തു തന്നാലും മതിയാവില്ല. തൽക്കാലം ഒരു കപ്പൽ നിറയെ കുരുമുളക് തരട്ടെ?’’

പച്ചേക്കോവിന്റെ മനസ്സ് ആർദ്രമായി. യുദ്ധം മൂലം ധാരാളം നഷ്ടമുണ്ടായി. ഇപ്പോൾ കുരുമുളക് മാത്രമേ തമ്പുരാന്റെ കയ്യിൽ ഉള്ളൂ എന്ന് അയാൾക്ക് നല്ലവണ്ണം അറിയാമായിരുന്നു.

‘‘എനിക്കിപ്പോൾ ഒന്നും തരണ്ട. അടുത്ത തവണ ഞാൻ വരുമ്പോഴേക്കും കൊച്ചിയിലെ കച്ചവടം എല്ലാം നന്നായി താങ്കളുടെ കയ്യിൽ ഒരുപാട് ധനം വന്നു ചേർന്നിട്ടുണ്ടാവും. അപ്പോൾ എനി ക്കെന്തു വേണം എന്ന് ഞാൻ ചോദിച്ചു വാങ്ങിക്കൊള്ളാം. പോരെ?’’ രണ്ട് മഹാമനസ്കർ തമ്മിലുള്ള സംഭാഷണം അങ്ങനെ തീർന്നു. പച്ചേക്കോ പോയതും തമ്പുരാൻ ലോറൻസോവിനെ വിളിച്ചു വരുത്തി.

‘‘നിങ്ങളുടെ നാട്ടിൽ ധീരകൃത്യങ്ങൾ ചെയ്തവർക്ക് രാജാവ് പണം കൂടാതെ മറ്റ് എന്ത് സ്ഥാനമാനങ്ങൾ ആണ് കൊടുക്കുക?’’

‘‘ഗ്രാൻഡ് ഓഫ് ആംസ് അഥവാ സാക്ഷ്യപത്രം കൊടുക്കും.’’

‘‘അത് എങ്ങനെയിരിക്കും?’’ തമ്പുരാൻ ചോദിച്ചു. മേനോന്റെ സഹായത്തോടെ ഒരുവിധം ലോറൻസോ അതിനെപ്പറ്റി ഒരു വിവരണം തമ്പുരാനെ പറഞ്ഞു മനസ്സിലാക്കി. അയാൾ പോയതും ഗോദവർമ്മ തമ്പുരാൻ വളരെ ചിന്തിച്ച് അത്തരം ഒരെണ്ണം ഉണ്ടാക്കാൻ സ്വർണ്ണ പ്പണിക്കാരെ ഏർപ്പാടുചെയ്തു.

കൊച്ചിയോട് വിട

മാനുവൽ കോട്ടയുടെ അരികിൽ മരം കൊണ്ട് നിർമ്മിച്ച സെന്റ് ബർത്തലോമിയോ പള്ളിയിൽ പച്ചേക്കോ പ്രാർത്ഥിച്ചു. താൻ ഏറ്റെടുത്ത കാര്യങ്ങൾ എല്ലാം ശുഭപര്യവസാനമായതിന് അയാൾ ദൈവത്തോട് നന്ദി പറഞ്ഞു. നാട്ടിലേക്ക് പോകുന്നതിൽ സന്തോഷമുണ്ടെങ്കിലും തന്റെ നാലു സുഹൃത്തുക്കളുടെ എന്നന്നേക്കുമായുള്ള വേർപാട് അയാളുടെ മനസ്സിൽ ദുഃഖത്തിന്റെ നിഴൽ വീഴ്ത്തി. കൊയ്‌ലോ, പെഡ്രോ, ഫ്രാൻസിസ്കോ എന്നിവരുടെ മരണവാർത്ത അഡ്മിറൽ സോറസിൽ നിന്നാണ് അയാൾ അറിഞ്ഞത്. ഉറ്റ സുഹൃത്തും വഴികാട്ടിയുമായിരുന്ന ബർത്തലോമിയോ ഡയസിന്റെ മരണം അയാൾ ലിസ്ബണിൽ ഉണ്ടായിരുന്നപ്പോൾ തന്നെ അറിഞ്ഞിരുന്നു. പ്രായമായി വരുന്തോറും പഴയ തലമുറയിലെ സുഹൃത്തുക്കൾ അപ്രത്യക്ഷരാവും. കൊച്ചിയിൽനിന്നും താൻ പോകുന്നത് ഒരുപാട് പേർക്ക് വിഷമം ഉണ്ടാക്കിയിട്ടുണ്ട്, പ്രത്യേകിച്ചും ഉണ്ണി ഗോദവർമ്മ രാജാവിനും രാമൻ കോവിലിനും. ഇടിക്കേളമേനോനും കണ്ടൻ കോരുവും പെരുംകോരുവും തന്റെ പിന്നിൽ നിന്നും മാറുന്നില്ല. താൻ പോകുന്നതുവരെ തന്റെ നിഴലായി പിന്തുടരുകയാണ് അവർ. കൊച്ചിക്കാർ വെറും പാവങ്ങളാണ്, ആത്മാർത്ഥ സ്നേഹം ഉള്ളവരാണ്. യൂറോപ്പിന്റെ പരിഷ്കാരം തൊട്ടുതീണ്ടാത്ത ഈ കൊച്ചുപട്ടണം ഒരുനാൾ ലിസ്ബൺ പോലെ വലിയ ഒരു നഗരം ആവുമായിരിക്കാം. കുറച്ചു കാലം വരെ കൊച്ചിക്കാർ തന്നെ ഓർക്കും, പിന്നീട് താൻ മെല്ലെമെല്ലെ വിസ്മൃതിയിൽ ആണ്ടുപോകും. അയാൾ പള്ളിയിൽനിന്നും പുറത്തുകടന്നു. മേനോൻ കോട്ടയ്ക്ക് പുറത്ത് തന്നെ കാത്തുനിൽക്കുന്നു, വിടാതെ പിറകെ കൂടിയിരിക്കുകയാണ്. കായലോരത്ത് കൂടിയവർ മെല്ലെ നടന്നു.

‘‘നാട്ടിൽ അമ്മ ഉള്ളതുകൊണ്ടാണ് കമാൻഡർക്ക് തിരിച്ചുപോകാൻ ഇത്ര ധൃതി. അല്ലേ? മോനേ പറഞ്ഞയച്ച് അമ്മയെ അടുത്ത കപ്പലിൽ ഇങ്ങോട്ട് കൂട്ടിക്കൊണ്ടു വന്നാൽ പോരേ?’’ തന്നെ പറഞ്ഞു വിടാതിരിക്കാൻ അവസാന ശ്രമം നടത്തുകയാണ് പാവം. പച്ചേക്കോവിന് ചിരിവന്നു.

''അവനെ പറഞ്ഞയച്ചാൽ ശരിയാവില്ല. ഞാൻ തന്നെ പോയി അടുത്ത തവണ അമ്മയേയും കൂട്ടിക്കൊണ്ട് ഇങ്ങോട്ട് വരാം. വെണ്ടുരുത്തി ദ്വീപിൽ ഒരു വീട് പണിത് അവിടെ താമസമാക്കാം.'' അയാൾ പറഞ്ഞു. കാര്യം നടപ്പില്ല എന്ന് മനസ്സിൽ കണ്ട് മേനോൻ ഒരു ദീർഘനിശ്വാസം വിട്ടു.

യുദ്ധഭീതികൾ ഒഴിഞ്ഞ് ക്രിസ്തുമസ് കഴിഞ്ഞ് നവവത്സര ആരംഭത്തിൽ സോറസ് മടക്കയാത്രയ്ക്ക് തയ്യാറായി. ഗോദവർമ്മ തമ്പുരാൻ പച്ചേക്കോയെ കോവിലകത്തേക്ക് ക്ഷണിച്ചു. തന്റെ ഓർമ്മയ്ക്കായി ഒരു ഷീൽഡ് അദ്ദേഹം അയാൾക്ക് സമ്മാനിച്ചു. കൊച്ചിക്കുവേണ്ടി അയാൾ ചിന്തിയ രക്തം അനുസ്മരിപ്പിച്ചുകൊണ്ട് ഷീൽഡിന് ചുവന്ന നിറമായിരുന്നു. ഏഴു കൊടികളുടെ ചിത്രങ്ങളും അഞ്ചു സ്വർണ്ണകിരീടങ്ങളുടെ രൂപവും എട്ടു ഗോപുരങ്ങളും അതിൽ പതിപ്പിച്ചിരുന്നു. യുദ്ധത്തിൽ അയാൾ പരാജയപ്പെടുത്തിയ രാജാക്കന്മാരുടെ കിരീടങ്ങളും കൊടികളും അയാൾ നശിപ്പിച്ച ജലത്തിൽ സഞ്ചരിക്കുന്ന എട്ട് ഗോപുരങ്ങളേയും അവ അനുസ്മരിപ്പിച്ചു. പച്ചേക്കോയുടെ സേവനങ്ങളെ പ്രകീർത്തിച്ചുകൊണ്ട് മാനുവൽ രാജാവിന് വിശദമായ ഒരു കത്തും അയാളെ ഏൽപ്പിച്ചു. പച്ചേക്കോവിനു കൊടുത്ത പ്രശസ്തിപത്രം ഗോദവർമ്മ തമ്പുരാൻ എന്തുകൊണ്ടോ അനിയൻ തമ്പുരാൻ രാമൻ കോവിലിന്റെ പേരിൽ ആണ് എഴുതിച്ചത്. പച്ചേക്കോവിന് ഇനി എന്തു കൊടുക്കണം എന്നറിയാതെ തന്റെ വെറ്റിലത്താമ്പാളത്തിൽ നിന്നും അടയ്ക്ക മുറിക്കാനുള്ള ആനക്കൊമ്പിന്റെ പിടിയുള്ള പേനകത്തിവരെ രാജാവ് സ്നേഹത്തോടെ അയാൾക്ക് കൊടുത്തു.

ഓരോരുത്തരോടും അയാൾ യാത്ര പറഞ്ഞു. അനിയൻ തമ്പുരാൻ രാമൻ കോവിൽ അയാളെ സ്നേഹപൂർവ്വം ആശ്ലേഷിച്ചു. വികാരസ്തോഭം കൊണ്ട് മേനോന് വാക്കുകൾ പുറത്തു വന്നില്ല. നിറഞ്ഞ കണ്ണുകളോടെ ഗോദവർമ്മ രാജാവ് അയാളെ യാത്രയയച്ചു. കൽവത്തി കോവിലകത്തിനു മുൻവശത്തുള്ള തോണി കടവിൽ നിൽക്കുന്ന ബോട്ടിൽ കയറി പച്ചേക്കോ ഏവർക്കും കൈവീശി കാണിച്ചു കൊണ്ട് പുറം കടലിൽ നിൽക്കുന്ന തന്റെ കപ്പലിലേക്ക് പോയി. കരയിൽ ഒരു വലിയ ജനക്കൂട്ടം തയ്യാറായി നിന്നിരുന്നു. തന്നെ യാത്രയയക്കാൻ ഫാക്ടറിയിലെ പോർച്ചുഗീസുകാരും നാനാ മതസ്ഥരായ കച്ചവടക്കാരും തന്നെ അടുത്തറിയുന്ന നായന്മാർ, കല്ലാശാരിമാർ, തുടങ്ങിയവരും കൂടിനിന്ന് കൈവീശി കാണിക്കുന്ന കാഴ്ച അയാളെ അതിശയിപ്പിച്ചു. ഇതുവരെ ഒരു വിദേശിക്കും നൽകാത്ത രാജകീയമായ ഒരു യാത്രയയപ്പാണ് കൊച്ചിക്കാർ പച്ചേക്കോവിന് നൽകിയത്. ബോട്ടിൽ നിന്നും അയാൾ കപ്പലിൽ കയറി. മുന്നോട്ടുപോകുന്ന കപ്പലിന്റെ സ്റ്റെൺ കാസിലിൽനിന്നുകൊണ്ട് അയാൾ ദൂരെ അകന്നുപോകുന്ന കര നിർന്നിമേഷനായി നോക്കി നിന്നു. മാനുവൽ കോട്ട മെല്ലെ കാണാതായി, തെങ്ങിൻ

തലപ്പുകൾ മങ്ങി മറഞ്ഞു. അവസാനമായി വൈപ്പിൻ ദ്വീപിന്റെ ഒരു രേഖാചിത്രം മാത്രം കണ്ണിൽ തങ്ങിനിന്നു, മെല്ലെമെല്ലെ അതും ദൃഷ്ടിപഥത്തിൽ നിന്നും മാഞ്ഞു.

അഡ്മിറൽ സോറസ് കണ്ണൂരിൽ വന്നശേഷം അർമഡ പോർച്ചുഗലിലേക്ക് യാത്രതിരിച്ചു. മുസംബിക്കിൽ എത്തിയപ്പോൾ സോറസ് തന്റെ കപ്പലുകളിൽ ചിലത് കേടുപാടുകൾ തീർക്കാൻ വേണ്ടി അവിടെ തങ്ങി, വിവരങ്ങൾ ലിസ്ബണിൽ അറിയിക്കുവാൻ രണ്ട് കപ്പലുകൾ മാത്രം നേരത്തെ യാത്രതിരിച്ചു. കൊച്ചിയിൽ നടന്ന സംഭവങ്ങളും പച്ചേക്കോ നടത്തിയ ഐതിഹാസികമായ പോരാട്ടത്തിന്റെ വിവരങ്ങളും അടങ്ങിയ റിപ്പോർട്ടിന്റെ പകർപ്പ് സോറസ് രാജാവിനു സമർപ്പിക്കാൻ കപ്പലുകളിൽ കൊടുത്തയച്ചിരുന്നു. ലോപോ ഡി അബ്രേയു എന്ന ക്യാപ്റ്റൻ നയിച്ച കപ്പൽ ജൂലൈ മാസം ലിസ്ബണിൽ എത്തി. അഞ്ചാം അർമഡയിലെ ക്യാപ്റ്റൻ മേജർ അഫോൺസോ ആൽബുക്കർക്ക് വളരെ വൈകിയാണ് ലിസ്ബണിൽ എത്തിയത്. അദ്ദേഹം നൽകിയ വിവരപ്രകാരം കൊച്ചിയിൽ സംജാതമായിരുന്ന സംഘർഷത്തിനെപ്പറ്റി രാജാവും ജനങ്ങളും ആശങ്കാകുലരായിരുന്നു. ലോപോ ലിസ്ബണിൽ എത്തി രാജാവിനെ കണ്ട് പച്ചേക്കോവിന്റെ വീര സാഹസ പ്രവർത്തികൾ എല്ലാം അറിയിച്ചപ്പോൾ, മാനുവൽ രാജാവും ലിസ്ബൺ പട്ടണവും ആനന്ദത്തിൽ ആറാടി. എല്ലാവരും അയാളുടെ വരവിനുവേണ്ടി കാത്തിരുന്നു. ഹീറോ ഓഫ് കൊച്ചിൻ എന്ന ഇരട്ടപ്പേരിൽ അയാളവിടെ അറിയപ്പെട്ടുതുടങ്ങി. അയാളെ ആദരിക്കാനും അനുമോദിക്കാനും സ്വീകരിക്കാനും രാജാവ് എല്ലാ ഒരുക്കങ്ങളും ചെയ്തു.

''മരിയമമ്മ, മരിയമമ്മ'' അലറിവിളിച്ചുകൊണ്ട് കൃഷ്ണനുണ്ണി വാതിൽ തുറന്നുകൊണ്ട് അകത്തേക്ക് ഓടിവന്നു. കസേരയിൽ തട്ടിവിഴാൻ പോയ അവനെ മരിയ പിടിച്ചു നിർത്തി.

''നിനക്കെന്തു പറ്റി? എന്തിനാ നീ ഇങ്ങനെ ഓടിവരുന്നത്? ആദ്യം നീ ഒരിടത്ത് ഇരിക്ക്.''

മരിയ അവനെ ഒരു കസേരയിൽ പിടിച്ചിരുത്തി, കുടിക്കാൻ ഒരു കപ്പിൽ വെള്ളം കൊടുത്തു. വെള്ളം ശിരസ്സിൽ കയറാതിരിക്കാൻ അവന്റെ തലയിൽ സ്നേഹപൂർവ്വം രണ്ടുമൂന്നു തവണ തട്ടി. അവന്റെ മുഖത്ത് സന്തോഷഭാവമാണെന്ന് കണ്ട് അവർ സമാധാനിച്ചു.

''മമ്മ ഒരു സന്തോഷ വർത്തമാനം ഉണ്ട്. മമ്മയുടെ മക്കൾ തിരിച്ചുവരുന്നു.''

''എന്റെ മാതാവേ, അവരെത്തിയോ?''

''പകുതി വഴി താണ്ടി കഴിഞ്ഞു, രണ്ടു മാസത്തിനകം അവർ തിരിച്ചെത്തും. വിവരങ്ങളെല്ലാം പറയാൻ അവർ ഒരു കപ്പൽ നേരത്തെ പറഞ്ഞയച്ചു. ആ കപ്പലിലെ ക്യാപ്റ്റൻ കൊട്ടാരത്തിൽ രാജാവിനെ കാണാൻ വന്നിരുന്നു. പുറത്തൊക്കെ ആഘോഷം തുടങ്ങാൻ

പോകുന്നു. അമ്മയോട് വിവരങ്ങൾ നേരിട്ട് പറയാൻ വേണ്ടി ഞാൻ അവിടുന്ന് ഓടി വന്നതാണ്.'' നിറഞ്ഞ കണ്ണുകളോടെ മരിയ മുകളിലേക്ക് നോക്കി തൊഴുതു.

''എന്റെ മാതാവേ, അവർ വരുന്നതുവരെ എന്നെ ജീവനോടെ നിർത്തണേ.''

''ഇന്ത്യയിൽ നിന്നും കപ്പലുകൾ വരുന്നത് പതിവല്ലേ? അതിന് എന്തിനാണ് ഇത്ര ആഘോഷം?'' കൃഷ്ണനുണ്ണി അവരെ സഹതാപത്തോടെ നോക്കി. അവരുടെ മക്കൾ അപകടകരമായ ഒരു സാഹചര്യത്തിലാണ് ഇരുന്നത് എന്ന് ആരും അവരോട് പറഞ്ഞിരുന്നില്ല.

''ആഘോഷമോ? അമ്മയുടെ മകൻ ക്യാപ്റ്റൻ പച്ചേക്കോ കൊച്ചിയിൽ അമാനുഷികമായ ഒരു കാര്യമാണ് ചെയ്തത്. നൂറ്റിഅൻപത് പോർച്ചുഗീസ് സൈനികർ, അഞ്ഞൂറ് കൊച്ചിയിലെ പട്ടാളക്കാർ, മൂന്നേ മൂന്നു കപ്പലുകൾ എന്നിവകൊണ്ട് അൻപതിനായിരം ശത്രു സൈനികരെയും ഇരുന്നൂറോളം അവരുടെ കപ്പലുകളുടെയും നേരിട്ട് നാലുമാസത്തോളം യുദ്ധം ചെയ്ത് അവരെ പരാജയപ്പെടുത്തി ഓടിച്ചു. മാനുവൽ രാജാവ് അമ്മയുടെ മകനെ 'ഹീറോ ഓഫ് കൊച്ചിൻ' എന്നാണ് ഇന്ന് കൊട്ടാരത്തിൽ വിശേഷിപ്പിച്ചത്. ഗംഭീര സ്വീകരണമാണ് നൽകാൻ പോകുന്നത് എന്ന് അവിടെ സംസാരിച്ചിരുന്നു.''

തിളങ്ങുന്ന കണ്ണുകളോടെ അവൻ പറയുന്നത് കേട്ടിരുന്ന മരിയയ്ക്ക് കൃത്യമായി ഒന്നും മനസ്സിലായില്ലെങ്കിലും തന്റെ മകന് രാജാവിന്റെ അംഗീകാരം ലഭിച്ചു എന്ന് മാത്രം മനസ്സിലായി. മരിയ കൃഷ്ണനുണ്ണിയെ കെട്ടിപ്പിടിച്ച് അവന്റെ മൂർദ്ധാവിൽ ചുംബിച്ചു. കൃഷ്ണനുണ്ണി തരിച്ചിരുന്നുപോയി. എത്ര മനോഹരമായാണ് ഇവർ മാതൃസ്നേഹം പ്രകടിപ്പിക്കുന്നത്.

''അതിന് മരിയമമ്മ എന്നെ എന്തിനാ കെട്ടിപ്പിടിക്കുന്നത്?'' അവൻ ചോദിച്ചു.

''അവനെ കയ്യിൽ കിട്ടിയില്ല, നിന്നെയാണ് കിട്ടിയത്, നീയും എന്റെ മകനാണ് മാനുവലേ, അമ്മയാവാൻ പ്രസവിക്കണം എന്നില്ല, മനസ്സിൽ സ്നേഹമുണ്ടായാൽ മതി.'' അവൾ പറഞ്ഞു.

''സന്തോഷവർത്തമാനം എന്നെ അറിയിക്കാൻ പാവം നീ ഇത്രയും ദൂരം ഓടി വന്നതല്ലേ? നിന്നെ ഞാൻ ഭക്ഷണം കഴിപ്പിക്കാതെ വിടില്ല.'' കുസൃതിച്ചിരിയോടെ മരിയ പറഞ്ഞു.

''നീ എന്താണ് മാനുവലേ തനിയേ ഇരുന്നു ചിരിക്കുന്നത്?'' ഒരു കിണ്ണത്തിൽ സലാഡ് മേശപ്പുറത്തു വച്ചു കൊണ്ട് മരിയ ചോദിച്ചു.

''അതോ, ഈ ഞായറാഴ്ച പള്ളിയിൽ പോകുമ്പോൾ ആളുകൾ മരിയമമ്മയ്ക്ക് ചുറ്റും കൂടി നിന്ന് മമ്മയുടെ മക്കളെപ്പറ്റി പുകഴ്ത്തുന്ന രംഗവും ഇതൊക്കെ എന്ത് എന്ന ഭാവത്തിൽ മമ്മ നിൽക്കുന്നതും ഞാൻ മനസ്സിൽ കണ്ടു ചിരിച്ചതാണ്.''

''പോടാ അവിടുന്ന്.''

പച്ചേക്കോ എപ്പോഴും കാണാൻ ആഗ്രഹിക്കുന്ന മരിയയുടെ നാണം കലർന്ന കള്ളക്കോപം ഒരു വർഷത്തിന്റെ ഇടവേളയ്ക്ക് ശേഷം പുറത്തു വന്നു.

കൊച്ചി പട്ടണം അഭിവൃദ്ധിയുടെ പാതയിലേക്ക് പ്രവേശിച്ചു. കുമ്പളം കടവിലെ പരാജയത്തിനു ശേഷം, വെട്ടത്ത് രാജാവ് എടത്തടിച്ചതും കോഴിക്കോടിന്റെ ശോഭയ്ക്ക് വീണ്ടും മങ്ങലേൽപ്പിച്ചു. ഗോദവർമ്മ തമ്പുരാന്റെ മനസ്സിന് ഇതൊന്നും ആശ്വാസമേകിയില്ല. കടുത്ത മാന സിക പിരിമുറുക്കങ്ങൾക്കുശേഷം ശേഷം പെട്ടെന്ന് വന്ന ശാന്തത അദ്ദേഹത്തെ തളർത്തുകയാണ് ചെയ്തത്. അദ്ദേഹത്തിന് വളരെ താൽപര്യമുണ്ടായിരുന്ന മൂന്നു നാവികരുടെ മരണവാർത്തയും അതിലെല്ലാമുപരി പച്ചേക്കോവിന്റെ വേർപാട് മൂലം അദ്ദേഹത്തിന് തോന്നിച്ച ശൂന്യതയും അദ്ദേഹത്തെ മൗനിയാക്കി. ആ വർഷത്തെ വിഷുവിന് രണ്ടു ദിവസം മുമ്പ് അദ്ദേഹം സഭാമണ്ഡപത്തിൽ ഏക നായി ചേന്നാസ് തിരുമേനിയെ കാത്ത് ഇരിക്കുകയായിരുന്നു. കാര്യ ക്കാരൻ കിട്ടുണ്ണി തിരുമേനിയെ അകത്തേക്ക് ആനയിച്ചു കൊണ്ടു വന്നു. അദ്ദേഹം ഇരുന്നതും ഗോദവർമ്മ പറഞ്ഞു.

''കിട്ടുണ്ണി, ഇനി ഞാൻ പറയുന്നതുവരെ ആരെയും ഇങ്ങോട്ട് കടത്തിവിടണ്ട.'' കിട്ടുണ്ണി അനുസരണയോടെ വാതിലിനു പുറത്തു പോയി നിന്നു.

''എന്താ എന്നെ കാണണമെന്ന് പറഞ്ഞത്?'' നാരായണൻ നമ്പൂതിരി ചോദിച്ചു.

''അങ്ങയോട് ഒരു അഭിപ്രായം ചോദിക്കാനാണ്. എനിക്ക് വിശ്രമിക്കാനുള്ള സമയമായി എന്ന് ഉള്ളിൽ ഒരു തോന്നൽ.''

നമ്പൂതിരി അല്പനേരം ആലോചിച്ചു.

''സജ്ജനങ്ങളുടെ ഉൾവിളികൾ മിക്കവാറും സത്യമാവാറുണ്ട്. ഇപ്പോൾ ഒരു ശൂന്യത അനുഭവപ്പെട്ടു തുടങ്ങി അല്ലേ?''

''അതേ തിരുമേനി.''

''പാരിൽ എല്ലാത്തിനും ഒരു അവസാനം ഉണ്ട്. ഓരോ മനു ഷ്യനും ജനിക്കുമ്പോൾ അവർ ചെയ്തുതീർക്കുന്ന കർമ്മങ്ങൾക്ക് ഒരു ലക്ഷ്യമുണ്ട്. ലക്ഷ്യപ്രാപ്തി നേടിക്കഴിഞ്ഞാൽ അതിനപ്പുറം വേറെ ലക്ഷ്യങ്ങൾ ഉണ്ടാവാറില്ല. ഉദാഹരണത്തിന് മഹാഭാരത യുദ്ധം കഴിഞ്ഞപ്പോൾ പാണ്ഡവർക്കും ഉണ്ണിക്ക് തോന്നിയപോലെ അല്ലേ തോന്നിയത്. ചില്ലറ മാനസിക വിഷമങ്ങൾ അല്ലല്ലോ ഉണ്ണി അനുഭവിച്ചത്. ഈശ്വരാനുഗ്രഹം കൊണ്ട് എല്ലാം നല്ല വഴി കലാ ശിച്ചു. താഴേക്ക് വന്നുകൊണ്ടിരുന്ന കൊച്ചിയുടെ തലവര തടഞ്ഞ് മേൽപ്പോട്ട് ആക്കിയത് ഉണ്ണിയാണ്. ആട്ടെ, ഇനി എന്താണ് ഭാവം?''

''ഞാൻ രാജ്യഭാരം ഉപേക്ഷിച്ച് ഞങ്ങളുടെ കുടുംബപാരമ്പര്യ മനുസരിച്ച് മൂപ്പീൻ സ്ഥാനത്തേക്ക് മാറുവാൻ ആഗ്രഹിക്കുന്നു. രാജ്യഭാരം രാമനെ ഏൽപ്പിക്കാൻ പോകുന്നു.''

''താവഴി പ്രശ്നം വല്ലതും ഉണ്ടാകുമോ?'' നമ്പൂതിരി ചോദിച്ചു.

''ഇപ്പോൾ രാമനാണ് ഒന്നാംമുറ. ഞാൻ പെരുമ്പടപ്പ് മൂപ്പീൻ സ്ഥാനത്തേക്ക് പോകുമ്പോൾ അടുത്ത അവകാശി വരുന്നതുവരെ രാമനെ ഭരണം ഏൽപ്പിക്കുന്നതിൽ അപാകതയൊന്നുമില്ല. സാമൂതിരി പക്ഷത്തേക്ക് പോയ ചാഴൂർ താവഴിയിൽ പെട്ട രണ്ടാംമുറയും മൂന്നാംമുറയും എനിക്കെന്തെങ്കിലും സംഭവിച്ചാൽ മാത്രമേ രാമൻ മൂപ്പീൻ സ്ഥാനത്തേക്ക് മാറണം എന്ന അവകാശവാദവുമായി വരികയുള്ളൂ. എന്റെ കാലശേഷം നടക്കാൻ പോകുന്ന കാര്യങ്ങളെ പ്പറ്റി ഞാൻ വേവലാതിപ്പെടേണ്ട കാര്യമുണ്ടോ?'

''ഒരു കാര്യവുമില്ല.'' നാരായണൻ നമ്പൂതിരി ചിരിച്ചുകൊണ്ട് പറഞ്ഞു.

''പിന്നെ പറങ്കികളുടെ കാര്യം. അവരുടെ സഹായം ഇല്ലായിരുന്നെങ്കിൽ ഇനിയുള്ള കാലവും കൊച്ചി സാമൂതിരിയുടെ വാലായി തുടരുകയേയുള്ളൂ. കാലക്രമത്തിൽ പെരുമ്പടപ്പിന്റെ ഭരണം പോയി സാമൂതിരി കേരള ചക്രവർത്തിയാവും. ഞാൻ കൊച്ചിയുടെ പുരോഗതി മാത്രമേ മനസ്സിൽ കണ്ടിട്ടുള്ളു, സാമൂതിരിയുടെ സ്ഥാനം പിടിച്ചടക്കാനുള്ള ആർത്തിമൂലം ഞാൻ പറങ്കികളെ കൂട്ടുപിടിച്ചു, വിദേശികൾക്ക് വേണ്ടി സ്വന്തം നാട്ടുകാരെ തള്ളിക്കളഞ്ഞു എന്നൊക്കെ കാലം പറയുമായിരിക്കും.''

''ആർക്കു വേണമെങ്കിലും എന്തുവേണമെങ്കിലും പറയാവുന്നതല്ലേയുള്ളൂ? ഉണ്ണി, നടക്കേണ്ടത് നടന്നിരിക്കും. ചരിത്രത്തിൽ 'ആയിരുന്നാൽ' 'എങ്കിൽ' 'പക്ഷേ' എന്നീ വാക്കുകൾക്ക് സ്ഥാനമില്ല. സംഭവിക്കുന്നത് ആരു വിചാരിച്ചാലും മാറ്റാൻ സാധ്യമല്ല. മനുഷ്യന്റെ പ്രകൃതമായ കാമ, ക്രോധ, ലോഭ, മോഹ, മത, മാത്സര്യാദികൾ അവന്റെ വംശം ഈ ഭൂമിയിൽനിന്നും തുടച്ചു നീക്കപ്പെടുന്നതുവരെ തുടരും. അതുകൊണ്ട് ഉണ്ണിക്ക് തോന്നുന്ന പോലെ ചെയ്തുകൊള്ളൂ. ശിഷ്ടകാലം ഈശ്വരനെ ഭജിച്ചുകൊണ്ട് സമാധാനമായി ഒന്നിലും ഇടപെടാതെ ജീവിക്കൂ. ഞാൻ ഇറങ്ങട്ടെ, ഉണ്ണിക്ക് നല്ലത് വരും.'' ചേന്നാസ് നാരായണൻ നമ്പൂതിരിപ്പാട് അവിടെ നിന്നും യാത്രയായി.

1505 മാണ്ട് മേടമാസത്തിൽ തന്നെ ഉണ്ണി രാമൻ കോവിൽതിരുമുൽപ്പാട് എന്ന രാമവർമ്മ തമ്പുരാൻ കൊച്ചി രാജാവായി സ്ഥാനമേറ്റു. ഗോദവർമ്മ തമ്പുരാൻ പെരുമ്പടപ്പ് മൂപ്പീൻ സ്ഥാനത്തേക്ക് പ്രവേശിച്ചു. നാരായണൻ നമ്പൂതിരി പ്രവചിച്ചതുപോലെ ഏഴാം പോർച്ചുഗീസ് അർമഡയുടെ അഡ്മിറൽ ഫ്രാൻസിസ്കോ ഡി അൽമേഡ മാനുവൽ രാജാവ് ഗോദവർമ്മ തമ്പുരാനു വേണ്ടി കൊടുത്തയച്ച വിലപിടിച്ച രത്നകിരീടം രാമവർമ്മയുടെ ശിരസ്സിലാണ് അണിയിക്കാൻ പോകുന്നത്. ബന്ധുക്കളെ ശത്രുക്കളാക്കി, ശത്രുക്കളെ ബന്ധുക്കളാക്കി, കാലം അതിന്റെ വഴി മുന്നോട്ടുപോയി.

വൈകി വന്ന അംഗീകാരം

മടക്കയാത്രയിൽ പച്ചേക്കോവിന് പരിപൂർണ്ണ വിശ്രമം ലഭിച്ചു. ആ സമയം അയാൾ ചിന്തിക്കാനും കുറിപ്പുകൾ എഴുതി ഇടാനും വിനിയോഗിച്ചു. കേപ് ഓഫ് ഗുഡ് ഹോപ്പ് ചുറ്റുമ്പോൾ ബർത്തലോമിയോ ഡയസിനെ ഓർത്തു. ഇവിടെ അടുത്ത് എവിടെയോ ആണ് അദ്ദേഹം മുങ്ങിമരിച്ചത്. ലിസ്സാർട്ടേയുമായി ധാരാളം സമയം ചിലവാക്കാൻ അവസരം ലഭിച്ചു എന്നതാണ് ഈ യാത്രയുടെ ഒരു ഗുണം. കപ്പൽ ഓടിക്കുന്നതിൽനിന്നും അവൻ പുറകോട്ട് അടിച്ചു, കരയിലെ യുദ്ധത്തിലാണ് അവനിപ്പോൾ കൂടുതൽ താൽപര്യം കാണിക്കുന്നത് എന്ന് അവന്റെ സംസാരത്തിൽ നിന്നും അയാൾക്ക് മനസ്സിലായി. അനിഷ്ടസംഭവങ്ങൾ ഒന്നും കൂടാതെ അവരുടെ സംഘം അസോറസ് ദ്വീപുകളിൽ എത്തി. പോർച്ചുഗലിലെ മുന്തിരി വൈനും ഭക്ഷണവിഭവങ്ങളും അവരെ അവരുടെ പഴയ ലോകത്തേക്ക് എത്തിച്ചു. രണ്ടു മൂന്നു ദിവസത്തിന്റെ വിശ്രമത്തിനുശേഷം അവർ ലിസ്ബണിലേക്ക് യാത്രതിരിച്ചു. നാട്ടിലെത്താനുള്ള ആകാംക്ഷ മൂലം കപ്പലിന് വേഗത പോരാ എന്ന് അതിൽ സഞ്ചരിച്ചിരുന്ന നാവികർക്ക് തോന്നി. ലിസ്ബൺ ആ പ്രഭാതത്തിൽ കാണാൻ നല്ല ഭംഗിയായിരുന്നു. വീശിയടിക്കുന്ന കാറ്റ്, തെളിഞ്ഞ നീലാകാശം, അതിനോട് മത്സരിക്കുന്ന ടാഗസിലെ തെളിനീര്, നദിയിലേക്ക് പ്രവേശിക്കുന്നസ്ഥലത്ത് കരയിൽ കാണപ്പെട്ട പോർച്ചുഗലിന്റെ കൊടിപാറുന്ന കോട്ടയാണ് ആദ്യം കണ്ണിൽപ്പെട്ടത്. കരയിൽ അല്പം ദൂരെയായി സാന്റാ മരിയ പള്ളിയും പണി നടക്കുന്ന മൊണാസ്റ്ററിയും ആണ് പിന്നീട് ദൃശ്യമായത്. കരയിൽ നിന്നും അല്പം മാറി നദിയിലുള്ള കൊച്ചുതുരുത്ത് കഴിഞ്ഞതും കപ്പലുകൾ നങ്കൂരമിട്ടു. തുരുത്തിൽ ധാരാളം കൊടിതോരണങ്ങൾ നാട്ടിയിരുന്നു. കപ്പലിൽ നിന്നും തങ്ങളുടെ പ്രിയപ്പെട്ടവർ ഇറങ്ങി വരുമോ എന്ന് കാണാൻ തുരുത്തിൽ സ്ത്രീകളും കുട്ടികളുമടങ്ങുന്ന ഒരു ജനക്കൂട്ടം കാത്തു നിന്നു.

നാവികരെല്ലാം കപ്പലുകളുടെ മേൽത്തട്ടിൽ വന്നു നിന്ന് തങ്ങളുടെ ഉറ്റവരെ നോക്കി കൈവീശി കാണിച്ചു. ജനക്കൂട്ടത്തിൽ മനുഷ്യ

ജീവിതമാം നാണയത്തിന്റെ ഇരുവശങ്ങളായ സന്തോഷത്തിന്റെയും നിരാശയുടെയും നിഴലുകൾ മാറിമാറി വീണു. തങ്ങളുടെ പ്രിയപ്പെട്ടവർ ജീവനോടെ ഇരിക്കുന്നത് കണ്ട് കപ്പലിലെയും തുരുത്തിലെയും മനുഷ്യർ ആഹ്ലാദിച്ചു. പ്രിയപ്പെട്ടവരെ കാണാത്തവർ സങ്കടപ്പെട്ടു. വിവരങ്ങൾ അറിയാൻ കപ്പലിൽ ഉള്ളവർ കരയിൽ ഇറങ്ങാൻ വെമ്പൽകൊണ്ടു. നവോത്ഥാന സമയത്തെ നാവികരുടെ ജീവിതം അങ്ങനെയായിരുന്നു. വർഷങ്ങളോളം നീണ്ടുനിൽക്കുന്ന യാത്ര, അതിൽ ആര് തിരിച്ചുവരും, ആര് തിരിച്ചുവരില്ല എന്നത് സുഖദുഃഖങ്ങളുടെ നാണയം മുകളിൽ എറിഞ്ഞ പോലെയാണ്, സന്തോഷമോ സന്താപമോ എന്നത് വിധിയുടെ കൈകളിൽ മാത്രം ഒതുങ്ങിനിൽക്കുന്നതായിരുന്നു. അവരുടെ സംഗീതം എപ്പോഴും ദുഃഖസാന്ദ്രമാണ്. 'ഫാഡോ' എന്നറിയപ്പെടുന്ന ഗാനരൂപം വേർപാടിന്റെ വേദനകളിൽ ചാലിച്ച് പോർച്ചുഗീസ് ഗിറ്റാറിന്റെ അകമ്പടിയോടെ ഇപ്പോഴും പോർച്ചുഗൽ സന്ദർശിക്കുന്നവർക്ക് അവിടുത്തെ കഫേകളിൽ കേൾക്കാം. ദുവാർട്ടേയ്ക്കും ലിസ്സാട്ടേയ്ക്കും അവരെ കാത്തുനിൽക്കാൻ ഒരാളേ ഉണ്ടായിരുന്നുള്ളൂ. ഒരേ ഒരു മരിയ മാത്രം. അവളെ കരയിൽ കാണാത്തത് പച്ചേക്കോവിനെ ആശങ്കാകുലനാക്കി.

''നാവികർ എല്ലാം ഇറങ്ങി പൊക്കോട്ടെ, ക്യാപ്റ്റന്മാരെ മാത്രം രാജാവ് കാണാൻ വിളിച്ചിട്ടുണ്ട്.'' അഡ്മിറൽ സോറസ് പച്ചേക്കോവിനോട് പറഞ്ഞു.

ലിസ്സിനെ എന്തുചെയ്യും എന്നയാൾ ചിന്തിക്കുമ്പോൾ അഡ്മിറൽ പറഞ്ഞു.

''മോനെ കൂടെ കൂട്ടിക്കോളൂ, അതിനു വിരോധമില്ല.''

നാവികരോട് അവരുടെ സാധനങ്ങളെല്ലാം വീട്ടിൽ എത്തിക്കാൻ ഏർപ്പാട് ചെയ്തതിനുശേഷം അവരെല്ലാം അവർക്കു വേണ്ടി തയ്യാറായി നിന്നിരുന്ന ഒരു വലിയ ബോട്ടിൽ കയറി. ബോട്ട് ടാഗസ് നദിയിലൂടെ തെക്ക് ഭാഗത്ത് നീങ്ങി ലിസ്ബൺ നഗരത്തിന്റെ ഹൃദയഭാഗത്തുള്ള ബോട്ട് ഹാർബറിലേക്ക് പോയി. രാജാവ് ബൈശയിൽ പുതിയതായി പണി കഴിക്കാൻ ആരംഭിച്ച കൊട്ടാരത്തിന് എതിർവശമുള്ള ഹാർബർ ആയിരുന്നു അത്. കഴിഞ്ഞ ഒന്നര വർഷത്തിനകം ഒരുപാട് ജോലികൾ അവിടെ തീർന്നിരുന്നു. കൊട്ടാരത്തിലെ പണി മുഴുവൻ ആയില്ലെങ്കിലും കൊട്ടാരത്തിലെ ഒരു വിഭാഗം അവിടെ പ്രവർത്തനം ആരംഭിച്ചു കഴിഞ്ഞു. പുതിയ ഹാർബറിന്റെ പണി നടക്കുന്നു, കരയിൽ വെയർഹൗസ് തുടങ്ങിയ കെട്ടിടങ്ങളുടെ ജോലി ആരംഭിച്ചു കഴിഞ്ഞു. പുതിയ കൊട്ടാരത്തിലും ഹാർബറിനും ഇടയിലുള്ള വിശാലമായ സ്ഥലം ഒരു കോർട്ട്യാർഡ് ആയി മാറിവരുന്നു.

''എത്ര പെട്ടെന്നാണ് മാറ്റങ്ങൾ?'' പച്ചേക്കോ അതിശയിച്ചു.

" 'കാസാ ഡാ ഇന്ത്യ'യിൽനിന്നും നല്ല വരുമാനം അല്ലേ? കാസാ ഡാ മീന ഇപ്പോൾ അതിന്റെ ഒരു ഭാഗമായി.'' ഒരു ക്യാപ്റ്റൻ പറഞ്ഞു.

ആഫ്രിക്കയിലെ അൽമിനായിൽ നിന്നുള്ള വരുമാനം 'കാസാ ഡാ മീന' എന്ന സ്ഥാപനത്തിലൂടെ ആണ് നിയന്ത്രിച്ചിരുന്നത്. ഇന്ത്യയിൽനിന്നുള്ള സുഗന്ധദ്രവ്യങ്ങളുടെ കച്ചവടം ആരംഭിച്ചതും 'ഇന്ത്യ ഹൗസ്' എന്നർത്ഥം വരുന്ന 'കാസാ ഡാ ഇന്ത്യ' എന്ന ഒരു സ്ഥാപനം ആരംഭിച്ചു. കച്ചവടം നിയന്ത്രിക്കുന്നത് ആ സ്ഥാപനമാണ്. ഇപ്പോൾ കാസാ ഡാ മീന എന്ന സ്ഥാപനം കാസാ ഡാ ഇന്ത്യയുടെ കീഴിലാക്കികൊണ്ട് അതിന്റെ ഭരണച്ചുമതല ഒരു ഡയറക്ടർ, മൂന്ന് ട്രഷറർമാർ, അഞ്ച് സെക്രട്ടറിമാർ എന്നിവരുടെ കീഴിൽ മാനുവൽ രാജാവ് കൊണ്ടുവന്നു. അളവറ്റ സമ്പത്ത് പോർച്ചുഗലിലേക്ക് ഒഴുകിത്തുടങ്ങി.

ഹാർബർ കൊടിതോരണങ്ങൾ കൊണ്ട് അലങ്കരിച്ചിരിക്കുന്നു, ടെറിറോ ദോ പാക്കോ എന്ന വിശാലമായ കോർട്ട്യാർഡ് ത്രികോണാകൃതിയിലുള്ള കൊടിതോരണങ്ങൾ കൊണ്ടും പോർച്ചുഗൽ പതാക കൊണ്ടും നിറഞ്ഞിരിക്കുന്നു. ബോട്ട് വന്നു നിൽക്കുന്ന സ്ഥലത്തേക്കുള്ള പടിക്കെട്ടുകൾ മുഴുവൻ ലിസ്ബൺ നഗരവാസികൾ തിക്കിത്തിരക്കി നിൽക്കുന്നു. അവിടെ നിൽക്കാൻ സ്ഥലം കിട്ടാത്തവർ കോർട്ട് യാർഡിൽ നിൽക്കുന്നു. അവസാനത്തെ പടിക്കെട്ടിൽ മാനുവൽ രാജാവും കൗൺസിൽ മെമ്പർമാരും നിൽക്കുന്നുണ്ട്. അഡ്മിറൽ സോറസിനെ വരവേൽക്കാൻ ആണ് അവരെല്ലാം നിൽക്കുന്നത് എന്നാണ് പച്ചേക്കോവും ലിസ്സും കരുതിയത്. രാജാവ് നിൽക്കുന്ന പടിയിൽ നിൽക്കുന്ന വേറെ ഒരാളെ കണ്ട് ലിസ്സ് ഞെട്ടി. അത് മറ്റാരുമായിരുന്നില്ല, വിശേഷ വസ്ത്രങ്ങൾ ധരിച്ച മരിയയായിരുന്നു. ലിസ്സ് പച്ചേക്കോവിനെ ഒന്ന് തോണ്ടി, അയാൾ അവനെ നോക്കിയതും അവൻ മരിയയെ ചൂണ്ടിക്കാണിച്ചു. ഇളംമഞ്ഞ നിറത്തിൽ ചുവന്ന പൂക്കൾ ഉള്ള പാദം വരെ മൂടുന്ന ഒരു ഗൗണാണ് അവൾ ധരിച്ചിരുന്നത്. ഉടുപ്പിലെ ലോങ്ങ് സ്ലീവിന് മണിബന്ധം വരെ നീളമുണ്ട്. ഗൗണിന്റെ കഴുത്ത് ഭാഗത്ത് പുതുതായി വീണ മഞ്ഞുപോലെ വെളുത്ത നിറമുള്ള ഫർ ചതുരാകൃതിയിൽ പിടിപ്പിച്ചിട്ടുണ്ട്. രാജകുടുംബത്തിലെ ഒരു റാണിയെ പോലെയാണ് മരിയ നിന്നിരുന്നത്. പച്ചേക്കോ അവളെ കണ്ടു. വിശ്വാസം വന്നില്ല. മമ്മ എന്തിനാണ് ഇവിടെ വന്നിരിക്കുന്നത്? കൂടെ നിൽക്കുന്ന ആളെ കണ്ടപ്പോൾ അയാൾക്ക് സമാധാനമായി. യൂറോപ്യൻ വേഷമണിഞ്ഞ് സുന്ദരനായി കൃഷ്ണനുണ്ണി നിൽക്കുന്നുണ്ട്. ബോട്ടിൽ നിന്നും ആചാരപ്രകാരം ആദ്യം ഇറങ്ങേണ്ട അഡ്മിറൽ ഒന്ന് പിറകോട്ട് മാറി നിന്ന് പച്ചേക്കോവിനോട് ആദ്യം ഇറങ്ങാൻ പറഞ്ഞു. അയാൾ പടിക്കെട്ടിൽ കാലു വെച്ചതും കോർട്ട് യാർഡിൽ വെച്ചിരുന്ന പീരങ്കികൾ ശബ്ദിച്ചു. അതിനുശേഷം കോർട്ട് യാർഡിൽ നിന്നിരുന്ന

ബാൻഡ് പരമ്പരാഗതമായ ഒരു രാഗം ആലപിച്ചു. മാനുവൽ രാജാവ് പച്ചേക്കോവിന് ഹസ്തദാനം നൽകി. പച്ചേക്കോ ആചാരപ്രകാരം രാജാവിനെ വന്ദിച്ചു. മാനുവൽ രാജാവ് അയാളോട് പറഞ്ഞു.

“അഭിനന്ദനങ്ങൾ, നിങ്ങൾ പോർച്ചുഗലിന്റെ അന്തസ്സ് ലോകത്തിനു മുന്നിൽ ഉയർത്തി.’

മരിയ തന്റെ അരികിലിരിക്കുന്ന കൃഷ്ണനുണ്ണിയുടെ കയ്യിൽ ബലമായി പിടിച്ചു. അവൻ അവളെ നോക്കി. തന്റെ കണ്ണുനീർ അടക്കാൻ അവൾ പാടുപെടുകയായിരുന്നു. ദീർഘമായി ശ്വാസമെടുത്ത് അവൾ അവളുടെ വികാരങ്ങൾ നിയന്ത്രിക്കുന്നത് കൃഷ്ണനുണ്ണിക്ക് മനസ്സിലായി. രാജാവിന്റെ അടുത്ത് നിന്നുകൊണ്ട് പച്ചേക്കോ മരിയയെ നോക്കി. മരിയ അയാളെ നോക്കിയതും അവൾക്ക് അവളുടെ ഹൃദയം പൊട്ടുന്നപോലെ തോന്നി. ഒരു ഘോഷയാത്രയായി പച്ചേക്കോവിനെ റോസിയോ സ്ക്വയറിലേക്ക് ആനയിച്ചു. റോസിയോ സ്ക്വയറിൽ ഒരു പൊതു സമ്മേളനം നടന്നു. രാജാവ് വലിയ ഒരു ജനക്കൂട്ടത്തിനു മുന്നിൽ വച്ച് പച്ചേക്കോവിനെ അഭിനന്ദിച്ചു. അവിടെ നിന്നും വമ്പിച്ച ജനക്കൂട്ടം പിന്തുടരവെ രാജാവ് തന്റെ ഔദ്യോഗിക വേഷത്തിൽ, പച്ചേക്കോവിനെ തന്റെ ഒപ്പംനിർത്തി സെന്റ് ഡൊമിനിക് ദേവാലയത്തിലേക്ക് കൂട്ടിക്കൊണ്ടുപോയി. ഡോൺ ഡീഗോ ഓർട്ടിസ് എന്ന ബിഷപ്പാണ് തിരുകർമ്മങ്ങൾ ചെയ്തത്. രാജാവിന്റെ ആജ്ഞപ്രകാരം കൊച്ചിയിൽ പച്ചേക്കോ ചെയ്ത വീരകൃത്യങ്ങളെക്കുറിച്ച് ബിഷപ്പ് പ്രസംഗിച്ചു. ഇതെല്ലാം സാധിച്ചത് ദൈവകൃപ കൊണ്ടാണെന്ന് പറഞ്ഞു. അദ്ദേഹം പ്രസംഗം ഉപസംഹരിച്ചു. അടുത്ത ദിവസം പോർച്ചുഗലിലെയും അൽഗാർവേയിലേയും എല്ലാ പള്ളികളിലും ആഘോഷങ്ങൾ നടത്താൻ രാജാവ് ആജ്ഞാപിച്ചു. പോർച്ചുഗലിൽ ഒരു യോദ്ധാവിന് നൽകുന്ന ആദ്യത്തെ ഒരു പൊതുപരിപാടിയും സ്വീകരണവുമായിരുന്നു അന്ന് പച്ചേക്കോവിന് ലഭിച്ചത്. ആ ഒരു ദിവസം കൊണ്ടുതന്നെ അയാൾ പോർച്ചുഗലിലെ നാഷണൽ ഹീറോ ആവുകയായിരുന്നു. കൃഷ്ണനുണ്ണിക്ക് കൊട്ടാരത്തിൽ ജോലിത്തിരക്ക് ഉണ്ടായതിനാൽ അയാൾ യാത്ര പറഞ്ഞ് പിരിഞ്ഞു. കൊട്ടാരത്തിൽ നിന്നും ഒരു കോച്ചിൽ മൂവരും വീട്ടിലേക്ക് മടങ്ങി. യാത്രയിൽ ആരും പരസ്പരം ഒരു വാക്കുപോലും മിണ്ടിയില്ല. വീട്ടിൽ ചെന്നതും മരിയ പതിവുപോലെ ജോലിക്കാരിയേയും കൂട്ടിക്കൊണ്ട് അടുക്കളയിലേക്ക് പ്രവേശിച്ചു. മൂന്നുപേരും ഒരുമിച്ചിരുന്ന് ഭക്ഷണം കഴിച്ചു. യാത്രാക്ഷീണം കാരണം ലിസ്സ് അവന്റെ മുറിയിൽ പോയി ഉറങ്ങാൻ തുടങ്ങി. ഹാളിൽ മരിയയും പച്ചേക്കോയും മാത്രമായി.

എവിടെ തുടങ്ങണം എന്ന് രണ്ടുപേർക്കും അറിയില്ലായിരുന്നു.

“ഇന്നത്തെ ഗൗൺ വളരെ നന്നായിരുന്നു. പുതിയതാണോ?” അയാൾ ചോദിച്ചു.

‘‘ഇന്നത്തെ ദിവസം ഇടാൻ മാനുവൽ വാങ്ങി തന്നതാ.’’

‘‘ഓ, രാജാവ് വാങ്ങിത്തന്നോ? കൊള്ളാമല്ലോ? മമ്മ രാജാവിനെ പേര് പറഞ്ഞു വിളിക്കാൻ തുടങ്ങിയോ?’’

മരിയ നിർത്താതെ ചിരിച്ചു തുടങ്ങി. ചിരിച്ചു ചിരിച്ചു അവളുടെ കണ്ണുകളിൽ നിന്നും കുടുകുടാ വെള്ളം ചാടി.

‘‘ചിരിക്കാതെ കാര്യം പറയൂ മരിയെ.’’

‘‘ആ കൊച്ചിക്കാരൻ പയ്യനില്ലേ? അവൻ വാങ്ങി തന്നതാണ്. നിങ്ങൾ രണ്ടെണ്ണവും പോയതിനുശേഷം അവനാണ് എന്നെ കൂടെ കൂടെ വന്ന് അന്വേഷിച്ചു കൊണ്ടിരുന്നത്.’’

‘‘അതിനു മരിയമമ്മ മാനുവൽ വാങ്ങിതന്നതാണെന്നാണല്ലോ പറഞ്ഞത്?’’

‘‘എടാ, അവൻ ക്രിസ്തുമതത്തിൽ ചേർന്നു. അവന്റെ പേര് ഇപ്പോൾ മാനുവൽ എന്നാണ്. ഞാനാണ് അവന് ആ പേരിട്ടത്.’’

‘‘മരിയമമ്മ എന്ത് പണിയാണ് കാണിച്ചത്? ഇനി അവൻ നാട്ടിൽ പോകുമോ? അവനെ എങ്ങനെയെങ്കിലും നാട്ടിൽ പറഞ്ഞു വിടണം എന്ന് അവന്റെ അമ്മ വന്ന് വല്ലാതെ കരഞ്ഞു പറഞ്ഞതാ.’’

‘‘അതിനു ഞാനൊന്നുമല്ല അവനെ മതം മാറ്റിയത്. അവൻ സ്വന്തം ഇഷ്ടപ്രകാരം ചെയ്തതാണ്. ക്രിസ്ത്യാനികൾക്ക് കൊച്ചിയിൽ പോകാൻ വല്ല വിലക്കും ഉണ്ടോ? അവിടെയും ധാരാളം ക്രിസ്ത്യാനികൾ ഉണ്ടെന്നാണല്ലോ അവൻ പറഞ്ഞത്?’’

‘‘ഞാൻ വീണ്ടും ഇന്ത്യയിലേക്ക് പോയാലോ എന്ന് ചിന്തിക്കുകയാണ്. ഞാൻ ചെയ്യുന്ന ജോലിക്ക് നാട്ടിൽ വേണ്ടത്ര അംഗീകാരം ലഭിക്കുന്നില്ല.’’ അയാൾ പറഞ്ഞു.

‘‘നീ എന്താടാ പറയുന്നത്? പോർച്ചുഗലിന്റെ രാജാവ് നിന്നെ കടവിൽ വന്നു സ്വീകരിച്ചില്ലേ? പള്ളിയിൽ ബിഷപ്പ് നിന്നെ വാനോളം പുകഴ്ത്തിയില്ലേ? ജനങ്ങൾ നിന്നെ എന്തൊക്കെ പുകഴ്ത്തിക്കൊണ്ടാണ് തെരുവിൽ പോയത്? എന്റെ അഭിപ്രായത്തിൽ ഗാമയ്ക്ക് പോലും ഇത്രയും വലിയ സ്വീകരണം കിട്ടിയിട്ടില്ല. ഇതിലും വലിയ അംഗീകാരം നിനക്ക് എവിടുന്ന് കിട്ടും?’’ മരിയ ദേഷ്യപ്പെട്ടു.

‘‘അതൊന്നും എനിക്ക് വലിയ കാര്യമല്ല. ഞാൻ പ്രതീക്ഷിച്ച സ്ഥലത്തുനിന്നും എനിക്ക് അംഗീകാരം കിട്ടിയില്ല.’’ അയാൾ പറഞ്ഞു. മരിയ എന്തോ ആലോചിച്ചു.

‘‘ഓഹോ, റാണിയെ അവിടെ കണ്ടില്ല. അതാണോ നീ ഉദ്ദേശിച്ചത്?’’

‘‘റാണിയും അവിടെ വന്നിരുന്നു. പക്ഷേ, എന്നോട് ഒന്നും പറഞ്ഞില്ല.’’

‘‘റാണി വന്നിരുന്നോ? എന്നിട്ട് ഞാൻ അവരെ കണ്ടില്ലല്ലോ?’’

''മരിയമമ്മ എങ്ങനെ കാണാനാ? അവിടെ കണ്ണാടി ഉണ്ടായി രുന്നില്ലല്ലോ?''

മരിയ ഒന്നും മിണ്ടാതെ തലകുനിച്ചിരുന്നു. മേശപ്പുറത്ത് രണ്ടു തുള്ളി കണ്ണുനീർ വീഴുന്നത് പച്ചേക്കോ കണ്ടു. അവൾ നിശ്ശബ്ദ മായി കരയുകയായിരുന്നു. പച്ചേക്കോ അവളെ കസേരയിൽ നിന്നും പൊക്കിയെടുത്ത് ആലിംഗനം ചെയ്തു.

''എടാ, ഞാൻ എന്തെങ്കിലും പറഞ്ഞു പോയാൽ സന്തോഷം കൊണ്ട് എന്റെ ഹൃദയം പൊട്ടിപ്പോകും എന്ന് വിചാരിച്ചാണ് ഞാൻ എല്ലാം അടക്കി പിടിച്ചുകൊണ്ടിരിക്കുന്നത്.'' മരിയ തേങ്ങിത്തേങ്ങി കരഞ്ഞു.

''എന്റെ മരിയമമ്മയ്ക്ക് ഒന്നും സംഭവിക്കില്ല. ഞാൻ വന്നില്ലേ?'' മരിയയുടെ കണ്ണീരിൽ കുതിർന്ന തന്റെ ഷർട്ട് തൊട്ടു കാണിച്ചു കൊണ്ട് അയാൾ പറഞ്ഞു. ''ഇപ്പോഴാണ് എനിക്ക് അംഗീകാരം ലഭിച്ചത്, ഇനി ഞാൻ എങ്ങോട്ടും പോകുന്നില്ല. എപ്പോഴും ഞാൻ മമ്മയുടെ കൂടെ തന്നെ കാണും.'' സാമൂതിരിയുടെ ഒഴുകി നടക്കുന്ന അഗ്നിഗോപുരങ്ങൾ കണ്ടിട്ടുപോലും പതറാത്ത അയാൾ പതറി. മരിയയുടെ കരച്ചിലടങ്ങാൻ ഒരുപാട് സമയം എടുത്തു.

''എന്റെ മമ്മ, ഇന്ന് ബിഷപ്പ് വിവരിച്ചതിനേക്കാൾ അപകടം നിറഞ്ഞ സാഹചര്യത്തിലാണ് നമ്മുടെ ആൾക്കാർ ചെന്നുപെട്ടത്. ഈശ്വരകാരുണ്യം കൊണ്ട് മാത്രമാണ് ഞങ്ങൾ ജീവനോടെ രക്ഷപ്പെട്ടത്. നമ്മുടെ ലിസ്സ് മരണത്തെ മുഖാമുഖം കണ്ടുകൊണ്ടാണ് പൊരുതിയത്, സത്യം പറഞ്ഞാൽ അവന് അർഹതപ്പെട്ട അംഗീ കാരം ലഭിച്ചിട്ടില്ല. അതുപോലെ ഒരുപാട് ചെറുപ്പക്കാർ എന്റെ കൂടെ ഉണ്ടായിരുന്നു. ഒരു സംഘം യുദ്ധത്തിൽ ഏർപ്പെടുമ്പോൾ എപ്പോഴും നേതാവിനാണ് അംഗീകാരം. അരയ്ക്കു മുകളിൽ നഗ്നരാണ് എന്ന് നമ്മുടെ ആൾക്കാർ പറഞ്ഞു കളിയാക്കുന്ന ഇന്ത്യക്കാർ ഒരിക്കലും നമ്മളേക്കാൾ താഴെ അല്ല. മാനസികമായി അവർ നമ്മളേക്കാൾ എത്രയോ ഉയർന്നവരാണ്. ഇപ്പോൾ നമ്മുടെ ശത്രുവായ സാമൂതി രിയും നമ്മുടെ നാട്ടിൽ പറഞ്ഞുകേൾക്കുന്നതുപോലെ ഒരു ദുഷ്ട നല്ല. പോർച്ചുഗീസുകാരുടെ അന്തസ്സ് ഞാൻ ഉയർത്തി എന്ന് നമ്മുടെ രാജാവടക്കം എല്ലാവരും പറഞ്ഞുവല്ലോ, പക്ഷേ കടുത്ത പരീക്ഷണങ്ങൾ നേരിടുവാൻ എനിക്ക് ശക്തി തന്നത് കൊച്ചിയിലെ ത്രിമുമ്പറ എന്ന രാജാവിന്റെ ധർമ്മബോധമാണ്. ഞാൻ ചെയ്തത് എന്റെ ജോലി മാത്രം. ഇതിനെല്ലാമുപരി ഒരു കവചം പോലെ എന്നെ കാത്തത് എന്റെ മമ്മയുടെ സ്നേഹവും പ്രാർത്ഥനയുമാണ്.''

''നീയാണടാ, എന്റെ മകൻ. നീ ഇത്രയൊക്കെ സമർത്ഥനാണ് എന്നു ഞാൻ ഇതുവരെ അറിഞ്ഞില്ലല്ലോ, ഇത്രയും ബുദ്ധിമാനായ ഒരു മകനെ നിസ്സാരമായ കാര്യങ്ങൾക്ക് ഞാൻ ഒരുപാട് വഴക്ക്

പറഞ്ഞിട്ടുണ്ട്, എന്റെ ബുദ്ധിശൂന്യത മനസ്സിലാക്കി കൊണ്ടു തന്നെ നീ അതെല്ലാം നിനക്ക് എന്നോടുള്ള സ്നേഹം മൂലം ക്ഷമിച്ചു.'' വിറയാർന്ന ശബ്ദത്തിൽ മരിയ പറഞ്ഞു.

''നമ്മൾ തമ്മിൽ ക്ഷമ പറയേണ്ട കാര്യമുണ്ടോ മരിയെ? ഞാൻ എന്താണ് കൊണ്ടുവന്നിരിക്കുന്നത് എന്ന് നോക്ക്.'' താൻ കൊണ്ടു വന്ന നവരത്നമാല മരിയയുടെ കഴുത്തിൽ വച്ച് പച്ചേക്കോ ഭംഗി നോക്കി.

''നല്ല ഭംഗിയുണ്ടടാ, ഞാൻ പള്ളിയിൽ പോകുമ്പോൾ ഇത് ഇട്ടു കൊണ്ട് പോകും. എന്റെ മകൻ കൊണ്ടുവന്നതാണെന്ന് ഞാൻ എല്ലാവരോടും വീമ്പിളക്കും.'' ഒരു കൊച്ചു കുട്ടിയെ പോലെ അവൾ സന്തോഷിച്ചു. അന്ന് വൈകുന്നേരം ലിസ് ഉറക്കം അവസാനിപ്പിച്ച് താഴെ വന്നു.

''മമ്മാ വല്ലാത്ത വിശപ്പ്, പപ്പാ മരിയമമ്മയുടെ പിണക്കം എല്ലാം തീർന്നോ?''

''എനിക്ക് ആരോടും പിണക്കമില്ല.'' മരിയ പറഞ്ഞു. അവൻ ഭക്ഷണം കഴിക്കുമ്പോൾ മരിയ ചോദിച്ചു.

''കുറച്ചുകൂടെ ചോറിടട്ടെ?''

''മതി. മതി'' ലിസ്സ് മലയാളത്തിൽ മറുപടി പറഞ്ഞു.

''എണീറ്റോ.'' മരിയയും അവനോട് മലയാളത്തിൽ പറഞ്ഞു. അതു കേട്ട് അച്ഛനും മകനും ഒരുമിച്ച് ഞെട്ടിപ്പോയി.

''നിങ്ങൾ രണ്ടുപേരും ഇങ്ങനെയൊക്കെ ചെയ്യും എന്ന് മുമ്പേ കണ്ട് ഞാൻ നമ്മുടെ മാനുവലിൽനിന്നും അത്യാവശ്യം മലയാളം പഠിച്ചു.''

''ഓ... നമ്മുടെ രാജാവിന് മലയാളം അറിയാമോ?'' ലിസ്സ് അത്ഭുതത്തോടെ ചോദിച്ചു. പഴയപോലെ ആ വീട്ടിൽ വീണ്ടും പൊട്ടിച്ചിരികൾ മുഴങ്ങി.

പുതിയ ഉദ്യോഗം

ഒരാഴ്ചയ്ക്കുശേഷം പച്ചേക്കോ സെന്റ് ജോർജ് കാസിലിലേക്ക് പോയി. കിടങ്ങിനു മുകളിലുള്ള ചെറിയ പാലം താണ്ടി കോട്ടയുടെ ഉള്ളിൽ പ്രവേശിച്ചു. രാജവംശം കോട്ടയ്ക്കുള്ളിൽ ഒരു കൊച്ചു മൃഗശാല വർഷങ്ങളായി പരിപാലിച്ചിരുന്നു. വലിയ ഒരു മുറിയിൽ രണ്ടു സിംഹങ്ങളെ രാജാവ് വളർത്തിയിരുന്നു. അത് കടന്ന് കോട്ടയ്ക്കകത്ത് സ്ഥാപിച്ചിട്ടുള്ള കൽത്തൊട്ടിയുടെ അടുത്തെത്തിയതും അയാൾ കുതിരപ്പുറത്ത് നിന്ന് ഇറങ്ങി. അവിടെ നിന്നിരുന്ന പേജ് കുതിരയുടെ കടിഞ്ഞാൺ പിടിച്ച് കൊണ്ടുപോയി തൊട്ടിയിൽ നിന്നും വെള്ളം കുടിക്കാൻ അതിനെ നിർത്തി. അയാൾ തന്റെ പഴയ കാര്യാലയം ലക്ഷ്യമാക്കി പോയി. കോട്ടയ്ക്കുള്ളിൽ തന്നെയാണ് രാജാവിന്റെ കൊട്ടാരവും. ബൈശയിലെ റബിറ കൊട്ടാരത്തിന്റെ പണി പൂർത്തിയാവുന്ന മുറയ്ക്ക് വിവിധ കാര്യാലയങ്ങൾ അങ്ങോട്ടു മാറ്റിക്കൊണ്ടിരിക്കുകയാണ്. കൊട്ടാരത്തിൻ അകത്തും പുറത്തും താമസിക്കുന്ന പ്രഭുക്കന്മാർ ഓരോരുത്തരായി ബൈശയിലേക്ക് താമസം മാറ്റാനുള്ള ഒരുക്കം തുടങ്ങിയിട്ടുണ്ട്. പച്ചേക്കോ മുൻപ് ജോലി ചെയ്തിരുന്ന കാർട്ടോഗ്രാഫി കാര്യാലയം താമസിയാതെ റബിറ കൊട്ടാരത്തിൽ കാസ ദ ഇന്ത്യയിലേക്ക് മാറും എന്ന് അവിടെയുള്ളവർ അയാളോട് പറഞ്ഞു.

കൊട്ടാരത്തിന്റെ ഇടനാഴിയിൽ വച്ച് അവിചാരിതമായി മാനുവൽ രാജാവിന്റെ സെക്രട്ടറി ജോർജ് ഗാർസിസ് അയാളുടെ മുന്നിൽ വന്നു. ശാന്തസ്വഭാവിയായ അയാൾ ഒരു മാന്യനായിരുന്നു.

‘‘അഭിനന്ദനങ്ങൾ ദുവാർട്ടേ, ഒറ്റ യാത്ര കൊണ്ട് നിങ്ങൾ പ്രശസ്തനായല്ലോ?’’ അയാൾ ചിരിച്ചു കൊണ്ട് പറഞ്ഞു.

‘‘എല്ലാം ദൈവനിശ്ചയം.’’ പച്ചേക്കോ പറഞ്ഞു.

‘‘അത്രയ്ക്ക് വിനയം ആവശ്യമാണോ? ക്രിസ്ത്യാനികൾ ഭരിക്കുന്ന എല്ലാ രാജ്യങ്ങളിലേ രാജകുമാരന്മാർക്കും മാർപാപ്പയ്ക്കും മാനുവൽ രാജാവ് കത്തുകൾ അയച്ചിട്ടുണ്ട്.’’

‘‘എന്തിനാണ് കത്തയച്ചത്?’’

"എന്തിനാണെന്നോ, ഇന്ത്യയിൽ നിങ്ങൾ ചെയ്ത ധീരസാഹസ കൃത്യങ്ങളെല്ലാം വിസ്തരിച്ച് എഴുതി, നിങ്ങൾ പോർച്ചുഗലിന്റെയും ലോകത്തിലെ എല്ലാ ക്രിസ്ത്യാനികളുടെയും അന്തസ്സ് ഉയർത്തി യെന്നും. ധീരതയ്ക്കും മഹാമനസ്കതയ്ക്കും മാന്യമായ പെരുമാറ്റ ത്തിനും താങ്കളെ എല്ലാവരും മാതൃകയാക്കണം എന്നും അദ്ദേഹം എഴുതി." പച്ചേക്കോവിന് തല കറങ്ങി പോയി.

"ഇത് സത്യമാണോ? എനിക്ക് തന്ന സ്വീകരണം തന്നെ അല്പം കടന്ന കൈയായിപ്പോയി എന്ന് എനിക്ക് ഒരു അഭിപ്രായമുണ്ട്. ഇപ്പോൾ ഇതും കൂടി ആയപ്പോൾ?"

"കത്ത് ഞാൻ വായിച്ചതാണ്. വരൂ, നമുക്ക് താഴെ പോകാം." ജോർജ് പച്ചേക്കോവിന്റെ കൈപിടിച്ചുകൊണ്ട് താഴേക്ക് നടന്നു. താഴത്തെ നിലയിൽ സിംഹങ്ങളെ അടച്ചിരുന്ന മുറിയുടെ പുറ ത്തുള്ള ഒരു ബെഞ്ചിൽ അയാളെ പിടിച്ചിരുത്തി അയാളും അരികി ലിരുന്നു.

"കോട്ടയ്ക്കകത്ത് മുഴുവൻ ചെവികളാണ്. മനുഷ്യരെ അപേ ക്ഷിച്ച് ഈ സിംഹങ്ങൾ പാവങ്ങളാണ്, അവ ആരോടും ഏഷണി കൂട്ടില്ല." ജോർജ്ജ് ചിരിച്ചുകൊണ്ടു പറഞ്ഞു. ആഫ്രിക്കയിൽ നിന്നും കൊണ്ടുവന്ന രണ്ട് സിംഹങ്ങളെ മാനുവൽ രാജാവ് വളരെ വാത്സല്യത്തോടെ വളർത്തിയിരുന്നു. അവയെ ഇട്ടിരുന്ന മുറിക്ക് 'കാസാ ദ ലിയോ' അഥവാ സിംഹങ്ങളുടെ വീട് എന്നാണ് പറയ പ്പെട്ടിരുന്നത്. സെന്റ് ജോർജ് കോട്ടയിൽ ഇപ്പോൾ സന്ദർശനത്തിന് പോകുന്നവർക്ക് ആ സ്ഥലത്ത് അതേ പേരിൽ ഒരു റസ്റ്റോറന്റ് പ്രവർത്തിക്കുന്നത് കാണാം.

"നിങ്ങളൊരു മാന്യനായ വ്യക്തിയാണ്. നിങ്ങളെ വളരെ വർഷ ങ്ങളായി ഞാൻ കാണുന്നുണ്ട്. രാജാവിന്റെ സെക്രട്ടറി ആയി എന്ന കാരണം കൊണ്ട് എനിക്ക് ആരോടും മനസ്സ് തുറന്നു സംസാരി ക്കാൻ സാധിക്കുന്നില്ല. അതുപോലെ രഹസ്യങ്ങൾ സൂക്ഷിക്കാൻ ഞാൻ പ്രതിജ്ഞാബദ്ധനാണ്. നിങ്ങളെ കണ്ടപ്പോൾ നിങ്ങൾക്ക് ഒരു മുന്നറിയിപ്പ് തരണം എന്ന് തോന്നി. രാജാവ് നിങ്ങൾക്ക് തന്ന സ്വീകരണവും നിങ്ങളെക്കുറിച്ച് മാർപാപ്പയ്ക്കും മറ്റു രാജകുമാർക്കും കത്തയച്ചതും ഇവിടെ ചിലർക്ക് രസിച്ചിട്ടില്ല. അസൂയ എന്നതിൽ ക്കവിഞ്ഞ് അതിന് വേറൊരു കാരണവും പറയാനില്ല. നിങ്ങൾ ജാഗ്രതയായിരിക്കണം, സംസാരിക്കുമ്പോൾ സൂക്ഷിക്കണം."

"അസൂയ ഉള്ളവർ എന്നോട് എന്ത് ചെയ്യാനാണ്? ഞാൻ ആരോടും ഒരു കാര്യവും അനാവശ്യമായി പണ്ടുമുതലേ ആവശ്യപ്പെടാറില്ല. ആരോടും വഴക്കിനും പോവാറില്ല."

"അത് എനിക്കും അറിയാം, പക്ഷേ താങ്കൾ ചോദിക്കാതെതന്നെ മാനുവൽ രാജാവ് താങ്കൾക്ക് എന്തെങ്കിലും തന്നാലോ?"

''രാജാവ് എന്തെങ്കിലും കല്പിച്ചാൽ എനിക്ക് അനുസരിക്കാതെ ഇരിക്കാൻ കഴിയുമോ?'' പച്ചേക്കോ ജോർജ് ഗാർസീസിനോട് ദയനീയമായി ചോദിച്ചു.

''നിങ്ങൾ പറയുന്നത് ശരിയാണ്. ഈ ഉപജാപകസംഘം നല്ല പ്രതിഫലം കിട്ടുന്ന വകുപ്പുകളിലേക്ക് തങ്ങളുടെ ആൾക്കാരെ കുത്തിക്കയറ്റാനാണ് എപ്പോഴും ശ്രമിക്കുക. ഉദാഹരണത്തിന് തന്റെ കഠിനാധ്വാനം കൊണ്ട് നേട്ടങ്ങൾ ഉണ്ടാക്കിയ വാസ്കോഡ ഗാമയെ മാനുവൽ രാജാവ് ഇന്ത്യയിലെ കാര്യങ്ങളുടെ എല്ലാം തലവനായി നിയമിച്ചു. ഇപ്പോഴത്തെ സ്ഥിതി കണ്ടോ? അദ്ദേഹത്തിന് ഇപ്പോൾ കോട്ടയിലേക്ക് പ്രവേശിക്കാൻ പറ്റാത്ത അവസ്ഥയായി, ഒരു കാര്യവും രാജാവ് അദ്ദേഹവുമായി ആലോചിക്കുന്നില്ല. ന്യായമായും ഇന്ത്യയുടെ വൈസ്റോയി ആയി ഗാമയെയാണ് നിയമിക്കേണ്ടത്, അത് ചെയ്തില്ലെങ്കിലും ആരെ നിയമിക്കുന്നു എന്ന കാര്യം അദ്ദേഹത്തോട് ആലോചിക്കാമായിരുന്നു. അഡ്മിറൽ അൽമേഡ പോയതിനു ശേഷമാണ് ഗാമ കാര്യം അറിയുന്നത്. അദ്ദേഹമിപ്പോൾ വിവാഹം കഴിച്ച് ഇവോറയിൽ വിശ്രമജീവിതം നയിക്കുന്നു. കബ്രാളിന് എന്തുപറ്റി? വിജയശ്രീലാളിതനായി തിരിച്ചുവന്ന കബ്രാൾ ഒതുക്കപ്പെട്ടു. രാജാവ് അദ്ദേഹത്തെ കാണാൻ പോലും ഇപ്പോൾ കൂട്ടാക്കുന്നില്ല. ഒരാളെ വധിക്കുക എന്നതല്ല ഈ കൂട്ടരുടെ പ്രവർത്തനശൈലി, അയാളെ ഒതുക്കുക എന്നതാണ്.'' ജോർജ് പറഞ്ഞു നിർത്തിയതും രണ്ടുപേരും കുറേനേരം ഒന്നും സംസാരിച്ചില്ല. കൂട്ടിൽ സിംഹങ്ങൾ മെല്ലെ മുരളുന്ന ശബ്ദം മാത്രമേ കേൾക്കാൻ ഉണ്ടായിരുന്നുള്ളൂ. കൂർമ്മബുദ്ധിയായ പച്ചേക്കോവിന് കാര്യം പെട്ടെന്ന് പിടികിട്ടി.

''അവർ ഒതുക്കുന്നതിൽ മുമ്പ് ഞാൻ ഒതുങ്ങണം, രാജാവിനെ കൊണ്ട് അത് ചെയ്യിക്കാൻ ഇടവരുത്തരുത്, എന്നല്ലേ താങ്കൾ എന്നോട് പറയാൻ ഉദ്ദേശിക്കുന്നത്? ജോർജ് ഗാർസിസ് ആശ്ചര്യത്തോടെ അയാളെ നോക്കി.

''താങ്കളെപ്പറ്റി പറഞ്ഞതൊന്നും അതിശയോക്തിയല്ല, മുന്നിൽ ഇരിക്കുന്ന ആളുടെ മനസ്സ് വായിക്കാൻ ഉള്ള കഴിവും താങ്കൾക്കുണ്ട്. അത് തന്നെയാണ് താങ്കളുടെ വിജയരഹസ്യം.''

''ഒരു സംഘം എനിക്കെതിരെ പ്രവർത്തിക്കുന്നു എന്ന് എങ്ങനെ താങ്കൾക്ക് മനസ്സിലായി?''

''താങ്കൾക്ക് രാജാവ് ഇരുപത് മൈൽറിസ് വാർഷിക ആജീവനാന്ത പെൻഷൻ അനുവദിച്ചിട്ടുണ്ട്. വാസ്തവത്തിൽ അതിൽ കൂടുതൽ തുക അദ്ദേഹത്തിന് താങ്കൾക്ക് തരണമെന്ന് ഉണ്ടായിരുന്നു. താങ്കൾ യുദ്ധം ചെയ്തത് കൊച്ചിയിലെ രാജാവിനു വേണ്ടിയാണ് എന്നും ആ രാജാവ് താങ്കൾ ചെയ്ത സഹായത്തിനു പ്രതിഫലമായി താങ്കൾക്ക് പൊന്നും പണവും കൊടുത്തിരിക്കാം എന്നും വാദിച്ച്

ചില കൗൺസിൽ മെമ്പർമാർ തുക ഇരുപതു മൈൽറിസായി വെട്ടിക്കുറച്ചു.''

''ഇരുപത് മൈൽറിസ് എന്നത് ഇരുപതിനായിരം റെയിസ് ആയില്ലേ? എന്നെ സംബന്ധിച്ചിടത്തോളം അതുതന്നെ കൂടുതലാണ്. ഞാൻ അതുപോലും പ്രതീക്ഷിച്ചതല്ല.'' പച്ചേക്കോ ചിരിച്ചുകൊണ്ടു പറഞ്ഞു. ''മാത്രമല്ല പൊന്നും പണവും പോയിട്ട് എനിക്ക് തരാൻ കൊച്ചിയിലെ രാജാവിന്റെ വശം കുരുമുളക് മാത്രമേ ഉണ്ടായിരുന്നുള്ളൂ. അദ്ദേഹത്തിന്റെ നിസ്സഹായാവസ്ഥ കണ്ട് ഞാൻ അതു പോലും അദ്ദേഹത്തിനോട് വേണ്ടെന്നു പറഞ്ഞു.''

ജോർജ് ഗാർസിസ് അയാളെ അത്ഭുതത്തോടെ നോക്കി.

''നിങ്ങളുടെ നല്ല മനസ്സിന് ഈശ്വരൻ എപ്പോഴും നിങ്ങളുടെ കൂടെയുണ്ടാവും.'' അയാൾ പറഞ്ഞു. അടുത്ത ആഴ്ച കാണാം എന്ന് പറഞ്ഞ് പച്ചേക്കോ തന്റെ വീട്ടിലേക്ക് പോയി. വീട്ടിലേക്ക് മടങ്ങുമ്പോൾ, പണ്ട് ബർത്തലോമിയോ ഡയസ് തന്നോട് പറഞ്ഞ വാക്കുകൾ അയാൾ ഓർമിച്ചു. ''നീയും ചെറുപ്പമാണ്, എന്നെങ്കിലും അവരുടെ നോട്ടം നിന്റെ മേൽ വീണാൽ നിന്റെ പണിയും തീരും സൂക്ഷിച്ചു നടക്കുക.'' അവർക്ക് തന്റെ കാര്യത്തിൽ തെറ്റിപ്പോയി. അയാൾ സ്വയം മന്ദഹസിച്ചു. അവർ വിചാരിക്കും പോലെ മനസ്സിൽ ആഗ്രഹങ്ങൾ കൊണ്ടുനടക്കുന്നവനല്ല താൻ. പ്രഭുക്കന്മാരും മത അധ്യക്ഷന്മാരും സൈനിക, നാവിക തലവന്മാരും രാജാവിന്റെ കൗൺസിലിൽ ഉൾപ്പെട്ടിരുന്നു. അതിൽ ആർക്കെങ്കിലും തന്നോട് അസൂയ തോന്നിയിരിക്കാം.

വീട്ടിൽ ചെന്നപ്പോൾ മരിയ ലിസ്സിനെ വഴക്കു പറയുകയായിരുന്നു. പച്ചേക്കോ അകത്തുകയറിയതും അവൾ അവന്റെ മുന്നിൽ വന്നു നിന്നു.

''നീ ഇവൻ പറഞ്ഞത് കേട്ടില്ലേ? നിന്നോട് ആലോചിച്ചിട്ടാണോ ഇവൻ തീരുമാനമെടുത്തത്?''

''എനിക്കൊന്നും മനസ്സിലായില്ല. എന്ത് തീരുമാനമാണ് അവൻ എടുത്തത്?''

''ഇവൻ അടുത്ത അർമഡയുടെ കൂടെ പോകുകയാണത്രേ? ഇവന് ഇതിന്റെ വല്ല ആവശ്യമുണ്ടോ? ഇവന് കൊട്ടാരത്തിൽ വല്ല ജോലിക്ക് ചേരുകയോ അല്ലെങ്കിൽ സ്വന്തമായി ഒരു കച്ചവടം ചെയ്യുകയോ ആയിക്കൂടെ? ഈ പോർച്ചുഗലിൽ എത്രയോ ജനങ്ങൾ ജീവിക്കുന്നു. എല്ലാവരും കപ്പലിൽ പോവുകയൊന്നുമല്ലല്ലോ ചെയ്യുന്നത്? അപകടം പിടിച്ച പണിക്ക് പോയി നിങ്ങൾ രണ്ടെണ്ണം ജീവനോടെ വന്നത് തന്നെ ഭാഗ്യം. അതിനുവേണ്ടി ഞാൻ ചെയ്ത പ്രാർത്ഥനയ്ക്ക് കയ്യും കണക്കുമില്ല.'' മരിയയ്ക്ക് ദേഷ്യം പിടിച്ചിരുന്നു.

"മമ്മ സമാധാനപ്പെട്. ഞാനവനോട് ചോദിക്കട്ടെ. ലിസ്സ് എന്താണ് നിന്റെ ഭാവം?"

"പപ്പാ, നമ്മൾ ഇവിടെ എത്തിച്ചേരുന്നതിനു മുമ്പ് അഡ്മിറൽ അൽമേഡയുടെ കപ്പൽവ്യൂഹം ഇന്ത്യയിലേക്ക് പോയിക്കഴിഞ്ഞു. അദ്ദേഹത്തെ രാജാവ് ഇന്ത്യയുടെ വൈസ്രോയിയായി നിയമിക്കാൻ പോകുന്നു എന്ന് കേൾക്കുന്നു. ഇന്ത്യയിൽ വേറെയും നാല് കോട്ട കൾ പണിയാൻ പോകുന്നത്രേ. ആഫ്രിക്കയിലും പുതിയതായി കോട്ടകൾ പണിയാൻ പോകുന്നു. ഇതുവരെയുണ്ടായിരുന്ന കച്ചവടം എന്ന ലക്ഷ്യം മാറ്റി ദുവാർട്ടേ ഗൽവാവോയുടെ ആശയ പ്രകാരം പരിശുദ്ധ യുദ്ധത്തിന്റെ വഴിയിലേക്ക് രാജാവ് പോകുന്നു എന്നും കേൾക്കുന്നുണ്ട്. മൂറുകളെ എല്ലാ സ്ഥലത്തും നിന്നും തുരത്താ നാണ് നമ്മുടെ പരിപാടി."

അവൻ ആവേശപൂർവ്വം സംസാരിക്കുന്നത് പച്ചേക്കോ പുഞ്ചിരി യോടെ കേട്ടുനിന്നു. ഇപ്പോൾ അവൻ ചെറിയ കുട്ടിയല്ല, വലിയ കാര്യങ്ങളാണ് സംസാരിക്കുന്നത്.

"നീയെന്താ അവൻ പറഞ്ഞത് കേട്ട് ചിരിക്കുന്നത്? എനിക്ക് മന സ്സിലാവാത്ത തമാശ വല്ലതും അവൻ പറഞ്ഞോ?" മരിയയുടെ കലി അടങ്ങിയില്ല.

"അവൻ വളർന്നു പോയി. വലിയ കാര്യങ്ങളെല്ലാം സംസാരി ക്കുന്നല്ലോ എന്ന് ആലോചിച്ച് ഞാൻ ചിരിച്ചതാണ്."

"നമ്മുടെ നാട് വളരെക്കാലം മൂറുകളല്ലേ ഭരിച്ചിരുന്നത് ? അവരെ ഇവിടെ നിന്നും ഓടിച്ചില്ലേ? അവരും മനുഷ്യരല്ലേ? ഇനി അവരുടെ പിറകെ പോയി വീണ്ടും അവരെ ഓടിക്കേണ്ട വല്ല കാര്യമുണ്ടോ? അവരെ ഇത്രയ്ക്ക് ദേഷ്യം ആണെങ്കിൽ എന്തിനാടാ നിങ്ങളെല്ലാം അവര് കണ്ടുപിടിച്ച മൂറിഷ് ചിക്കൻ വെട്ടി വിഴുങ്ങുന്നത്?"

പച്ചേക്കോവിന് ചിരിയടക്കാൻ വളരെ ബുദ്ധിമുട്ടേണ്ടി വന്നു. ലിസ്സാണെങ്കിൽ നിർത്താതെ ചിരിക്കുകയാണ്. ഇനി മരിയയെ ദേഷ്യം പിടിപ്പിച്ചാൽ പട്ടിണി കിടക്കേണ്ടി വരും എന്ന് മനസ്സിലാക്കി പച്ചേക്കോ ലിസ്സിനെ കണ്ണിറുക്കി കാണിച്ചശേഷം അവനെ വഴക്കു പറഞ്ഞു.

"നീ എന്തിനാ ചിരിക്കുന്നത് മരിയമമ്മ പറഞ്ഞത് സത്യമല്ലേ?" എന്നിട്ട് മരിയയോട് അയാൾ ചോദിച്ചു.

"മമ്മയ്ക്ക് എന്താണ് പ്രശ്നം?"

"എനിക്ക് പ്രശ്നം ഉണ്ടടാ. എനിക്കു മുട്ടിൽവേദന തുടങ്ങി. കൂടുതൽ സന്തോഷമോ സങ്കടമോ വന്നാൽ ഹൃദയം പടപടാ എന്നടിക്കുന്നു, നെഞ്ചിൽ ചെറിയ വേദനയും വരുന്നു. മാനുവൽ രാജാവ് ഇപ്പോൾ നിന്നോട് നല്ല ലോഹ്യത്തിലാണല്ലോ? അദ്ദേഹം

നിന്നോട് എവിടേക്കെങ്കിലും പോകാൻ പറഞ്ഞാൽ നിനക്ക് പോകാതിരിക്കാൻ പറ്റുമോ? ഇവന്റെ കാര്യം അങ്ങനെ അല്ലല്ലോ? ഇവന് വീട്ടിൽ എന്റെ കൂടെ നിന്നൂടെ?'' മരിയ കരച്ചിലിന്റെ വക്കിൽ എത്തി. പച്ചേക്കോ തന്റെ വിരലുകൾകൊണ്ട് അവളുടെ താടി മെല്ലെ ഉയർത്തി.

''ഞാൻ ഇനി എവിടെയും പോകുന്നില്ല. ഞാൻ മമ്മയുടെ കൂടെ തന്നെ കാണും. രാജാവിനെ കണ്ട് കാര്യം പറയാൻ പോവുകയാണ്.''

''കഷ്ടം, പപ്പയ്ക്ക് നല്ല ഭാവിയുണ്ട്. ഈ മമ്മയായിട്ടാണ് അത് കളയാൻ പോകുന്നത്.'' ലിസ്സ് അത് കാര്യമായിട്ട് തന്നെയാണ് പറഞ്ഞത്. അതു കേട്ടതും മരിയ അവനെ ചുട്ടെരിക്കുന്ന പോലെ നോക്കി.

''അല്ല ലിസ്സ്. ഞാനായിട്ട് തന്നെയാണ് അങ്ങനെ ഒരു തീരുമാനം എടുക്കുന്നത്. അതിന് വേറെ ചില കാരണങ്ങളുണ്ട്. അതു നീ പിന്നീട് മനസ്സിലാക്കും. നീ ഇപ്പോൾ വലിയവനായി കഴിഞ്ഞു. നിനക്ക് സ്വന്തമായി സമ്പാദ്യം ഉണ്ട്. നീ നിന്റെ ഇഷ്ടം പോലെ ചെയ്തോളൂ. എനിക്ക് കൊട്ടാരത്തിൽ നിന്ന് പെൻഷൻ അനുവദിച്ചു കഴിഞ്ഞു. അതുകൊണ്ട് ഞാനിനി ജോലിക്കൊന്നും പോയില്ലെങ്കിലും ഞങ്ങൾക്ക് സുഖമായി കഴിയാവുന്നതേയുള്ളൂ.''

''അങ്ങനെ നീ ജോലിക്ക് പോകാതെ വീട്ടിൽ ഇരിക്കണ്ട. ഇവിടെ ഇരുന്നാൽ നീ എന്നെ ശല്യപ്പെടുത്തും. നീ ഒരു വിവാഹമെല്ലാം കഴിച്ച് എനിക്ക് സഹായമായി നിൽക്ക്.'' മരിയ പറഞ്ഞു.

''എന്റെ മരിയ പറഞ്ഞതെല്ലാം ഞാൻ കേൾക്കും, വിവാഹം കഴിക്കുന്നതൊഴിച്ച്.'' അയാൾ പറഞ്ഞു. മരിയയ്ക്ക് തൽക്കാലം സമാധാനമായി. ആ ചർച്ച അവിടെ അവസാനിച്ചു.

അടുത്താഴ്ച സെന്റ് ജോർജ് കാസിലിൽ പച്ചേക്കോവിന് മാനുവൽ രാജാവുമായുള്ള അഭിമുഖത്തിന് സമയം ലഭിച്ചിരുന്നു. ഔദ്യോഗിക വേഷത്തിൽ കൃത്യസമയത്ത് തന്നെ അയാൾ കാസിലിൽ എത്തി. കോട്ടയുടെ പ്രധാന കെട്ടിടത്തിന് ഇടതുവശം പോകുന്ന ഭംഗിയുള്ള ടൈൽസ് വിരിച്ച പാത കൊട്ടാരത്തിലാണ് അവസാനിക്കുന്നത്. പണ്ടുകാലം മുതൽ തന്നെ പോർച്ചുഗൽ പല വർണ്ണങ്ങളിലുള്ള ടൈൽസുകൾക്ക് പേരുകേട്ട രാജ്യമായിരുന്നു. 'അസൂലെജോസ്' എന്ന പേരിൽ അറിയപ്പെട്ടിരുന്ന നീലനിറത്തിലുള്ള ടൈൽ ആണ് വഴിയിൽ വിരിച്ചിരുന്നത്. അന്ന് കൊട്ടാരത്തിലെ പൂമുഖത്തിലാണ് രാജാവ് ഇരുന്നത്. അടുത്തുതന്നെ സെക്രട്ടറി ജോർജ് ഗാർസിസ് ജാഗരൂകനായി നിൽക്കുന്നുണ്ടായിരുന്നു. രാജാവിന്റെ കൂടെയുണ്ടായിരുന്ന സെക്രട്ടറി മുഴുവൻ സമയവും ഒരു അപരിചിതനെപ്പോലെയാണ് പെരുമാറിയത്. പച്ചേക്കോ രാജാവിനെ ആചാരപ്രകാരം വന്ദിച്ചു.

“ഇന്ത്യയിലെ കഠിനമായ പര്യടനത്തിനുശേഷം നിങ്ങളുടെ ക്ഷീണമെല്ലാം തീർന്നിരിക്കും എന്ന് കരുതുന്നു.” രാജാവ് പറഞ്ഞു.

“ഉവ്വ് മിലോഡ്.”

“ഇനി എന്താണ് നിങ്ങളുടെ ഉദ്ദേശ്യം?”

“വിരമിക്കാനുള്ള പ്രായം ആവാത്തതിനാൽ കുറച്ചുകാലം കൂടി താങ്കളേയും രാജ്യത്തെയും സേവിക്കണം എന്ന് ആഗ്രഹമുണ്ട്.”

“നല്ലത്. നല്ല മറുപടി. ഒരു കോസ്മോഗ്രാഫറും നാവികനും ആണെന്ന് എല്ലാവരും കരുതിയിരുന്ന നിങ്ങൾ മികച്ച ഒരു യുദ്ധ വിദഗ്ധനാണെന്ന് ഇന്ത്യയിൽവെച്ച് തെളിയിച്ചു. നിങ്ങൾ ചെയ്ത പരിശ്രമങ്ങളെല്ലാം ഞാൻ ക്രൈസ്തവ രാഷ്ട്രങ്ങളിലെ തലവൻ മാർക്കും വന്ദ്യനായ മാർപാപ്പയേയും അറിയിച്ചിട്ടുണ്ട്.”

“വളരെ നന്ദിയുണ്ട് മിലോഡ്. എനിക്ക് പെൻഷൻ അനുവദിച്ചു തന്നതിനും വളരെ നന്ദിയുണ്ട്. താങ്കൾ വളരെ ദയാവാനാണ്.”

“നിങ്ങൾക്ക് അഭിരുചിയുള്ള ഏതെങ്കിലും ജോലി പറയുകയാണെങ്കിൽ അതുതന്നെ നിങ്ങളെ ഏൽപ്പിച്ചു തരാം എന്ന് ഞാൻ വിചാരിക്കുന്നു.”

“ഞാൻ നടത്തിയ യാത്രകളുടെ വിശദാംശങ്ങളും നാവികർക്ക് ആവശ്യമുള്ള നക്ഷത്രങ്ങളുടെ സ്ഥാനവും വേലിയിറക്കം വേലിയേറ്റം എന്നിവയെക്കുറിച്ചുള്ള പഠനങ്ങളും ഞാൻ കുറിപ്പുകളായി എഴുതി വെക്കാറുണ്ട്. അവയെല്ലാം ക്രോഡീകരിച്ച് ഒരു പുസ്തകമായി എഴുതിയാൽ നന്നായിരിക്കുമെന്ന് എനിക്കൊരു ആഗ്രഹമുണ്ട്.”

“സത്യം പറഞ്ഞാൽ അങ്ങനെ ഒരു ജോലി ഏൽപ്പിക്കണം എന്ന് ഞാൻ മനസ്സിൽ വിചാരിച്ചിരുന്നു. നിങ്ങൾ ഒരു യുദ്ധതന്ത്രജ്ഞന്റെ ജോലി സ്തുത്യർഹമായി ചെയ്തതിനാൽ നിങ്ങളെ ഏത് ജോലി ഏൽപ്പിക്കണമെന്ന് ചെറിയൊരു ആശയക്കുഴപ്പം എനിക്കുണ്ടായിരുന്നു. ഇപ്പോൾ നിങ്ങൾ തന്നെ ആഗ്രഹം പ്രകടിപ്പിച്ചതിനാൽ ആ ജോലി തന്നെ ആദ്യമെ തുടങ്ങിക്കോളൂ. സൈനിക ജോലിക്ക് ഇടയിൽ ആവശ്യം വന്നാൽ ഞാൻ നിങ്ങളെ അതിനും നിയോഗിക്കും.”

“താങ്കളുടെ ആജ്ഞ പോലെ. എനിക്ക് സമ്മതമാണ് മിലോർഡ്.”

“പുസ്തകരചനയ്ക്ക് വേണ്ടുന്ന രേഖകളെല്ലാം താങ്കൾക്ക് എപ്പോൾ വേണമെങ്കിലും പരിശോധിക്കാനായി കാസിലിലേ ‘തോരെ ദോ ടോമ്പോ’വിൽ നിർബാധം പ്രവേശിക്കാൻ ഞാൻ ഉത്തരവ് നൽകുന്നുണ്ട്. നിങ്ങൾക്ക് എന്താവശ്യമുണ്ടെങ്കിലും എന്റെ സെക്രട്ടറി ജോർജിനോട് പറഞ്ഞാൽ മതി. അയാൾ വേണ്ടത് ചെയ്തു തരും. കൃതിയുടെ പുരോഗതി അപ്പോൾ അപ്പോൾ എന്നെ അറിയിക്കണം.

അതിനുപയോഗിക്കുന്ന വിവരങ്ങൾ എല്ലാം അതീവരഹസ്യങ്ങളാണെന്ന് നിങ്ങൾക്ക് അറിയാമെന്നു കരുതുന്നു, എന്നിരുന്നാലും വീണ്ടും മുന്നറിയിപ്പ് തരുന്നു.'' അദ്ദേഹം പറഞ്ഞു.

സെന്റ് ജോർജ് കാസിലിലെ ഒരു ടവറിൽ ആണ് 'തോരെ ദോ ടോംമ്പോ' എന്ന പഴയ റെക്കോർഡുകളുടെ ശേഖരം പ്രവർത്തിച്ചിരുന്നത്. ആ വാക്കിന്റെ അർത്ഥം വീഴുന്ന ടവർ എന്നായിരുന്നു. പന്ത്രണ്ടാം നൂറ്റാണ്ടു മുതൽ പ്രധാനപ്പെട്ട രേഖകളെല്ലാം അവിടെ കൃത്യമായി സൂക്ഷിച്ചിരുന്നു. പിന്നീട് 1755ലെ ഭൂമികുലുക്കത്തിൽ കോട്ടയ്ക്ക് വളരെ കേടുപാടുകൾ ഉണ്ടായെങ്കിലും റെക്കോർഡുകൾ എല്ലാം ഭദ്രമായി സംരക്ഷിക്കപ്പെട്ടു. ആധുനിക കാലത്തിൽ മറ്റൊരിടത്ത് ഇതിനുവേണ്ടി രൂപകല്പന ചെയ്ത ഒരു പുതിയ കെട്ടിടത്തിൽ അത് ഇപ്പോഴും പ്രവർത്തിക്കുന്നുണ്ട്. ഇപ്പോഴും പഴയ ഓർമ്മയ്ക്കായി ആ കെട്ടിടം തോരെദോ ടോംമ്പോ എന്നു തന്നെയാണ് അറിയപ്പെടുന്നത്.

അപരാഹ്നം

പച്ചേക്കോവിന്റെ പുതിയ ദിനചര്യകൾ ആരംഭിച്ചു. വളരെ സൂക്ഷ്മത ആവശ്യമായ ഒരു ജോലിയാണ് ഭൂപടനിർമ്മാണം. തോരെ ദോ ടോംമ്പോവിൽ അയാൾക്ക് ഒരു വലിയ മേശയും എഴുതാനും ചിത്രങ്ങൾ വരയ്ക്കാനും ഉള്ള ഉപകരണങ്ങളും കടലാസുകളും എല്ലാം തയ്യാറായിരുന്നു. ഒരുപാട് അർത്ഥങ്ങൾ വ്യാഖ്യാനിക്കാവുന്ന ഒരു ശീർഷകമാണ് അയാൾ തന്റെ കൃതിക്ക് കൊടുത്തത്. 'എസ്മറാൽഡോ ഡി സീതു ഓർബിസ്'. നൂറ്റാണ്ടുകൾക്കുശേഷം ആ പേര് പലതരത്തിൽ വ്യാഖ്യാനിക്കപ്പെട്ടു. പക്ഷേ എസ്മറാൽഡോ എന്ന വാക്കിന് സ്പാനിഷ് ഭാഷയിൽ 'ഗൈഡ്' എന്നാണ് അർത്ഥം വരുന്നത്. പച്ചേക്കോ എന്ന പേര് കൊച്ചിയുമായി ബന്ധിപ്പിക്കുന്ന എമറാൾഡ് അഥവാ പച്ചക്കല്ല് എന്നതും അയാൾ മനസ്സിൽ ഉദ്ദേശിച്ചിരുന്നോ എന്നത് അയാൾക്ക് മാത്രമേ അറിയാവൂ. അഞ്ചു ഭാഗങ്ങളായിട്ടാണ് പച്ചേക്കോ തന്റെ പുസ്തകം വിഭാവനം ചെയ്തത്. ഹെൻട്രി രാജകുമാരന്റെ കാലത്തെ സമുദ്രപര്യവേഷണങ്ങൾ, അൽഫോൻസോ അഞ്ചാമന്റെ കാലഘട്ടത്തിലെ നാവിക നേട്ടങ്ങൾ, ജോൺ രണ്ടാമൻ രാജാവിന്റെ കാലത്തെ പുതിയ കണ്ടുപിടുത്തങ്ങൾ, മാനുവൽ രാജാവിന്റെ കാലത്തെ നാവിക മുന്നേറ്റങ്ങൾ, ഭൂമിശാസ്ത്രം, വാനനിരീക്ഷണം വിവിധ പ്രദേശങ്ങളിലെ കപ്പൽപാതകൾ, വേലിയിറക്കം വേലിയേറ്റം തുടങ്ങിയ പ്രതിഭാസങ്ങൾ എന്നിവയായിരുന്നു ഉള്ളടക്കം. ഭാവിയിലെ നാവികർക്ക് ഒരു വഴികാട്ടിയാവുന്ന രീതിയിൽ തന്റെ കൃതി ഉപകരിക്കണം എന്ന് അയാൾ സ്വപ്നം കണ്ടു, അതിനുവേണ്ടി അയാൾ കഠിനമായി പരിശ്രമിച്ചു. കാലം അതിവേഗം മുന്നോട്ടു പോയി. പൊതുരംഗത്ത് അധികം പ്രത്യക്ഷപ്പെടാതെ ഇരുന്നതിനാൽ കൊട്ടാരത്തിലെ ഉപജാപക സംഘത്തിന്റെ നോട്ടം അയാളിൽ നിന്ന് തൽക്കാലം മാറി. അടുത്ത കപ്പൽപ്പടയുടെ കൂട്ടത്തിൽ ലിസ്സാർട്ടേ ഇന്ത്യയിലേക്ക് പോകാൻ തയ്യാറായി. നവോത്ഥാനകാലം ദുഃഖത്തിന്റെയും വേർപിരിയലിന്റെയും കാലമാണ്. ഓരോ അർമഡയും ടാഗസ് നദിയുടെ

തീരം വിടുമ്പോൾ കരയിൽ ദുഃഖം തളംകെട്ടി നിന്നു. ആ ദുഃഖം പോർച്ചുഗീസ് സംഗീതത്തിലും നിഴലിച്ചു. എല്ലാ ഗാനങ്ങളും പോർച്ചുഗീസ് ഭാഷയിൽ 'സൗദാദെ' എന്ന ആരെയോ കാത്തിരിക്കുന്ന വീർപ്പുമുട്ടലായി മാറി. ലിസ്സ് യാത്ര പറയുമ്പോൾ മരിയയ്ക്ക് ദുഃഖം അടക്കാനായില്ല. അവൾക്കു ശ്വാസം മുട്ടുന്നത് പോലെ തോന്നി.

''നീ ഏകനായി കപ്പലിൽ കയറുന്നത് കാണാൻ മമ്മയ്ക്ക് ശക്തിയില്ലെടാ മോനേ.'' അവൾ തേങ്ങി. ''ദൈവം നിന്നെ അനുഗ്രഹിക്കട്ടെ. നീ തിരിച്ചു വരുമ്പോൾ ചിലപ്പോൾ ഈ മമ്മയെ കാണാൻ സാധിച്ചെന്നു വരില്ല.'' ഒരു കളിക്കുട്ടിയായി നടന്നിരുന്ന ലിസ്സ് ജീവിതത്തിൽ ആദ്യമായി ദുഃഖം പ്രകടിപ്പിച്ചു.

''ഞാൻ യാത്രയാവുകയാണ് മമ്മ. പപ്പ ഇവിടെ ഉണ്ടല്ലോ, മമ്മയെ പപ്പാ പൊന്നുപോലെ നോക്കും എന്നതാണ് എനിക്ക് സമാധാനം.''

പച്ചേക്കോയും മാനുവൽ എന്നറിയപ്പെടുന്ന കൃഷ്ണനുണ്ണിയും അവനെ ടാഗസ് നദിയുടെ ഹാർബറിൽ ചെന്ന് യാത്രയാക്കി. അല്പനേരം കൊണ്ട് കപ്പൽ ഒരു പൊട്ടുപോലെ ചക്രവാളത്തിൽ മറഞ്ഞു.

മരിയയുടെ ആരോഗ്യം കുറേശ്ശെ മോശമായി തുടങ്ങി. വീട്ടിലെ ഒരു ജോലിയും ചെയ്യരുത് എന്ന് പച്ചേക്കോ കർശനമായി അവരോട് പറഞ്ഞു.

ഇന്ത്യയിലെ സാഹചര്യം മാറിക്കൊണ്ടിരിക്കുകയായിരുന്നു. അഫോൺസോ വന്നതും അദ്ദേഹം ഗോവയോട് കൂടുതൽ താൽപര്യം പ്രകടിപ്പിച്ചതും കൊച്ചിരാജാവിനെ ആശങ്കാകുലനാക്കി. ഗോതമ്പിന്റെ ദൗർലഭ്യതയും ഗോമാംസം ഉപയോഗിക്കാനുള്ള വിലക്കും കൊച്ചിയിൽ ജോലിക്ക് ആളെ കിട്ടാത്തതിന്റെ പ്രശ്നവും ഗോവയുടെ പ്രകൃതിഭംഗിയും അഫോൺസോയെ ആ വഴിക്ക് ചിന്തിപ്പിച്ചതിൽ അപാകതയൊന്നും ഉണ്ടായിരുന്നില്ല. പോർച്ചുഗീസുകാരും സാമൂതിരിയും തരംപോലെ നാട്ടുരാജാക്കന്മാരുമായി കൂട്ടുചേർന്നും കൂട്ടു പിരിഞ്ഞും കരുനീക്കങ്ങൾ നടത്തി. പോർച്ചുഗീസുകാർക്ക് കോലത്തിരി രാജാവുമായി പിണങ്ങേണ്ടിവന്നെങ്കിലും കൊച്ചിയുമായുള്ള അവരുടെ ബന്ധം ഇന്ത്യയിൽ നിന്നും അവർ നിഷ്കാസിതരാവുന്നതുവരെ തുടർന്നു. അവസാനം സാമൂതിരിപ്പാടും പോർച്ചുഗീസുകാരും തമ്മിൽ കൂട്ടുചേരുന്ന അവസ്ഥ വരെ ഉണ്ടായി. കുഞ്ഞാലിമരയ്ക്കാർമാരുടെ നേതൃത്വത്തിൽ നാവിക യുദ്ധത്തിൽ മാപ്പിളമാർ മേൽക്കൈ നേടുന്ന സാഹചര്യവും വന്നുചേർന്നു. അതിനിടയ്ക്ക് പച്ചേക്കോവിന്റെ ജീവിതത്തിൽ കത്തിനിന്ന സൂര്യൻ അപരാഹ്നത്തിലേക്ക് പ്രവേശിച്ചു.

മുട്ടുവേദന മൂലം മരിയ അധികസമയവും തന്റെ കട്ടിലിലാണ് കഴിഞ്ഞിരുന്നത്. രാവിലെ ഉറക്കമുണർന്ന് പച്ചേക്കോ അടുത്ത

കട്ടിലിൽ കിടന്ന് മരിയയേ ശ്രദ്ധിച്ചു. എന്തോ ഒരു വിഷമം അവളെ അലട്ടുന്നത് പോലെ അയാൾക്ക് തോന്നിച്ചു.

''എന്താണ് മമ്മ, വേദന തോന്നുന്നുണ്ടോ?''

കട്ടിലിൽ വാടിയ മുല്ല മാല പോലെ കിടന്നിരുന്ന അവൾ, മുഖമുയർത്തി അയാളെ നോക്കി.

''എന്റെ മനസ്സിൽ അകാരണമായി വിഷമം തോന്നുന്നു ദുവാർട്ടേ, ലിസ്സിനെപ്പറ്റി എന്തെങ്കിലും വിവരം നിനക്ക് കിട്ടിയോ?''

''ഇല്ല മരിയമമ്മ, അവൻ നമ്മുടെ ഒരു കപ്പലിലെ ക്യാപ്റ്റൻ ആണെന്നും ദിയുവിൽ നടന്ന യുദ്ധത്തിൽ അവൻ പങ്കെടുത്തു എന്നും മാത്രമാണ് എനിക്ക് അവസാനം കിട്ടിയ വിവരം.''

''അന്യദേശത്ത് അവൻ എന്തു ചെയ്യുന്നോ ആവോ? അവൻ നിന്നെ പോലെയല്ല, അവന്റെ അമ്മ ലോറയെ പോലെ ഒരു വെപ്രാള സ്വഭാവമാണ് അവന്. അതാണ് എനിക്ക് എപ്പോഴും മനസ്സിൽ ഒരു ഭയം. ഗാമയ്ക്ക് നൽകിയ വരവേൽപ്പ് കണ്ടപ്പോൾ, നിനക്കും അതുപോലെ ഒരു അവസ്ഥ വരണം എന്ന് ഞാൻ ബലേമിലെ മാതാവിനോട് പ്രാർത്ഥിച്ചു. അത് മാതാവ് നടത്തി ആ മുഹൂർത്തം എനിക്ക് കാണിച്ചു തരികയും ചെയ്തു. ലിസ്സിനെ ഞാൻ നിന്റെ കൂടെ ഇന്ത്യയിലേക്ക് വിടാതെ ഇവിടെ പിടിച്ചു നിർത്തണമായിരുന്നു. എനിക്ക് വലിയ തെറ്റുപറ്റി പോയെടാ.''

മരിയയുടെ കണ്ണുകളിൽനിന്നും കണ്ണുനീർ ഒഴുകി അവൾ ധരിച്ചിരുന്ന വസ്ത്രത്തിൽ വീണു. കണ്ണുകൾ തുടച്ചുകൊണ്ട് അവൾ പ്രതീക്ഷയോടെ പച്ചേക്കോവിന്റെ മുഖത്തു നോക്കിക്കൊണ്ട് ചോദിച്ചു.

''നീ ഒരു വിവാഹം കഴിക്കുമോ? ഞാനും പോയാൽ പിന്നെ നിനക്ക് ആരാണുള്ളത്? പ്രായം ഒരു പ്രശ്നമല്ല, നീ ഇപ്പോഴും സുന്ദരനാണ്. നിനക്ക് ഈ ലിസ്ബണിൽ ആരു വേണമെങ്കിലും അവരുടെ മകളെ കെട്ടിച്ചു തരും. നീ ഒന്നു മൂളിയാൽ മാത്രം മതി.'' അയാൾ ദുഃഖത്തോടെ മരിയയുടെ മുഖത്തേയ്ക്കു നോക്കി.

''മമ്മ പോയാൽ എന്ന വാക്കു മാത്രം എന്നോട് പറയരുത്. എനിക്കത് ആലോചിക്കാൻ പോലും വിഷമമാണ്.''

''മോനേ, ജനനമരണങ്ങൾ മനുഷ്യന് പറഞ്ഞിട്ടുള്ളതാണ്. ജനിച്ചാൽ മരണം ഉറപ്പാണ്. ഒരു വിവാഹം കഴിക്കുമെന്ന് എനിക്ക് നീ വാക്കു തരണം.''

''വിവാഹത്തിനെക്കുറിച്ച് ഞാനിതുവരെ ആലോചിച്ചിട്ടില്ല. ഒരു വിവാഹബന്ധം തേടി എങ്ങും പോകാനും എനിക്കാവില്ല.''

''നിന്നെ തേടി ഒരു വിവാഹബന്ധം വന്നാൽ നീ അത് നിരസിക്കരുത്. അങ്ങനെ ചെയ്യില്ല എന്ന് എനിക്ക് വാക്ക് തരണം.''

മരിയ കൊച്ചുകുട്ടികളെപ്പോലെ വാശിപിടിച്ചു. സമ്മതരൂപത്തിൽ അയാൾ തന്റെ കൈ മരിയയുടെ കയ്യിൽ വെച്ചു. മരിയയ്ക്ക് മരണം ആസന്നമായെന്ന് അയാൾക്ക് പെട്ടെന്ന് ഒരു തോന്നൽ ഉണ്ടായി. അവൾക്ക് സംസാരിക്കാൻ ആവുന്നില്ല, പക്ഷേ അവളുടെ കണ്ണുകൾ എന്തോ പറയുന്നു. അവൾ തന്നോട് യാത്ര പറയുകയാണോ? നയന ഭാഷയിൽ വീണ്ടും സ്വർഗത്തിൽ വെച്ച് കാണാം എന്ന് പറയുക യാണോ? അവളുടെ സുന്ദരമായ മുഖത്ത് കാർമേഘങ്ങളിൽ നിന്നും മോചിതനായ പൂർണ്ണചന്ദ്രൻ പുറത്തുവരുമ്പോൾ ഭൂമിയിൽ പര ത്തുന്ന വെള്ള വെളിച്ചം വീണതുപോലെ ഒരു മിന്നായം. കണ്ണുകള ടഞ്ഞ് മരിയ ശാന്തയായി ഉറങ്ങി. ഇനി ഉണരാത്ത വിധം. പച്ചേ ക്കോവിന്റെ ശരീരത്തിൽനിന്നും എന്തോ ഒരു ശക്തി അയാളെ വിട്ടു പോയതുപോലെ അയാൾക്ക് തോന്നി. ജീവിതത്തിലാദ്യമായി അയാൾ ഏകനായ പോലെ ഒരു തോന്നൽ. ഭക്ഷണം തയ്യാറാവാൻ വൈകിയാൽ ക്ഷമാപണരൂപത്തിൽ തന്നെ നോക്കുന്ന മരിയ, താൻ ഭക്ഷണം കഴിക്കുമ്പോൾ അത് ആസ്വദിക്കുന്നുണ്ടോ എന്ന് തല ചെരിച്ച് തന്റെ മുഖം ശ്രദ്ധിക്കുന്ന മരിയ, താൻ വീട്ടിൽ കുതിരയിൽ വന്നിറങ്ങുമ്പോൾ ആരാധനയോടെ തന്നെ നോക്കുന്ന മരിയ, താൻ ഉറങ്ങുമ്പോൾ കട്ടിലിൽ അരികിൽ വന്നു നിന്ന് തന്നെ നിർന്നിമേ ഷയായി അല്പനേരം നോക്കിനിൽക്കുന്ന മരിയ, കള്ളക്കോപം നടിച്ച് ആ ഭാവം സൂക്ഷിക്കാൻ അറിയാതെ പെട്ടെന്ന് പൊട്ടി ച്ചിരിക്കുന്ന മരിയ.

കൃഷ്ണനുണ്ണിയെ മരണവൃത്താന്തം അറിയിക്കാൻ പച്ചേക്കോ ആളെ അയച്ചു. അവളുടെ മൃതദേഹത്തിന് മുന്നിൽ വന്നു നിന്ന് പൊട്ടിക്കരയുന്ന കൃഷ്ണനുണ്ണിയെ അയാൾക്ക് അത്ഭുതത്തോടു കൂടി മാത്രമേ നോക്കാനായുള്ളൂ. കൃഷ്ണനുണ്ണി പച്ചേക്കോവിന് മുന്നിൽ വന്നു നിന്നു.

''സെന്യൂർ, താങ്കൾ വിവാഹം കഴിക്കുന്നതുവരെ, താങ്കളെ ഒറ്റയ്ക്ക് വിടരുതെന്ന് മമ്മ എന്നോട് പറഞ്ഞിട്ടുണ്ട്. അതിനാൽ താങ്കൾക്ക് ഇഷ്ടമില്ലെങ്കിലും എനിക്ക് ഈ വീട്ടിൽ വരേണ്ടിവരും.'' തൊണ്ടയിടറിക്കൊണ്ടവൻ പറഞ്ഞു. പച്ചേക്കോ ദുഃഖത്തിൽ ചാലിച്ച ഒരു പുഞ്ചിരി മാത്രം അതിനു മറുപടിയായി അവനു നൽകി.

മരിയയുടെ വിയോഗത്തിന് ശേഷമുള്ള ദുഃഖാചരണം കഴിഞ്ഞ് ദിവസങ്ങൾക്കുശേഷം പച്ചേക്കോ സെന്റ് ജോർജ് കാസിലിലെ തോരെ ദോ ടോംമ്പോയിൽ പ്രവേശിച്ചു. താൻ വേറെ ഏതോ ഒരു സ്ഥലത്തേക്ക് വന്നോ എന്നൊരു തോന്നൽ അയാൾക്ക് പെട്ടെന്ന് ഉണ്ടായി. അവിടം ആകെ മാറിയിരിക്കുന്നു. തന്റെ മേശ, കസേര, അലമാര ഒന്നും അവിടെ കാണാനില്ല. അയാൾ ടവറിലെ ചുമതല യുള്ള അധികാരിയെ കണ്ടുകാര്യങ്ങൾ തിരക്കി.

“സെന്യൂർ, അല്പം ദിവസങ്ങൾക്ക് മുമ്പ് കൊട്ടാരത്തിൽ നിന്നും ആളുകൾ വന്ന് താങ്കൾ ഉപയോഗിച്ചിരുന്ന വസ്തുക്കൾ എല്ലാം ഇവിടെ നിന്ന് മാറ്റി.”

“അവർ എന്തിനാണ് അത് ചെയ്തത് എന്ന് നിങ്ങൾ അവരോട് ചോദിച്ചില്ലേ?” പച്ചേക്കോ അയാളോട് ചോദിച്ചു.

“ഞാൻ ചോദിച്ചു, അവർ ഒന്നും പറയാതെ രാജാവിന്റെ ഉത്തരവ് മാത്രം കാണിച്ചു.”

പച്ചേക്കോ ഉടൻ രാജാവിന്റെ സെക്രട്ടറി ജോർജ് ഗാർസിസിനെ കാണാൻ അയാളുടെ കാര്യാലയത്തിലേക്ക് പോയി.

“വരൂ വരൂ, താങ്കളുടെ മാതാവിന്റെ വിയോഗത്തിൽ എന്റെ അനുശോചനങ്ങൾ. ആ നല്ല ആത്മാവിന് ഞാൻ നിത്യശാന്തി നേരുന്നു. അടക്കത്തിന് പള്ളിയിൽ ഞാനും എന്റെ വീട്ടുകാരും വന്നിരുന്നു. താങ്കളുടെ അമ്മ എന്നതിനുപുറമേ, എനിക്ക് അവരെ നേരിട്ട് പരിചയം ഉണ്ട്. അവർ ഞായറാഴ്ചകളിൽ പള്ളിയിൽ വന്നിരുന്നപ്പോൾ ഞങ്ങളുടെ കുടുംബവുമായി ധാരാളം സംസാരിക്കാറുണ്ട്.” സെക്രട്ടറി പറഞ്ഞു.

“ഓ, നിങ്ങൾക്ക് നേരത്തെ പരിചയമുണ്ടോ? ഇതിനെപ്പറ്റി ഒന്നും മമ്മ എന്നോട് ഒരക്ഷരം പറഞ്ഞിട്ടില്ല.”

“നിങ്ങളോട് അവർക്ക് അതിരറ്റ സ്നേഹം മാത്രമല്ല കടുത്ത ആരാധനയും ഉണ്ടായിരുന്നു. നിങ്ങളുടെ കാര്യം പറയുമ്പോൾ മരിയ ആന്റിക്ക് എന്തൊരു അഭിമാനമായിരുന്നു. നിങ്ങളുടെ സ്വഭാവവും ശീലവും ഞങ്ങളുടെ വീട്ടിൽ എല്ലാവർക്കും അറിയാം.” ഗർസിസ് ചിരിച്ചുകൊണ്ട് പറഞ്ഞു.

“അനുശോചനങ്ങൾക്ക് നന്ദി. ഞാൻ വന്നത്?”

“അറിയാം. പുറത്താരും അറിയേണ്ട. തോരെ ദോ ടോംബോവിന്റെ തലവൻ കൗൺസിൽ മെമ്പർമാരായ അൽവിറ്റോയിലെ ബാരന്റെയും ഡിയാഗോ ലോബോയുടെയും സ്വന്തം ആളാണ്. താങ്കൾ ചെയ്യുന്ന ജോലിയെക്കുറിച്ച് എല്ലാം അയാൾ അവരോട് യഥാസമയം അറിയിച്ചിരുന്നു. ചില കൗൺസിൽ മെമ്പർമാർക്ക് നിങ്ങളോട് അസൂയയാണ്. രാജാവ് നിങ്ങളോട് അടുപ്പം കാണിക്കുന്നത് അവർക്ക് ഇഷ്ടമല്ല. നിങ്ങൾ ഉണ്ടാക്കുന്ന രേഖകളെല്ലാം അതീവരഹസ്യമായി സൂക്ഷിക്കപ്പെടേണ്ടതാണ് എന്നും അവ മറ്റു രാജ്യങ്ങളുടെ ചാരന്മാരുടെ കയ്യിൽ പെട്ടാൽ അപകടമാണ് എന്ന് അവർ രാജാവിനെ പറഞ്ഞു ധരിപ്പിച്ചു. താങ്കളുടെ ദുഃഖാചരണ സമയം അവർ മുതലെടുത്ത് താങ്കൾ ഉണ്ടാക്കിയ മാപ്പുകളും ചാർട്ടുകളും മുഴുവനാവാത്ത പുസ്തകവും അവർ കൊട്ടാരത്തിലെ രഹസ്യഅറയിലേക്ക് മാറ്റിച്ചു. സുരക്ഷയേക്കാൾ താങ്കൾ എഴുതുന്ന പുസ്തകം പ്രസിദ്ധമായലോ എന്ന ഭയമായിരുന്നു അവർക്ക്.”

''രാജാവിന്റെ കല്പന അനുസരിച്ചാണ് ഞാൻ ഈ കൃതി തുടങ്ങിയത് തന്നെ. വർഷങ്ങളായുള്ള പ്രയത്നം കൊണ്ട് ഉണ്ടാക്കിയ നിരീക്ഷണങ്ങൾ ആയിരുന്നു അവ. ഭാവിയിൽ നമ്മുടെ രാജ്യത്തിന്റെ നാവികർക്ക് ഉപയോഗപ്രദമാകുമല്ലോ എന്ന ചിന്ത മാത്രമേ എനിക്ക് ഉണ്ടായിരുന്നുള്ളൂ.''

''അനിയാ, ഉപജാപകവൃന്ദങ്ങളാണ് ഒരു രാജഭരണത്തിന്റെ ശാപം. താങ്കളുടെ കാര്യത്തിൽ ഉണ്ടായത് അസൂയയാണ്. ഇന്ത്യയിൽ നിന്നും വന്നപ്പോൾ രാജാവ് നിങ്ങൾക്ക് തന്ന സ്വീകരണം അവരെ അസൂയാലുക്കളാക്കി. ഒരു യുദ്ധത്തിൽ നേർക്കുനേർ ഏറ്റുമുട്ടുന്ന ശത്രുക്കൾ നിരുപദ്രവകാരികളാണ്. വികലമായ മനസ്സുകൊണ്ട് തങ്ങൾക്ക് നേരിട്ട് ബന്ധമില്ലാത്തവരെ പോലും ദ്രോഹിക്കുന്ന ഇത്തരം ആൾക്കാരെയാണ് ഏറെ ഭയക്കേണ്ടത്. താങ്കൾ ഏതായാലും ഇതിനെപ്പറ്റി രാജാവിനോട് ഒന്നും സംസാരിക്കേണ്ട, പൂർണമനസ്സോടെയല്ല അദ്ദേഹം ഇതിനു സമ്മതിച്ചത്. നിങ്ങളുടെ കഴിവ് തെളിയിക്കാൻ ഇനിയും നിങ്ങൾക്ക് അവസരം കിട്ടും. ക്ഷമയോടെ കാത്തിരിക്കുക. നിങ്ങളുടെ പ്രിയപ്പെട്ട മമ്മയുടെ ഒരു സുഹൃത്തിന്റെ ഉപദേശമാണ് എന്ന് ഇതിനെ കണക്കാക്കിയാൽ മതി.''

അയാളോടു നന്ദി പറഞ്ഞ ശേഷം പച്ചേക്കോ അവിടെ നിന്നും തിരിച്ചു. മരിയമമ്മയെ താൻ മാതൃസ്ഥാനത്തിന് പുറമേ ഒരു കൂട്ടുകാരിയായിട്ടാണ് എപ്പോഴും കണക്കാക്കാറുള്ളത്. താനറിയാതെ തനിക്ക് ചുറ്റും ഒരു സുരക്ഷാവലയം തീർത്തിട്ടാണ് അവൾ പോയിരിക്കുന്നത്. ഗാർസിസ് കുടുംബവും കൃഷ്ണനുണ്ണിയും എല്ലാം അതിന്റെ കണ്ണികളാണ്. മരിയ ഒരു വളർത്തമ്മ മാത്രമല്ല, തന്റെ കാവൽ മാലാഖയാണ് എന്ന സത്യം അയാളറിഞ്ഞു. ദിയു യുദ്ധത്തിൽ ലിസ്സിന് മാരകമായ പരിക്ക് പറ്റി അവൻ ചികിത്സയിലാണ് എന്ന വിവരം മനപ്പൂർവമാണ് അയാൾ മരിയയെ അറിയിക്കാതിരുന്നത്. മിക്കവാറും അവൻ അഡ്മിറൽ അൽമേഡയുടെ കപ്പലിൽ ലിസ്ബണിൽ തിരിച്ചുവരും എന്ന വിവരവും അയാൾക്ക് കിട്ടിയിരുന്നു. ദിവസങ്ങൾ കടന്നു പോയി.

രാജാവിന്റെ വീണ്ടുവിചാരം

മാനുവൽ രാജാവ് കൗൺസിൽ അംഗങ്ങളുമായി വല്ലപ്പോഴും ചർച്ച ചെയ്യാറുണ്ടെങ്കിലും അന്തിമ തീരുമാനം അദ്ദേഹത്തിന്റേത് തന്നെ യായിരുന്നു. കൗൺസിൽ യോഗങ്ങൾ അദ്ദേഹം വളരെ വിരളമായേ നടത്തിയിരുന്നുള്ളൂ. എന്തെങ്കിലുമൊരു തീരുമാനം തെറ്റാണെന്ന് തോന്നിയാൽ അതിൽ ഒരിക്കലും അദ്ദേഹം ഉറച്ചു നിൽക്കാറില്ല. പെട്ടെന്ന് കാര്യങ്ങൾ തിരുത്തുവാൻ ഉള്ള അദ്ദേഹത്തിന്റെ കഴിവ് അനിതരസാധാരണമായിരുന്നു.

അഫോൺസോ അൽബുക്കർക്കിനെ ആദ്യം മാനുവൽ രാജാവിന് വലിയ താൽപര്യമില്ലായിരുന്നു. അൽമേഡയുടെ, കോട്ടകൾ പണിയാതെ ഹിന്ദു മഹാസമുദ്രത്തിൽ ആധിപത്യം മാത്രം സ്ഥാപിച്ച് കച്ചവടം സംരക്ഷിക്കുന്ന 'ബ്ലൂ വാട്ടർ പോളിസി' അദ്ദേഹത്തിന് അത്രയ്ക്ക് ഇഷ്ടപ്പെട്ടില്ല. അൽമേഡയുടെ മൂന്നു വർഷ കാലാവധി തീരാറായപ്പോൾ, അപ്പോഴേക്കും പ്രിയങ്കരനായിമാറിയിരുന്ന അഫോൺസോ അൽബുക്കർക്കിനെ അദ്ദേഹം ഇന്ത്യയിലേക്ക് പറഞ്ഞയച്ചു. മഹാരാഷ്ട്രയിലെ അലിഭാഗിനടുത്തുള്ള ചൗൾ തുറമുഖത്തുനടന്ന യുദ്ധത്തിൽ തന്റെ മകൻ കൊല്ലപ്പെട്ടതിൽ അൽമേഡ ക്രുദ്ധനായി. അതിനുപകരം വീട്ടുന്നതുവരെ തന്റെ വൈസ്രോയി സ്ഥാനം വിട്ടുകൊടുക്കാതെ അയാൾ ആൽബുക്കർക്കിനെ കണ്ണൂർ കോട്ടയിൽ തടവിൽ പാർപ്പിക്കാനും മടിച്ചില്ല. അവസാനം രാജാവ് ഇടപെട്ടതിന് ശേഷം അൽമേഡ ലിസ്ബണിലേക്ക് മടക്കയാത്ര ആരംഭിച്ചു.

ജോർജ് ഗാർസീസ് പച്ചേക്കോവിന് കൊടുത്ത ഉപദേശം സത്യമായി. കുറച്ചുനാൾ ക്ഷമയോടെ കാത്തിരുന്നതും മാനുവൽ രാജാവിന് അദ്ദേഹത്തിന്റെസ്വതസിദ്ധമായ വീണ്ടുവിചാരം പച്ചേക്കോയുടെ കാര്യത്തിലും ഉണ്ടായി. മൂന്ന് മാസങ്ങൾക്ക് ശേഷം 1508 വർഷം ജൂലൈ മാസത്തിൽ ഒരുനാൾ മാനുവൽ രാജാവ് അയാളെ വരാൻ പറഞ്ഞു എന്ന് രാജാവിന്റെ സെക്രട്ടറി ഗാർസീസ് പച്ചേക്കോവിന് സന്ദേശമയച്ചു. അപ്പോഴേക്കും രാജാവ് താമസം പുതിയ കൊട്ടാരമായ

ബൈശയിൽ നദിക്ക് അഭിമുഖമായി പണി കഴിഞ്ഞിരുന്ന റബൈറ പാലസിലേക്ക് മാറ്റിയിരുന്നു. സെക്രട്ടറിയുടെ മുറിയിൽ കയറി പച്ചേക്കോ രാജാവിനെ കാണാൻ വേണ്ടി കാത്തിരുന്നു. ഇന്ത്യയിൽ നിന്നുള്ള സുഗന്ധദ്രവ്യങ്ങളുടെ കച്ചവടത്തിലെ ലാഭം കൊട്ടാരത്തിൽ കാണാനുണ്ടായിരുന്നു. മാനുലൈൻ രീതിയിൽ വളരെ വിശാലമായി ഉള്ള ഒരു നിർമ്മിതി ആയിരുന്നു ആ കൊട്ടാരം. തെക്കുഭാഗത്ത് ടാഗസ് നദിക്ക് അഭിമുഖമായി കിംഗ്സ് ടവർ തലയുയർത്തി നിന്നു. നദിക്ക് അഭിമുഖമായുള്ള ടവറിന്റെ പുറംചുമരിൽ പോർച്ചുഗലിന്റെ, രാജകീയചിഹ്നങ്ങൾ വളരെ മനോഹരമായി പതിച്ചിരുന്നു. തറയിലെല്ലാം പോർച്ചുഗലിന്റെ മാത്രം പ്രത്യേകതയായ അതിമനോഹരമായ ടൈലുകളാണ് വിരിച്ചിരുന്നത്.

''എന്താണ് വിശദമായി നോക്കുന്നത്? ഇതെല്ലാം എന്നും നിങ്ങൾക്ക് കാണാൻ ഉള്ളതല്ലേ?'' ജോർജ് ഗാർസിസ് ചോദിച്ചു.

''എനിക്ക് മനസ്സിലായില്ല.'' പച്ചേക്കോ പറഞ്ഞു.

''നിങ്ങളുടെ ജോലി മിക്കവാറും ഈ കൊട്ടാരത്തിൽ തന്നെയായിരിക്കും. രാജാവ് നിങ്ങളെ കൊട്ടാരത്തിലെ സൈനിക ഉപദേഷ്ടാക്കളിൽ ഒരാളായി നിയമിക്കാൻ ഉദ്ദേശിക്കുന്നു.'' പച്ചേക്കോ മറുപടിയൊന്നും പറയാതെ പുഞ്ചിരിച്ചു.

''രാജാവിനെ കാണാൻ അകത്ത് പോയാലും ഇത് തന്നെ ചെയ്യണം. എന്തു പറഞ്ഞാലും സമ്മതിച്ചു കൊടുത്തേക്കണം. അദ്ദേഹത്തിന് ഒരു വീണ്ടു വിചാരം ഉണ്ടായി ഇങ്ങനെയൊരു തീരുമാനമെടുത്തതാണ്. അതിനും ഇവിടെ ചിലർ തടസ്സം നിന്നു.''

''എന്തു പറഞ്ഞാണ് അവർ തടസ്സവാദം ഉന്നയിച്ചത്?''

''ക്ഷമിക്കണം, ഇത് ഞാൻ അറിഞ്ഞതാണ്. കൊച്ചിയിൽ വെച്ച് നിങ്ങൾ പ്രാകൃതരായ ഒരുപറ്റം ഇന്ത്യക്കാരെയും മാപ്പിളമാരെയുമാണത്രെ പരാജയപ്പെടുത്തിയത്. ആ പരിചയം ഈ ജോലിക്ക് മാനദണ്ഡമായി എടുക്കാമോ എന്നാണ് അവർ സംശയം ഉന്നയിച്ചത്.''

താൻ ചെയ്ത കഠിനപരിശ്രമം ചിലർ കുറച്ചുകാണിക്കുന്നതറിഞ്ഞ് പച്ചേക്കോവിന്റെ മനസ്സിൽ വളരെ വിഷമം തോന്നി. അത് വായിച്ചെടുത്ത പോലെ സെക്രട്ടറി പറഞ്ഞു.

''നിങ്ങൾ അതിനെക്കുറിച്ച് വിഷമിക്കേണ്ട, രാജാവ് അങ്ങനെ ഒരിക്കലും വിചാരിച്ചിട്ടില്ല, അദ്ദേഹം അവർക്ക് തക്ക മറുപടി കൊടുത്തതിനു ശേഷം നിങ്ങളെ തന്നെ നിയമിക്കും എനിക്ക് ഉറപ്പുണ്ട്.'' രാജാവ് പച്ചേക്കോവിനോട് അധികമൊന്നും സംസാരിച്ചില്ല. ഹ്രസ്വമായി രണ്ടേ രണ്ടു വാചകങ്ങൾ മാത്രം പറഞ്ഞു.

''സാഹസപ്രവർത്തികൾക്ക് പേരുകേട്ട നിങ്ങളെ പുസ്തകങ്ങളുടെയും വരകളുടെയും ലോകത്തിൽ വിട്ടത് തെറ്റായോ എന്ന് എനിക്കൊരു തോന്നൽ. മോൺഡ്രാഗന്റെ ശല്യം അവസാനിപ്പിക്കാൻ

പുറപ്പെട്ടു കൊള്ളൂ." ഇത്രയും പറഞ്ഞ് രാജാവ് അയാൾക്ക് പോകാൻ അനുവാദം നൽകി.

അക്കാലത്ത് കുപ്രസിദ്ധനായൊരു 'പ്രൈവെറ്റിയർ' ആയിരുന്നു മോൺഡ്രാഗൺ. സൈന്യത്തിൽ അല്ലെങ്കിൽ നാവികസേനയിൽ ഒന്നും പെടാത്ത ചില സ്വതന്ത്ര വ്യക്തികളെ വിവിധ രാജ്യങ്ങൾ ശത്രുരാജ്യങ്ങൾക്കെതിരെ സൈനികനടപടികൾക്ക് ഉപയോഗിച്ചിരുന്നു. ശത്രുരാജ്യങ്ങളുടെ ചരക്കുകപ്പലുകളിലും അവർക്ക് സ്വാധീനമുള്ള തുറമുഖങ്ങളിലും ദ്വീപുകളിലും കൊള്ള ചെയ്യുക എന്നതായിരുന്നു ഇവരുടെ ജോലി. ഏറ്റവും രസകരം, ഈ കൂട്ടരെ ഏർപ്പാടാക്കുന്ന രാജ്യങ്ങൾ അവർക്ക് മതിയായ രേഖകളും അനുമതിപത്രങ്ങളും നൽകിയിരുന്നു. ചുരുക്കം പറഞ്ഞാൽ ലൈസൻസുള്ള കടൽക്കൊള്ളക്കാരായിരുന്നു പ്രൈവെറ്റിയർമാർ. അവർ പിടിക്കപ്പെട്ടാൽ അവരെ കൊല്ലാതെ യുദ്ധത്തടവുകാർക്ക് സമ്മാനമായി അവരെ പരിഗണിക്കണമെന്നും ഒരു വിചിത്ര രീതി അന്ന് നിലവിലുണ്ടായിരുന്നു. ഇത് നല്ല ലാഭമുള്ള ഒരു പ്രസ്ഥാനമായിരുന്നു. ഇത്തരം കപ്പലുകളിൽ ധാരാളം നാവികർ ഉണ്ടാവും. പിടിച്ചെടുത്ത കപ്പലുകളിലെ ചരക്കുകളും മറ്റ് വിലപിടിച്ച വസ്തുക്കളും മുഴുവൻ വിറ്റ് കാശാക്കും. പിടിച്ചെടുത്ത കപ്പലുകളും ഒത്താൽ പകുതി വിലയ്ക്ക് വിൽക്കും. ഇതിൽ നിന്നെല്ലാം കിട്ടിയ ധനം കപ്പൽ ഉടമ, ക്യാപ്റ്റൻ, നാവികർ, അവരെ ഏർപ്പാടാക്കിയ രാജാവ് എന്നിവർ മുമ്പ് നിശ്ചയിക്കപ്പെട്ട അനുപാതത്തിൽ പങ്കിടും.

നിഷ്പക്ഷ രാജ്യങ്ങളുടെയും സുഹൃദ്രാജ്യങ്ങളുടേയും കപ്പലുകൾ ഒരിക്കലും അവർ ആക്രമിക്കാറില്ല. പലപ്പോഴും രണ്ട് രാജ്യങ്ങൾ തമ്മിലുള്ള യുദ്ധം അവസാനിച്ചാൽ പോലും പ്രൈവെറ്റിയർമാർ തങ്ങളുടെ പണി തുടരാറുണ്ടായിരുന്നു. അപ്പോൾ അവരെ ഏർപ്പെടുത്തിയ രാജ്യം അവരെ കടൽക്കൊള്ളക്കാർ ആയി പ്രഖ്യാപിക്കും. സാധാരണ പോർച്ചുഗീസ് ചരക്ക് കപ്പലുകളെ പ്രൈവറ്റിയർമാർ പിടിച്ചെടുക്കാൻ ധൈര്യപ്പെടാറില്ല. ആവശ്യത്തിൽ കൂടുതൽ അവയിൽ ആയുധങ്ങൾ കാണും എന്നതായിരുന്നു കാരണം. ചില മാസങ്ങൾക്കുമുമ്പ് ഫ്രഞ്ച് പ്രൈവെറ്റിയർ മോൺഡ്രാഗൺ ഇന്ത്യയിൽ നിന്നും ചരക്കുമായി വരുന്ന രണ്ട് പോർച്ചുഗീസ് കപ്പലുകൾ പിടിച്ചെടുത്തു. അക്കാലത്ത് ഇതെല്ലാം സാധാരണമായിരുന്നു. കടലിൽ പലഭാഗത്തും അലഞ്ഞുനടക്കുന്ന അവരെ തിരഞ്ഞു കണ്ടുപിടിക്കാൻ ബുദ്ധിമുട്ടാണ് എന്നതിനാൽ ആരും തന്നെ അവരുടെ പുറകെ നാവികസേനയെ വിടാറില്ല. ഫ്രഞ്ച് ഭരണത്തിന്റെ ആ പ്രവർത്തി മാനുവൽ രാജാവിനെ ചൊടിപ്പിച്ചു. അങ്ങനെ അത് പച്ചേക്കോവിന്റെ കഴിവ് തെളിയിക്കാൻ ഒരു പരീക്ഷയായി മാറി.

പച്ചേക്കോ തന്റെ ഒരു ചെറിയ സംഘവുമായി രണ്ട് കൊച്ചു കപ്പലുകളിൽ പോർച്ചുഗലിന്റെ അധീനതയിലുള്ള ദ്വീപുകളായ

അസോറസിലേക്ക് പുറപ്പെട്ടു. ഒരുപാട് കപ്പലുകൾ വന്നുപോകുന്ന ഒരു തിരക്കിട്ട തുറമുഖവും വിശ്രമകേന്ദ്രവും കപ്പലുകളുടെ അറ്റകുറ്റപ്പണികൾ നടത്താനുള്ള സൗകര്യവും ഉള്ള അവിടെ നിന്ന് അന്വേഷണം ആരംഭിക്കാൻ അയാൾ തീരുമാനിച്ചു. അസോറസ് തുറമുഖത്ത് അയാൾ രഹസ്യമായി അന്വേഷണങ്ങൾ നടത്തി. തന്റെ ഉള്ളിലെ ശാസ്ത്രജ്ഞന് അൽപ്പദിവസം അവധി കൊടുത്ത് അയാൾ പഴയ യുദ്ധതന്ത്രജ്ഞനായി മാറി. അയാൾ ചില കണക്കു കൂട്ടലുകൾ നടത്തി. ഒരു കൊള്ള കഴിഞ്ഞാൽ മോൺഡ്രാഗൺ എന്തു ചെയ്യും? കൊള്ള മുതലും കൊണ്ട് ഫ്രാൻസിൽ പോകും. പണം പങ്കുവെച്ച ശേഷം സ്വാഭാവികമായും അയാൾ സുരക്ഷിതനായി തന്റെ രാജ്യത്തിന് അടുത്തുള്ള ബേഓഫ് ബിസ്ക്കേയിൽ അടുത്ത കൊള്ളക്കായി കാത്തിരിക്കും. അടുത്ത് ആക്രമിക്കാൻ പറ്റിയ കപ്പലുകളുടെ വിവരം അയാൾക്ക് അസോറസ്സിൽ നിന്നാണ് ലഭിക്കുക, അവിടെ അയാളുടെ ആളുകൾ കാണും. അവർ കൊടുക്കുന്ന വിവരം അനുസരിച്ച് അയാൾ പുറപ്പെടും. അപ്പോൾ അയാളുടെ കപ്പലിൽ നാവികർ അധികം കാണാൻ വഴിയില്ല, ആവശ്യമുള്ള സഹായികൾ അസോറസിൽനിന്നും കയറാനാണ് സാധ്യത. കപ്പലുകളെ കൊള്ളയടിക്കുന്നത് മിക്കവാറും അസോറസിനും ലിസ്ബണിനും ഇടയിലായിരിക്കും. മോൺഡ്രാഗണ് പച്ചേക്കോ ഒരു കെണി ഒരുക്കി. ഇന്ത്യയിൽനിന്നും വരുന്ന ഒരു കപ്പലിൽ വഴിക്ക് വെച്ച് എൽമിനായിൽ നിന്നും കൊണ്ടുവരുന്ന കുറച്ചു സ്വർണം കയറ്റുന്നുണ്ട് എന്നൊരു കിംവദന്തി പച്ചേക്കോ തന്റെ നാവികരെ കൊണ്ട് അസോറസ്സിൽ രഹസ്യമായി പ്രചരിപ്പിച്ചു. ഒരു കപ്പൽ അസോറസിൽ നിർത്തി മറ്റേ കപ്പലിൽ അയാൾ അറ്റ്ലാന്റിക് സമുദ്രത്തിന്റെ വടക്കുദിശയിലേക്ക് പോയി. പടിഞ്ഞാറെ യൂറോപ്പിന്റെ ഭൂപടം നോക്കുമ്പോൾ, പോർച്ചുഗലിന്റെ വടക്കേ അതിർത്തിക്കപ്പുറം ഗലീസിയാ എന്നറിയപ്പെടുന്ന സ്പെയിനിൽ ഉൾപ്പെട്ട ഒരു പ്രദേശമാണ് ഉള്ളത്. അവിടെ അറ്റ്ലാന്റിക് സമുദ്രത്തിനഭിമുഖമായി കല്ലു നിറഞ്ഞ ഒരു കൊച്ചുമുനമ്പാണ് കേപ്പ് ഫിനിസ്റ്ററേ. ഫിനിസ്റ്ററേ എന്ന വാക്കിന് ലത്തീൻ ഭാഷയിൽ ഭൂമിയുടെ അവസാനം എന്നാണർത്ഥം. സെന്റ് ജെയിംസ് അപ്പോസ്തലന്റെ സ്മാരകമായ ഒരു തീർത്ഥാടന കേന്ദ്രവും അവിടെയുണ്ട്. പച്ചേക്കോ നേരെ അങ്ങോട്ടാണ് പോയത്. മുനമ്പിന്റെ കിഴക്കുവശം അയാൾ തന്റെ കപ്പൽ നിർത്തി. വടക്കുനിന്നും തെക്കോട്ട് വരുന്ന കപ്പലുകൾക്ക് മുനമ്പിന്റെ മറവിൽ അയാളുടെ കപ്പൽ നിൽക്കുന്നത് കാണുവാൻ സാധ്യമല്ല എന്നതാണ് അയാൾ ആ സ്ഥലം തിരഞ്ഞെടുക്കാനുള്ള കാരണം. അൽപ്പദിവസങ്ങൾ കഴിഞ്ഞതും അയാൾ പ്രതീക്ഷിച്ചതുപോലെ മൗൺഡ്രാഗൺ അസോറസിനെ ലക്ഷ്യമാക്കി പാഞ്ഞു പോകുന്നു. പച്ചേക്കോ തന്റെ കപ്പൽ അയാളുടെ പുറകെ വച്ചുപിടിച്ചു. അപകടം മണത്ത പ്രൈവെറ്റിയർ തന്റെ കപ്പലിന്റെ വേഗതകൂട്ടി. പിന്നെ അവിടെ നടന്നത്

കടലിൽ ഒരു കപ്പലോട്ടമത്സരം ആയിരുന്നു. മണിക്കൂറുകൾക്കു ശേഷം തന്റെ എതിർവശത്ത് മറ്റൊരു പോർച്ചുഗീസ് കപ്പൽ വരുന്നത് കണ്ടപ്പോൾ തന്റെ കളി തീർന്നു എന്ന് മോൺഡ്രാഗണ് ബോധ്യം വന്നു. അയാളുടെ കപ്പലിൽ അധികം നാവികർ ഉണ്ടായിരുന്നില്ല എന്നതുകൊണ്ടും, പിറകെ വരുന്നത് സാഹസികനായ നാവികൻ പച്ചേക്കോയാണെന്നും മനസ്സിലാക്കി അയാൾ കീഴടങ്ങി. ഉടമ്പടി പ്രകാരം പച്ചേക്കോ അയാളെ വധിക്കാതെ തടവുകാരനാക്കി അയാളുടെ കപ്പലും കൊണ്ട് ലിസ്ബണിലേക്ക് പോയി. ആരും മരിക്കാതെയും പരിക്ക് പറ്റാതെയും പച്ചേക്കോ നടത്തിയ ബുദ്ധിപരമായ നീക്കം കൊട്ടാരത്തിൽ പ്രകീർത്തിക്കപ്പെട്ടു. മാനുവൽ രാജാവിന് അയാളുടെ കഴിവുകളിൽ പൂർണബോധ്യം വന്നു. 1510 ആദ്യമാസങ്ങളിൽ പച്ചേക്കോ തന്റെ പുതിയ ജോലിയിൽ പ്രവേശിച്ചു.

ഗാർസിസ് നിറഞ്ഞ ചിരിയുമായി പച്ചേക്കോയെ അനുമോദിച്ചു.

''നിങ്ങൾ ഒരു മിടുക്കൻ തന്നെ. ഒറ്റ പ്രവർത്തികൊണ്ട് എല്ലാവരുടെയും വായടച്ചു. രാജാവിന് ഇപ്പോൾ നിങ്ങളെ പൂർണ്ണ വിശ്വാസമാണ്. മാനുവൽ രാജാവ് ജീവനോടെ ഇരിക്കുന്നതുവരെ നിങ്ങളെ ഇനി ആരും തൊടില്ല.''

അപ്പോൾ കൊട്ടാരത്തിൽ ഉണ്ടായിരുന്ന കൃഷ്ണനുണ്ണി അവരോടു ചേർന്നു.

''കൊച്ചിയിലെ പ്രകടനം ഇവിടെയും ആവർത്തിച്ചു അല്ലേ? നമ്മുടെ നാവികർക്ക് ആർക്കും ഒരു പോറൽ പോലും സംഭവിച്ചില്ല എന്ന് കേട്ടു. ഇനി സെൻയൂർ മരിയമമ്മയുടെ ആജ്ഞ പാലിക്കണം.''

''അതെന്താണ്?'' ജോർജ്ജ് ഗാർസീസ് ചോദിച്ചു.

''ഒരു വിവാഹം കഴിക്കണം എന്നതുതന്നെ.''

''ഓഹോ, ഈ പറയുന്ന ആൾ എന്നെക്കാൾ ചെറുപ്പം ആണല്ലോ? എന്തിനാ ഇപ്പോഴും ഒറ്റത്തടിയായി നടക്കുന്നത്?'' പച്ചേക്കോ അവനെ കളിയാക്കി.

''അതിനുപിന്നിൽ ഒരു രഹസ്യമുണ്ട്. നിങ്ങൾ കൊച്ചിയിൽ ആയിരുന്നപ്പോൾ മരിയ മമ്മയുടെ നിർബന്ധപ്രകാരം ഞാൻ നിങ്ങളുടെ വീട്ടിലെ നിത്യസന്ദർശകനായിരുന്നു. മമ്മ എപ്പോഴും എന്നോട് പറയാറുണ്ട്. മാനുവലേ നീയും പെണ്ണ് കെട്ടണം. പക്ഷേ നീ വയസ്സിൽ ഇളയവനായതിനാൽ നീ നിന്റെ ചേട്ടനെക്കൊണ്ട് ആദ്യം പെണ്ണുകെട്ടിക്കണം. ഞാൻ മമ്മയുടെ ആജ്ഞ പാലിക്കുകയാണ്.'' അവൻ പറഞ്ഞത് കേട്ട് രണ്ടുപേരും ചിരിച്ചു.

''അനിയാ, ഏകദേശം നിന്റെ പ്രായത്തിൽ എനിക്കൊരു മകനുണ്ടെന്ന് നിനക്കറിയാമല്ലോ. ഞാൻ എങ്ങനെ വിവാഹം കഴിക്കും? കൂടാതെ ഈ വയസ്സന് ആര് പെണ്ണ് തരും? അഥവാ തന്നാൽ തന്നെ ഏത് പെണ്ണാണ് കിഴവനെ വിവാഹം കഴിക്കാൻ തയ്യാറാവുക?''

''അങ്ങനെ ഒരു പെണ്ണിന്റെ അച്ഛനും പെണ്ണും തയ്യാറായാൽ നിങ്ങൾ വിവാഹം കഴിക്കുമോ?'' ഗാർസിസ് ചോദിച്ചു.

''ഈ ലിസ്ബണിൽ ആരാണ് ആ ബുദ്ധിശൂന്യരായ രണ്ടുപേർ?''

''ചിലപ്പോൾ ഉണ്ടാകുമായിരിക്കും. ആർക്കറിയാം.'' ജോർജ്ജ് ചിരിച്ചുകൊണ്ടു പറഞ്ഞു.

സംഭാഷണം മാറ്റാൻ വേണ്ടി പച്ചേക്കോ കൃഷ്ണനുണ്ണിയോട് ചോദിച്ചു. ''നിങ്ങൾക്ക് വേണമെങ്കിൽ ഒരു തവണ കൊച്ചിയിലേക്ക് പോയി വരാമല്ലോ. അമ്മയേയും സ്വന്തക്കാരേയും നാട്ടുകാരേയും എല്ലാം കാണുകയും ചെയ്യാം.'' ദീർഘമായ ഒരു മൗനമാണ് അവന്റെ ഭാഗത്തുനിന്നും ഉണ്ടായത്.

''ഞാൻ നിങ്ങളെ വിഷമിപ്പിച്ചോ?''

''ഒരിക്കലുമില്ല. എന്തുകൊണ്ടോ എനിക്ക് അതിനു മനസ്സു വരുന്നില്ല. ഒരുപക്ഷേ എന്റെ പ്രകൃതം ആയിരിക്കും കാരണം. നിങ്ങൾ എന്റെ നാടിന്റെ ഒരു മുഖം മാത്രമേ കണ്ടിട്ടുള്ളൂ. വിഘടിക്കുക, വെറുതെ തർക്കിക്കുക, ഏതു പുതിയ ആശയങ്ങളെയും എതിർക്കുക, തങ്ങൾ വിചാരിക്കുന്നതാണ് ശരി എന്ന് ഉറച്ചു വിശ്വസിക്കുക എന്നതാണ് എന്റെ നാട്ടുകാരുടെ ജന്മസ്വഭാവം. ഞങ്ങളുടെ പാരമ്പര്യത്തിലും ഒരുപാട് നല്ല കാര്യങ്ങൾ ഉണ്ട്, അവ നശിപ്പിക്കാതെ പുതിയ നല്ല ആശയങ്ങളും അതിനോട് സമന്വയിപ്പിച്ച്, എല്ലാവരെയും ഒരുപോലെ കണ്ട് സഹവർത്തിത്വത്തോടെ ജീവിക്കുക എന്നുള്ളത് ഏതു നൂറ്റാണ്ടിൽ സംഭവിക്കും എന്നുള്ളത് കണ്ടറിയണം. ജന്മനാ ഞാനൊരു വ്യത്യസ്ത സ്വഭാവക്കാരനാണ്. ഇവിടെ വന്ന് ഇവിടുത്തെ പുരോഗമനപരമായ ജീവിതരീതികൾ കണ്ട് ഞാനിവിടം ഇഷ്ടപ്പെട്ടുപോയി.''

''ഇവിടെ നിങ്ങൾ കണ്ട നല്ല കാര്യങ്ങൾ നാട്ടിൽ പോയി അവരെ പഠിപ്പിക്കുക അല്ലേ വേണ്ടത്?'' ഗാർസിസ് ചോദിച്ചു.

''ഞാൻ ഇതൊക്കെ ആലോചിച്ചതാണ്. നിങ്ങൾക്ക് അവരെ അറിയാൻ പാടില്ലാത്തതുകൊണ്ടാണ് ഇങ്ങനെ പറയുന്നത്. ഞാൻ ഇതൊക്കെ അവിടെ ചെന്ന് പറഞ്ഞാൽ അത് കേൾക്കാൻ ഒരാൾ പോലും ഉണ്ടാകില്ല. എല്ലാവരും കൂടി എന്നെ തല്ലിക്കൊല്ലും. നടക്കാത്ത കാര്യത്തിനുവേണ്ടി എന്റെ ജീവൻ കളയേണ്ടല്ലോ എന്ന് കരുതിയാണ് ഞാൻ നാട്ടിലേക്ക് പോകണ്ട എന്ന് തന്നെ തീരുമാനിച്ചത്. ഞങ്ങളുടെ നാട്ടിൽ ജനിച്ച ഒരു പ്രസിദ്ധനായ ആചാര്യനുപോലും പോലും പരദേശത്തു പോയിട്ടാണ് അംഗീകാരം ലഭിച്ചത്.''

''എന്തിനധികം, നിങ്ങളുടെ കാര്യം പോലും അങ്ങനെയല്ലേ? ഇപ്പോൾ നിങ്ങൾ മാനുവൽ രാജാവിന് ഏറ്റവും പ്രിയങ്കരനായ പ്രഭുവല്ലേ?'' ജോർജ് പറഞ്ഞു. എല്ലാവരും ഉള്ളു തുറന്നു ചിരിച്ചു.

റാബൈറ കൊട്ടാരത്തിൽ ആത്മാർത്ഥ സുഹൃത്തുക്കളാരും തന്നെ ഉണ്ടായിരുന്നില്ലെങ്കിലും പച്ചേക്കോവിന്റെ കുറെ പഴയ പരിചയക്കാർ അവിടെ ഉണ്ടായിരുന്നു. കൊട്ടാരത്തിൽ പ്രവർത്തിച്ചിരുന്ന കാസാ ഡാ ഇന്ത്യ കാര്യാലയത്തിൽ, അയാൾക്ക് ചെറുപ്പം മുതലേ പരിചയമുണ്ടായിരുന്ന ലിസാർഡോ ജോലി ചെയ്തിരുന്നു. സൗകര്യം പോലെ അവനെ ചെന്ന് കാണണം എന്ന് ചിന്തിച്ചു കൊണ്ടിരിക്കുമ്പോൾ കൗൺസിൽ മെമ്പറായ 'ഡോം റോഡ്രിഗോ ഡിമെല്ലോ' ആ വഴി വന്നു. ഒരു പ്രഭുകുടുംബത്തിൽ പെട്ട അദ്ദേഹം പച്ചേക്കോവിനെ നേരിട്ടുവന്ന് പരിചയപ്പെടുകയായിരുന്നു.

"നിങ്ങളെപ്പറ്റി ഞാൻ ധാരാളം കേട്ടിട്ടുണ്ട്, പലപ്പോഴും കണ്ടിട്ടുണ്ട്. ഞാൻ റോഡ്രിഗോ, നിങ്ങളെ പരിചയപ്പെടുന്നതിൽ സന്തോഷമുണ്ട്." ഒറ്റനോട്ടത്തിൽ തന്നെ അയാൾ വിശാലഹൃദയമുള്ള ഒരു മാന്യനാണെന്ന് പച്ചേക്കോവിന് പെട്ടെന്ന് മനസ്സിലായി.

"ഭാഗ്യം എന്റേതാണ്. താങ്കളെപ്പോലെയുള്ളവരെ നേരിട്ട് പരിചയപ്പെടാൻ സാധിച്ചല്ലോ." അയാൾ ഉപചാരപൂർവം പറഞ്ഞു.

"ശരിക്കും ഉപയോഗിക്കപ്പെടാത്ത ഒരു യോദ്ധാവാണ് നിങ്ങൾ, ഇവിടെത്തേക്കാൾ നിങ്ങൾ ശോഭിക്കുക മറ്റു രാജ്യങ്ങളിലേക്ക് പോയാലായിരിക്കും എന്ന് തോന്നുന്നു. നിങ്ങളുടെ ഈ സൗമ്യഭാവം കണ്ടാൽ, നിങ്ങളാണോ ഇന്ത്യയിൽ അതിസാഹസികത കാണിച്ചത് എന്ന് സംശയം വരും." അതിനു മറുപടിയായി പച്ചേക്കോ ഒന്ന് പുഞ്ചിരിക്കുക മാത്രം ചെയ്തു.

"ഇടയ്ക്ക് മാത്രമേ ഞാൻ ലിസ്ബണിൽ വരാറുള്ളൂ. വരുമ്പോഴൊക്കെ കാണണം." അദ്ദേഹം യാത്ര പറഞ്ഞു പിരിഞ്ഞു.

അപ്പോൾ പോർട്ടുഗൽ ഭരിച്ചിരുന്ന 'എവിസ്' വംശക്കാർക്ക് വളരെ വേണ്ടപ്പെട്ടവരായിരുന്ന പുരാതനമായ ബ്രഹൻസ്സാ കുടുംബത്തിലെ അംഗമായിരുന്നു ഡോം റോഡ്രിഗോ ഡീ മെല്ലോ. റോഡ്രിഗോവിന് പച്ചേക്കോവിനേക്കാൾ പ്രായം കുറവായിരുന്നു. യാദൃച്ഛികമായിട്ടാണ് അവർ കൊട്ടാരത്തിൽ വച്ച് പരിചയപ്പെട്ടത്. അന്നു മുതൽ അവർ നല്ല സുഹൃത്തുക്കളായി തീർന്നു.

വേലിയിറക്കം-വേലിയേറ്റം

ജ്യോതിശാസ്ത്രം പറയുന്നത് മനുഷ്യന്റെ മനസ്സിനെ നിയന്ത്രിക്കുന്നത് ചന്ദ്രനാണെന്നാണ്. മറ്റു രാജ്യങ്ങളിലും അങ്ങനെ ഒരു വിശ്വാസം ഉണ്ടായിരുന്നിരിക്കാം. മനോരോഗം ഉള്ളവരെ ഇംഗ്ലീഷ് ഭാഷയിൽ ലൂണാറ്റിക്ക് എന്നാണല്ലോ പറയുന്നത്. മനുഷ്യമനസ്സിലെ സുഖദുഃഖങ്ങൾ, സന്തോഷ സന്താപങ്ങൾ എന്നീ വേലിയേറ്റങ്ങളും വേലിയിറക്കങ്ങളും അനുഭവിക്കാത്തവർ ചുരുക്കമാണ്. മരിയയുടെ വിയോഗമാകുന്ന ദുഃഖം, താൻ എഴുതിയ പുസ്തകം നിരോധിച്ചതിലുണ്ടായ മനഃസ്താപം തുടങ്ങിയ വിഷമതകൾ കഴിഞ്ഞ് റാബൈറ പാലസിൽ നല്ലൊരു സ്ഥാനത്ത് പച്ചേക്കോവിന് എത്താൻ സാധിച്ച നല്ല കാര്യം നടന്നു. പക്ഷേ അധികനാൾ അയാളുടെ സന്തോഷം നീണ്ടുനിന്നില്ല.

ഇന്ത്യയിൽ നിന്നും ലിസ്ബണിലേക്ക് തിരിച്ച ഫ്രാൻസിസ്കോ അൽമേഡ 1510 ഫെബ്രുവരി മാസം സൗത്ത് ആഫ്രിക്കയുടെ കടൽ തീരത്തെത്തി. കേപ് ഓഫ് ഗുഡ് ഹോപ്പിനു സമീപമുള്ള ടേബിൾ ബേയിൽ കപ്പലുകളിൽ വെള്ളം നിറയ്ക്കാനാണ് അവർ വന്നത്. 'ഖോയേഖോയേ' എന്ന ഭാഷ സംസാരിക്കുന്ന അപരിഷ്കൃതരായ ഒരു കൂട്ടം ഗോത്രവർഗക്കാരാണ് ആ പ്രദേശത്ത് താമസിച്ചിരുന്നത്. അവരുമായി ചില ചില്ലറ മാറ്റക്കച്ചവടങ്ങൾ എല്ലാം നടത്തിയശേഷം ചില നാവികർ നാട്ടുകാരുടെ കന്നുകാലി കൂട്ടം കാണാൻ പോയി. ഒരു നാവികൻ ആ കൂട്ടത്തിൽനിന്നും ഒരു പശുക്കുട്ടിയെ മോഷ്ടിക്കാൻ ശ്രമിച്ചു. അപരിഷ്കൃതരാണെങ്കിലും നല്ല കായിക ശേഷിയുള്ള നാട്ടുകാർ അഹങ്കാരികളായ അവരെ അവിടെ നിന്നും ഓടിച്ചു. കാര്യങ്ങൾ അവിടെ തീർന്നാൽ മതിയായിരുന്നു, തലക്കനം മൂത്ത നാവികർ നാട്ടുകാരോട് പ്രതികാരം ചെയ്യണമെന്ന് അൽമേഡയോട് ആവശ്യപ്പെട്ടു. നാട്ടുകാരെ കേവലം മൃഗതുല്യരായി കരുതി അൽമേഡ രണ്ട് ക്യാപ്റ്റന്മാരെയും കുറെ സൈനികരെയും മാർച്ച് മാസം ഒന്നാം തീയതി അവരുടെ ഗ്രാമത്തിലേക്ക് പറഞ്ഞയച്ചു. കന്നുകാലികളെ പിടിച്ചു കൊണ്ടു വരുമ്പോൾ ഒരു ആദിവാസി തൊടുത്തുവിട്ട അമ്പ് ആ കൂട്ടത്തിൽ ഉണ്ടായിരുന്ന ലിസ്സാർട്ടേയുടെ

ചെവിക്കും കഴുത്തിനും ഇടയിൽ ഉള്ള മർമ്മത്തിൽ തന്നെ കൊണ്ടു. മുപ്പത് വയസ്സ് തികയുന്നതിന് മുമ്പ് അവൻ പരദേശത്ത് ഉറ്റവരും ഉടയവരും ഇല്ലാതെ അനാഥനായി മരണത്തിനു കീഴടങ്ങി. കൂടെയുള്ളവർക്ക് അവനെ ശ്രദ്ധിക്കാൻ പോലും സമയം കിട്ടിയില്ല. ബീച്ചിൽ അവരെ കാത്തുനിന്നിരുന്ന ഇന്ത്യയിലെ ഒന്നാമത്തെ വൈസ്രോയി അൽമേഡയും കൂടെയുണ്ടായിരുന്ന അറുപത്തിനാലു സൈനികരെയും വെട്ടുകിളികളെ പോലെ തദ്ദേശീയരായ ഒരു സംഘം ആദിവാസികൾ അമ്പുകൾകൊണ്ടും കുന്തങ്ങൾ കൊണ്ടും ആക്രമിച്ച് അവരെ മുഴുവനും വധിച്ചു. കരയിൽ നിർത്തിയിരുന്ന ബോട്ടുകളും വെള്ളം സംഭരിക്കാൻ പോയിരുന്നതിനാൽ അവർക്ക് രക്ഷപ്പെടാൻ ഒരു മാർഗ്ഗവും ഉണ്ടായിരുന്നില്ല. കന്നുകാലികളെ പിടിക്കാൻ പോയ കൂട്ടത്തിൽ ലിസ്സാർട്ടേ ഒഴിച്ച് ആർക്കും ഒന്നും സംഭവിച്ചില്ല. മരിച്ചവരെയെല്ലാം ഇന്നത്തെ കാലത്തെ കേപ്പ് ടൗൺ നഗരത്തിന് അഭിമുഖമായ കടൽതീരത്ത് സംസ്കരിച്ചു. കേപ് ഓഫ് ഗുഡ് ഹോപ്പ് പോർച്ചുഗീസുകാരെ സംബന്ധിച്ചിടത്തോളം ഒരു ശപിക്കപ്പെട്ട ഭൂമിയായി മാറി. അത് ചുറ്റിയ ആദ്യ നാവികൻ ബർത്തലോമിയോ ഡയസ് അടക്കം ഒരുപാട് പേർക്ക് ആ പ്രദേശത്തിൽ ജീവൻ വെടിഞ്ഞു. മടങ്ങിവന്ന സൈനികർ ഈ വിവരം ലിസ്ബണിൽ അറിയിച്ചപ്പോൾ കേട്ടവരെല്ലാം നടുങ്ങി.

പച്ചേക്കോവിന് തന്റെ മസ്തിഷ്കം ഒരുനിമിഷം പ്രവർത്തനരഹിതമായ പോലെ തോന്നി. ''അവൻ ഒരു വെപ്രാളിയാണ്. ഞാൻ അവനെ പിടിച്ചു വെക്കണമായിരുന്നു.'' മരിയയുടെ വാക്കുകൾ അയാളുടെ ചെവിയിൽ മുഴങ്ങി. ലിസ്സ് ഇപ്പോൾ മരിയയുടെ അടുത്തെത്തി കാണും. ഇനി താൻ മാത്രം പോയാൽ മതി. ലോറയുമായി അയാൾക്ക് വർഷങ്ങളായി ഒരു സമ്പർക്കവും ഇല്ലായിരുന്നുവെങ്കിലും മരണവാർത്ത അവളെ അറിയിക്കാൻ അയാൾ ഒരാളെ പറഞ്ഞയച്ചു. അയാൾ ആരോടും സംസാരിക്കാതെ വീട്ടിലേക്ക് മടങ്ങി. കൃഷ്ണനുണ്ണി രണ്ടുമൂന്നു തവണ വീട്ടിൽ വന്നിരുന്നു.

''എല്ലാം വിധിയാണെന്ന് സമാധാനിക്കുക. അല്ലാതെ എന്തു പറയാൻ?'' അവൻ പറഞ്ഞു. വിവാഹക്കാര്യം ഓർമ്മിപ്പിക്കാൻ ഇത് നല്ല സമയം അല്ല എന്ന് കണക്കാക്കി അവൻ യാത്ര പറഞ്ഞ് ഇറങ്ങി.

മൂന്നു മാസങ്ങൾക്കുശേഷം മറ്റൊരു ചരമവാർത്ത ലിസ്ബണിൽ എത്തി. പോർച്ചുഗലിന്റെ ഉത്തമ സുഹൃത്തായിരുന്ന ഉണ്ണി ഗോദവർമ്മ തിരുമുൽപ്പാട് കൊച്ചിയിൽ അന്തരിച്ചു. അഞ്ചു വർഷമായി അദ്ദേഹം രാജ്യകാര്യങ്ങളിലൊന്നും ഇടപെടാതെ ദൈവിക കാര്യങ്ങൾ മാത്രം മുഴുകിയിരിക്കുകയായിരുന്നു. മാനുവൽ രാജാവ് കൃഷ്ണനുണ്ണിയെ കൊട്ടാരത്തിൽ വരുത്തി തന്റെ അനുശോചനമറിയിച്ചു. അയാളെക്കൊണ്ട് തന്റെ പേരിൽ മലയാളത്തിൽ ഒരു അനുശോചനസന്ദേശം എഴുതിച്ച് അടുത്ത് ഇന്ത്യയിലേക്ക് പോകുന്ന കപ്പലിൽ കൊടുത്തുവിടാൻ ഏർപ്പാടു ചെയ്തു. ഗോദവർമ്മയുടെ

മരണം കൊച്ചിയിൽ വേറൊരു പ്രതിസന്ധി ഉയർത്തി. ഉണ്ണിരാമൻ കോവിൽ ആചാരപ്രകാരം പെരുമ്പടപ്പ് മൂപ്പീൻ സ്ഥാനത്തേക്ക് പോകണം. അടുത്ത അവകാശികൾ രണ്ടുപേരും സാമൂതിരിയുമായി കൂറ് പ്രഖ്യാപിച്ചവരാണ്. ഗോദവർമ്മയുടെയും ഇളയ സഹോദരൻ ഉണ്ണിരാമൻ കോവിലിന്റെയും താവഴിയിൽ പെട്ട അനന്തരവന് പ്രായപൂർത്തി ആയിരുന്നില്ല. മൂപ്പ് സിദ്ധിച്ച രണ്ട് തമ്പുരാന്മാരും സാമൂതിരിയുടെ പിൻബലത്തോടെ തങ്ങളുടെ അവകാശവാദം ഉന്നയിച്ചു. അത് പഴയ ആചാരപ്രകാരം ന്യായവുമായിരുന്നു. അവർ രാജഭരണം ഏറ്റെടുത്താൽ കാര്യങ്ങൾ സാമൂതിരിയുടെ ചൊൽപ്പടിക്ക് മാറും എന്ന് മനസ്സിലാക്കിയ അഫോൺസോ അൽബുക്കർക്കിന് അത് സ്വീകാര്യമായിരുന്നില്ല. അയാൾ ഉണ്ണിരാമൻ കോവിൽ എന്ന രാമവർമ്മയെ പല ന്യായങ്ങളും പറഞ്ഞ് പെരുമ്പടപ്പ് മൂപ്പീൻ സ്ഥാനം അവസാനിപ്പിക്കുവാൻ പ്രേരിപ്പിച്ചു. മരുമകൻ തമ്പുരാന്റെയും അനിയന്മാരുടെയും അസംഖ്യം കൊച്ചി നായന്മാരുടെയും ചോര ചിന്തിയതിനുശേഷം ഇതിനെല്ലാം കാരണക്കാരനായ സാമൂതിരിയുടെ നിയന്ത്രണത്തിലേക്ക് കൊച്ചിരാജ്യം വിട്ടുകൊടുക്കാൻ തമ്പുരാനും മുഴുവൻ മനസ്സ് ഉണ്ടായിരുന്നില്ല. ആചാരങ്ങൾ ലംഘിക്കുന്നത് ഇഷ്ടപ്പെടാത്ത ഒരുപാട് യാഥാസ്ഥിതികന്മാരും കൊച്ചിയിൽ ഉണ്ടായിരുന്നു. വളരെ ആശങ്കയോടെയും സംശയത്തോടെയും ആണെങ്കിലും രാമവർമ്മ പോർച്ചുഗീസുകാർ പറഞ്ഞതുപോലെ അനുസരിച്ചു, കൊച്ചിയുടെ രാജാവായി തുടർന്നു.

ഒരു ദിവസം മാനുവൽ രാജാവ് പച്ചേക്കോവിനെ തന്നെ വന്നു കാണാൻ ആജ്ഞാപിച്ചു.

''നിങ്ങളുടെ മകന്റെ അകാലമരണത്തിൽ ഞാൻ അനുശോചിക്കുന്നു, നിങ്ങളുടെ ദുഃഖം ഞാൻ ശരിക്കും മനസ്സിലാക്കുന്നു. നിങ്ങളുടെ ഇപ്പോഴത്തെ അവസ്ഥയിൽ കടന്നുപോയവരാണ് ഞാനും എന്റെ സഹോദരനായ ജോൺ രാജാവും എന്ന് നിങ്ങൾക്ക് അറിയാമല്ലോ. ജോൺ രാജാവിന്റെ മകൻ, കുതിരപ്പുറത്തുനിന്നും വീണ് അപകടത്തിൽ മരിച്ചു, എന്റെ മകൻ മിഗ്വേൽ അസുഖം മൂലം ചെറുപ്പത്തിലേ മരിച്ചു. ഞങ്ങൾ രണ്ടുപേർക്കും കുറേ ദിവസം മനോമൗഢ്യം ഉണ്ടായിരുന്നു. പക്ഷേ രാജ്യത്തിനുവേണ്ടി ഞങ്ങൾ അത് തരണം ചെയ്തു. നിങ്ങൾക്കും അതിന് കഴിയണം. നിങ്ങൾ അവിവാഹിതനല്ലേ? നിങ്ങൾ ഒരു വിവാഹം കഴിക്കണം. വീണ്ടും ഊർജ്ജസ്വലനാവാൻ നിങ്ങൾക്ക് സാഹസികമായി ഒരു ജോലി ഞാൻ തരുന്നു.''

''പ്രഭോ, അതെല്ലാം ഞാൻ ഈശ്വരകൃപയാൽ തരണം ചെയ്ത് കഴിഞ്ഞു. താങ്കൾ എനിക്ക് എന്ത് ജോലി തന്നാലും അത് ഞാൻ ശ്രദ്ധാപൂർവ്വം മുഴുവനാക്കും.''

''മൊറോക്കോവിലെ നമ്മുടെ പ്രദേശമായ ടാഞ്ചീറിൽ 'ഫെസ്' സുൽത്താന്റെ സൈന്യം വളഞ്ഞിട്ടുണ്ട്. അങ്ങോട്ടുള്ള കപ്പൽപ്പടയുടെ കമാൻഡർ നിങ്ങളാണ്.''

യൂറോപ്പിനെയും ആഫ്രിക്കയേയും വേർതിരിക്കുന്ന കടലിടുക്കാണ് ജിബ്രാൾട്ടർ. ആഫ്രിക്കയുടെ മൊറോക്കോയിൽ ജിബ്രാൾട്ടറിന് അടുത്ത് കിടക്കുന്ന പട്ടണമാണ് ടാഞ്ചിർ. 1471 ഇൽ ആണ് പോർച്ചുഗൽ അവിടെ ആധിപത്യം സ്ഥാപിച്ചത്. അത് തിരിച്ചുപിടിക്കാൻ കൂടെക്കൂടെ മൊറോക്കോയിലെ സുൽത്താന്മാർ ശ്രമിക്കാറുണ്ട്. അടുത്ത വർഷം തന്നെ പച്ചേക്കോവിന്റെ നേതൃത്വത്തിലുള്ള കപ്പൽപ്പട അവരെ അവിടെനിന്നും ആക്രമിച്ച് തുരത്തി ഓടിച്ചു. സൈനികരെ നിയന്ത്രിക്കാൻ അയാൾക്ക് സ്വതസിദ്ധമായി തന്നെ നല്ല കഴിവുണ്ടായിരുന്നു. സൈനിക നീക്കങ്ങളിൽ മുഴുകിയപ്പോൾ അയാൾ കുറേ ദിവസം ദുഃഖങ്ങൾ മറന്നു. ഒരു ദിവസം കൊട്ടാരത്തിൽ വച്ച് കണ്ടപ്പോൾ ജോർജ് ഗാർസിസ് പച്ചേക്കോവിനോട് പറഞ്ഞു.

‘‘നമ്മൾ തമ്മിൽ പരിചയപ്പെട്ടു ദിവസങ്ങൾ കുറേ ആയിട്ടും ഞാൻ താങ്കളെ എന്റെ വീട്ടിലേക്ക് ക്ഷണിച്ചില്ല. താങ്കളുടെ അമ്മ പലതവണ ഞങ്ങടെ വീട്ടിൽ വന്നിട്ടുണ്ട്. ഈ വരുന്ന ഞായറാഴ്ച താങ്കൾ എന്റെ വീട്ടിൽ വരണം, ഉച്ചഭക്ഷണം അവിടെയാണ്. കൊച്ചിക്കാരൻ മാനുവലേയും വിളിച്ചിട്ടുണ്ട്.’’ ഞായറാഴ്ച രണ്ടുപേരും ജോർജിന്റെ വീട്ടിലെത്തി. ജോർജ് തന്റെ വീട്ടിലുള്ളവരെ പരിചയപ്പെടുത്തി.

‘‘ഇത് എന്റെ ഭാര്യ ഇസബെൽ ഡി ആൽബുക്കർക്ക് ഗൽവാവോ.’’

‘‘ദുവാർട്ടെ ഗൽവാവോയുടെ?’’ അയാൾ ചോദിച്ചു.

‘‘അദ്ദേഹത്തിനും അദ്ദേഹത്തിന്റെ ആദ്യഭാര്യ കത്രീനയ്ക്കും ജനിച്ച മകളാണ്. അഫോൺസോ ആൽബുക്കർക്കിന്റെ കസിനും കൂടിയാണ്.’’

‘‘പരിചയപ്പെട്ടതിൽ സന്തോഷം.’’ പച്ചേക്കോ പറഞ്ഞു.

‘‘മരിയ ആന്റിയെ എനിക്ക് നല്ല പരിചയം ഉണ്ട്. പള്ളിയിൽ എല്ലായിപ്പോഴും കാണാറുണ്ട്, ആന്റിയും ഇവിടെ വന്നിട്ടുണ്ട്.’’ ഇസബെൽ പറഞ്ഞു.

മരിയ താനറിയാതെ ഇങ്ങനെ ചില യാത്രകൾ നടത്താറുണ്ട് എന്നത് അപ്പോൾ മാത്രമാണ് പച്ചേക്കോ അറിഞ്ഞത്.

‘‘മമ്മ എന്നോട് ഇതൊന്നും ഒരുനാളും പറഞ്ഞിട്ടില്ല.’’ അയാൾ പറഞ്ഞു.

‘‘ഇവിടെയുള്ളവർക്ക് ദുവാർട്ടേയുടെ എല്ലാ വിശേഷവും അറിയാം. മരിയ എപ്പോഴും പറയും. ഞങ്ങൾക്ക് ഒരു മോളെ ഉള്ളൂ, പേര് ആന്റോണിയ. അവൾ അടുക്കളയിലാണ്. ഭക്ഷണം കഴിക്കാൻ വരുമ്പോൾ പരിചയപ്പെടുത്താം.’’ അവർ പറഞ്ഞു. ജോർജ് കൃഷ്ണനുണ്ണിയേയും തന്റെ ഭാര്യയ്ക്ക് പരിചയപ്പെടുത്തി കൊടുത്തു. ചെറുതാണെങ്കിലും ആ വീടിന്റെ വൃത്തി പച്ചേക്കോവിന് ഇഷ്ടപ്പെട്ടു. എല്ലാവരും ഭക്ഷണം കഴിക്കാൻ ഇരുന്നു.

''അന്റോണിയാ, നീയും വന്നിരിക്ക് ഭക്ഷണം മെയ്ഡ് വിളമ്പിക്കോളും.'' ഇസബെല്ല പറഞ്ഞു. തീന്മേശയുടെ ഒരറ്റത്ത് ജോർജ് ഇരുന്നു. അയാളുടെ വലതുവശത്ത് പച്ചേക്കോയും കൃഷ്ണനുണ്ണിയും ഇരുന്നു. ഇടതുവശത്ത് അന്റോണിയായും ഇസബെല്ലും ഇരുന്നു. പച്ചേക്കോവിന് നേരെ എതിരെയാണ് അന്റോണിയ ഇരുന്നിരുന്നത്.

''ഇത് എന്റെ മകൾ അന്റോണിയാ.'' ജോർജ് പരിചയപ്പെടുത്തി. പച്ചേക്കോ അവളെ മുഖമുയർത്തി നോക്കി.

ആദ്യനോട്ടത്തിൽ വെളുത്ത നിറമുള്ള, കൊലുന്നനെയുള്ള ഒരു പെൺകുട്ടി ആയിരുന്നു അവൾ, ഒരു സാധാരണ പെൺകുട്ടി. രണ്ടാമതും നോക്കിയപ്പോൾ, അടുക്കളയിൽ അധ്വാനിച്ചത് മൂലം നെറ്റിയിൽ ഒളിഞ്ഞിരുന്ന വിയർപ്പിൽ ഒട്ടിപ്പിടിച്ചിരുന്ന കുറുനിരകൾ അയാൾ കണ്ടു. അവളെ നോക്കി ഒന്ന് പുഞ്ചിരിച്ച ശേഷം പിന്നീട് അയാൾ നോട്ടം നിർത്തി. തിരിച്ച് അവളും ഒന്ന് പുഞ്ചിരിച്ചു. മെയ്ഡ് ഭക്ഷണ വിഭവങ്ങൾ മേശപ്പുറത്ത് നിരത്തി വെച്ചു. ഭക്ഷണത്തിനു മുമ്പ് എല്ലാവരും പ്രാർത്ഥിച്ചു.

യാദൃച്ഛികമായി അന്റോണിയായെ പച്ചേക്കോ നോക്കിയപ്പോൾ അവളുടെ കൈകൾ ചെറുതായി വിറയ്ക്കുന്നത് അയാൾ ശ്രദ്ധിച്ചു. അവിടെ വിളമ്പിയ ഭക്ഷണത്തിൽ തനിക്കിഷ്ടമുള്ള മൂറിഷ് ചിക്കനും പാട്രിജ് വറുത്തതും ഉണ്ടെന്നു കണ്ട് അയാൾ മുഖമുയർത്തി ഇസബെല്ലയെ ഒന്നു നോക്കി.

''ദുവാർട്ടേയ്ക്ക് മൂറിഷ് ചിക്കനും പാട്രിഡ്ജും വളരെ ഇഷ്ടമാണെന്ന് മരിയ ആന്റി പറയാറുണ്ട്. അതു രണ്ടും മോള് തന്നെ പാകം ചെയ്തതാ.'' ഇസബെല്ല അയാളെ നോക്കി പറഞ്ഞു. പിന്നീട് അവർ അധികം സംസാരിക്കാതെ ഭക്ഷണം കഴിച്ചു. ഭക്ഷണം കഴിച്ച് ഹാളിൽ വന്നതും ജോർജ് പച്ചേക്കോവിന്റെ കൈ പിടിച്ചു കൊണ്ട് പറഞ്ഞു.

''എനിക്ക് നിങ്ങളോട് ഒരു കാര്യം പറയാനുണ്ട്. ഞാനെന്റെ ഒരേ ഒരു മകളെ നിങ്ങൾക്ക് വിവാഹം കഴിച്ചു തരാൻ ആഗ്രഹിക്കുന്നു. ദയവായി എതിർപ്പൊന്നും പറയരുത്.'' പച്ചേക്കോ അത് ഒട്ടും പ്രതീക്ഷിച്ചിരുന്നില്ല.

''നിങ്ങൾ എന്താണ് പറയുന്നത് എന്ന് മനസ്സിലാക്കി തന്നെയാണോ പറയുന്നത്? എന്റെ പ്രായം നിങ്ങൾക്ക് അറിയില്ലേ? ഇപ്പോൾ എനിക്ക് അൻപത്തിരണ്ടു വയസ്സായി. എന്റെ മകളുടെ പ്രായം വരുന്ന ഒരു പെൺകുട്ടിയെ ഞാൻ എങ്ങനെ വിവാഹം കഴിക്കും?''

''നമ്മുടെ നാട്ടിൽ വരന്റെ വയസ്സ് ഒരു പ്രശ്നമാണോ? നിങ്ങൾക്ക് പരിചയമുള്ള ഇതിലും കൂടുതൽ പ്രായമുള്ള എത്രയോ പേർ വിവാഹം കഴിച്ചിട്ടില്ല? നിങ്ങൾ ഒരു ചെറുപ്പക്കാരനെക്കാൾ ആരോഗ്യവാനാണ്, മാത്രമല്ല ഒരു വിവാഹം നിങ്ങൾക്ക് ഇപ്പോൾ ആവശ്യമാണ്.'' ജോർജിന്റെ ഭാര്യ ഇസബല്ല അവരുടെ അടുത്ത് വന്നു.

"ദുവാർട്ടേ, നിങ്ങളെ മരുമകനായി ലഭിക്കാൻ ഞങ്ങൾ ഭാഗ്യം ചെയ്തവരാണ് എനിക്കും ഈ വിവാഹബന്ധത്തിന് സമ്മതമാണ്."

"എന്നെ അറിയുന്നതുകൊണ്ട് നിങ്ങൾ ഇങ്ങനെ പറയുന്നതാണ്, എനിക്ക് ഈ പ്രായത്തിൽ വിവാഹം കഴിക്കാൻ ഒരു താൽപര്യവുമില്ല. ഈ പെൺകുട്ടി ചെറുപ്പമാണ്. നല്ല ചെറുപ്പക്കാരെ അന്വേഷിച്ച് അവളെ വിവാഹം ചെയ്തു കൊടുക്കണം."

"കുറെ നാൾ മുമ്പ് ഞാനും നിങ്ങളും മാനുവലും കൂടി ഈ വിഷയത്തെക്കുറിച്ച് സംസാരിച്ചു കൊണ്ടിരുന്നപ്പോൾ ഞാൻ എന്താണ് പറഞ്ഞത് എന്ന് നിങ്ങൾക്ക് ഓർമ്മയില്ലേ? 'നിങ്ങൾക്ക് തന്റെ മകളെ തരാൻ ഒരാളും, നിങ്ങളെ വിവാഹം കഴിക്കാൻ ഒരു പെണ്ണും ലിസ്ബണിൽ ഉണ്ടാവും.' ഇപ്പോൾ അത് സംഭവിച്ചു. പെണ്ണ് സമ്മതിച്ചില്ലല്ലോ എന്നായിരിക്കും ഇപ്പോൾ മനസ്സിൽ നിങ്ങൾ വിചാരിക്കുന്നത്. മോളെ അന്റോണിയാ..." അയാൾ തന്റെ മകളെ വിളിച്ചു. അപ്പുറത്തെ മുറിയിൽ നിന്നും അന്റോണിയാ മെല്ലെ അവരുടെ അരികിലേക്ക് നടന്നു വന്നു. വെള്ളയിൽ ഇളംപച്ചഇലകൾ തുന്നിച്ചേർത്ത ഒരു വസ്ത്രമാണ് അവൾ ധരിച്ചിരുന്നത്. പച്ചേക്കോ അവളെ ഒന്നുകൂടി നോക്കി. അല്പനേരത്തിനകം അവൾ കൂടുതൽ സുന്ദരി ആയോ എന്നൊരു സംശയം അയാൾക്ക് തോന്നി. അടുത്തു വന്നതും അവൾ തല ഉയർത്തി പച്ചേക്കോവിനെ നോക്കി പറഞ്ഞു.

"എനിക്ക് സമ്മതമാണ്, ഇത് ഞാൻ എന്റെ ഇഷ്ടപ്രകാരം ആണ് പറയുന്നത്, എന്നെ ആരും ഇതിനായി നിർബന്ധിച്ചിട്ടില്ല."

സുതാര്യവും നിസ്സംശയവും ആയ ഭാഷയിൽ അവൾ പറഞ്ഞത് കേട്ട് അയാൾ അന്തംവിട്ടുപോയി. മരിയ ഇവിടെ എവിടെയോ ഉണ്ട്, ഇതെല്ലാം ചെയ്യുന്നത് അവളാണ്. അയാൾ തന്നെത്താൻ പറഞ്ഞു. അയാളുടെ ചിന്തകളുടെ തുടർച്ചയെന്നോണം ഇസബൽ പറഞ്ഞു.

"കഴിഞ്ഞവർഷം മരിയ ആന്റി എപ്പോഴും പറയുമായിരുന്നു. അവൻ സമ്മതിച്ചാൽ ഇവളെ ഞാൻ എന്റെ വീട്ടിൽ കൊണ്ടുപോകും."

"ഇനി ഈ ബന്ധത്തിന് ഒരു രാജ്യത്തിന്റെ തലവന്റെ സമ്മതം കൂടി വേണമെന്നുണ്ടെങ്കിൽ, മാനുവൽ രാജാവിനോട് ഞാൻ ഈ കാര്യം പറഞ്ഞിട്ടുണ്ട്. അതുകേട്ടതും അദ്ദേഹം വളരെ സന്തോഷം പ്രകടിപ്പിച്ചു." ജോർജ് പറഞ്ഞു.

ഇതുവരെ മൂകനായി നിന്ന കൃഷ്ണനുണ്ണി സന്തോഷംകൊണ്ട് മതിമറന്നു. ഞാൻ മരിയ മമ്മയ്ക്ക് കൊടുത്ത വാക്ക് നിറവേറി, ഇനി എനിക്ക് ഇവിടെ നിന്ന് എങ്ങോട്ട് വേണമെങ്കിലും പോകാം."

"നിങ്ങൾ അങ്ങനെ പോകാൻ വരട്ടെ, നിങ്ങളാണ് ദുവാർട്ടേയുടെ പാഡ്രീനോ." ജോർജ് പറഞ്ഞു.

"അങ്ങനെ പറഞ്ഞാൽ എന്താണ്?" കൃഷ്ണനുണ്ണി ചോദിച്ചു.

''പോർച്ചുഗലിലെ വിവാഹച്ചടങ്ങുകളിൽ വരന് ഒരു തോഴനും വധുവിന് ഒരു തോഴിയും വിവാഹ നാൾ മുഴുവൻ സമയവും കൂടെ ഉണ്ടാവണം. വരന്റെ തോഴനെ പാഡ്രീനോ എന്നും വധുവിന്റെ തോഴിയെ മെഡ്രീന എന്നുമാണ് പറയാറ്.'' ജോർജ് വിശദീകരിച്ചു കൊടുത്തു.

കൂടുതലൊന്നും പച്ചേക്കോവിന് പറയാൻ ഉണ്ടായിരുന്നില്ല. അയാൾക്ക് ജീവിതത്തിൽ ആദ്യമായി ലജ്ജ എന്ന ഒരു വികാരം വന്നോ എന്നറിയില്ല. എല്ലാവരോടും യാത്ര പറഞ്ഞ് കൃഷ്ണനുണ്ണിയുമായി അയാൾ ജോർജിന്റെ വീട്ടിൽ നിന്നും ഇറങ്ങി.

അല്പദിവസത്തിനുശേഷം പച്ചേക്കോയും അന്റോണിയായും തമ്മിലുള്ള വിവാഹം സെന്റ് ഡൊമിനിക് പള്ളിയിൽ വച്ച് നടന്നു.. വരന്റെ തോഴനായി മാനുവൽ എന്ന കൃഷ്ണനുണ്ണി ആദ്യാവസാനം ഉണ്ടായിരുന്നു. സദ്യ പെണ്ണിന്റെ വീട്ടുകാരാണ് ഒരുക്കിയത്. വിവാഹം ആർഭാടപൂർവം ആയിരുന്നില്ലെങ്കിലും ഒരുപാട് വിശിഷ്ട വ്യക്തികൾ വിവാഹത്തിൽ പങ്കെടുത്തു. താടിയും മീശയും എല്ലാം വൃത്തിയായി വെട്ടിയൊതുക്കി ഒരു സുന്ദരനായിട്ടാണ് പച്ചേക്കോ പള്ളിയിൽ വന്നത്. അയാൾക്ക് അനുയോജ്യമായ ഉയരമുള്ള അന്റോണിയാ ലളിതവും മനോഹരവുമായ വേഷത്തിലായിരുന്നു. സ്നേഹത്തെ സൂചിപ്പിക്കുന്ന നീലനിറമുള്ള സാറ്റിൻ വിവാഹവസ്ത്രമാണ് അവൾ ധരിച്ചിരുന്നത്. ജോർജ് അന്റോണിയായുടെ കൈപിടിച്ച് അവളെ പള്ളിയിലേക്ക് കൊണ്ടുപോയി. ഇരുവശത്തും പിടികൾ ഉള്ള ലൗ കപ്പിൽ വധുവരന്മാർ വീഞ്ഞ് കുടിച്ചു.

നിർബന്ധമല്ലെങ്കിലും സ്ത്രീധനം കൊടുക്കുക എന്നൊരു ചടങ്ങ് പോർച്ചുഗലിൽ ഉണ്ടായിരുന്നു. വരനും വധുവും പുതിയ ജീവിതം തുടങ്ങാൻ ആവശ്യമായ ഒരു മൂലധനമാണ് സ്ത്രീധനം കൊണ്ട് ഉദ്ദേശിച്ചിരുന്നത്. സമ്പന്നരായ വ്യക്തികൾ തങ്ങളുടെ പാവപ്പെട്ടവരായ ആശ്രിതർക്ക് ആവശ്യമായ സ്ത്രീധനം അവർക്ക് വേണ്ടി വരന്റെ വീട്ടുകാർക്ക് കൊടുക്കുന്ന ഒരു സമ്പ്രദായവും അന്നുണ്ടായിരുന്നു. അത് ഉദ്ദേശിച്ചല്ലെങ്കിലും എല്ലാരെയും അത്ഭുതപ്പെടുത്തിക്കൊണ്ട് മാനുവൽ രാജാവ് ജോർജിനു വേണ്ടി ഒരു ലക്ഷത്തി ഇരുപതിനായിരം റൈസ് സ്ത്രീധനമായി വരന് നൽകി. അത് മൂന്നുകൊല്ലത്തെ ഗഡുക്കളായി നൽകാനും അദ്ദേഹം ഉത്തരവിട്ടു. സത്യത്തിൽ ഇന്ത്യയിലെ വിജയത്തിനുശേഷം പച്ചേക്കോവിന് അനുവദിച്ച ഇരുപത് മിൽറിസ് അഥവാ ഇരുപതിനായിരം റൈസ് വാർഷിക പെൻഷൻ കുറഞ്ഞ തുകയായി പോയോ എന്ന് അദ്ദേഹത്തിന് ഒരു വിചാരമുണ്ടായിക്കാണണം. ദുഃഖങ്ങളുടെ വേലിയിറക്കത്തിനുശേഷം, സന്തോഷത്തിന്റ വേലിയേറ്റം പച്ചേക്കോവിന്റെ ജീവിതത്തിൽ കടന്നു വന്നു.

വിവാഹാനന്തരം

അന്റോണിയ വളരെ നല്ല പെൺകുട്ടിയായിരുന്നു. ഒറ്റനോട്ടത്തിൽ സാധാരണ ഒരു പെണ്ണാണെന്ന് തോന്നിച്ചാലും, ആദ്യം പച്ചേക്കോവിന് തോന്നിച്ച പോലെ വീണ്ടും കാണുന്തോറും അവളുടെ സൗന്ദര്യം വർദ്ധിക്കുന്നത് പോലെ തോന്നിക്കും. പച്ചേക്കോ സാമ്പത്തികമായ ചിന്തകൾ തീരെ ഇല്ലാത്ത ഒരാളായിരുന്നു. കയ്യിൽ കിട്ടിയ പണം മുഴുവൻ അയാൾ മരിയയെ ഏൽപ്പിക്കും. വ്യക്തിപരമായി അയാൾക്ക് ഒരു ചിലവും ഉണ്ടായിരുന്നില്ല. പണം മരിയ എന്ത് ചെയ്തു എന്നും അയാൾ ശ്രദ്ധിക്കാറില്ല.

''ഇപ്പോൾ പഴയ പോലെ ഒറ്റയ്ക്കുള്ള ജീവിതമല്ല. നാളത്തേക്ക് വല്ലതും സമ്പാദിച്ചു വെച്ചിട്ടുണ്ടോ?'' വിവാഹം കഴിഞ്ഞ് ഒരാഴ്ച കഴിഞ്ഞ് അവൾ ചോദിച്ചു.

''എന്റെ കയ്യിൽ പണം ഒന്നും വെക്കാറില്ല. എനിക്ക് സ്വന്തമായി ചിലവുകൾ ഇല്ല.''

''അപ്പോൾ ഇത്ര ദിവസം ജോലി ചെയ്ത പണം എവിടെ?'' അന്റോണിയാ ചോദിച്ചു.

''എനിക്ക് എങ്ങനെ അറിയാം? എല്ലാം മമ്മയ്ക്ക് മാത്രമേ അറിയൂ.''

''ഇനി നമ്മൾക്ക് കുട്ടികൾ ഉണ്ടാവുമ്പോൾ ചെലവ് വർദ്ധിക്കില്ലേ?''

''അതിന് എനിക്ക് ജോലിയുണ്ട്, പെൻഷൻ ഉണ്ട്.''

''ജോലിയിൽ നിന്നും വിരമിച്ചു കഴിഞ്ഞാൽ പെൻഷൻ മാത്രമല്ലേ ഉണ്ടാവുകയുള്ളൂ? അപ്പോൾ എന്തു ചെയ്യും?'' അവൾ ചോദിച്ചു.

നാടിനുവേണ്ടി യുദ്ധതന്ത്രങ്ങൾ മെനയാൻ മിടുക്കനായ അയാൾ സ്വന്തം ജീവിത സമരത്തിനായി ഒരു തന്ത്രവും ഇതുവരെ വിഭാവനം ചെയ്തിരുന്നില്ല. അയാൾ ആ ചോദ്യത്തിന് മറുപടി പറയാൻ ഇല്ലാതെ അന്തംവിട്ടു നിന്നു. അന്റോണിയയ്ക്ക് അയാളെ കണ്ട് പാവം തോന്നി.

''എന്റെ കൂടെ വാ.'' അയാളുടെ കൈ പിടിച്ചു വലിച്ചു കൊണ്ട് അയാളെ സ്റ്റോർ മുറിയിലേക്ക് കൊണ്ടുപോയി. വൈൻ ഭരണികൾ

അടുക്കിവെച്ചതിനിടയിൽ ഒരു ചെറിയ പെട്ടി അവൾ അയാൾക്ക് കാണിച്ചുകൊടുത്തു.

''ഇതൊന്നു തുറന്നു നോക്ക്.'' അവൾ പറഞ്ഞു. അത് തുറന്നതും പച്ചേക്കോ അത്ഭുതം കൊണ്ട് വാ പൊളിച്ചു പോയി. പെട്ടി നിറയെ സ്വർണ്ണനാണയങ്ങൾ ആയിരുന്നു. അയാൾ ഏൽപ്പിച്ചിരുന്ന പണത്തിൽനിന്ന് വീട്ടുച്ചെലവ് കഴിഞ്ഞ് മിച്ചം വന്ന പണം മരിയ സ്വർണ്ണനാണയങ്ങൾ ആക്കി മാറ്റി വച്ചിരുന്നു. താൻ കണ്ട നിഷ്കളങ്കമായ മരിയയുടെ മുഖത്തിന് മറ്റൊരുവശം ഉള്ളത് ഇപ്പോഴാണ് അയാൾക്ക് മനസ്സിലായത്. അയാൾക്കുവേണ്ടി അവൾ കാണിച്ച കരുതൽ, ഊണിലും ഉറക്കത്തിലും അവൾക്ക് തന്നെപ്പറ്റി മാത്രമേ ചിന്ത ഉണ്ടായിരുന്നുള്ളൂ. മരിയ ഭൂമിയിൽ നിന്നും പോകുന്നതിനു മുമ്പ് പിന്നീട് അയാൾക്ക് ആവശ്യം വരുന്ന എല്ലാ കാര്യങ്ങളും ശ്രദ്ധാപൂർവ്വം ചെയ്തു വെച്ചിട്ടാണ് പോയിരിക്കുന്നത്. തന്നെ പ്രസവിച്ച അമ്മ പോലും ഇത്രയും കരുതലും സ്നേഹവും തനിക്കുവേണ്ടി ചെയ്തിട്ടുണ്ടാവുമോ എന്നത് സംശയമാണ്. അയാൾ ചിന്തിച്ചു.

''നിനക്ക് ഇത് ഇവിടെ ഉള്ളത് എങ്ങനെ മനസ്സിലായി?'' അയാൾ ചോദിച്ചു.

''മരിയ ആന്റി പണ്ടേ എന്നോട് പറഞ്ഞിട്ടുണ്ട്.'' അന്റോണിയോ വശ്യമായി പുഞ്ചിരിച്ചു.

''അപ്പോൾ ഇതൊക്കെ മുൻപേ തീരുമാനിച്ചു വച്ച നാടകമായിരുന്നു അല്ലേ? ആട്ടെ, ഇത്രയും പ്രായം ചെന്ന എന്നെ നീ എങ്ങനെ വിവാഹം കഴിക്കാൻ സമ്മതിച്ചു?'' അയാൾ ചോദിച്ചു.

''അത് ഇപ്പോഴാണോ ചോദിക്കുന്നത്? എന്താ വിവാഹത്തിനു മുമ്പ് ചോദിക്കാത്തത്?'' അവൾ ചോദിച്ചു.

''ചോദിച്ചാൽ നീ ചിലപ്പോൾ എന്നെ ഇഷ്ടമില്ല എന്ന് പറഞ്ഞെങ്കിലോ?''

''അപ്പോൾ എന്നെ ഇഷ്ടമായിരുന്നോ?'' അന്റോണിയാ അയാളുടെ കണ്ണുകളിൽ നോക്കിക്കൊണ്ട് ചോദിച്ചു. അയാൾ മറുപടിയൊന്നും പറഞ്ഞില്ല. അനായാസമായി അവളെ അയാൾ തന്റെ രണ്ടു കൈകളും കൊണ്ട് പൊക്കിയെടുത്തു.

''ഇതും എനിക്കറിയാം.'' കിതച്ചുകൊണ്ട് അന്റോണിയാ പറഞ്ഞു. ''സ്നേഹം മൂത്താൽ എടുത്തു പൊന്തിക്കുമെന്ന് മരിയ ആന്റി എന്നോട് പറഞ്ഞിട്ടുണ്ട്.'' വീണ്ടും ആ വീട്ടിൽ പൊട്ടിച്ചിരികൾ മുഴങ്ങി. സന്തോഷകരമായ ദാമ്പത്യ ജീവിതം ആ ദമ്പതികൾക്ക് അനേകം സന്താനങ്ങളെ സമ്മാനിച്ചു. കാലചക്രം ഉരുണ്ടു നീങ്ങി. ചുറ്റും പല മാറ്റങ്ങളും സംഭവിക്കുകയാണ്.

സോറസിനു ശേഷം കൊച്ചിയിൽ വന്ന പല പോർച്ചുഗീസുകാരും അവരുടെ മുൻഗാമികളെ പോലെയല്ല പെരുമാറിയിരുന്നത്. അവർ

പരസ്പരം മത്സരിച്ചു. നാട്ടുരാജാക്കന്മാരോട് പഴയ പോലെ സൗഹൃദമായിട്ടല്ല പെരുമാറിയത്. അവർ പലരും ആത്മാർത്ഥതയില്ലാത്തവരും സ്വാർത്ഥ താല്പര്യം ഉള്ളവരും ക്രൂരസ്വഭാവക്കാരും ആയിരുന്നു. കാലക്രമത്തിൽ ജനങ്ങളും മലബാറിലെ രാജാക്കന്മാരും അവരെ വെറുത്തു. അഫോൺസോ അൽബുക്കർക്ക് മാത്രം ഇവരിൽ നിന്നും വ്യത്യസ്തനായിരുന്നു. പക്ഷേ അയാൾക്കെതിരെ ലിസ്ബണിലെ ഉപജാപക സംഘം ചരട് വലിച്ചു, പതിവു പോലെ മാനുവൽ രാജാവിന് അഫോൺസോയോട് രസക്കേട് ഉണ്ടായി. അപ്പോഴേക്കും അഫോൺസ് ഗോവയെ പോർച്ചുഗലിലെ ഒരു കോളനിയായി പുരോഗമിപ്പിച്ചു. കൊച്ചിയിലെ കാലാവസ്ഥയും അവിടത്തെ തദ്ദേശീയരുടെ അലസതയും അഫോൺസോവിന് ഇഷ്ടപ്പെട്ടില്ല. രാമവർമ രാജാവ് ഗോദവർമ്മയെ പോലെ ആയിരുന്നില്ല, അൽപ്പം കർശനക്കാരൻ ആയിരുന്നു. 'മരത്തിൽനിന്നും ഒരു ഇലയൊടിക്കാൻ കൊച്ചി രാജാവിനോട് ചോദിക്കണം' എന്ന് അഫോൺസോ തന്റെ രാജാവിന് എഴുതിയെങ്കിൽ കാര്യം ഊഹിക്കാവുന്നതേയുള്ളൂ. ഗോവ പ്രകൃതി രമണീയമായ വിശാലമായ പ്രദേശമായിരുന്നു. സാമാന്യം വീതിയുള്ള മാണ്ഡോവി, സുവാരി നദികളും ഹാർബറും അവർക്ക് ലിസ്ബണെ അനുസ്മരിപ്പിച്ചു. നാട്ടുകാരും പോർച്ചുഗീസുകാരും അഫോൺസോയെ അളവറ്റ് സ്നേഹിച്ചിരുന്നു. വളരെ മാനസിക സംഘർഷം അനുഭവിച്ചുകൊണ്ടാണ് അൽബുക്കർക്ക് ഗോവയിൽ മരണപ്പെട്ടത്. മരിക്കുന്നതിന് മുമ്പ് അദ്ദേഹം രാജാവിന് ഒരു തുറന്ന കത്ത് അയച്ചിരുന്നു. തന്റെ മരണശേഷം പ്രായം തികയാത്ത തന്റെ മകനെ ശ്രദ്ധിക്കണം എന്ന അപേക്ഷയും കത്തിനവസാനം അദ്ദേഹം കുറിച്ചിരുന്നു. മാനുവൽ രാജാവിന്റെ സ്വതസിദ്ധമായ വീണ്ടുവിചാരം വന്നപ്പോഴേക്കും അൽബുക്കർക്ക് മരിച്ചു. അഫോൺസോ അൽബുക്കർക്കിന്റെ മകൻ ബ്രാസിന് രാജാവ് നല്ല വിദ്യാഭ്യാസം നൽകി, അവന് വേണ്ട സ്ഥാനമാനങ്ങൾ നൽകി രാജാവ് പ്രായശ്ചിത്തം ചെയ്തു.

ഒരുനാൾ പച്ചേക്കോ റബൈറ കൊട്ടാരത്തിൽ വച്ച് പണ്ടെങ്ങോ കണ്ടു പരിചയമുള്ള ഒരാൾ പല കെട്ടിടങ്ങളിലും കയറിയിറങ്ങുന്നത് കണ്ടു. അയാൾ അടുത്ത് വന്നതും, "നീ...? അയാൾ ആ മനുഷ്യനോട് ചോദിച്ചു.

"ഞാൻ ബാർബോസയാണ്. ദുവാർട്ടേ ബാർബോസ, നമ്മൾ കണ്ണൂരിൽ പരിചയപ്പെട്ടു." അയാൾ പറഞ്ഞു. അന്ന് ഒരു ചെറുപ്പം പയ്യനായിരുന്ന അവൻ വലിയ ആളായി കഴിഞ്ഞു.

"ഇവിടെ എന്തിനു വന്നു? ഇനി ഇന്ത്യയിലേക്ക് തിരിച്ച് പോകുന്നില്ലേ?"

"വെറുതെ ജോലി ചെയ്തിട്ട് എന്ത് ഫലം? എന്നെ പരമാവധി ഉപയോഗിച്ചു. അർഹിക്കുന്ന സ്ഥാനക്കയറ്റവും തന്നില്ല. കണ്ണൂരും

കൊച്ചിയിലും എല്ലാം നമ്മുടെ ആൾക്കാർക്ക് അവിടുത്തെ രാജാക്കന്മാരുമായി സംവദിക്കുവാൻ, ഞാൻ ദ്വിഭാഷിയായി നിന്നു. കൊച്ചി രാജാവിനെ മതം മാറ്റാൻ വേണ്ടി മലയാളത്തിൽ സംസാരിച്ച് അദ്ദേഹത്തെ സ്വാധീനിക്കാൻ എന്നെ ഉപയോഗിച്ചു, പക്ഷേ അഫോൺസോ അൽബുക്കർക്കിന്റെ തന്ത്രം ഫലിച്ചില്ല, രാജാവ് വഴുതിമാറി. മലബാറിലെ ജനങ്ങളുമായി ഇടപഴകി അവരുമായി മലയാളത്തിൽ ആശയ വിനിമയം നടത്തി, അവിടെ ഞാൻ കണ്ട സ്ഥലങ്ങളും കേട്ട ചരിത്രവുമെല്ലാം കുറിച്ചു വെച്ചു. ഗുജറാത്ത് തുടങ്ങി ഇന്ത്യയുടെ സ്ഥലങ്ങളിലെല്ലാം യാത്ര ചെയ്ത് വിവരങ്ങൾ എഴുതി വെച്ചു. കഴിഞ്ഞ വർഷം ഇവിടെ വന്ന് അതെല്ലാം കൂട്ടിച്ചേർത്ത് എഴുതി ഒരു പുസ്തകമാക്കി.''

''പുസ്തകം ഇപ്പോൾ എന്തായി?'' പച്ചേക്കോ ചോദിച്ചു.

''ആരും കാര്യമായി എടുത്തില്ല. രാജാവുപോലും. അവസാനം ഒരു പ്രതി ടോറോ ഡോ കോമ്പോവിൽ ഏൽപ്പിച്ചു. വളരെ കഷ്ടപ്പെട്ട് ചെയ്ത പണിയാണ്.'' അയാളുടെ മുഖത്ത് നിരാശയായിരുന്നു.

''സാരമില്ല ബാർബോസ. എനിക്കും ഇതേ ഗതി തന്നെയാണ് സംഭവിച്ചത്. എന്നെ നോക്കുമ്പോൾ നിന്റെ കാര്യം ഭേദമാണ്. ഞാൻ എഴുതിയ പുസ്തകം തന്നെ കാണാനില്ല.'' അയാൾ ചിരിച്ചു. ''നീ വിഷമിക്കേണ്ട, എന്നെങ്കിലും നിന്റെ പുസ്തകം പുറത്തുവരും.''

''ഉം... എന്റെ ജീവിതകാലത്ത് നടക്കും എന്ന് തോന്നിയില്ല. ഞാൻ യാത്രയാവട്ടെ'' അവൻ പറഞ്ഞു.

രണ്ടുപേരും പറഞ്ഞത് ശരിയായി. ബാർബോസയുടെ പുസ്തകം അയാളുടെ ജീവിതകാലത്ത് വെളിച്ചം കണ്ടില്ല. ഭൂമിയുടെ മറുപാതി ചുറ്റിയതിനുശേഷം, ഫിലിപ്പൈൻസിൽ വെച്ചുണ്ടായ ഏറ്റുമുട്ടലിൽ പ്രശസ്ത നാവികനായ മഗല്ലൻ കൊല്ലപ്പെട്ടു. അയാളുടെ കൂടെ ഉണ്ടായിരുന്ന അയാളുടെ ഭാര്യാസഹോദരനായ ബാർബോസ രക്ഷപ്പെട്ടുവെങ്കിലും ഫിലിപ്പൈൻസിലെ സെബുവിൽ അവിടുത്തെ രാജാവ് നൽകിയ വിരുന്നിൽ വെച്ച് വിഷം കലർത്തിയ ഭക്ഷണം കഴിച്ച് പാവം ബാർബോസയും മരിച്ചു. പക്ഷേ അയാളുടെ കൃതി രക്ഷപ്പെട്ടു. കേരളമടക്കം ഇന്ത്യയിലെ പല സ്ഥലങ്ങളുടേയും പതിനാറാം നൂറ്റാണ്ടിലെ ചരിത്രമറിയാൻ പിൽക്കാലത്തെ ചരിത്രകാരന്മാർക്ക് ബാർബോസയുടെ പുസ്തകം ആശ്രയിക്കേണ്ടിവന്നു. കേരളീയരെ സംബന്ധിച്ചിടത്തോളം, സാമൂതിരിമാരുടെ അടിയന്തരം മുതൽ അരിയിട്ടുവാഴ്ചവരെയുള്ള കർമ്മങ്ങളുടെ വിവരണങ്ങൾ, അന്നത്തെ ജാതിവ്യവസ്ഥ, എന്തിനധികം, സാമൂതിരിപ്പാട് ഉച്ച ഭക്ഷണം കഴിക്കുന്ന വിവരണം മുതൽ, അക്കാലത്തെ സാധനങ്ങളുടെ വിലവിവരപ്പട്ടിക വരെ അയാൾ കൃത്യമായി കുറിച്ചിട്ടിരുന്നു.

ശാന്തമായി ഒഴുകിയിരുന്ന ജിവിതത്തിൽ ഒരു വേലിയേറ്റം സംഭവിച്ചു. പച്ചേക്കോവിനെ മാനുവൽ രാജാവ് ആഫ്രിക്കയിലെ

ഗോൾഡ് കോസ്റ്റിൽ എൽമിന കാസിലിന്റെ തലവനായി നിയമിച്ചു. വളരെ ദുഷ്കരമായ കാര്യങ്ങൾ പോലും ചിലയാളുകൾ ചെയ്യുന്ന രീതി അവർ അത് നിഷ്പ്രയാസം ചെയ്തു എന്ന് പലർക്കും തോന്നാറുണ്ട്. കൊച്ചിയിൽ പച്ചേക്കോവിന്റെ സാഹസം അത്തരത്തിൽ ഒന്നായിരുന്നു. അയാളുടെ കൂടെയുണ്ടായിരുന്ന സൈനികർക്ക് മാത്രമേ അതിന്റെ ഗുരുതരാവസ്ഥ മനസ്സിലായുള്ളൂ. ഒരു ചെറിയ പിഴവുമതി, മലവെള്ളം പോലെ വന്ന സാമൂതിരിയുടെ സൈന്യം അവരെ മുഴുവൻ നശിപ്പിച്ചേനെ. കൊട്ടാരത്തിൽ ഉള്ള ചിലരെങ്കിലും എതിരാളികൾ ശക്തരായിരുന്നില്ല എന്നും പോർച്ചുഗീസ് സൈനികരുടെയും ആയുധങ്ങളുടെയും മികവുകൊണ്ടും മാത്രമാണ് യുദ്ധം ജയിച്ചത് എന്നും, പച്ചേക്കോവിന്റ വിജയം അത്ര കൊട്ടിഘോഷിക്കപ്പെടേണ്ട ഒരു കാര്യമല്ല എന്നും കരുതി. ആടുന്ന കപ്പലിൽ ഒരു നിമിഷം കാലുറപ്പിച്ചു നിൽക്കാൻ പോലും കഴിവില്ലാത്തവർ, അയാളുടെ സ്ഥാനത്ത് അവരായിരുന്നെങ്കിൽ ഇതിനപ്പുറം ചെയ്തേനെ എന്ന് സ്വയം കരുതി. പച്ചേക്കോവിനെ എൽമിനയുടെ ഗവർണർ സ്ഥാനത്തേക്ക് രാജാവ് പരിഗണിച്ചപ്പോൾ, പലർക്കും കടുത്ത അസൂയ തോന്നിയതിൽ വലിയ അത്ഭുതമില്ല, മനുഷ്യമനസ്സിന്റെ നിഗൂഢതകൾ ഇക്കാലത്തും ഏറെക്കുറെ അങ്ങനെ തന്നെയാണ്. അയാളുമായി വിരോധം ഇല്ലാത്തവരുടെ മനസ്സുകൾ പോലും ഇനി അയാളുടെ അടുത്ത സ്ഥാനം ഇന്ത്യയുടെ ഗവർണർ പദവി ആകുമല്ലോ എന്ന അസൂയ കലർന്ന ചിന്തകൾകൊണ്ട് ദുഷിച്ചു. പച്ചേക്കോവിന് സ്ഥാനമാനങ്ങളിൽ താത്പര്യമുണ്ടായിരുന്നില്ല. അന്റോണിയായുമായുള്ള വിവാഹജീവിതം അയാൾക്ക് ആവശ്യമായ ശാന്തിയും സമാധാനവും നൽകിയിരുന്നു.

നിരപരാധിയായ ജോർജ് ഗാർസിസ്സും അപവാദത്തിന്റെ ചുഴിയിലകപ്പെട്ടു. അയാൾ രാജാവുമായുള്ള തന്റെ അടുപ്പം ഉപയോഗിച്ച് തന്റെ മകളുടെ ഭർത്താവിന് ഉന്നതസ്ഥാനം നേടിക്കൊടുത്തു എന്നതായിരുന്നു കൊട്ടാരത്തിൽ പ്രചരിപ്പിക്കപ്പെട്ട കഥ. തന്റെ ജോലി സംബന്ധമല്ലാത്ത ഒരു കാര്യവും ജോർജ് രാജാവിനോട് പറയാറില്ല. പച്ചേക്കോവിനെ ഗവർണറായി നിയമിച്ചത് രാജാവ് തന്റെ സ്വന്തം ഇഷ്ടപ്രകാരമായിരുന്നു, ആരാലും ശ്രദ്ധിക്കപ്പെടാതെ ഇരുന്ന കൃഷ്ണനുണ്ണി അതിന് ഒരു കാരണമായി എന്നു മാത്രം. കൃഷ്ണനുണ്ണിയെ രാജാവിന് ആദ്യം മുതൽക്കേ വളരെ ഇഷ്ടമാണ്. അയാളുടെ നല്ല പെരുമാറ്റവും ഗോദവർമ്മയുമായുള്ള അടുത്ത ബന്ധവും ആയിരുന്നു കാരണങ്ങൾ. അവൻ മതംമാറിയതോടുകൂടി രാജാവിന് അവനോടുള്ള സ്നേഹം ഇരട്ടിയായി. അവൻ മാനുവൽ എന്ന പേര് സ്വീകരിച്ചത് രാജാവിന് വളരെ ഇഷ്ടപ്പെട്ടു. ഒരുനാൾ അവർ തമ്മിലുള്ള സംഭാഷണത്തിൽ പച്ചേക്കോയുടെ കാര്യവും വന്നു. തന്റെ വല്യച്ഛൻ ഗോദവർമ്മയുടെ അപ്പോഴത്തെ കഷ്ടസ്ഥിതി

മനസ്സിലാക്കി, അദ്ദേഹം അയാൾക്ക് കൊടുക്കാൻ ആഗ്രഹിച്ച സുഗന്ധദ്രവ്യങ്ങൾ പോലും സ്നേഹപൂർവ്വം തിരസ്കരിച്ച്, ഓർമ്മയ്ക്കായി ഒരു പേനകത്തി മാത്രം അദ്ദേഹത്തിൽനിന്ന് സ്വീകരിച്ച പച്ചേക്കോവിന്റെ മഹാമനസ്കത കൃഷ്ണനുണ്ണി സംഭാഷണമദ്ധ്യേ രാജാവിനോട് പറഞ്ഞു.

താൻ പച്ചേക്കോവിന് അന്ന് അനുവദിച്ച പെൻഷൻ തുക ഇപ്പോൾ അയാൾക്ക് ഒരു കുടുംബവും കൂടി ആയ സ്ഥിതിക്ക് അപര്യാപ്തമാണെന്ന് രാജാവിന് വീണ്ടുവിചാരം ഉണ്ടായി. എൽമിനയുടെ അപ്പോഴത്തെ ഗവർണറുടെ കാലാവധി കഴിഞ്ഞപ്പോൾ, പച്ചേക്കോവിനെ ആ സ്ഥാനത്ത് നിയമിക്കാൻ മാനുവൽ രാജാവിന് രണ്ടാമത് ചിന്തിക്കേണ്ടി വന്നില്ല. നിയമനം ലഭിച്ചതിനു ശേഷം വീട്ടിൽവന്ന പച്ചേക്കോവിനോട് അന്റോണിയാ ആവേശത്തോടെ പറഞ്ഞു.

‘‘എന്റെ പൊന്നേ, നമ്മളെ ദൈവം തുണച്ചു, അവസാനം നിങ്ങളുടെ കഴിവുകൾക്ക് അംഗീകാരം കിട്ടി.’’

‘‘എനിക്കതിൽ വലിയ സന്തോഷം ഒന്നും തോന്നുന്നില്ല. നിന്നെ അങ്ങോട്ട് കൊണ്ടു പോവാൻ സാദ്ധ്യമല്ലല്ലോ.’’

‘‘മൂന്നുകൊല്ലം വളരെ പെട്ടെന്ന് പോവില്ലേ? ഗവർണർക്ക് നല്ല ശമ്പളമുണ്ടെന്ന് എന്റെ പപ്പാ പറയാറുണ്ട്.’’

‘‘നീ എന്ന് മുതൽക്കാണ് പണത്തിന്റെ പിന്നാലെ പോയി തുടങ്ങിയത്? പണം ഇന്നു വരും നാളെ പോകും.’’

‘‘ശരിയായിരിക്കാം, പക്ഷേ നിങ്ങൾക്കും പ്രായമേറി വരുന്നു, ഒരുനാൾ ജോലിയിൽ നിന്നും വിരമിക്കേണ്ടിവരും. നമ്മുടെ കുട്ടികൾക്ക് അധികം പ്രായമായിട്ടില്ല. അവരെ വളർത്തി വലുതാക്കാൻ പണം വേണ്ടേ?’’

അവൾ പറഞ്ഞത് സത്യമാണെന്ന് അയാൾക്ക് മനസ്സിലായി. മാത്രമല്ല എത്രയോപേർ ഈ പദവിക്ക് വേണ്ടി കൊതിയോടെ നോക്കിയിരിക്കുന്നു. കുടുംബത്തെ പിരിഞ്ഞിരിക്കുക എന്നത് ഒരു ബുദ്ധിമുട്ട് തന്നെയാണ്. താൻ ഗവർണർ പദവി നിരസിച്ചാൽ രാജാവിനും വിഷമമുണ്ടാവും. അതിനാൽ പോകാതെ കഴിയില്ല.

‘‘നിന്നെ ഇവിടെ ഒറ്റയ്ക്ക് വിട്ടിട്ട്?’’ അയാൾ ചോദിച്ചു.

‘‘എനിക്ക് കാര്യങ്ങൾ നോക്കാൻ ഒരു ബുദ്ധിമുട്ടുമില്ല, അല്ലെങ്കിലും നിങ്ങൾ ഇവിടുത്തെ കാര്യങ്ങളിൽ ഒട്ടും ശ്രദ്ധിക്കാറില്ല. എന്തെങ്കിലും ആവശ്യം വന്നാലും പപ്പയും മമ്മിയും ഉണ്ടല്ലോ? പിന്നെ ഒരു കാര്യം കൂടി. നിങ്ങൾക്ക് അവിടെ ഒരു ചെലവും ഉണ്ടാവില്ല, അതിനാൽ ശമ്പളം ഇങ്ങോട്ട് അയയ്ക്കണ്ട. ഗോൾഡ് കോസ്റ്റിൽ സ്വർണ്ണം വില കുറവാണ്. ശമ്പളവും ബത്തയും അതിനു തുല്യമായ സ്വർണമായി കൊണ്ടുവന്നാൽ മതി.’’

“അത്ഭുതമായിരിക്കുന്നു. നിന്റെ സംസാരവും പെരുമാറ്റവും ചിന്തകളുമെല്ലാം മരിയ മമ്മയെ പോലെ തന്നെ ഇരിക്കുന്നു.”

“മമ്മയ്ക്കെന്നെ വളരെ ഇഷ്ടമാണ്. അതുകൊണ്ടായിരിക്കാം.” അവൾ കുസൃതിച്ചിരിയോടെ പറഞ്ഞു.

ഇന്ത്യയിലേയും എൽമിനയിലേയും കാര്യങ്ങൾ നോക്കിയിരുന്നത് റബൈറ കൊട്ടാരത്തിലെ പ്രധാന ടവറിൽ പ്രവർത്തിക്കുന്ന ഇന്ത്യ ഹൗസ് അഥവാ കാസാ ഡ ഇന്ത്യ എന്ന കാര്യാലയത്തിൽ ആയിരുന്നു. ഒരു ദിവസം പച്ചേക്കോ അവിടെ കയറി ചീഫ് ട്രഷററേയും സെക്രട്ടറിയേയും കണ്ടു സംസാരിച്ചു, തന്റെ ജോലിയെക്കുറിച്ചുള്ള സംശയങ്ങളെല്ലാം അവരോട് ചോദിച്ച് മനസ്സിലാക്കി. ഫാക്ടറുടെ അസിസ്റ്റന്റ് ആയ അയാളുടെ പഴയ സുഹൃത്ത് ലിസാർഡോ അവിടെ ഉണ്ടായിരുന്നു.

“ദുവാർട്ടേ നിനക്ക് കോളടിച്ചല്ലോ? ഇതെങ്ങനെ ഒപ്പിച്ചു? അമ്മായിയപ്പൻ സഹായിച്ചുകാണും അല്ലേ?” അവൻ ചോദിച്ചു.

“വേറെ വല്ലവരും ആണ് ചോദിച്ചിരുന്നതെങ്കിൽ എനിക്കതിൽ വിഷമം ഉണ്ടാകുമായിരുന്നില്ല. ചെറുപ്പം മുതൽ എന്നെ അറിയുന്ന നീ ചോദിച്ചതിലാണ് എനിക്ക് വിഷമം.”

“നീ ദേഷ്യപ്പെടരുത്. എല്ലാവരും അങ്ങനെയാണ് പറയുന്നത്, ഞാനും അങ്ങനെ വിശ്വസിച്ചു പോയി.” ലിസാർഡോ ക്ഷമാപണ രൂപത്തിൽ പറഞ്ഞു.

“സാരമില്ല നീ ഇത് വേറെ ആരോടും പറഞ്ഞു നടക്കാതിരുന്നാൽ മതി.” അയാൾ കണ്ണിറുക്കി.

“എൽമിനയിൽ സ്വർണ്ണം വില കുറവാണ്. നിനക്ക് ഇവിടെ നിന്നും ചെമ്പ് കൊണ്ടുപോയാൽ പകരം സ്വർണ്ണം കൊണ്ടുവരാം.” അവൻ പറഞ്ഞു.

“അതിനു ഞാൻ കച്ചവടത്തിന് അല്ലല്ലോ പോകുന്നത്?”

“അവിടെ നിന്നും വരുന്ന പലരും സ്വർണ്ണം കൊണ്ടുവരാറുണ്ട് അതുകൊണ്ടാണ് ഞാൻ പറഞ്ഞത്. അഥവാ നിനക്ക് സ്വർണ്ണം കൊണ്ടുവരാൻ തോന്നുകയാണെങ്കിൽ അത് പ്രത്യേക പെട്ടിയിലാക്കി അതിനു പുറത്ത് നിന്റെ ഭാര്യയുടെ മേൽവിലാസം എഴുതി ഇങ്ങോട്ടു വിട്ടാൽ മതി. ഞാൻ കൊണ്ടുകൊടുക്കാം.”

“വേണ്ടപ്പോൾ ഞാൻ പറയാം.” അങ്ങനെ ചെയ്യാൻ ഉദ്ദേശ്യമില്ലെങ്കിലും അവനെ പിണക്കണ്ട എന്ന് കരുതി അയാൾ അങ്ങനെ പറഞ്ഞു. ലിസാർഡോവിന് വളരെ ചെറുപ്പം മുതൽ തന്നെ പച്ചേക്കോവിനെ അറിയാം. കഠിന പ്രവർത്തികൾ ചെയ്യാൻ മടിയായതിനാൽ ലിസാർഡോ നാവിക പണിക്കോ പട്ടാളത്തിലോ ഒന്നും ചേർന്നില്ല. അവന്റെ പിതാവ് സർക്കാരുദ്യോഗസ്ഥനായിരുന്നു. അദ്ദേഹം

ജോലിയിലിരിക്കെ തന്നെ മരിച്ചു പോയപ്പോൾ അവന് കൊട്ടാരത്തിൽ ആശ്രിത നിയമനം ലഭിച്ചു. സ്വതവേ ഒരു മടിയനായതിനാൽ അവന് സ്ഥാനക്കയറ്റം ഒന്നും ലഭിക്കാതെ കൊട്ടാരത്തിൽ ഒരു പഴയ താപ്പാന യായി ജീവിക്കുകയായിരുന്നു. പച്ചേക്കോവിനെ അസൂയപ്പെടാൻ അവന് ഒരു യോഗ്യതയും ഇല്ലായിരുന്നിട്ടുപോലും, അവനും അയാ ളോട് നേരിയ ഒരു അസൂയതോന്നി, അപ്പോൾ ബാക്കിയുള്ളവരുടെ കാര്യം ഊഹിക്കാവുന്നതേയുള്ളൂ.

ആ വർഷം തന്നെ പച്ചേക്കോ ആഫ്രിക്കൻ വൻകരയിലെ എൽമിനാ കാസിലിൽ ഗവർണറായി ചുമതലയേൽക്കാൻ കപ്പലിൽ യാത്ര ആരംഭിച്ചു. ദിവസങ്ങളുടെ യാത്രയ്ക്കുശേഷം കപ്പൽ കാസി ലിനരികിലെത്തി. അയാൾക്ക് പെട്ടെന്ന് വളരെ വർഷങ്ങൾക്കു മുമ്പ് ബാർത്തലോമിയോ ഡയസ്സിനോപ്പം ഈ കോട്ടയിൽ നിന്നും യാത്ര തിരിച്ച രംഗം കൺമുമ്പിൽ വന്നു. ഈ കോട്ട തനിക്ക് എന്തോ ഒരു സന്ദേശം തരുന്നതുപോലെ അന്ന് തോന്നിയ സംഭവവും അയാൾക്ക് ഓർമ്മവന്നു.

എൽമിന

മുൻപ് ഒരു അധ്യായത്തിൽ പച്ചേക്കോയും ബാർത്തലോമിയോ ഡയസ്സും ഈ കോട്ടയിൽ വന്നിരുന്നത് വിവരിച്ചിട്ടുണ്ട്. പോർച്ചുഗീസ് കെട്ടിട നിർമ്മാണകലയിലെ ഒരു നൂതന പരീക്ഷണമായിരുന്നു ഈ കോട്ടയുടെ നിർമ്മാണം. കോട്ടയുടെ പല ഭാഗങ്ങളും പോർച്ചുഗലിൽ നിർമ്മിച്ച് അവ കപ്പലിൽ കയറ്റി കൊണ്ടുവന്ന് വീണ്ടും ഘടിപ്പിച്ചാണ് ഈ കോട്ടയുടെ പ്രധാന ഭാഗങ്ങളെല്ലാം നിർമ്മിച്ചത്. ചരിത്രത്തിലെ ആദ്യ പ്രീഫാബ്രിക്കേറ്റഡ് നിർമ്മിതിയായിരുന്നു ഈ കോട്ട. പടിഞ്ഞാറൻ ആഫ്രിക്കയുടെ ഏറ്റവും പ്രധാനപ്പെട്ട കച്ചവട കേന്ദ്രമായി ഇത് മാറി.

അക്കാലത്ത് ഇന്ത്യയിലെ ഗവർണറുടെ പദവി കഴിഞ്ഞാൽ പോർച്ചുഗലിന് പുറത്തുള്ള രണ്ടാമത്തെ പ്രധാന ഉദ്യോഗമാണ് ഗോൾഡ് കോസ്റ്റിലെ എൽമിന കാസിലിലെ ഗവർണർ തസ്തിക. ഗവർണറുടെ കാര്യാലയത്തിൽ പത്തു ജീവനക്കാർ, ഒരു ഫാക്ടർ, നാലു സഹായികൾ, രണ്ട് ക്ലർക്കുമാർ, ഒരു ഡോക്ടർ, രണ്ടുമൂന്ന് മേസന്മാരും കാർപെന്റർമാരും രണ്ടോ മൂന്നോ കത്തോലിക്കാ പാതിരിമാർ, അറുപതോളം സായുധരായ സൈനികർ എന്നിവരാണ് ഉണ്ടാവുക. ബെനിൻ എന്ന നാട്ടുരാജ്യത്തിലെ നാടുവാഴിയുമായിട്ടാണ് പോർച്ചുഗീസുകാർക്ക് സൗഹൃദം. സ്വർണ്ണം, ആനക്കൊമ്പ്, പഞ്ചസാര, മെഴുക്, ആഫ്രിക്കൻ അടിമകൾ. ഇവയാണ് കച്ചവട വസ്തുക്കൾ. 1455ലെ പോപ്പിന്റെ തിട്ടൂരമാണ് അടിമക്കച്ചവടത്തിന്റെ അടിസ്ഥാന സമ്മതപത്രം. പോർച്ചുഗലിലെ അൽഫോൻസോ അഞ്ചാമൻ രാജാവിന് ക്രിസ്തീയ മതത്തിന്റെ അവിശ്വാസികളെ അടിമകളാക്കാൻ അതുവഴി അധികാരം സിദ്ധിച്ചിരുന്നു. 1462-ൽ പയസ് രണ്ടാമൻ മാർപാപ്പ അടിമത്തം കുറ്റമാണെന്ന് പറഞ്ഞിരുന്നാലും അദ്ദേഹത്തിന്റെ കാലശേഷം, കാര്യങ്ങളെല്ലാം സൗകര്യപൂർവ്വം പഴയതുപോലെയായി. ബെനിൻ രാജാവ് തന്റെ അയൽ രാജ്യങ്ങളുമായി എപ്പോഴും യുദ്ധത്തിലായിരുന്നു. യുദ്ധത്തിൽ അയാൾ ഒരുപാട് പേരെ തടവുകാരായി പിടിക്കും. ഒരു തടവുകാരന്റെ വിലയായി പന്ത്രണ്ടോ പതിനഞ്ചോ പിച്ചള ബ്രേസ്ലെറ്റുകൾ

കൊടുത്ത് പോർച്ചുഗീസുകാർ അവരെ വാങ്ങും. എൽമിന കാസിലിൽ കൊണ്ടുവന്നശേഷം അവരെ പകരം സ്വർണ്ണനാണയങ്ങൾക്ക് 'നീഗ്രോ കച്ചവടക്കാർക്ക്' വിൽക്കും. ആഫ്രിക്കക്കാരെ പിടിച്ചുകൊണ്ടുവന്നിരുന്നത് ആഫ്രിക്കക്കാരായ ഇടനിലക്കാർ തന്നെയായിരുന്നു എന്നതാണ് ദുഃഖകരമായ വസ്തുത. അടിമക്കച്ചവടത്തിന്റെ കാര്യത്തിൽ യൂറോപ്യൻ രാജ്യക്കാർ ആരും മോശക്കാരായിരുന്നില്ല, അതിന് തുടക്കംകുറിച്ചത് പോർച്ചുഗൽ ആയിരുന്നു. അത് ആ രാജ്യത്തിന്റെ ചരിത്രത്തിൽ തൂത്താൽ പോകാത്ത കറുത്ത അടയാളമായി തുടർന്നു. തോർദിസിലിയാസ് ഉടമ്പടിപ്രകാരം സ്പെയിൻകാർക്ക് അറ്റ്ലാന്റിക്കിന്റെ കിഴക്കുഭാഗത്ത് പ്രവേശനം നിഷിദ്ധമായതിനാൽ, അടിമകളുടെ കാര്യത്തിൽ അവർ പോർച്ചുഗീസുകാരെ കൂട്ടുപിടിച്ചു. എഡി 1500നു ശേഷം അടിമക്കച്ചവടം ചെറിയതോതിൽ തുടങ്ങിയിരുന്നെങ്കിലും, അത് ഭീകര അവസ്ഥയിൽ എത്തിയത് 1526നു ശേഷമാണ്. അന്നുമുതലാണ് അറ്റ്ലാന്റിക് സമുദ്രം കടന്നു ആഫ്രിക്കൻ വംശജർ അടിമകളായി, വടക്കേഅമേരിക്കയിലേക്കും ബ്രസീലിലേക്കും ഒഴുകിയെത്തി തുടങ്ങിയത്. പോർച്ചുഗീസുകാർക്ക് ശേഷം ഡച്ചുകാരും പൂർവ്വാധികം ഭംഗിയായി അവിടെനിന്നും അടിമക്കച്ചവടം നടത്തി. മനുഷ്യമനസ്സാക്ഷിയെ മടുപ്പിക്കുന്ന കാര്യങ്ങളാണ് അവിടെ പിന്നീട് അരങ്ങേറിയത്. പഴയ കാര്യങ്ങൾ എപ്പോഴും നല്ലതായിരുന്നില്ല, ഇങ്ങനെ കുറെ കറുത്ത അധ്യായങ്ങൾ ലോകത്ത് നിലനിന്നിരുന്നു.

പടിഞ്ഞാറൻ ആഫ്രിക്കയിലെ ബെനിൻ രാജ്യത്തെ രാജാവായിരുന്നല്ലോ പോർച്ചുഗീസുകാരുടെ ആദ്യത്തെ സുഹൃത്ത്. ബെനിൻ സിറ്റി ഒരു വലിയ കച്ചവടകേന്ദ്രമായിരുന്നു. പിച്ചളയും ചെമ്പും ആയിരുന്നു അവരുടെ ആവശ്യങ്ങൾ... ചെമ്പുവളകൾക്ക് അവിടെ നല്ല വില ലഭിച്ചിരുന്നു. ബെനിൻ രാജ്യത്തിന് ആവശ്യമായ സാധനങ്ങൾ തങ്ങളുടെ രാജ്യത്ത് ലഭ്യമല്ലെങ്കിലും മറ്റു സ്ഥലങ്ങളിൽ നിന്നും അവ സംഘടിപ്പിച്ച് പോർച്ചുഗീസുകാർ അവിടെ കച്ചവടം നടത്തി. പ്രധാനമായും മാറ്റക്കച്ചവടമാണ് നടന്നിരുന്നത്. ആഫ്രിക്കയിലെ 'അക്കാൻ' വംശജർക്ക് സ്വർണ്ണം വേർതിരിച്ചെടുക്കാൻ അറിയാമായിരുന്നു അൻകൊബ്ര, വോൾട്ടാ നദികളുടെ തീരങ്ങളുടെ മണ്ണിൽ സ്വർണ്ണത്തിന്റെ അംശം ഉണ്ട്. അവിടെ സ്വർണ്ണം വലിയ അധ്വാനം കൂടാതെ തന്നെ ലഭിച്ചിരുന്നു. പുഴകളുടെ തീരത്തുള്ള മണ്ണ് അരിച്ചാൽ, ഗോതമ്പ് മണികളുടെ വലിപ്പത്തിലുള്ള സ്വർണ്ണ പെല്ലറ്റുകൾ ലഭിക്കുമായിരുന്നു. പാറകളിൽ നിന്നും സ്വർണ്ണം ലഭിച്ചിരുന്നു. പോർച്ചുഗീസുകാർ മാറ്റക്കച്ചവടത്തിൽ സ്വർണ്ണം വാങ്ങി അവരുടെ രാജ്യത്തിലേക്ക് അയച്ചു. പൊന്നിനോളം വിലയുള്ള മറ്റൊരു വസ്തുവായിരുന്നു ഉപ്പ്. മാംസം കേടുകൂടാതെ ദീർഘനാൾ സൂക്ഷിക്കാൻ അവർക്ക് ഒരുപാട് ഉപ്പ് വേണ്ടിയിരുന്നു. സഹാറ

മരുഭൂമിക്ക് അപ്പുറത്ത് നിന്നായിരുന്നു ബെനിൻ രാജ്യത്തിന് ഉപ്പ് ലഭിച്ചിരുന്നത്.

വളരെ സൗഹൃദപരമായ ഒരു അന്തരീക്ഷം നിലനിന്നിരുന്നതിനാൽ അവിടത്തെ ജോലി പച്ചേക്കോവിന് ഒരിക്കലും ശ്രമകരം ആയിരുന്നില്ല. കച്ചവടത്തിന്റെ കണക്കുകളും കാര്യങ്ങളും കോട്ടയിലെ ഫാക്ടറും അയാളുടെ ക്ലർക്കുമാരും കൃത്യമായി ചെയ്തിരുന്നു. പാതിരിമാർ കാസിലിൽ ഉണ്ടായിരുന്ന പോർച്ചുഗീസ് ഭാഷ അറിയുന്ന ആഫ്രിക്കക്കാരുമൊത്ത് പുറത്തിറങ്ങി ജനങ്ങളെ ക്രിസ്തുമതത്തിൽ ചേർക്കാനുള്ള മിഷനറി പ്രവർത്തനങ്ങളിൽ വ്യാപൃതരായിരുന്നു. ജീവിതം സാധാരണ നിലയിൽ നീങ്ങി. ലിസ്ബണിൽ നിന്നും വരുന്ന കപ്പലുകളിൽ അന്റോണിയാ പച്ചേക്കോവിന് കത്തുകൾ അയച്ചിരുന്നു. കൊട്ടാരത്തിൽ നിന്നും വരുന്ന എഴുത്തുകളുടെ കൂടെ ഗാർസിസ് അവളുടെ കത്തുകൾ കൊടുത്തു വിട്ടു. 1521 നവംബർ മാസത്തിൽ വന്ന കത്തിൽ അന്റോണിയ ഒരു വാചകം എഴുതിയിരുന്നു. 'ഇവിടെ ബ്ലാക്ക് പ്ലേഗ് എന്ന പകർച്ചവ്യാധി പരന്നുതുടങ്ങിയിട്ടുണ്ട്. അത് പേടിച്ച് ഞങ്ങളാരും അങ്ങനെ പുറത്തു പോകാറില്ല. അവിടെ നിങ്ങളും സൂക്ഷിച്ചിരിക്കണം.''

രോഗം പ്രതിരോധിക്കാൻ റബൈറ പാലസിൽ ജനങ്ങൾ പ്രവേശിക്കുന്നത് ഡിസംബർ മാസം തുടക്കത്തിൽ തന്നെ നിർത്തി. പാലസിൽ രാജാവും കുടുംബവും ഏകാന്തവാസത്തിൽ കഴിഞ്ഞു. രാജാവിന് ചെറുതായി പനി ആരംഭിച്ചു. ഡിസംബർ 11 ആയപ്പോഴേക്കും അദ്ദേഹത്തിന് എഴുന്നേറ്റ് നടക്കാൻ ഉള്ള ശക്തി നഷ്ടപ്പെട്ടു. ഡിസംബർ 13ന് അദ്ദേഹം അന്തരിച്ചു. അടുത്തദിവസം അദ്ദേഹത്തിന്റെ ഭൗതികശരീരം കറുത്ത വെൽവെറ്റ് തുണികൊണ്ട് മൂടിയ ശവപ്പെട്ടിയിൽ വലിയ ഒരു ജനക്കൂട്ടത്തിന്റെ അകമ്പടിയോടെ ബലേമിലെ റെസ്റ്റലോ പള്ളിയിൽ താൽക്കാലികമായി അടക്കം ചെയ്തു. പണി നടന്നുകൊണ്ടിരുന്ന ജെറാനിമോസ് മൊണാസ്റ്ററിയിൽ അദ്ദേഹത്തിനെ പിന്നീട് സംസ്കരിക്കാൻ വേണ്ടി നേരത്തെ സ്ഥലം ഒതുക്കിയിരുന്നു. മാനുവൽ രാജാവിന്റെ പുത്രൻ, ജോൺ മൂന്നാമൻ എന്ന പേരിൽ പോർച്ചുഗലിലെ രാജാവായി അവരോധിക്കപ്പെട്ടു. രാജ്യഭാരം ഏൽക്കുമ്പോൾ ജോണിന് പത്തൊമ്പത് വയസ്സ് മാത്രമേ പ്രായമുണ്ടായിരുന്നുള്ളൂ. ജോർജ് ഗാർസിസിന് രണ്ടു ദിവസം ഭക്ഷണം കഴിക്കാൻ മനസ്സുവന്നില്ല. അയാൾക്ക് താങ്ങാൻ പറ്റാത്ത അടിയായിരുന്നു രാജാവിന്റെ മരണം. അങ്ങകലെ പടിഞ്ഞാറേ ആഫ്രിക്കയിൽ പച്ചേക്കോ രാജാവിന്റെ മരണ വിവരമറിഞ്ഞപ്പോൾ അയാളും വളരെ ദുഃഖിച്ചു. കോട്ടയിൽ ദുഃഖാചരണം നടത്തി. കോട്ടയ്ക്കകത്തെ പള്ളിയിൽ രാജാവിന്റെ ആത്മശാന്തിക്ക് വേണ്ടി പ്രത്യേക പ്രാർത്ഥനയും കുർബ്ബാനയും നടന്നു.

ഒരു ഞായറാഴ്ച ദിവസം പച്ചേക്കോയുടെ ലിസ്ബണിലെ വീട്ടിൽ, അന്റോണിയായുടെ പിതാവ് ജോർജ് ഗാർസിസ് കയറിവന്നു.

''വരൂ പപ്പാ ഇരിക്കൂ, കുടിക്കാൻ എന്തെടുക്കണം?''

''ഇപ്പോൾ ഒന്നും വേണ്ട മോളെ.''

''മമ്മ എന്തേ വരാത്തത്?''

''അവൾക്ക് വീട്ടിൽ നല്ല പണിയുണ്ട്. സാധനങ്ങളെല്ലാം ഒതുക്കി കെട്ടി വെക്കുകയാണ്?''

''എന്താ പപ്പാ? വീടിന് പുതിയ ചായം പൂശാൻ പോകുന്നോ?''

''അല്ല മോളെ വീട് ഒഴിയണം. പപ്പയുടെ കൊട്ടാരത്തിലെ ജോലി അവസാനിച്ചു.'' അയാൾ യാന്ത്രികമായി പറഞ്ഞു.

''അയ്യോ, പുതിയ രാജാവിന് സെക്രട്ടറി വേണ്ടേ?''

''വേണം, വേറെ ആളെ നിയമിച്ച് കഴിഞ്ഞു. രാജാവ് ചെറുപ്പക്കാരനല്ലേ? ഒരു പ്രായമായ ആളെ സെക്രട്ടറിയായി വയ്ക്കുന്നതിൽ അദ്ദേഹത്തിന് ബുദ്ധിമുട്ടായിരിക്കും. പോരാത്തിന് ഞാൻ അദ്ദേഹത്തിന്റെ പിതാവിന്റെ വിശ്വസ്തൻ ആയിരുന്നല്ലോ? രാജഭരണം മാറുമ്പോൾ ഇതൊക്കെ പതിവാണ്.''

''പപ്പയ്ക്ക് കൊട്ടാരത്തിൽ വേറെ ജോലി ഒന്നും കിട്ടില്ലേ? കുറേക്കാലം കൂടി ജോലിചെയ്യാനുള്ള ആരോഗ്യം പപ്പയ്ക്ക് ഉണ്ടല്ലോ?''

''വേണ്ട മോളെ, എനിക്ക് കൊട്ടാരത്തിൽനിന്നും പോയാൽ മതി എന്ന് തോന്നിത്തുടങ്ങി. നിനക്ക് പറഞ്ഞാൽ മനസ്സിലാകാത്ത ഒരു പാടു രാഷ്ട്രീയം അതിനകത്തുണ്ട്.''

''അതിന് പപ്പ ആർക്കും ഒരു ദ്രോഹവും ചെയ്തിട്ടില്ലല്ലോ?''

''ചെയ്തിട്ടില്ല, പക്ഷേ ദുവാർട്ടേക്ക് ഗവർണർ പദവി ലഭിക്കാൻ മരിച്ചു പോയ മാനുവൽ രാജാവിനെ ഞാൻ സ്വാധീനിച്ചു എന്നാണ് അവിടെ ചിലർ പറഞ്ഞു നടക്കുന്നത്.''

''പപ്പ രാജാവിനോട് ഒരു വാക്കു പോലും പറഞ്ഞിട്ടില്ല എന്ന് എനിക്ക് അറിയാമല്ലോ? അദ്ദേഹം സ്വന്തം ഇഷ്ടപ്രകാരം ചെയ്തതല്ലേ?''

''കൊട്ടാരത്തിലെ പല ഇടനാഴികളിലും സ്വാർത്ഥരായ, അപവാദം പറഞ്ഞു നടക്കൽ മാത്രം ഒരു ഹരമായി കൊണ്ടുനടക്കുന്ന ഒരു കൂട്ടം നൂറ്റാണ്ടുകളായി ഉണ്ട്.''

''പപ്പയ്ക്കും മമ്മയ്ക്കും ഇവിടെ വന്ന് താമസിക്കാല്ലോ?''

''വേണ്ട മോളെ, ഞങ്ങൾ നാട്ടിലേക്ക് പോവുകയാണ്. അവിടെയാണെങ്കിൽ ജീവിതനിലവാരം കുറവാണ്, കൊട്ടാരത്തിൽ നിന്നും കിട്ടുന്ന പെൻഷൻകൊണ്ട് ഒരു വിധം ജീവിച്ചു പോകാം.'' അൽപ

നേരം അവളോടും കുട്ടികളോടും സംസാരിച്ചിരുന്നതിനുശേഷം അയാൾ ഇറങ്ങി. ഇറങ്ങുമ്പോൾ ജോർജ് പറഞ്ഞു.

''ദുവാർട്ടേക്ക് കത്തെഴുതുമ്പോൾ എന്റെ അന്വേഷണം പറയണം. അവനോട് വളരെ കരുതി ഇരിക്കാൻ പറയണം. ചതി ഏതു വഴി വരും എന്ന് ആർക്കുമറിയില്ല. ഇനി മുതൽ കത്ത് അയയ്ക്കുമ്പോൾ കവർ സീൽ ചെയ്ത് കാസാഡാ ഇന്ത്യയിൽ ഏൽപ്പിക്കണം. പിന്നെ ഒരു കാര്യം, കൊച്ചിയിലെ മാനുവൽ കൊട്ടാരത്തിലെ ജോലി ഉപേക്ഷിച്ചു.''

''അയ്യോ എല്ലാരും പോവുകയാണോ? അദ്ദേഹം എന്നെ വന്ന് കണ്ട് ഒന്നും പറഞ്ഞില്ലല്ലോ?''

''മാനുവൽ ഭാഗ്യമുള്ളവനാണ്. രാജാവ് മരണപ്പെടുന്നതിന് ഒരു മാസം മുമ്പ് അവൻ രാജാവിനെ കണ്ട് ലിസ്ബൺ വിട്ട് ഇവോറയിൽ സ്ഥിരതാമസമാക്കാൻ താല്പര്യപ്പെടുന്നു എന്ന് അറിയിച്ചിരുന്നു. മാനുവൽ രാജാവ് അവന് നല്ല ഒരു പെൻഷൻ അനുവദിച്ചു കൊടുത്തു. അവൻ ചെയ്ത പോലെ എനിക്കും ചെയ്താൽ മതിയായിരുന്നു, എനിക്ക് പുതിയ രാജാവ് അനുവദിച്ച പെൻഷൻ വളരെ കുറവാണ്. അവൻ ലിസ്ബണിൽ നിന്നും ഇനിയും പോയിട്ടില്ല നിന്നെ കണ്ട് യാത്രപറയാൻ വരും.''

ജോർജ് പറഞ്ഞ പോലെ രണ്ടു ദിവസം കഴിഞ്ഞ് കൃഷ്ണനുണ്ണി പച്ചേക്കോയുടെ വീട്ടിലെത്തി.

''എല്ലാവരും ഞങ്ങളെ വിട്ടുപോവുകയാണോ?'' ചോദിക്കുമ്പോൾ അന്റോണിയായുടെ കണ്ണുകൾ നിറഞ്ഞിരുന്നു.

''പെട്ടെന്നുള്ള ഒരു തീരുമാനമായിരുന്നു സഹോദരി. ഇന്ത്യയിലെ കേന്ദ്രസ്ഥാനം ഇപ്പോൾ ഗോവയാണ്. മലബാറിലേക്കുള്ള എഴുത്തുകുത്തുകൾ ഇപ്പോൾ തീരെ ഇല്ല എന്ന് തന്നെ പറയാം. ഒരു ജോലിയും ഇല്ലാതെ കൊട്ടാരത്തിൽ ഇരിക്കുന്നത് ശരിയല്ലല്ലോ. രാജാവിനോട് ഞാൻ കാര്യം പറഞ്ഞപ്പോൾ അദ്ദേഹം സമ്മതിച്ചു. ഇവോറയിൽ നല്ല ഒരു സ്ഥലവും വീടും എനിക്ക് കിട്ടി. ഇവിടെ സഹായത്തിനുള്ള ജോലിക്കാരും അങ്ങോട്ട് വരാമെന്ന് സമ്മതിച്ചു. ഒരു മാസം കഴിഞ്ഞ് അങ്ങോട്ട് പോകും.''

''പപ്പയും പോകുന്നു, ഇപ്പോൾ നിങ്ങളും പോകുന്നു ലിസ്ബണിൽ ഞാൻ ഒറ്റയ്ക്കാണല്ലോ എന്ന് കരുതി വിഷമം തോന്നിപ്പോയി.''

''ഒരു കൊല്ലം കഴിഞ്ഞാൽ അദ്ദേഹം എൽമിനായിൽനിന്നും തിരിച്ചെത്തുമല്ലോ. ദൈവം അനുഗ്രഹിക്കും. ഞാൻ പോകുന്നതിനു മുമ്പ് ഒരു തവണ കൂടി വരാം. സെന്യൂർ വന്നതിനുശേഷം നിങ്ങളെല്ലാവരും ഇവോറയിലെ എന്റെ വീട്ടിൽ കുറച്ചുനാൾ വന്ന് താമസിക്കണം.'' അവൻ പോകുന്നത് അവൾ നോക്കി നിന്നു. അകാരണമായി അന്റോണിയയുടെ മനസ്സിൽ എന്തോ ഒരു ഭയം തോന്നി.

ദുർവിധി

എൽമിനാ കോട്ടയുടെ മട്ടുപ്പാവിൽ അല്പം ദൂരെ കാണുന്ന അറ്റ്ലാന്റിക് സമുദ്രം നോക്കിക്കൊണ്ട് അയാൾ നിന്നു. നേരിയ തണുപ്പുള്ള കടൽക്കാറ്റ് അയാളുടെ മുഖത്തടിച്ചു. ഡോക്കിൽ ലിസ്ബണിൽ പോകുന്ന കപ്പൽ തയ്യാറായിക്കൊണ്ടിരിക്കുന്നു. ആഫ്രിക്കക്കാർ ചരക്കുകൾ കയറ്റികൊണ്ടിരിക്കുകയാണ്. ചെമ്പിനെ അക്കാലത്ത് ചുവന്ന സ്വർണ്ണം എന്നാണ് പോർച്ചുഗീസുകാർ കളിയായി പറഞ്ഞിരുന്നത്. ചെമ്പുകൊണ്ടും പിച്ചളകൊണ്ടും പല അളവിലും തൂക്കത്തിലും കങ്കണങ്ങൾ ഉണ്ടാക്കി ആഫ്രിക്കയിലേക്ക് അയച്ചിരുന്നു. 'മാനില്ല' എന്നാണ് അവ അറിയപ്പെട്ടിരുന്നത്. പണത്തിനുപകരം മാനില്ലകൾ ആഫ്രിക്കക്കാരുമായി മാറ്റക്കച്ചവടത്തിന് ഉപയോഗിച്ചിരുന്നു. മുമ്പൊരു അധ്യായത്തിൽ പച്ചേക്കോയുടെ സുഹൃത്ത് ലിസാർഡോ പറഞ്ഞതുപോലെ പലരും രഹസ്യമായി ചെമ്പുകൊണ്ടുള്ള വസ്തുക്കൾ കൊണ്ടുപോയി അതിന് പകരമായി സ്വർണ്ണം അനധികൃതമായി കടത്താറുണ്ട്. അയാൾ ആലോചനയിലാണ്ടിരിക്കുമ്പോൾ പിറകിൽ ഒരു കാലൊച്ച കേട്ട തിരിഞ്ഞു നോക്കി. കോട്ടയിലെ ഫാക്ടർ ഗോൺകാലോ ആയിരുന്നു പിറകിൽ.

''സെന്യൂർ, കപ്പലുകളിൽ ചരക്കുകളെല്ലാം മിക്കവാറും കയറ്റി. ഇനി സ്വർണ്ണം മാത്രമേ കയറ്റാനുള്ളൂ. അത് രാവിലെ കപ്പൽ പുറപ്പെടുമ്പോൾ കയറ്റാം.''

''കപ്പലിന്റെ സുരക്ഷയ്ക്കുവേണ്ട സൈനികർ എല്ലാം തയ്യാറല്ലേ?'' പച്ചേക്കോ ചോദിച്ചു.

''എല്ലാവരും തയ്യാറാണ്.'' ഗോൺകാലോ പ്രതിവചിച്ചു. അയാൾ പോകാനൊരുങ്ങുമ്പോൾ പച്ചേക്കോ അയാളെ വിളിച്ചു.

''ഗോൺകാലോ, ഞാൻ കുറച്ചു സ്വർണ്ണം അയച്ചാലോ എന്ന് ആലോചിക്കുകയാണ്. ഇത്രയും വർഷത്തെ ശമ്പളം ഞാൻ കൈപ്പറ്റിയിട്ടില്ല, അത് സ്വർണ്ണമായി അയച്ചാൽ പിന്നീട് കുട്ടികളുടെ വിവാഹത്തിന് ഉപയോഗിക്കാമല്ലോ.''

"പക്ഷേ സെന്യൂർ, ഇവിടെയുള്ള സ്വർണ്ണം മുഴുവൻ തൂക്കം എടുത്ത് കണക്ക് ശരിയാക്കി ഇൻവോയിസ് തയ്യാറാക്കി പെട്ടി സീൽ ചെയ്തുപോയി. താങ്കൾ ഈ ഉദ്ദേശ്യം മുൻപേ പറഞ്ഞിരുന്നെങ്കിൽ ഞാൻ പെട്ടി സീൽ ചെയ്യുമായിരുന്നില്ല."

"എന്നാൽ സാരമില്ല പോട്ടെ, അടുത്ത തവണ അയയ്ക്കാം." പച്ചേക്കോ പറഞ്ഞു.

അടുത്തദിവസം കപ്പൽ പുറപ്പെടുന്നതിന് മുമ്പ് ഗോൺകാലോ പച്ചേക്കോവിന്റെ മുറിയിൽ വന്നു.

"സെന്യൂർ, ഇന്നത്തെ കച്ചവടത്തിൽ കുറച്ചു സ്വർണ്ണം കിട്ടിയിട്ടുണ്ട്. സ്വർണ്ണം തൂക്കി നോക്കിയപ്പോൾ താങ്കളുടെ ഇതുവരെയുള്ള ശമ്പളത്തിനും അലവൻസിനും വരുന്ന തുകയുടെ ഏതാണ്ട് അടുപ്പിച്ച് വരുന്നുണ്ട്. വേറെ ഒരു ചെറിയ പെട്ടിയിലാക്കി സീൽ ചെയ്ത് ഞാൻ ഈ കപ്പലിൽ തന്നെ അത് അയയ്ക്കട്ടെ?" അയാൾ ചോദിച്ചു.

"സ്വർണ്ണത്തിന്റെ തൂക്കം അല്പം കുറഞ്ഞാൽ പോലും പ്രശ്നമില്ല. ഒരു കാരണവശാലും അതിന്റെ വില അല്പംപോലും എന്റെ ശമ്പളത്തേക്കാൾ കൂടരുത്." അയാൾ പറഞ്ഞു. ആ പെട്ടിയുടെ മുകളിൽ അന്റോണിയോ അൽബുക്കർക്ക് എന്ന ഒരു ലേബൽ ഒട്ടിച്ചു കൊള്ളൂ." ലിസാർഡോ പറഞ്ഞത് ഓർമ്മയിൽ വച്ചുകൊണ്ട് അയാൾ പറഞ്ഞു. ഗോൺകാലോ എന്തോ പറയാൻ ഭാവിച്ചു എന്നത് പച്ചേക്കോ ശ്രദ്ധിച്ചില്ല. കപ്പലുകൾ എൽമിനയിൽ നിന്നും ലിസ്ബണിലേക്ക് യാത്ര തിരിച്ചു.

അല്പം നാളുകൾക്കുശേഷം കപ്പലുകൾ ലിസ്ബൺ തുറമുഖത്തിൽ എത്തി. പഴയ റെസ്റ്റിലോ ഹാർബറിലെ പ്രവർത്തനങ്ങളെല്ലാം ഏതാണ്ട് നിലച്ച് ഇപ്പോൾ കപ്പലുകൾ വന്നടുക്കുന്നത് റിബൈറാ കൊട്ടാരത്തിന് അഭിമുഖമായ അന്ന് 'ടെറിറോ ഡോ പാക്കോ' എന്ന് അറിയപ്പെട്ടിരുന്ന ഇന്നത്തെ പ്രാക്കാ ഡി കൊമേഴ്സിയോ സ്ക്വയറിന്റെ അവസാനം ടാഗസ് നദിയിലെ ഹാർബറിൽ ആയിരുന്നു. ഹാർബറും അതിനടുത്തുള്ള കപ്പൽ നിർമ്മാണശാലയും വെയർഹൗസുകളും എല്ലാം കാസാ ഡാ ഇന്ത്യയുടെ കീഴിലായിരുന്നു. ഫാക്ടർമാർ കപ്പലിൽനിന്നും ചരക്കുകൾ ഇറക്കുന്നത് മേൽനോട്ടം നടത്തി, കണക്കുകളെല്ലാം എടുത്തു. ചരക്കുകൾ വെയർഹൗസിലേക്ക് മാറ്റി, വിലപിടിപ്പുള്ള വസ്തുക്കൾ റിബൈറാ കൊട്ടാരത്തിലെ കാസാ ഡാ ഇന്ത്യയുടെ കാര്യാലയത്തിൽ കൊണ്ടുവന്നു.

"സാധാരണ ചെയ്യുന്നതു പോലെ ലിസാർഡോ പെട്ടി പരിശോധിച്ചു. സീൽ ഭദ്രമായി ഇരിക്കുന്നത് കണ്ട് പെട്ടി സെക്രട്ടറിയുടെ മുറിയിൽ കൊണ്ടുവച്ചു. കവറിൽ ഉണ്ടായിരുന്ന ഇൻവോയ്സ് അദ്ദേഹത്തെ ഏൽപ്പിച്ച് പെട്ടിയുടെ മുദ്ര അദ്ദേഹത്തിന് മുമ്പ് വച്ച് തന്നെ പൊട്ടിച്ചു. ചില്ലുകൊണ്ടുണ്ടാക്കിയ തട്ടുകളുള്ള തുലാസിൽ

വെച്ച് സ്വർണ്ണം തൂക്കി. അദ്ദേഹത്തെ ബോധ്യപ്പെടുത്തി, പെട്ടി അലമാരയിൽ കൊണ്ടുവച്ചു. തന്റെ മുറിയിൽ നിന്നും പോകാതെ അവിടെത്തന്നെ നിന്ന ലിസാർഡോയെ നോക്കി സെക്രട്ടറി ചോദിച്ചു.

''എന്താ നിങ്ങൾക്ക് വല്ലതും പറയാനുണ്ടോ?''

''ഒരു കാര്യം പറയാനുണ്ടായിരുന്നു. ഇതിന്റെ കൂടെ വേറെ ഒരു ചെറിയ പെട്ടി വന്നിട്ടുണ്ട്. അതിലെ മേൽവിലാസം അന്റോണിയാ എന്ന സ്ത്രീയുടെ പേരിലാണ്.''

''അവർ ആരാണ്? നിങ്ങൾക്ക് അവരെ അറിയുമോ?''

''അറിയാം, എൽമിനാ കാസിലിന്റെ തലവൻ ദുവാർട്ടെ പച്ചേക്കോവിന്റെ ഭാര്യയാണവർ.''

''അയാൾ അവർക്ക് എന്തെങ്കിലും അയച്ചു കാണും. അവർ വന്നു വാങ്ങുമായിരിക്കും.' സെക്രട്ടറി പറഞ്ഞു.

''സെന്യൂറിനോട് പറയാൻ എനിക്ക് മടിയുണ്ട്. പെട്ടിയിൽ സ്വർണ്ണമാണ് എന്ന് എനിക്കൊരു സംശയം.''

''അത് ഇവിടെ കൊണ്ടുവരൂ.'' അദ്ദേഹം പറഞ്ഞു. സാക്ഷികളായി രണ്ട് ഫാക്ടർമാരെ വിളിച്ച് അവരുടെ മുമ്പിൽ വെച്ച് അദ്ദേഹം പെട്ടി പൊട്ടിച്ചു. ലിസാർഡോയുടെ സംശയം ശരിയായിരുന്നു. അതിൽ സ്വർണ്ണമാണ്. സ്വർണ്ണം തൂക്കി ഭാരം കുറിച്ചെടുത്ത് പെട്ടി വീണ്ടും സീൽ ചെയ്തു. അദ്ദേഹം ഒരു റിപ്പോർട്ട് തയ്യാറാക്കി, ദൃക്സാക്ഷികളുടെ കയ്യൊപ്പും അതിൽ രേഖപ്പെടുത്തി, റിപ്പോർട്ടും പെട്ടിയും കൊട്ടാരത്തിലേക്ക് അയച്ചു. മെല്ലെ ആ വാർത്ത പരന്നു. എൽമിനയിലെ ഗവർണർ സ്വർണ്ണം കടത്തി. കാസ ഡാ ഇന്ത്യ കാര്യാലയത്തിൽ അത് കണ്ടുപിടിക്കപ്പെട്ടു. പച്ചക്കോവിനെതിരെ ഒരു ആരോപണം വീണു കിട്ടിയപ്പോൾ അസൂയാലുക്കളായ അയാളുടെ ശത്രുക്കൾ അത് പരമാവധി മുതലാക്കി. ഊതിപ്പെരുപ്പിച്ച ഒരു വാർത്തയാണ് അവസാനം രാജാവ് ജോൺ മൂന്നാമന് മുൻപിൽ എത്തിയത്. അദ്ദേഹം അവിടെയുണ്ടായിരുന്ന ചില കൗൺസിലർമാരോട് കൂടിയാലോചിച്ചു. ഇരുപത് വയസ്സ്മാത്രമുള്ള രാജാവ് കുപിതനായതിൽ അത്ഭുതപ്പെടാനില്ല. ചെറുപ്പക്കാരനായ അദ്ദേഹത്തിന്റെ പുതിയ സെക്രട്ടറിയും അദ്ദേഹത്തിന്റെ രോഷം ആളിക്കത്തിച്ചു. പച്ചേക്കോവിനെ ഗവർണർ സ്ഥാനത്തുനിന്നും മാറ്റി പകരം അഫോൺസോ അൽബുക്കർക്കിന്റെ മകൻ ബ്രാസ് അൽബുക്കർക്കിനെ നിയമിച്ച് അയാളെ എൽമിന കാസിലിലേക്ക് ഉടൻ തന്നെ പറഞ്ഞയച്ചു. ആ കപ്പലിൽ തന്നെ പച്ചേക്കോയെ തടവുകാരനായി പിടിച്ച് ലിസ്ബണിലെക്ക് കൊണ്ടുവരുവാനും അദ്ദേഹം ആജ്ഞ നൽകി. പ്രായമേറിയാലും നല്ല കായിക ശേഷിയുള്ള പച്ചേക്കോയെ ചങ്ങലകൊണ്ട് ബന്ധിച്ചു വേണം കൊണ്ടുവരാൻ എന്ന് ചില ശത്രുക്കൾ അദ്ദേഹത്തിന്റെ ചെവിയിൽ ഓതി.

ദിവസങ്ങൾക്കുശേഷം എൽമിനയിലെ അന്തേവാസികൾ അമ്പരന്നു. സൈനികർ പച്ചേക്കോവിനെ രാജാവിന്റെ ആജ്ഞ കാണിച്ച് അയാളെ കപ്പലിലേക്ക് കൂട്ടിക്കൊണ്ടുപോയി. പുതിയ ഗവർണർ അയാളെ കാണാൻ പോലും കൂട്ടാക്കിയില്ല. എന്താണ് നടക്കുന്നത് എന്ന് കപ്പലിൽ വന്നവർ ആരോടും പറയാൻ തയ്യാറായില്ല ഗോൺ കാലോവിന് അവിടെ എന്താണ് നടക്കുന്നത് എന്ന് ഒരു എത്തും പിടിയും കിട്ടിയില്ല. വന്ന ദിവസം തന്നെ കപ്പൽ ലിസ്ബണിലേക്ക് മടങ്ങി. ചങ്ങലകൊണ്ട് ബന്ധിതനായി കപ്പലിന്റെ അടിത്തളത്തിലെ മുറിയിൽ പച്ചേക്കോ ഏകനായി ഇരുന്നു. സൈനികർ ആരും അയാളോട് സംസാരിച്ചില്ല. കൃത്യസമയത്ത് ഭക്ഷണം മാത്രം അയാൾക്ക് അവർ എത്തിച്ചു. പാവം അന്റോണിയാ, ഇതൊന്നുമറിയാതെ വീട്ടിൽ കുട്ടികളുമൊത്ത് സന്തോഷമായി ഇരിക്കുകയായിരുന്നു.

പച്ചേക്കോ യാത്ര ചെയ്ത കപ്പൽ ലിസ്ബണിൽ എത്തുമ്പോൾ അയാളെ തടവുകാരനായി കൊണ്ടുവരുന്ന വിശേഷം പട്ടണം മുഴുവൻ പ്രചരിപ്പിക്കാൻ അസൂയാലുക്കൾ മുൻകൈയ്യെടുത്തു. അന്റോണിയായുടെ കണ്ണീരിന് അവസാനം ഉണ്ടായില്ല. അയാളെ ചങ്ങലയിട്ട് നടത്തിക്കൊണ്ടു പോകുന്ന രംഗം പലരും അവളോട് വന്നു പറഞ്ഞു. മാനുവൽ രാജാവിനൊപ്പം തലയുയർത്തി വർഷങ്ങൾക്കു മുമ്പ് നടന്ന വഴിയിൽതന്നെ അയാളെ കൊണ്ടുപോയി. കയ്യിലും കാലിലും കെട്ടിയിരുന്ന ചങ്ങലകൾ മൂലം നടക്കാൻ അയാൾ വിഷമിച്ചു. ബലേമിലെ മൂന്നുവർഷം മുമ്പ് മാത്രം പണി തീർന്ന ഇന്നും അവിടെ കാണുന്ന സെന്റ് വിൻസെന്റ് ടവർ എന്ന ബലേം ടവറിൽ ടവറിന്റെ ആദ്യ ക്യാപ്റ്റനായ ഗ്യാസ്പെർ ഡി പൈവ പച്ചേക്കോവിനെ അവിടെ ഒരു മുറിയിൽ തടവിൽ പാർപ്പിച്ചു.

"ക്യാപ്റ്റൻ, കുറ്റപത്രം നൽകാതെ ഒരാളെ ചങ്ങലയ്ക്കിട്ടു നടത്തുന്നത് ഏതു നിയമമാണ്? മാനുവൽ രാജാവിനോടൊപ്പം ഈ നാട്ടിലെ നീതിന്യായ വ്യവസ്ഥയും മരിച്ചോ?" പച്ചേക്കോ അയാളോട് ചോദിച്ചു. മാനുവൽ രാജാവുമായി നല്ല അടുത്ത ബന്ധമുണ്ടായിരുന്നു ഗ്യാസ്പറിനെ പച്ചേക്കോവിന്റെ ചോദ്യം വല്ലാതെ വലച്ചു.

"ഞാൻ പറഞ്ഞത് മനസ്സിൽ വെച്ചാൽമതി. നിങ്ങൾ എൽമിനയിൽ അഴിമതികൾ നടത്തി അതിൽ ലഭിച്ച സ്വർണ്ണം നിങ്ങളുടെ വീട്ടിലേക്ക് കടത്തി എന്നാണ് നിങ്ങളെപ്പറ്റി കൊട്ടാരത്തിൽ പറഞ്ഞുകേട്ട കുറ്റപത്രം. മാനുവൽ രാജാവ് പോയതോടെ പുതിയ രാജാവായ അദ്ദേഹത്തിന്റെ മകൻ കൊട്ടാരത്തിലെ താപ്പാനകളുടെ കൈപ്പാവയായി എന്നതാണ് സത്യം. നിങ്ങൾ ഇത് ചെയ്തിരിക്കും എന്ന് എനിക്ക് വിശ്വാസമില്ല. ബലേമിലെ വിശുദ്ധയായ മേരി മാതാവ് സത്യം പുറത്ത് കൊണ്ടുവരും. നിങ്ങൾ ധൈര്യമായി ഇരിക്കൂ." ക്യാപ്റ്റൻ ഗ്യാസ്പർ അയാളെ ആശ്വസിപ്പിച്ചു.

‘‘നിങ്ങൾക്ക് നിങ്ങളുടെ വീട്ടുകാരെയോ കൂട്ടുകാരേയോ കാണണം എന്നുണ്ടോ?’’

‘‘ഞാൻ നിരപരാധിയാണെന്ന് തെളിയിക്കുന്നതുവരെ എനിക്ക് ആരെയും കാണണമെന്നില്ല.’’ പച്ചേക്കോ തീർത്തും പറഞ്ഞു. പച്ചേക്കോവിന്റെ മനസ്സിൽ എന്താണ് തോന്നുന്നത് എന്ന് അയാൾക്ക് പോലും ഒരു നിശ്ചയവുമുണ്ടായിരുന്നില്ല. തലയിൽ ഒരുതരം തരിപ്പ് മാത്രം. ചതിയാണ്. ആരാണ് ചെയ്തത്? എന്തിനാണ്? മനസ്സറിഞ്ഞ് ഒരാളെപ്പോലും ഉപദ്രവിക്കാത്ത തനിക്ക് എങ്ങനെയാണ് ശത്രുക്കൾ ഉണ്ടായത്? അന്റോണിയാ ഇപ്പോൾ എന്ത് ചെയ്യുന്നുണ്ടോ എന്തോ? അയാൾ ദീർഘനിശ്വാസം വിട്ടു.

‘‘പപ്പാ, എനിക്ക് അദ്ദേഹത്തെ കാണണം.’’ അന്റോണിയാ ജോർജ്ജിന്റെ ചുമലിൽ തലവെച്ച് വിതുമ്പി. എന്റെ സ്വർണ്ണമോഹം കൊണ്ടാണ് അദ്ദേഹത്തിന് ഈ ഗതി വന്നത്. സ്വർണ്ണമായി കൊണ്ടു വരണമെന്ന് ഞാനാണ് അദ്ദേഹത്തെ ഉപദേശിച്ചത്. പണത്തെപ്പറ്റി ഒരിക്കലും ചിന്തിക്കാത്ത ഒരാളാണ് അദ്ദേഹം.’’

‘‘മോളെ കഴിഞ്ഞുപോയ കാര്യങ്ങളെപ്പറ്റി ചിന്തിച്ചിട്ട് ഒരു കാര്യവുമില്ല, എങ്ങനെയെങ്കിലും അവനെ പുറത്തിറക്കണം. അത് ഞാൻ വിചാരിച്ചാൽ നടക്കുന്ന കാര്യമല്ല. എനിക്കും കൊട്ടാരത്തിൽ സുഹൃത്തുക്കൾ ആരുമില്ല, അവിടെയുള്ളവരെല്ലാം എന്റെയും ശത്രുക്കളാണ്.’’

‘‘വിചാരണയില്ലാതെ എങ്ങനെയാണ് ഒരാളെ ശിക്ഷിക്കുക? ഒരു വിചാരണ വെപ്പിക്കാൻ പപ്പയ്ക്ക് ശ്രമിച്ചുകൂടെ?’’ അന്റോണിയാ കരഞ്ഞുകൊണ്ട് ചോദിച്ചു.

അന്യായവും അധർമവും അരങ്ങ് നിറഞ്ഞ് ആടിയാലും പ്രതീക്ഷിക്കാത്ത വെള്ളിടി പോലെ സത്യം പ്രവേശിക്കുമെന്ന് കാലം തെളിയിച്ചതാണ്.

കാലതാമസമുണ്ടായാലും ജോൺ മൂന്നാമന് നാട്ടുനടപ്പനുസരിച്ച് ഈ കാര്യത്തിൽ ഒരു വിചാരണ വെക്കാൻ ഉദ്ദേശമുണ്ടായിരുന്നു. സത്യം അവിടെ പ്രവേശിച്ചത് കൗൺസിൽ അംഗമായ ഡോം റോഡ്രിഗോ ഡി മെല്ലോയുടെ രൂപത്തിലായിരുന്നു.

‘‘പച്ചേക്കോ, താങ്കളുടെ പിതാവ് അന്തരിച്ച മാനുവൽ രാജാവിന്റെയും വലിയച്ഛൻ ജോൺ രണ്ടാമൻ രാജാവിന്റെയും വിശ്വസ്തനായ സേവകൻ ആയിരുന്നു. സത്യസന്ധനായ ഒരാൾക്ക് മാത്രമേ വ്യത്യസ്ത സ്വഭാവക്കാരായ രണ്ട് രാജാക്കന്മാരുടേയും കൂടെ വിശ്വസ്തനായി ജോലിചെയ്യാൻ സാധിക്കുകയുള്ളൂ. പച്ചേക്കോവിന്റെ പൂർവ്വകഥ താങ്കൾക്ക് അറിയില്ല എന്ന് തോന്നുന്നു. കൊച്ചിരാജാവ് അയാൾ ചോദിച്ചത് എന്തും കൊടുക്കാൻ തയ്യാറായപ്പോൾ, താൻ തന്റെ ജോലി മാത്രമാണ് ചെയ്തതെന്നും

അതിനുള്ള പ്രതിഫലം തന്റെ രാജാവ് തനിക്ക് നൽകുമെന്നും പറഞ്ഞ് വെറുംകൈയ്യോടെ വന്ന ഒരു ധീരനായ മനുഷ്യൻ ഒരു പിടി സ്വർണ്ണത്തിന് വേണ്ടി കൃത്യവിലോപം ചെയ്യും എന്ന് താങ്കൾ കരുതുന്നുണ്ടോ?'' റോഡ്രിഗോ രാജാവിനോട് തുറന്നു ചോദിച്ചു.

''ഏകപക്ഷീയമായ തീരുമാനം എടുക്കുന്ന ഒരാളല്ല ഞാൻ. വിചാരണകൂടാതെ ഞാൻ അയാളെ ഒരിക്കലും ശിക്ഷിക്കില്ല. അയാൾ നിങ്ങൾ പറഞ്ഞതുപോലെ ആയിരുന്നിരിക്കാം. പക്ഷേ സാഹചര്യം ആരെ വേണമെങ്കിലും എപ്പോൾ വേണമെങ്കിലും മാറ്റാം. നിങ്ങൾക്ക് താല്പര്യമുണ്ടെങ്കിൽ വിചാരണ നിങ്ങൾ തന്നെ നടത്തിക്കോളൂ.'' ജോൺ മൂന്നാമൻ രാജാവ് അയാൾക്ക് അനുവാദം കൊടുത്തു.

''വിചാരണയ്ക്ക് മുമ്പ് ഞാൻ കുറ്റം ആരോപിക്കപ്പെട്ട ആളെ ഒരിക്കലും കാണുന്നതല്ല. അയാൾ എന്നെ സ്വാധീനിച്ചു എന്ന ഒരു പരാതി വരരുത്.'' റോഡ്രിഗോ രാജാവിനെ അറിയിച്ചു. അയാൾ ആദ്യമായി ചെയ്തത് എൽമിനയിലെ ഫാക്ടറെ ലിസ്ബണിലേക്ക് വരുത്തുകയായിരുന്നു. കാസാഡാ ഇന്ത്യ കാര്യാലയത്തിൽ ഗോൺ കാലോ എത്തി. അയാൾ അവിടെ എത്തിയതിനുശേഷമാണ് സ്വർണ്ണം അടങ്ങിയ ചെറിയ പെട്ടിയാണ് പച്ചേക്കോ തടവിൽ ആവാൻ കാരണം എന്ന് മനസ്സിലായത്.

''ഈ പെട്ടിയിൽ ഉള്ളത് ഗവർണറുടെ രണ്ടരവർഷത്തെ ശമ്പള ത്തിനു തുല്യമായ സ്വർണ്ണമാണ്.'' അയാൾ പറഞ്ഞു.

''പെട്ടിയിൽ ഗവർണറുടെ ഭാര്യയുടെ പേരാണല്ലോ എഴുതിയി രുന്നത്?'' കാസ ഡാ ഇന്ത്യയുടെ സെക്രട്ടറി അയാളോട് ചോദിച്ചു.

''ദയവായി ആ പെട്ടി ഒന്ന് എന്നെ കാണിക്കാമോ?'' ഗോൺകാലോ ആവശ്യപ്പെട്ടു. പെട്ടി പരിശോധിച്ച് അയാൾ പറഞ്ഞു.

''ഞാനവിടെ നിന്നും പെട്ടി അയച്ചപ്പോൾ അതിൽ കാസാ ഡാ ഇന്ത്യ എന്നാണ് ലേബലൊട്ടിച്ചിരുന്നത്. ഗവർണറുടെ ഭാര്യയുടെ പേര് എഴുതിയത് എന്റെ കയ്യക്ഷരം അല്ല. അയാൾ തീർത്തും പറഞ്ഞു. ഇതിന്റെ കൂടെ ഞാൻ അയച്ച ഇൻവോയ്സ് എവിടെ?'' അയാൾ ചോദിച്ചു.

റോഡ്രിഗോ ഉടൻ വെള്ളം നനച്ച് പെട്ടിയുടെ മുകളിലെ അന്റോ ണിയായുടെ മേൽവിലാസം എഴുതിയ ലേബൽ ഇളക്കി എടുത്തു. അതിനു താഴെ കാസാ ഡാ ഇന്ത്യ എന്ന് ഗോൺകാലോവിന്റെ കൈയ്യക്ഷരത്തിൽ എഴുതിയ ലേബൽ തെളിഞ്ഞുവന്നു.

''ബഹുമാനപ്പെട്ട സെക്രട്ടറി, ഗവർണർ ശമ്പളം സ്വർണ്ണമായി അയയ്ക്കണം എന്ന് പറഞ്ഞപ്പോൾ കാസിലിൽ ഉണ്ടായിരുന്ന സ്വർണ്ണം ഞാൻ നേരത്തെ പെട്ടിയിലാക്കി സീൽ വച്ച് അതിന് ഇൻ വോയിസും എഴുതിയിരുന്നു. എന്നാൽ അടുത്ത തവണ അയച്ചാൽ

മതി എന്ന് അദ്ദേഹം എന്നോട് പറഞ്ഞു. അന്ന് രാവിലെ കുറച്ച് സ്വർണ്ണം കിട്ടിയപ്പോൾ, അദ്ദേഹത്തിന്റെ ശമ്പളത്തിനു തുല്യമായ സ്വർണ്ണം ഞാൻ പെട്ടിയിലാക്കി ഇവിടേക്ക് ഒരു ഇൻവോയിസും വെച്ചിരുന്നു. അദ്ദേഹം എന്തോ ചിന്തയിൽ അദ്ദേഹത്തിന്റെ ഭാര്യ യുടെ പേര് പെട്ടിയിൽ കുറിച്ചിടാൻ എന്നോട് പറഞ്ഞെങ്കിലും ന്യായമായും സെക്രട്ടറി അറിയാതെ തുക എനിക്ക് കണക്കിൽ ചേർക്കാൻ സാധിക്കാത്തതിനാൽ, സ്വർണ്ണം ഇവിടുത്തെ കണക്കിൽ വരവ് വെച്ച്, അതിൽ ഗവർണറുടെ ശമ്പളം ചെലവായി എഴുതി. ആ ഇൻവോയ്സ് ആണ് കാണാതായിരിക്കുന്നത്.''

''ലിസാർഡോവിനെ വിളിക്കൂ.'' സെക്രട്ടറി പറഞ്ഞു. അയാളെ എങ്ങും കാണാനുണ്ടായിരുന്നില്ല. അയാളുടെ മേശ പരിശോധിച്ച പ്പോൾ അതിൽനിന്നും ഗോൺകോലോ അയച്ച ഇൻവോയ്സ് അട ങ്ങുന്ന കവർ കണ്ടുകിട്ടി.

''ഒരു നിരപരാധിയെ ചങ്ങലക്കിട്ടു കൊണ്ടുവന്നതിന്റെ മഹാ പാപത്തിന്റെ ശിക്ഷ ലിസ്ബൺ പട്ടണത്തിന് ഒരുനാൾ അനുഭവി ക്കേണ്ടിവരും.'' ഡോം റോഡ്രിഗോ ഒരു ശാപത്തിന്റെ രൂപത്തിൽ പറഞ്ഞു.

''ശമ്പളം സ്വർണ്ണമായി എടുത്തുകൊള്ളാനുള്ള അനുവാദം മാനു വൽ രാജാവിൽ നിന്നും വാങ്ങിക്കാതെ പച്ചേക്കോ ഒരിക്കലും ഇത് ചെയ്യാൻ ഇടയില്ല. മരിച്ചുപോയവർ സാക്ഷി പറയില്ലല്ലോ. ഒരാളെ തടവിൽ പിടിക്കുന്നതിന് മുമ്പ് അയാൾ കുറ്റം ചെയ്തിട്ടുണ്ടോ എന്ന് ചോദിക്കാനുള്ള മര്യാദ പോലും നമ്മൾ കാണിച്ചില്ല. നിങ്ങ ളുടെ ക്ലർക്ക് എവിടെപ്പോയി?'' അദ്ദേഹം സെക്രട്ടറിയോടു ചോദിച്ചു. അയാൾ രണ്ടു ദിവസമായി വന്നിട്ടില്ല എന്നുള്ള വിവരം ബാക്കിയു ള്ളവർ പറഞ്ഞു.

അവിടെ നടന്ന സംഭവങ്ങളുടെ റിപ്പോർട്ട് സെക്രട്ടറി രാജാവിനെ എഴുതി അറിയിച്ചു. പച്ചേക്കോവിന് കൊടുക്കാനുള്ള തുക പോർ ച്ചുഗീസ് സ്വർണ്ണനാണയത്തിൽ കൊടുക്കാൻ ഏർപ്പാട് ചെയ്തു. പച്ചേക്കോവിനെ തടവിൽ നിന്നും മോചിപ്പിക്കാൻ രാജാവ് ഉത്ത രവിട്ടു. അപരാധിയായി ചങ്ങലയ്ക്കിട്ടു കൊണ്ടുപോയത് മാത്രമേ ജനങ്ങൾ കണ്ടുള്ളൂ. അയാളെ വിട്ടയച്ചത് ആരും ശ്രദ്ധിച്ചില്ല. തന്നോട് പറയാതെ ശമ്പളം സ്വർണ്ണമായി വാങ്ങാൻ ശ്രമിച്ചത് പച്ചേക്കോ ചെയ്ത കുറ്റമാണെന്ന് രാജാവ് സ്വയം വിശ്വസിച്ചു. അദ്ദേഹത്തിന്റെ പിതാവിനെപ്പോലെ തെറ്റ് ചെയ്താൽ അത് തിരുത്തുന്ന മനസ്സ് ചെറുപ്പക്കാരനായ അദ്ദേഹത്തിനുണ്ടായില്ല. ലിസാർഡോ ചെയ്ത ചതി ഏതോ ഒരു ഉന്നതവ്യക്തിക്കുവേണ്ടി ആയിരുന്നിരിക്കണം. അയാളെ പിന്നീട് പിടികിട്ടി എങ്കിലും ഇൻവോയ്സ് അബദ്ധത്തിൽ കളഞ്ഞു പോയതാണ് എന്ന് വരുത്തിത്തീർക്കപ്പെട്ടു. പെട്ടിയിൽ മേൽവിലാസം മാറ്റിയെഴുതിയ ചതിപ്രയോഗം തേഞ്ഞു മാഞ്ഞു

പോയി. തന്റെ ജോലിസ്ഥലത്തുനിന്നും അയാൾ പുറത്താക്കപ്പെട്ടു വെങ്കിലും വിരമിക്കാനുള്ള പ്രായം ആയതിനാൽ അയാൾ സർക്കാർ പെൻഷൻ വാങ്ങി ചെറിയ ശിക്ഷയോടെ രക്ഷപ്പെട്ടു. അഫോൺസോവിനോട് താൻ ചെയ്ത അപരാധത്തിന് പരിഹാര മായി മാനുവൽ രാജാവ് അഫോൺസോവിന്റെ പുത്രൻ ബ്രാസിനെ സ്വന്തം മകനെ പോലെ ആയിരുന്നു വളർത്തിയത്. ബ്രാസ് അൽ ബുക്കർക്ക് പുതിയരാജാവിന്റെ സഹപാഠിയും ആയിരുന്നു. ഒരേ സമയം പുതിയ രാജാവിനെ പ്രീണിപ്പിക്കാനും പച്ചേക്കോവിന്റെ ഭാവി നശിപ്പിക്കാനും സ്വാർത്ഥ താല്പര്യക്കാർ ചെയ്ത ചതിപ്രയോഗ മായിരിക്കണം അവിടെ സംഭവിച്ചത്. ലിസാർഡോവിനെ അവർ അതിനു ഉപകരണമാക്കി.

പച്ചേക്കോ പുറത്ത് വന്നപ്പോഴേക്കും അപമാനം നേരിടാനാവാതെ അന്റോണിയായും കുഞ്ഞുങ്ങളും അവളുടെ മാതാപിതാക്കൾ താമ സിക്കുന്ന ഗ്രാമത്തിലേക്ക് താമസം മാറ്റി. കുറ്റമാരോപിച്ചതും പച്ചേ ക്കോവിന്റെ പെൻഷൻ തടഞ്ഞു വച്ചിരുന്നു. ഏറെയൊന്നും ചിന്തി ക്കാതെ അയാൾ അയാളുടെ കുടുംബം താമസിക്കുന്ന ഗ്രാമത്തി ലേക്ക് പോയി. തനിക്കേറ്റ മാനസിക ആഘാതത്തിൽ നിന്നും അയാൾക്കും ഒരു വിശ്രമം ആവശ്യമായിരുന്നു. പച്ചേക്കോവിനെ കണ്ടതും അന്റോണിയയ്ക്ക് കരച്ചിൽ മൂത്ത് ശ്വാസം മുട്ടിപ്പോയി. അവൾ അയാളെ കുട്ടികൾ മുമ്പിൽ ഉണ്ടെന്ന് പോലും നോക്കാതെ വരിഞ്ഞു കെട്ടിപ്പിടിച്ച് ചുംബിച്ചു.

‘‘നിങ്ങളിനി ഒരു കൊട്ടാരത്തിലേക്കും പോകണ്ട. ഇതാണ് നമ്മുടെ കൊട്ടാരം. നേരും നെറിയും ഇല്ലാത്ത ലിസ്ബണിൽ നമു ക്കിനി വീട് വേണ്ട. എനിക്കിനി സ്വർണ്ണം വേണ്ട, ഇവിടെ ഉള്ള സ്വർണ്ണം എല്ലാം വിറ്റ് നമുക്ക് ജീവിക്കാം. നമ്മുടെ മകൻ ജോവാവോ വലുതാവും. അവൻ നമ്മളെ നോക്കും.’’ ഒരു ഭ്രാന്തിയെപ്പോലെ അവൾ വിലപിച്ചു.

എന്തിനു കുറവുണ്ടായിരുന്നുവെങ്കിലും കുട്ടികൾക്ക് മാത്രം ആ ദമ്പതികൾക്ക് ഒരു കുറവും ഉണ്ടായിരുന്നില്ല. നാല് ആണും മൂന്നു പെണ്ണുമായി ഏഴു കുട്ടികൾ അവർക്കുണ്ടായി. അതിൽ ഒരു പെൺ കുട്ടിയുടെ പേർ മരിയ എന്നായിരുന്നു.

ഒടുക്കം തുടക്കം

കുട്ടികൾ വളർന്നു വരുന്ന മുറയ്ക്ക് ചെലവും വർദ്ധിച്ചു. ഇരുപത് മിൽറിസ് വാർഷിക പെൻഷൻ മാത്രമാണ് വരുമാനം, അതുകൊണ്ട് വേണം ഒൻപതു വയറുകൾ കഴിയാൻ. വീടും സ്ഥലവും സ്വന്ത മാണെങ്കിലും, കുട്ടികളുടെ പഠിപ്പും വസ്ത്രവും ഭക്ഷണവും എല്ലാം കൂടി നല്ല ഒരു ചെലവ് ആ കുടുംബത്തിന് വന്നിരുന്നു. മരിയ ശേഖരിച്ച് വച്ചിരുന്ന ധനം കുറേശ്ശെയായി തീർന്നു തുടങ്ങി. മൂത്തവന് പതിനേഴു വയസ്സ് ആകുന്നതേയുള്ളൂ. പച്ചേക്കോ നേരി ടേണ്ടിവന്ന ചതിപ്രയോഗം ചില്ലറ നഷ്ടങ്ങളല്ല അയാൾക്ക് ഉണ്ടാ ക്കിയത്. പോർച്ചുഗലിലെ ഭരണകൂടം ശരിക്കും അയാളെ വിസ്മ രിച്ചു. അയാൾ അനുഭവിച്ച കഷ്ടപ്പാടുകളും ചെയ്ത അധ്വാനവും എല്ലാം വെറുതെയായി. ഒരു നാവിക ക്യാപ്റ്റന് ലഭിക്കേണ്ട ഒരു ആനുകൂല്യവും അയാൾക്ക് ലഭിച്ചില്ല. ജോലിയിൽ നിന്നും പുറത്താ ക്കപ്പെട്ടതിനാൽ അവസാനം അയാൾ വഹിച്ച ഉന്നതമായ പദവി യുടെ പെൻഷൻ പോലും അയാൾക്ക് ലഭിച്ചില്ല. എല്ലാവരും എല്ലാം സൗകര്യംപോലെ വിസ്മരിച്ചു. മാനുവൽ രാജാവ് പാരിതോ ഷികങ്ങൾക്ക് പുറമേ വാസ്കോഡ ഗാമയ്ക്ക് പ്രതിവർഷം മൂന്നു ലക്ഷം റെയ്സ് പെൻഷൻ അനുവദിച്ചിരുന്നു. കുറഞ്ഞ പെൻഷൻ ആയിട്ടുപോലും അതിൽ ഒരു പരാതിയും ഇല്ലാതെ, വിശ്വ സ്തതയോടെ സേവനം നടത്തിയ പച്ചേക്കോ തികച്ചും ധനമോഹ ങ്ങൾ ഇല്ലാത്ത ഒരു മാന്യനായിരുന്നു. അയാൾ എഴുതിയ പുസ്ത കവുമായി പച്ചേക്കോ സ്പെയിനിലേക്ക് കൂറു മാറിയിരുന്നെങ്കിൽ, പണവും പ്രശസ്തിയും അയാളുടെ പുറകെ വരുമായിരുന്നു. ഗാമ മാനുവൽ രാജാവിനെ പലവിധത്തിലും പ്രീണിപ്പിക്കാൻ ശ്രമിച്ചു വെങ്കിലും നടന്നില്ല. അവസാനം 1519ൽ മഗല്ലെൻ ചെയ്തപോലെ സ്പെയിനിലേക്ക് കൂറു മാറുമെന്ന് രാജാവിനെ ഭീഷണി പ്പെടുത്തി. രാജാവ് ഗാമയെ കൗണ്ട് പദവിയിലേക്ക് ഉയർത്തി. അങ്ങനെ വാസ്കോഡഗാമ രാജവംശത്തിൽ ജനിക്കാത്ത ആദ്യത്തെ കൗണ്ട് ആയി. രണ്ട് പട്ടണങ്ങളുടെ വരുമാനം ഗാമയുടേയും അയാ ളുടെ അവകാശികളെയും ആയി മാറി. ജോൺ മൂന്നാമൻ ഗാമയെ

തിരിച്ചു വിളിച്ചു, ഇന്ത്യയുടെ വൈസ്രോയിയായി നിയമിച്ചു. ഇന്ത്യയിലേക്ക് പോയ ഗാമ തിരിച്ചുവന്നില്ല. 1524 ക്രിസ്തുമസ് രാത്രിയിൽ അദ്ദേഹം കൊച്ചിയിൽ വച്ച് ദിവംഗതനായി.

പണവും പ്രതാപവും പച്ചേക്കോവിന് ഒരിക്കലും ഒരു പ്രശ്നം ആയിരുന്നില്ല. അയാളെ ആശ്രയിച്ച് ഒരു കുടുംബം വന്നതാണ് അയാൾക്ക് ഏറെ മാനസിക പ്രയാസങ്ങൾ ഉണ്ടാക്കിയത്. പ്രായമായാലും എന്തെങ്കിലും ജോലി ചെയ്യേണ്ട എന്ന നിർബന്ധം ഉണ്ടായതിനാലാണ് അയാൾക്ക് വീണ്ടും ലിസ്ബണിൽ പോകേണ്ടി വന്നത്.

''പ്രായമായിരിക്കുമ്പോൾ വീടുവിട്ട് ദൂരെ പോണോ?'' അവൾ ചോദിച്ചു.

''എന്റെ പൊന്നേ, എനിക്ക് ആകപ്പാടെ അറിയാവുന്ന പണി ചെയ്യണമെങ്കിൽ കടൽത്തീരത്ത് പോയേ മതിയാവൂ. ഞാൻ പണിക്ക് പോയാൽ കൂടുതൽ വരുമാനം ലഭിക്കും. ഇവിടെ ഒരാളുടെയെങ്കിലും ചെലവ് കുറഞ്ഞും കിട്ടുമല്ലോ?''

അയാൾ പറഞ്ഞതു കേട്ട് അന്റോണിയയുടെ ഉള്ളു ചുട്ടു. സൈനിക വേഷത്തിൽ ഗംഭീരമായ കനത്ത കാൽവെപ്പുകളോടെ അയാൾ നടന്നു വരുന്ന രംഗം അവളുടെ കൺമുൻപിൽ വന്നു. ഒരിക്കലും ദുവാർട്ടേ ഇങ്ങനെ ഒന്നും സംസാരിക്കാറുണ്ടായിരുന്നില്ല.

''അവിടെ എവിടെ താമസിക്കും? അവളുടെ ശബ്ദം നിർജീവമായിരുന്നു.

''എവിടെയെങ്കിലും.''

''ആഴ്ചയിലൊരിക്കൽ ഞങ്ങളെ കാണാൻ വരുമ്പോൾ നടന്നു വേണം വരാൻ എന്ന് ഓർക്കണം.'' അവൾ മുന്നറിയിപ്പുനൽകി.

ലിസ്ബണിൽ എത്തിപ്പെടാൻ അവർ താമസിക്കുന്ന ഗ്രാമപ്രദേശത്ത് നിന്നു ചുരുങ്ങിയത് നാല് മണിക്കൂറെങ്കിലും നടക്കണം. തനിക്കിപ്പോൾ പ്രായം അറുപത്തി ഒൻപത്. ഇതൊക്കെ വേണ്ടിവരും എന്ന് കരുതിയാണോ ദൈവം തന്നെ ആഫ്രിക്കൻ കാടുകളിൽ ദിവസങ്ങളോളം നടത്തി മുൻപരിചയം ഉണ്ടാക്കിത്തന്നത്? ഇന്ന് താമസിക്കാൻ സ്ഥലം കിട്ടിയില്ലെങ്കിൽ എന്ത് ചെയ്യും? ആൽഫാമയിൽ ഏതെങ്കിലും ഒരു പള്ളിയിൽ കിടന്നുറങ്ങാം. പാവപ്പെട്ടവർ താമസിക്കുന്ന സ്ഥലമായതിനാൽ ലിസ്ബണിലെ മാന്യന്മാരെ കാണാതെ കഴിച്ചു കൂട്ടാം. നേരം സന്ധ്യയായി, അയാൾക്ക് താമസസ്ഥലം കണ്ടെത്താനായില്ല. ആരോ അയാളുടെ പുറത്ത് തോണ്ടി. ഒരു നാൽപ്പത്, നാൽപ്പത്തി അഞ്ചു വയസ്സുള്ള ഒരാൾ തന്നെ നോക്കി ചിരിക്കുന്നു. നല്ല മുഖപരിചയം തോന്നിയാലും അയാൾക്ക് ആളെ തിരിച്ചറിയാനായില്ല.

''സെന്യൂർ ഞാൻ ഗോൺസാലോ. എന്നെ ഓർമ്മയില്ലേ?''

താൻ വീട്ടിലെത്തുമ്പോൾ സ്റ്റേബിളിൽ നിന്ന് ഓടിവന്ന് തന്റെ കുതിരയുടെ കടിഞ്ഞാൺ വാങ്ങി കുതിരയെ ലായത്തിൽ കെട്ടി അതിനെ കൊഞ്ചിക്കുന്ന ഗോൺസാലോ എന്ന പയ്യനായിരുന്നു അവൻ. പച്ചേക്കോ അവനെ സ്നേഹത്തോടെ ആശ്ലേഷിച്ചു.

''നിനക്ക് സുഖമാണോ മോനേ?''

''വലിയ കുഴപ്പങ്ങൾ ഇല്ലാതെ കഴിഞ്ഞു കൂടുന്നു. സെന്യൂർ എന്താ ഇവിടെ?''

''എനിക്ക് താമസിക്കാൻ ഒരു മുറി വേണം.''

അവൻ തന്നെപ്പറ്റി ഒന്നും ചോദിക്കാത്തത് അയാൾക്ക് അത്ഭുതമുളവാക്കി. വരൂ, അവൻ സന്തോഷത്തോടെ അയാളുടെ കൈ പിടിച്ചു കൊണ്ട് ഒരു ഇടവഴിയിൽ പോയി. അവിടെ ഒരു ലൈൻ കെട്ടിടത്തിന്റെ അവസാനത്തെ മുറിയുടെ മുൻപിൽ കൊണ്ട് ചെന്നു.

''ഈ ഒറ്റമുറി വീട് എന്റേതാണ്, വലിയ സൗകര്യങ്ങളൊന്നും കാണില്ലെങ്കിലും ഒരാൾക്ക് സുഖമായി താമസിക്കാം. എന്റെ കച്ചവട സ്ഥലത്തിന് അടുത്ത ഒരു വീട്ടിലേക്ക് ഞങ്ങൾ ഈയിടെയാണ് മാറിയത്. അത്യാവശ്യം മേശയും കസേരയും എല്ലാം ഇവിടെയുണ്ട്. ഭക്ഷണം പാകംചെയ്യാൻ അടുക്കളയും ഉണ്ട്.''

''ഗോൺസാലോ, നീ എന്നെപ്പറ്റി ഒന്നും ചോദിച്ചില്ലല്ലോ?'' അവസാനം അയാൾ ചോദിച്ചു.

''എനിക്കെല്ലാമറിയാം സെന്യൂർ. മരിയമമ്മ മരിച്ചപ്പോൾ ഞാനും വന്നിരുന്നു. താങ്കൾ എന്നെ മറന്നുപോയിരുന്നാലും ഞാൻ താങ്കളുടെ കാര്യങ്ങളെല്ലാം അന്വേഷിച്ചിരുന്നു.'' പച്ചേക്കോവിന് വല്ലാത്ത കുറ്റബോധം തോന്നി.

''ഗോൺസാലോ, ജീവിതം അങ്ങനെയാണ്, നമ്മളെ സ്നേഹിക്കാത്തവർക്ക് പിറകെ പോയി നമ്മളെ സ്നേഹിക്കുന്നവരെ പലപ്പോഴും ശ്രദ്ധിക്കാൻ വിട്ടു പോകുന്നു.''

''താങ്കളുടെ ജോലി തിരക്ക് പിടിച്ചതായിരുന്നില്ലേ? നാടിനു വേണ്ടി പണിയെടുക്കുമ്പോൾ ഞങ്ങളെപ്പോലെയുള്ളവരെ ഓർക്കാൻ സമയം കിട്ടില്ല. പക്ഷേ ഞാൻ നിങ്ങളുടെ വീട്ടിൽ ജോലി ചെയ്തിരുന്നപ്പോൾ, താങ്കളും മമ്മയും ലിസ്സും എന്നോട് വളരെ കനിവോടെ പെരുമാറിയിരുന്നത് എന്റെ മരണം വരെ അതെനിക്ക് മറക്കാനാവില്ല.''

സാധാരണക്കാരുടെ ആത്മാർത്ഥമായ സ്നേഹം ഉന്നതരുടേയും സമ്പന്നരുടെയും കാര്യം കാണാൻ വേണ്ടിയുള്ള സ്നേഹവുമായി ഒരിക്കലും താരതമ്യപ്പെടുത്താൻ ആവില്ല എന്ന പരമാർത്ഥം അയാളോർത്തു. തന്റെ ഈ പ്രായത്തിൽ ചരക്ക് കപ്പലുകളിൽ തന്നെ

ചെറിയ ജോലിക്ക് പോലും എടുക്കില്ല എന്നത് അയാൾക്ക് ഉറപ്പായിരുന്നു. കടലിന്റെയും കാറ്റിന്റെയും മർമ്മം അറിഞ്ഞ അയാളെ പുതിയ തലമുറ തിരിച്ചറിഞ്ഞിരുന്നില്ല. ലോകോത്തരനാവികർ പ്രൗഢിയോടെ യാത്രകൾ നടത്തിയിരുന്ന റസ്റ്റിലോയിലെ ഹാർബറിനും ഇന്ന് അയാളുടെ ഗതി തന്നെയാണ്. തിരക്കെല്ലാം ടെറിറോ ഡോ പാക്കോയുടെ സമീപത്തുള്ള പുതിയ ഹാർബറിലാണ്. ഇവിടെ ഇപ്പോൾ കുറച്ചു ബോട്ടുകൾ മാത്രമേ ഉള്ളൂ. റെസ്റ്റിലോ ഒരു മത്സ്യബന്ധന ഹാർബർ ആയി മെല്ലെ മാറിക്കൊണ്ടിരിക്കുന്നു. നദിയിൽ തല ഉയർത്തി നിൽക്കുന്ന ബെലേം ടവർ അയാളുടെ ശ്രദ്ധയിൽപ്പെട്ടു. വളരെ പ്രതീക്ഷകളോടെ മാനുവൽ രാജാവ് പണിതുയർത്തിയ ആ ടവറും, തന്നെപ്പോലെ ഒരു അധികപ്പറ്റായിരിക്കുകയാണ്.

ഒരു മത്സ്യബന്ധന ബോട്ടിലെ പെറോ എന്ന ചെറുപ്പക്കാരനുമായി അയാൾ പരിചയപ്പെട്ടു. പച്ചേക്കോ ശരിക്കും ജോലി ചെയ്യുമോ എന്ന് ആദ്യം അവന് സംശയം ആയിരുന്നു. അവരുടെ ബോട്ട് നല്ല പഴക്കം ഉള്ളതായിരുന്നു. വലിയ കുഴപ്പം കൂടാതെ പച്ചേക്കോ അത് കൈകാര്യം ചെയ്തു. ഒരുനാൾ മത്സ്യബന്ധനത്തിന് പോയപ്പോൾ ടാഗസ് നദിയിൽ ഒരു പുതിയ ഗാലീയോ അതിവേഗം പോകുന്നുണ്ടായിരുന്നു. അത് നോക്കിക്കൊണ്ട് പെറോ അയാളോട് ചോദിച്ചു.

"അങ്കിൾ ഇതുപോലെ ഒരെണ്ണത്തിൽ കയറിയിട്ടുണ്ടോ?"

"ഇല്ല." അയാൾ നിരുപദ്രവമായ ഒരു കള്ളം പറഞ്ഞു.

"ഇതൊക്കെ നിയന്ത്രിക്കാൻ നല്ല കഴിവ് വേണം." പിന്നെ അവൻ കരാക്കിനെയും കാരവലിനെയും കുറിച്ച് അയാളെ പറഞ്ഞു പഠിപ്പിച്ചു. മുന്നൂറ്റിഅൻപത് ടണ്ണിലേറെ ഭാരമുള്ള കപ്പൽ ഒറ്റയ്ക്കു ലിസ്ബണിൽ നിന്നും കൊച്ചിയിലേക്ക് കൊണ്ടുപോയ ഒരു നാവികനോട് ആണ് താൻ സംസാരിക്കുന്നത് എന്ന് അവൻ അറിഞ്ഞില്ല. പച്ചേക്കോവിന് ലിസ്സിനെ ഓർമ വന്നു. അയാൾ ക്ഷമയോടെ അവൻ പറയുന്നതെല്ലാം ശ്രദ്ധാപൂർവ്വം കേട്ടു.

"നമ്മുടെ ബോട്ടിന് വേഗത കൂട്ടണ്ടേ?" അയാൾ ചോദിച്ചു.

"വേണം അങ്കിൾ. എന്തെങ്കിലും സൂത്രം അറിയാമോ?"

"നോക്കാം." അയാൾ പറഞ്ഞു.

പത്ത് ദിവസത്തെ പരിശ്രമത്തിനുശേഷം അയാൾ ബോട്ടിൽ പുതിയ ത്രികോണാകൃതിയിലുള്ള പായ പിടിപ്പിച്ചു. അടുത്ത ദിവസം വെള്ളത്തിൽ ഇറക്കിയപ്പോൾ ബോട്ടിന്റെ വേഗത കണ്ട് പെറോ അന്തംവിട്ടുപോയി. കുറെ നാൾ അയാൾ അവരുടെ കൂടെ ജോലി ചെയ്തു. തനിക്ക് ഭക്ഷണം കഴിക്കാൻ മാത്രമേ അറിയൂ, പാചകം ചെയ്യാൻ അറിയില്ല എന്ന സത്യം അയാൾ മനസ്സിലാക്കി. അയാളുടെ ജീവിതത്തിൽ അയാൾ മറ്റുള്ളവർ ഉണ്ടാക്കിത്തരുന്ന ഭക്ഷണം

മാത്രമേ കഴിച്ച് ശീലം ഉണ്ടായിരുന്നുള്ളൂ. മിച്ചം വരുന്ന പണം അയാൾ ശനിയാഴ്ചകളിൽ അന്റോണിയായേ ഏൽപ്പിക്കുമായിരുന്നു. പച്ചേക്കോ നല്ല പോലെ മെലിഞ്ഞു പോയി. ദാരിദ്ര്യത്തിന്റെ തീക്ഷ്ണത അയാളറിഞ്ഞു. അയഞ്ഞ പഴയ വസ്ത്രങ്ങൾ ധരിച്ച് അയാളെ കണ്ടാൽ ഇപ്പോൾ ഒരു മത്സ്യത്തൊഴിലാളി എന്നേ തോന്നൂ. 1533 ജനുവരി മാസത്തിലെ ഒരു ശനിയാഴ്ച അയാൾ ക്ഷീണം മൂലം കുടുംബത്തെ കാണാൻ വീട്ടിലേക്ക് പോയില്ല. അൽഫാമായിലെ ലൈൻ കെട്ടിടത്തിലെ വീട്ടിൽനിന്നും രാവിലെ അയാൾ ബലേമിലേക്ക് നടന്നു. ഇനി തുടക്കത്തിലേക്ക്...

ഉപസംഹാരം

അടുത്ത വീട്ടിലുള്ള പെൺകുട്ടിയാണ് അബോധാവസ്ഥയിൽ കിടക്കുന്ന പച്ചേക്കോവിനെ ആദ്യം കണ്ടത്. അയൽക്കാർ ഗോൺസാലോവിനെ വിവരമറിയിച്ചു. എല്ലാവരും കൂടി അയാളെ ലിസ്ബണിലെ ഓൾ സെന്റ് റോയൽ ഹോസ്പിറ്റലിൽ പ്രവേശിപ്പിച്ചു. നിർധനരായ രോഗികൾ കിടക്കുന്ന വാർഡിൽ രണ്ടു ദിവസം അയാൾ മരണത്തോട് മല്ലടിച്ചു. വിവരമറിഞ്ഞ് അന്റോണിയായും മകനും വന്നെങ്കിലും അയാൾ അവരെ തിരിച്ചറിയുന്ന നിലയിൽ ആയിരുന്നില്ല. ആശുപത്രിയിൽ തന്നെ പച്ചേക്കോ നിർധനനായി മരിച്ചു. അയാൾ സങ്കൽപ്പിച്ച പോലെ മരിയ കുസൃതി പുഞ്ചിരിയുമായി അയാളെ മറ്റൊരു ലോകത്തിൽ സ്വീകരിച്ചിരിക്കാം.

ഒരുപാട് ദിവസം കയറി ഇറങ്ങി അവസാനം പച്ചേക്കോവിന്റെ വാർഷിക പെൻഷൻ അന്റോണിയയ്ക്കും മകൻ ജോവാവോവിനും ലഭിച്ചുവെന്നും സമയത്ത് പണം ലഭിക്കാത്തതിനാൽ അവർക്ക് പലയിടത്തുമായി കടം എടുക്കേണ്ടി വന്നു എന്നും ചരിത്രരേഖകൾ പറയുന്നു. മാനുവൽ രാജാവ് മരിച്ചതിന് പിന്നാലെ തന്നെ കൃഷ്ണനുണ്ണിയും ഇവോറയിൽ മരണപ്പെട്ടു. മരണത്തിനുമുൻപ് അയാളുടെ സ്വത്തുക്കൾ മുഴുവൻ, അയാളുടെ അടിമകൾക്കും വേലക്കാർക്കും പള്ളിക്കും എഴുതിവെച്ചിരുന്നുവെന്നും ഇവോറ പള്ളിയിലെ ഒരു കല്ലറയിൽ കൃഷ്ണനുണ്ണി എന്ന മാനുവൽ അന്ത്യവിശ്രമം കൊള്ളുന്നു എന്നുമാണ് ചരിത്രം.

എ ഡി 1580 മുതൽ 1640 വരെ പോർച്ചുഗലും സ്പെയിനും ഒരേ ഭരണത്തിന് കീഴിലായിരുന്നു. അന്ന് ലിസ്ബണിൽ താമസിച്ചിരുന്ന ജെസ്സിൻ ഡോ കോർഡൈറോ എന്നുപേരായ ഒരു നാടകകൃത്ത്, പച്ചേക്കോവിന്റെ ജീവിതത്തിലെ ഭാഗ്യ ദൗർഭാഗ്യങ്ങളുടെ കഥ പറയുന്ന രണ്ടു നാടകങ്ങൾ സ്പാനിഷ് ഭാഷയിൽ എഴുതി. 1621ൽ. നാടകങ്ങൾ നാടകശാലകളിൽ പ്രദർശിപ്പിക്കപ്പെട്ടു. ദൗർഭാഗ്യം പച്ചേക്കോവിനെ എന്ന പോലെ നാടകകൃത്തിനെയും നാടകത്തെയും പിൻതുടർന്നു. ആ കൃതികൾ നഷ്ടപ്പെട്ടു.

ലൂയിസ് ഡി കമോയിഷ് പോർച്ചുഗൽ സാഹിത്യത്തിൽ ഇംഗ്ലീഷ് സാഹിത്യത്തിൽ ഷേക്സ്പിയറുടെ സ്ഥാനം അലങ്കരിക്കുന്ന കവിയാണ്. അദ്ദേഹത്തിന്റെ പ്രസിദ്ധമായ കൃതിയാണ് 'ലൂസിയഡ്സ്'. സ്വയം ഒരു നാവികനായിരുന്ന അദ്ദേഹം പ്രധാനമായും വാസ്കോ ഡ ഗാമയുടെ യാത്രകളെപ്പറ്റിയാണ് അദ്ദേഹത്തിന്റെ കൃതിയിൽ പ്രതിപാദിക്കുന്നത്. 1524ൽ ജനിച്ച കോമോയിഷ് പച്ചേക്കോയുടെ ഒരു ആരാധകനായിരുന്നു. ലോകപ്രസിദ്ധമായ അദ്ദേഹത്തിന്റെ കൃതിയിൽ അദ്ദേഹം പച്ചേക്കോവിനെക്കുറിച്ചും വരികൾ കുറിച്ചിടാതിരുന്നില്ല. അദ്ദേഹവും ഗാമയോടൊപ്പം ബലെമിലെ മോണാസ്റ്ററിയിൽ അന്ത്യവിശ്രമം കൊള്ളുന്നു.

പച്ചക്കോവിന്റെ കൃതിയായ 'എസ്മറാൽഡോ സിറ്റു ഓർബിസ്സി'ന്റെ ഒരു പ്രതി പതിനെട്ടാം നൂറ്റാണ്ടിൽ പുറംലോകം കണ്ടു. പക്ഷേ അത് പൂർണ്ണമായിരുന്നില്ല. മാപ്പുകളും ചിത്രങ്ങളുമെല്ലാം നഷ്ടപ്പെട്ടിരുന്നു. അല്പസ്വല്പം തെറ്റുകൾ ഉണ്ടെങ്കിലും ആധുനിക ഉപകരണങ്ങൾ ഇല്ലാതെതന്നെ അയാൾ ഗണിച്ച പലതും ഏറെക്കുറെ ശരിയായിരുന്നു എന്ന് പിന്നീട് തെളിഞ്ഞു.

കഥയിൽ വരുന്ന ലിസ്ബണിലെ പല നിർമ്മിതികളും 1755 ഭൂമികുലുക്കത്തിലും വെള്ളപ്പൊക്കത്തിലും അതിനെ തുടർന്നുണ്ടായ തീപിടുത്തത്തിലും നശിച്ചുപോയി. ദുരന്തത്തിൽ ഒരുപാട് പേർ മരിച്ചു. ലിസ്ബൺ നഗരം ആകെ തകർന്നു. സങ്കൽപ്പിക്കാൻ പോലും വിഷമമായ ഒരു പ്രകൃതി ദുരന്തമാണ് 1755 നവംബർ ഒന്നാം തീയതി നടന്നത്. അന്ന് ഓൾ സെയ്ന്റ്സ് ദിനമായിരുന്നു. പള്ളികളിലും വീടുകളിലും ജനങ്ങൾ മെഴുകുതിരികൾ കത്തിച്ചുകൊണ്ട് പ്രാർത്ഥിക്കുകയായിരുന്നു. പത്തുമണിയോടെ ശക്തമായ ഭൂചലനവും അതിനു പിന്നാലെ അറ്റ്ലാന്റിക് സമുദ്രത്തിൽ നിന്നും സുനാമിയും എത്തിച്ചേർന്നു. ഇതിനുപുറമേ കത്തിച്ചിരുന്ന മെഴുകുതിരികളിൽ നിന്നും തീ ആളിപ്പടർന്നു. പ്രകൃതിയുടെ ആ സംഹാര താണ്ഡവത്തിൽ നാൽപ്പതിനായിരത്തിൽപരം ജനങ്ങൾക്ക് ജീവനാശം സംഭവിച്ചു. റൈബറ പാലസ് അടക്കം പ്രധാന കെട്ടിടങ്ങളെല്ലാം തകർന്നു. ഇന്ന് കാണുന്ന ഭൂചലനങ്ങളെ ചെറുക്കാൻ പ്രാപ്തിയുള്ള നഗരം മാർക്വിസ് ഓഫ് പോമ്പാൽ എന്ന ക്രാന്തദർശിയായ ഭരണതന്ത്രജ്ഞനാണ് പുതുക്കിപ്പണിതത്.

പച്ചേക്കോയുടെ കർമ്മഭൂമി സത്യം പറഞ്ഞാൽ കൊച്ചിയായിരുന്നു. അവിടെയും അയാൾ മനപ്പൂർവ്വമല്ലെങ്കിലും വിസ്മരിക്കപ്പെട്ടു. ഇത് അദ്ദേഹത്തിന്റെ മാത്രം കഥയല്ല. ദൗർഭാഗ്യം മൂലം അംഗീകരിക്കപ്പെടാതെ പോയ മരിച്ചവരും ജീവിക്കുന്നവരുമായ ഒരുപാട് പച്ചേക്കോമാർ ഭൂമിയിലുണ്ടായിരുന്നു. ഇപ്പോഴും ഉണ്ട്. ഈ പുസ്തകം അവർക്കായി ഞാൻ സമർപ്പിക്കുന്നു. ■

Book Reffered

- Kerala Charithram Part I by Attoor Krishna Pisharody.
- Kochi Rajya Charithra kadhakal By Unknown Author
- The Zamorins of Calicut By K.V.Krishna Iyer
- A General History and collections of Voyages and Travels Volume II by Robert Kerr.
- The Voyage of Pedro Alvares Cabral to Brazil and India by Hakluyt society .Courtesy Government of India Central Archaeological Library.
- The Land of Perumals, Cochin its past and its present. By Francis Day ESQ., F.L.S
- Vasco da Gama and his Successors By K.G.Jayne
- A Journal of the first Voyage of Vasco da Gama 1497-1499 Alvaro Velho Published in 1898
- The three voyages of Vasco da Gama to India By Gasper Correa Translated to English by Hon. Henry E.J Stanley.
- The Book of Duarte Barbosa By Duarte Barbosa
- Esmeraldo de Situ Orbis by Duarte Pacheco Pereira
- Progress of Cochin by T.K. Krishna Menon
- Cochin State Manual

Access to the books was made possible with the help of Internet Archives, Google Books and Government of India Central Archaeological Library.

Glossary

Afonso de Albuquerque	ഗോവയിൽ പോർച്ചുഗീസ് കോളനി സ്ഥാപിച്ച പ്രഗത്ഭരായ ഭരണ തന്ത്രജ്ഞൻ.
Aires Corriea	കോഴിക്കോട്ടെ ആദ്യത്തെ പോർച്ചുഗീസ് വ്യാപാര കേന്ദ്രത്തിന്റെ ചുമതലക്കാരൻ.
Alfama	1755ലെ ഭൂമികുലുക്കത്തിൽ നശിച്ചുപോകാത്ത ലിസ്ബണിലെ സാവോ ജോർജ് കോട്ടയ്ക്കരികിലുള്ള ജനവാസ കേന്ദ്രം.
Alur kanikal	സാമൂതിരിയുടെ ആസ്ഥാന ജ്യോതിഷി.
Alvaro Vaz	കൊച്ചിയിലെ പോർച്ചുഗീസ് കച്ചവട കേന്ദ്രത്തിലെ ഒരു ഗുമസ്തൻ.
Anjadiva	അറബിക്കടലിൽ ഗോവയ്ക്ക് അരികിലുള്ള ചെറുദ്വീപുകൾ. പോർച്ചുഗീസുകാർ അവിടെ പിന്നീട് പള്ളികളും കോട്ടകളും പണിതു.
Ankobra	പടിഞ്ഞാറൻ ആഫ്രിക്കയിലെ ഒരു നദി.
Astrolabe	ഒരു പ്രദേശത്തിന്റെ രേഖാംശവും അക്ഷാംശവും നിർണയിക്കുവാൻ കപ്പലുകളിൽ ഉപയോഗിച്ചിരുന്ന പഴയ ഒരു ഉപകരണം.
Azores Islands	വടക്കൻ അറ്റ്ലാന്റിക് സമുദ്രത്തിലെ പോർച്ചുഗലിന്റെ അധീനതയിലുള്ള ഒരു ദ്വീപസമൂഹം.
Baixa	ലിസ്ബണിലെ താഴത്തെ പട്ടണം.
Belem	പഴയ തുറമുഖം നിലനിന്നിരുന്ന ലിസ്ബണിലെ ഒരു പ്രദേശം.
Bartholomeo Dias	ആഫ്രിക്കൻ മുനമ്പ് ആദ്യമായി ചുറ്റിയ ചരിത്രപ്രസിദ്ധനായ നാവികൻ.
Beak head	പഴയ കപ്പലുകളുടെ മുൻവശത്ത് പക്ഷിയുടെ കൊക്കുപോലെ കടലിലേക്ക് തള്ളി നിൽക്കുന്ന മരം കൊണ്ട് നിർമ്മിച്ച കപ്പലിന്റെ ഭാഗം.

Bishop Don Diego Ortiz	ലിസ്ബണിൽ പതിനാറാം നൂറ്റാണ്ടിൽ ജീവിച്ചിരുന്ന ഒരു ബിഷപ്പ്.
Bras de Albuquerque	ഇന്ത്യയിലെ പോർച്ചുഗീസ് ഗവർണർ ആയിരുന്ന അഫോൺസോ ആൽബുക്കർക്കിന്റെ മകൻ.
Bras sodre	വാസ്കോഡഗാമയുടെ മാതുലൻ.
Breach loading cannons	പീരങ്കി ഉണ്ടകൾ പിറകുവശത്തുകൂടി ലോഡ് ചെയ്യാവുന്ന തരം പീരങ്കികൾ.
Cape Finisterre	ഗലീസിയയുടെ സമീപത്തുള്ള തീർത്ഥാടന കേന്ദ്രം.
Cape Verde	ആഫ്രിക്കയിലെ സെനഗലിൽ നിന്നും 300 മൈലുകൾ പടിഞ്ഞാട്ട് അറ്റ്ലാന്റിക് സമുദ്രത്തിൽ സ്ഥിതി ചെയ്യുന്ന ഒരു ദ്വീപസമൂഹം. കപ്പലുകൾക്ക് ജലം സംഭരിക്കാനുള്ള ഒരു താവളമായിതീർന്നു ആ ദ്വീപുകൾ.
Caravels	ത്രികോണാകൃതിയിലുള്ള കപ്പൽപായകൾ ഘടിപ്പിച്ച ഇടത്തരം കപ്പൽ.
Carrack	ചതുരാകൃതിയിലുള്ള പായകൾ ഘടിപ്പിച്ച സാമാന്യം വലിയ കപ്പൽ.
Casa da India	ഇന്ത്യ ഹൗസ്. ലിസ്ബണിലെ റൈബിറ കൊട്ടാരത്തിൽ പ്രവർത്തിച്ചിരുന്ന, ഇന്ത്യയിൽ നടക്കുന്ന പ്രവർത്തനങ്ങൾ നിയന്ത്രിക്കുന്ന ഒരു സ്ഥാപനം.
Casa da Mina	ഹൗസ് ഓഫ് മിന. ആഫ്രിക്കയിലെ എൽമിന കാസിൽ നിയന്ത്രിച്ചിരുന്ന ലിസ്ബണിലെ സ്ഥാപനം. പിന്നീട് അത് ഇന്ത്യ ഹൗസിൽ ലയിച്ചു.
Casa do Leo	സിംഹങ്ങളുടെ വീട്. സെന്റ് ജോർജ് കൊട്ടാരത്തിൽ രാജാവ് തന്റെ വളർത്തുസിംഹങ്ങളെ സൂക്ഷിച്ചിരുന്ന മുറി. ഇപ്പോൾ അവിടെ അതേ പേരിൽ ഒരു റസ്റ്റോറന്റ് പ്രവർത്തിക്കുന്നു.
Castle of Jorge	സെന്റ് ജോർജ് കാസിൽ. കുന്നിൻമുകളിലെ കോട്ടയ്ക്കകത്തെ കൊട്ടാരം. പതിനാറാം നൂറ്റാണ്ടിന്റെ തുടക്കം വരെ പോർച്ചുഗീസ് രാജകുടുംബം അവിടെ താമസിച്ചിരുന്നു.

Chennas Narayanan Namboodiri	പതിനഞ്ചാം നൂറ്റാണ്ടിൽ ജീവിച്ചിരുന്ന ഗണിത, വാസ്തു, താന്ത്രിക പണ്ഡിതൻ. തന്ത്രസമുച്ചയം എന്ന ആധികാരികമായ ഗ്രന്ഥത്തിന്റെ രചയിതാവ്.
Cheranellur kartha	അഞ്ചുകൈമൾമാരിൽ പ്രധാനി. കൊച്ചിയിൽ, പ്രത്യേകിച്ചും എറണാകുളത്തും ചേരാനല്ലൂരിലും ഒരുപാട് ഭൂപ്രദേശങ്ങളുടെ ഉടമസ്ഥൻ.
Chip log	കപ്പലുകളുടെ വേഗത അളക്കാൻ ഉപയോഗിച്ചിരുന്ന ഒരു പ്രാചീന ഉപകരണം. നിശ്ചിത ദൂരത്തിൽ കെട്ടുകളുള്ള (knots) ഒരു കയർ മരപ്പലകയിൽ ഘടിപ്പിച്ചിരിക്കും. സമുദ്രയാനങ്ങളുടെ വേഗത knots എന്ന അളവിൽ അറിയപ്പെടാൻ തുടങ്ങിയത് ഇതുമൂലമാണ്.
Cross bows	നേരത്തെ കുലച്ചു വെച്ചിരിക്കുന്ന വലിയ വില്ലുകൾ.
Cruzado	ജോൺ രണ്ടാമൻ രാജാവിന്റെ കാലത്ത് പോർച്ചുഗൽ ഇറക്കിയ സ്വർണനാണയം.
Desamangalam Varrier	സാമൂതിരി കുടുംബത്തിന്റെ ആചാര്യർ.
Diogo Azambuja	പതിനഞ്ചാം നൂറ്റാണ്ടിലെ പ്രഭു കുടുംബത്തിൽപ്പെട്ട സമുദ്ര പര്യവേഷകൻ. എൽമിന കാസിലിന്റെ സ്ഥാപകൻ.
Diego Cao	പടിഞ്ഞാറൻ ആഫ്രിക്ക പര്യവേഷണം നടത്തിയ നാവികൻ.
Diogo Fernandez Correa	പോർച്ചുഗലിന്റെ കൊച്ചി ഫാക്ടറിയുടെ തലവൻ.
Diogo Peres	കൊച്ചി യുദ്ധത്തിൽ പങ്കെടുത്ത പോർച്ചുഗീസ് കപ്പിത്താൻ.
Dom Rodrigo Demelo	പോർച്ചുഗീസ് പ്രഭു, പച്ചേക്കോവിന്റെ സുഹൃത്ത്.
Duarte Barbosa	'ബുക്ക് ഓഫ് ബാർബോസ' എന്ന പ്രശസ്ത ചരിത്രകൃതിയുടെ ഗ്രന്ഥകാരൻ.
Duarte Galvavo	വത്തിക്കാനിലെ നയതന്ത്ര പ്രതിനിധി, ചരിത്രകാരൻ, അന്റോണിയായുടെ അമ്മയുടെ പിതാവ്.
Eralpad	സാമൂതിരിയുടെ സഹോദരീപുത്രൻ. അടുത്ത അനന്തരാവകാശി. ഒരു സ്ഥാനപ്പേര്.

Esmeraldo de situ Orbis	സമുദ്ര പര്യവേഷണങ്ങളെക്കുറിച്ചും കടലിലെ പ്രകൃതി പ്രതിഭാസങ്ങളെക്കുറിച്ചും പച്ചേക്കോ എഴുതിയ പുസ്തകം.
Fado	പോർച്ചുഗീസ് ഗിറ്റാറുകളുടെ അകമ്പടിയോടെ അൽഫാമയിലെ റസ്റ്റോറന്റുകളിൽ ഗായകർ പാടുന്ന ശോകസാന്ദ്രമായ ഗാനങ്ങൾ. നവോത്ഥാന കാലത്തെ നാവികരുടെ വേർപാടിന്റെ വേദനകളും കുടുംബാംഗങ്ങളുടെ നെടുവീർപ്പുകളും അലിഞ്ഞ് ചേർന്ന ഗാനരൂപങ്ങൾ.
Fore Castle	കപ്പലിന്റെ മേൽത്തളത്തിന്റെ മുൻവശം.
Francisco Albuquerque	അഫോൺസോ ആൽബുക്കർക്കിന്റെ ബന്ധു. അഞ്ചാം പോർച്ചുഗീസ് അർമഡയുടെ കൂടെ ഇന്ത്യയിൽ വന്നു. തിരിച്ചുപോകുമ്പോൾ കപ്പലപകടത്തിൽ മരിച്ചുപോയി.
Francisco Almeida	പോർച്ചുഗീസ് നാവികതലവനും പ്രഭു കുടുംബത്തിലെ അംഗവും. ഇന്ത്യയിലെ പ്രഥമ വൈസ്രോയി.
Galicia	പോർച്ചുഗലിന്റെ വടക്കേ അതിർത്തിയിലെ സ്പാനിഷ് പ്രദേശം.
Gasper de Paiva	ലിസ്ബൺ ബലേം ടവറിലെ പ്രഥമ ക്യാപ്റ്റൻ ജനറൽ.
Grand of Arms	ഒരു രാജാവ് സമ്മാനിക്കുന്ന വിശിഷ്ട അടയാളങ്ങളും ആയുധങ്ങളും. അത് ലഭിക്കുന്ന വ്യക്തികൾക്കും അവരുടെ പിന്തുടർച്ചക്കാർക്കും ലഭിക്കുന്ന ഒരു ബഹുമതിയായി കരുതപ്പെട്ടിരുന്നു.
Hospital Real de Todos-os-Santos	ലിസ്ബണിൽ 1492–1504 കാലഘട്ടത്തിൽ നിർമ്മിച്ച വലിയ ഒരു ആശുപത്രി. 1755ലെ ഭൂകമ്പത്തിലും സുനാമിയിലും നാമാവശേഷമായിപോയി.
Jacinto Cordeiro	പച്ചേക്കോവിന്റെ ജീവിതത്തിലെ ഉയർച്ചയും താഴ്ചയും (prospera la adversa fortuna Duarte Pachecko) എന്ന നാടകത്തിന്റെ കർത്താവ്
Jeronimose Monastery	ബലേമിലെ വളരെ വലിയ ഒരു മോണാസ്റ്ററി. ജോൺ രണ്ടാമൻ രാജാവ് പണി തുടങ്ങിവെച്ച്

	നൂറു കൊല്ലംകൊണ്ടാണ് അതിന്റെ പണി തീർത്തത്. പല പോർച്ചുഗീസ് രാജാക്കന്മാരുടെയും വാസ്കോഡിഗാമ തുടങ്ങിയ പ്രശസ്ത നാവികരുടെയും കല്ലറകൾ അവിടെയുണ്ട്.
Joa Maria	വാസ്കോഡഗാമയുടെ കപ്പൽപടയിലെ ഇറ്റാലിയൻ എൻജിനീയർ. പിന്നീട് അയാൾ സാമൂതിരിയുടെ പക്ഷത്തേക്ക് കൂറുമാറി.
Khoi Khoi	സൗത്ത് ആഫ്രിക്കൻ പ്രദേശത്തെ ആദിവാസികൾ.
Kilwa	ഇന്ത്യൻ മഹാസമുദ്രത്തിലെ ഒരു പഴയ കച്ചവട കേന്ദ്രം.
Koja Kassim	മലബാറിലെ ഒരു നാവിക തലവൻ.
Kolathiri	കണ്ണൂരിലെ രാജാവ്.
Kollam queen	അക്കാലത്ത് 'മുളക് റാണി' എന്നറിയപ്പെട്ടിരുന്ന കൊല്ലത്തിലെ രാജ്ഞി.
Kottayam Raja	സാമൂതിരിപക്ഷത്തെ ഒരു മലബാർ രാജാവ്.
Lisuarte Pacheco	പച്ചേക്കോവിന്റെ മകൻ. കൊച്ചി യുദ്ധത്തിൽ തന്റെ പിതാവിന് സഹായമായി നിന്ന് പൊരുതി. 1510ൽ കേപ്പ് ടൗണിലെ ടേബിൾ ബേയിൽ വെച്ച് ദാരുണമായി കൊല്ലപ്പെട്ടു.
Lopo Soares Albergaria	ആറാം പോർച്ചുഗീസ് അർമാഡയുടെ അഡ്മിറൽ.
Lorenzo Moreno	കൊച്ചിയിലെ പോർച്ചുഗീസ് ഫാക്ടറിയിലെ ക്ലർക്ക്. കൊച്ചിക്ക് വേണ്ടി രണ്ട് യുദ്ധങ്ങളിൽ പങ്കെടുത്തു.
Louis Vaiz de Camoes	ഇംഗ്ലണ്ടിൽ ഷേക്സ്പിയറിന് തുല്യനായി പോർച്ചുഗലിലെ പ്രസിദ്ധനായ കവിയും ചരിത്രകാരനും.
Madeira	അറ്റ്ലാൻറ്റിക്ക് മഹാസമുദ്രത്തിൽ പോർച്ചുഗീസ് അധീനതയിലുള്ള ഒരു ദ്വീപസമൂഹം. നാവികരുടെ ഒരു ഇടത്താവളം..
Madrina	വധുവിന്റെ തോഴി.
Malindi King	ആഫ്രിക്കയിലെ മുമ്പാസയ്ക്ക് അരികിലുള്ള മലിന്തി എന്ന രാജ്യത്തിലെ പോർച്ചുഗീസുകാരുടെ സുഹൃത്തായ ഭരണാധികാരി.

Marquis Pombal	1755ലെ ഭൂകമ്പത്തിൽ തകർന്നു പോയ ലിസൺ നഗരം പുനർനിർമ്മിച്ച പോർച്ചുഗലിന്റെ ഭരണാധികാരി.
Match locks	പണ്ടുകാലത്ത് കത്തിച്ച തിരി കൊണ്ടു പൊട്ടിക്കുന്ന പ്രാകൃത രൂപത്തിലുള്ള തോക്ക്.
Mayi mani Marakkar	കുഞ്ഞാലി മരക്കാറിന് മുൻപ് സാമൂതിരിയുടെ നാവികപടയുടെ തലവൻ.
Mondragon	ഫ്രഞ്ച് ഗവൺമെന്റിന്റെ ആജ്ഞാനുവർത്തിയായ പ്രൈവറ്റിയർ അല്ലെങ്കിൽ ഒരു കടൽക്കൊള്ളത്തലവൻ.
Mount Pascoal	ബ്രസീലിലെ സെഗ്യൂറയിലെ ഒരു പർവ്വതം.
Muzzle loaded cannons	കുഴലിന്റെ മുൻവശത്തിലൂടെ വെടിയുണ്ടകൾ നിറയ്ക്കാവുന്ന പീരങ്കികൾ.
Nayakkaruveetil Achan	പാലിയത്തച്ചന്മാർക്ക് മുൻപുള്ള കാലത്തെ കൊച്ചിയുടെ പ്രധാനമന്ത്രിമാർ.
Nicholau Coelho	മൂന്നു തവണ ഇന്ത്യയിലേക്ക് വന്ന പ്രഗത്ഭനായ ഒരു പോർച്ചുഗീസ് നാവിക ക്യാപ്റ്റൻ. അവസാനത്തെ മടക്കയാത്രയിൽ കപ്പൽ അപകടത്തിൽ മരിച്ചു.
Papal bulls	മാർപാപ്പയുടെ തീട്ടൂരങ്ങൾ.
Parappu Kovil	പരപ്പനങ്ങാടിയിലെ രാജാവ്.
Pedrino	പോർച്ചുഗീസ് വിവാഹച്ചടങ്ങുകളിൽ വരന്റെ തോഴൻ.
Pero Antonio	സാമൂതിരിപക്ഷത്തിലേക്ക് കൂറുമാറിയ വാസ്കോഡ ഗാമയുടെ കപ്പലിലെ ഇറ്റാലിയൻ എഞ്ചിനീയർ.
Port side of a ship	മുൻപോട്ട് സഞ്ചരിക്കുന്ന കപ്പലിന്റെ ഇടതുവശം, ഇതാണ് തുറമുഖത്തിൽ അടുക്കുന്നത്. വലതുവശം സ്റ്റാർ ബോർഡ് സൈഡ് എന്നാണ് അറിയപ്പെടുന്നത്.
Praca do Commercio	പുനർനിർമ്മിച്ച പഴയ ലിസ്ബണിലെ ടെറിറോഡോ പാക്കോ ചത്വരത്തിന്റെ പുതിയ പേര്.
Reis	പോർച്ചുഗീസ് നാണയം. ആയിരം റീസ് ഒരു മിൽറീസ്.
Restelo Church	ലിസ്ബണിലെ ബലേം പ്രവിശ്യയിൽ പഴയ ഹാർബറിന് സമീപമുള്ള ഒരു പുരാതന പള്ളി.

Ribera palace	ടാഗസ് നദിയുടെ തീരത്ത് മാനുവൽ ഒന്നാമൻ രാജാവ് പണിത പുതിയ കൊട്ടാരം. ഇപ്പോൾ അതില്ല.
Rossio Square	ആഘോഷങ്ങൾക്കും പ്രകടനങ്ങൾക്കും വേദിയായിരുന്ന ലിസ്ബണിലെ പഴയ സ്ക്വയർ.
Santa Maria de Belem	ബലേമിലെ ജെറാനിമോസ് മൊണാസ്ട്രിക്ക് സമീപമുള്ള പള്ളി. സമുദ്രയാത്രയ്ക്ക് പുറപ്പെടുന്നതിനു മുമ്പ് നാവികർ ഈ പള്ളിയിൽ വന്ന് പ്രാർത്ഥിച്ചിരുന്നു.
Sao Gabriel	വാസ്കോഡ ഗാമയുടെ പ്രഥമയാത്രയിലെ പതാക വാഹിനി കപ്പൽ. ബർത്തലോമിയോ ഡയസ് ആണ് രൂപകല്പന ചെയ്തത്.
Saudade	ആരുടെയെങ്കിലും വേർപാടുകളും വിരഹങ്ങളും കാത്തിരിപ്പുകളും ഉണ്ടാക്കുന്ന ദുഃഖം വരികളിലും ഈണത്തിലും സമന്വയിപ്പിച്ച് അവതരിപ്പിക്കുന്ന സംഗീത രൂപം.
Shahabandar Koya	കോഴിക്കോട് തുറമുഖത്തിലെ സാമൂതിരിയുടെ ഭരണകാലത്തെ പോർട്ട് മാസ്റ്റർ.
Sofala	തെക്കൻ ആഫ്രിക്കയിലെ വളരെ പഴക്കമുള്ള ഒരു തുറമുഖം.
St Vincente Tower Belem	സുനാമിയെയും ഭൂകമ്പത്തെയും അതിജീവിച്ച ബലേമിലെ ടവർ. ഒരു യുനെസ്കോ പൈതൃക സ്മാരകം.
St. Dominigo Church	പോർച്ചുഗലിലെ ഏറ്റവും പഴക്കമുള്ള പള്ളി (1241). പല രാജകീയ വിവാഹങ്ങൾക്ക് സാക്ഷ്യം വഹിച്ച സ്ഥലം.
Tangier	വടക്ക് പടിഞ്ഞാറ് മൊറോക്കോവിലെ പോർച്ചുഗീസ് അധീനതയിൽ ഉണ്ടായിരുന്ന ഒരു പട്ടണം.
The Treaty of Tordesillas	പോർച്ചുഗലും സ്പെയിനും തമ്മിൽ പുതിയതായി കണ്ടുപിടിക്കപ്പെടുന്ന സ്ഥലങ്ങളുടെ അവകാശത്തെക്കുറിച്ച് ധാരണയായി ഒപ്പുവെച്ച ഒരു കരാർ.
Thimoji	ശരിയായ പേര് തിമ്മയ്യ. കൊങ്കൺ തീരത്ത് പ്രവർത്തിച്ചിരുന്ന ഒരു കടൽക്കൊള്ളക്കാരൻ.

Vettath Raja	കൊച്ചിയിലെ രാജാവുമായി രക്തബന്ധം ഉണ്ടായിരുന്ന സാമൂതിരിപക്ഷക്കാരനായ ഒരു മലബാർ രാജാവ്. പിന്നീട് അദ്ദേഹം പോർച്ചുഗീസുകാരുമായി അടുപ്പത്തിലായി.
Vicar fariar Gaston	കൊച്ചിയിലെ ഫോർട്ട് മാനുവൽ കോട്ട വെഞ്ചരിച്ച് ആദ്യകുർബാന നടത്തിയ ക്രിസ്ത്യൻ പാതിരി.
Vincente Sodre	വാസ്കോഡ ഗാമയുടെ മാതുലൻ.
Volta	പടിഞ്ഞാറൻ ആഫ്രിക്കയിലെ ഒരു പുഴ.

www.ingramcontent.com/pod-product-compliance
Lightning Source LLC
LaVergne TN
LVHW100433051026
849518LV00004B/1475